പെണ്ണിടം മതം മാർക്സിസം

Pennidam Matham Marxism
Study

Dr. P K Gopan

CHINTHA PUBLISHERS
Thiruvananthapuram

First Edition
January 2021

Second Edition
October 2021

Second Impression
July 2022

Third Edition
October 2023

Typesetting & Published
Chintha Publishers, Thiruvananthapuram

Printed at
Repro India Ltd, Mumbai

Cover Design
Vinod Mangoes

ISBN : 978-93-90301-23-2

CR - 3394 / 6741

₹ 420

Email: chinthapublishers@gmail.com
Website: www.chinthapublishers.com

A version is available at National Libraries
Kolkata, Mumbai, Chennai and Delhi

Distribution
DESHABHIMANI BOOKHOUSE
H O Thiruvananthapuram 695035

Branch
Head Office Kunnukuzhi • Statue Thiruvananthapuram
KSRTC Bus Terminal Thampanoor • Saphalyam Complex Thiruvananthapuram
KSRTC Bus Station Alappuzha • KSRTC Bus Station Ernakulam
Machingal Lane Thrissur • IG Road Kozhikode
Mavoor Road Kozhikode • NGO Union Building Kannur
Central Bus Terminal Complex Thavakkara Kannur

പെണ്ണിടം മതം മാർക്സിസം

ഡോ. പി കെ ഗോപൻ

ചിന്ത പബ്ലിഷേഴ്സ്
തിരുവനന്തപുരം-695 035
വില: ₹ 420

ഡോ. പി കെ ഗോപൻ

സ്റ്റേറ്റ് ലൈബ്രറി കൗൺസിൽ എക്സിക്യൂട്ടീവ് അംഗം. കൊല്ലം ജില്ലാ പഞ്ചായത്തംഗം. പൂർണ്ണസമയ ഇടതുപക്ഷ രാഷ്ട്രീയ പ്രവർത്തകൻ. പ്രഭാഷണം, പരിസ്ഥിതി-സാംസ്കാരിക മേഖലകളിൽ സജീവം. ശാസ്താംകോട്ട തടാകസംരക്ഷണ ഏകോപന സമിതി കൺവീനർ.

ഗവേഷണ ബിരുദം: സിനിമയും സാഹിത്യവും (കാലിക്കറ്റ് യൂണിവേഴ്സിറ്റി)

പിന്നിട്ട വഴികൾ: പു ക സ ജില്ലാ സെക്രട്ടറി, ലൈബ്രറി കൗൺസിൽ ജില്ലാപ്രസിഡന്റ്, ഡി വൈ എഫ് ഐ ജില്ലാ പ്രസിഡന്റ്, ചലച്ചിത്ര വികസന കോർപ്പറേഷൻ ഡയറക്ടർ ബോർഡംഗം.

കൃതികൾ: *ശൂരനാട് സമരചരിത്രം, എൻ എസ് ഒരോർമ്മപ്പുസ്തകം, സ്ത്രീജീവിതം, സ്വാതിതിരുനാൾ മഹാരാജാവും മഹാകവിയും, അമ്പത്തൊന്നു കമ്പികളുള്ള വീണ.*

വിലാസം : ആലപ്പുറത്ത്
മൈനാഗപ്പള്ളി പി ഒ
കൊല്ലം ജില്ല 690519
ഫോൺ : 9446905485
ഇ-മെയിൽ: pkgopann@gmail.com

ഉള്ളടക്കം

മുഖമൊഴി 9

ഭാഗം ഒന്ന്
സ്ത്രീ-മാർക്സിസ്റ്റ് തലങ്ങളിൽ

മാർക്സിസവും ഫെമിനിസവും കൈകോർക്കേണ്ട കാലം
ആർ പാർവതി ദേവി 11
ഫെമിനിസവും മാർക്സിസവും 19
മാർക്സിസത്തിന്റെ സ്ത്രൈണപഥം 25
സ്ത്രീ, മുതലാളിത്തത്തിലും സോഷ്യലിസത്തിലും 34
സ്ത്രീപദവിയും അപരലൈംഗികതയും 42
ലൈംഗിക ന്യൂനപക്ഷങ്ങൾ 45
സ്ത്രീപുരുഷ പദവി ധർമ്മങ്ങൾ 51
സ്ത്രീശാക്തീകരണം 56
ഫെമിനിസ്റ്റ് വഴികൾ 60

ഭാഗം രണ്ട്
ആഗോളവല്ക്കരണം സ്ത്രീജീവിതത്തിൽ

ചെറുത്തുനില്പിന്റെ പാഠങ്ങൾ
ഡോ. ആശാ നജീബ് 66
ആഗോളവല്ക്കരണകാലത്തെ സ്ത്രീകൾ 69
കുടുംബത്തിനുള്ളിലെ ജനാധിപത്യം 78
സിനിമയും സീരിയലുകളും 88
പൊരുൾ മാറുന്ന വാക്കുകൾ 100
അമ്മദൈവങ്ങളും അയ്യപ്പനും 114
ജാതിസമൂഹത്തിലെ സ്ത്രീകൾ 123
പഴഞ്ചൊല്ലിലെ പതിര്! 128

ഭാഗം മൂന്ന്
ഇന്ത്യൻ പുരാണധാരയും സ്ത്രീകളും

സ്ത്രൈണബിംബങ്ങളും
പെണ്ണനുഭവങ്ങളും-രാഷ്ട്രീയ വായന
ഡോ. എ ഷീലാകുമാരി 135
വേദകാലത്തെ സ്ത്രീകൾ/ദേവതകൾ 139
പൗരാണിക സ്ത്രീകൾ 146
മനുസ്മൃതിയിലെ 'സ്ത്രീകൾ' 151
സ്ത്രീയുടെ ആപദ് ധർമ്മങ്ങൾ 159
സ്ത്രീ വിരുദ്ധത സീതയിലൂടെ 169
പാഞ്ചാലി 182
ഗാന്ധാരി 189

ഭാഗം നാല്
സ്ത്രൈണ ജീവിതം ഇസ്ലാം മതത്തിൽ

സ്ഥാപനവല്ക്കരിക്കപ്പെട്ട ഇസ്ലാം മതവും
സ്ത്രൈണ ജീവിതങ്ങളും
ഡോ. ഖദീജാ മുംതാസ് 196
ഇസ്ലാമിലെ സ്ത്രീകൾ 203
ഖുർ-ആനും സ്ത്രീകളും 218
പരലോകം 231
പർദ്ദ 236
സ്ത്രീ വിദ്യാഭ്യാസവും കായിക കലയും 247
മതമൗലികതയും വർഗ്ഗീയതയും 253

ഭാഗം അഞ്ച്
സ്ത്രീ: ക്രൈസ്തവ സമൂഹത്തിൽ

ക്രിസ്തുവും ക്രിസ്തുമതത്തിന്റെ സമകാലികതയും
ഇന്ദുലേഖ കെ 259
ക്രിസ്ത്യാനികളുടെ ആവിർഭാവം 263
യേശുക്രിസ്തു 267
ക്രിസ്തുമത പശ്ചാത്താപം 274
ഇയ്യോബിന്റെ പുസ്തകം 277
ക്രിസ്തുവും മാർക്സും 280
പാപമോചന ചീട്ട് 284
യോഹന്നാന്റെ സുവിശേഷം 289
ക്രിസ്തുവും സ്ത്രീകളും 292
കന്യാസ്ത്രീ ജീവിതം 299
ഗ്രന്ഥസൂചി 310

പ്രസാധകക്കുറിപ്പ്

ഫ്രഞ്ചു വിപ്ലവത്തിനുശേഷം വികസിച്ചുവന്ന ഒരു സങ്കല്പനമാണ് ഫെമിനിസം. സ്ത്രീ സ്വാതന്ത്ര്യവാദം എന്ന ആശയം ഇതിന്റെ ഉപോല്പന്നമാണ്. സ്ത്രൈണത, സ്ത്രീപുരുഷബന്ധം, ലിംഗപദവി എന്നിവയും ഇക്കാലത്ത് ചർച്ചാവിഷയമായി. സ്ത്രീയുടെ സാമൂഹ്യപദവിയുടെ ഏറ്റവും സമഗ്രമായ വിശകലനം മാർക്സിസം മുന്നോട്ടുവച്ചിട്ടുണ്ട്. എംഗൽസ് സ്ത്രീയുടെ ചരിത്രപരമായ അസ്തിത്വം സവിശേഷമായി അപഗ്രഥിച്ചിട്ടുണ്ട്. മാർക്സിസ്റ്റു ദർശന സംഹിതയിൽ മുതലാളിത്ത സാമൂഹ്യ ചൂഷണത്തിന്റെ സന്ദർഭത്തിൽ സ്ത്രീകൾക്കുമേലുള്ള ഇരട്ട ചൂഷണവും വ്യക്തമായി അപഗ്രഥിക്കപ്പെട്ടിട്ടുണ്ട്. ഫെമിനിസ്റ്റുചിന്ത വളർന്നു വന്നപ്പോൾ മാർക്സിസത്തെ പരാമർശിക്കാതെ അതിനു മുന്നോട്ടുപോകാൻ കഴിയില്ല എന്നുവന്നു. ഇതിപ്പോൾ മാർക്സിസത്തെ എതിർക്കാനും അനുകൂലിക്കാനും ഫെമിനിസ്റ്റു ജാടയുടെ വക്താക്കൾ പരിശ്രമിക്കുന്നതായി കാണാം. ഫെമിനിസം വിവിധ കൈവഴികളിലൂടെ പ്രയാണം നടത്തുന്ന ഇന്നത്തെ സന്ദർഭത്തിൽ ഫെമിനിസവും മാർക്സിസവും തമ്മിലുള്ള അടുപ്പവും അകലവും ഒരുവട്ടം കൂടെ ചർച്ചാവിഷയമാകുന്നത് തികച്ചും കാലാനുസൃതം തന്നെ. ഗൗരവതരമായ ഒരു ചർച്ചയ്ക്കായി *പെണ്ണിടം മതം മാർക്സിസം* എന്ന ഈ ഗ്രന്ഥം ഞങ്ങൾ സമർപ്പിക്കുന്നു.

ചിന്ത പബ്ലിഷേഴ്സ്

മുഖമൊഴി

You educate a man; You educate a man. You educate a women; You educate a generation

- Brigham Young

I myself have never seen able to find out precisely what feminism is: I only know that people call me a feminist whenever I express sentiments that differentiate me from a doormat.

- Rebbecca West

സ്ത്രീപുരുഷ ബന്ധങ്ങളെ ദാർശനികമായി സമീപിച്ച ആശയമാണ് ഫെമിനിസം. അതുവരെയുള്ള സ്ത്രീയെ ഫെമിനിസം പൊളിച്ചെഴുതി. സമൂഹത്തെ ഞെട്ടിപ്പിക്കുന്നവ, സമാധാനപരമായി ചിന്തിക്കാൻ പ്രേരിപ്പിക്കുന്നവ, സമൂഹവുമായി കലഹിക്കുന്നവ, കുറ്റബോധം ഉളവാക്കുന്നവ എന്നിങ്ങനെ ഫെമിനിസം സമൂഹത്തെ അടിമുടി ഉലച്ചു.

അവ എഴുത്തുകാർക്കും പ്രക്ഷോഭകാരികൾക്കും കലാ-സാംസ്കാരിക-സാഹിത്യ മേഖലകളിൽ പ്രവർത്തിക്കുന്നവർക്കും ഇന്ധനം പകർന്നു നല്കി. ലോകമാകെയുള്ള സ്ത്രീശാക്തീകരണത്തിന് സൈദ്ധാന്തികമാനം കൈവന്നു.

പക്ഷേ, ഏതിലുമെന്നപോലെ കതിരും പതിരും ഫെമിനിസത്തിനും ബാധകമാണ്. അവ വേർതിരിച്ചെടുക്കാൻ കഴിയാതെ വന്നാൽ ഫെമിനിസത്തിന്റെ സഹയാത്രികരെ തിരിച്ചറിയാൻ കഴിയാതെ വരും. തിരിച്ചറിവ് വളരെ പ്രധാനമാണ്.

മാർക്സിസത്തിന്റെ വരവ് അതുവരെയുള്ള സാമൂഹിക വിശകലന രീതിയെ തകിടം മറിച്ച ഒന്നാണ്. ലോകത്തെ വ്യാഖ്യാനിക്കാനുള്ളതാണ് തത്വശാസ്ത്രം എന്ന നോക്കിക്കാണലിനെ അതുവഴി തിരിച്ചുവിട്ടു.

ലോകത്തെ മാറ്റിത്തീർക്കലാണ് തത്വശാസ്ത്രദൗത്യം എന്നത് മാർക്സിന്റെ സംഭാവനയാണ്.

വർഗ്ഗസമൂഹത്തെ വിശകലനം ചെയ്തു വർഗ്ഗരഹിത ജനതതിയെ വിഭാവനം ചെയ്യുന്ന വഴിത്താരയിൽ ഒപ്പം കൂടാത്തതായി ഒന്നുംതന്നെ മാർക്സിസത്തിൽ ഇല്ലെന്നുതന്നെ പറയാം. എന്നാൽ എല്ലാം ഒരുപോലെ തെളിഞ്ഞുവരില്ല. അത് തെളിയിച്ചെടുക്കലാണ് പിൽക്കാല മാർക്സിസ്റ്റ് സൈദ്ധാന്തികർ ഏറ്റെടുത്ത സുപ്രധാന ദൗത്യം. അതിൽ സ്ത്രീ-പുരുഷ സമത്വപ്രശ്നങ്ങളും തെളിഞ്ഞുവന്നു.

എന്നാൽ ഫെമിനിസ്റ്റ് പ്രസ്ഥാനത്തിന്റെ ചില ശാഖകൾ കടുത്ത മാർക്സിസ്റ്റ് വിമർശപക്ഷം ഉയർത്തിപ്പിടിക്കുന്നു.

മാർക്സിസത്തിന്റെ വെളിച്ചത്തിൽ ഫെമിനിസത്തെ വീക്ഷിക്കാനും ഫെമിനിസത്തിന്റെ കണ്ടെത്തലുകൾ മാർക്സിസത്തിന്റെ ദർശനമഹിമയ്ക്ക് ആക്കംകൂട്ടാനും കഴിയുന്നതാണ്. ഈ പാതയിൽ സഞ്ചരിക്കാനാണ് ഈ പുസ്തകത്തിലൂടെ ശ്രമിക്കുന്നത്.

മതം അതിന്റെ ആവിർഭാവകാലത്ത് തികച്ചും പുരോഗമനപരം തന്നെയാണ്. എന്നാൽ അത് പൊതുവേ സ്ത്രീ വിരുദ്ധവുമാണ്. മതത്തിന്റെ ദാർശനികസംഹിത രൂപപ്പെടുത്തിയത് പുരുഷനോടൊപ്പം സ്ത്രീക്ക് പദവി നല്കിയിട്ടല്ല; മറിച്ച് ഉപോൽപ്പന്നമായിട്ടാണ്. പുരുഷ കാമനകൾക്ക് പൂരമാകാൻ പറ്റിയ ഒരു ജൈവഘടകം മാത്രമായി സ്ത്രീ പരുവപ്പെട്ടു. ഇതിന്റെ കലഹം വിശ്വാസസമൂഹത്തിൽ പോലും ദൃശ്യമാണ്. എല്ലാ മതത്തിലും തുല്യനിലയിൽ അല്ലെങ്കിൽ പോലും.

ഡോ. പി കെ ഗോപൻ

ഭാഗം ഒന്ന്

സ്ത്രീ-മാർക്സിസ്റ്റ് തലങ്ങളിൽ

അവതാരിക

മാർക്സിസവും ഫെമിനിസവും കൈകോർക്കേണ്ട കാലം

ആർ പാർവതി ദേവി

മാർക്സിസവും ഫെമിനിസവും (സ്ത്രീവാദം) മനുഷ്യ ചരിത്രത്തിൽ കോളിളക്കങ്ങൾ സൃഷ്ടിച്ച രണ്ടു വിമോചന സിദ്ധാന്തങ്ങളാണ്. രണ്ടും പരസ്പരം കൊണ്ടും കൊടുത്തും വളർന്നു. ഈ രണ്ടു സുപ്രധാന വിജ്ഞാന ശാഖകളും തമ്മിൽ രാഗദ്വേഷ ബന്ധമാണെന്ന് പറയപ്പെടുന്നു. കാരണം മാർക്സിന്റെ കാലത്തിനു ശേഷം രൂപപ്പെട്ടു വന്ന മാർക്സിസ്റ്റ് പ്രസ്ഥാനങ്ങൾ സ്ത്രീവാദത്തെ സങ്കുചിത ചിന്താപദ്ധതിയായാണ് കണക്കാക്കിയത്. വർഗരഹിത സമൂഹത്തിനായുള്ള പോരാട്ടത്തിന് അവർ പ്രാധാന്യം കൊടുക്കുന്നില്ല എന്നതാണ് ഇതിനു കാരണമായി പറയുന്നത്. മറിച്ച്, സ്ത്രീവിമോചകരാകട്ടെ മാർക്സിസം സാമ്പത്തിക നിർണയവാദത്തിൽ കുടുങ്ങിപ്പോയെന്നും ആരോപിച്ചു. മാർക്സിന്റെ അധ്വാന സിദ്ധാന്തത്തിൽ സ്ത്രീയുടെ തൊഴിൽ ഉൾപ്പെട്ടില്ലെന്ന് ഒരു വലിയ വിഭാഗം സ്ത്രീവാദ ചിന്തകർ പരാതിപ്പെട്ടു. എന്നാൽ ഒന്ന് മറ്റൊന്നിന്റെ വികാസത്തിൽ വലിയ പങ്കു വഹിച്ചു എന്നതാണ് യാഥാർത്ഥ്യം. അധികാരത്തെ ചോദ്യം ചെയ്യുകയും മനുഷ്യന്റെ സ്വാതന്ത്ര്യത്തിനും സമത്വത്തിനും പ്രാധാന്യം നൽകുകയും ചെയ്യുന്ന മാർക്സിസ്റ്റ് പ്രത്യയശാസ്ത്രത്തിന്റെ സിദ്ധാന്തവും പ്രയോഗവും സ്ത്രീവാദം ചോദ്യം ചെയ്യുന്ന പുരുഷാധിപത്യത്തെ ഇല്ലാതാക്കുവാനും ഫലപ്രദമാണെന്ന് തിരിച്ചറിഞ്ഞവരാണ് മാർക്സിസ്റ്റ് ഫെമിനിസ്റ്റുകൾ. ചരിത്രപരവും വൈരുധ്യാത്മകവുമായ ഭൗതികവാദമാണ് മാർക്സിസത്തിന്റെ അടിസ്ഥാനം. അതായത് നാം ജീവിക്കുന്ന ഈ പ്രപഞ്ചത്തെ മൗലികയാഥാർഥ്യമായി അംഗീകരിക്കുകയും ഒപ്പം തന്നെ ഈ പ്രപഞ്ചത്തിലെ എല്ലാ പ്രതിഭാസങ്ങളും നിരന്തരം വൈരുധ്യാത്മകമായി ചലിച്ചുകൊണ്ടിരിക്കുകയും മാറ്റത്തിനു വിധേയമാകുകയും ചെയ്യുന്നു. മാത്രമല്ല, ഒന്നും തനിയെ നിൽക്കുന്നുമില്ല.

ഇന്നലെ സംഭവിച്ചതെല്ലാം യഥാർത്ഥമാണെന്നും അതിന്റെ തുടർച്ചയാണ് ഇന്ന്, ഇന്നിന്റെ തുടർച്ച തന്നെ ആണ് നാളെ. അനുസ്യൂതമായ ഈ യാത്രയിൽ വൈരുധ്യങ്ങൾ പരസ്പരം ഏറ്റുമുട്ടുകയും സമൂഹം വികസനത്തിലൂടെ മുന്നേറുകയും ചെയ്യുന്നു. സമൂഹം അങ്ങനെ പരിണമിച്ചാണ് ഇന്നത്തെ മുതലാളിത്ത ഘട്ടത്തിൽ എത്തിച്ചേർന്നത്. ഒന്നും ശാശ്വതമല്ലെന്ന് സാരം. മാർക്സിസത്തിന്റെ ഈ ശാസ്ത്രീയമായ പ്രപഞ്ച വീക്ഷണം സ്ത്രീ വിമോചനാശയങ്ങൾക്ക് കരുത്ത് പകരുക തന്നെ ചെയ്തു. ചൂഷണാധിഷ്ഠിതമായ സമൂഹത്തിൽ അന്യായമായി അധികാരം കയ്യാളുന്ന വിഭാഗങ്ങളിൽനിന്നും മോചിതരാകുവാൻ ആവശ്യമായ ഒരു കർമ്മപദ്ധതിയാണ് മാർക്സിസം മുന്നോട്ടു വെക്കുന്നത്. ഒരു കൂട്ടരുടെ അധ്വാനത്തെ ചൂഷണം ചെയ്തു മറ്റൊരു കൂട്ടർ സമ്പത്ത് കുന്നുകൂട്ടുകയും അങ്ങനെ സമൂഹത്തിൽ അധികാരം നിലനിർത്തുകയും ചെയ്യുന്നു. ഇത് ഒരു സുപ്രഭാതത്തിൽ സംഭവിച്ചതല്ല. നൂറ്റാണ്ടുകളിലൂടെ സമൂഹം പരിണമിക്കുമ്പോൾ സാമൂഹ്യബന്ധങ്ങളിൽ മാറ്റം സംഭവിച്ചു, അതിനിടയിൽ ലിംഗപരമായ ശ്രേണീബന്ധവും ഉടലെടുത്തു. ഉത്പാദന ബന്ധങ്ങളും ഉത്പാദന ശക്തികളും തമ്മിലുള്ള ബന്ധത്തിലുണ്ടായ മാറ്റമാണിവിടെയും പ്രതിഫലിക്കപ്പെട്ടത്. വ്യത്യസ്ത വർഗങ്ങളായി വിഭജിക്കപ്പെട്ട സമൂഹത്തിൽ സ്ത്രീയും പുരുഷനും വ്യത്യസ്ത പദവികളിലായി മാറ്റപ്പെട്ടു. മുതലാളിത്തത്തിന് മുൻപുതന്നെ ലിംഗപരമായ അധികാര വിഭജനം നടന്നുവെന്നത് യാഥാർഥ്യം. പക്ഷേ, മുതലാളിത്തം അതിന്റെ ചൂഷണസമ്പ്രദായത്തിനു ശക്തിപകരുന്ന ഒന്നായി പുരുഷാധിപത്യത്തെ ഉപയോഗപ്പെടുത്തി. ഇത് മാർക്സ് തിരിച്ചറിഞ്ഞില്ലെന്ന് ചിലർ ആരോപണം ഉന്നയിക്കാറുള്ളത് അംഗീകരിക്കാനാവില്ല. ഒരുപക്ഷേ, ഇരുപതാംനൂറ്റാണ്ടിൽ ലിംഗനീതിയുമായി ബന്ധപ്പെട്ട ഉയർന്നു വന്ന പുത്തൻ സങ്കൽപ്പനങ്ങൾ ആ രീതിയിൽ പത്തൊമ്പതാംനൂറ്റാണ്ടിൽ ജീവിച്ച മാർക്സ് തിരിച്ചറിഞ്ഞിട്ടുണ്ടാവില്ല. എന്നാൽ പൂർണമായും സ്ത്രീകളുടെ ജീവിതാവസ്ഥയെ മാർക്സ് അവഗണിച്ചുവെന്ന ആരോപണം തീർത്തും അടിസ്ഥാനരഹിതമാണ്. അതിന്റെ ഏറ്റവും ഉത്തമമായ തെളിവ് മാർക്സിന്റെ സന്തതസഹചാരിയും ഉറ്റ സുഹൃത്തും സഖാവുമായിരുന്ന ഫ്രഡറിക് ഏംഗൽസ് 1884 ൽ എഴുതിയ *കുടുംബം, സ്വകാര്യ സ്വത്ത്, ഭരണകൂടം എന്നിവയുടെ ഉത്ഭവം* എന്ന ചരിത്രപ്രധാനമായ ഗ്രന്ഥം ആണ്. മാർക്സിന്റെ കുറിപ്പുകൾ അടിസ്ഥാനമാക്കിയാണ് ഏംഗൽസ് ഇതെഴുതിയത്. സ്ത്രീകളുടെ അവകാശങ്ങളെക്കുറിച്ച് 19-ാം നൂറ്റാണ്ടിൽ ഇത്രയേറെ പുരോഗമനാത്മകമായി എഴുതാനായി എന്നത് അമ്പരപ്പിക്കുന്നതാണ്. ഈ 21-ാം നൂറ്റാണ്ടിൽ പോലും കുടുംബത്തെ വിമർശിക്കുന്നത് അചിന്ത്യമോ പാതകമോ ആയാണ് കണക്കാക്കുന്നത്. കമ്മ്യൂണിസ്റ്റ്പാർട്ടികൾക്ക് ആഴത്തിൽ വേരോട്ടമുള്ള കേരളത്തിൽ ആണ് കുടുംബത്തിന്റെ ജനാധിപത്യവിരുദ്ധത അക്കാദമികവൃത്തങ്ങളിൽ പോലും ചർച്ച

ചെയ്യപ്പെടാത്തതെന്ന് ഓർക്കണം. അതേസമയം ഏംഗൽസ് എത്രമാത്രം രൂക്ഷമായാണ് ബൂർഷ്വാ കുടുംബസമ്പ്രദായത്തെയും കുടുംബത്തിനുള്ളിലെ സ്ത്രീയുടെ അവസ്ഥയെയും വിമർശിച്ചതെന്ന് നോക്കുക. ഒന്ന് രണ്ടു ശ്രദ്ധേയമായ ഉദ്ധരണികൾ മാത്രം ഇവിടെ ചേർക്കുന്നു.

'പ്രത്യക്ഷമായോ പരോക്ഷമായോ സ്ത്രീകളെ വീട്ടടിമയാക്കി തരം താഴ്ത്തുന്ന തരത്തിലുള്ളതാണ് ആധുനിക വ്യക്തിഗത കുടുംബം.'

'വീട്ടിനുള്ളിൽ അവൻ (പുരുഷൻ) ബൂർഷ്വായും സ്ത്രീ തൊഴിലാളി വർഗ്ഗത്തിൽപെട്ടവളുമാണ്.'

'സ്ത്രീകളെ ഒന്നടങ്കം പൊതുപ്രവർത്തനത്തിൽ പങ്കെടുപ്പിക്കുകയെന്നതാണ് സ്ത്രീകളുടെ വിമോചനത്തിന്റെ ആദ്യത്തെ പൂർവ്വോപാധിയെന്നും ഇത് സാധിക്കണമെങ്കിൽ സമുദായത്തിന്റെ അടിസ്ഥാന ഘടകമെന്ന നിലയ്ക്കുള്ള വ്യക്തിഗത കുടുംബത്തിന്റെ ആ പ്രത്യേകത അവസാനിപ്പിക്കേണ്ടതുണ്ടെന്നും അപ്പോൾ സ്പഷ്ടമാകും'

എങ്ങനെയാണു കുടുംബം എന്ന സംവിധാനം രൂപപ്പെട്ടതെന്നും മാനവവിമോചനത്തിനായുള്ള പ്രവർത്തനത്തിൽ സ്ത്രീകളുടെ പങ്ക് എന്താണെന്നും ഒന്നര നൂറ്റാണ്ടു മുൻപ് തന്നെ വിപ്ലവചിന്തകർ തിരിച്ചറിഞ്ഞിരുന്നു എന്ന് വ്യക്തം. ഏംഗൽസ് അതിദീർഘമായി കുടുംബത്തിന്റെ വികാസപരിണാമങ്ങൾ വിശദീകരിക്കുന്നു. എന്നാൽ അതിനും നാലു പതിറ്റാണ്ടു മുൻപ്, 1847 ൽ, മാർക്സും ഏംഗൽസും ചേർന്നെഴുതിയ *കമ്മ്യൂണിസ്റ്റ് മാനിഫെസ്റ്റോ*യും സ്ത്രീകളുടെ അടിമത്തത്തെക്കുറിച്ച് പറയുന്നുണ്ട്. ലോകമെമ്പാടുമുള്ള വിപ്ലവകാരികൾ ഇന്നും അടിസ്ഥാന പ്രമാണമായി കണക്കാക്കുന്ന *മാനിഫെസ്റ്റോ*യിൽ നിന്നുള്ള ചില ഉദ്ധരണികൾ ചേർക്കാതെ വയ്യ.

'കുടുംബത്തെ ഇല്ലാതാക്കുക! കമ്മ്യൂണിസ്റ്റുകാരുടെ ഈ (നികൃഷ്ടമായ) നിർദേശം കേട്ടാൽ അങ്ങേയറ്റത്തെ സമൂല പരിവർത്തനവാദികൾക്കു പോലും കലി കയറും.'

"ഇന്നത്തെ കുടുംബത്തിന്റെ, ബൂർഷ്വാ കുടുംബത്തിന്റെ, അടിസ്ഥാനമെന്താണ്? ബൂർഷ്വാ തന്റെ ഭാര്യയെ വെറുമൊരു ഉത്പാദനോപകരണമായാണ് കാണുന്നത്.'

"ബൂർഷ്വാസി കുടുംബത്തിന്റെ വൈകാരികാവരണം എടുത്തു മാറ്റുകയും കുടുംബബന്ധത്തെ വെറുമൊരു പണത്തിന്റെ ബന്ധമായി ചുരുക്കുകയും ചെയ്യുന്നു.'

ഇനിയും എത്രയോ ഉദ്ധരണികൾ ലഭ്യമാണെങ്കിലും ഇവിടെ അവസാനിപ്പിക്കുന്നു. മാർക്സ് സ്ത്രീപ്രശ്നത്തെക്കുറിച്ച് മാത്രമായി ഒരു ലേഖനമോ പുസ്തകമോ എഴുതിയിട്ടില്ലെങ്കിലും അദ്ദേഹം ശ്രദ്ധ ഊന്നിയിരുന്ന മൂലധനം എങ്ങനെയാണു സ്ത്രീജീവിതത്തെ അടിമതുല്യമാക്കുന്നതെന്നു വിശദീകരിക്കുകതന്നെ ചെയ്തു. മാർക്സിനു ശേഷം ഏംഗൽസ് , ലെനിൻ, ട്രോട്സ്കി തുടങ്ങിയവർ മാർക്സ് തുടങ്ങിവെച്ചത് മുന്നോട്ടു കൊണ്ടുപോകുക തന്നെ ചെയ്തു. ലെനിൻ *സ്ത്രീകളുടെ*

വിമോചനത്തെ പറ്റി എന്ന പുസ്തകത്തിൽ സ്ത്രീകളുടെ തൊഴിൽ, ഗർഭധാരണം, രാഷ്ട്രീയപ്രവർത്തനം തുടങ്ങി വിവിധ വിഷയങ്ങളെ കുറിച്ച് പ്രതിപാദിക്കുന്നു. രാഷ്ട്രീയപാർട്ടിയിലും ട്രേഡ്യൂണിയനുകളിലും സ്ത്രീകളുടെ എണ്ണം എന്തുകൊണ്ട് കുറഞ്ഞിരിക്കുന്നു എന്നത് ആഴത്തിൽ ചിന്തിക്കേണ്ട വിഷയമാണെന്നാണ് ലെനിൻ പറഞ്ഞത്. ഇത് ഇപ്പോഴും പ്രസക്തമായിരിക്കുന്നു എന്നത് അഭിമാനാർഹമായ ഒന്നല്ല എന്ന് പറയാതെ വയ്യ.

ട്രോട്സ്കി തികഞ്ഞ പ്രായോഗിക സമീപനത്തിലൂടെ സ്ത്രീകളുടെ ഉന്നമനത്തെക്കുറിച്ച് എഴുതുകയും പറയുകയും ചെയ്തിരുന്നു. കുടുംബ ത്തിനകത്ത് സമത്വം ഉണ്ടാകുവാൻ ഗാർഹിക ശീലങ്ങളിൽ വിപ്ലവകരമായ മാറ്റം ഉണ്ടാകണമെന്നാണ് ട്രോട്സ്കി പറഞ്ഞത്.

ഒക്ടോബർവിപ്ലവത്തിന് ശേഷം ഇക്കാര്യങ്ങൾ ഒരു പരിധി വരെ പ്രാവർത്തികമാക്കാൻ ശ്രമം നടന്നു. അത് പൂർണമാണെന്നു പറയാൻ കഴിയില്ലെങ്കിലും.

ഇതിനു സമാനമാണ് സ്ത്രീവാദം(ങ്ങൾ) മാർക്സിസത്തെ ഉപയോഗ പ്പെടുത്തിയ രീതിയും. മാർക്സിസത്തെ അനുകൂലിച്ചു കൊണ്ടോ എതിർത്തുകൊണ്ടോ മാത്രമാണ് സ്ത്രീവാദത്തിന്റെ പല ശാഖകളും വളർന്നത്. പരമ്പരാഗത സ്ത്രീവാദങ്ങളായ റാഡിക്കൽ, ലിബറൽ എന്നിവയ്ക്ക് പുറമെ മനഃശാസ്ത്ര സ്ത്രീവാദം, ആത്മീയ സ്ത്രീവാദം, സാംസ്കാരിക സ്ത്രീവാദം, ഉത്തരാധുനിക സ്ത്രീവാദം, ഭൗതികവാദ സ്ത്രീവാദം എന്നിങ്ങനെ ഈ പട്ടിക നീളുന്നു. ഇവ ഓരോന്നും തമ്മിലുള്ള വ്യത്യാസങ്ങൾ വിശദീകരിക്കുന്നില്ല. അടിസ്ഥാനപരമായി എല്ലാവരും പറയുന്നത് ഒന്ന് തന്നെയാണ്... ഈ സമൂഹത്തിൽ സ്ത്രീ ആയി ജനിച്ചു എന്നതു യാതൊരുവിധ അവകാശങ്ങളുടെയും നിഷേധത്തിനുള്ള കാരണമാകാൻ പാടില്ല. എന്നാൽ സ്ത്രീയുടെ ഈ അവസ്ഥയ്ക്കുള്ള കാരണം എന്താണ്? ഇതിനുള്ള പരിഹാരമാർഗങ്ങൾ എന്താണ്? തുടങ്ങിയ കാര്യങ്ങളിലാണ് അഭിപ്രായ വ്യത്യാസം. പല സ്ത്രീവാദപ്രസ്ഥാനങ്ങളും പണ്ഡിതരും ഊന്നൽ നൽകുന്ന വിഷയ ങ്ങളും വ്യത്യസ്തമാണ്. എന്നാൽ നമുക്കറിയാവുന്നതുപോലെ ഫ്രഞ്ച് വിപ്ലവത്തിന് ശേഷം സമത്വമെന്ന ആശയം പുരോഗമനമനസ്കർ ഏറ്റവും വിലയേറിയ മൂല്യമായി അംഗീകരിച്ചതിന്റെ തുടർച്ചയായാണ് സ്ത്രീ വാദവും മാർക്സിസവും ഉദയം ചെയ്തത്. 1848 ൽ ന്യൂയോർക്കിലെ സനേക ഫോൾസിലാണ് ആദ്യത്തെ സ്ത്രീഅവകാശ കൺവെൻഷൻ നടന്നതെന്നാണ് ചരിത്രം പറയുന്നത്. 1847 ലാണ് *കമ്മ്യൂണിസ്റ്റ് മാനി ഫെസ്റ്റോ* പുറത്തു വന്നത്. ഏംഗൽസ് 'കുടുംബം സ്വകാര്യ സ്വത്ത് ...' എഴുതുമ്പോഴേക്കും സ്ത്രീവിമോചന പ്രസ്ഥാനങ്ങൾ ശക്തി പ്രാപിച്ചു. വോട്ടവകാശത്തിനും തൊഴിലിനും കൂലിക്കും വേണ്ടി സ്ത്രീകൾ ശബ്ദമുയർത്തി. വോട്ടവകാശപ്രസ്ഥാനത്തിന്റെ നേതാക്കൾ ക്രൂരമായി അടിച്ചമർത്തപ്പെട്ടു. പലരും തടവിലായി. തൊഴിലാളികൾ അവരുടെ

ന്യായമായ അവകാശങ്ങൾക്ക് വേണ്ടി നടത്തുന്ന പ്രക്ഷോഭങ്ങൾ ഭരണവർഗ്ഗത്തെ അമ്പരപ്പിച്ചു.

മാർക്സിന്റെ കാലശേഷം മുൻപ് സൂചിപ്പിച്ചപോലെ പിന്നാലെ വന്ന നേതാക്കൾ സ്ത്രീപ്രസ്ഥാനങ്ങൾ ഉയർത്തുന്ന പ്രശ്നങ്ങൾ മാർക്സിയൻ സിദ്ധാന്തത്തിലൂടെ അപഗ്രഥിക്കുകയും പഠിക്കുകയും ചെയ്തു. ആഗസ്ത് ബെബെൽ എഴുതിയ *സ്ത്രീകളും സോഷ്യലിസവും* എന്ന പുസ്തകം ശ്രദ്ധേയമായി. റോസാ ലക്സംബർഗ്, അലക്സന്ദ്ര കൊല്ല ന്തായി, ക്ലാര സെത്കിൻ തുടങ്ങിയവർ ശക്തമായ ഭാഷയിൽ സ്ത്രീ കളുടെ അവകാശങ്ങൾക്കു വേണ്ടി വാദിച്ചു. സ്ത്രീകളുടെ പ്രത്യേക സംഘടന ആവശ്യമാണോ എന്നതായിരുന്നു അന്നത്തെ ഏറ്റവും പ്രധാന ചർച്ചാവിഷയം. കാരണം സ്ത്രീകൾക്കായി സംഘടന എന്നത് തൊഴിലാളി വർഗത്തെ ഭിന്നിപ്പിക്കുമെന്നായിരുന്നു ഒരു കൂട്ടർ കരുതിയത്. എന്നാൽ മുതലാളിത്തത്തിന് മുൻപ് നിലവിലുണ്ടായിരുന്ന പുരുഷാധി പത്യത്തെ ഇല്ലാതാക്കുവാൻ സ്ത്രീകൾ സംഘടിക്കണമെന്നും പുരുഷ തൊഴിലാളികൾ നേരിടുന്ന പ്രശ്നങ്ങൾക്ക് പുറമെ ഒരു സ്ത്രീ എന്ന നിലയിലുള്ള പ്രശ്നങ്ങൾ കൂടി നേരിടേണ്ടി വരുന്നുവെന്നും അതുകൊ ണ്ടു തന്നെ പ്രത്യേക സംഘടന ആവശ്യമാണെന്നും ഉള്ള അഭിപ്രായം മേൽക്കൈ നേടി. സാർവദേശീയ വനിതാദിനമെന്ന ആശയം സാക്ഷാൽ ക്കരിക്കപ്പെട്ടത് 1910 ൽ കോപ്പൻഹേഗനിൽ ചേർന്ന സാർവദേശീയ വനിതാ സോഷ്യലിസ്റ്റ് സമ്മേളനത്തിലാണ്. ക്ലാര സെത്കിൻ ആണ് ലോകമെമ്പാടുമുള്ള സ്ത്രീകൾക്കായി ഒരു ദിനമെന്ന നിർദേശം മുന്നോട്ടു വെച്ചത്. സമ്മേളനം അത് അംഗീകരിക്കുകയായിരുന്നു. ഇന്ന് എല്ലാ വിഭാഗം സ്ത്രീവിമോചകരും ജനാധിപത്യവാദികളും ആവേശത്തോടെ ആചരിക്കുകയോ ആഘോഷിക്കുകയോ ചെയ്യുന്ന ദിനമായി സാർവദേശീയ വനിതാ ദിനം മാറിയിട്ടുണ്ട്.

ചുരുക്കിപ്പറഞ്ഞാൽ മാർക്സിസവും സ്ത്രീവാദവും സ്നേഹിച്ചും കലഹിച്ചും വളരുകയായിരുന്നു. മുതലാളിത്തം അതിന്റെ ഏറ്റവും അസ്ഥിരമായ അവസ്ഥയിലൂടെ കടന്നു പോകുന്ന ഈ കാലഘട്ടത്തിൽ വികസിത മുതലാളിത്ത രാജ്യങ്ങളിൽ ഉൾപ്പെടെ മാർക്സിസത്തെ വീണ്ടും വായിക്കുന്നതാണ് നാം കാണുന്നത്. പുതിയ പഠനങ്ങളും പാഠങ്ങളും ഉണ്ടാകുന്നു. ഇതിന്റെ ഭാഗമായി കണക്കാക്കാവുന്നതാണ് ഹെതർ ബ്രൗൺ എഴുതിയ *മാർക്സ് ഓൺ ജെൻഡർ ആന്റ് ദ ഫാമിലി* എന്ന പുസ്തകം. മാർക്സ് സ്ത്രീപ്രശ്നത്തെക്കുറിച്ച് നടത്തിയിട്ടുള്ള പഠനങ്ങളുടെയും പരാമർശങ്ങളുടെയും സമാഹാരമായി ഈ പുസ്ത കത്തെ കണക്കാക്കാം. മാർക്സിന്റെ രചനകൾ ആഴത്തിൽ പഠിച്ചു തയാറാക്കിയ പുസ്തകത്തിന്റെ ഒടുവിൽ പുതിയ കാലഘട്ടത്തിൽ സ്ത്രീവാദവും മാർക്സിസവും തമ്മിൽ പുതിയ ക്രിയാത്മക സംവാദങ്ങൾ സാധ്യമാണെന്ന് പറയുന്നു. മാർക്സിസത്തിനോ സ്ത്രീവാദത്തിനോ മേൽക്കൈ ഇല്ലാത്ത വിധം ഒരു ഏകീകൃത സിദ്ധാന്തം തന്നെ

രൂപപ്പെടേണ്ടതുണ്ടെന്നും ഹെതർ അഭിപ്രായപ്പെടുന്നു.

ഇത്തരത്തിലുള്ള പുതിയ ചിന്തകളും ചർച്ചകളും കാലഘട്ടത്തിന്റെ ആവശ്യമാണ്. സാമ്രാജ്യത്വ ആഗോളവൽക്കരണം ദാരിദ്ര്യം വർധിപ്പിച്ചു. ഉള്ളവരും ഇല്ലാത്തവരും തമ്മിൽ ഉള്ള വിടവ് ഓരോ ദിവസമെന്നോണം കൂടി വരുന്നു. ദാരിദ്ര്യത്തിന്റെ സ്ത്രൈണവത്കരണം സ്ത്രീജീവിതം ദുരിതപൂർണമാക്കി. വിപണികേന്ദ്രീകൃത സംസ്കാരം സ്ത്രീശരീരത്തെ ചരക്കുവത്കരിച്ചു. വിദ്യാഭ്യാസവും ആരോഗ്യവും സ്ത്രീകൾ നേടിയെടുത്ത രാജ്യങ്ങളിൽ പോലും (കേരളം പോലെ) അധികാരമായില്ലാത്തതിന്റെ പരിണിതഫലമെന്നോണം സ്ത്രീകൾ വീട്ടിലും പൊതുഇടങ്ങളിലും അതിക്രമങ്ങൾക്കിരയാകുന്നു. അന്താരാഷ്ട്രധനമൂലധനത്തിന്റെ വ്യാപകമായ അധിനിവേശം അസമത്വം പതിന്മടങ്ങാക്കി തീർത്തു. ഈ അവസ്ഥയുടെ ദയനീയ ഇരകൾ പ്രധാനമായും സ്ത്രീകൾ ആണ്. കൊറോണ വൈറസ് ഉണ്ടാക്കിയ ആഗോളപ്രതിസന്ധി ഏതൊക്കെ വിധത്തിലാണ് ലോകജനതയെ ബാധിക്കുക എന്നത് പ്രവചനാതീതമാണ്. എന്തായാലും സാധാരണ ജനതയ്ക്ക് ഭാവി ശുഭകരമാവില്ല തന്നെ. ഇതിന്റെ അർത്ഥം സ്ത്രീകൾക്കായി കാത്തിരിക്കുന്നത് ദുരിതകാലം ആണെന്നാണ്. ഈ പ്രതിസന്ധിഘട്ടത്തിൽ ഇടക്കാലത്തു അകന്നുപോയ മാർക്സിസവും സ്ത്രീവാദവും വീണ്ടും ഐക്യപ്പെടേണ്ടിയിരിക്കുന്നു. മുതലാളിത്തം സ്ഥായിയല്ലെന്നു ഇന്ന് ഏതാണ്ടുറപ്പായി കഴിഞ്ഞു. മുതലാളിത്തത്തെ നിർമാർജനം ചെയ്യുവാനും പുതിയ സമത്വാധിഷ്ഠിത സാമൂഹ്യവ്യവസ്ഥ കെട്ടിപ്പടുക്കുവാനും വിപ്ലവപ്രവർത്തനത്തിൽ നേതൃനിരയിലേക്ക് സ്ത്രീകൾ വരേണ്ടതുണ്ട്. മുതലാളിത്തത്തോടൊപ്പം പുരുഷാധിപത്യത്തിനും വർഗീയതയ്ക്കും എതിരെയും പോരാടേണ്ടിയിരിക്കുന്നു. വർഗചൂഷണവും സാമൂഹ്യഅടിച്ചമർത്തലും ഒരേ സമയം അഭിസംബോധനചെയ്യുവാൻ ഇടതുപക്ഷം മുൻകൈ എടുക്കണം. സ്വത്വരാഷ്ട്രീയത്തിന്റെ കെണിയിൽ വീണു പോകാതെയും എന്നാൽ സ്ത്രീസമൂഹം നേരിടുന്ന ബഹുമുഖപ്രശ്നങ്ങൾ ഏറ്റെടുക്കുകയും ചെയ്യുക എന്നത് എളുപ്പമല്ല. ഇടതുപക്ഷം കൃത്യമായ തന്ത്രമാണ് ഇതിനായി രൂപീകരിക്കേണ്ടത്. സ്ത്രീകൾ ഒരു ഇടതു വനിതാ സംഘടനയിൽ അംഗമാകുന്നതോടെ മാത്രം സ്ത്രീപക്ഷ കാഴ്ചപ്പാടുള്ളവരായി തീരുന്നില്ല. (ഇടതു സംഘടനയിൽ അംഗമായത് കൊണ്ട് കമ്യൂണിസ്റ്റ് ആയി മാറാത്തതുപോലെ.) സ്വന്തം അസ്തിത്വത്തെ വിമർശനാത്മകമായി വിലയിരുത്താനുള്ള പ്രാപ്തി കൂടി സ്ത്രീകൾ നേടേണ്ടതുണ്ട്. അത്തരത്തിൽ കരുത്ത് നേടുവാൻ കുടുംബത്തെ ചോദ്യം ചെയ്യേണ്ടി വരും. കുടുംബബന്ധങ്ങൾ പുനർ നിർമ്മിക്കേണ്ടി വരും . ഇത് അനായാസമായി നടന്നുവെന്നും വരില്ല. പക്ഷേ ഇടതുപക്ഷ പ്രസ്ഥാനങ്ങൾ അവരുടെ കാര്യപരിപാടിയിൽ ലിംഗനീതിക്കു മുൻഗണന നൽകുകയും പുരുഷന്മാരും സ്ത്രീകളും ഒരുമിച്ച് ഈ പ്രക്രിയയിൽ പങ്കെടുക്കുകയും ചെയ്താൽ കുടുംബം ജനാധിപത്യപരമാകുക എന്ന ലക്ഷ്യം സാധ്യമാകും.

അതിനിശിതമായ വിമർശനം ഏംഗൽസ് ബൂർഷ്വാ കുടുംബത്തെക്കുറിച്ച് നടത്തിയിട്ടുണ്ടെങ്കിലും സോഷ്യലിസ്റ്റ് വ്യവസ്ഥിതിയിലെ കുടുംബം എങ്ങനെ ആകണമെന്ന് അദ്ദേഹം പറയുന്നില്ല. പല പല മാറ്റങ്ങളിലൂടെ ഇന്നത്തെ രീതിയിലുള്ള ഏക ഭാര്യ/ഭർത്താവ് കുടുംബത്തിൽ എത്തി നിൽക്കുന്നു. പക്ഷേ, അത് അങ്ങനെ തന്നെ ആയിരിക്കും ഭാവിയിലും എന്ന് പറയാനാവില്ല. സമൂഹം മാറുന്നതനുസരിച്ച് കുടുംബഘടനയിലും മാറ്റം വരും. അത് കൂടുതൽ ജനാധിപത്യപരമായേക്കാം. അപ്പോൾ നമ്മുടെ ചുമതലയാണ് പുതിയ കുടുംബം എങ്ങനെ ആകണമെന്ന് തീരുമാനിക്കേണ്ടത്. വീട്ടടിമ എന്ന പദവിയിൽ നിന്നും മോചിതയാകുന്ന സ്ത്രീക്ക് മാത്രമേ പൂർണമായ അർത്ഥത്തിൽ വിപ്ലവ ബോധത്തിലേക്ക് എത്തിച്ചേരാനാകൂ. 1917 ലെ റഷ്യൻ വിപ്ലവ നേതാവായ ഇനെസ അർമൻറയുടെ പ്രശസ്തമായ ഉദ്ധരണിയോടെ ഈ കുറിപ്പ് അവസാനിപ്പിക്കാം:

'കമ്മ്യൂണിസമില്ലാതെ സ്ത്രീവിമോചനം അചിന്ത്യമാണെങ്കിൽ സ്ത്രീവിമോചനമില്ലാതെ കമ്മ്യൂണിസവും അചിന്ത്യമാണ്'

ശ്രീ. ഗോപൻ ഈ പുസ്തകത്തിലൂടെ സ്ത്രീ പ്രശ്നത്തിന്റെ വിവിധ ഘടകങ്ങൾ വിശകലനം ചെയ്യുകയും പരിചയപ്പെടുത്തുകയും ചെയ്യുന്നു. ഇത്തരമൊരു ഉദ്യമത്തിന് തയാറായതിന് അഭിനന്ദനങ്ങളും അഭിവാദ്യങ്ങളും ...

ഫെമിനിസവും മാർക്സിസവും

സ്ത്രീയുടെ സാമൂഹിക പദവി ഏറ്റവും ഫലപ്രദമായും സമഗ്രമായും വിശകലനം ചെയ്ത സിദ്ധാന്തമാണ് മാർക്സിസം. മാർക്സിന്റെ നിരീക്ഷണങ്ങളെ അക്കാലത്ത് തന്നെ അദ്ദേഹത്തോടൊപ്പം ചേർന്ന് വികസിപ്പിക്കുവാൻ മുൻ നിന്ന് പ്രവർത്തിച്ചത് മാർക്സിന്റെ ബൗദ്ധിക പങ്കാളി എന്നുകൂടി വിശേഷിപ്പിക്കാൻ കഴിയുന്ന ഫ്രെഡറിക് ഏംഗൽസാണ്. സ്ത്രീയുടെ ചരിത്രപരമായ അസ്തിത്വം സവിശേഷസ്വഭാവത്തോട് കൂടി ലോകത്ത് ആദ്യം അപഗ്രഥിച്ച ധിഷണാശാലിയാണ് ഏംഗൽസ്.

മാർക്സിന്റെയും ഏംഗൽസിന്റെയും മുഖ്യമായ ദൗത്യം തന്നെ സർവ്വതല സ്പർശിയായി പിടിമുറുക്കിയ മുതലാളിത്തത്തിന്റെ ചൂഷണ മുഖത്തെ വെളിച്ചത്തുകൊണ്ടുവരലായിരുന്നു. അതുകൊണ്ടുതന്നെ മുതലാളിത്തത്തിന്റെ വിഭിന്ന തലങ്ങൾ അനാവരണം ചെയ്യപ്പെട്ടപ്പോൾ അതിന്റെ സ്ത്രീവിരുദ്ധ മുഖവും ഉയർത്തിക്കാട്ടാൻ അവർ പരിശ്രമിച്ചു. മനുഷ്യമനസ്സ് വ്യാപരിക്കുന്ന സമൂഹത്തിന്റെ വൈവിധ്യമാർന്ന ദൃശ്യങ്ങളെ വീക്ഷിക്കാൻ മാർക്സിസം വളരെയേറെ പര്യാപ്തമായ ഒരു ജാലകമാണ്.

ഫെമിനിസം പ്രധാനമായും ഒരു ഇസം എന്നപേരിൽ വികസിച്ചുവന്നത് ഫ്രഞ്ച് വിപ്ലവത്തിനുശേഷമാണ്. 18-ാം നൂറ്റാണ്ടിൽ ഉദിച്ചുയർന്ന സമത്വ-സ്വാതന്ത്ര്യ-സാഹോദര്യ മുദ്രാവാക്യം ലോകജനതയുടെ ശ്രദ്ധയിൽപെടുന്നത് 1789 ലെ ഫ്രഞ്ചുവിപ്ലവത്തോടെയാണല്ലോ. ഇതിന്റെ ഉപോൽപ്പന്നമോ ഉൽപ്പന്നമോ ആണ് സ്ത്രീസ്വാതന്ത്ര്യവാദമെന്ന ആശയവും. ഈ പദം ആദ്യമായി ഉപയോഗിച്ചതായി പറയുന്നത് 1895 ൽ ഇറങ്ങിയ *അത്തെനം* എന്ന ആനുകാലിക പ്രസിദ്ധീകരണത്തിൽ ആണ്. എന്നാൽ ഇത് ബഹുസമൂഹചർച്ചയായി വികസിച്ചുവന്നത് 20-ാം നൂറ്റാ

ണ്ടിന്റെ അർധപകുതിക്ക് ശേഷമാണ്. സ്ത്രൈണത, സ്ത്രീപുരുഷബന്ധം, ലിംഗാധിഷ്ഠിത പരികൽപ്പനകൾ എന്നിവ വിഷയീഭവിച്ചത് ഈ ദശകങ്ങളിലാണ്.

എന്നാൽ അതിനുമുമ്പ് ഇരുപതാം നൂറ്റാണ്ടിന്റെ ആദ്യദശകങ്ങളിലും മറ്റും സാഹിത്യകൃതികളിലുൾപ്പെടെ ഈ ആശയത്തിന്റെ അനുരണനങ്ങൾ പ്രത്യക്ഷപ്പെട്ടിരുന്നു. ഇപ്പോൾ ഫെമിനിസം എന്ന സിദ്ധാന്തത്തെ ആ വാക്കിൽ ഉൾപ്പെടുത്തി അംഗീകരിക്കുന്നവരും അല്ലാത്തവരുമുൾപ്പെടെ വലിയ വിഭാഗം ആളുകൾക്കും ധാരാളം മേഖലകളിൽ സ്ത്രീസ്വാതന്ത്ര്യവാദത്തെ അഭിമുഖീകരിക്കാൻ കഴിയാതെ പ്രവർത്തിക്കാനാകില്ല.

കേരളത്തിൽ ശബരിമല വിഷയം ആളികത്തിനിന്ന സന്ദർഭങ്ങളിൽ സ്ത്രീകളുടെ തുല്യത ചർച്ച ചെയ്യുന്ന സ്ത്രീകളെ 'ഫെമിനിച്ചികൾ' എന്ന് വിളിച്ച് ആക്ഷേപിക്കുന്ന സ്ഥിതിപോലും കാണാൻ കഴിഞ്ഞു. ഇത് പഴയ ഒരു വിളിയുടെ പുനരാവിഷ്ക്കാരം ആയിരുന്നു. 'അറുവാണിച്ചികൾ'! ഫെമിനിസം മുന്നോട്ടുവയ്ക്കുന്ന സ്ത്രീപ്രശ്നങ്ങളെ അവഹേളനപരമായി വീക്ഷിക്കാൻ പരിശ്രമിക്കുന്നവരുടെ പരിഹാസം ആയിരുന്നു ആ പ്രയോഗത്തിൽ നിഴലിച്ചത്.

15-ാം നൂറ്റാണ്ടിൽ യൂറോപ്യൻ സാഹിത്യകാരനായ ക്രിസ്റ്റീൻ ഡി പിസാൻ *Book of the city of ladies* എന്ന കൃതിയിൽ സ്ത്രീകളുടെ പ്രത്യേക അവകാശങ്ങൾക്ക് വേണ്ടി പോരാടാൻ ആഹ്വാനം ചെയ്തുവന്നിരുന്നതായി സൂചന ഉണ്ട്. പക്ഷേ, അതൊന്നും ഒരു ദർശനമായി പരിണമിച്ചിട്ടില്ല. അതിന് സാമൂഹിക വിപ്ലവത്തിന്റെ അന്തരീക്ഷം ഒരുക്കേണ്ടിവന്നു. ഫ്രഞ്ചുവിപ്ലവത്തിൽ സമത്വമുൾപ്പെടെയുള്ള ആശയങ്ങൾ പിറന്നുവീണപ്പോൾ സ്ത്രീ-പുരുഷ അസമത്വസ്വഭാവം ചിന്തനീയമായി വന്നു. ഫെമിനിസ്റ്റ് ബൈബിൾ എന്നറിയപ്പെട്ട *സ്വന്തമായി ഒരു മുറി (A Room of One's Own)* എന്ന ഗ്രന്ഥം പുറത്തുവരുന്നത് ഇരുപതാംനൂറ്റാണ്ടിന്റെ രണ്ടാം ദശകത്തിലാണ്. വെർജീനിയ വുൾഫ് എന്ന ചിന്തകയാണ് ഇത് തയ്യാറാക്കിയത്.

മതപരമായ സാമൂഹിക ബോധത്തിലും ശാസ്ത്രജ്ഞാനരഹിത ആശയങ്ങളിലും അന്ധവിശ്വാസപ്രചോദിതമായ ജീവിതത്തിലും അഭിരമിച്ചിരുന്നവർക്ക്, അത്തരം കേടുപാടുകളുടെ ഇരുൾപടലം തുടച്ചുമാറ്റിയ വൈജ്ഞാനിക വിപ്ലവ ദീപക്കാഴ്ചയിലൂടെയാണ് സ്ത്രീകളുടെ ബന്ധനത്തിന്റെ അകം പൊരുൾ തിരശ്ശീല നീക്കി പുറത്തുവന്നത്.

പത്തൊമ്പതാം നൂറ്റാണ്ടിന്റെ ആദ്യദശകങ്ങളിൽ ലോകത്തെ പിടിച്ചുകുലുക്കിയ മാർക്സിസ്റ്റ് ദർശന സംഹിതയിൽ മുതലാളിത്ത സാമൂഹിക ചൂഷണത്തിൽപ്പെടുത്തി സ്ത്രീകളുടെ മേലുള്ള ഇരട്ട ചൂഷണവും സുവ്യക്തമാക്കപ്പെട്ടിരുന്നു. എന്നാൽ മാർക്സിസത്തിന്റെ വിജ്ഞാനശാഖകൾ ഇതരമേഖലകളിൽ പുഷ്ടിപ്പെട്ടതുപോലെ സ്ത്രീ സ്വാതന്ത്ര്യപ്രശ്നങ്ങൾ ആ ഗൗരവത്തിൽ ഉയർത്തിക്കൊണ്ടുവന്നിരുന്നില്ല. ഫെമിനിസം വളർന്നുവന്നപ്പോൾ മാർക്സിസത്തെ പരിഗണിക്കാതെ അതിനു

മുന്നോട്ടുപോകാൻ കഴിയാതെയും വന്നു. മാർക്സിസത്തെ എതിർക്കാനും അനുകൂലിക്കാനും ഫെമിനിസ്റ്റ് വക്താക്കൾ പരിശ്രമിക്കുന്നതായി കാണാൻ കഴിയും.

ഏതാണ്ട് നാലുവിധം ഫെമിനിസം ഇപ്പോൾ ഫെമിനിസ്റ്റ് നിരൂപകർ ചൂണ്ടിക്കാണിക്കുന്നുണ്ട്. ലിബറൽ, റാഡിക്കൽ, സോഷ്യലിസ്റ്റ്, മാർക്സിസ്റ്റ് എന്നിങ്ങനെ ഫെമിനിസം വിവിധ കൈവഴികളിലൂടെ പ്രയാണം നടത്തുന്നുവെന്നാണ് അത്തരം നിരൂപക മതം.

'യൂറോപ്യൻ നവോത്ഥാനത്തിന്റെ ഉൽപ്പന്നമെന്ന നിലയിൽ പരിഗണിക്കപ്പെടാവുന്ന ഫെമിനിസത്തിന്റെ ആദ്യ ചിന്താപദ്ധതികളിൽ ഒന്നാണ് ലിബറൽ ഫെമിനിസം. ഫ്യൂഡലിസത്തിന്റെ പതനവും ആധുനിക യുഗത്തിന്റെ തിരനീക്കവും സന്ധിച്ച വേളയിൽ ലോക്ക്, റൂസ്സോ, ബെന്താം, ജോൺസ്റ്റുവാർട്ട് മിൽ തുടങ്ങിയ ചിന്തകർ ഉദ്ഘോഷിച്ച തുല്യാവകാശം, വ്യക്തി സ്വാതന്ത്ര്യം, വിവേചനം, നീതിബോധം തുടങ്ങിയ മൂല്യങ്ങളുടെ സ്ത്രൈണവൽക്കരണമോ സ്ത്രീവാദവൽക്കരണമോ ആണ് ലിബറൽ ഫെമിനിസം.'[1]

ഈ ചിന്താഗതി വനിതകളുടെ രംഗത്ത് നിന്ന് എഴുത്തുകാർ, സാമൂഹിക പ്രവർത്തകർ എന്നിവർ വർദ്ധിച്ച തോതിൽ ഉദയം ചെയ്യുന്നതിന് കാരണമായി. ഇംഗ്ലണ്ടുകാരിയായ മേരി വുൾസ്റ്റൺക്രാഫ്റ്റ് , ഹാരി ടെയ്‌ലർ, ഫ്രാൻസിലെ ഒളിമ്പെടൊഗേഷ് എന്നിവർ ഈ കൂട്ടത്തിൽ കടന്നുവന്നവരാണ്.

ഇന്ത്യയിൽ മഹാത്മാഗാന്ധി, രാജാറാം മോഹൻറോയ്, മഹർഷി കാർവെ, ഈശ്വരചന്ദ്ര വിദ്യാസാഗർ എന്നിവർ ഫെമിനിസ്റ്റ് ആശയങ്ങളാൽ സ്വാധീനിക്കപ്പെട്ടവരാണ്. സ്ത്രീകളുടെ സ്വാതന്ത്ര്യചിന്തയെ പരിപോഷിപ്പിക്കണം, അത് പുരുഷ ബന്ധിതമായി മാത്രം നടക്കുന്ന ചിന്താസരണിയെ വഴിതിരിച്ചുവിടണം എന്ന ചിന്ത ഈ മഹത് നേതൃത്വനിരയിലെ പ്രവർത്തനമണ്ഡലങ്ങളെ സ്വാധീനിച്ചു. സ്ത്രീവിദ്യാഭ്യാസം നേടേണ്ടതിന്റെ ആവശ്യകത ചർച്ച ചെയ്യപ്പെട്ടു. അത് അവരുടെ സ്വതന്ത്രചിന്തയെ പരിപോഷിപ്പിക്കാൻ ഉതകും. സാമൂഹിക സ്വാതന്ത്ര്യം, ആശയങ്ങൾ ഇതിന്റെ ഫലമായി വളരും. അത് വോട്ടവകാശം, വിവാഹനിയമ പരിഷ്ക്കാരം എന്നീ മുദ്രാവാക്യരൂപീകരണത്തിലേക്കും നയിച്ചു.

പക്ഷേ, ഇതെല്ലാം സാമൂഹിക ഉൾക്കാഴ്ചയായി വികസിക്കണമെങ്കിൽ 15-ാം നൂറ്റാണ്ടുമുതൽ വികസിച്ചുവന്ന ആധുനിക അധിനിവേശ രാഷ്ട്രീയത്തോടും അതിന്റെ തേരേറി യാത്രതുടർന്ന മുതലാളിത്തത്തോടും അതിന്റെ സ്ഥായീഭാവമായ പുരുഷാധിപത്യഘടനയോടും നേർക്കുനേർ പൊരുതേണ്ടതുണ്ടായിരുന്നു. ഇത്തരം ഏറ്റുമുട്ടലിന് ലിബറൽ ഫെമിനിസ്റ്റുകൾ തയ്യാറായിട്ടില്ല. ഹ്യൂമനിസത്തിനൊരു സ്ത്രൈണമാനം നൽകുകയെന്നത് വലിയൊരു ആശയാഭിലാഷമായി കരുതിയതിന്റെ പിന്നിൽ നിലനിൽക്കുന്ന വ്യവസ്ഥിതിയോടുള്ള അടിസ്ഥാനപരമായ ഒരു ആദരവ് പ്രവർത്തിച്ചിരുന്നതായും കാണാം എന്ന് ലിബറൽ

ഫെമിനിസ്റ്റ് വിമർശകർ ചൂണ്ടിക്കാട്ടുന്നു. സ്ത്രീകളെ ഉദാത്തവൽക്കരിച്ച് ബിംബങ്ങൾ സൃഷ്ടിക്കുന്നതിലെ സ്ത്രീവിരുദ്ധത ഇവർക്ക് തിരിച്ചറിയാൻ കഴിഞ്ഞില്ല. ഉദാഹരണത്തിന് ഇന്ത്യയിൽ ഹിന്ദുമതത്തിൽ സ്ത്രീകൾക്ക് നൽകിയിട്ടുള്ള ശാസ്ത്രോക്തവും അനുഷ്ഠാനപരവുമായ (Ritual) സ്ഥാനം ഇന്ത്യൻ സമൂഹത്തിൽ അവർക്ക് നൽകിയ യഥാർത്ഥമായ സ്ഥാനമാണെന്ന തെറ്റിദ്ധാരണയിൽ ലിബറൽ ഫെമിനിസം ഒട്ടും മാറ്റം വരുത്തിയില്ല. ഡോ. ബിക്രം നന്ദി, അഞ്ജന മംഗളഗിരി എന്നീ ഫെമിനിസ്റ്റ് സൈദ്ധാന്തികർ ഈ പ്രശ്നത്തെ രണ്ട് ചിന്താസരണികളുടെ അടിസ്ഥാനത്തിൽ തരംതിരിക്കുന്നു. ധർമ്മനിർവ്വഹണാർത്ഥമായതും (Functionalist) സമൂല പരിഷ്ക്കാര വാദത്തിലധിഷ്ഠിതമായിട്ടുള്ളതും. ഇതിൽ ആദ്യത്തേതിന്റെ വക്താക്കൾ ഇന്ത്യൻ സമൂഹത്തിന്റെ സാമൂഹിക സാംസ്ക്കാരിക പശ്ചാത്തലം അംഗീകരിച്ചുകൊണ്ട് സ്ത്രീകളുടെ സ്ഥാനത്തെ, പാരമ്പര്യത്തിന്റെയും വിശുദ്ധി/കളങ്കം/മാതൃത്വം/സതി-സാവിത്രി തുടങ്ങിയ വ്യവസ്ഥാപിത മൂല്യങ്ങളുടെയും പ്രമാണങ്ങളുടെയും ചട്ടകൂടുകൾക്കകത്ത് വച്ചുതന്നെ വിശദീകരിക്കുവാൻ പരിശ്രമിക്കുന്നു.

റാഡിക്കൽ ഫെമിനിസം പേര് സൂചിപ്പിക്കുന്നതുപോലെ ഇടിച്ചുകയറി ഏറ്റുമുട്ടലിന് തുനിഞ്ഞവരാണ്. പക്ഷേ, ‘ഒന്നുകിൽ ആശാന്റെ നെഞ്ചത്ത് അല്ലെങ്കിൽ കളരിക്ക് പുറത്ത്’എന്നതാണ് ഈ രീതിക്കാർ സ്വീകരിച്ചത്.

ഇവർ വ്യവസ്ഥാപിത പാരമ്പര്യത്തെ ശക്തമായി വിമർശിച്ചു. വ്യവസ്ഥാപിത ഘടനയിൽ സ്ത്രീകൾക്ക് നൽകിയിട്ടുള്ള സ്ഥാനത്തെ ചോദ്യം ചെയ്യുകയും ഉൽപ്പാദന പ്രക്രിയയിലും സമ്പദ്‌വ്യവസ്ഥയിലും സ്ത്രീകൾ സജീവമായി പങ്കെടുക്കേണ്ടതിന്റെ അനിവാര്യത ഉയർത്തിപ്പിടിക്കുകയും ചെയ്തു. റാഡിക്കൽ ഫെമിനിസം അധികാരവും പദവിയും സ്ത്രീകൾക്ക് ലഭ്യമാക്കുന്നതിനെക്കുറിച്ച് വാചാലരായെങ്കിലും ‘അധീനത/പരമാധികാരം’ എന്ന നിലയിൽ സ്ത്രീപുരുഷ ബന്ധങ്ങളിൽ അത് എങ്ങനെ പ്രവർത്തിക്കുന്നുവെന്ന് ശാസ്ത്രീയമായി വിലയിരുത്തുന്നതിൽ ദൗർബല്യം കാണിച്ചു. എന്നാൽ സ്ത്രീയുടെയും പുരുഷന്റെയും ജൈവഘടനയിലുള്ള വൈജാത്യം സ്ത്രീയുടെ മേലുള്ള പീഡനോപാധിയായി കരുതുന്ന പുരുഷ സമീപനത്തിലെ ലിംഗാധിഷ്ഠിതമാനം (Gendered dimensions) അവർക്ക് തിരിച്ചറിയുന്നതിൽ പ്രയാസം ഉണ്ടായിട്ടില്ല.

റാഡിക്കൽ ഫെമിനിസത്തിന്റെ വക്താവായ ഷൂലാമിത്ത് ഫയർസ്റ്റോണിനെപോലുള്ളവർ വിവാഹത്തെയും കുടുംബഘടനെയെയും സാമൂഹിക തിന്മകളുടെ പ്രത്യക്ഷകാരണമായി വിലയിരുത്തുന്നു. വിവാഹം, കുടുംബം, ലിംഗാധിഷ്ഠിത തൊഴിൽ വിഭജനം എന്നിവയെല്ലാം അധികാരം നിലനിർത്താനോ പിടിച്ചുവയ്ക്കാനോ വർധിപ്പിക്കാനോ വേണ്ടി പിതൃദായകഘടന പ്രയോഗിക്കുന്ന രാഷ്ട്രീയതന്ത്രത്തിന്റെ അന്തർധാരകൾ അടങ്ങിയതാണെന്ന് ഇവർ വിശദീകരിക്കുന്നു.

പുരുഷവിദ്വേഷത്തെ അതിന്റെ പരിസമാപ്തിയിൽ വച്ച് വിചാരണ ചെയ്യാനാണ് റാഡിക്കൽ ഫെമിനിസ്റ്റുകൾ പരിശ്രമിച്ചത്. ഹിംസയുടെ പ്രതീകം (പ്രകൃതിയെ, സ്ത്രീയെ ബലാൽക്കാരമായി കീഴ്പ്പെടുത്തി ചൂഷണം ചെയ്ത് നശിപ്പിക്കുന്നവൻ), സ്ത്രീയെ ഭോഗവസ്തുവായി കാണുന്നവൻ എന്നിങ്ങനെ പുരുഷത്വത്തിന് (അതുവരെയുണ്ടായിരുന്ന സങ്കൽപ്പങ്ങളെ അട്ടിമറിച്ച്) പുതിയമാനം നൽകി.

ഫയർസ്റ്റോൺ പറയുന്നത് സ്ത്രീകളും പുരുഷൻമാരും രണ്ട് വിരുദ്ധ വർഗ്ഗങ്ങളായി നിലകൊള്ളുന്ന ലിംഗ വർഗ്ഗം (Sex Class) ആണെന്നാണ്. മുതലാളിത്തത്തിന് പകരം പാട്രിയാർക്കി നിലകൊള്ളുന്നുവെന്ന വർഗ്ഗ വിരുദ്ധകാഴ്ചപ്പാട് അവർ മുന്നോട്ട് വച്ചു. 1971 ൽ പുറത്തുവന്ന റാഡിക്കൽ ഫെമിനിസ്റ്റായ കെയ്റ്റ് മില്ലറ്റിന്റെ സിദ്ധാന്തപ്രകാരം സ്ത്രീകൾക്കു മേൽ പുരുഷൻമാർക്കുള്ള രാഷ്ട്രീയ അധികാരം സമൂഹത്തിലെ അടിസ്ഥാനപരമായ രാഷ്ട്രീയവിഭജനം ആയിമാറുന്നു 'വർഗ്ഗഭിന്നതകളെക്കാൾ കൂടുതൽ കർക്കശവും കൂടുതൽ ഏകരൂപമായതും തീർച്ചയായും കൂടുതൽ കാലം നിലനിൽക്കുന്നതുമാണ്.'

സ്വകാര്യസ്വത്തിന്റെ ആവിർഭാവത്തോടെ ഉത്ഭവം കൊണ്ട സ്ത്രീകൾക്കുമേൽ പുരുഷാധിപത്യം സ്ഥാപിച്ചെടുത്ത ലൈംഗികാധികാരം ചരിത്രപരമായി നിർവ്വചിക്കാൻ റാഡിക്കൻ ഫെമിനിസ്റ്റുകൾക്ക് കഴിയുന്നില്ല. മറിച്ച് സമൂഹത്തിൽ സ്ത്രീകൾക്കുള്ള സ്ഥാനത്തെ കേവലം ജീവശാസ്ത്രപരമായ പുനരുൽപ്പാദന ഘടകമായി തരംതാഴ്ത്തി.

റാഡിക്കൽ ഫെമിനിസം പുരുഷവിദ്വേഷസിദ്ധാന്തമായി പരിമിതപ്പെട്ടു. പുരുഷ ആശ്രയമില്ലാതെ സ്ത്രീകൾക്ക് ലൈംഗികാനുഭൂതി കരസ്ഥമാക്കുവാൻ കഴിയുന്ന ആശയലോകത്തേക്ക് അവർ നീങ്ങി. 'സ്വവർഗ്ഗ വിപ്ലവം' അവരുടെ മുഖമുദ്രയായി മാറി. 'സ്ത്രീകൾക്ക് മാത്രമായി സൃഷ്ടിച്ചെടുക്കാവുന്ന ഒരു സമൂഹത്തിന്റെ പര്യാപ്തതയെ'ക്കുറിച്ച് അവർ വാചാലരായി. കേവലം ജൈവപരമായും മനഃശാസ്ത്രപരമായും സ്ത്രീപുരുഷ പ്രശ്നങ്ങളെയും പിതൃമേധാവിത്വഘടനയെയും ചുരുക്കിക്കാണാൻ പരിശ്രമിച്ചു. അതായത്, ചരിത്രനിരപേക്ഷമായി പുരുഷാധിപത്യഘടനയെ നോക്കികാണുന്നുവെന്നർത്ഥം.

സോഷ്യലിസ്റ്റ് ഫെമിനിസം എന്ന ചിന്താഗതി പുലർത്തുന്നവർ വർഗ്ഗ സമരത്തിന്റെ പ്രാധാന്യത്തെ കുറച്ച് കാണുന്നു. വർഗ്ഗ സമൂഹത്തിൽ എങ്ങനെ സോഷ്യലിസം സാധ്യമാകുമെന്ന മറുചോദ്യം അവരെ അലട്ടുന്നുമില്ല. വർഗ്ഗസമരനിരപേക്ഷമായ ഒരു രാഷ്ട്രീയ പ്രക്രിയയിലൂടെ സ്ത്രീവിമോചനം സാധ്യമാകും എന്നവർ പ്രതീക്ഷിക്കുന്നു.

ക്യാപിറ്റലിസ്റ്റ് പാട്രിയാർക്കി എന്നാണ് ഈ ദർശനത്തിന്റെ വക്താവായ ഐസൻസ്റ്റീൻ പുരുഷാധിപത്യഘടനയെ കാണുന്നത്. 'മുതലാളിത്തവും പാട്രിയാർക്കിയും സ്വതന്ത്രമായ വ്യവസ്ഥകളെല്ലെന്ന' യാഥാർത്ഥ്യം അവർ മുന്നോട്ട് വയ്ക്കുന്നുണ്ട്. എന്നാൽ തമ്മിൽ 'സാമ്യമുള്ളവയുമല്ല, അതുപോലെ പരസ്പരാശ്രിതത്തിൽ കഴിയുന്നവയുമാണ്' എന്നും ഐസൻസ്റ്റീൻ പറയുന്നു.

മുതലാളിത്ത വ്യവസ്ഥയുടെ അന്ത്യത്തോടെ പിതൃമേധാവിത്വഘടന അവസാനിക്കില്ലെന്നും മുതലാളിത്തം 'ഇല്ലാതായ' രാജ്യങ്ങളിൽ സ്ത്രീപുരുഷ അസമത്വം നീക്കാൻ കഴിഞ്ഞിട്ടില്ലെന്നും ഇവർ വാദിക്കുന്നു.

'പുരുഷാധിപത്യവ്യവസ്ഥിതിയെ സംബന്ധിച്ച ഒരു ശാസ്ത്രീയ സിദ്ധാന്തം മെനഞ്ഞെടുക്കുവാനുള്ള ശ്രമത്തിൽ ഐസൻസ്റ്റീൻ പീഡനം എന്ന ആശയത്തെ ചൂഷണത്തിൽനിന്നും വ്യതിരിക്തമായി കാണുന്നു. (ഡോ. ബിക്രംനന്ദി) ചൂഷണം സൂചിപ്പിക്കുന്നത് മുതലാളിത്ത സമ്പദ്ഘടനയിലെ വർഗ്ഗബന്ധങ്ങളുടെ സാമ്പത്തിക യാഥാർത്ഥ്യങ്ങളെയാണ്. ഇത് സ്ത്രീകൾക്കും പുരുഷന്മാർക്കും ഒരുപോലെ ബാധകമാണ്. ചൂഷണത്തിൽനിന്നും വ്യത്യസ്തമായി പീഡനം എന്ന ആശയം സൂചിപ്പിക്കുന്നത് പുരുഷാധിപത്യ-വംശീയ-മുതലാളിത്ത വ്യവസ്ഥകൾക്കകത്ത് സ്ത്രീകളും ന്യൂനപക്ഷങ്ങളും എങ്ങനെ നിർവ്വചിക്കപ്പെടുന്നുവെന്നാണ്.'

'മുതലാളിത്ത വ്യവസ്ഥയിൽ സ്ത്രീകളും പുരുഷന്മാരും ചൂഷണം ഒരുപോലെ അനുഭവിക്കേണ്ടിവരുന്നു. എന്നാൽ സ്ത്രീകളുടെ മേലുള്ള ചൂഷണം ലിംഗപരമായ ശ്രേണീ ക്രമത്തിൽ നിന്നുകൂടിയാണ്. പീഡനം ചൂഷണത്തെയും ഉൾക്കൊള്ളുന്നുവെങ്കിലും ചൂഷണത്തോട് സദൃശ്യമല്ല. കാരണം സ്ത്രീ, തൊഴിലാളി എന്ന പദവിയിൽ മാത്രമല്ല മുതലാളിത്തത്തിൽ പീഡനം വരുന്നത്. മറിച്ച് അമ്മ, ഭാര്യ, ശിശുപാലിക, വീട്ടുജോലിക്കാരി തുടങ്ങിയ ധർമ്മങ്ങളിൽ നിന്നുകൂടിയാണ്. 'ഗൃഹാന്തരീക്ഷത്തിൽ ഒറ്റപ്പെട്ടുപോകുന്നതുമൂലം സ്ത്രീകളെ സ്ത്രീകളെന്ന നിലയിൽ സംഘടിതരാക്കാൻ സാധിക്കില്ലെന്ന്' വിശ്വസിക്കുന്ന ഇടതുപക്ഷ ചിന്താഗതിക്കാരായ പുരുഷന്മാരെയും സോഷ്യലിസ്റ്റ് വീക്ഷണം വച്ച് പുലർത്തുന്ന സ്ത്രീകളെയും ഐസൻസ്റ്റീൻ വിമർശിക്കുന്നുണ്ട്. ഗർഭച്ഛിദ്രം, ആരോഗ്യരക്ഷ, ബലാൽസംഗം, ശിശുപരിപാലനം എന്നീപ്രശ്നങ്ങളുടെ പേരിൽ മാത്രം സ്ത്രീകളെ സംഘടിപ്പിക്കുവാൻ അവർ നടത്തുന്ന ശ്രമങ്ങളെയും ഐസൻസ്റ്റീൻ വിമർശിക്കുന്നു. അവരുടെ അഭിപ്രായത്തിൽ 'വർഗ്ഗവ്യത്യാസമില്ലാതെ എല്ലാസ്ത്രീകളെയും ഒരുപോലെ ബാധിക്കുന്ന പുരുഷാധിപത്യ നിയന്ത്രണങ്ങളും നിയമങ്ങളും നിലവിലിരിക്കുന്നിടത്ത് രാഷ്ട്രീയ സമരത്തിന് വേണ്ടി എല്ലാവിഭാഗങ്ങളിലുമുള്ള സ്ത്രീകളെ സംഘടിപ്പിക്കുവാൻ ശ്രമിക്കുന്നത് ഫലപ്രദമായിരിക്കും.' (അഞ്ജന മംഗള ഗിരി)[2]

മാർക്സിസത്തിന്റെ സ്ത്രൈണപഥം

'**നാ**ളിതുവരെ, നിലനിന്നിട്ടുള്ള എല്ലാസമുദായങ്ങളുടെയും ചരിത്രം വർഗ്ഗസമരങ്ങളുടെ ചരിത്രമാണ്.' 1848 ൽ മാർക്സും ഏംഗൽസും ചേർന്ന് പുറത്തിറക്കിയ *കമ്മ്യൂണിസ്റ്റ് മാനിഫെസ്റ്റോ* എന്ന വിഖ്യാതഗ്രന്ഥത്തിലെ ചടുലമായ വാകൃമാണിത്. വർഗ്ഗമെന്നതിനെ രണ്ടായി തരംതിരിക്കാം. തൊഴിലാളി വർഗ്ഗം, മുതലാളിവർഗ്ഗം എന്നിങ്ങനെ. മനുഷ്യരെയും പ്രകൃതിയെയും ചൂഷണം ചെയ്യുന്ന വർഗ്ഗമാണ് മുതലാളിത്തം. ചൂഷണം ചെയ്യപ്പെടുന്നവരാണ് തൊഴിലാളികൾ. ലോകത്തെ ഏറ്റവും മഹത്തരമായ പ്രക്രിയ മനുഷ്യാധ്വാനമാണ്. അതാണ് ഈ ഭൂലോകത്തെ മനുഷ്യർക്ക് ജീവിക്കാൻ ഉപയുക്തമാക്കി തീർത്തത്. മനുഷ്യന്റെ ആ അധ്വാനത്തിൽ അവർ ജീവസന്ധാരണത്തിനുള്ളത് കഴിച്ച് ബാക്കിവരുന്നതിനെ അവന്റെ വികാസത്തിനും വളർച്ചയ്ക്കും പരിപൂർണ്ണമായും ഉപയോഗിക്കാൻ കഴിയുന്നില്ല. മിക്കപ്പോഴും ജീവിതാവശ്യങ്ങൾക്ക് തികയുന്നതു പോലുമില്ല. ഇങ്ങനെ അധ്വാനത്തിൽ മിച്ചം വരുന്ന ഉൽപ്പന്നത്തെ ചൂഷണത്തിലൂടെ സ്വതന്ത്രമാക്കുന്ന വർഗ്ഗമാണ് മുതലാളിത്തം.

മാർക്സിസം, സ്ത്രീനേരിടുന്ന വിവേചനങ്ങളും ലിംഗപരമായ അടിച്ചമർത്തലിനെയും അഭിമുഖീകരിക്കുന്നത് വർഗ്ഗപ്രശ്നങ്ങൾ വിശകലനം ചെയ്തുകൊണ്ടാണ്. ഇതിന് പ്രധാനമായും ആധാരമാക്കുന്നത് മാർക്സ്, ഏംഗൽസ്, ലെനിൻ എന്നിവരുടെ കൃതികളാണ്. മാർക്സ്-ഏംഗൽസ് എന്നിവരുടെ പ്രത്യയശാസ്ത്രവീക്ഷണത്തെ പ്രായോഗിക സിദ്ധാന്തങ്ങൾകൊണ്ട് വിളക്കിതെളിയിച്ച പ്രതിഭാശാലിയായിരുന്നു ലെനിൻ. ഇവർ മൂവരുടെയും വീക്ഷണങ്ങൾ മറ്റ് പല മേഖലകളിൽ എന്ന പോലെ സ്ത്രീപ്രശ്നത്തെയും വിശദീകരിക്കാൻ പര്യാപ്തമാണ്.

യഥാർത്ഥത്തിൽ ഇതിന്റെ അടിവേരുകൾ ചെന്നുനിൽക്കുന്നത്

ഫ്രെഡറിക് ഏംഗൽസിന്റെ വളരെ പ്രസിദ്ധമായ *കുടുംബം, സ്വകാര്യ സ്വത്ത്, ഭരണകൂടം* എന്ന ഗ്രന്ഥത്തിലാണ്.[3]

ഇന്നേവരെയുള്ള മനുഷ്യരുടെ ലിഖിതപ്പെട്ട ചരിത്രത്തെ മാർക്സിസം പ്രധാനമായും നാല് ഘട്ടങ്ങളായിട്ടാണ് കണക്കാക്കുന്നത്. അതിൽ പ്രഥമഘട്ടമായി വിലയിരുത്തുന്നത് മനുഷ്യസമൂഹം ഉൽപ്പാദനപ്രക്രിയയിലേക്ക് കടന്നുചെല്ലാതിരുന്ന വർഗ്ഗരഹിത സമുദായത്തിലാണ്. അതായത് പ്രാകൃത കമ്മ്യൂണിസ്റ്റ് വ്യവസ്ഥ എന്ന് മാർക്സിനാൽ സംബോധന ചെയ്യപ്പെട്ട ചൂഷണരഹിത സമൂഹം. പ്രകൃതിയെ മാറ്റിത്തീർക്കുന്ന ജോലിയിൽ ഏർപ്പെടാതെ പ്രകൃതിയിൽ നിന്നും സ്വാഭാവികമായി ലഭിക്കുന്ന ഭക്ഷണസാധനങ്ങൾ അഥവാ കായ് കനികളും നീർച്ചാലുകളും മാത്രം സ്വായത്തമാക്കി അലഞ്ഞു തിരിഞ്ഞുകൊണ്ടിരുന്ന ഏറെയൊന്നും മൃഗങ്ങളിൽ നിന്നും വ്യതിരിക്തമാകാത്ത ജീവിതം. തുടർന്ന് അടിമത്തം ജന്മിത്തം മുതലാളിത്തം എന്ന രീതിയിൽ ഘട്ട വിഭജനം നടത്തുന്നുമുണ്ട്.

മനുഷ്യന്റെ പ്രാക് ചരിത്രത്തെക്കുറിച്ച് വിദഗ്ദ്ധമായ പരിജ്ഞാനത്തോടുകൂടി ചരിത്രത്തിന് ഒരടുക്കും ചിട്ടയും നൽകാൻ ശ്രമിച്ച ആദ്യത്തെ വ്യക്തിയായ ലൂയിസ് എച്ച് മോർഗന്റെ ഗവേഷണങ്ങളുടെ വെളിച്ചം കൂടി ഉപയോഗപ്പെടുത്തിയാണ് ഏംഗൽസ് എക്കാലത്തെയും മാർക്സിസ്റ്റ് ക്ലാസിക്കിൽപെടുത്താവുന്ന തന്റെ ഗ്രന്ഥം തയ്യാറാക്കിയത്.

സ്ത്രീപുരുഷസാമൂഹികഘടന വിവിധ രാജ്യങ്ങളിലെ ചരിത്രാനുഭവം വിവിധ ഗവേഷകരുടെ നിരീക്ഷണങ്ങളെ അപഗ്രഥിച്ച് വിശകലനം ചെയ്തശേഷം ഏംഗൽസ് സ്ത്രീപുരുഷ പ്രവൃത്തി വിഭജനത്തിന്റെ പ്രാഥമിക ഘട്ടം വിശദീകരിക്കുന്നത് ഇങ്ങനെയാണ്. 'പ്രവർത്തി വിഭജനം' എന്നത് പ്രകൃതിയിൽ നിന്നുതന്നെ പൊട്ടിമുളച്ച ഒരു സംഗതിയായിരുന്നു. അതായത് ആണും പെണ്ണും തമ്മിലുള്ള തൊഴിൽ വിഭജനം മാത്രമാണ് നിലവിലുണ്ടായിരുന്നത്. പടയ്ക്ക് പോവുകയും നായാട്ട് നടത്തുകയും മീൻപിടിക്കുകയും ആഹാരത്തിനുവേണ്ട അസംസ്കൃത വിഭവങ്ങൾ തേടിക്കൊണ്ട് വരികയും ഈ വിധ ജോലികളെല്ലാം നിർവ്വഹിക്കുന്നതിനുള്ള ഉപകരണങ്ങൾ ഉണ്ടാക്കുകയുമായിരുന്നു ആണുങ്ങളുടെ ജോലി. വീട്ടുകാര്യങ്ങൾ നോക്കുക, ആഹാരവും വസ്ത്രങ്ങളും തയ്യാറാക്കുക, എന്നിവയെല്ലാം സ്ത്രീകളുടെ ജോലിയുമായിരുന്നു. അവരാണ് പാചകവും നെയ്ത്തും തുന്നലും നടത്തിയിരുന്നത്. പുരുഷനും സ്ത്രീയും അവരുടെ മേഖലകളിൽ ആധിപത്യം സ്ഥാപിച്ചിരുന്നു. പുരുഷൻ കാട്ടിലും സ്ത്രീ വീട്ടിലും. ഓരോന്നും ഉണ്ടാക്കുന്നവർക്കായിരുന്നു ആ സാധനത്തിന്റെ ഉടമസ്ഥത. ആയുധങ്ങളും നായാട്ട് ഉപകരണങ്ങളും പുരുഷന്റെ വകയെങ്കിൽ വീട്ടുപകരണങ്ങളും പാത്രങ്ങളുമെല്ലാം സ്ത്രീയുടെ വകയായിരുന്നു. ഒരു തറവാട്ടിൽ ഒന്നിലധികം കുടുംബങ്ങൾ കാണാം. പലപ്പോഴും നിരവധി കുടുംബങ്ങൾതന്നെ ഉണ്ടാകും ഓരോ തറവാട്ടിലും. കമ്മ്യൂണിസ്റ്റ് മട്ടിലുള്ളതായിരുന്നു ഇവിടുത്തെ ജീവിതം. (ക്വീൻ

ഷെർലോട് ദ്വീപുകളിലെ ഹൈസ ഗോത്രത്തിൽപ്പെട്ട ചില തറവാടുകളിൽ ഒരൊറ്റ കൂരയ്ക്ക് കീഴിൽ എഴുന്നൂറോളം തറവാട്ടംഗങ്ങൾ വരെ ജീവിച്ചിരുന്നു.- ബാൻ ക്രാഫ്റ്റ്) വീട് , കൃഷിയിടം, വഞ്ചികൾ തുടങ്ങി പൊതുവായി എല്ലാവരും ചേർന്നുണ്ടാക്കുന്ന സാധനങ്ങളെല്ലാം എല്ലാവരുടെയും പൊതുസ്വത്തായിരുന്നു. അപ്പോൾ നിയമജ്ഞരും സാമ്പത്തിക ശാസ്ത്രജ്ഞരും നാഗരിക സമുദായത്തിൽ ആരോപിക്കുന്ന ആ 'അധ്വാനം കൊണ്ട് ആരംഭിച്ചിട്ടുള്ള സമ്പത്ത്'- ആധുനിക മുതലാളിത്ത സ്വത്തിനുള്ള നിയമപരമായ അവസാനത്തെ കപടന്യായവും ഇതാണല്ലോ- ഇവിടെ മാത്രമാണ് നമുക്ക് കാണാൻ കഴിയുന്നത്.

ഈ രൂപത്തിൽ സ്ത്രീപുരുഷബന്ധം. തികച്ചും പരസ്പരവിധേയത്വത്തിൽ അധിഷ്ഠിതമായിരുന്നു. എന്നാൽ പതുക്കെപ്പതുക്കെ ഇതിൽ വന്ന മാറ്റം സ്ത്രീപുരുഷ അസമത്വത്തിലേക്ക് കടന്നു. ഉൽപ്പാദന വിഭവങ്ങളുടെ സ്വകാര്യവൽക്കരണവും (Privatisation) ഉടമസ്ഥാവകാശവുമായിരുന്നു ഈ മാറ്റത്തിന്റെ ചാലകശക്തി. ഈ ഘട്ടത്തെ ഏംഗൽസ് ഇങ്ങനെ വിശദീകരിക്കുന്നു.

'കന്നുകാലി വളർത്തൽ, കൃഷി, കുടിൽവ്യവസായങ്ങൾ തുടങ്ങി എല്ലാ ഉൽപ്പാദനശാഖകളിലും ഉണ്ടായ ഉൽപ്പാദനവർദ്ധനവ് നിത്യോപയോഗത്തിനും ആവശ്യമായതിൽ കൂടുതൽ ഉൽപ്പാദനം നടത്താൻ മനുഷ്യധ്വാനത്തിന് കഴിവുണ്ടാക്കി.'

ഇവിടെ അധികജോലിസാധ്യത ഉടലെടുത്തു. ഇതിന് കൂടുതൽ ആളുകൾ വേണമെന്ന ആവശ്യം പരിഹരിക്കാൻ യുദ്ധം നടത്തി. യുദ്ധത്തടവുകാരെ അടിമകളാക്കി മാറ്റി.

'അന്നത്തെ പൊതുചരിത്രസാഹചര്യങ്ങളിൽ അധ്വാനത്തിന്റെ ഉൽപ്പാദനക്ഷമത ഉയർത്തുകയും അതായത് സ്വത്ത് വർദ്ധിപ്പിക്കുകയും ഉൽപ്പാദനമേഖലയെ വിപുലപ്പെടുത്തുകയും ചെയ്തുകൊണ്ടുള്ള ആ ആദ്യത്തെ വലിയസാമൂഹിക പ്രവൃത്തിവിഭജനം അനിവാര്യമായും അടിമത്തത്തിന് ജന്മം നൽകി. ആദ്യത്തെ ആ വലിയ സാമൂഹിക പ്രവൃത്തി വിഭജനത്തെത്തുടർന്നാണ് യജമാനൻമാരെന്നും അടിമകളെന്നും ചൂഷകരെന്നും രണ്ട് വർഗ്ഗങ്ങളായുള്ള സമൂഹത്തിലെ ആദ്യത്തെ വലിയ പിളർപ്പും ഉണ്ടായത്.'

ഏംഗൽസിന്റെ ഈ രണ്ട് നിരീക്ഷണങ്ങളും കുടുംബപ്രവൃത്തി വിഭജനത്തിന്റെയും സാമൂഹിക പ്രവൃത്തി വിഭജനത്തിന്റെയും ചരിത്രപരമായ വസ്തുത വെളിച്ചത്ത് കൊണ്ടുവരാൻ സഹായകരമായി.

ആദ്യകാല സാമൂഹികജീവിതത്തിൽ സ്ത്രീകളായിരുന്നു കേന്ദ്രസ്ഥാനത്ത്. ഇതിലേക്ക് നയിച്ചത് അലഞ്ഞുതിരിയൽ അവസാനിപ്പിച്ച് കൃഷിയിലേക്ക് തിരിഞ്ഞപ്പോഴായിരുന്നു. പ്രകൃതിയിൽ നിന്നും മതിയായത് ലഭിക്കാതെവന്നപ്പോൾ നൂറ്റാണ്ടുകൾകൊണ്ട് കൃഷിയുടെ പാഠങ്ങളിലേക്ക് മനുഷ്യർ തിരിഞ്ഞു. ഇങ്ങനെ കൃഷിചെയ്യുമ്പോൾ അവിടം ഉപേക്ഷിക്കുവാൻ കഴിയില്ല. കൃഷി നടത്തിയ പ്രദേശങ്ങളിൽത്തന്നെ താവളം ഉറ

പ്പിച്ചു. പ്രസവിക്കുന്ന കുഞ്ഞുങ്ങളെ ഉപേക്ഷിച്ച് സ്ത്രീകൾക്ക് പുരുഷൻമാരെപ്പോലെ വയൽക്കളത്തിൽ വരാൻ കഴിയാതെ വന്നു. അവിടെ മനുഷ്യചരിത്രത്തിലെ ആദ്യ തൊഴിൽ വിഭജനം സംഭവിക്കുന്നതായി ഏംഗൽസ് പറഞ്ഞു. കുട്ടികളെ വളർത്തുന്നത് സംബന്ധിച്ച് പുരുഷനും സ്ത്രീയും തമ്മിലുണ്ടായതാണ് ആദ്യപ്രവൃത്തി വിഭജനമെന്ന് ഏംഗൽസ് വ്യക്തമാക്കി.

ഇവിടെ സമാഹരിക്കപ്പെട്ട കൃഷിഉൽപ്പന്നങ്ങളും കൃഷിയിടവും സ്വന്തമായി മാറി തുടങ്ങി. ഈ 'സ്വത്ത്' വിതരണം മാതൃദായക്രമത്തിൽ നിലയുറപ്പിച്ചു. സ്ത്രീകളുടെ പ്രത്യുൽപ്പാദനപങ്ക് പ്രധാനമായും പരിഗണിക്കപ്പെട്ടു. കാരണം മനുഷ്യസമൂഹത്തിന്റെ നിലനിൽപ്പ് അത്രത്തോളം പ്രാധാന്യം ഏറിയതാണ്. പ്രാകൃതമായ കൃഷിപ്പണിയിലും ഭക്ഷ്യവസ്തുക്കൾ ശേഖരിക്കുന്നതിലും തുണിയും മൺപാത്രങ്ങളും നിർമ്മിക്കുന്നതിലും എല്ലാം ഉപരി വരുന്ന ഉൽപ്പാദന ഉപകരണങ്ങളുടെ മേലിലും പ്രാചീന കുടുംബഘടനയിൽ സ്ത്രീകൾക്ക് മേൽക്കൈയുണ്ടായിരുന്നു. അതാണ് മാതൃദായകക്രമത്തിൽ എത്തിയത്.

ഈ സമയം പുരുഷൻമാർ, ഏംഗൽസ് വ്യക്തമാക്കിയതുപോലെ കാടുകളിൽ വേട്ടകളിലായിരുന്നു. കുഞ്ഞുങ്ങളുടെ ഭാരം കൈയിൽ ഇല്ലാത്തതിനാൽ പലപ്പോഴും അവർ അവിടെത്തന്നെ കഴിഞ്ഞുകൂടുകയും ചെയ്തിരിക്കണം. അതിനാൽ ദായക്രമം നിശ്ചയിക്കാൻ പുരുഷനെ അടിസ്ഥാനമാക്കി കഴിഞ്ഞിരുന്നില്ല.

കാലക്രമേണ മൃഗങ്ങളെ മെരുക്കിവളർത്താൻ തുടങ്ങിയതോടെ (മാംസവും പാലും കാർഷികഉൽപ്പന്നംപോലെ പ്രസക്തമായിരുന്നു) വീട്ടുമൃഗങ്ങളുടെ രൂപത്തിൽ സ്വത്ത് പ്രത്യക്ഷപ്പെടാൻ തുടങ്ങി. അവ സ്ഥിരമായ 'മിച്ച'ത്തിലേക്ക് വളർന്നു. പ്രാകൃത രൂപത്തിലുള്ള വർഗ്ഗ സമൂഹങ്ങളുടെ രൂപീകരണത്തിലേക്കാണ് ഇത് നയിച്ചത്.

മൃഗങ്ങളുടെ ഉടമസ്ഥത ആദ്യം സമൂഹത്തിന് പൊതുവേ ആയിരുന്നുവെങ്കിൽ പിന്നീട് ഗോത്രത്തിന്റെയും ഗണത്തിന്റെയും തലവൻമാർ വീട്ടുമൃഗങ്ങളുടെ രൂപത്തിൽ നിലനിന്ന സ്വത്തിൽ ഏറിയപങ്കും കൈവശപ്പെടുത്തി. സ്വകാര്യസ്വത്ത് ആവിർഭവിച്ചതോടെ വർഗ്ഗവിഭജനത്തിലേക്ക് കടന്നു. മൃഗകൂട്ടങ്ങളുടെ ഉടമസ്ഥരായ പുരുഷൻമാരാണ് കാലികളെ മേയിച്ചിരുന്നതും കൃഷിയിടങ്ങളിൽ ഉപയോഗിച്ചിരുന്നതും. ഉൽപ്പാദന വർദ്ധനവിന്റെ ഭാഗമായി അടിമകളാക്കി മാറ്റിയവരും ഇവരുടെ സ്വത്തുക്കളായി മാറി. അതേ സമയം കുഞ്ഞുങ്ങളെ 'മേയിച്ചിരുന്നവരും' വീടകം പരിപാലിച്ചിരുന്നവരുമായ സ്ത്രീകൾ കുടുംബസംവിധാനത്തിലേക്ക് ക്രമേണ ചുരുങ്ങേണ്ടതായിവന്നു. അങ്ങനെ സ്ത്രീകളുടെ അധ്വാനത്തിന് സാമൂഹിക സ്വഭാവം നഷ്ടപ്പെടുകയും പുരുഷൻമാരുടെ കൈയ്യിൽ സ്വത്ത് ലഭിക്കുകയും ചെയ്തതോടെ സ്ത്രീപുരുഷ ബന്ധങ്ങളിൽ മൗലികമായ മാറ്റം സംജാതമായി.

ഈ വർഗസമൂഹ മാറ്റം കുടുംബ രൂപഘടനയിലും മാറ്റം വരുത്തി.

സ്വകാര്യസ്വത്ത് ഉണ്ടായപ്പോൾ അത് നിലനിർത്തണ്ടേ? അപ്പോൾ സ്വത്തിന്റെ ഉടമയായ പുരുഷന് തന്റെ 'രക്ത'ത്തിന് തന്നെ സ്വത്ത് പകർന്ന് നൽകണമല്ലോ. ഇതിന് തനിക്ക് സ്ത്രീയുടെ മേൽ നിയന്ത്രണം ഉണ്ടാകണം. എന്ന് പറഞ്ഞാൽ സ്ത്രീപരപുരുഷന്മാരാൽ പ്രസവം നടത്താൻ പാടില്ല. പൈതൃകാവകാശം സംരക്ഷിക്കണമെങ്കിൽ കുട്ടി ശരിയായ അവകാശിയാണെന്ന് ഉറപ്പാക്കേണ്ടതായിരുന്നു. ഈ പ്രശ്നത്തെ ഏംഗൽസ് ഇതേ രൂപത്തിൽ വിലയിരുത്തുന്നു.

> ഇപ്രകാരം സ്വത്ത് വർദ്ധിച്ചപ്പോൾ ഒരു വശത്ത് അത് കുടുംബത്തിൽ പുരുഷന് സ്ത്രീയേക്കാൾ വളരെ പ്രധാനപ്പെട്ട ഒരു സ്ഥാനമുണ്ടാക്കുകയും മറുവശത്ത് സ്വത്ത് സ്വന്തം മക്കൾക്ക് കിട്ടത്തക്ക വിധത്തിൽ പരമ്പരാഗത പിന്തുടർച്ചാവകാശക്രമത്തിൽ ഒരു അട്ടിമറി വരുത്തുന്നതിനായി ഈ സ്ഥാനം ഉപയോഗപ്പെടുത്താൻ അയാൾക്ക് അതൊരു പ്രചോദനമാവുകയും ചെയ്തു. പക്ഷേ, മാതൃദായപ്രകാരമുള്ള പിന്തുടർച്ച നിലനിൽക്കുന്ന കാലത്തോളം ഇത് സാധ്യമായിരുന്നില്ല. അതിനാൽ ഈ പിന്തുടർച്ചാവകാശം മറിച്ചിടേണ്ടതുണ്ടായിരുന്നു. അത് മറിച്ചിടപ്പെടുകയും ചെയ്തു. ഇത് ഇപ്പോൾ നമുക്ക് തോന്നുന്നത്ര പ്രയാസമുള്ള ഒരു കാര്യമായിരുന്നില്ല. എന്തുകൊണ്ടെന്നാൽ, മനുഷ്യരാശി ദർശിച്ചിട്ടുള്ളതിൽ ഏറ്റവും നിർണ്ണായകമായിട്ടുള്ള വിപ്ലവങ്ങളിൽ ഒന്നായ ഇത് ഗണത്തിൽപ്പെട്ട ഒരൊറ്റയാളിനും ബുദ്ധിമുട്ട് ഉണ്ടാക്കിയിരുന്നില്ല. എല്ലാ അംഗങ്ങൾക്കും അവരുടെ പൂർവ്വസ്ഥിതി നിലനിർത്താൻ കഴിയുമായിരുന്നു. ഭാവിയിൽ ഗണത്തിലെ ആണുങ്ങളുടെ മക്കളെല്ലാം അതേ ഗണത്തിൽ തുടരണമെന്നും, പെണ്ണുങ്ങളുടെ മക്കളെ ആ ഗണത്തിൽ നിന്ന് വിടർത്തിയിട്ട് അവരുടെ പിതാക്കൻമാരുടെ കുലത്തിൽ ചേർക്കണമെന്നുമുള്ള ഏറ്റവും ലഘുവായ ഒരു തീരുമാനത്തിലൂടെ ഇക്കാര്യം സാധിക്കാൻ കഴിഞ്ഞിരിക്കണം. ഇതോടെ പെൺവഴിക്കുള്ള വംശനിർണ്ണയവും താവഴിക്കുള്ള പിന്തുടർച്ചാവകാശവും തൂത്തെറിയപ്പെടുകയും ആൺ വംശനിർണയവും അച്ഛൻ വഴിക്കുള്ള പിന്തുടർച്ചാവകാശവും സ്ഥാപിതമാകുകയും ചെയ്തു.'[4]

ഇവിടെ വിവാഹക്രമത്തിലും മാറ്റം വന്നുതുടങ്ങി. സാമ്പത്തികസ്ഥിതിയിലും അതിന്റെ ഉടമസ്ഥതാഘടനയിലും വന്ന മാറ്റം കൂട്ടവിവാഹ രീതികളിൽ ചലനം സൃഷ്ടിച്ചു. സ്ത്രീകൾ ഏക ഭർതൃത്വത്തിലേക്ക് ക്രമേണ രംഗപ്രവേശം നടത്തി. എന്നാലും സ്ത്രീപുരുഷവിവേചനം ശക്തമായി തുടരുകയും ചെയ്തു.

ഏംഗൽസിന്റെ ഈ നിരീക്ഷണങ്ങളെ വിമർശിച്ച പിൽക്കാല ഫെമിനിസ്റ്റുകൾ ഇങ്ങനെതന്നെ സൂചിപ്പിച്ചു..

'കേവലം ഉൽപ്പാദന പ്രക്രിയയുടെയും വിഭവങ്ങളുടെയും മേലുള്ള

പുരുഷന്റെ ആധിപത്യം മാത്രം സ്ത്രീയുടെ പരാധീനതയ്ക്ക് വിശദീകരണമാകുന്നില്ല.'

*മാനിഫെസ്റ്റോ*യിലൂടെ മാർക്സ് പറയുന്നത് 'സ്ത്രീയും പുരുഷനും ചൂഷണം ചെയ്യപ്പെടുന്നതിന്റെ കാരണം ഒന്നു തന്നെയാണ് . അത് ഘടനാപരമായി തുല്യനിലയിൽ നോക്കിക്കാണാം' എന്നതാണ്.

ഏംഗൽസ് നിരീക്ഷിക്കുന്നത് 'കുടുംബത്തിനകത്ത് സ്ത്രീയും പുരുഷനും തമ്മിലുള്ള ബന്ധം സമൂഹത്തിൽ ബൂർഷ്വാസിയും തൊഴിലാളികളും തമ്മിലുള്ള ബന്ധത്തിന് തുല്യമാണ്.'

ഇതിന്റെ മേലുള്ള സ്ത്രീ മാത്രവാദക്കാരുടെ വിമർശനം ഇരുരൂപത്തിൽ സംഗ്രഹിക്കാം. 'മുതലാളിത്ത വ്യവസ്ഥിതിയിൽ മുതലാളി തൊഴിലാളി ബന്ധം, ആധിപത്യം/പരാധീനത എന്ന നിലയിൽ ആയിത്തീരാൻ കാരണം ബൂർഷ്വാസിക്ക് ഉൽപ്പാദന പ്രക്രിയയുടെ മേലുള്ള ആധിപത്യം മാത്രമല്ല മറിച്ച് സമൂഹത്തിൽ ഉണ്ടാകുന്ന അധികാരബന്ധങ്ങൾ (Power Relations) കൂടിയാണ്, എന്നാണ്.

ഈ പറഞ്ഞതിനോട് വ്യത്യസ്ത അഭിപ്രായം ഉണ്ടാകണമെന്നില്ല. എന്നാൽ ഇവിടെ വിവക്ഷിക്കുന്നത് അധികാര ബന്ധങ്ങളെ കാണുന്നില്ലെന്നാണല്ലോ. അത് തെറ്റായ പ്രസ്താവ്യമാണ്. ഉൽപ്പാദനപ്രക്രിയയുടെ മേലുള്ള ആധിപത്യമാണ് എല്ലാ അധികാരബന്ധങ്ങൾക്കും നിദാനം എന്നുള്ള മാർക്സിസത്തിന്റെ സമീപനം വിലയിരുത്താത്തതുകൊണ്ടുള്ള പിശക് ആണ് ഇവിടെ മാർക്സിസ്റ്റ് വിമർശകർക്ക് സംഭവിച്ചത്.

'സ്ത്രീകളുടെ ചൂഷിത/പീഡിതാവസ്ഥയ്ക്ക് പിന്നിലെ ലിംഗപരമായ പ്രശ്നങ്ങൾക്കുനേരെ കണ്ണടയ്ക്കുന്നു. മുതലാളിത്ത വ്യവസ്ഥിതിയോടുള്ള മാർക്സിസ്റ്റ് സിദ്ധാന്തത്തിന്റെ കുടിപ്പക ഒരു അനിവാര്യബാധ്യത പോലെ തോളിലേറ്റുന്നതുകൊണ്ടാകാം സ്ത്രീയുടെ വിവേചനം സാമൂഹിക മാറ്റത്തിന്റെ പരിണിത ഫലമായി മാത്രമേ മാർക്സിസ്റ്റ് ഫെമിനിസത്തിന് സങ്കൽപ്പിക്കാനാകൂ.'[5]

'വർഗ്ഗവിശകലനത്തിന്റെ മാനദണ്ഡമുപയോഗിച്ചു മാത്രമുള്ള ഫെമിനിസ്റ്റ് പഠനത്തിന്റെ അപര്യാപ്തവും ന്യൂനീകൃതവുമായ ദർശനം പുരുഷമേൽക്കോയ്മ (പാട്രിയാർക്കി) ഒളിഞ്ഞുംതെളിഞ്ഞും ഏർപ്പെട്ടിരിക്കുന്ന അധികാരക്കളിയേയും സ്ത്രീപുരുഷ ബന്ധത്തിലെ ലിംഗാധിഷ്ഠിത അസമത്വങ്ങളേയും തീർത്തും അവഗണിച്ചുകൊണ്ടുള്ള ഫെമിനിസ്റ്റ് വീക്ഷണത്തിന്റെ അമൂർത്തതയും യാഥാർത്ഥ്യബോധമില്ലായ്മയുമാണ് സൂചിപ്പിക്കുന്നത്.'

'മാർക്സിസ്റ്റ് സിദ്ധാന്തത്തിന്റെ കേന്ദ്ര ലക്ഷ്യമായ തൊഴിലാളി വിപ്ലവത്തിനും അതിനാവശ്യമായ ഐക്യദാർഢ്യത്തിനും വിഘാതമായി ഫെമിനിസത്തിന്റെ പുരുഷവിദ്വേഷവും പുരുഷമേൽക്കോയ്മക്കെതിരെയുള്ള പ്രതിരോധവും പരിണമിച്ചാലോ എന്ന ഭയംമൂലം സ്ത്രീ സമൂഹം അനുഭവിക്കുന്ന അനീതിയുടെ ഉത്തരവാദിത്വം പുരുഷവർഗത്തിനാണെന്ന് ശക്തമായി പറയാനുള്ള അധൈര്യം, തന്മൂലം മറ്റ് ഫെമിനിസ്റ്റ്

പ്രസ്ഥാന ദർശനങ്ങളുടെ അംഗീകാരം മാർക്സിസ്റ്റ് ഫെമിനിസ്റ്റുകൾക്ക് നഷ്ടമായുള്ള അവസ്ഥയാണുള്ളത്.'[6]

ഈ മൂന്നു പ്രധാന വിമർശങ്ങളാണ് ഇടതുപക്ഷ സ്ത്രീസമത്വ ദർശനങ്ങളെ ആക്രമിക്കാൻ പൊതുവെ ബൂർഷ്വാഫെമിനിസ്റ്റ് വക്താക്കൾ പറയുന്ന കാര്യങ്ങൾ.

ഇത്തരം ആശയഗതിക്കാർ പറയുന്നത് സാമ്പത്തിക-രാഷ്ട്രീയ അധികാരങ്ങൾ ആസ്വദിക്കുന്ന ഒരു പുരുഷാധിപത്യസംഘടിത ശക്തി സമൂഹത്തിൽ നിലവിൽ ഉണ്ട്. ഇത് നിർണ്ണയിക്കപ്പെടുന്നത് ഒരു പുരുഷ ഹൈറാർക്കിക്കൽ ക്രമം വഴിയാണ്. ഈ പുരുഷാധിപത്യം സംഘടിത ശക്തിയാണ്, അല്ലാതെ വർഗസംഘടനയല്ല, സമൂഹത്തിലെ അധികാരത്തിനുള്ളിലെ സ്ത്രീകളുടെ സ്ഥാനം നിർണ്ണയിക്കുന്നത്. പുരുഷന്റെ ശക്തിയിലൂടെയും നിയന്ത്രണത്തിലൂടെയും പ്രകടമാകുന്ന പുരുഷാധിപത്യ വ്യവസ്ഥ വിവാഹം, കുടുംബം എന്നിവ വഴി സ്വയം നിലനിർത്തിപ്പോരുന്നു.

'അതായത് പുരുഷാധിപത്യം ലിംഗാടിസ്ഥാനത്തിലുള്ള ഒരധികാര വ്യവസ്ഥയാണ്. ഇത് ജീവശാസ്ത്രത്തിൽ സ്ത്രീയുടെ പുനരുൽപ്പാദന സംബന്ധിയായ ധർമ്മത്തിൽ അധിഷ്ഠിതമാണ്. അല്ലാതെ സാമ്പത്തിക ശാസ്ത്രത്തിലോ ചരിത്രത്തിലോ അല്ല.'

'മാത്രമല്ല പുരുഷാധിപത്യസമൂഹം രൂപംകൊള്ളുന്നത് മുതലാളിത്തത്തിൽ അല്ല; അതുകൊണ്ടുതന്നെ മുതലാളിത്തം അവസാനിക്കുന്നതോടെ പിതൃമേധാവിത്വസമ്പ്രദായവും അവസാനിക്കും എന്ന മാർക്സിയൻ കാഴ്ചപ്പാട് ശരിയാവുകയുമില്ല' എന്നുകൂടി ഇവർ കൂട്ടിച്ചേർക്കാൻ ശ്രമിക്കുന്നുമുണ്ട്.

സോഷ്യലിസ്റ്റ് ഫെമിനിസം എന്ന് സ്വയം വിശേഷിപ്പിക്കുന്നവരുടെ പ്രതിനിധിയായ ഐസൻസ്റ്റീൻ പറയുന്നത് മുതലാളിത്തവും പാട്രിയാർക്കിയും സ്വതന്ത്രമായ വ്യവസ്ഥകളല്ല, സാമ്യമുള്ളവയുമല്ല' മറിച്ച് അവ അന്യോന്യം ആശ്രയിച്ചു നിൽക്കുന്നു.

'മുതലാളിത്തം തകർന്നുപോയ രാജ്യങ്ങളിൽ (ഉദാ. റഷ്യ, ചൈന, ക്യൂബ) പുരുഷമേധാവിത്വം നിലനിൽക്കുന്നത് മുതലാളിത്തം അവസാനിച്ചാൽ തീരുന്ന പ്രശ്നമല്ല ഇതെന്ന് സൂചിപ്പിക്കുന്നു.'

ഈ ഇടതുപക്ഷ വിരുദ്ധ നീരീക്ഷണങ്ങളെല്ലാം പൊതുവെ രണ്ടു കാര്യത്തിൽ യോജിക്കുന്നു. ഒന്ന് മുതലാളിത്തത്തിനെതിരായ സമരം സ്ത്രീ വിമോചനത്തിന് പര്യാപ്തമാവില്ല, രണ്ട് മുതലാളിത്തം നശിക്കുന്നതുകൊണ്ട് സ്ത്രീവിമോചനം സാധ്യമാവുകയില്ല.

അപ്പോൾ ഫലത്തിൽ ബൂർഷ്വാ ഫെമിനിസം ചെന്നെത്തി നിൽക്കുന്നത് പുരുഷൻമാരാണ് സ്ത്രീകളുടെ ശത്രുക്കൾ എന്നാണ്. അല്ലാതെ പുരുഷൻമാരിലും സ്ത്രീകളിൽപോലും ഉരുത്തിരിഞ്ഞുവന്ന പുരുഷമേധാവിത്വം ഒരു സാമൂഹികവ്യവസ്ഥയുടെ ഉൽപ്പന്നമല്ല. മറിച്ച് അത് കേവല ലൈംഗിക പ്രശ്നം മാത്രമാണ്. അതായത് ലിംഗപരമായ ഹൈറാർ

ക്കിയുടെ സ്ഥാപനവൽക്കരണത്തിലൂടെ ഉണ്ടാകുന്ന ഒരു പ്രതിഭാസമാണ് പുരുഷാധിപത്യവ്യവസ്ഥിതി.

പീഡനമെന്ന ആശയം ചൂഷണത്തിൽ നിന്ന് വേറിട്ടുനിൽക്കുന്ന ഒന്നായി ഐസൻസ്റ്റീൻ വിലയിരുത്തുന്നു. 'ഇത് കുടുംബത്തിനകത്തും പുറത്തും (സമൂഹത്തിൽ) ഉള്ള ലിംഗപരമായ ശ്രേണീക്രമത്തിൽ നിന്നു കൂടിയാണ്.'[7]

ഏംഗൽസിനെ വിശദീകരിച്ചുകൊണ്ട് ഇ.എം.എസ് ഏതാണ്ട് ഈ പ്രശ്നത്തിന് സമാനമായ വീക്ഷണത്തെ ഇങ്ങനെ വിലയിരുത്തുന്നു.

> ഏംഗൽസിന്റെ *കുടുംബം, സ്വകാര്യസ്വത്ത്, ഭരണകൂടം* എന്ന പ്രശസ്തഗ്രന്ഥത്തിൽ ചൂണ്ടിക്കാണിച്ചതുപോലെ ചൂഷക-ചൂഷിത വിഭജനം വ്യക്തമായി രൂപം കൈക്കൊള്ളുന്നതിനുമുമ്പുതന്നെ സ്ത്രീസമൂഹം പുരുഷമേധാവിത്വത്തിന് കീഴ്പ്പെടാൻ തുടങ്ങിയിരുന്നു. വർഗസമൂഹത്തിന്റെ ഓരോ ഘട്ടത്തിലും-അടിമത്തം, അടിയായ്മ, മുതലാളിത്തം എന്നിവയിലൊക്കെ -ചൂഷിത ജനവിഭാഗങ്ങളാകെ ചൂഷകരാൽ അടിച്ചമർത്തപ്പെട്ടിരുന്നുവെങ്കിൽ ചൂഷകരിലും ചൂഷിതരിലും പെട്ട സ്ത്രീവിഭാഗം അതാത് വിഭാഗങ്ങളിൽപ്പെട്ട പുരുഷവിഭാഗത്തിന്റെ മേൽക്കോയ്മയ്ക്കും ഇരയായിരുന്നു. മുതലാളിത്ത സമൂഹത്തിൽപ്പോലും ഇത് തുടരുകയാണ്.
>
> ചൂഷകർ ചൂഷിതരെയോ പുരുഷൻമാർ സ്ത്രീകളെയോ അമർത്തിവെക്കാത്ത സ്വതന്ത്രവും ജനാധിപത്യപരവും സമത്വപൂർണ്ണവുമായ ഒരു സമൂഹം (സോഷ്യലിസവും കമ്മ്യൂണിസവും) രൂപപ്പെടാനുള്ള സാഹചര്യം വളർന്നുവരാൻ തുടങ്ങിയിരിക്കുന്നുവെന്നതാണ് മുതലാളിത്ത യുഗത്തിന്റെ സവിശേഷത. അതുകൊണ്ട് ചൂഷകവിഭാഗത്തിൽപ്പെട്ട സ്ത്രീകൾക്കുപോലും സ്വാതന്ത്ര്യവും സമത്വവും കിട്ടണമെങ്കിൽ പടിപടിയായി സോഷ്യലിസത്തിലേക്കും കമ്മ്യൂണിസത്തിലേക്കും നീങ്ങുന്ന ഒരു പ്രസ്ഥാനം സ്ത്രീകൾ വളർത്തിയെടുക്കണം.
>
> ഇതാണ് പൊതു കാഴ്ചപ്പാടെങ്കിലും സോഷ്യലിസത്തിനും കമ്മ്യൂണിസത്തിനും മുമ്പുള്ള വികസിത മുതലാളിത്തത്തിൻ കീഴിൽപോലും സ്ത്രീസമൂഹം പുരുഷമേധാവിത്വത്തിന് കീഴ്പ്പെട്ടിരിക്കുന്നു. അതിനെതിരായ സമരം സ്ത്രീകളെന്ന നിലയ്ക്ക് നടത്തുമ്പോൾ തന്നെ തൊഴിലാളി -കർഷകാദി ബഹുജനങ്ങളുടെ പ്രസ്ഥാനം വളർത്തിയെടുക്കാനും സ്ത്രീസമൂഹം തയ്യാറാവേണ്ടിയിരിക്കുന്നു.
>
> ഇന്ത്യയെപ്പോലെ മുതലാളിത്തപൂർവ്വ (ഫ്യൂഡൽ) വ്യവസ്ഥയുടെ അവശിഷ്ടങ്ങൾ ധാരാളമുള്ള രാജ്യങ്ങളിൽ ഇത് വിശേഷിച്ചും

പ്രസക്തമാണ്. ഇവിടെ സ്ത്രീകൾ നേരിട്ടനുഭവിക്കുന്ന പുരുഷ മേധാവിത്വം മുതലാളിത്തപൂർവ്വ (ഫ്യൂഡൽ) മധാവിത്വത്തിന്റെ ഭാഗമാണ്. ബഹുഭാര്യത്വം, പുരുഷന് തോന്നുമ്പോൾ വിവാഹമോചനം നടത്തൽ, പർദ മുതലായ പ്രാകൃതാചാരങ്ങൾ, സ്വത്ത് സംബന്ധമായ അസമതകൾ എന്നിവയെല്ലാം മുതലാളിത്തപൂർവ്വ (ഫ്യൂഡൽ) വ്യവസ്ഥയുടെ അഭേദ്യഭാഗമാണ്. ഇവയ്ക്കെതിരെ പോരാടി സ്ത്രീപുരുഷ സമത്വം സ്ഥാപിക്കണമെങ്കിൽ മുതലാളിത്തപൂർവ്വ (ഫ്യൂഡൽ) വ്യവസ്ഥയ്ക്കുകീഴിൽ കൊള്ളയടിക്കപ്പെടുന്ന കർഷകജനസാമാന്യത്തിന്റെയും മറ്റധ്വാനിക്കുന്ന ബഹുജനങ്ങളുടെയും വിപ്ലവപ്രസ്ഥാനങ്ങളുമായി സ്ത്രീപ്രസ്ഥാനം താദാത്മ്യം പ്രാപിക്കണം. കർഷകജനസാമാന്യത്തെയും മറ്റധ്വാനിക്കുന്ന ബഹുജനങ്ങളെയാകെയും മുതലാളിത്തപൂർവ്വ (ഫ്യൂഡൽ) ചൂഷണത്തിൽ നിന്ന് മോചിപ്പിക്കാതെ സ്ത്രീപുരുഷസമത്വം സാധ്യമല്ല.[8]

ഏതായാലും മുതലാളിത്ത പൂർവ്വ വ്യവസ്ഥയിലാണ് പുരുഷമേധാവിത്വം ഉടലെടുത്തത് എന്ന കാര്യത്തിൽ തർക്കമില്ല. തൊട്ടുമുമ്പുള്ള ഫ്യൂഡൽ കാലഘട്ടത്തിലും അല്ല. സ്വകാര്യസ്വത്തിന്റെ ആവിർഭാവഘട്ടത്തിലാണ് എന്ന് ഏംഗൽസ് ഉദാഹരണസഹിതം മോർഗൻ ഉൾപ്പെടെയുള്ളവരെ വിശകലനം ചെയ്തുകൊണ്ട് വ്യക്തമാക്കിയിട്ടുണ്ട്. ഇത് പിന്നീട് അടിമത്തകാലഘട്ടത്തിലേക്ക് നീങ്ങി മുതലാളിത്തത്തിന്റെ ഘട്ടമായി ഇപ്പോഴും തുടരുന്നു.

പുരുഷമേധാവിത്വം ചരിത്രപരമായി വിശകലനം ചെയ്യപ്പെടാതെ അതിന്റെ ആവിർഭാവവും അതിനെ നേരിടേണ്ടിവന്ന രീതിയും ആവിഷ്ക്കരിക്കുക അസാധ്യമാണ്. മുതലാളിത്തത്തോട് കുടിപ്പക എന്ന് ശുദ്ധ ഫെമിനിസ്റ്റ് വാദികൾ പറയുന്നതിലെ മുതലാളിത്ത താൽപ്പര്യം മറനീക്കി പുറത്ത് വരുന്നുണ്ട്.

ആദികാലത്ത് സ്ത്രീകൾക്ക് എന്തുകൊണ്ട് തുല്യതയോ അല്ലെങ്കിൽ പ്രാധാന്യകൂടുതലോ ലഭിച്ചു? ഇതിനെ എങ്ങനെയാണ് ഇക്കൂട്ടർ വിശകലനം ചെയ്യുന്നത്. ദൈവസൃഷ്ടിയായിരുന്നോ? പുരുഷന് ദയ തോന്നി നൽകിയതാണോ? അല്ലല്ലോ. അപ്പോൾ അത് ചരിത്രബന്ധങ്ങളുടെ സൃഷ്ടിയാണ്. ഉൽപ്പാദനവ്യവസ്ഥയാണ് സാമൂഹികവ്യവസ്ഥകളെ സൃഷ്ടിക്കുന്നതെന്ന മാർക്സിസത്തിന്റെ കാഴ്ചപ്പാട് ഇവിടെ പ്രതിഫലിക്കുന്നു. ഉൽപ്പാദന സമ്പ്രദായത്തിൽ സ്ത്രീകൾക്ക് ലഭിച്ച പ്രാധാന്യമാണ് അവർക്ക് മുൻനിര സ്ഥാനം ലഭിക്കുവാൻ കാരണം. ഇതിന് അവരെ സഹായിച്ചത് ഇന്ന് അവരുടെ പരിമിതിയായി പലരും ചൂണ്ടിക്കാട്ടുന്ന മാതൃത്വം കൂടിയാണ്. പുതുതലമുറയുടെ സംരക്ഷണം അവരാണ് നടത്തിയിരുന്നത്. ഭക്ഷണം പോലും (Bread winner) സംഘടിപ്പിക്കുന്നതിൽ അവർക്ക് മുൻതൂക്കം ആയിരുന്നു. മാതൃദായ ക്രമത്തിന്റെ വളർച്ച അവിടെയാണ് പ്രതിഫലിച്ചത്.

സ്ത്രീ, മുതലാളിത്തത്തിലും സോഷ്യലിസത്തിലും

ഉൽപ്പാദന സമ്പ്രദായം മാറുകയും കൃഷി ശക്തമാകുകയും ചെയ്തതോടെ അതിന്റെ ഉപകരണങ്ങളായ കന്നുകാലികളുടെ സംഭരണവും മറ്റ് ഉൽപ്പാദന ഉപകരണങ്ങളുടെ വികാസവും പുരുഷാധിപത്യത്തിലേക്ക് വഴിതെളിയിച്ചു.

കന്നുകാലിസംഭരണത്തേക്കാൾ മുന്നേ കൃഷി തുടങ്ങിയതായി ചില നരവംശ ശാസ്ത്രപഠനങ്ങൾ ഉദ്ധരിച്ചുകൊണ്ട് ലെനിന്റെ സിദ്ധാന്തത്തെ ഖണ്ഡിക്കാൻ ബൂർഷ്വാ ഫെമിനിസ്റ്റുകൾ ശ്രമിക്കുന്നുണ്ട്. അത് എങ്ങനെ ശരിയാകും. അലഞ്ഞുതിരിഞ്ഞ ജനതയുടെ സഹചാരികളിൽ നിന്നാണ് വളർത്തുമൃഗങ്ങൾ ആവിർഭവിക്കുന്നത്. ഈയടുത്ത് പുറത്തു വന്ന ഒരു പഠനത്തിൽ 16000 വർഷം മുമ്പ് ഉരുക്കളെ മനുഷ്യൻ ചേർത്തു നിർത്തിയിരുന്നുവെന്ന് വിലയിരുത്തുന്നു. അതിന് തെളിവ് ലഭിച്ചത്, ഖനനം ചെയ്തെടുത്ത ചില മൺപാത്രങ്ങളിൽ നിന്നാണ്. വിശദമായ പരിശോധനയിൽ കുടിക്കാൻ പാകത്തിൽ പരുവപ്പെടുത്തിയതെന്ന് കരുതുന്ന മൺപാത്രത്തിൽ പാലിന്റെ അംശം കണ്ടിരുന്നു. ഇത് വിശകലനം ചെയ്തുകൊണ്ട് എത്തിച്ചേർന്ന നിഗമനം മൃഗങ്ങളുടെ പാൽ സംഭരിച്ചു തുടങ്ങിയിരുന്നുവെന്നാണ്. ഇങ്ങനെ ശേഖരിക്കണമെങ്കിൽ മൃഗങ്ങളെ വരുതിക്ക് നിർത്താൻ കഴിയണമല്ലോ. ഏതായാലും 16000 വർഷം മുമ്പ് കൃഷി തുടങ്ങിയിരുന്നില്ലെന്ന് പൊതുവെ സമ്മതിക്കുന്ന കാര്യവുമാണ്. അപ്പോൾ ആദ്യ സ്വകാര്യസ്വത്ത് സമ്പാദനം മൃഗങ്ങളുടെ ശേഖരണമാണെന്ന് നിരീക്ഷിച്ച ഏംഗൽസിന് പിശക് പറ്റിയെന്ന് വിലയിരുത്തുന്നത് നല്ല പിശകായി തന്നെ കണക്കാക്കാം.

മുതലാളിത്ത പൂർവ്വ വ്യവസ്ഥയിൽ ഉദയം ചെയ്ത പുരുഷമേധാവിത്വ സമ്പ്രദായത്തിന്റെ ഉത്തരവാദിത്വം മുതലാളിത്തത്തെ ഏൽപ്പി

ക്കാനും അതുവഴി മുതലാളിത്തത്തെ പഴിപറയാൻ ഉപയോഗിക്കുന്നത് ശരിയല്ലെന്നുമാണല്ലോ വിമർശം.

മുതലാളിത്തത്തിന്റെ സവിശേഷതയാണ് സ്വകാര്യസ്വത്ത്. സ്വകാര്യസ്വത്ത് ആ വ്യവസ്ഥയിൽ മാത്രമുള്ളതോ, അതിൽത്തന്നെ ഒതുങ്ങുന്നതോ അല്ലതാനും. സ്വകാര്യസ്വത്ത് എങ്ങനെ ഉൽഭവിച്ചുവെന്നാണ് ഏംഗൽസ് വിശദീകരിച്ചത്. മുതലാളിത്തം വളർന്നു വികസിക്കുന്നതിന്റെ വേരുകൾ നമുക്ക് അടിമ-ഉടമവ്യവസ്ഥയെന്ന ജന്മിത്വപൂർവ്വ വ്യവസ്ഥയിൽ ദൃശ്യമാണ്. ഇത് തമ്മിലുള്ള വ്യത്യാസം ജന്മിത്വവും മുതലാളിത്തവും ചൂഷണവ്യവസ്ഥയാണെങ്കിലും മൂലധന സമാഹരണത്തിന്റെ മൂർത്തിമദ്‌രൂപമാണ് മുതലാളിത്തം എന്നതാണ്.

'മുതലാളിത്ത വികസന പ്രക്രിയയിലൂടെയുള്ള ആധുനിക വ്യവസായത്തിന്റെ വികസനം നാടുവാഴിത്തത്തിൻകീഴിൽ കുടുംബത്തിന്റെ രൂപങ്ങൾ മാറ്റുന്നതിലേക്ക് നയിച്ചു. കാർഷിക സേവനങ്ങൾ നൽകുന്നതിന്റെ ആവശ്യത്തെ മുഖ്യമായി അടിസ്ഥാനപ്പെടുത്തിക്കൊണ്ടായിരുന്നു നാടുവാഴിത്തത്തിലെ കുടുംബം. മുതലാളിത്തം സ്ത്രീകൾക്ക് കുടുംബ ചുറ്റുവട്ടത്തിന് പുറത്ത് വൻകിട വ്യവസായത്തിലും മറ്റ് തൊഴിൽ മേഖലകളിലും ഒരു പങ്ക് നൽകി. അതുവഴി കുടുംബങ്ങൾക്കുള്ളിൽ സ്ത്രീകളുടെ സ്വാതന്ത്ര്യവും തുല്യതയും വർദ്ധിപ്പിക്കുന്നതിന് ഭൗതിക സാധ്യതയേകി.'

'മുതലാളിത്ത സമൂഹത്തിൽ പുരുഷന്മാരും സ്ത്രീകളും തമ്മിലുള്ള അസമമായ തൊഴിൽ വിഭജനം ഇല്ലാതാക്കാനുള്ള ഉപാധി ഉൽപ്പാദന ശക്തികളുടെ വികാസം സൃഷ്ടിച്ചിട്ടുണ്ടെങ്കിലും മുതലാളിത്ത വ്യവസ്ഥയിലെ ആന്തരിക വൈരുദ്ധ്യങ്ങളും സ്വഭാവവും അങ്ങനെ ചെയ്യുന്നതിൽ നിന്ന് അതിനെ തടയുന്നു.'

'സാമൂഹിക ഉൽപ്പാദന രംഗത്തേക്ക് സ്ത്രീകളെ കൂടുതലായി പ്രവേശിപ്പിക്കലാണ് സ്ത്രീകളുടെ വിമോചനത്തിനുള്ള മുഖ്യ ഉപാധി എങ്കിലും സ്ത്രീയുടെ വീട്ടടിമത്തം അതിനു തടസ്സങ്ങൾ സൃഷ്ടിക്കുന്നു. ആധുനിക വൻകിട വ്യവസായം തൊഴിലാളിവർഗ്ഗത്തിൽപ്പെട്ട സ്ത്രീകളെ കുടുംബത്തിനുള്ളിൽ നിന്ന് സാമൂഹിക ഉൽപ്പാദനരംഗത്തേക്ക് വൻതോതിൽ കൊണ്ടുവന്നു. പക്ഷേ, കുടുംബത്തിനകത്തെ അധ്വാന വിഭജനം സമൂഹത്തിൽ തന്റെ പങ്കാളിയായ പുരുഷനോടൊപ്പം കഴിവുതെളിയിക്കുന്നതിൽ അത് തടസ്സവും സൃഷ്ടിക്കുന്നു.'

'വീട്ടുകാര്യങ്ങൾ നോക്കുമ്പോൾ അവൾക്ക് പൊതുവിൽ ഉൽപ്പാദനത്തിൽ പങ്കുചേരാനും ഉപജീവനത്തിനുള്ള വക സമ്പാദിക്കാനും കഴിയാതെവരികയും അതുപോലെതന്നെ പൊതു വ്യവസായത്തിൽ പണിചെയ്യുകയും പ്രതിഫലം നേടുകയും ചെയ്യുമ്പോൾ വീട്ടുകാര്യങ്ങൾ നോക്കാൻ സാധിക്കാതെ വരികയും ചെയ്യുന്നു. തൊഴിൽ ശാലയിൽ പണിയെടുക്കുന്ന സ്ത്രീയുടെ അതേ അവസ്ഥതന്നെയാണ് വൈദ്യവൃത്തിയും നീതിന്യായവും വരെയുള്ള മറ്റേതൊരു സേവനത്തുറയിൽ ഏർപ്പെട്ടിരി

ക്കുന്ന സ്ത്രീയുടെയും.'[9]

പുരുഷമേധാവിത്വപരമായ സംസ്ക്കാരങ്ങളെ മുതലാളിത്തം കൂടെ കൂട്ടുകയും ശക്തിപ്പെടുത്തുകയും ചെയ്തിരിക്കുന്നു. അത്തരമൊരു ചട്ടക്കൂട് തൊഴിൽ ചെയ്യുന്ന പുരുഷന്മാരും സ്ത്രീകളും തമ്മിൽ കൂലി വ്യത്യാസം അനുവദിക്കുകയും സ്ത്രീകളുടെ വിലകുറഞ്ഞ അദ്ധ്വാനത്തെ പ്രയോജനപ്പെടുത്താൻ മുതലാളിമാരെ അനുവദിക്കുകയും ചെയ്യുന്നു. അങ്ങനെ തൊഴിൽ സേനയിൽ ഒരു വലിയ വിഭാഗമായ സ്ത്രീകളിൽ നിന്ന് വർദ്ധിച്ച നിരക്കിൽ മിച്ച മൂല്യം ഈടാക്കാൻ അനുവാദം നൽകുന്നു. പൊതുകൂലി നിരക്കിനെ താഴ്ത്തി നിർത്തുന്ന തൊഴിലില്ലാത്തവരുടെ കരുതൽ സേനയിൽ സ്ത്രീകളും പങ്കാളികളാണ്.

സ്ത്രീകളെ കീഴ്പ്പെടുത്തി നിർത്തുന്നത് മുതലാളിത്ത ലാഭത്തിന്റെ ഒരു പ്രധാന ഉപാധിയാകുന്നത് എങ്ങനെയെന്ന് മനസ്സിലാകുന്നതിന് ഏറ്റവും പുരോഗതി നേടിയ മുതലാളിത്ത രാജ്യങ്ങളിലെ സ്ത്രീകളുടെ സ്ഥിതിയെന്തെന്ന് നോക്കിയാൽ മതി. അമേരിക്കൻ ഐക്യനാടുകളിൽ സ്ത്രീകൾക്ക് തുല്യവേതനം ശുപാർശ ചെയ്തുകൊണ്ട് 1977 ൽ തുല്യ വേതനകമ്മീഷൻ സമർപ്പിച്ച നിർദ്ദേശം ഇതേവരെ സ്വീകരിക്കപ്പെട്ടിട്ടില്ല. സ്ത്രീകൾക്ക് തുല്യവേതനം നൽകാതിരിക്കുന്നത് വഴി അമേരിക്കയിലെ മുതലാളിമാർ പ്രതിവർഷം 20,000 കോടി ഡോളറിന്റെ അധികലാഭം ഉണ്ടാക്കുന്നതായാണ് മതിപ്പുകണക്ക്.

ഇങ്ങനെ ഒക്കെയാണ് മുതലാളിത്ത രീതിയെങ്കിലും അതിനെ പഴി പറയാൻ പാടില്ലെന്ന് പറയുന്ന ബൂർഷ്വാ ഫെമിനിസ്റ്റ് വാദികൾ ഏതു തരം സ്ത്രീവിമോചനമാണ് ലക്ഷ്യമിടുന്നത്.

അവർ സൂചിപ്പിക്കുന്ന മറ്റൊരുകാര്യം മുതലാളിത്തം തകർന്ന് സോഷ്യലിസം വന്ന സാഹചര്യങ്ങളിലെ സ്ഥിതിയാണ്. ഇവിടെ അടിസ്ഥാനപരമായിട്ടുള്ള പ്രശ്നം മുതലാളിത്തത്തെ കടപുഴക്കി എറിഞ്ഞ് ഇന്നുവരെ ഒരിടത്തും സോഷ്യലിസം അതിന്റെ പൂർണാവസ്ഥയിൽ വന്നിട്ടില്ലെന്നുള്ളതാണ്. സോഷ്യലിസ്റ്റ് സർക്കാർ ഉണ്ടായാൽ സോഷ്യലിസം വന്നുവെന്നല്ല. മുതലാളിത്തം വളർന്ന രാജ്യങ്ങളിൽ ഇപ്പോഴും ജന്മിത്വാവശിഷ്ടങ്ങൾ കടുത്ത തോതിൽ നിലനിൽക്കുന്നതുപോലെ (ഉദാ: ഇന്ത്യ) മുതലാളിത്ത അവശിഷ്ടങ്ങൾ സോഷ്യലിസ്റ്റ് നാടുകളിലും ഉണ്ടാകും. സോഷ്യലിസത്തിന്റെ പ്രാഥമിക ഘട്ടം ഉൽപ്പാദനോപാധികൾ പൊതുമേഖലയിൽ എത്തിക്കുക എന്നതാണ്. അവിടെ കഴിവിനനുസരിച്ച് അധ്വാനിക്കുകയും അധ്വാനമനുസരിച്ച് കൈക്കൊള്ളുകയും ചെയ്യലാണ് തൊഴിലാളികൾ ചെയ്യുന്നത്. അടുത്ത സ്റ്റേജിൽ കഴിവിനനുസരിച്ച് ഉൽപ്പാദിപ്പിക്കുകയും ആവശ്യത്തിനനുസരിച്ച് എടുക്കുകയും ചെയ്യുക എന്നതാണ്. ഇങ്ങനെ സംഭവിക്കണമെങ്കിൽ ഉൽപ്പാദന വളർച്ച പ്രധാനമാണ്. ഇതിലെ രണ്ടാം ഘട്ടത്തിൽ എത്തുക എന്നുള്ളത് ദീർഘകാല പ്രക്രിയയാണ്.

ഈ പ്രക്രിയ നടക്കുമ്പോൾ മാത്രമാണ് മുതലാളിത്തം കുറെശ്ശെ പിൻവാങ്ങുന്നത്. പൂർണ്ണമായും സ്വകാര്യസ്വത്തിന്റെ നിർമ്മാർജനം കമ്മ്യൂ

ണിസ്റ്റ് വ്യവസ്ഥയിൽ ആണുണ്ടാവുക. അതായത് സോഷ്യലിസത്തിന്റെ ഘട്ടങ്ങളിൽ ഒരു പരിധിവരെ മുതലാളിത്തം നിർമ്മാർജ്ജനം ചെയ്യപ്പെടുന്നില്ല. 'സ്ത്രീകളുടെ മോചനത്തിന് അടിസ്ഥാനപരമായ രണ്ടുകാര്യങ്ങൾ പാലിക്കപ്പെടേണ്ടതുണ്ട്. അവ രണ്ടും സ്വകാര്യസ്വത്തിനെ ഉച്ചാടനം ചെയ്യുന്നതിൽ അധിഷ്ഠിതമായ ഒരു സോഷ്യലിസ്റ്റ് സമൂഹത്തിൽ മാത്രമേ നിറവേറ്റപ്പെടുകയുള്ളൂ. ഇവയിൽ ആദ്യത്തേത് പുരുഷന്മാരുടേതിന് സമാനമായ വ്യവസ്ഥകളിലും അവസരങ്ങളിലും സാമൂഹികമായി ഉൽപ്പാദനപരമായ ജോലി വ്യാപകമായി ചെയ്യാൻ സ്ത്രീകളെ പ്രാപ്തരാക്കുകയാണ്. സാമ്പത്തികമായി സ്വയംപര്യാപ്തതനേടാനും അവരുടെ ഒറ്റപ്പെടൽ അവസാനിപ്പിക്കുവാനും ഉൽപ്പാദനപ്രവർത്തനത്തിൽ തങ്ങളുടെ കഴിവും നൈപുണികളും വികസിപ്പിക്കുന്നതിനും അത് അവരെ സഹായിക്കുന്നു. രണ്ടാമത്തേത്, പൊതുവായ ഭക്ഷണലഭ്യതയും നഴ്സറികളും ശിശുപരിപാലന കേന്ദ്രങ്ങളും പൊതുഅലക്കുശാലകളും വ്യാപകമായി ഏർപ്പെടുത്തിക്കൊണ്ടും വീട്ടുജോലി ലഘുവാക്കുന്നതിനുള്ള പുതിയ സാങ്കേതിക വിദ്യകൾ ലഭ്യമാക്കിക്കൊണ്ടും, ഗൃഹജോലി പുരുഷൻമാരും സ്ത്രീകളും തുല്യമായി പങ്കിട്ടെടുത്തുകൊണ്ടും ഗൃഹഭരണത്തിന്റെ അപ്രധാനമായ ഉത്തരവാദിത്വം മുഴുവൻ സാമൂഹ്യവൽക്കരിക്കുകയും മടുപ്പിക്കുന്ന വീട്ടുജോലിയുടെ ലോകത്ത് നിന്ന് പുറത്ത് കൊണ്ടുവരികയുമാണ്. ഏംഗൽസ് പറയുന്നത് പോലെ "ഉൽപ്പാദനോപകരണങ്ങൾ പൊതുസ്വത്തായി മാറുന്നതോടെ വ്യക്തിഗത കുടുംബം സമൂഹത്തിലെ സാമ്പത്തിക ഏകകം അല്ലാതാകുന്നു. സ്വകാര്യ കുടുംബഭരണം സാമൂഹിക വ്യവസായമായി മാറുന്നു." ലിംഗാടിസ്ഥാനത്തിലുള്ള അധ്വാനത്തിന്റെ അസമമായ വിഭജനത്തിലും ഇത് മാറ്റം വരുത്തുന്നു.'[10]

വസ്തുത ഇതായിരിക്കെ സോഷ്യലിസ്റ്റ് രാഷ്ട്രങ്ങളിൽ സ്ത്രീകൾക്ക് പരിപൂർണ വിമോചനം ലഭിക്കാത്തതിനാൽ മുതലാളിത്തത്തെ പഴി പറയാൻ പാടില്ലെന്ന യുക്തി എങ്ങനെ നിലനിൽക്കും? ഇതെങ്ങനെ മുതലാളിത്തത്തോടുള്ള 'കുടിപ്പക ആകും?'

ഇനി പരിമിതികളോടെയാണെങ്കിലും സോഷ്യലിസ്റ്റ് രാജ്യങ്ങളിലെ സ്ഥിതി എത്രയോ മെച്ചപ്പെട്ടതാണ്. ലോകത്ത് ഒരു മുതലാളിത്ത രാജ്യവും കൈവരിക്കാൻ കഴിയാത്തത്ര സ്ത്രീ വിമോചനം ഇത്തരം രാജ്യങ്ങളിൽ നേടാൻ കഴിഞ്ഞിട്ടുണ്ട്,

ഫ്രഞ്ചു വിപ്ലവാനന്തരം ഉയർന്നുവന്ന പ്രധാന ആവശ്യമാണ് സ്ത്രീകൾക്ക് വോട്ടവകാശം. ഇത് ലോകത്ത് ആദ്യമായി നടപ്പിലാക്കിയത് സോവിയറ്റ് യൂണിയനിലാണ്. പാശ്ചാത്യ ഫെമിനിസ്റ്റ് പ്രസ്ഥാനം സ്വന്തം രാജ്യങ്ങളിൽ വീടിനകത്തെ പുരുഷമേധാവിത്വത്തെ വെല്ലുവിളിക്കുന്നതിന് അറുപത് വർഷങ്ങൾക്ക് മുമ്പാണ് ആദ്യത്തെ സോഷ്യലിസ്റ്റ് രാജ്യത്ത് പുരുഷാധിപത്യനിയമങ്ങൾ (കുടുംബ) റദ്ദാക്കപ്പെട്ടത്. 1918 ൽ അംഗീകരിക്കപ്പെട്ടതും 1926 ൽ ഭേദഗതി ചെയ്യപ്പെട്ടതുമായ പുതിയ സോഷ്യലിസ്റ്റ് രാജ്യത്തിലെ ആദ്യത്തെ കുടുംബനിയമമാണ് ഇതേവരെ

ലോകത്ത് പാസ്സാക്കപ്പെട്ട ലിംഗ കുടുംബനിയമങ്ങളിൽ ഏറ്റവും പുരോഗമനപരം. വിവാഹമോചനം, ജീവനാംശം (ഉപേക്ഷിച്ച ഭാര്യയ്ക്ക് ഭർത്താവ് നൽകുന്ന) വിവാഹം നിർബന്ധമായും രജിസ്റ്റർ ചെയ്യൽ, വിവാഹം വഴിക്കുള്ള സ്വത്തിൽ തുല്യാവകാശം, നിയമാനുസൃതമല്ലാത്ത പിതൃത്വം എന്ന സങ്കൽപ്പനം റദ്ദാക്കൽ, ദാമ്പത്യത്തിലോ അല്ലാതെയോ പിറന്ന കുട്ടികൾക്കെല്ലാം പിതൃസഹായം കിട്ടാനുള്ള അവകാശം എന്നിവയെല്ലാം ഉറപ്പുചെയ്യപ്പെട്ടു. 1917 ൽ മാത്രം സോഷ്യലിസ്റ്റുകൾ അധികാരത്തിൽ വന്ന സോവിയറ്റ് യൂണിയനിൽ പൊതുവായി കൈവശം ഉള്ള ഭൂമിയിലെ അവകാശത്തിൽ ലിംഗസമത്വം ഉറപ്പാക്കിയ സോവിയറ്റ് നിയമം 1922 ൽ അംഗീകരിക്കപ്പെട്ടു. അതേ സമയം വ്യാവസായിക വികസനം വർദ്ധിച്ചതോടെ സ്ത്രീകൾക്ക് ജോലിയിൽ തുല്യഅവസരം നൽകപ്പെട്ടു.

സാമൂഹികോല്പാദനത്തിൽ തുല്യപങ്കാളികളാകുന്നതിന് അവർ പ്രോത്സാഹിപ്പിക്കപ്പെട്ടു. ഇരട്ട ഭാരം, അതായത് ജോലിസ്ഥലത്തും വീട്ടിലും രണ്ട് ഷിഫ്റ്റ് ജോലി എന്ന സ്ഥിതി ശിശുക്ഷേമസൗകര്യങ്ങൾ, അലക്കുമുറികൾ, പൊതുവായ ഭക്ഷണശാലകൾ മുതലായവയുടെ വിപുലമായ സംവിധാനം ഏർപ്പെടുത്തി ഇല്ലായ്മ ചെയ്യുന്നതിനുള്ള ശ്രമം നടന്നു. ലൈംഗികമായ തൊഴിൽ വിഭജനത്തിൽ നിന്ന് ഉയർന്നുവരുന്ന പ്രശ്നങ്ങളെ വ്യക്തിഗതമായ കുടുംബജോലിയെ വൻകിട സോഷ്യലിസ്റ്റ് സമ്പദ്‌വ്യവസ്ഥയായി മാറ്റുന്നതിനുള്ള ഭൗതിക പശ്ചാത്തലം സൃഷ്ടിച്ചുകൊണ്ട് പരിഹരിക്കാനുള്ള യത്നം നടന്നു. ലൈംഗികമായ പീഡനവും ബലാത്സംഗവും ചെയ്യുന്നവർക്ക് ഏറ്റവും കടുത്ത ശിക്ഷ നൽകപ്പെട്ടു.

സോവിയറ്റ് സമൂഹത്തിൽ മാത്രമല്ല, രണ്ടാംലോകമഹായുദ്ധത്തിനു ശേഷം സോഷ്യലിസ്റ്റായി തീർന്ന എല്ലാ കിഴക്കൻ യൂറോപ്യൻ രാജ്യങ്ങളിലും ഒരുപക്ഷേ, സ്ത്രീകൾക്കും കുട്ടികൾക്കുമായിരുന്നു ഏറ്റവും കൂടുതൽ പ്രയോജനം ഉണ്ടായത്. വിപ്ലവം നടന്ന കാലത്ത് ഏറ്റവും പിന്നണിയിൽ കിടന്നിരുന്ന രാജ്യമായിരുന്ന സോവിയറ്റ് യൂണിയനിൽ 1950 കളായപ്പോഴേക്ക് മൊത്തം തൊഴിൽ സേനയിൽ 51% വും ഡോക്ടർമാരിൽ 68% വും സ്ത്രീകളായി. 1980 കളിലും 90 കളിലും ഈ രാജ്യങ്ങളിൽ മിക്കതിലും തൊഴിൽ ചെയ്യാവുന്ന പ്രായപരിധിയിലുള്ള സ്ത്രീകളിൽ 32% മാത്രമായിരുന്നു ജോലി ചെയ്തത്. ജി.ഡി. ആറിൽ ജഡ്ജിമാരിൽ 45% വും അഭിഭാഷകരിൽ 30% വും ദന്തചികിത്സകരിൽ 57% വും ഡോക്ടർമാരിൽ 52% വും സ്ത്രീകളായിരുന്നതിൽ നിന്ന് അവരുടെ പദവി അവിടെ എന്തായിരുന്നുവെന്ന് ഊഹിക്കാം. അതേസമയം തൊഴിലെടുക്കുന്ന കുടുംബങ്ങളെ വിശേഷിച്ച് സ്ത്രീകളെ സഹായിക്കുന്നതിന് അവിടങ്ങളിൽ ശിശുപരിപാലനകേന്ദ്രങ്ങളുടെയും വിദ്യാഭ്യാസ സൗകര്യങ്ങളുടെയും നീണ്ടനിര ഉണ്ടായിരുന്നു. കുട്ടികളിൽ 85-90 ശതമാനം ഈ സേവനം ഉപയോഗപ്പെടുത്തിയിരുന്നു. 1987 ലെ സമാന കണക്കുകൾ കാണിച്ചത് ബ്രിട്ടനിൽ സ്ത്രീകൾ അഭിഭാഷകരിൽ 4% വും ഡോക്ടർമാരിൽ 23% വും ദന്തചികിത്സകരിൽ 20% വും ആണെന്നായിരുന്നു. യു

എസ് എയിൽ സ്ത്രീകൾ അഭിഭാഷകരിൽ 8% വും ദന്തചികിത്സകരിൽ 6% വും ഡോക്ടർമാരിൽ 17% വും ആയിരുന്നു.

സോഷ്യലിസ്റ്റ് സമൂഹങ്ങളിൽ സ്ത്രീകൾക്കുണ്ടായ നേട്ടങ്ങൾ മുതലാളിത്ത സമൂഹങ്ങളിൽ വലിയ സ്വാധീനം ചെലുത്തി. അവിടങ്ങളിൽ മറ്റ് വിഭാഗങ്ങളുടെയെന്ന പോലെ സ്ത്രീകളുടെ പ്രസ്ഥാനങ്ങളും സോഷ്യലിസ്റ്റ് ദൃഷ്ടാന്തത്താൽ ആവേശഭരിതരായി തുല്യാവകാശങ്ങൾ ആവശ്യപ്പെട്ടു. സോഷ്യലിസ്റ്റ് ബദൽ നിലവിൽ വന്നതും അതിൽ സത്രീകൾ വമ്പിച്ച പുരോഗതി കൈവരിച്ചതുംമൂലം നിരവധി സൗജന്യങ്ങൾ അനുവദിക്കാൻ മുതലാളിത്ത ഭരണകൂടങ്ങൾ നിർബന്ധിതമായി.

ഏഴുപതിറ്റാണ്ടുകൾ എന്ന കുറഞ്ഞകാലയളവിൽ സോവിയറ്റ് യൂണിയന്റെ അസ്ഥിത്വവും അതിലും കുറഞ്ഞ കാലത്തേക്കുള്ള മറ്റ് രാജ്യങ്ങളുടെ അനുഭവവും വെളിവാക്കുന്നത് ലിംഗപരമായ അടിച്ചമർത്തൽ ഇല്ലാതാക്കുന്നതിനുള്ള ഭൗതികാടിത്തറ-മൂന്നുപാധികൾ-സോഷ്യലിസ്റ്റ് വ്യവസ്ഥ പ്രദാനം ചെയ്യുന്നുവെന്നാണ്. ആ സമൂഹങ്ങളിലെ സ്ത്രീകൾ കൈവരിച്ച അഭൂതപൂർവ്വമായ മുന്നേറ്റത്തെ നിഷേധിക്കാൻ മുൻ സോഷ്യലിസ്റ്റ് രാജ്യങ്ങളുടെ ഏറ്റവും കടുത്ത വിമർശകർക്കുപോലും കഴിയില്ല.

ജോലിക്കുള്ള അവകാശം, ഉന്നതവിദ്യാഭ്യാസമടക്കം വിദ്യാഭ്യാസത്തിൽ തുല്യഅവസരങ്ങൾ, പ്രത്യേകിച്ച് കുടുംബ-ശിശുക്ഷേമത്തിനുള്ള സാമൂഹ്യസേവനങ്ങളുടെ വിപുലമായ സംവിധാനം ഏർപ്പെടുത്തൽ എന്നിവയിൽ മുതലാളിത്ത രാജ്യങ്ങളെ അപേക്ഷിച്ച് ചൈനയിലെയും ക്യൂബയിലെയും സ്ത്രീകളുടെ അവകാശങ്ങളും ആനുകൂല്യങ്ങളും ഏറെ മുന്നിലാണ്. ചില ഉദാഹരണങ്ങൾ സോഷ്യലിസ്റ്റ് ചൈനയിൽ നഗരങ്ങളിലും ഗ്രാമങ്ങളിലുമുള്ള സ്ത്രീ ജോലിക്കാർ മൊത്തം തൊഴിലെടുക്കുന്നവരുടെ 44.8 ശതമാനമാണ്. നഗരത്തൊഴിൽ കേന്ദ്രങ്ങളിൽ 38% സ്ത്രീകളാണ്. 2004 അവസാനം രാജ്യത്താകെ പൊതുഉടമയിലുള്ള വ്യവസായ സംരംഭങ്ങളിലും സ്ഥാപനങ്ങളിലും ജോലിചെയ്യുന്ന വിദഗ്ദ്ധരിലും സാങ്കേതിക ജീവനക്കാരിലും 43.6% സ്ത്രീകളാണ്.വിദ്യാഭ്യാസം, ആരോഗ്യം, പാർപ്പിടം ഇവയുടെ മുഖ്യചുമതല ഭരണകൂടം വഹിക്കുന്നു. ക്യൂബയിൽ പതിറ്റാണ്ടുകളായി അമേരിക്കൻ ഉപരോധത്തിന്റെ ഏറ്റവും പ്രതികൂല സാഹചര്യത്തിലാണ്. എന്നിട്ടും ക്യൂബയിലെ സ്ത്രീകളുടെ പദവി അമേരിക്കയിലെ സ്ത്രീകളുടേതിനെ അപേക്ഷിച്ച് പുരോഗമിച്ചിരിക്കുന്നു. ഒറ്റ ഉദാഹരണം പറഞ്ഞാൽ, ക്യൂബയിലെ സ്ത്രീകളാണ് ആ രാജ്യത്തെ ഡോക്ടർമാർ, എഞ്ചിനീയർമാർ, സർവ്വകലാശാലകളിൽ അടക്കമുള്ള അധ്യാപകർ എന്നിവരിൽ പകുതിയിലേറെ. ശിശുക്ഷേമസൗകര്യങ്ങൾ സാർവ്വത്രികമാണ്. മുതലാളിത്ത രാജ്യങ്ങളിൽ സഹജമായ സ്ത്രീകളുടെ ഇരട്ടഭാരം ക്യൂബയിൽ അത് ഗണ്യമായി കുറച്ചിരിക്കുന്നു.

അതേസമയം, പുരുഷാധിപത്യപരമായ ചിന്തയ്ക്കും പ്രയോഗത്തിനുമെതിരായി പ്രത്യയശാസ്ത്രത്തിന്റെയും സംസ്കാരത്തിന്റെയും മേഖലകളിൽ ആവശ്യം സമരം ചെയ്യേണ്ടതിന്റെ പ്രാധാന്യം സോഷ്യലിസ്റ്റ്

രാജ്യങ്ങളിലെ അനുഭവം വിളിച്ചോതുന്നു. ഒരു സോഷ്യലിസ്റ്റ് സമൂഹത്തിൽ സ്ത്രീവിമോചനം എന്ന ലക്ഷ്യം കൈവരിക്കാൻ കഴിയുക ഭരണകൂടത്തിന്റെ ഇടപെടലോടെയാണ്. ഒരു വശത്ത് സ്ത്രീകളുടെ സ്വതന്ത്രപൗരത്വത്തിന്റെ ഭൗതികാടിത്തറ ശക്തിപ്പെടുത്തുന്നതിനുള്ള ക്രിയാത്മകമായ പ്രവർത്തനം, അതോടൊപ്പം സോഷ്യലിസ്റ്റ് തുല്യതയുടെ ലക്ഷ്യങ്ങൾക്ക് അന്യമായ പ്രത്യയശാസ്ത്രങ്ങളെ കടപുഴക്കി എറിയാനും സാമൂഹ്യചിന്തയുടെ ഗതിമാറ്റാനുമുള്ള തുടർച്ചയായ സമരങ്ങളും ബോധപൂർവ്വമായ യത്നങ്ങളും വേണം.

സ്ത്രീപുരുഷബന്ധത്തിലെ ലിംഗാധിഷ്ഠിത അസമത്വങ്ങളെ തീർത്തും അവഗണിക്കുന്നുവെന്ന പാശ്ചാത്യഫെമിനിസ്റ്റ് വാദം നിരർത്ഥകമാണ്.

ചൂഷണാധിഷ്ഠിത സാമൂഹിക വ്യവസ്ഥയെ വിമർശിക്കുമ്പോൾ അത്തരം ഒരു സാമൂഹിക വ്യവസ്ഥ മാറിയാലേ സ്ത്രീവിമോചന പ്രവർത്തനങ്ങൾക്ക് പ്രസക്തിയുള്ളുവെന്ന ചില തെറ്റിദ്ധാരണ ചില വിശദീകരണങ്ങളിൽ നിഴലിച്ചിരുന്നുവെന്നത് വസ്തുതയാണ്. ഇത് പലതവണ ഇടതുപക്ഷ വേദികളിൽ ചർച്ച ചെയ്യപ്പെട്ടിട്ടുണ്ട്. ചില മഹിളാ നേതാക്കളെ പോലും ഇത് പിടികൂടിയിരുന്നു. എന്നാൽ ഈ കാഴ്ചപ്പാടിനെ മാർക്സിസ്റ്റ് ദാർശനികരും പ്രയോക്താക്കളും വിമർശിച്ചിട്ടുണ്ട്. ഒരു സാമൂഹിക വ്യവസ്ഥ ഒറ്റയടിക്ക് മാറുന്നതല്ല. ഒരു സർക്കാർ മാറിപ്പോയാൽ സാമൂഹികവ്യവസ്ഥയ്ക്ക് ഉടൻ മാറ്റം സംഭവിക്കില്ല. നൂറ്റാണ്ടുകൾ കൊണ്ട് ഉടലെടുത്ത് ഉറപ്പിക്കപ്പെട്ട ഒരു വ്യവസ്ഥ നിലനിൽക്കുന്നത് പൗരസമൂഹബോധമണ്ഡലത്തിൽ ആണ്. ഈ ബോധമണ്ഡലം ഭൗതിക സാഹചര്യങ്ങളുടെ സൃഷ്ടിയാണ്. ഭൗതിക യാഥാർത്ഥ്യങ്ങളിൽ നിന്ന് ഒരാശയം രൂപപ്പെട്ടാൽ അത് ഭൗതിക ഘടനയേയും ബാധിക്കും. ഇതെല്ലാം പെട്ടെന്ന് സംഭവിക്കില്ല. അപ്പോൾ സാമൂഹിക രൂപമാറ്റം സംഭവിക്കുന്നതുവരെ അടങ്ങിയിരിക്കാൻ കഴിയില്ല. ഒരു വ്യവസ്ഥയ്ക്കെതിരായ പോരാട്ടത്തിന്റെ ഭാഗം കൂടിയാണ് ആ വ്യവസ്ഥയിലെ അസമത്വങ്ങൾക്കെതിരെയുള്ള സമരവും. ആ രീതിയിൽ പരിശോധിച്ചാൽ സ്ത്രീപുരുഷാസമത്വത്തിന്റെ അനീതിക്കെതിരെ കണ്ടറിഞ്ഞു കലഹത്തിൽ ഏർപ്പെടുക എന്നുള്ളത് ഏതൊരു മാർക്സിസ്റ്റിന്റെയും ഉത്തമകടമകളിൽ പെടുന്നകാര്യമാണ്. ഇതിന് സാമൂഹിക വികാസനനിയമങ്ങൾ പഠിക്കണം. സ്ത്രീപുരുഷസമത്വത്തിന്റെ ദർശനങ്ങൾ സ്വായത്തമാക്കണം. ഇത് ചരിത്രഘട്ടങ്ങളിലും സാംസ്ക്കാരിക മണ്ഡലങ്ങളിലും എങ്ങനെ പ്രതിപ്രവർത്തിച്ചുവെന്ന് മനസ്സിലാക്കണം. പാശ്ചാത്യ ഫെമിനിസ്റ്റുകൾ കരുതുന്നതുപോലെ ഇത് ചരിത്രനിരപേക്ഷമായി സംഭവിക്കുന്ന ഒന്നല്ല. ലോകത്തെ ഏതു ചൂഷണവും ജന്മിത്വ മുതലാളിത്ത ചൂഷണവുമായി സമരസപ്പെടുന്നതാണ്. ആയതിനാൽ ചൂഷണവ്യവസ്ഥയെ ആകെ മറന്നുകൊണ്ട് പിതൃദായകക്രമത്തിലെ ചൂഷണത്തെ മാത്രം കാണാനോ പുരുഷമേധാവിത്വത്തെ കാണാതെ ചൂഷണവ്യവസ്ഥയ്ക്കെതിരെ പോരാടാനോ മാർക്സി

സ്റ്റുകൾക്ക് കഴിയില്ല. ഇത് പരസ്പരം ബന്ധപ്പെട്ടതാണെന്ന വൈരുദ്ധ്യാത്മക ദർശനം സുവ്യക്തമായി പരിഗണിക്കേണ്ടതുണ്ട്.

ഇ എം എസിന്റെ നിരീക്ഷണം ഇവിടെ പ്രത്യേകം പ്രസ്താവ്യമാണ്.

> അതായത് പൊതുജനാധിപത്യപ്രസ്ഥാനം വർഗ-ബഹുജനസംഘടനകളിലൂടെ വളർന്നുവരുന്ന പ്രസ്ഥാനം, പുരുഷ മേധാവിത്വത്തിൽ നിന്ന് മോചനം നേടാൻ വേണ്ടി രൂപപ്പെടുന്ന സ്ത്രീ സ്വാതന്ത്ര്യപ്രസ്ഥാനം - ഇവ മൂന്നും അന്യോന്യം ബന്ധപ്പെട്ടതാണ്. സ്ത്രീ സ്വാതന്ത്ര്യത്തിനുവേണ്ടി പോരാടാതെ മറ്റ് രണ്ട് പ്രസ്ഥാനങ്ങളും ശക്തി പ്രാപിക്കുകയില്ല. മറ്റ് രണ്ട് പ്രസ്ഥാനങ്ങളിലും സജീവമായി പ്രവർത്തിക്കാതെ സ്ത്രീകൾക്ക് സ്വാതന്ത്ര്യത്തിനും വേണ്ടി പോരാടാനും കഴിയില്ല.[11]

'ഇനി തൊഴിലാളി വർഗ്ഗ വിപ്ലവത്തിന്റെ ഐക്യദാർഢ്യതയ്ക്ക് എതിരെ സ്ത്രീവിമോചന പ്രസ്ഥാനം മാറിയാലോ?' 'സമൂഹം അനുഭവിക്കുന്ന പ്രശ്നത്തിനുത്തരവാദി പുരുഷവർഗ്ഗം ആണെന്ന് പറയാനുള്ള അധൈര്യം' ഇതൊക്കെയാണ് പാശ്ചാത്യ-ബൂർഷ്വാ ഫെമിനിസത്തിന്റെ മറ്റൊരു വിമർശം.

ഇവിടെ നേരത്തെ വ്യക്തമാക്കിയതുപോലെ ചരിത്രനിരപേക്ഷതയിലാണ് ഈ കാഴ്ചപ്പാട് രൂപപ്പെട്ടത്. പുരുഷമേധാവിത്വം എന്നത് കേവലം പുരുഷന്റെ ഉൾവിളിയിൽ നിന്ന് ഉണ്ടായത് എന്ന കേവലവാദത്തിന്റെ സൃഷ്ടിയാണിത്തരം പറച്ചിലുകൾ.

സ്ത്രീകളിൽ പോലും വർദ്ധിച്ച തോതിൽ പുരുഷമേധാവിത്വം അടങ്ങിയിട്ടുണ്ട്. പുരുഷമേധാവിത്വത്തിനെതിരായുള്ള സമരം അതുകൊണ്ടു തന്നെ പുരുഷന്മാർക്കെതിരെയുള്ള സമരമല്ല. ഒരാശയത്തിനെതിരെയുള്ള കലഹമാണ്. ആ ആശയം രൂപപ്പെടാൻ ഇടയായ സാഹചര്യത്തിനെതിരെയുള്ള സമരം ആണ് പ്രധാനം.

'പ്രാങ് മുതലാളിത്ത ജാതി-വർഗീയ ഗോത്രസ്ഥാപനങ്ങളോട് വിട്ടുവീഴ്ചയില്ലാത്ത പോരാട്ടം, ജന്മി മേധാവിത്വത്തിനെതിരായുള്ള ഗ്രാമീണജനങ്ങളുടെ സമരം പൂർത്തിയാക്കൽ, മുഴുവൻ സമ്പദ്വ്യവസ്ഥയുടെ ആധുനികവൽക്കരണവും ആരോഗ്യമുള്ള എല്ലാമനുഷ്യർക്കും (പുരുഷൻമാർക്കും സ്ത്രീകൾക്കും) തൊഴിൽ നൽകുകയും എല്ലാവിധത്തിലുള്ള പിന്തിരിപ്പൻ യാഥാസ്ഥിതിക വിശ്വാസങ്ങൾക്കും സ്ഥാപനങ്ങൾക്കും എതിരെയുള്ള ഊർജ്ജിതമായ നടപടികൾ ഇവയെല്ലാം സ്ത്രീകളുടെ വിമോചനത്തിലേക്ക് വഴിയൊരുക്കുന്ന ഘടകങ്ങളാണ്.'

ലിംഗപദവിയെ മാർക്സിസം കൃത്യമായി അഭിസംബോധന ചെയ്യുന്നുണ്ട്. സ്ത്രീകൾ ഒരു ലിംഗ വിഭാഗം എന്ന നിലയിൽ അടിച്ചമർത്തൽ നേരിടുന്നു. ലിംഗപദവിയെ അടിച്ചമർത്തൽ പ്രശ്നവുമായി ബന്ധപ്പെടുത്തി പരിശോധിക്കേണ്ടിയിരിക്കുന്നു. എന്നാൽ ഇങ്ങനെ സ്ത്രീകളുടെയും പുരുഷന്റെയും സമൂഹത്തിലെ സ്ഥാനം താരതമ്യം ചെയ്യേണ്ടതുണ്ടോ എന്നൊരു പ്രബല വാദവും ഉണ്ട്.

സ്ത്രീപദവിയും അപരലൈംഗികതയും

നമ്മുടേത് ഒരു പിതൃമേധാവിത്വ വ്യവസ്ഥയാണ്. സ്ത്രീകളുടെ ലൈംഗികത, പ്രത്യുൽപ്പാദനം, ചലനാത്മകത. തൊഴിൽ, സമയം തുടങ്ങി ജീവിതത്തിലെ ഏതാണ്ട് എല്ലാകാര്യങ്ങളുടെയും മേൽ പുരുഷനുള്ള നിയന്ത്രണമാണ് നിലനിൽക്കുന്നത്. ഇത് സ്ത്രീയേക്കാൾ ഉയർന്നതായി പുരുഷനെ പരിഗണിക്കുന്നു. സ്ത്രീകളെ നിയന്ത്രിക്കാൻ അധികാരം ഉപയോഗപ്പെടുത്തി സമൂഹം മെനഞ്ഞെടുത്തതാണ് പുരുഷമേധാവിത്വം. വിവിധഘടകങ്ങളുടെ കൂടിച്ചേരലിലൂടെയാണ് ഇങ്ങനെ ഒരു സമൂഹം രൂപം കൊള്ളുന്നത്. ജാതി, മതം, വർഗ്ഗം, വംശം, ദേശം, അപരലൈംഗികത (Hetero sexuality), കഴിവ് വൈകല്യം എന്നിവയിൽ എല്ലാം ഉൾച്ചേർന്ന മേധാവിത്വവുമായി ഇത് ബന്ധപ്പെട്ടിരിക്കുന്നു.

സ്ത്രീകൾക്ക് എത്രമാത്രം ഉടമസ്ഥാവകാശം ഉണ്ട്, സ്വതന്ത്രമായി കൈകാര്യം ചെയ്യാനും തീരുമാനങ്ങൾ കൈക്കൊള്ളുന്നതിനും എത്രമാത്രം സ്വാതന്ത്ര്യമുണ്ട്, എന്നതുമായി ബന്ധപ്പെട്ടാണ് പദവിയെ വിലയിരുത്തുന്നത്. ആണധികാര വ്യവസ്ഥ ഒരു പ്രത്യയശാസ്ത്രഘടനയിൽ ആണ് ജന്മമെടുത്തത്. അത് സ്വകാര്യസ്വത്തിന്റെ ഉദയവുമായി ഉൾച്ചേർന്നിരിക്കുന്നു.

പലരും ലിംഗ വിഭാഗവും (Sex) ലിംഗപദവിയും (Gender) സമാന പദങ്ങളായി പരിഗണിച്ചാണ് ചർച്ച ചെയ്യുന്നത്. ജീവശാസ്ത്രപരമായ ധർമ്മങ്ങളുടെയും (പ്രസവം, മുലയൂട്ടൽ) ശരീരഘടനയുടെയും കാര്യത്തിൽ സ്ത്രീയും പുരുഷനും വ്യത്യസ്തമായ ലിംഗ വിഭാഗങ്ങൾ ആണ്. ഇത്തരം ജീവശാസ്ത്രവിഭാഗങ്ങൾ പരിണാമപ്രക്രിയയിലൂടെ പുനരുൽപ്പാദനപ്രക്രിയയ്ക്ക് ഉപയുക്തമായ വിധത്തിൽ ദ്വന്ദങ്ങളായി പിരിഞ്ഞകാലം മുതൽ തുടരുന്ന ഒന്നാണ് . ഈ ലിംഗവ്യത്യാസമാണ് Sex എന്നതുകൊണ്ട് ഉദ്ദേശിക്കുന്നത്.

എന്നാൽ സ്ത്രീ/പുരുഷൻ, അപരലൈംഗികർ എന്നിവർക്ക് സമൂഹം നൽകുന്ന വ്യാഖ്യാനങ്ങൾ, മൂല്യങ്ങൾ, അവരിൽ നിന്നുമുള്ള പ്രതീക്ഷിതചുമതലകൾ, അവർ തമ്മിലുള്ള ബന്ധങ്ങൾ ഇതെല്ലാമാണ് ഒരു സമൂഹത്തിൽ സ്ത്രീ പുരുഷ സ്ഥാനത്തിന്റെ ഉരകല്ലായി പ്രവർത്തിക്കുന്നത്. ഇതാണ് ലിംഗപദവി. അതായത് ജൈവശാസ്ത്രപരമായ പ്രത്യേകതയല്ല. സാമൂഹികമായി നിർമ്മിക്കപ്പെടുന്നതാണ് ലിംഗപദവി. ഇത് മാറ്റം വരുന്നതാണ്. സ്ഥായീഭാവം അല്ല. സ്ത്രീയുടെ അധികാര പ്രാപ്യത, വിദ്യാഭ്യാസ നിലവാരം, സാമ്പത്തിക ബന്ധങ്ങളിൽ വരുന്ന മാറ്റം, ഭരണകൂടവ്യത്യാസം ഇതെല്ലാം ജെൻഡർ നിർണയത്തിലെ ഘടകങ്ങളാണ്.

കുറച്ചുകൂടി വ്യക്തമാക്കിയാൽ ജീവശാസ്ത്രപരമായി നിർണ്ണയിക്കപ്പെട്ടതും മാറ്റമില്ലാതെ തുടരുന്നതും സാർവ്വത്രികമായിട്ടുള്ളതുമായ ഒന്നാണ് ലിംഗവ്യത്യാസം. ലിംഗപദവി എന്നത് സാമൂഹികമായി നിർണ്ണയിക്കപ്പെടുന്നതും കാലാനുസൃതമായും ദേശാനുസൃതമായും മാറുന്നതുമാണ്. ഒരു സമൂഹത്തിലെ സ്ത്രീപുരുഷപദവികൾ തമ്മിലുള്ള താരതമ്യബന്ധം ആണ് ലിംഗപദവി എന്നതിൽ അഭിവ്യക്തതമാകേണ്ടത്. മിക്ക സമൂഹങ്ങളിലും സ്ത്രീകൾക്ക് പുരുഷൻമാരെ അപേക്ഷിച്ച് കുറഞ്ഞ അധികാരവും അവകാശങ്ങളും നേട്ടങ്ങളുമാണ് നൽകുന്നത്. ശാരീരിക വ്യത്യാസങ്ങളല്ല ഇതിനുകാരണം. സാമൂഹിക ചട്ടങ്ങളും മൂല്യങ്ങളുമാണ്. ദാരിദ്ര്യത്തിന്റെയും ജാതിയുടെയും വിവേചനം അനുഭവിക്കുന്ന സ്ത്രീ, സ്ത്രീയെന്നനിലയിലുള്ള വിവേചനം കൂടി നേരിടുമ്പോൾ വളരെ സങ്കീർണ്ണമായ ഒരവസ്ഥയിൽ ആയിരിക്കും ജീവിക്കേണ്ടിവരിക. 'സ്ത്രീ, സ്ത്രീയായി ജനിക്കുകയല്ല സ്ത്രീയായി പരിണമിക്കുകയാണ്.' ('one is not woman but becomes, a woman)ഫെമിനിസ്റ്റ് ദർശനത്തിന്റെ ആചാര്യസ്ഥാനത്തുള്ള സിമോൺ ദ ഡെമ്പോയുടെ ഈ വാക്കുകൾ ഏറെ പ്രസക്തമാണ്.

ഒരു വ്യക്തിക്ക് തന്റെ ജൻഡറിനെക്കുറിച്ച് Comfort ആകുന്ന അവസ്ഥയിൽ എത്തുക എന്നതാണ് സ്ത്രീവിമോചനത്തിന്റെ അവസ്ഥ. ആണും പെണ്ണും എന്ന ദ്വന്ദ (Binary) പരികൽപ്പന ഇപ്പോൾ പാടെ മറിഞ്ഞുവീണിട്ടുണ്ട്. ജനനേന്ദ്രിയങ്ങൾ, ക്രോമസോം ഹോർമോൺസ്, പ്രത്യുൽപ്പാദന ഘടകങ്ങൾ എന്നിവ ബന്ധപ്പെടുത്തി നിശ്ചയിക്കുന്നതാണ് പ്രത്യുൽപ്പാദന ചുമതലകൾ. ഈ ദ്വന്ദ കാഴ്ചപ്പാട് ജെന്ററിന്റെ ജൈവശാസ്ത്രപരമായ നിലയെ വേണ്ടത്ര പരിഗണിക്കുന്നില്ല. ഇന്റർസെക്സ് സാഹചര്യങ്ങൾ കൂടി പരിഗണിക്കേണ്ടതുണ്ട്. അത് പ്രത്യുൽപ്പാദന ധർമ്മങ്ങൾക്ക് അപ്പുറത്തുള്ള ഒന്നാണ്.

ലിംഗപദവി സ്വത്വബോധം (Gender identity) ആന്തരികാനുഭൂതിയാണ്. ജനിച്ചപ്പോൾ ലഭിക്കുന്ന ലിംഗവ്യത്യാസവുമായി ട്രാൻസ്ജെന്ററിന്റെ ജൻഡർ സ്വത്വബോധം പൊരുത്തപ്പെടുന്നില്ല. ജനനസർട്ടിഫിക്കറ്റിലും കുറെയൊക്കെ രൂപത്തിലും ആൺകുട്ടി എന്ന് വീക്ഷിക്കുന്ന

യാൾ അയാളുടെ ബോധത്തിൽ അത് വഹിക്കണമെന്നില്ല. ആണായി ജനിക്കുകയും മനസ്സ് അതിനോട് പൊരുത്തപ്പെടാതെ പെണ്ണിന്റെ ബോധത്തിൽ ജീവിക്കുകയും ചെയ്യുന്നവരാണ് അപരലൈംഗികർ (Transgender). ഈ കാര്യം ഈ രൂപത്തിൽ കാണാൻ കഴിയാതെ അവരുടെ വ്യക്തിപരമായ കുഴപ്പമായി കണ്ട് കുടുംബവും സമൂഹവും അവരെ പീഡിപ്പിക്കുകയാണ്. കളിയാക്കുകയും ആക്ഷേപിക്കുകയും പ്രാഥമിക മനുഷ്യാവകാശങ്ങൾപോലും നിഷേധിക്കുകയും ചെയ്യുന്നു. ഇത് തിരിച്ചും സംഭവിക്കാം. പെണ്ണായി ജനിച്ച് ആണിന്റെ തലത്തിലും വരാം.

ഈ രണ്ട് സാധ്യതകളും മാത്രമല്ല ആണും പെണ്ണുമല്ല തങ്ങളുടെ സ്വത്വം എന്നു തിരിച്ചറിയുന്നവരും ഉണ്ട്. ശിശുരോഗ വിദഗ്ദ്ധർ പറയുന്നത് ഒരു കുട്ടി ജനിച്ച് ഏകദേശം നാലുവയസ്സാകുമ്പോഴേക്കും കുട്ടിക്ക് ലിംഗബോധം ജനിക്കുന്നുവെന്നാണ്. അത് കുട്ടിയുടെ ഉള്ളിൽ ആണ് അനുഭവിക്കുന്നത്. പുറം ലിംഗത്തെ അടിസ്ഥാനമാക്കിമാത്രമല്ല ആ ബോധം നിഴലിക്കുന്നത്. അത് അവരുടെ സ്വഇച്ഛയാൽ സംഭവിക്കുന്നതല്ല. ആ തെരഞ്ഞെടുപ്പിന് പ്രകൃതിയിൽ അവർക്ക് സ്വാതന്ത്ര്യം ഇല്ല. അതുകൊണ്ട് തന്നെ അപര ലൈംഗിക സ്വഭാവം പ്രദർശിപ്പിക്കുന്നവരെ കുറ്റവാളികളാക്കി കാണുന്ന അബദ്ധങ്ങൾ തിരുത്തപ്പടേണ്ടതാണ്. കുട്ടികൾ ആണ്, പെണ്ണ് എന്ന ദ്വന്ദത്തിൽ തങ്ങളെ വെളിവാക്കാൻ നിർബന്ധിക്കപ്പെടുകയാണ്. പ്രകടിതരൂപം ജെൻഡറിന്റെ ഒരു തലമാണ്. സമൂഹനിർമ്മിതി ഇതാവശ്യപ്പെടുന്നു. ജനനം മുതൽ ഈ സമ്മർദ്ദം കുട്ടികളിൽ ചെലുത്തപ്പെടുകയും ചെയ്യും. എന്നാൽ ഇത് അടച്ചുറപ്പിച്ചുവയ്ക്കാൻ വ്യക്തിക്ക് കഴിയാതെ വരും. എപ്പോഴെങ്കിലും അയാളുടെ അകം വെളിവാക്കപ്പെടും. കുടുംബവും കൂട്ടുകാരും സമൂഹവും പൊട്ടിത്തെറിക്കും. സ്വീകാര്യമായ ജെൻഡർ പ്രതീക്ഷകളെ അത്രമാത്രം നമ്മിൽ സാംസ്ക്കാരികമായി സ്വാധീനിക്കപ്പെട്ടിരിക്കുന്നതുകൊണ്ടാണ് ഈ സ്ഫോടനം. കൂടുതൽ ആണത്തം പെൺകുട്ടികൾ പ്രകടിപ്പിച്ചാൽ കൂടുതൽ പെണ്ണത്തം ആൺകുട്ടികൾ കാട്ടിയാൽ സമൂഹത്തിന്റെ തനിസ്വഭാവം (സാംസ്ക്കാരിക നിർമ്മിതി) അവരും വെളിവാക്കുന്നു. ജനിച്ചപ്പോൾ ഉള്ള ലിംഗം തുടർന്നും തിരിച്ചറിയപ്പെടുന്നവർ 'സിസ്ജെന്റർ' ആണ്. ട്രാൻസ്ജെന്ററിനെയും സിസ് ജെന്ററിനെയും പ്രത്യേകമായി മനസ്സിലാക്കേണ്ടതുണ്ട്.

ലൈംഗികപഠനങ്ങൾ സൂചിപ്പിക്കുന്നത് ജെന്ററും ലൈംഗിക തെരഞ്ഞെടുപ്പും (sexual onantation) രണ്ടാണ് എന്നാണ്. ഞാൻ എന്നെ എങ്ങനെ കാണുന്നുവെന്നുള്ള ഇതരവ്യക്തികളുമായിട്ടുള്ള (Inter personal) ലൈംഗിക താൽപ്പര്യം ലൈംഗിക സെലക്ഷനും ആയിമാറുന്നു.

ലൈംഗിക ന്യൂനപക്ഷങ്ങൾ

ലെസ്ബിയൻ (Lesbian), ഗേ (Gay), ഉഭയ ലൈംഗികത (Bi sexual), അപരലൈംഗികത (transgender)എന്നിവരെ ചേർത്ത് പൊതുവായി ഉപയോഗിക്കുന്നതാണ് ലൈംഗിക ന്യൂനപക്ഷങ്ങൾ എന്നത് (LGBT). ലൈംഗികതയെ ഒരു ലൈംഗിക മനോരോഗമെന്നനിലയിലും പ്രകൃതിവിരുദ്ധതയുടെ കൊടിയടയാളമായിട്ടും ധാർമ്മിക സദാചാരമൂല്യങ്ങളുടെ അന്തകനുമായിട്ടാണ് മുഖ്യധാരാ പൊതുബോധം നിർവ്വചിക്കുന്നത്. ഈ ബോധത്തിന്റെ ഉൽപ്പന്നമാണ് പരമോന്നത കോടതിയുടെ ഇതു സംബന്ധിച്ച വിധി.

ഈ വിധിയെ ഇടതുപക്ഷം എതിർക്കുകയുണ്ടായി. അടിച്ചമർത്തലിന് വിധേയമാക്കപ്പെടുന്ന സർവ്വവിഭാഗങ്ങളുടെയും മോചനത്തിലൂടെ മാത്രമേ യഥാർത്ഥവിമോചനത്തിന്റെ വാതിലുകൾ തുറക്കപ്പെടുകയുള്ളൂ എന്ന മൗലികയാഥാർത്ഥ്യം പരിഗണിച്ചുകൊണ്ടാണ് ഈ വിധിയെ സി.പി.ഐ(എം) ഉൾപ്പെടെയുള്ള ഇടതുപക്ഷ കക്ഷികൾ നോക്കിക്കണ്ടത്. AIDWA യും ഈ വിധിയെ അംഗീകരിക്കാൻ തയ്യാറായിട്ടില്ല.

ഇന്ത്യയിലെ ട്രാൻസ്ജെന്റേഴ്സിന്റെ നേതൃത്വനിരയിൽ പ്രവർത്തിക്കുന്ന കൽക്കി സുബ്രഹ്മണ്യം ജേർണലിസം ആന്റ് മാസ് കമ്മ്യൂണിക്കേഷനിലും ഇന്റർനാഷണൽ റിലേഷൻസിലുമായി ഇരട്ട ബിരുദാനന്തര ബിരുദം നേടിയിട്ടുണ്ട്. ഇവർ ഈ വിധിയെ പരാമർശിച്ചുകൊണ്ട് പറഞ്ഞത്. 'കോടതിയുടെ 377 വകുപ്പ് പ്രകാരമുള്ള വിധി ശരിയല്ല. വകുപ്പ് പുനഃക്രമീകരിക്കേണ്ടതാണ്. ഭരണഘടനയിലെ മൗലിക അവകാശങ്ങളനുസരിച്ച് ഒരു വ്യക്തിയുടെ പ്രണയം, ലൈംഗികത അതെല്ലാം അവർക്ക് തീരുമാനിക്കാം എന്നിരിക്കെ ഐ പി സി. 370 പ്രകാരം ചില തീരുമാനങ്ങൾ കുറ്റകൃത്യമാക്കുകയാണ്. അത് ശരിയല്ല. ഈ വകുപ്പ് സ്വവർഗ്ഗ

ലൈംഗികതയ്ക്കും സ്വവർഗ്ഗാനുരാഗത്തിനും എതിരാണ്. ഒരു വ്യക്തി ആരോടൊത്തു ജീവിക്കണം, ആരെ പ്രണയിക്കണം എന്നത് ആ വ്യക്തി യുടെ ഇഷ്ടമാണ്. ഇതനുസരിച്ച് വ്യക്തി സ്വാതന്ത്ര്യത്തിന് എതിരാണ് സുപ്രീംകോടതി വിധി.'[12] പതിനാലാമത്തെ വയസ്സുമുതൽ അകം പെണ്ണായി പരിണമിച്ച കൽക്കി 20-ാം വയസ്സിൽ ലിംഗമാറ്റ ശസ്ത്രക്രിയ യിലൂടെ സ്ത്രീയായി മാറുകയുണ്ടായി. കുട്ടിക്കാലത്ത് കുടുംബവും കൂട്ടു കാരും പൊതുസമൂഹവും കളിയാക്കിയതിന്റെ നീറ്റൽ അവർ സഹോ ദരി എന്ന സംഘടന ഉണ്ടാക്കുന്നതിൽ എത്തിച്ചു. ഇത്തരം ദുരിതം പേറി യവരുടെ പരസ്പര സഹകരണത്തിനായി പ്രവർത്തിച്ചു.

ലൈംഗികതയും ലൈംഗിക ന്യൂനപക്ഷ പ്രശ്നങ്ങളുമായും ബന്ധ പ്പെട്ട് പഠനം നടത്തുന്ന പ്രമുഖ കോളമിസ്റ്റ് ആണ് ജീവൻ ജോബ് തോമസ്. ഇദ്ദേഹത്തിന്റെ നിരീക്ഷണം സ്വവർഗ്ഗലൈംഗികതയെ വീക്ഷി ക്കുന്നത് ഇപ്രകാരമാണ്.

'എപ്പോൾ മുതലാണ് ഹോമോ സെക്ഷ്വാലിറ്റി പ്രശ്നമായി മാറു ന്നത്. ചരിത്രം പരിശോധിച്ചാൽ മനുഷ്യരുടെ യുക്തിപരത കൂടുന്ന ഒരു കാലഘട്ടമുണ്ട്. അത് ഈ സയൻസിന്റെ വളർച്ചയുടെയും വ്യവസായ വൽക്കരണത്തിന്റേയുമൊക്കെ ഭാഗമായി രൂപം കൊള്ളുന്നതാണ്. ആ സമയത്താണ് നമ്മൾ ഓരോ കാര്യത്തിനെയും മുൻനിർത്തി അതിന്റെ ആവശ്യകത അന്വേഷിക്കുന്നത്. ലൈംഗികത എന്തിനാണ് എന്നുള്ള അന്വേഷണത്തിലാണ് അത് പ്രത്യുൽപ്പാദനത്തിന് വേണ്ടിയുള്ളതാണ് എന്ന് കണ്ടെത്തുന്നത്. അതോടുകൂടി പ്രത്യുൽപ്പാദപരമല്ലാത്ത ലൈംഗി കതകളെല്ലാം പ്രകൃതിവിരുദ്ധമായി കണക്കാക്കപ്പെട്ടു. സ്വയംഭോഗം വലിയ തെറ്റായി 16, 17 നൂറ്റാണ്ടുകളിൽ കണക്കാക്കപ്പെട്ടിരുന്നു. അതി നുള്ള കാരണം പ്രത്യുൽപ്പാദനപരമല്ലായിരുന്നു എന്നുള്ള കാരണത്താ ലാണ്. അതോടൊപ്പം പാപബോധവും ചേർന്നുവന്നു. പുരാണകാലത്ത് സ്വവർഗ്ഗ ലൈംഗികത ഉൾപ്പെടെ ഉള്ളവയിൽ പാപബോധം കണക്കാക്ക പ്പെട്ടിരുന്നില്ല. സയൻസിന്റെ വളർച്ചയോടുകൂടി റീസണിംഗ് നേച്ചറിലെ മതങ്ങൾ പലതരത്തിൽ ഉപയോഗിച്ചതുകൊണ്ടാണ് വിക്ടോറിയൻ മൊറാ ലിറ്റി രൂപപ്പെടുന്നത്. അതുകൊണ്ടാണ് സ്വവർഗ്ഗ ലൈംഗികത തെറ്റായി വ്യാഖ്യാനിക്കപ്പെടുന്നത്. അതിന്റെ തുടർച്ചയുള്ള വർത്തമാനകാലത്താണ് നമ്മൾ ജീവിക്കുന്നത്.'[13]

സ്വവർഗ്ഗ ലൈംഗികത മനുഷ്യജീവിതത്തിന്റെ ചിരകാലമായുള്ള ഭാവം ആണ്. പുതിയതായി ഉൾപ്പെടുത്തിയിട്ടുള്ളത് അല്ല. അത് പ്രകൃതി നൽകിയത് തന്നെയാണ് മനുഷ്യന്റെ കൃത്രിമ സൃഷ്ടിയല്ല. അതുകൊ ണ്ടുതന്നെ പ്രകൃതി വിരുദ്ധ ലൈംഗികത എന്ന് മുദ്ര കുത്തുന്നത് ശരീര ശാസ്ത്രത്തിന് തികച്ചും എതിരാണ്.

വാൽസ്യായനന്റെ *കാമസൂത്രത്തിൽ* ഇവരെ ത്രിതീയ പ്രകൃതിക്കാർ എന്നാണ് വിശേഷിപ്പിക്കുന്നത്. *മനുസ്മൃതിയിൽ* ക്ലീബൻ എന്നാണ് സൂചി പ്പിച്ചത്. *മനുസ്മൃതി* സ്വാഭാവികമായും മ്ലേച്ഛൻമാരായിട്ടാണ് ഇവരെ പരി

ഗണിച്ചത്. മരണാനന്തരചടങ്ങുകൾ, ഹോമങ്ങൾ എന്നിവയിൽ *മനുസ്മൃതി* ഇത്തരക്കാർക്ക് അയിത്തം കൽപ്പിച്ചിരുന്നു. നപുംസകങ്ങൾ എന്ന പേരിലും ശിഖണ്ഡി എന്ന പേരിലും പുരാണങ്ങളിൽ അറിയപ്പെടുന്നു. സ്വച്ഛന്ദമൃത്യു ആയ ഭീഷ്മരെ വധിക്കാൻ അർജ്ജുനൻ മുൻനിർത്തിയത് ശിഖണ്ഡിയെ ആണ്. ആണും പെണ്ണും അല്ലാത്തവരോട് താൻ യുദ്ധം ചെയ്യില്ലയെന്ന ഭീഷ്മരുടെ ശപഥം ശിഖണ്ഡിയെ ഉപയോഗിച്ച് പാണ്ഡവർ മുതലാക്കി.

ഇസ്ലാംമതം ഖുൻസ(നപുംസകം) എന്ന പേരിൽ ഇവരെ സംബോധന ചെയ്യുന്നു. പ്രകട നപുംസകങ്ങൾ, ഗുപ്ത നപുംസകങ്ങൾ എന്ന് രണ്ട് വിഭാഗത്തിലാണ് ഇവരെ ഉൾപ്പെടുത്തിയിരിക്കുന്നത്. സ്വത്വം വെളിപ്പെടുത്തുന്നവരാണ് പ്രകട നപുംസകങ്ങൾ. ലിംഗനിർണ്ണയം സാധ്യമാകാത്ത വളരെ വളരെ പരിമിതമായ ലിംഗ രീതികൾ ഉള്ളവരാണ് ഗുപ്ത ലൈംഗികർ. പ്രകട നപുംസകങ്ങളെ ലൈംഗിക താൽപ്പര്യത്തിന്റെ അടിസ്ഥാനത്തിൽ സ്ത്രീ/പുരുഷന്മാർ എന്ന നിർമ്മിതി മാതൃകയിലേക്ക് പരിവർത്തിപ്പിക്കുകയാണ് ഇസ്ലാംമതം. ലിംഗനിർണ്ണയം സാധ്യമാകാത്ത ഗുപ്ത ലൈംഗികരിൽ അവരവരുടെ താൽപ്പര്യം പരിഗണിച്ച് അവരെ വിലയിരുത്തപ്പെടും. ഏതു ലിംഗവിഭാഗത്തിലാണോ താൽപ്പര്യം ആ വിഭാഗത്തിന്റെ മതനിയമങ്ങൾ ബാധകമാകും. ഇങ്ങനെ അംഗീകാരം ലഭിക്കുന്നവർക്ക് സ്വാഭാവിക കുടുംബ ജീവിതത്തിന് തടസ്സമില്ല. എന്നാൽ ഇസ്ലാം മതം ലിംഗമാറ്റ ശസ്ത്രക്രിയയെ അംഗീകരിക്കുന്നുമില്ല. ഗുപ്തനപുംസകളുടെ വിവാഹത്തിന്റെ സാധ്യതകളും അടയ്ക്കുന്നു.

ക്രിസ്തുമതം ഈ വിഭാഗങ്ങളെയൊന്നും പരിഗണിക്കുന്നില്ലായെന്നുമാത്രമല്ല ശക്തമായി എതിർക്കുകയും ചെയ്യുന്നുവെന്ന് സൂര്യയുടെ വാക്കുകൾ ഉദ്ധരിച്ചുകൊണ്ട് രശ്മിയും അനിൽകുമാറും എഴുതുന്നു. ഒരുമിച്ച് സൂര്യയുമായി വേദി പങ്കിടാൻ ഒരു ക്രൈസ്തവ പുരോഹിതൻ തയ്യാറായില്ല. ഞാനൊരു ട്രാൻസ്ജെന്റർ ആയതുകൊണ്ടാണ് അദ്ദേഹം ഇങ്ങനെ ചെയ്യുന്നതെന്ന് വ്യക്തമാക്കുകയും ചെയ്തു. എന്നാൽ ക്രൈസ്തവ ദർശനം മനുഷ്യന്റെ 'ഹൃദയവയലിൽ' വിതയ്ക്കുന്നത് ഇത്തരം വിത്തുകളല്ലെന്ന് വാദിക്കുന്ന ബോബിജോസ് കട്ടികാടിനെ പോലുള്ള വൈദികരും ഉണ്ട്. ട്രാൻസ്ജെന്റർ എന്ന പ്രകൃതി നിർമ്മിതി എങ്ങനെ മനുഷ്യകുലത്തിന്റെ ഭാഗമാകുന്നുവെന്ന് ഈ സാരോപദേശകഥയിൽ സൂചിതമാണ്.

ഓട്ടപ്പാത്രങ്ങൾ

'രണ്ട് കുടങ്ങൾ ഉണ്ടായിരുന്നു. ഒന്ന് ഒരു ചിന്നിയകുടം. മറ്റേത് ഒരു പൂർണ്ണ കുംഭം. കർഷകൻ തോളിൽ ചേർത്തുവച്ച മുളയുടെ ഇരുവശങ്ങളിലുമായി അവയെ തൂക്കിയിട്ടെന്നും പുഴയിൽ നിന്നും വയലിലേക്ക് വെള്ളം കോരിക്കൊണ്ടുവന്നുവെന്നും നമുക്കറിയാം. ചിന്നിയ കുടത്തിലെ വെള്ളം ഒടുവിലെത്തുമ്പോൾ പാതിപോലും കാണില്ലായെന്ന്. ആത്മനി

ന്ദതോന്നി ആ കുടത്തിന്, ഒപ്പം ഒരു തുള്ളിപോലും പാഴാക്കാതെ വയലിൽ എത്തിക്കുന്ന മറ്റേകുടത്തോട് തെല്ല് അസൂയയും. എന്നിട്ടും ചിന്നിയ കുടത്തെ അയാൾ ഉപേക്ഷിച്ചില്ല. ഒരു ദിവസം വേദനയോടെ ആ കുടം അയാളോട് പറഞ്ഞു. 'എന്നെ കളഞ്ഞേക്കൂ. എനിക്കൊരിക്കലും നിങ്ങളാശിക്കുന്നത് ചെയ്യാനാവില്ല. ഞാൻ ഉടഞ്ഞ കുടമാണ്.' കർഷകൻ പുഞ്ചിരിച്ചു. അയാൾ പറഞ്ഞു. 'എന്റെ പൊന്നേ' നീ വരുന്ന വഴിത്താര ഒന്നു നോക്കൂ എന്നിട്ട് പറയൂ എന്ത് വേണമെന്ന്.' ശരിയാണ് ചിന്നിയ കുടത്തിന്റെ വഴിയിൽ നിറയേ പൂക്കൾ ! പേരറിയാത്ത, എണ്ണിയാൽ തീരാത്തപുഷ്പങ്ങളുടെ വസന്തോത്സവം! ഓരോ ദിവസവും പലനേരങ്ങളിൽ ഈ വഴിയിൽ നനച്ച ആ ചിന്നൽതന്നെ ഈ അത്ഭുതത്തിന് കാരണം. എന്നാൽ പൂർണ്ണകുംഭത്തിന്റെ വഴിയിൽ ഒരു പുൽനാമ്പുപോലും ഉണ്ടായിരുന്നില്ല. 'കുഞ്ഞേ' നമുക്കെന്നും ഇങ്ങനെ ചിന്നിയ കുടങ്ങളായി നിന്നാൽ മതി. കരയുകയും പൊട്ടിച്ചിരിക്കുകയും ക്ഷോഭിക്കുകയുമൊക്കെ ചെയ്യുന്ന പാവം മനുഷ്യരായാൽ മതി. നമുക്ക് പൂർണ്ണ മനുഷ്യരാവേണ്ട... എനിക്കുതോന്നുന്നു ക്രിസ്തുപോലും ഒരു ചിന്നിയ കുടം തന്നെ- അതുകൊണ്ടാണല്ലോ അവിടുത്തെ ജീവിതം ഓരോ നിമിഷവും ഭൂമിയിലെ എണ്ണിയാലൊടുങ്ങാത്ത മനുഷ്യർക്ക് വസന്തോത്സവങ്ങളുടെ നിമിത്തമായത്......'[14]

ഇത്തരം ചിന്നിയ കുടങ്ങൾ മാനവ സമൂഹത്തിന്റെ ഭാഗമാണ്. പലപ്പോഴും പൂർണ്ണ കുംഭത്തേക്കാൾ അത് സമൂഹത്തിൽ പ്രവർത്തിക്കുകയും ചെയ്യുന്നു. പ്രകൃതിയുടെ സൃഷ്ടിയെ പൂർണ്ണം/അപൂർണ്ണം എന്ന ദ്വന്ദ്വത്തിൽ മാത്രം വിലയിരുത്തുന്നത് അശാസ്ത്രീയമാണ്, അധാർമികവുമാണ്.

ഭിന്നവർഗ്ഗ ലൈംഗികതയുടെ സ്ഥാപനങ്ങളെ സംരക്ഷിച്ചുപിടിച്ച് മതവിശ്വാസത്തിന്റെ വ്യാപനത്തിനുമാത്രം പരിശ്രമിക്കുന്ന ജാതിമത-സ്ഥാപനങ്ങൾ എല്ലാംതന്നെ ട്രാൻസ്ജെന്റർ ഉൾപ്പെടെയുള്ള ലൈംഗിക ന്യൂനപക്ഷങ്ങളെ അടിച്ചമർത്തുന്നു.

ലൈംഗികതയുടെ ചരിത്രത്തെ സമഗ്രമായി സമീപിച്ച ചിന്തകൻ മിഷേൽ ഫൂക്കോയാണ്. അദ്ദേഹത്തിന്റെ പഠനത്തിൽ ഗ്രീസിൽ നിലനിന്ന ലൈംഗിക കാഴ്ചപ്പാടിനെക്കുറിച്ച് പ്രതിപാദിക്കുന്നത്, വിശപ്പും ദാഹവും പോലുള്ള ഒരു ജൈവഘടനയായിട്ടാണ്. പൗരാണിക ഗ്രീക്ക് സാഹിത്യകാരി സാഫോ കവിതകൾ സ്ത്രൈണ ലൈംഗികതയുടെ ഉത്തുംഗതയിൽ പ്രാപ്യത കണ്ടെത്തുന്നതായിരുന്നു. 12-ാം നൂറ്റാണ്ടുവരെ യൂറോപ്പിൽ സ്വവർഗ്ഗ ലൈംഗികത കുറ്റമായി ക്രിസ്തുമതം കണക്കാക്കിയില്ല. 1179 ൽ മതാധികാര കൗൺസിൽ പുരുഷൻമാർ തമ്മിലുള്ള ലൈംഗികതയെ എതിർക്കുകയും സ്വവർഗ്ഗലൈംഗികത മരണശിക്ഷ ലഭിക്കുന്ന കുറ്റമാക്കുകയും ചെയ്തു. ഫ്രഞ്ചുവിപ്ലവാനന്തരം 1791 ൽ ഫ്രാൻസിലെ ഭരണകൂടം സ്വവർഗ്ഗലൈംഗികതയെ കുറ്റവിമുക്തമാക്കി. നവോത്ഥാന

ത്തിന്റെ വെളിച്ചം ശിരസ്സിൽ പതിച്ച ഭരണാധികാരികളാണ് ഇങ്ങനെ ചെയ്തത്.

ജോൺ സ്റ്റുവർട്ടിനെ പോലുള്ളവർ അവതരിപ്പിച്ച ലിബറൽ ജ്ഞാന സിദ്ധാന്തപ്രകാരം ഒരു പ്രവർത്തനം ആ പ്രവർത്തനം, ഇഷ്ടപ്പെടാത്ത മറ്റൊരാൾക്ക് ഹാനികരമായി തീരാത്തിടത്തോളം കാലം അത്തരം പ്രവർത്തനങ്ങളെ ഭരണകൂടം നിയമംകൊണ്ട് നിയന്ത്രിക്കേണ്ട യാതൊരാവശ്യവുമില്ലെന്ന് വാദിച്ചു.

വ്യാവസായികവിപ്ലവാനന്തരം മുതലാളിത്തം പിടിമുറുക്കുകയും കുടുംബഘടനയിൽ സ്ത്രീപുരുഷ ലൈംഗിക കാഴ്ചപ്പാടിൽ മാത്രമുള്ള കുടുംബഘടന ഉറപ്പാക്കാൻ പരിശ്രമിക്കുകയും ചെയ്തു. പുരുഷാധിപത്യ ജീവിതക്രമം ആണ് ഇത്തരം കുടുംബങ്ങളിലൂടെ ഉരുത്തിരിഞ്ഞ് വന്നത്. ഈ കുടുംബഘടനയ്ക്കകത്താണ് സ്ത്രീകൾ കൂലിയില്ലാത്ത പണിക്കാരായി പരിവർത്തിക്കപ്പെട്ടത്. ലോകപ്രശസ്ത ലെസ്ബിയൻ മാർക്സിയൻ ചിന്തകയായ ഷെറിവോൾഫിന്റെ ചിന്തകളെ സമാഹരിച്ചുകൊണ്ട് പി.എസ്.പൂഴനാട് ഇങ്ങനെ എഴുതുന്നു:-

> യഥാർത്ഥത്തിൽ മുതലാളിത്ത വർഗ്ഗസംഘടനയുടെ ഉൽപ്പാദന പുനരുൽപ്പാദനത്തിന്റെ ഏറ്റവും ശക്തിയുള്ള കേന്ദ്രമായി ബൂർഷ്വാ ന്യൂക്ലിയർ കുടുംബഘടനയേയും അതിനുള്ളിലെ ശ്രേണീ ബദ്ധമായ ആധിപത്യ വിധേയത്വബന്ധഘടനകളേയും നിലനിർത്തേണ്ടത് മുതലാളിത്ത വർഗ്ഗഘടനയുടെ നിലനിൽപ്പിനും അതിജീവനത്തിനും അനിവാര്യമാണ്. ഇത്തരമൊരു വർഗ്ഗഘടനയുടെ അടിത്തറയായി വർത്തിക്കുന്നത് സ്ത്രീയും പുരുഷനും തമ്മിലുള്ള ലൈംഗികബന്ധവും അതിലൂടെ പുനരുൽപ്പാദിക്കപ്പെടുന്ന തൊഴിൽ ശക്തിയുമാണ്. അതുകൊണ്ടുതന്നെ സ്ത്രീയും പുരുഷനും തമ്മിലുള്ള ലൈംഗികബന്ധ കൽപ്പനകൾക്ക് മറുഭാഗത്ത് നിലകൊള്ളുന്ന മറ്റെല്ലാ ലൈംഗികാഭിരുചികളെയും ചവിട്ടി പുറത്താക്കി കൊണ്ടുമാത്രമേ മുതലാളിത്ത വർഗ്ഗഘടനാസംവിധാനത്തിന് സ്വയം പുനരുൽപ്പാദിപ്പിക്കാനും നിലനിൽക്കാനും കഴിയൂ. അങ്ങനെയാണ് മുതലാളിത്ത വർഗ്ഗ ഘടനയുടെ അടിസ്ഥാന ഘടകങ്ങളിലൊന്നായ ബൂർഷ്വാലൈംഗിക വിഭാഗം മുതലാളിത്ത കുടുംബഘടനയ്ക്ക് പുറത്ത് രൂപം കൊള്ളുന്നത്. സ്വവർഗ്ഗരതിക്കാർ (Homosexuals) എന്ന പദം തന്നെ ഉദയം കൊള്ളുന്നത് പത്തൊമ്പതാംനൂറ്റാണ്ടിന്റെ ഉത്തരാർദ്ധത്തിൽത്തന്നെയാണെന്നും അതീവ ശ്രദ്ധേയമാണ്. ഇത്തരം ലൈംഗിക ന്യൂനപക്ഷ വിഭാഗങ്ങൾക്ക് (LGBT) മുതലാളിത്ത ക്രമീകരണങ്ങളിൽ ഉൽപ്പാദനത്തിന്റേയോ പുനരുൽപ്പാദനത്തിന്റേയോ യാതൊരുപങ്കും നിർവ്വഹിക്കാനാകില്ല. അടിച്ചമർത്തലിന് വിധേയമാകുന്ന മറ്റ് വിഭാഗങ്ങൾക്ക് സ്ത്രീകളായാലും കറുത്തവരായാലും ദളിതരായാലും,

> മുതലാളിത്ത ഉൽപ്പാദനപുനരുൽപ്പാദന പ്രക്രിയയ്ക്ക് അവരുടേതായ സംഭാവനകൾ നിരന്തരം നിർവ്വഹിക്കാനുണ്ട്. അതുകൊണ്ട് തന്നെ ലൈംഗിക ന്യൂനപക്ഷങ്ങൾക്കെതിരായുള്ള അടച്ചമർത്തൽ മറ്റുവിഭാഗങ്ങൾക്കെതിരായുള്ള അടിച്ചമർത്തലുകളേക്കാൾ അതീവ ഗൗരവമാർന്ന ഒരു പ്രശ്നപരിഹാരം സൃഷ്ടിക്കുന്നുണ്ട്.[15]

റഷ്യയിൽ കമ്മ്യൂണിസ്റ്റ് പാർട്ടിയധികാരത്തിൽ വന്നപ്പോൾ സ്വവർഗ്ഗ ലൈംഗികതയിലെ തങ്ങളുടെ നിലപാട് ഈ വിധത്തിൽ വ്യക്തമാക്കി. 'സ്വവർഗ്ഗരതിയുൾപ്പെടെയുള്ള ന്യൂനപക്ഷ ലൈംഗിക രീതിയെ യൂറോപ്യൻ നിയമനിർമ്മാണ സഭകൾ പൊതുസദാചാരത്തിനെതിരെയുള്ള കടന്നാക്രമണങ്ങളായാണ് കാണുന്നത്. എന്നാൽ സോവിയറ്റ് ഭരണകൂടം ഇത്തരം ലൈംഗികാഭിരുചികളെ പ്രകൃതിപരം എന്നു വിളിക്കപ്പെടുന്ന മറ്റ് ലൈംഗികാഭിരുചികൾക്ക് സമാനമായിട്ടാണ് കാണുന്നത്. എല്ലാതരത്തിലുള്ള ലൈംഗികതയും വൈയക്തിക സ്വകാര്യവിഷയങ്ങളായിരിക്കും.'

റഷ്യയിൽ ഗർഭച്ഛിദ്രം നിയമ വിധേയമാക്കി. വിവാഹമോചനാവകാശം സ്ഥാപിക്കപ്പെട്ടു. ഉഭയസമ്മതത്തോടെയുള്ള ലൈംഗിക അഭിലാഷങ്ങളെ സ്വകാര്യതയിൽ ഉൾപ്പെടുത്തി. സ്വവർഗ്ഗരതിക്കാരുടെ ലൈംഗിക താൽപ്പര്യങ്ങളെ മാനിക്കുന്ന നിമയസംവിധാനം ഉറപ്പാക്കി സ്വവർഗ്ഗവിവാഹം നിയമംമൂലം അംഗീകരിച്ചു. ലിംഗമാറ്റ ശസ്ത്രക്രിയയ്ക്ക് സംവിധാനം ഒരുക്കുകയും നിയമസംരക്ഷണം നൽകുകയും ചെയ്തു. 20-ാം നൂറ്റാണ്ടിന്റെ ആദ്യപാദങ്ങളിലായിരുന്നു ഇത് സോഷ്യലിസ്റ്റ് വ്യവസ്ഥയിൽ നടന്നതെന്ന് ഓർക്കണം. 21-ാം നൂറ്റാണ്ടിന്റെ ആദ്യദശകങ്ങളിൽ മുതലാളിത്ത രാജ്യങ്ങളിലെ കോടതികൾ സ്വവർഗ്ഗലൈംഗികതയെ എതിർക്കുകയും ചെയ്യുമ്പോൾ മേൽവിവരിച്ച മുതലാളിത്ത പ്രത്യയശാസ്ത്ര വിശകലനം സാധൂകരിക്കപ്പെടുന്നു.

സ്ത്രീപുരുഷ പദവി ധർമ്മങ്ങൾ

മതം, ജാതി, വർഗ്ഗം, വംശം, ദേശം തുടങ്ങിയവയെല്ലാം ലിംഗപദവിയുടെ സാമൂഹികനിർണയത്തെ ഗാഢമായി സ്വാധീനിക്കുന്നുണ്ട്. ഇവയുടെ അടിസ്ഥാനത്തിൽ ഉരുത്തിരിഞ്ഞുവരുന്ന സ്ത്രീപുരുഷ പദവി സങ്കൽപ്പങ്ങൾ ആചാര്യ മര്യാദകളും അനുപൂരകങ്ങളുമായി ഒരു തലമുറയിൽ നിന്ന് മറ്റൊരുതലമുറയിലേക്ക് കൈമാറ്റം ചെയ്യപ്പെടുന്നു. ജനിച്ചുവീഴുന്ന കുഞ്ഞ് ആണോ പെണ്ണോ എന്നുതിരിച്ചറിയാൻ പരിശോധന വേണ്ടിവരും. എന്നാൽ കൗമാരത്തിൽ എത്തുന്നതിന് മുമ്പ് തന്നെ വസ്ത്രധാരണരീതി, പെരുമാറ്റം, സംസാരം എന്നിവയുടെ അടിസ്ഥാനത്തിൽ ആൺകുട്ടികളെയും പെൺകുട്ടികളെയും തിരിച്ചറിയാം. കുഞ്ഞുങ്ങളെ കൊഞ്ചിക്കുന്നതിലും കളിപ്പാട്ടങ്ങൾ വാങ്ങുന്നതിലും എല്ലാം സമൂഹത്തിലെ പ്രബല സ്ത്രീപുരുഷ സങ്കൽപ്പങ്ങളുടെ സ്വാധീനം കാണാം. ക്രമേണ സമൂഹം തങ്ങളിൽ നിന്ന് പ്രതീക്ഷിക്കുന്ന ആദർശങ്ങളും ശൈലികളും കുഞ്ഞുങ്ങൾ സ്വാംശീകരിച്ചുതുടങ്ങുന്നു. അങ്ങനെ മാമൂൽ സ്ത്രീ-പുരുഷ മാതൃകകൾ വാർത്തെടുക്കാൻ തുടങ്ങുന്നു. സ്ത്രീകൾക്ക് അടക്കത്തിന്റെയും ഒതുക്കത്തിന്റെയും സഹനശക്തിയുടെയും ശാലീനതയുടെയും അനുസരണത്തിന്റെയും കാരുണ്യത്തിന്റെയും മൂർത്തിദേവതയെന്ന വാർപ്പ് മാതൃകയും പുരുഷന് തന്റേടം, സാഹസികത, ആത്മവിശ്വാസം, സംരക്ഷകഭാവം, മനോധൈര്യം തുടങ്ങിയ വാർപ്പ് മാതൃകയും നമ്മുടെ സമൂഹം കൽപ്പിച്ച് നൽകിയിട്ടുണ്ട്. ഇപ്രകാരം സ്ത്രീയും പുരുഷനും സ്വയം ഉൾക്കൊള്ളുന്ന ലിംഗപദവി സങ്കൽപ്പങ്ങൾ വ്യത്യസ്തങ്ങളായ ധർമ്മങ്ങളിലേക്ക് നയിക്കുന്നു. നമ്മുടെ സമൂഹത്തിൽ സ്ത്രീപുരുഷന്മാർ ഏറ്റെടുക്കുന്ന വ്യത്യസ്ത ധർമ്മങ്ങളിൽ (റോളുകൾ) പ്രത്യുൽപ്പാദന ധർമ്മങ്ങളിലൊഴിച്ച് മറ്റെല്ലാംതന്നെ ഇത്തരത്തിൽ സമൂഹത്തിലെ

പദവി വ്യത്യാസത്തിന്റെ അടിസ്ഥാനത്തിൽ രൂപം കൊണ്ടിട്ടുള്ളതാണ്. സ്ത്രീ-പുരുഷ തൊഴിൽ വിഭജനത്തിലാണ് (Sexual division of labour) ഈ വ്യത്യസ്ത ധർമ്മങ്ങൾ വളരെ പ്രകടമായി കാണുന്നത്.

'സ്ത്രീയും പുരുഷനും തമ്മിലുള്ള തൊഴിൽ വിഭജനത്തിന് പ്രധാനമായും മൂന്ന് തലങ്ങളുണ്ട്.'[16]

1. വീടിനകത്തും പുറത്തുമുള്ള തൊഴിലുകൾ തമ്മിലുള്ള വിഭജനം.
2. വീടിന് പുറത്ത് തൊഴിൽ മേഖലകൾ തമ്മിലുള്ള വിഭജനം.
3. തൊഴിൽ മേഖലയ്ക്കുള്ളിൽ വിവിധ ജോലികൾ തമ്മിലുള്ള വിഭജനം.

വീടിനകത്തും പുറത്തുമുള്ള തൊഴിലുകൾ തമ്മിലുള്ള വിഭജനം ഏതാണ്ട് സാർവ്വത്രികമായുള്ള സ്ത്രീപുരുഷ തൊഴിൽ വിഭജനം ആണ്. വീടിനകത്തുള്ള തൊഴിലുകൾ എല്ലാം സ്ത്രീയുടെ ചുമതലയാണ് എന്നതാണ് ഇതിന്റെ അടിസ്ഥാനതത്ത്വം. സ്ത്രീ പുറത്ത് പണിയെടുക്കുന്നുണ്ടെങ്കിലും ഇല്ലെങ്കിലും ഇതിൽ മാറ്റമില്ല. മക്കത്തായത്തിലും മരുമക്കത്തായത്തിലും അവികസിത രാജ്യങ്ങളിലും വികസിതരാജ്യങ്ങളിലുമെല്ലാം ഈ തൊഴിൽവിഭജനം സാധുവാണ്.

വീടിനുപുറത്ത് സ്ത്രീകളും പുരുഷന്മാരും ഏർപ്പെടുന്ന തൊഴിൽമേഖലകൾ തമ്മിലും പ്രകടമായ വിഭജനം കാണാം. പുരുഷന്മാരെ അപേക്ഷിച്ച് സ്ത്രീകൾ കൂടുതലായി ചെയ്യുന്ന തൊഴിലുകൾ വൈദഗ്ദ്ധ്യമാവശ്യമില്ലാത്തവയും അസംഘടിത മേഖലയിലും ആണ്. സംഘടിതമേഖലയിൽ സ്ത്രീകൾ കൂടുതലായി കേന്ദ്രീകരിച്ചിരിക്കുന്നത് അധ്യാപനം, നഴ്സിംഗ്, റിസപ്ഷനിസ്റ്റുകൾ തുടങ്ങിയ തൊഴിലുകളിലാണ്. ഇവയിൽ നല്ല പങ്കും സ്ത്രീകൾക്ക് ഏറ്റവും അനുയോജ്യമായ മേഖലകളായാണ് വിവക്ഷിക്കപ്പെടുന്നത്. സംഘടിത മേഖലയിൽ സ്ത്രീകൾ കേന്ദ്രീകരിക്കുന്ന തൊഴിൽ (അധ്യാപനം,നഴ്സിംഗ് etc.) പരിശോധിച്ചാൽ ഈ ജോലികൾ നല്ല പങ്കും സാധാരണ സ്ത്രീധർമ്മങ്ങൾ എന്നു കരുതപ്പെടുന്ന ചില സവിശേഷ ധർമ്മങ്ങളുടെ തുടർച്ചയാണെന്ന് കാണാം. (പരിചരണം. ക്ഷമ, ശുശ്രൂഷ, കാരുണ്യം) സ്ത്രീത്വത്തിന്റെ മാമൂൽ ആവശ്യഘടകങ്ങളായ അനുസരണയും ആകർഷണീയതയും ആവശ്യപ്പെടുന്നവയാണ് റിസപ്ഷനിസ്റ്റിന്റെയും സെക്രട്ടറിയുടെയും ഒക്കെ തൊഴിലുകൾ. ഇത്തരത്തിൽ സ്ത്രീത്വത്തെപ്പറ്റി നിലനിൽക്കുന്ന പരമ്പരാഗതവിശ്വാസങ്ങളും സ്ത്രീകൾക്ക് യോജിച്ചതായി വിവക്ഷിക്കപ്പെടുന്ന തൊഴിലുകളും തമ്മിൽ അഭേദ്യമായ ബന്ധമുണ്ട്.

ചില തൊഴിൽമേഖലകൾക്കുള്ളിൽ സ്ത്രീകളും പുരുഷന്മാരും എടുക്കുന്ന പണികൾ പരിശോധിച്ചാൽ പ്രകടമായ സ്ത്രീ-പുരുഷതൊഴിൽ വിഭജനം കാണാനാകും . ഉദാഹരണത്തിന് കൃഷിപ്പണിയിൽ സ്ത്രീകൾ ഞാറുനടുകയും കള പറിക്കുകയും ചെയ്യുമ്പോൾ ഉഴവുന്നതും വിതയ്ക്കുന്നതും പുരുഷന്മാരാണ്. കയറിലാകട്ടെ തൊണ്ടുതല്ലും ചകിരിവൃത്തിയാക്കലും കയർപിരിക്കലും പ്രധാനമായും സ്ത്രീയുടെ ജോലിയാണ്.

എന്നാൽ കയർ വിൽക്കാൻ കെട്ടുന്നത് പുരുഷന്റെ ചുമതലയാണ്. ഇവിടെയെല്ലാം സ്ത്രീകൾ ചെയ്യുന്ന ജോലികൾ വൈദഗ്ദ്ധ്യമാവശ്യമില്ലാത്തതും ഭാരം കുറഞ്ഞതുമാണെന്ന ന്യായത്തിൽ പുരുഷന് ലഭിക്കുന്നതിനേക്കാൾ കുറഞ്ഞകൂലിയാണ് ലഭിക്കുന്നത്.

എങ്ങനെയാണ് ഈ തൊഴിൽ വിഭജനം രൂപപ്പെട്ടത്? സ്ത്രീയും പുരുഷനും തമ്മിലുള്ള ലിംഗവ്യത്യാസത്തിന്റെ അടിസ്ഥാനത്തിൽ സ്വാഭാവികവും അനിവാര്യവുമായ ഒന്നാണോ ആ തൊഴിൽ വിഭജനം? സ്ത്രീക്ക് കായികശേഷി കുറവായതുകൊണ്ടാണ് ഈ തൊഴിൽ വിഭജനം എന്നൊരു വാദമുണ്ട്. എന്നാൽ കൃഷിയിലും പരമ്പരാഗത വ്യവസായങ്ങളിലുമൊക്കെ പുരുഷൻ ചെയ്യുന്ന പല ജോലികളേക്കാൾ കൂടുതൽ കായികാധ്വാനം ആവശ്യമുള്ള തൊഴിലുകളല്ലേ സ്ത്രീകൾ ചെയ്യുന്നത്? പല തൊഴിലുകൾക്കുമാവശ്യമായ തൊഴിൽ വൈദഗ്ദ്ധ്യം സ്ത്രീകൾക്കില്ല എന്നതാണ് മറ്റൊരു ന്യായം. ശരിയാണ്. പക്ഷേ, എന്തുകൊണ്ട് പുതിയ തൊഴിൽ വൈദഗ്ദ്ധ്യപരിശീലനം പോലും സ്ത്രീകൾക്ക് ലഭിക്കുന്നില്ല? ഒരു തൊഴിൽമേഖലയിൽ യന്ത്രവൽക്കരണം വന്നാൽ സ്ത്രീകൾക്ക് യന്ത്രത്തിൽ പരിശീലനം നൽകുന്നതിനുപകരം സ്ത്രീത്തൊഴിലാളികൾക്ക് തൊഴിൽ നിഷേധിക്കുന്ന അനുഭവമല്ലേ ഉള്ളത്.

വീടാണ് സ്ത്രീയുടെ പ്രഥമസ്ഥാനമെന്നും വീട്ടിനുള്ളിലെ ധർമ്മങ്ങൾക്ക് അനുസൃതവും അനുയോജ്യവുമായ തൊഴിലാളികളിലാണ് അവർ ഏർപ്പെടേണ്ടത് എന്നുള്ള മിഥ്യധാരണയാണ് തൊഴിൽ വിഭജനത്തിലെ വിവേചനത്തിന്റെ അടിസ്ഥാനകാരണം. വീട്ടിനുള്ളിലെ സ്ത്രീയുടെ ധർമ്മങ്ങളും വീട്ടിനുള്ളിലെ സ്ത്രീപുരുഷതൊഴിൽ വിഭജനവും എങ്ങനെയുണ്ടായി എന്നു പരിശോധിക്കേണ്ടതുണ്ട്. കാലാതീതവും ദേശാതീതവുമായ മനുഷ്യന്റെ ഉത്ഭവം മുതലുള്ള ഒന്നാണോ വീടിനകത്തെ ഈ തൊഴിൽ വിഭജനം?

പദവി എന്നത് പുരുഷന്മാരുമായി താരതമ്യപ്പെടുത്തുമ്പോൾ സ്ത്രീകൾക്കുള്ള സാമൂഹിക സാമ്പത്തിക അവസ്ഥയാണ്. ഇതിന് സ്ഥാപനവൽക്കരിക്കപ്പെട്ട വിവേചനരൂപങ്ങൾ ഇല്ലാതാകണം. വീട്ടുജോലിയുടെയും ശിശുപരിചരണത്തിന്റെയും ഭാരം പങ്കിടണം. സ്ത്രീകൾക്ക് മേലുള്ള പുരുഷ നിയന്ത്രണത്തിൽ കുറവ് സംഭവിക്കണം. ഫെമിനിസ്റ്റ് സൈദ്ധാന്തികർ ഇത്തരം നിർദ്ദേശങ്ങൾ മുറുകെ പിടിക്കുന്നവരാണ്. 1990 കളിലാണ് വികസന കാര്യങ്ങളിൽ നിന്നും സ്ത്രീശാക്തീകരണം എന്ന വാക്ക് പ്രത്യേകമായി ഉയിർക്കൊണ്ടത്.

സ്വത്തവകാശം, വോട്ടവകാശം, പുരുഷനുണ്ടായിരുന്ന നിയമമേൽക്കോയ്മ ഇതിലെല്ലാം പിൽക്കാലത്ത് മാറ്റം വരുന്നതിൽ ശാക്തീകരണ കാര്യങ്ങളുടെ ഇടപെടൽ ഉണ്ടായിരുന്നു. നിയമങ്ങളിൽ സ്ത്രീകൾക്ക് അനുകൂലമായ സാഹചര്യങ്ങൾ കുറേയെറെ ഉണ്ടായിരുന്നുവെങ്കിലും എത്രകുട്ടികൾ വേണമെന്നടക്കമുള്ള ലൈംഗികകാര്യങ്ങളിൽ നിയന്ത്രണം ലഭിക്കുന്നില്ല. പലവിഭാഗങ്ങളിലും പൊതുതത്ത്വമായ രണ്ടുകുട്ടികളെന്ന

നിലയ്ക്കപ്പുറത്ത് പോകുന്നു. ഇതിൽ പ്രധാനമായും താൽപ്പര്യം കാട്ടുന്നത് പുരുഷവിഭാഗമാണ്. അതുപോലെ ലിംഗപരമായ തൊഴിൽ വിഭജനം സ്ത്രീകളുടെ ജീവിതദുരിതങ്ങൾ ഇരട്ടിപ്പിക്കുന്നതാണ്.

ശാക്തീകരണം ശക്തിയും അധികാരവും സമ്മേളിക്കുന്നതാണ്. അത് ഭൗതിക ആസ്ഥികളിൽ മേലുള്ള നിയന്ത്രണം അഥവാ പങ്കാളിത്തം മാത്രമല്ല ഭൗതികവിഭവങ്ങളിലും പ്രത്യയശാസ്ത്രത്തിലുള്ള മേൽക്കൈ കൂടിയാണ്. വിജ്ഞാനം, വിവരം, ആശയങ്ങൾ എന്നിവ ഈ ബൗദ്ധിക ഗുണത്തിലുൾപ്പെടുത്താം. എന്നാൽ പ്രത്യയശാസ്ത്രനിയന്ത്രണം എന്നതുകൊണ്ട് നിർണ്ണയിക്കപ്പെടുന്ന മൂല്യങ്ങൾ, പൊരുമാറ്റങ്ങൾ, സമീപനങ്ങൾ, നിശ്ചിതതരത്തിലുള്ള വിശ്വാസങ്ങൾ എന്നിവയാണ്.

ഇതെല്ലാം നിശ്ചിത സാമൂഹിക സാമ്പത്തിക ചുറ്റുപാടുകളിൽ എങ്ങനെ പ്രവർത്തിക്കുന്നുവെന്നുള്ളതാണ്. ഇത്തരം പ്രത്യയശാസ്ത്ര രൂപീകരണത്തിൽ പരമ്പരാഗതമായി നിലനിൽക്കുന്ന സ്ത്രീവിരുദ്ധ ആശയങ്ങൾ ഉൾച്ചേർന്നിരിപ്പുണ്ട്. പൊതുസ്വകാര്യജീവിതത്തെ നിയന്ത്രിക്കുന്ന സാമൂഹിക ബന്ധങ്ങളെ ക്രമീകരിക്കുന്ന പ്രത്യയശാസ്ത്രം, വിജ്ഞാനം, ഭൗതിക വിഭവങ്ങളുടെ വിതരണം എന്നിവയെ സ്വാധീനിക്കുന്നവർക്കും നിയന്ത്രിക്കുന്നവർക്കും അധികാരമുണ്ടെന്ന് പറയാൻ കഴിയും; അഥവാ അധികാരം എന്നുപറയുന്നത് ഇവയിൽ ഇടപെടാൻ കഴിയുന്നതിനെയാണ്.

സ്ത്രീകൾ, പ്രത്യേകിച്ച് പാവപ്പെട്ട സ്ത്രീകൾ അധികാരമില്ലായ്മ അനുഭവിക്കുന്നവരാണ്. ചുറ്റുപാടുമുള്ള പരിമിതമായ വിഭവങ്ങളുടെ കാര്യത്തിൽ പോലും അവർക്ക് നിയന്ത്രണമില്ല. സ്വന്തം ശരീരം, അധ്വാനശേഷി, നിപുണത ഇവയിലൊന്നിലും നിയന്ത്രണം ലഭിച്ചിട്ടില്ലാത്തവരാണ് അവർ. പുരുഷമേൽക്കോയ്മയോ പുരുഷാധിപത്യത്തിൽ നിർമ്മിതമായ സാമൂഹിക മേൽക്കോയ്മയോ ആണ് അവരിൽ നിന്നും ഇത് കവർന്നെടുക്കുന്നത്.

പ്രത്യയശാസ്ത്ര നിയന്ത്രണം

ഇത്തരം അധികാരവും പദവിയും സ്ത്രീകൾക്ക് തരപ്പെടാതിരിക്കാൻ എന്നും ഉപയോഗിച്ചത് പ്രത്യയശാസ്ത്ര നിയന്ത്രണത്തിലൂടെയാണ്. പൂർവ്വകാലത്ത് സ്ത്രീകൾക്ക് നിയന്ത്രാണാധികാരം ഉണ്ടായിരുന്ന ഒരു സാമൂഹികഘടന, ഉൽപ്പാദനസമ്പ്രദായത്തിൽ വന്നമാറ്റത്തിലൂടെ പിതൃദായക ക്രമത്തിലേക്ക് പരിവർത്തിക്കപ്പെടുകയായിരുന്നു. വിധേയത്വം, ത്യാഗം, അനുസരണ, നിശ്ശബ്ദസഹനം തുടങ്ങിയ പിതൃദായത്ത ഘടന പവിത്രീകരിച്ചു പ്രോത്സാഹിപ്പിച്ചു.

അരികുവൽക്കരിക്കപ്പെട്ട പാവപ്പെട്ട സ്ത്രീകൾ നേരിടുന്ന പ്രധാന അനീതി ലിംഗപരമായ അനീതിയാണ്. ജെൻഡർ തുല്യതയില്ലായ്മ സ്ത്രീകളും പുരുഷന്മാരും തമ്മിൽ മാത്രമല്ല സ്ത്രീകളും സ്ത്രീകളും തമ്മിൽ, പുരുഷന്മാരും പുരുഷന്മാരും തമ്മിൽ ഇങ്ങനെ ഏതുബന്ധത്തിലും സംഭ

വിക്കാവുന്ന സാമൂഹിക പരുവപ്പെടുത്തലാണ്. ഭാര്യയും ഭർത്താവും തമ്മിലും അമ്മയും മകളും (മരുമകൾ) തമ്മിലും മേലുദ്യോഗസ്ഥനായ പുരുഷന്മാരും കീഴുദ്യോഗസ്ഥയായ സ്ത്രീയും തമ്മിലും ഈ അനീതി പ്രവർത്തിക്കുന്നുണ്ട്.

ഇതിൽ പുരുഷന്മാരും ഇരയാകുന്നുണ്ട്. 'കരയരുത്' എന്നുള്ള പൊതുധാരണകൾ കുട്ടികളെ ആണധികാരം ഉപയോഗിച്ച് കർക്കശമായി സമീപിക്കാനുള്ള കുടുംബ/സമൂഹത്തിന്റെ സമ്മർദ്ദം ഇതെല്ലാം ഈ ഗണ ത്തിൽപ്പെടുത്തി പരിശോധിക്കാവുന്നതാണ്.

ലിംഗപരമായ അനീതിയുടെ ഉറവിടം സാമൂഹിക നിർമ്മിതിയാണ്. ഭരണകൂടം, വിപണിവ്യവസ്ഥ, മതങ്ങളുടെ മൗലികവ്യാഖ്യാനങ്ങൾ അതായത് ശാസ്ത്രയുക്തികളെ തിരസ്കരിച്ച് ജീവിതശൈലി രൂപപ്പെടുത്തൽ ഇതെല്ലാം ലിംഗപരമായ അനീതിയെ സ്ഥാപനവൽക്കരിക്കുന്നു.

സ്ത്രീശാക്തീകരണം

വികസനപരിപ്രേക്ഷങ്ങളിലൂടെ കഴിഞ്ഞ 3/4 ദശകങ്ങളായി ഉയർന്നുവന്ന പദപ്രയോഗമാണ് സ്ത്രീശാക്തീകരണം(Woman empowerment). സ്ത്രീകളുടെ പങ്കാളിത്ത പദവി, ഇടങ്ങൾ, ദാരിദ്ര്യനിർമ്മാർജ്ജനം എന്നീചർച്ചകളിൽ അനിവാര്യമായ പദമായി 'ശാക്തീകരണം' മാറിയിട്ടുണ്ട്.

ഈ ആശയരൂപീകരണങ്ങൾക്കും ചർച്ചകൾക്കും പ്രധാന പങ്ക് വഹിച്ചത് ഫെമിനിസ്റ്റ് പ്രസ്ഥാനങ്ങൾ തന്നെയാണ്. വിഖ്യാത മാർക്സിസ്റ്റ് സൈദ്ധാന്തികനായ അന്റോണിയോ ഗ്രാംഷിയുടെ പങ്കാളിത്ത ചിന്തകൾ, പൗലോഫ്രെയറുടെ ജനകീയ വിദ്യാഭ്യാസപദ്ധതി, മേൽ പ്രസ്താവിച്ച ഫെമിനിസ്റ്റ് ആശയങ്ങൾ എല്ലാം ഇതിൽ പങ്കുവഹിച്ചു.

പല നിലപാടുകളും അസന്ദിഗ്ധമാക്കുന്നതരത്തിലേക്ക് വികസിച്ചു. ഉറച്ച സ്ത്രീപക്ഷ നിലപാട്, ലിംഗപദവിയുടെ നിർവ്വചനം, പാരമ്പര്യഘടകങ്ങളിൽ നിന്നും ജാതിമതാദി സംസ്ക്കാരത്തിൽ നിന്നും എങ്ങനെ ലിംഗപദവി രൂപം കൊണ്ടുവെന്നുള്ള സിദ്ധാന്ത രൂപീകരണവും പ്രായോഗികജീവിതാനുഭവങ്ങളെ ഉൾച്ചേർത്തുകൊണ്ടുള്ള വിശദീകരണപ്രക്രിയയും, ഇതെല്ലാം തമ്മിലുള്ള പരസ്പരബന്ധം ഇതെല്ലാം ഉരുത്തിരിയപ്പെട്ടു.

ഗ്രാംഷിയുടെ മാർക്സിസ്റ്റ് ദാർശനിക സമസ്യപൂരണത്തിൽ നിന്നും പുതിയ സൈദ്ധാന്തികബോധം ഉയിരുകൊടുത്ത പൗരസമൂഹബോധമണ്ഡലത്തിൽ വിത്തെറിയാനും അത് സ്ത്രീപ്രശ്നങ്ങളെ കൂടുതൽ ആഴത്തിൽ, പുതിയ ഫെമിനിസ്റ്റ് ചിന്തകളുടെ അകമ്പടിയിൽ മനസ്സിലാക്കാനും കഴിഞ്ഞു.

സ്ത്രീകളുടെ അവകാശങ്ങൾ അംഗീകരിപ്പിച്ചെടുക്കാനുള്ള കഴിവ്

സ്ത്രീ സമൂഹത്തിൽ വികസിപ്പിച്ചെടുക്കുക, അടിച്ചമർത്തലിനെ നേരിടാൻ പ്രാപ്തരാക്കുക, തൊഴിലിടങ്ങളിലെ സംഘടനകളും അതിലുപരി ജനാധിപത്യസമൂഹത്തെയും ശക്തിപ്പെടുത്തുക, മാറ്റത്തിന് വിധേയപ്പെടുത്താൻ പൗരസമൂഹത്തിൽ സമ്മർദ്ദം ചെലുത്തുക എന്നിങ്ങനെ അത് തുടർന്നു.

തുല്യത (equality)എന്ന ആശയത്തിൽ നിന്നും സന്തുലിത(equity) എന്ന പരികൽപ്പനയിലേക്കാണ് ഇപ്പോൾ സ്ത്രീശാക്തീകരണ കാര്യങ്ങൾ വികസിക്കുന്നത്. വിഭവങ്ങളുടെ മേൽ പുരുഷന്മാർക്കൊപ്പം തുല്യമായ പ്രാപ്യത എന്നത് മാത്രമല്ല; പുരുഷന്മാരെപ്പോലെ സ്വതന്ത്രർ ആവുക. എന്നതാണ് അതായത് തുല്യമായതുകൊണ്ട് മാത്രമായില്ല, ഓരോ സമൂഹത്തിലും ഉൽപ്പാദിപ്പിക്കപ്പെടുന്ന പുരുഷാനുകൂലഘടകങ്ങൾ കൂടി സമന്വയിപ്പിച്ചെടുക്കുന്ന പുതിയ വ്യക്തിത്വം എന്ന രീതിയിൽ നിർവ്വചിക്കപ്പെടണം എന്ന ആശയവും ചർച്ചയായി വരുന്നു. സാമൂഹിക സാംസ്ക്കാരിക നിയമങ്ങളിൽ സുവ്യക്തമായ അഴിച്ചുപണിയും വീട്ടകങ്ങളിലെ ജോലികളിൽ ശരിയായ പങ്കാളിത്തവും ഉൾപ്പെടെ സാമൂഹിക ശ്രേണീബന്ധങ്ങളിൽ അനിവാര്യമായ മാറ്റം ഉണ്ടാകണം.

ലിംഗവിഭാഗങ്ങൾ തമ്മിലുള്ള അധികാരബന്ധങ്ങളിൽ വേരൂന്നിയിരിക്കുന്ന ഒന്നാണ് ശാക്തീകരണം. ജീവിത സാഹചര്യങ്ങളെ നേരിടാനുള്ള വൈജ്ഞാനിക ധാരണയും ഇതിനെ വിമർശനാത്മകമായി വിലയിരുത്തുവാനും അതുവഴി ജീവിതത്തിന്റെ വ്യത്യസ്തതലങ്ങളെ നിയന്ത്രിക്കാനും സ്ത്രീകളിൽ കഴിവ് ജനിപ്പിക്കുന്ന ഒന്നാണ് സ്ത്രീശാക്തീകരണം.

ഇതുണ്ടാകണമെങ്കിൽ സ്വശരീരത്തിന്മേലും ലൈംഗികതയിലും പ്രത്യുൽപ്പാദനത്തിലും സ്ത്രീകൾക്ക് കൂടി നിയന്ത്രണമുണ്ടാകണം. അതുപോലെ വിഭവങ്ങളുടെ മേലുള്ള പ്രാപ്യതയും നിയന്ത്രണവും, സ്വന്തം തൊഴിലിലും വരുമാനത്തിലുമുള്ള നിയന്ത്രണം, സഞ്ചാരസ്വാതന്ത്ര്യം, രാഷ്ട്രീയവേദികളിലെ പ്രാപ്യതയും നിയന്ത്രണവും, നിയമകാര്യങ്ങളിലും നീതിതേടുന്നതിലുള്ള കരുത്ത് എന്നിവയിലൂടെ ആത്മവിശ്വാസവും ആത്മാഭിമാനവും വർദ്ധിപ്പിക്കുകയും വേണം.

സ്ത്രീപുരുഷലിംഗാനുപാതത്തിൽ മെച്ചപ്പെട്ട ഒരു കണക്ക് ഉയർത്തിക്കാട്ടാൻ കഴിയുന്ന സമൂഹമാണ് കേരളം. ജനസംഖ്യയുടെ 52% സ്ത്രീകളാണ്. 1000 പുരുഷന്മാർക്ക് 1084 സ്ത്രീകൾ എന്നതാണ് കണക്ക്. ദേശീയാനുപാതം തിരിച്ചാണ്. 1000 പുരുഷന്മാർക്ക് 940 സ്ത്രീകൾ മാത്രമാണുള്ളത്. സ്ത്രീപുരുഷലിംഗാനുപാതത്തിൽ മുന്നിൽ നിൽക്കുന്ന കേരളത്തിൽ 6 വയസ്സ് വരെയുള്ള, കുട്ടികൾക്കിടയിൽ പെൺകുട്ടികൾ കുറഞ്ഞുവരുന്നുവെന്നു കണക്കുകൾ പറയുന്നു. 1000 ആൺകുട്ടികൾക്ക് 959 പെൺകുട്ടികൾ എന്ന രീതിയിൽ വ്യത്യാസം കാണുന്നു. 14 വയസ്സ് വരെയുള്ള കുട്ടികളിൽ 48.91% മാത്രമാണ് പെൺകുട്ടികൾ. ആയുർദൈർഘ്യത്തിൽ കേരളം ലോകത്ത് മുൻനിരയിൽ നിൽക്കുന്നു. സ്ത്രീകളുടെ

ആയുർദൈർഘ്യം 76.3 വയസ്സാണ്. ദേശീയ ശരാശരി 64.2 മാത്രമാണ്. കേരളത്തിൽ 60 വയസ്സിന് മുകളിൽ പ്രായമുള്ളവരിൽ 55.4% സ്ത്രീകളാണ്.

2011 ലെ സെൻസസ് പ്രകാരം പുരുഷന്മാരുടെ ആയുർദൈർഘ്യം 74.9 വയസ്സാണ്. 60 വയസ്സിന് മേൽപ്രായമുള്ള സ്ത്രീകൾ 13.3%വും പുരുഷന്മാർ 11.8 ഉം ആണ്. വിധവകളായ സ്ത്രീകളുടെ എണ്ണവും കേരളത്തിൽ കൂടുതലാണ്. ഗാർഹികാതിക്രമം, ലൈംഗികാതിക്രമം എന്നിവ വിധവകളും നേരിടുന്ന പ്രശ്നങ്ങളാണ്. സാമ്പത്തികപരാശ്രിതത്വം, ഒറ്റപ്പെടൽ എന്നിവയെല്ലാം അവർ അനുഭവിക്കുന്നുണ്ട്.

കേരളത്തിലെ സ്വഭവനങ്ങളിൽ പോലും സുരക്ഷിതരല്ലെന്ന പ്രശ്നം, സ്ത്രീകളും കുട്ടികളും അനുഭവിക്കുന്ന ലൈംഗികാതിക്രമങ്ങൾ എവിടെ എപ്പോൾ എന്നത് പേടിസ്വപ്നമാണ്. യാത്രാവേളയിലെ ലൈംഗികാതിക്രമം തികച്ചും ഒറ്റപ്പെട്ടതുമല്ല. 2020 ലെ സ്റ്റേറ്റ് ക്രൈം റിക്കാർഡനുസരിച്ച് 2076 ബലാൽസംഗങ്ങൾ, 4579 പീഡനം, 224 തട്ടിക്കൊണ്ടുപോകൽ, 431 പൂവാലശല്യം എന്നീവിധത്തിലാണ് സ്ത്രീകൾക്ക് മേലുള്ള കുറ്റകൃത്യങ്ങൾ.

2016 ലെ ഇക്കണോമിക് റിവ്യൂപ്രകാരം സ്കൂളുകളിലും ആർട്സ്& സയൻസ് കോളേജുകളിലും പെൺകുട്ടികൾ വളരെ മുന്നിലാണ്. കോളേജിൽ 71.54% പെൺകുട്ടികളാണ്. സ്കൂളിൽ ഇത് 45.5 ആയി. ഏകദേശം തുല്യാതുല്യമാണ്. B.Ed കോളേജുകളിൽ 90% ത്തിനുമുകളിൽ പെൺകുട്ടികളാണ് ചേരുന്നത്. എന്നാൽ പ്രൊഫഷണൽ കോഴ്സുകളിൽ ഈ അനുപാതം തകിടം മറിയുന്നു. ബിടെക്കിൽ 36.86%, എഞ്ചിനീയറിംഗ് 39.87%, പോളിടെക്നിക് 32.76% എന്നിങ്ങനെയാണ്.

സ്കൂൾ അധ്യാപകർക്കിടയിൽ 72.66% സ്ത്രീകളാണ്. അൺഎയ്ഡഡ് സ്കൂളിൽ 82.78% വും സർക്കാർ സ്കൂളിൽ 69.19% വും വനിതകളാണ്. കുറഞ്ഞ ശമ്പളം ലഭിക്കുന്ന അൺഎയ്ഡഡ് സ്കൂളുകളിലെ പങ്കാളിത്തം കൂടുതൽ ശ്രദ്ധേയമാണ്.

ആരോഗ്യരംഗത്ത് ലോകത്ത് തന്നെ മെച്ചപ്പെട്ട മാതൃക എന്ന പരിഗണനയാണ് കേരളത്തിനുള്ളത്. നിപ, കോവിഡ്-19 എന്നീരോഗങ്ങളെ ചെറുക്കുന്നതിൽ നമ്മുടെ വൈദഗ്ധ്യവും പ്രവർത്തനമികവും അന്താരാഷ്ട്രതലത്തിൽ ചർച്ചചെയ്യപ്പെട്ടു. ഇന്ത്യയിലെ ആദ്യറാങ്കുള്ള 12 പ്രാഥമികാരോഗ്യകേന്ദ്രങ്ങളും കേരളത്തിലാണ് (2020). 37 രാജ്യങ്ങൾ കോവിഡ് പ്രതിരോധത്തിലെ കേരളത്തിന്റെ മികവിനെ പ്രകീർത്തിച്ചു.

ഇന്ത്യയിലെ സ്ത്രീകളിൽ 98% വും ആശുപത്രിയിൽ പ്രസവിക്കുന്ന പ്രദേശം കേരളമാണ്. മാതൃമരണനിരക്കും ശിശുമരണനിരക്കും കുറവാണ്. എന്നാൽ സ്ത്രീകളിൽ ആത്മഹത്യാനിരക്ക് കൂടുതലുള്ള പ്രദേശം കേരളമാണ്. അതുപോലെ വിദ്യാഭ്യാസത്തിന്റെ സാന്നിദ്ധ്യത്തിലും അന്ധവിശ്വാസങ്ങൾ വർദ്ധിക്കുകയും ചെയ്യുന്നു.

സ്ത്രീകൾക്ക് അടിച്ചമർത്തലുകളെ ചോദ്യംചെയ്യാൻ കഴിയുമെന്ന

ആത്മവിശ്വാസം വർദ്ധിപ്പിക്കണം. കൂട്ടായ പ്രവർത്തനങ്ങളിലൂടെ അവസ്ഥ മെച്ചപ്പെടുത്താൻ കഴിയണം. ഇങ്ങനെമാത്രമേ സ്ത്രീപദവിയിൽ വ്യത്യാസം വരുത്താൻ കഴിയുകയുള്ളൂ. രാഷ്ട്രീയപ്രക്രിയയിൽ ഭാഗമാവുകയും ചലനസ്വാതന്ത്ര്യം മെച്ചപ്പെടുത്തുകയും ചെയ്യേണ്ടതായിട്ടുണ്ട്. ശിശുപരിചരണത്തിലും വീട്ടുജോലിയിലും പുരുഷപങ്കാളിത്തം അനിവാര്യമാക്കണം.

വികസനപങ്കാളിത്തം ഉറപ്പാക്കാൻ കഴിയുന്ന സമീപനം സ്വീകരിക്കണം. ആദ്യം 33% വും ഇപ്പോൾ 50% വും സ്ത്രീകൾക്ക് തദ്ദേശസ്വയംഭരണസ്ഥാപനങ്ങളിൽ പങ്കാളിത്തം ഉണ്ട്. പലരംഗങ്ങളിലും കേരളത്തിന് ഔന്നത്യം വഹിക്കാൻ കഴിയുന്നത് സ്ത്രീകളുടെ ഈ ഉൾച്ചേരലാണ്. സാമൂഹിക സാമ്പത്തിക വളർച്ചയിൽ ഇത് പ്രകടമാകുന്നുണ്ട്.

തദ്ദേശ സ്വയംഭരണസ്ഥാപനങ്ങളിലെ സ്ത്രീകൾ താൽക്കാലികമായി ഭരണം കൈകാര്യം ചെയ്യുവാനുള്ള പരിശീലനത്തിന് അപ്പുറത്ത്, അക്കാദമിക നിലവാരം വർദ്ധിപ്പിക്കാനുതകുന്ന കർമ്മ പരിപാടികൾ സംഘടിപ്പിക്കണം. ഗ്രന്ഥശാലകളും ജനപ്രതിനിധികളായ സ്ത്രീകളും തമ്മിലുള്ള കൂട്ടായ്മ ആവിഷ്ക്കരിക്കാവുന്നതാണ്. ഇതിനൊരു സിലബസ് തദ്ദേശ സ്വയംഭരണവകുപ്പിന് വിദഗ്ദ്ധന്മാരുമായി ചർച്ച ചെയ്ത് തീരുമാനിക്കാവുന്നതാണ്. വ്യക്തിത്വവികാസവും ആത്മവിശ്വാസവും ഇത് വർദ്ധിപ്പിക്കും. മതവിശ്വാസത്തെ പരിഗണിച്ചുകൊണ്ട് തന്നെ മതബോധ കെട്ടുപാടുകൾക്കകത്ത് കുടുങ്ങിക്കിടക്കുന്ന സ്ത്രീസമൂഹത്തെ അവിടെനിന്നും ശാസ്ത്രാഭിമുഖ്യമുള്ള വിഭാഗമാക്കിമാറ്റാൻ അന്വേഷണവും പഠനവും സ്ത്രീകൾ പ്രത്യേകമായി നടത്തേണ്ടതുണ്ട്.

നിലനിൽക്കുന്ന സാഹചര്യത്തിൽ സ്ത്രീയവസ്ഥ (Condition) മെച്ചപ്പെടുന്ന സാഹചര്യം ഉണ്ട്. കൂടുതൽ കൂലി, പോഷകാഹാരം, തൊഴിൽ പരിശീലനം ഇതൊക്കെ ഒരു പരിധിവരെ സാധ്യമായേക്കാം. എന്നാൽ അതുള്ളപ്പോൾതന്നെ സ്ത്രീപദവി (status)പുരുഷന്മാരുമായി താരതമ്യം ചെയ്യുമ്പോൾ തുല്യതപ്പെടുന്നില്ലായെന്ന പ്രശ്നം ഗൗരവപരമായി കാണേണ്ടതുണ്ട്.

ഫെമിനിസ്റ്റ് വഴികൾ

പുരുഷ സമൂഹത്തിന്റെ പ്രവർത്തനമണ്ഡലത്തിൽ കൂടി സ്ത്രീവിമോചനആശയങ്ങൾ ചെലുത്താതെ പുരുഷന്മാരെയെല്ലാം ശത്രുവർഗ്ഗമാക്കി മുദ്രകുത്തി പുരുഷന്മാരാണ് സ്ത്രീയുടെ ശത്രുവെന്ന വിതണ്ഡവാദം ഉയർത്തുന്ന ക്ലാസിക്കൽ ഫെമിനിസം പോലുള്ള സ്ത്രീവിമോചനപ്രസ്ഥാനങ്ങൾ സാമൂഹിക യാഥാർത്ഥ്യത്തിന് പുറത്ത് സഞ്ചരിക്കുന്നവരാണ്. അതുകൊണ്ട് തന്നെ അത്തരം പ്രസ്ഥാനങ്ങൾ യഥാർത്ഥ സ്ത്രീവിമോചനവാദികളല്ല.

എന്നാൽ 1960 കളിൽ ശക്തിപ്രാപിച്ച ഫെമിനിസ്റ്റ് ആശയഗതിക്കാർ ഉയർത്തിക്കൊണ്ട് വന്ന പ്രശ്നങ്ങളുടെ ഗൗരവം ഒട്ടും കുറച്ച് കാണാൻ കഴിയില്ല. മതഗ്രന്ഥങ്ങളിലും പുരോഹിത വ്യാഖ്യാനങ്ങളിലും ഇതിഹാസാദി പുരാണങ്ങളിലും ഇതരസാഹിത്യസാംസ്ക്കാരിക ജീവിതമണ്ഡലങ്ങളിലും നിറഞ്ഞാടിയിരുന്ന പുരുഷമേധാവിത്വഘടകങ്ങളെ വെളിച്ചത്ത് കൊണ്ടുവരാൻ ഫെമിനിസ്റ്റ് പ്രസ്ഥാനങ്ങൾ നടത്തിയ പരിശ്രമം ചരിത്രത്തിലെ ഏറ്റവും മികച്ച സംഭാവനകളിലൊന്നാണ്.

അത്, ഭാഷയിലെ പുരുഷമേൽക്കോയ്മ, ആചാരാനുഷ്ഠാനങ്ങളിലെ സ്ത്രീവിരുദ്ധത, വസ്ത്രധാരണത്തിലെ സ്ത്രീഅടിമത്തം, പൊതുമണ്ഡലങ്ങളിലെ സ്ത്രീവിവേചനം എന്നിങ്ങനെ ധാരാളം വിഷയങ്ങൾ ഏതാണ്ട് 19-ാം നൂറ്റാണ്ടിന്റെ അവസാനം മുതൽ രംഗത്ത് കൊണ്ടുവരാൻ ശ്രമിച്ചിട്ടുണ്ട്.

ഇത് സ്ത്രീകളുടെ പദവി, അധികാരത്തിൽ നിന്നുള്ള അന്യവൽക്കരണം എന്നിങ്ങനെ ആധുനിക സമൂഹത്തിൽ അനിവാര്യമായും ഉരുത്തിരിയേണ്ട കാര്യങ്ങളിലേക്ക് ലോകത്തിന്റെ ശ്രദ്ധ കൊണ്ടുവരാൻ കഴിഞ്ഞു.

അതായത് മാർക്സിസത്തിന്റെ കണ്ടെത്തലുകളിലെ സ്ത്രീഅടിമത്ത

പ്രശ്നങ്ങളുമായി ബന്ധപ്പെട്ട വിലയിരുത്തൽപോലും സമൂഹശ്രദ്ധയിലേക്ക് കൊണ്ടുവരുന്ന രൂപത്തിൽ ചർച്ചകളും സംവാദങ്ങളും ഉരുത്തിരിയാൻ ഒരു പ്രധാന പങ്ക് ഫെമിനിസ്റ്റ് പ്രസ്ഥാനം വഹിച്ചുവെന്നത് നിസ്തർക്കം പറയാൻ കഴിയും.

സ്ത്രീവർഗ്ഗത്തിന്റെ അവകാശങ്ങൾക്കും അന്തസ്സിനും വേണ്ടി പ്രകാശിതമായ ആദ്യത്തെ ആഖ്യായികമായ മേരിവുസ്റ്റൺ ക്രാഫ്റ്റിന്റെ *വനിതാവകാശ സമർത്ഥനം* (*A Vindication of Rights of the Women 1792*) വെർജീനിയ വുൾഫിന്റെ *സ്വന്തമായ ഒരു മുറി* (*A Room of ones own-1928*) സിമോൺ ദീവോയുടെ *The Second sex1949* ബെറ്റീഫീഡന്റെ *The faminine mistique -1921* എന്നിവയെല്ലാം ഈ രംഗത്തെ ചർച്ചയ്ക്കും പ്രസ്ഥാനരൂപീകരണത്തിനും ഇടവരുത്തിയ പ്രധാന ഗ്രന്ഥങ്ങളാണ്.

ഇന്ത്യയിലാണെങ്കിൽ നൂറ്റാണ്ടുകളോളം നിലനിന്നതും വിക്ടോറിയൻ യുഗത്തോടെ അസ്തമിച്ചുപോയതുമായ പൊതുവേദികളിലെ ലൈംഗികമേധാവിത്വത്തിന്റെയോ ലൈംഗിക അടിമത്വത്തിന്റെയോ ആയ ചർച്ചകൾക്ക് വീണ്ടും ഇത് ഇടം നൽകി. സാഹിത്യാദി മണ്ഡലങ്ങളിൽ വളരെ വലിയ മാറ്റം ഫെമിനിസ്റ്റ് ആശയങ്ങൾ കൊണ്ടുവന്നു. സ്ത്രീയെന്ന നിലയിൽ പ്രത്യേകമായി പരിഗണിക്കപ്പെടേണ്ട വിഷയങ്ങൾ സാമൂഹിക വിഷയങ്ങളായി. സ്ത്രീകൾ അവരുടെ 'അകം' തുറന്നുവച്ചു. എഴുതാൻ നൂറ്റാണ്ടുകളായി മാറ്റിവെച്ച വികാരവിചാരങ്ങൾ, വൈഷമ്യങ്ങൾ എല്ലാം പുരുഷാധിപത്യലോകത്തേക്ക് ശക്തമായ ഭാഷയിൽ അവതരിപ്പിച്ചുതുടങ്ങി. പലപ്പോഴും സ്ത്രീകളുടെ സാമൂഹികാടിമത്തം പുരുഷദൃഷ്ടിയിലൂടെയാണ് ലോകം അറിഞ്ഞിരുന്നതെങ്കിൽ സ്ത്രീ സ്വന്തമായി ഭാഷ ഒരുക്കി അവരുടെ ലോകം സൃഷ്ടിക്കാൻ ശ്രമിച്ചു. ഭാഷയിലെ പുരുഷമേധാവിത്വത്തെ തകർത്തെറിയാൻ തുടക്കമിട്ടു. പഴഞ്ചൊല്ലുകളിലെ സ്ത്രീവിരുദ്ധത രംഗത്ത് കൊണ്ടുവന്നു. ഇതിഹാസങ്ങളും പുരാണങ്ങളും മതഗ്രന്ഥങ്ങളും സൃഷ്ടിക്കപ്പെട്ടത് സ്ത്രീയുടെ ജീവിതത്തിലെ അടിമത്ത അടിത്തറയിലായിരുന്നുവെന്ന് ലോകത്തോട് ഉറക്കെ വിളിച്ചുപറഞ്ഞു. പൗരാണിക കഥാപാത്രങ്ങളെ സ്ത്രീപക്ഷവീക്ഷണത്തിൽ പുതുക്കിപ്പണിയുന്നു. കുടുംബചുവരുകൾക്കുള്ളിൽ എരിഞ്ഞുതീർന്ന സ്ത്രൈണതയെ പടിക്ക് പുറത്തേക്ക് കൊണ്ടുവന്നു. 'ഈർച്ച വാളുകൊണ്ട് ഊർന്നാൽക്കൂടി ഒരിഞ്ചുപോലും മുറിഞ്ഞുപോകാത്ത ആചാരമണ്ഡലങ്ങളാൽ തളയ്ക്കപ്പെട്ടവരുടെ' ചങ്ങല അറുക്കാൻ സ്ത്രീകൾക്ക് ആത്മവിശ്വാസം വിതറി.

ജലച്ഛായയിൽ ഗന്ധർവന്റെ ആകാശഗമനം നോക്കിയിരുന്നുവെന്ന കുറ്റം ചൊരിഞ്ഞ് ഭാര്യയെ അക്കാരണത്താൽ ശിരസ്സറുത്ത് കൊല്ലാൻ ആവശ്യപ്പെട്ട അച്ഛന്റെ കൽപ്പന ശിരസ്സാവഹിച്ച് തന്റെ ആയുധമായ മഴുവിനാൽ മാതാവിനെ കൊലപ്പെടുത്തിയ പരശുരാമനെ ആരാധിക്കുന്ന, സ്ത്രീഅടിമത്വത്തെ ദൈവഹിതമായി കാണുന്ന കേരളത്തിൽ പോലും

പെണ്ണകങ്ങൾ തുറക്കപ്പെട്ടു. നവോത്ഥാനകാലത്ത് ഈ ജോലിയും പൊതുവെ പുരുഷന്മാരുടെ മുൻകൈയിലാണ് നടന്നതെങ്കിൽ നവോത്ഥാനന്തരം സ്ത്രീകൾ തങ്ങളുടെ ദൗത്യം ഇതുകൂടി ആണെന്ന് തിരിച്ചറിയുന്നതിൽ ഫെമിനിസ്റ്റ് ദർശനം വലിയ സംഭാവന നൽകി.

സരസ്വതിഅമ്മയും രാജലക്ഷ്മിയും ലളിതാംബികാന്തർജ്ജനവും മാധവിക്കുട്ടിയും സുഗതകുമാരിയും സാറാജോസഫും ഖദീജാമുംതാസും വിജയലക്ഷ്മിയും സി.എസ്.ചന്ദ്രികയും ശാരദക്കുട്ടിയും, മ്യൂസ്മേരിയും ഉൾപ്പെടെ ധാരാളം പേർ സ്ത്രീകളുടെ നിരയിൽ നിരനിരയായി ജ്വലിച്ചു നിന്നു.

സമരമുഖം

നിലനിൽക്കുന്ന അധികാരബന്ധങ്ങളെ വെല്ലുവിളിക്കാനും അധികാര സ്രോതസ്സുകളിൽ കൂടുതൽ നിയന്ത്രണം സ്ഥാപിച്ചെടുക്കാനും കഴിയുന്ന ഒരു പ്രക്രിയയാണ് ശാക്തീകരണം. ഇതിൽ വ്യക്തികളുടെ സ്വയം സമർപ്പിക്കൽ, (self assertation) കൂട്ടായ പ്രവർത്തനം എന്നിവ ഉൾപ്പെടുന്നു.

പിതൃമേധാവിത്വ പ്രത്യയശാസ്ത്രത്തെ ചെറുത്തുകൊണ്ട് മാത്രമേ സ്ത്രീശാക്തീകരണം സാധ്യമാവുകയുള്ളൂ. ഇതിന് അധികാര ഉറവിടത്തെ പിടികൂടണം. കുടുംബം, ജാതി, വർഗ്ഗം, മതം, വിദ്യാഭ്യാസപ്രക്രിയ, സ്ഥാപനങ്ങൾ, മാധ്യമം, നിയമം, വികസനമാതൃകകൾ, സർക്കാർ സ്ഥാപനങ്ങൾ ഇതെല്ലാം പരിവർത്തിപ്പിക്കേണ്ടതായ സമീപനം കൈക്കൊള്ളണം. ഇന്ന് നിലനിൽക്കുന്ന ഈ രൂപങ്ങളെല്ലാം സ്ഥാപനവൽക്കരിക്കപ്പെട്ടിട്ടുള്ളതാണ്. മുതലാളിത്തപ്രത്യയശാസ്ത്രമാണ് ഇവരുടെ ആധാരക്കല്ല്. ആധാരക്കല്ല് ഇളക്കേണ്ടിവരും. പക്ഷേ, ആധാരക്കല്ല് ഇളക്കുന്നതുവരെ മേൽക്കെട്ടിന് എതിരെ സമരം നടത്താതിരിക്കുകയും മേൽക്കെട്ടിന് എതിരെ മാത്രം സമരം നടത്തി ആധാരത്തെ കാണാതിരിക്കുകയോ ചെയ്യാൻ പാടുള്ളതല്ല.

ഫെമിനിസ്റ്റുകളിൽ ശരിയാം വണ്ണം പ്രവർത്തിക്കുന്നവർക്ക് പോലും ആശയക്കുഴപ്പം ഉണ്ടാക്കിയിട്ടുള്ള ഒന്നാണ് ഇത്. അതുപോലെ മുതലാളിത്ത അടിത്തറയെ ചോദ്യംചെയ്യുന്ന പൊതു മഹിളാപ്രസ്ഥാനങ്ങൾക്ക് ചിലപ്പോഴെങ്കിലും ഈ ആശയക്കുഴപ്പം ബാധിച്ചിട്ടുണ്ടെന്ന് കാണാം.

ചൂഷണഘടനാധിഷ്ഠിത സാമൂഹികവ്യവസ്ഥ എന്ന നിലയിൽ പിതൃമേധാവിത്വത്തിന് ഇന്ധനം പകരുന്നത് മുതലാളിത്തമാണ്. അതിനാൽ സ്ത്രീശാക്തീകരണപ്രവർത്തനങ്ങൾ എന്നുപറഞ്ഞാൽ മുതലാളിത്ത സംവിധാനത്തിനെതിരെയുള്ള സമരം കൂടിയാണ്. ഇത് ഇപ്പോഴും തിരിച്ചറിയാത്ത ഫെമിനിസ്റ്റ് സംഘടനകളുണ്ട്.

ഇതിന്റെ മറുവശമാണ് മുതലാളിത്തം നശിക്കുന്നതുവരെ പിതൃമേധാവിത്വം നിലനിൽക്കുമെന്ന് കരുതി പിതൃമേധാവിത്വത്തിന്റെ കാലിക പ്രശ്നങ്ങളെ വേണ്ടവിധത്തിൽ അഭിസംബോധന ചെയ്യാൻ കഴിയാതെ

മടിച്ചുനിന്നത്. ശരിയായ പ്രത്യയശാസ്ത്രവും രാഷ്ട്രീയ സംഘടനയും വിവിധഘട്ടങ്ങളിൽ വേണ്ടത്ര ചർച്ച ചെയ്ത് ആവശ്യമായ നിലപാട് സ്വീകരിച്ചിട്ടുണ്ടെങ്കിലും പലപ്പോഴും അത് ഉപയോഗിക്കാതെ ഇരുന്നു.

ഓരോരുത്തർക്കും നേരെ അവരവരും കുടുംബം, സ്ഥാപനങ്ങൾ, രാഷ്ട്രീയസംഘടനകൾ, ജാതി, മതം വിദ്യാഭ്യാസപ്രക്രിയ എന്നിവയിൽ രൂഢമൂലമായിരിക്കുന്ന സ്ത്രീവിരുദ്ധ ആശയങ്ങൾക്കെതിരെ പൊതുവായും നടത്തേണ്ട പോരാട്ടം, മുതലാളിത്തം തകരുന്നതുവരെ മാറ്റിവയ്ക്കാൻ കഴിയുന്ന ഒന്നല്ല. ഇത് പരസ്പര പൂരകമാണ്. മുതലാളിത്തത്തിന്റെ ഉപോൽപ്പന്നങ്ങൾക്ക് നേരെ നടത്തുന്ന സമരം ആത്യന്തികമായി മുതലാളിത്തത്തിന് എതിരെയുള്ള സമരം തന്നെയാണ്. ഈ തിരിച്ചറിവ് വൈകുന്നത് ആധുനിക സമൂഹത്തിലെ മഹിളാപ്രസ്ഥാനങ്ങൾക്ക് തങ്ങളുടെ അന്തിമലക്ഷ്യം പൂകാൻ വൈകുന്നതിന് ഇടവരുത്തും. സ്വത്വരാഷ്ട്രീയം എന്നത് ഓരോരുത്തർക്കും അവരവരുടെ രാഷ്ട്രീയം എന്നതാണ്. ശിഥിലീകൃതമായ രാഷ്ട്രീയം വർഗ്ഗഐക്യമെന്ന മാർക്സിയൻ കാഴ്ചപ്പാടിനെ തുരങ്കം വച്ച് വർഗ്ഗേതര കാഴ്ചപ്പാടിലൂടെ ഓരോ ജനവിഭാഗത്തിന്റെ കൂടിച്ചേരലിലൂടെ ഐക്യം പൊളിക്കുന്നതും, പറയുന്നത് മുതലാളിത്ത വിരുദ്ധമാണെങ്കിലും ഫലത്തിൽ ഗുണം ലഭിക്കുന്നത് മുതലാളിത്തത്തിനാണ്. സ്ത്രീക്ക് സ്ത്രീയുടെ രാഷ്ട്രീയം, ദളിതർക്ക് ദളിതരുടെ രാഷ്ട്രീയം എന്ന രീതിയിലാണ് അതിന്റെ പോക്ക്. എന്നാൽ ഓരോരുത്തരുടെയും പ്രശ്നങ്ങളെ അഭിസംബോധന ചെയ്യാൻ വർഗ്ഗപ്രസ്ഥാനങ്ങൾക്ക് കഴിയുകയും വേണം.

'വർഗഐക്യത്തെ സ്വതകേന്ദ്രിതമായി പിളർത്തുന്നവർക്ക് സഹായകരമായ സമീപനം' വർഗ്ഗബോധമുള്ള പ്രസ്ഥാനങ്ങൾ നിർവ്വഹിക്കാൻ പാടില്ല. സ്ത്രീസ്വത്വ പ്രശ്നങ്ങളെ രചനാത്മകമായി അഭിസംബോധന ചെയ്യാനും സ്വത്വരാഷ്ട്രീയ സ്വഭാവത്തെ അതുവഴി നേരിടുവാനും കഴിയണം. 'അടിച്ചമർത്തപ്പെടലിന് വിധേയമാക്കപ്പെടുന്ന സർവ്വ വിഭാഗങ്ങളുടെയും മോചനത്തിലൂടെമാത്രമേ യഥാർത്ഥ വിമോചനത്തിന്റെ വാതിലുകൾ തുറക്കപ്പെടുകയുള്ളൂ.'

കുറിപ്പുകൾ

1. *ഫെമിനിസം*, എഡി. ഡോ. ജാൻസിജയിംസ്.
2. അതേപുസ്തകം ആധാരമാക്കി തയ്യാറാക്കിയത്.
3. *കുടുംബം, സ്വകാര്യസ്വത്ത്, ഭരണകൂടം*, ഫ്രെഡറിക് ഏംഗൽസ്, പേജ് 245, 1980.
4. അതേപുസ്തകം, പേജ് 87, 1980.
5. *ഫെമിനിസം*, എഡി. ഡോ. ജാൻസിജയിംസ്.
6. അതേപുസ്തകം.
7. അതേപുസ്തകം.
8. *സ്ത്രീകളെപ്പറ്റി*, ഇ എം എസ്, പേജ് 30.

9. *കുടുംബം, സ്വകാര്യസ്വത്ത്, ഭരണകൂടം*, ഫ്രെഡറിക് ഏംഗൽസ്.
10. *സി പി ഐ (എം) രേഖകൾ.*
11. *സ്ത്രീകളെപ്പറ്റി*, ഇ എം എസ്, പേജ് 30.
12. *ട്രാൻസ്ജെന്റർ, ചരിത്രം, വർത്തമാനം*, രശ്മി, അനിൽകുമാർ. പേജ് 155.
13. അതേപുസ്തകം.
14. *ഹൃദയവയൽ*, ബോബി ജോസ്കട്ടികാട്.
15. *മാർക്സ്, വീണ്ടും മാർക്സ്*, പി എസ് പൂഴനാട്.
16. *സി പി ഐ (എം) രേഖകൾ.*

ഭാഗം രണ്ട്

ആഗോളവല്ക്കരണം സ്ത്രീജീവിതത്തിൽ

അവതാരിക

ചെറുത്തുനില്പിന്റെ പാഠങ്ങൾ

ഡോ. ആശാ നജീബ്

"As a woman; I have no country
As a woman; I want no country
As a women; my country is the whole"

- വെർജിനീയവുൾഫ്

ഗോത്ര സമൂഹത്തിൽ നിലനിന്നിരുന്ന അമ്മ വാഴ്ച മെട്രിയാർക്കി... കൊല്ലിനും കൊലയ്ക്കും കെല്പുള്ള താക്കോൽക്കൂട്ടം അരയിൽത്തിരുകി മുറുക്കിച്ചുവപ്പിച്ച് പൂമുഖപ്പടിയിൽ വിരാജിച്ചിരുന്ന കാരണോത്തി.. ഒറ്റമുണ്ടും ഈരിഴത്തോർത്തുമായി വാ പൊത്തി നിന്നിരുന്ന ഉടപ്പിറന്നോൻ. അമ്മ വായ്ക്കെതിർ വാ ഇല്ലാതിരുന്ന കാലം. ലിംഗകേന്ദ്രിത സമൂഹത്തിന്റെ ആവിർഭാവത്തോടെ പേട്രിയാർക്കിയിലേക്കുള്ള കുതിക്കൽ. അടിച്ചമർത്തലിന്റെയും ലിംഗനീതിയുടെയും പാർശ്വവൽക്കരണത്തിന്റെയും നീതി നിഷേധത്തിന്റെയും കഥകൾ. സതിയെന്നും സാവിത്രിയെന്നും സർവ്വംസഹയെന്നും സുഹാസിനിയെന്നും മധുര ഭാഷിണിയെന്നും വാഴ്ത്തി ഭാവശുദ്ധി, കുലീനത, ശാലീനത തുടങ്ങിയ വാക്കുകളുടെ പൊട്ടാച്ചരടുകൾക്കുള്ളിൽ തളച്ചിടപ്പെട്ട സ്ത്രീ ജീവിതങ്ങൾ...

'കാര്യേഷു മന്ത്രി; കരണേഷുദാസി
രൂപേഷു ലക്ഷ്മി; ക്ഷമയാ ധരിത്രി
സ്നേഹേഷു മാതാ; ശയനേഷു വേശ്യാ
ഷട്കർമ്മ നാരീ കുല ധർമ്മപത്നീ
എന്ന വേദ സങ്കല്പം...

മറിച്ച് നീയൊരു പെണ്ണ് എന്ന ഒരൊറ്റ ഓർമ്മപ്പെടുത്തലിലൂടെ കീഴടക്കാതെ പോയ ഉയരങ്ങളുമുണ്ട് ഓരോ പെൺജീവിതത്തിലും.. സ്ത്രീത്വത്തിന്റെ വികലീകൃത ബിംബങ്ങളെ വലിച്ചെറിഞ്ഞ്, ചിന്താശേഷിയും

പ്രവർത്തന ശേഷിയും ആത്മാഭിമാനവും അന്തസ്സുമുള്ള സമൂഹ സൃഷ്ടിക്ക് അസമത്വങ്ങളുടെയും അനീതിയുടെയും കാൽച്ചങ്ങല പൊട്ടിച്ചെറിയുന്ന ശക്തമായ ഒരു സ്ത്രീ സമൂഹമാണ് ഉയർന്നുവരേണ്ടത്. മൂല്യങ്ങളെയും ആചാരങ്ങളെയും ചോദ്യം ചെയ്യുന്ന തന്റേടത്താലും പ്രാപ്തിയാലും ശക്തയും പ്രബലയുമായ ഒരു സ്ത്രീ സമൂഹം..

* without a body dumb, blind, cannot possibility be a good Fighter. She is reduced to being the servant of the millitant male, his shadow. We must kill the false women who is preventing the live one from breathing... -ഹെലൻസക്സു

പുത്തനുണർവ്വിന്റേയും തിരിച്ചറിവിന്റേയും ഉദാത്തവൽക്കരിക്കപ്പെട്ട സ്ത്രീ ധർമ്മങ്ങളുടെയും തിരസ്ക്കാരത്തിന്റെയും ശക്തമായ ആരവങ്ങൾ കേരളത്തിലും മുഴങ്ങി കേൾക്കുന്നുണ്ട്. സ്ത്രീകൾക്കു വേണ്ടി മുഴങ്ങുന്ന സ്ത്രീ ശബ്ദങ്ങളേക്കാൾ അവളെ ചേർത്തു പിടിക്കാനും അവൾക്കു വേണ്ടി ശബ്ദമുയർത്താനും കഴിയുന്ന പുരുഷശബ്ദങ്ങൾ വർത്തമാനകാല സ്ത്രീ ശാക്തീകരണത്തിന് ശക്തി പകരുന്നു. സ്ത്രീ നേരിടുന്ന പ്രശ്നങ്ങളെയും അതിനുള്ള പരിഹാര മാർഗ്ഗങ്ങളെയും ലളിതവും അനായാസവുമായ ശൈലിയിൽ ആവിഷ്കരിക്കുകയാണ് ശ്രീ. പി കെ ഗോപൻ തന്റെ 'ആഗോളവൽക്കരണകാലത്തെ സ്ത്രീകൾ' എന്ന ലേഖനത്തിലൂടെ..

വർത്തമാനകാലത്തു പോലും സ്ത്രീ പുരുഷ വിവേചനവും ജീർണ്ണതകളും സാമൂഹികവ്യാപനമെന്ന രീതിയിൽ വളർന്നു വരുന്നതിനെ നിശിതമായി എതിർക്കുകയും അവയെ തുടച്ചു മാറ്റാനുള്ള ശക്തമായ ആഹ്വാനം നടത്തുകയും ചെയ്യുന്നു. സ്ത്രീക്ക് പുരുഷനും പുരുഷന് സ്ത്രീയും അന്യോന്യ പൂരകം... പരസ്പര മത്സരത്തിലോ, വിധേയത്വത്തിലോ അധീശത്വത്തിലോ ഒടിഞ്ഞു തകരാനുള്ളതല്ല സ്ത്രീ പുരുഷ ജീവിതങ്ങൾ.. പുരുഷകേന്ദ്രിത കാഴ്ചപ്പാടുകളിൽ നിന്നും തികച്ചും വ്യത്യസ്തമായ അവലോകനം.. കോളനിവാഴ്ചയുടെ ചൂഷണത്തിനെതിരെ വളർന്ന ജനമുന്നേറ്റം... ആഗോളവൽക്കരണത്തിലെത്തി നിൽക്കുന്ന സമകാലീന സമൂഹം.... സുഖ ഭോഗങ്ങളുടെ സ്വപ്ന ലോകത്തിലേക്കുള്ള ജനമുന്നേറ്റങ്ങൾ...എന്നിട്ടും വർത്തമാനകാല സാമൂഹികസാമ്പത്തിക സാംസ്കാരിക രംഗങ്ങളിലെല്ലാം അതി ശക്തമായ സ്ത്രീമുന്നേറ്റമാണ് കാണാൻ സാധിക്കുന്നത്.. നിരവധി ഫെമിനിസ്റ്റ് പ്രസ്ഥാനങ്ങൾ ... സ്ത്രീ ശാക്തീകരണ സംഘടനകൾ... എന്നിട്ടും നമുക്കു ചുറ്റും അസമത്വങ്ങളുടെയും അനീതിയുടെയും വിളയാട്ടങ്ങൾ. മുതലാളിത്ത വ്യവസ്ഥിതിയിൽ ഉല്പന്നങ്ങൾ കമ്പോളത്തിൽ ചെലവഴിക്കാനുള്ള ഉത്തമ മാധ്യമമാക്കിത്തീർക്കുന്ന പെൺശരീരങ്ങൾ.. മത ഗ്രന്ഥങ്ങളാൽ ഭരണകൂടം നിയന്ത്രിക്കുന്ന പൗരോഹിത്യ ഭരണകൂടത്തിന്റെ വിലക്കുകളും സ്ത്രീക്ക് നേരെയാണ്. അസമത്വം നിറഞ്ഞ കുടുംബ ബന്ധങ്ങൾ.. പുരുഷന്റെ കാമാസക്തിയുടെ ഉപകരണമാക്കി മാറ്റപ്പെടുന്ന സ്ത്രീ ജീവിതങ്ങൾ... അടുക്കളയിലെ തേഞ്ഞു തീരുന്ന വീട്ടുപകരണമാക്കപ്പെടുന്ന നിരവധി

സ്ത്രീ ജന്മങ്ങൾ സമകാലിക സമൂഹത്തിൽപോലും പുരുഷാധിപത്യ സങ്കല്പങ്ങൾക്കനുസൃതമായ ജീവിതരീതി നിലനിൽക്കുന്നു. ഇപ്പോഴും ഫ്യൂഡൽ വ്യവസ്ഥിതിക്കനുസൃതമായ സ്ത്രീ പുരുഷ ബന്ധങ്ങൾ. പുരോഗമന കാലഘട്ടമെന്ന് പൊലിപ്പിച്ചു പറയാമെങ്കിലും നാല് ചുവരുകൾക്കുള്ളിൽ തളച്ചിടപ്പെടുന്ന സർഗ്ഗാത്മകയും കഴിവുകളുമുള്ള അനവധി സ്ത്രീ ജന്മങ്ങൾ. ഒരു കാലത്ത് ബഹുഭാര്യാത്വം, മരുമക്കത്തായം എന്നീ സങ്കല്പങ്ങൾക്കുള്ളിൽ വെന്തെരിഞ്ഞ സ്ത്രീ ജീവിതങ്ങൾ. സ്ത്രീ സ്വാതന്ത്ര്യമെന്നത് പുരുഷന്റെ ഔദാര്യമല്ല. ശബരിമലയിലെ സ്ത്രീ പ്രശ്നങ്ങളെക്കുറിച്ചും നളന്ദ സർവകലാശാലയിലെ വിജ്ഞാന വിതരണത്തിലെ സ്ത്രീ വിരുദ്ധ കാഴ്ചപ്പാടുകളെയും അപഗ്രഥിക്കുന്നതോടൊപ്പം അജ്ഞതയുടെ വലക്കെട്ടിനുള്ളിൽ ഉത്കൃഷ്ട ചിന്തകളെ മൃതമാക്കിയും അടിച്ചമർത്തിയുമുള്ള ജാതി ചിന്തയുടെ വികാസവും ഈ ലേഖനത്തിൽ പഠന വിധേയമാക്കുന്നു. ജാതിശ്രേണിയുടെ പടവുകൾ പിന്നിടുന്തോറും സ്ത്രീയവസ്ഥകളുടെ കാണാക്കാഴ്ചകൾ. കാലഹരണപ്പെട്ട വിശ്വാസങ്ങളും ആചാരങ്ങളും.. നോവിന്റെ മുൾമുനയിൽ എരിഞ്ഞടങ്ങുന്ന സ്ത്രീയവസ്ഥകൾ...

നാഹം ജാനാമി കുണ്ഡലേ
നാഹം ജാനാമി കേയൂരേ
നൂപുരേ ത്വഭിജാനാമി
നിത്യം പാദാദി വന്ദനാൽ

എന്ന് *വാൽമീകി രാമായണ*ത്തിൽ...

മാതൃത്വത്തിന് വില കൽപ്പിക്കാത്ത രക്തബന്ധത്തിന്റെ പവിത്രത നഷ്ടപ്പെടുത്തുന്ന അധമസമൂഹം അനീതിയും അസമത്വവും നിറഞ്ഞ വർത്തമാനകാല സമൂഹത്തിൽ ഇനിയെങ്കിലും സ്ത്രീകൾക്ക് നല്ല കാലം വരുമെന്ന പ്രതീക്ഷ. സ്ത്രീ ചവിട്ടിമെതിക്കപ്പെടേണ്ടവളല്ലെന്നും സ്ത്രൈണതക്കെതിരെയുള്ള സർവ വിവേചനങ്ങളെല്ലാം ഒറ്റക്കെട്ടോടെ ചെറുത്തുനിൽക്കാനും വേരോടെ പിഴുതെറിയാനുമുള്ള ആഹ്വാനം. കുടുംബം മുതൽ ഭരണകൂടം വരെ തീരുമാനങ്ങളെടുക്കാനും സ്ത്രീയും പുരുഷനും ഒരേ നാണയത്തിന്റെ ഇരുവശങ്ങളാണെന്നും തുല്യതയ്ക്ക് വേണ്ടിയുള്ള പോരാട്ടത്തിൽ ഒറ്റക്കെട്ടായി നിന്നാൽ മാത്രമേ സ്ത്രീ പുരുഷ സമത്വവും സാമൂഹിക പുരോഗതിയും യാഥാർത്ഥ്യമാകൂ എന്നും വെളിപ്പെടുത്തുകയാണ് ആഗോളവൽക്കരണകാലത്തെ സ്ത്രീകളിലൂടെ..

(അസി. പ്രൊഫസർ, മലയാള വിഭാഗം
എൻ എസ് എസ് കോളേജ്, നിലമേൽ.)

ആഗോളവല്ക്കരണകാലത്തെ സ്ത്രീകൾ

മുതലാളിത്ത രാജ്യങ്ങൾ പ്രതിസന്ധിയിലാവുകയും വളർച്ച മുരടിക്കുകയും ചെയ്തപ്പോൾ അവരുടെ മുന്നിലെ പോംവഴിയായിരുന്നു ആഗോളവൽക്കരണം. തങ്ങളുടെ രാജ്യത്തെ ഉൽപ്പന്നങ്ങൾ കയറ്റുമതി ചെയ്യുന്നതിന് തടസ്സങ്ങളായി ഇതര രാജ്യങ്ങളിൽ ഉണ്ടായിരുന്ന നികുതിയും തടസ്സങ്ങളും ഒഴിവാക്കാൻ രാജ്യങ്ങൾ തമ്മിലുള്ള കരാറുകളിൽ ഇളവ് വരുത്തിച്ചു. ഇതിനായി അവരുടെ മേൽ സമ്മർദ്ദം ചെലുത്തി. ഇതുമൂലം മറ്റ് രാജ്യങ്ങൾ അതായത് മുതലാളിത്തം വളർന്നുകൊണ്ടിരിക്കുന്ന അവികസിത രാജ്യങ്ങൾ കടുത്ത പ്രയാസത്തിലായി. ചുങ്കം കുറച്ച് അവരുടെ രാജ്യത്തേക്ക് ഇറക്കുമതി ചെയ്യപ്പെടുന്ന വിദേശ വസ്തുക്കൾമൂലം കാർഷിക മേഖലയിൽ പ്രതിസന്ധിയായി. അവരുടെ ഉൽപ്പന്നങ്ങൾ വിലയില്ലാതായി. തൊഴിലില്ലായ്മ ഇതുമൂലം രൂക്ഷമാകുന്നു. വ്യാവസായിക മുരടിപ്പ് ഉണ്ടാകുന്നു. കേരളത്തിലെ റബ്ബർ കൃഷിക്കാർ അനുഭവിച്ചത് ഇത്തരമൊരു പ്രതിസന്ധിയാണ്. ഇതുമൂലം ഓരോ രാജ്യത്തെയും മുതലാളിമാരും വൻകിട കോർപ്പറേറ്റുകളും കൂടുതൽ സമ്പന്നൻമാരായി. അവരുടെ ആസ്തി പതിന്മടങ്ങ് വർദ്ധിച്ചു. അങ്ങനെ ഇന്ത്യയിൽ ആഗോളവൽക്കരണത്തിൽ വളർന്ന മുതലാളിയാണ് റിലയൻസ്. അയാളുടെ ബോംബെ വസതി 27 നിലകളുള്ളതും 6500 കോടി രൂപ ചെലവു വന്നതുമാണ്. ലോകത്തെ ഏറ്റവും കൂടുതൽ പട്ടിണിയുള്ള രാജ്യങ്ങളിൽ ഇന്ത്യ വളരെ മുന്നിലാണ്.

ഒരു വശത്ത് അതിസമ്പന്നരുടെ എണ്ണം കൂടണമെങ്കിൽ ഉറപ്പായും മറുവശത്ത് ദരിദ്രരുടെ എണ്ണം വർദ്ധിക്കണം. ഇതാണ് ലളിതമായ സാമ്പത്തിക ശാസ്ത്രം. ദരിദ്രർ അഥവാ തൊഴിലെടുക്കുന്നവരെ ചൂഷണം ചെയ്തുകൊണ്ടുമാത്രമേ മുതലാളിത്തത്തിന് വളരാൻ കഴിയൂ. മുതലാ

ളിത്തത്തിന്റെ ഒന്നാമത്തെ ലക്ഷ്യം ലാഭമാണ്. രണ്ടാമത്തെ ലക്ഷ്യം ലാഭമാണ്. മൂന്നാമത്തെയും ലക്ഷ്യം ലാഭം തന്നെയാണ്.

ആഗോളവൽക്കരണമെന്നാൽ രാജ്യങ്ങളുടെ സാമ്പത്തികാഭിവൃദ്ധികൾ ഇല്ലാതാക്കുകയെന്നതാണ്. അതോടെ രാഷ്ട്രസർക്കാരുകൾക്ക് ചരക്കുകളുടെയും സേവനങ്ങളുടെയും മൂലധനത്തിന്റേയും രാജ്യാതിർത്തി കടന്നുള്ള ഒഴുക്കിനെ നിയന്ത്രിക്കാൻ കഴിയില്ല... ആഗോളവൽക്കരണം വ്യാപാരത്തേയും നിക്ഷേപത്തെയും സർവതന്ത്രസ്വതന്ത്രമാക്കി. എല്ലാ നിയന്ത്രണങ്ങളും നീക്കിയപ്പോൾ ഷെയർ, കടപ്പത്രങ്ങൾ, വിദേശവിനിമയം, ഭൂമി, എണ്ണ തുടങ്ങിയ ചരക്കുകൾ എല്ലാറ്റിന്റെയും കമ്പോളത്തിലെ ഊഹക്കച്ചവടം പെരുകി. നല്ലപങ്ക് ഇടപാടുകൾ വെറും വാതുവെപ്പ് ആയി മാറി. ഇങ്ങനെ ഊഹക്കച്ചവടം, ഊതിവീർപ്പിച്ച കുമിളകൾ ഇപ്പോൾ തകർന്നിരിക്കുകയാണ്. ലാഭം കുറഞ്ഞപ്പോൾ നിക്ഷേപം നടത്താനുള്ള മുതലാളിമാരുടെ അഭിനിവേശം കുറഞ്ഞു. കടം കിട്ടാത്തതുകൊണ്ടും തൊഴിൽ ഇല്ലാത്തതുകൊണ്ടും തൊഴിലാളിയുടെ വാങ്ങാനുള്ള കഴിവും കുറഞ്ഞു. ഇതിന്റെ ഫലമായി മുതലാളിത്ത രാജ്യങ്ങൾ സാമ്പത്തിക മാന്ദ്യത്തിലേക്ക് നീങ്ങി.[1]

ഇതാണ് ഇപ്പോഴത്തെ സാമ്പത്തിക പ്രതിസന്ധിയുടെ പ്രധാന കാരണം. സോവിയറ്റ് യൂണിയന്റെ തകർച്ചയോടെ അമേരിക്കൻ സമ്മർദ്ദങ്ങൾക്ക് കീഴടങ്ങാതെ നിർവാഹമില്ലെന്നൊരവസ്ഥയിൽ മൂന്നാംലോക രാജ്യങ്ങൾ എത്തിച്ചേർന്നു. ഇതിലൂടെയാണ് ആഗോളവൽക്കരണത്തെ ശക്തിപ്പെടുത്തിയ ലോകവ്യാപാരങ്ങൾ (1995) നിലവിൽ വന്നത്.

ആഗോളവൽക്കരണകാലത്ത് ചരക്കുകൾ മാത്രമല്ല വന്നത്. ‘സാംസ്കാരിക മണ്ഡലവും’ ഇറക്കുമതി ചെയ്യപ്പെട്ടു. എല്ലാറ്റിനും മീതെ പണമാണ് മുഖ്യം എന്ന ആശയം കടന്നുവരുന്നു. ലാഭേച്ഛ കൈമുതലുള്ളവർക്ക് മാനുഷികമൂല്യം അപ്രധാനമാണ്. ആഢംബര വസ്തുക്കൾ ആസ്വദിക്കാൻ പണലഭ്യത ഉറപ്പാക്കാൻ എന്തും ചെയ്യാമെന്ന ആശയം ദൃഢമായി വേരുറയ്ക്കുന്നു.

മൂന്നാം ലോക രാജ്യങ്ങളിലെ സർക്കാരുകളെ മുതലാളിത്തം വിലയ്ക്കെടുക്കുന്നു. ഇന്ത്യയിലെ എം.എൽ.എ.മാരെയും എം.പി.മാരെയും റിസോർട്ടുകളിൽ പാർപ്പിച്ച് കച്ചവടം ഉറപ്പിച്ച് മുതലാളിത്ത രാഷ്ട്രീയം കൈയാളുന്നതെല്ലാം, ഈ സാമ്പത്തിക ശക്തികളുടെ പിന്തുണയോടെയാണ് നടപ്പാക്കുന്നത്. ബാങ്ക് വായ്പകൾ വഴിയും (ഇത് വൻകിടക്കാർ തിരിച്ചടയ്ക്കാറില്ല) ബഡ്ജറ്റിൽ കേന്ദ്രസർക്കാർ കോടാനുകോടി ഇളവുകൾ കോർപ്പറേറ്റ് ഭീമൻമാർക്ക് അനുവദിച്ചുനൽകിയും അവരുടെ സമ്പത്ത് വർദ്ധിപ്പിക്കുന്നു. ഇത് പണമായി തിരികെ വാങ്ങിയിട്ടാണ് രാഷ്ട്രീയ കച്ചവടത്തിന് ഇത്തരം പാർട്ടികൾ ഉപയോഗിക്കുന്നത്.

മറ്റൊന്ന് ജനങ്ങളുടെ സ്ഥാപനങ്ങളായ പൊതുമേഖലാ സ്ഥാപനങ്ങൾ തുച്ഛമായ വിലയ്ക്ക് മുതലാളിമാർക്ക് വിൽക്കുകയെന്നതാണ്. ‘സർക്കാരിന്റെ ജോലി ബിസിനസ്സ് നടത്തലല്ല’ എന്ന വിതണ്ഡവാദവും

ഇതിന്റെ വിശദീകരണമായി പറയുന്നു. 90 വയസ്സുള്ള നോബേൽ സമ്മാന ജേതാവായ, ലോകത്തെ ഏറ്റവും പ്രധാന ഭാഷാ പണ്ഡിതനും സാമ്പത്തിക വിദഗ്ദ്ധന്മാരിൽ ഒരാളുമായ അമേരിക്കൻ നിവാസി കൂടിയായ നോം ചോംസ്കി 2020 ഏപ്രിൽ മാസത്തിൽ പറഞ്ഞത് ശ്രദ്ധിക്കൂ.[2]

> അമേരിക്കയിൽ റീഗനും ബ്രിട്ടനിൽ മാർഗരറ്റ് താച്ചറും തുടങ്ങി വച്ച മുതലാളിത്തത്തിന്റെ ഏറ്റവും വിനാശകരമായ രൂപമാണ് നിയോ ലിബറലിസം അഥവാ നവ ഉദാരവൽക്കരണം. സമൂഹത്തിന്റെ വിവിധ മേഖലകളിൽ ഇത് ഏൽപ്പിച്ച ആഘാതങ്ങൾ എണ്ണിയാൽ ഒടുങ്ങാത്തതാണ്. അതിനോട് റീഗൻ കാട്ടിയ അങ്ങേയറ്റത്തെ ഉദാരമനോഭാവം ഇന്നും തുടരുകയാണ്, കൂടുതൽ തീവ്രമാവുകയാണ്.
>
> സമ്പൂർണ്ണമായും സ്വകാര്യവൽക്കരിക്കപ്പെട്ട ലാഭത്താൽ മാത്രം നടത്തപ്പെടുന്ന അമേരിക്കയുടെ ആരോഗ്യസംവിധാനങ്ങൾ ഒരു അന്താരാഷ്ട്ര ഗൂഢാലോചനയുടെ ഉൽപ്പന്നമാണ്. ഇവിടെ പ്രതിശീർഷ ചെലവ് മറ്റ് വികസിത സമൂഹങ്ങളുടെ രണ്ടിരട്ടിയിൽ അധികമാണ്, ഗുണത്തിൽ പിറകിലും. യാതൊരു കരുതൽ ശേഷിയുമില്ലാത്ത ഈ സംവിധാനം ഒരു ചെറിയ പ്രതിസന്ധിയെ പോലും അതിജീവിക്കാൻ അപര്യാപ്തമായിരിക്കുന്നു. നവ ഉദാരവൽക്കരണം സൃഷ്ടിച്ചെടുത്ത ആഗോള സാമ്പത്തിക വ്യവസ്ഥപോലെയാണിത്. ഏതു നിമിഷവും ശിഥിലമാകുന്ന ഒന്ന്.
>
> ട്രംപ് കൈപ്പറ്റിയ ഒസ്യത്ത് ഇതായിരുന്നു. നവ ഉദാരവൽക്കരണത്താൽ ഇനിയും തകർക്കപ്പെടാത്ത സ്ഥാപനങ്ങളെക്കൂടി ഇല്ലാതാക്കാനാണ് ട്രംപ് ലക്ഷ്യം വച്ചത്. ഈ തകർന്നടിഞ്ഞ അവശിഷ്ടങ്ങളിൽ നിന്ന് സുസ്ഥിരമായ ഒരു സമൂഹത്തെ പുനഃസൃഷ്ടിക്കുന്നതിനെക്കുറിച്ച് ആശങ്കപ്പെടണം.

*ന്യൂയോർക്ക് ടൈംസി*ന്റെ ഒരു നിരീക്ഷണം ചോംസ്കി ഇങ്ങനെ ചുരുക്കുന്നു. 'നിർണായകമായ പൊതുജന ആരോഗ്യം പോലും പുറംകരാറുകാരെ ഏൽപ്പിച്ച് സർക്കാർ മാറിനിൽക്കുന്നതിലെ അപകടം ഇതു കാട്ടിത്തരുന്നു. ലാഭം കുന്നുകൂടുക എന്നത് മാത്രമാണ് കമ്പനികളുടെ ലക്ഷ്യം. സർക്കാരിന്റെ അടിയന്തര ആവശ്യങ്ങളുമായി ഇത് പൊരുത്തപ്പെട്ടു പോകുന്ന ഒന്നല്ല.'

'സർക്കാരിന്റെ ജോലി ബിസിനസ്സല്ല' എന്നു വാദിക്കുന്ന ഇന്ത്യാ ഗവൺമെന്റും ഇന്ത്യൻ മുതലാളിത്തവും മെച്ചപ്പെട്ടതുൾപ്പെടെ പൊതു സ്ഥാപനങ്ങൾ സ്വകാര്യ മേഖലയ്ക്ക് കൈമാറുമ്പോൾ ഇത് വളരെ പ്രധാനപ്പെട്ടതാണ്. യു.എസ്.എയിൽ കോവിഡ് കാലത്ത് സംഭവിച്ചതാണ് ചോംസ്കി ചൂണ്ടിക്കാട്ടിയത്. ഇൻഷ്വറൻസ് മേഖലയെ (സ്വകാര്യ) ബന്ധ

പ്പെടുത്തിയാണ് ആരോഗ്യ സംവിധാനം. കേരളത്തിൽ സൗജന്യമായി സർക്കാർ ചെയ്തു നൽകിയ പ്രാഥമിക ടെസ്റ്റിനുപോലും യു.എസ്.എ യിൽ എൺപെത്തിഎണ്ണായിരം രൂപയുടെ ബില്ലടയ്ക്കണമായിരുന്നു. സ്വകാര്യ മേഖലയുടെ വക്താക്കൾ 'ചെവിക്ക് നുള്ളി' വെച്ചേക്കേണ്ട ഒരു യാഥാർത്ഥ്യമാണിത്. സർക്കാർ സംവിധാനത്തിന്റെയും മെച്ചപ്പെട്ട സർക്കാർ ആരോഗ്യ കേന്ദ്രങ്ങളായ ആശുപത്രികളുടെയും സാന്നിദ്ധ്യ മാണ് സോഷ്യലിസ്റ്റ് ആഭിമുഖ്യമുള്ള ഭരണാധികാരികൾ ഒരുക്കുന്നത്. മുതലാളിത്തം ജനവിരുദ്ധവും സോഷ്യലിസം ജനാഭിമുഖ്യമുള്ളതുമായ കരുതൽ വ്യവസ്ഥയാണ്.

സാധാരണ ജനങ്ങൾ ദരിദ്രരാകുകയും സമ്പന്നർ ശതകോടീശ്വ രൻമാരായിത്തീരുകയും ചെയ്യുന്നു. ഈ സമ്പദ്ഘടനയുടെ പുതിയകാല രൂപമാണ് ആഗോളവൽക്കരണം.

മുതലാളിത്തത്തിൽ സ്ത്രീയും ചൂഷണം ചെയ്യപ്പെടുന്നുവെന്ന് നാം കണ്ടതാണ്. ഈ ചൂഷണം വിവിധ രൂപങ്ങളിൽ സ്ത്രീജീവിതത്തെ കാർന്നു തിന്നുന്നു. 'ലൈംഗിക ഉപകരണംപോലെ പരസ്യ ഉപകരണം' എന്ന നിലയിലും മുതലാളിത്തം സ്ത്രീകളെ ദുരുപയോഗം ചെയ്യുന്നു. ഉൽപ്പന്നങ്ങൾ കമ്പോളത്തിൽ ചെലവഴിക്കാൻ നല്ല മാധ്യമമായി സ്ത്രീ കളെ ഉപയോഗിക്കുന്നു.

ടെലിവിഷൻ സ്ത്രീവിരുദ്ധ പ്രചാരണായുധമായി ഉപയോഗപ്പെടു ത്തുന്നു. ഹിന്ദു ഫാസിസവും വർഗീയതയും ഏറ്റവും കൂടുതൽ ശക്തി പ്രാപിച്ചത് ആഗോളവൽക്കരണ കാലത്താണ്. ആഗോളവൽക്കര ണത്തിന്റെ ദുരന്തങ്ങൾ സാധാരണ ജനങ്ങളിൽ പെരുമഴയായി പെയ്തി റങ്ങിയപ്പോൾ 3 ലക്ഷം കർഷകർ ഇന്ത്യയിൽ ആത്മഹത്യ ചെയ്തു. ഇതിൽ നിന്നും ജനകീയ പ്രക്ഷോഭങ്ങൾ വളർന്നുവരാതിരിക്കാൻ അവ രുടെ മത-ദൈവ വിശ്വാസത്തെ ഉപയോഗിച്ചു. ഈ കാലത്താണ് *രാമാ യണം/മഹാഭാരതം* സീരിയൽ രംഗപ്രവേശം ചെയ്തത്. ഇതിലൂടെയാണ് ശ്രീരാമൻ പുതിയ കാലത്ത് ചർച്ച ചെയ്യപ്പെട്ടത്. ഇതിന്റെ സമയത്താണ് മണ്ഡൽ കമ്മീഷൻ റിപ്പോർട്ട് കടന്നുവരുന്നത്. ദളിതരുടെയും പിന്നോക്ക വിഭാഗക്കാരുടേയും പ്രയാസങ്ങൾ പരിശോധനയ്ക്ക് വിധേയമാക്കിയ ആ റിപ്പോർട്ട് തിരസ്കരിക്കാൻ മനുവാദികൾ ശ്രീരാമനെ ഉപയോഗിച്ചു. ഇതി നായി രാമക്ഷേത്ര നിർമ്മാണത്തിനായി രഥയാത്രയെന്ന പുതിയകാല പ്രചാരണവും, കർസേവയും സംഘടിപ്പിച്ചു. ജനങ്ങളിൽ വലിയ വിഭാഗം ഈ വിശ്വാസ പ്രളയത്തിൽ മുങ്ങിക്കുളിച്ചു. ഈ സൗകര്യം ഉപയോഗിച്ച് ലോകത്തെ വൻകിട പണക്കാരുടെ നിരയിലേക്ക് വളരുന്ന മുതലാളിത്ത ഭീമൻമാരെ ആരും കണ്ടില്ല. അവർ അവർക്കായി രാഷ്ട്രീയ നേതാക്ക ളെയും പാർട്ടികളെയും വാർത്തെടുത്തു. ഫാസിസം ഇന്ത്യയിൽ ശക്തി പ്പെട്ടു. കപട ദേശീയത കത്തിജ്ജ്വലിപ്പിച്ചു.

ഇന്ത്യ ജന്മം നൽകിയ എക്കാലത്തെയും മഹാരഥൻമാരായ ശ്രീബു ദ്ധൻ, മഹാത്മാഗാന്ധി, ബി.ആർ അംബേദ്കർ എന്നിവരെ അവഗണിച്ച്

വർഗ്ഗീയ വിഷത്തിന്റെ ഒഴുക്കിന് പര്യാപ്തമായ സർദാർ പട്ടേലിന്റെ പ്രതിമ 3000/- കോടി രൂപ മുടക്കി സ്ഥാപിച്ചു.

മതം, ജാതി എന്നിവ മുതലാളിത്തത്തിന്റെ വളർച്ചയ്ക്ക് ഏറ്റവും നന്നായി ഉപയോഗപ്പെടുത്താമെന്ന് ആധുനിക ഇന്ത്യയിൽ തെളിയിക്കപ്പെട്ടു. മതവും ജാതിയും രാഷ്ട്രീയമായി ഉപയോഗിക്കപ്പെട്ടാൽ ജനകീയ ഐക്യം തകരും. തൊഴിലാളി പ്രസ്ഥാനങ്ങൾ ദുർബലപ്പെടും. ജനാധിപത്യം ശോഷിക്കും. ഭ്രാന്ത്പിടിച്ച ആൾക്കൂട്ടം രൂപപ്പെടും. തലയില്ലാത്ത ഉടൽരൂപങ്ങൾ! അവരാൽ ദളിതർ തല്ലിക്കൊല്ലപ്പെടും. സ്ത്രീകൾ പീഡിപ്പിക്കപ്പെടും. ന്യൂനപക്ഷങ്ങൾ ഹിംസിക്കപ്പെടും. ഭക്ഷണം, വസ്ത്രം എന്നിവയെല്ലാം ഇതിന്റെ പ്രചാരണ ആയുധങ്ങളായി മാറും. ദുർബലപ്പെടുന്ന തൊഴിലാളി പ്രസ്ഥാനങ്ങളുടെ പരിമിതമായ അധികാരം പോലും ഇല്ലാതാകും. ബംഗാളിലും, ത്രിപുരയിലും അത് കണ്ടതാണ്. മുതലാളിത്തത്തിന്റെയും ഫാസിസത്തിന്റെയും വർഗീയതയുടെയും ജാതി വിവേചനത്തിന്റെയും ചതുർശക്തികളുടെ കൈയിലെ കളിപ്പാവകളായി ബൂർഷ്വാ പ്രസ്ഥാനങ്ങളുടെ ജനപ്രതിനിധികൾ മാറ്റപ്പെടും. ഇരുട്ടി വെളുക്കുന്നതിനുമുമ്പ് സർക്കാരുകൾ മറിയും. ഈ ഘട്ടത്തിൽ സമൂഹത്തിൽ ആരാണ് ദുർബലർ, അവർ കൂടുതൽ കൂടുതൽ ദരിദ്രരാകും.

സ്ത്രീകളുടെ ഉന്നമനത്തിന് അവശ്യം വേണ്ടത് സാമ്പത്തിക സുരക്ഷിതത്വമാണ്. അതിക്രമങ്ങളെ ചെറുക്കാൻ സ്വതന്ത്രമായി ജീവിക്കാൻ വീടിനകത്തും സമൂഹത്തിലും ബഹുമാനം ലഭിക്കാൻ എല്ലാം സ്ത്രീക്ക് സാമ്പത്തികമായ സ്വാതന്ത്ര്യം വേണം. വീടുകളിലെ ഇടുങ്ങിയ ചുവരുകൾക്കുള്ളിൽ നിന്നും വിശാലമായ ഒരു കാഴ്ചപ്പാട് വളർത്തിയെടുക്കാനും അവളെ സഹായിക്കുന്നത് ഇതാണ്. സ്ത്രീകളുടെ പുരോഗതിക്ക് അവളുടെ ജോലിയും വരുമാനവും ഏറെ പ്രധാനമാണ്.

കഴിഞ്ഞ 45 വർഷത്തിനിടയിലെ ഏറ്റവും ഉയർന്ന തൊഴിൽ ഇല്ലായ്മ നിരക്കാണ് ഇപ്പോൾ ഇന്ത്യയിൽ കാണുന്നത്. സെന്റർ ഫോർ മോണിറ്ററിംഗ് ഇന്ത്യൻ ഇക്കോണമി (CMIE) യുടെ 2018-ലെ കണക്ക് പ്രകാരം 11 മില്യൻ ജോലികൾ ഇന്ത്യയിൽ നോട്ടു നിരോധനംമൂലം നഷ്ടമായി എന്നാണ്. ഇതിൽ 8.8 മില്യൻ സ്ത്രീ തൊഴിലാളികളാണ് (6.5 ഗ്രാമീണം, 2.3 നഗരം) എൻ.എസ്.എസ്.ഒ റിപ്പോർട്ട് പ്രകാരം 2011-12-ൽ ഗ്രാമീണ വനിതകളുടെ തൊഴിലില്ലായ്മ 7.3% ആയിരുന്നു. 2017-2018-ൽ ഇത് 9.7% ആയി വർദ്ധിച്ചു. വരുമാനം ഉള്ള സ്ത്രീകൾ 92% പേരും 10,000/- രൂപയിൽ താഴെ വരുമാനം ഉള്ളവരാണ്. ഗ്രാമീണ തൊഴിലുറപ്പ് പദ്ധതിയിൽ 2018-ൽ 5000/- കോടി രൂപയും 2019-20-ൽ 10,000/- കോടിയും വിഹിതം കേന്ദ്രസർക്കാർ വെട്ടിക്കുറച്ചു.

റോട്ടിട്രേഴ്സ് ഫൗണ്ടേഷൻ നടത്തിയ പഠനത്തിൽ 'ഇന്ത്യ എന്നത് സ്ത്രീകൾക്ക് ഏറ്റവും അപകടം പിടിച്ച സ്ഥലമായി മാറി' എന്നാണ്. 2016-ൽ 3.39 ലക്ഷം കേസുകൾ സ്ത്രീകൾക്കെതിരെ നടന്ന ആക്രമണമായി ബന്ധപ്പെട്ട് രജിസ്റ്റർ ചെയ്തു. ഇതിൽ 38947 ബലാൽസംഗ കേസു

കളാണ്. 15 മിനിറ്റിനുള്ളിൽ ഒരു ബലാൽസംഗം എന്ന കണക്കിൽ. ഇതിൽ കഠ്വ സംഭവം ഉൾപ്പെടെ കൂടുതലും കുട്ടികൾക്ക് നേരെ ആയിരുന്നു. ഇതിൽ വിധി പ്രസ്താവിച്ചത് കേവലം 18-19 ശതമാനത്തിന്റേത് മാത്രം.

ദളിതർക്കും ആദിവാസി സമൂഹത്തിനും നേർക്കു നടത്തുന്ന അതിക്രമങ്ങൾക്ക് ശിക്ഷ ലഭിക്കുന്നത് ഇതിലും കുറവ് കുറ്റവാളികൾക്കുമാത്രമാണ്.

'സ്ത്രീ യഥാർത്ഥത്തിൽ മൂന്നു തരത്തിലുള്ള വിവേചനം അനുഭവിക്കുന്നു. ഒന്ന് ലിംഗപരമായ വിവേചനം, രണ്ട് സാമ്പത്തികമായ വിവേചനം, മൂന്ന് അരികുവൽക്കരിപ്പെട്ടവരുടെ ഭാഗമാകുന്നവർ നേരിടുന്ന വിവേചനം. നിയമത്തിനു മുന്നിൽ പോലും ഈ വിവേചനം നിലനിൽക്കുന്നു.'[3]

ഇന്ത്യയിൽ ലൈംഗിക കുറ്റകൃത്യങ്ങൾക്ക് എതിരെയുള്ള നിയമ നടപടികൾ ത്വരിതപ്പെടുത്താൻ സ്പെഷ്യൽ ക്രൈം ഏജൻസി കൊണ്ടുവരണമെന്ന് വൃന്ദാകാരാട്ട് ആവശ്യപ്പെടുന്നുണ്ട്.

'നിർഭയ' സംഭവം ഉണ്ടായപ്പോൾ 2013-ൽ അത്തരം പ്രശ്നങ്ങൾ നേരിടുന്നവരെ സഹായിക്കാൻ ഒരു ഫണ്ട് കൊണ്ടുവന്നിരുന്നു. പക്ഷേ, 2018-ലെ വിവരാവകാശ അപേക്ഷ പ്രകാരം കിട്ടിയ മറുപടിയിൽ 30% തുകമാത്രമേ ചെലവഴിച്ചിട്ടുള്ളുവെന്നാണ് കേന്ദ്ര സർക്കാർ പറഞ്ഞത്. ഇതുതന്നെ 500 കോടി റെയിൽവേക്ക് സി.സി.ടി.വി ക്യാമറ വാങ്ങാനാണ് ഉപയോഗിച്ചത്. മുഴുവൻ സമൂഹത്തിന്റെ സുരക്ഷയ്ക്ക് വേണ്ടിവാങ്ങിയ ക്യാമറയ്ക്ക് എന്തിനാണ് നിർഭയ ഫണ്ട് ഉപയോഗിക്കുന്നത്? പാർലമെന്റ് കമ്മിറ്റി റിപ്പോർട്ട് പ്രകാരം കെട്ടിടം നിർമ്മിക്കാൻ വരെ ഈ പണം നൽകിയിട്ടുണ്ടെന്നാണ്. ഒരു ബി.ജെ.പി. എം.എൽ.എയാൽ ബലാൽസംഗം ചെയ്യപ്പെട്ട പെൺകുട്ടിയുടെ ബന്ധുക്കളെ നിഷ്കരുണം പരാതിപറഞ്ഞുവെന്ന കാരണത്താൽ വാഹനം ഇടിച്ചു കൊലപ്പെടുത്തിയത് എം.എൽ.എയുടെ വസതിയിൽ നിന്നയച്ച ആളുകളാണ്. കോടതിയിലേക്ക് പോകുന്ന വഴിയാണ് കുട്ടിയുടെ മാതുലനെയടക്കം വകവരുത്തിയത്. ഒരു ഹിന്ദു വർഗ്ഗീയ നേതാവ് പറഞ്ഞത് 'മുസ്ലിം സ്ത്രീകളെ ശവക്കുഴിയിൽ നിന്നെടുത്ത് ബലാൽസംഗം ചെയ്യുമെന്നാണ്.'

ഗാർഹിക പീഡനം: NRCRB റിപ്പോർട്ട് പ്രകാരം 7634 സ്ത്രീകൾ ശരാശരി ഒരു വർഷം തീയിൽ കരിക്കപ്പെടുന്നു. ഇന്ത്യൻ ശിക്ഷാനിയമത്തിൽ ഗാർഹികപീഡനം 'സ്വകാര്യവിഷയം' എന്നിടത്തുനിന്ന് വലിയ സമ്മർദ്ദങ്ങൾക്കൊടുവിൽ മാറ്റി 498 A വകുപ്പ് കൊണ്ടുവന്നിട്ടുണ്ട്. ഹിന്ദു വർഗ്ഗീയ വാദികൾ വാദിച്ചത് കുടുംബം പവിത്രമാണെന്നും ഹിന്ദു സംസ്കാരത്തിന്റെ ഭാഗമാണെന്നും അതിൽ നിയമം ഇടപെടരുതെന്നുമാണ്.

2017 ൽ സുപ്രീംകോടതിയിൽ കേന്ദ്ര സർക്കാരിനെ പ്രതിനിധീകരിച്ച് വാദിച്ച അസിസ്റ്റന്റ് സോളിസിറ്റർ ജനറൽ വാദിച്ചത് നിയമം ലഘൂകരിക്കണമെന്നും അല്ലെങ്കിൽ ദുരുപയോഗ സാധ്യത ഉണ്ടെന്നുമാണ്. ഈ

വാദം കേട്ട് കോടതി ലഘൂകരണം നടത്തി. എന്നാൽ മഹിളാ പ്രസ്ഥാനങ്ങളുടെ ശക്തമായ സമ്മർദ്ദത്തിൽ 2018-ൽ സുപ്രീംകോടതി 498 A അതിന്റെ തീവ്രത നിലനിർത്തി പുനഃസ്ഥാപിച്ചു.

വിവാഹവുമായി ബന്ധപ്പെട്ട് സ്ത്രീധന പീഡനം എല്ലാ മതവിഭാഗത്തിന്റെയും പൊതു രീതിയാണെങ്കിലും കൂടുതലും സംഭവിക്കുന്നത് 'ഹിന്ദു' ഭവനങ്ങളിലാണ്. അതുകൊണ്ടുതന്നെ ദിവസം 21 എണ്ണം വീതം ശരാശരി നടക്കുന്ന സ്ത്രീധന കൊലപാതകത്തിൽ ഹിന്ദുവർഗീയ നേതാക്കൾ വലുതായി പ്രതികരിക്കാറില്ല.

മുത്തലാഖ്

മുസ്ലിം വനിതകൾ സുപ്രീം കോടതിയിൽ നൽകിയ ഒരു കേസിൽ മൂന്നുതവണ തലാഖ് ഒരുമിച്ചു നൽകി ബന്ധം വേർപെടുത്തുന്ന 'മുത്തലാഖ്' സമ്പ്രദായം നിരോധിക്കണമെന്ന് വാദിച്ചു. ഇത് വിശദമായി പരിശോധിച്ച കോടതി 'മുത്തലാഖ്' ഭരണഘടനാ വിരുദ്ധമാണ് എന്ന് വിധിയെഴുതി.

അത് പ്രകാരം 'മുത്തലാഖ്' ചൊല്ലപ്പെട്ടാലും അത് നിയമത്തിന്റെ ദൃഷ്ടിയിൽ ബന്ധം വേർപെടുത്തലായി കണക്കാക്കാൻ ആവില്ലെന്ന് ചുരുക്കം. സ്ത്രീകൾക്കും കുട്ടികൾക്കും തുടർന്നും ആ കുടുംബത്തിൽ താമസിക്കാനും സുപ്രീംകോടതി വിധി ബലം നൽകി. സ്ത്രീയെ പുറത്താക്കാൻ പുരുഷനോ ബന്ധുക്കളോ ശ്രമിച്ചാൽ ഗാർഹിക പീഡന പരാതിയിൽ വരും. പുരുഷൻ ഉപേക്ഷിച്ചു പോയാലും ഈ വിധിപ്രകാരം സ്ത്രീക്ക് തുടർന്നും ആ വീട്ടിൽ താമസിക്കാനും ജീവനാംശം ആവശ്യപ്പെടാനും സാധിക്കും. പൊതുവെ ഈ വിധിയെ പുരോഗമന പ്രസ്ഥാനങ്ങൾ സ്വാഗതം ചെയ്തു.

എന്നാൽ കേന്ദ്രസർക്കാർ ഈ വിധിയെ മുത്തലാഖ് ചൊല്ലുന്ന പുരുഷനെ അറസ്റ്റ് ചെയ്യാനുള്ള നിയമമാക്കി ഉപയോഗിച്ചു. അതായത് വിവാഹം ഒരു സിവിൽ കോൺട്രാക്ടാണ്. അത് ലംഘിക്കുമ്പോൾ സിവിൽ കേസാണ് പരിഗണിക്കേണ്ടത്. അതിനു പകരം ക്രിമിനൽ വിഷയമാക്കി ഇസ്ലാംപുരുഷനെ തടവിലാക്കുന്ന നിയമം വന്നു. ഭാര്യയെ ഉപേക്ഷിക്കുന്നത് ക്രിമിനൽ കുറ്റമാണെങ്കിൽ, നിയമം കൊണ്ടുവന്നപ്പോൾ പ്രധാനമന്ത്രിക്ക് നേരെ കേസെടുത്ത് ഉദ്ഘാടനം ചെയ്യപ്പെടേണ്ടതായിരുന്നു. ക്രിമിനൽ കേസ് മുസ്ലിം സ്ത്രീകൾ സുപ്രീംകോടതിയിൽ ആവശ്യപ്പെട്ടിരുന്നുമില്ല. ക്രിമിനൽ കേസ് പ്രകാരം സ്ത്രീയെ ഉപേക്ഷിച്ച പുരുഷൻ 3 വർഷം തടവിൽ കിടക്കണം. അപ്പോൾ ആരിൽ നിന്ന് ജീവനാംശം വാങ്ങാൻ മുസ്ലിം സ്ത്രീകൾ കേസ് നൽകും? ഇവിടെ ഒരേ സമയം മുസ്ലിം സ്ത്രീകളെയും പുരുഷൻമാരെയും ദ്രോഹിക്കാനാണീ നിയമം കൊണ്ടുവന്നത്. ഒരു വെടിയിൽ രണ്ട് പക്ഷി പിടയുന്നത് ഇവിടെയും യാഥാർത്ഥ്യമാക്കി.

2014 നും അതിനുമുമ്പും സർക്കാരുകൾ വനിതാ സംവരണ ബിൽ

കൊണ്ടുവരും എന്ന് പറഞ്ഞിരുന്നു. എന്നാൽ ഇതിൽ ഇവർക്കാർക്കും താൽപ്പര്യമില്ല. ഇവരുടെ സഹചാരികളായതും അല്ലാത്തതുമായ പല പാർട്ടികളും സ്ത്രീ വിരുദ്ധരാണ്. ഉത്തരേന്ത്യൻ പ്രാദേശിക പാർട്ടികൾ പൊതുവെ സ്ത്രീകളുടെ സംവരണ നിയമത്തിന് എതിര് നിൽക്കുന്നു. സംസ്ഥാന അസംബ്ലികളിൽ സ്ത്രീ പ്രാതിനിധ്യം 9% മാത്രമാണ്.

ജാതി മാറിയുള്ള വിവാഹം നടക്കാതിരിക്കാൻ ജാതി പഞ്ചായത്തുകൾ എന്നറിയപ്പെടുന്ന 'ഖാപ്' പഞ്ചായത്തുകൾക്ക് സർക്കാർ നല്ല പിന്തുണയാണ് നൽകുന്നത്. പ്രത്യേകിച്ച് പെൺകുട്ടി 'ഉയർന്ന' ജാതിയിൽപെട്ടവളാണെങ്കിൽ വരനും വധുവും കൊല്ലപ്പെടും എന്നായിരിക്കുന്നു.

ഇന്ത്യൻ ഭരണഘടനയോ അതുറപ്പുവരുത്തുന്ന ജാതി-മത-ലിംഗ ഭേദമില്ലാത്ത തുല്യതയോ ഒരിക്കലും വർഗീയ വാദികൾ അംഗീകരിച്ചിട്ടില്ല. ഇന്ത്യ എന്ന 'ഹിന്ദു' രാഷ്ട്രത്തിനു *മനുസ്മൃതിയാണ്* ആവശ്യമെന്ന് വർഗ്ഗീയ വാദം സമർത്ഥിക്കുന്നു. അതായത് ഇന്ത്യയെ മത ഗ്രന്ഥങ്ങളും മറ്റുംകൊണ്ട് നിയന്ത്രിക്കേണ്ട ഒരു പൗരോഹിത്യ ഭരണ രാഷ്ട്രമായി വർഗ്ഗീയ വാദികൾ കാണുന്നു.

നൂറ്റാണ്ടുകൾ ആയി പുരുഷകാഴ്ചപ്പാടുകളിലൂടെ വിശദീകരിക്കുകയും പ്രചരിപ്പിക്കുകയും ചെയ്ത മതങ്ങളിലെല്ലാം പുരുഷാധിപത്യ ബോധം വലിയ തോതിൽ ഉൾച്ചേർന്നിരിക്കുന്നു. വ്യത്യസ്ത മതങ്ങളിൽ നടന്ന സാമൂഹ്യ പരിഷ്കാരങ്ങൾ ഇതിനു കുറച്ചെങ്കിലും മാറ്റംകൊണ്ടുവരുന്നതിൽ സഹായിച്ചു. സ്ത്രീകളുടെ അവകാശങ്ങൾ നിഷേധിക്കുന്നതിന് സംസ്കാരത്തിന്റെ പേരിൽ എല്ലാ വലതുപക്ഷ വർഗീയശക്തികളും ഒന്നായി തീരുന്ന കാഴ്ച നാം കണ്ടുകൊണ്ടിരിക്കുന്നു. നിയമ മന്ത്രിയായിരുന്ന ഡോ. ബാബ സാഹേബ് അംബേദ്കർ ഹിന്ദു സ്ത്രീകൾക്ക് സ്വത്തിലും വിവാഹത്തിലും മറ്റുള്ള കാര്യങ്ങളിലും തുല്യ നീതി കൊണ്ടുവരുന്ന ഹിന്ദു കോഡ് ബിൽ അവതരിപ്പിച്ചതിനെത്തുടർന്ന് നടന്ന ചർച്ചയിൽ ഹിന്ദു മഹാസഭയിലെ പ്രതിനിധികളും മുസ്ലിം വർഗീയകക്ഷികളും ഉയർത്തിയ എതിർപ്പുകൾ ഇതിനുള്ള ഉദാഹരണമാണ്.

ഇതെല്ലാം ഹിന്ദു സംസ്കാരത്തിന് എതിരാണ് എന്നാണ് അവരുടെ വാദം. ജാതിമാറിയുള്ള വിവാഹങ്ങൾ നിയമംമൂലം സാധുവാണ് എന്നതൊക്കെയാണ് ഈ വലതുപക്ഷ കക്ഷികളെ ഇത്രമേൽ വിറളികൊള്ളിപ്പിച്ചത്. അന്ന് ഹിന്ദു കോഡ് ബില്ലിനെതിരെ വാദിച്ചവരുടെ കരച്ചിലുകളുടെ പ്രതിധ്വനികൾ തന്നെയാണ് ഇന്ന് ദുരഭിമാനക്കൊലകൾക്കെതിരെ നിയമം കൊണ്ടുവരുന്നതിനെതിരെ കേൾക്കുന്നതും. സ്ത്രീകൾക്ക് വിവാഹമോചനത്തിനുള്ള അധികാരം നൽകുന്നത് വിവാഹത്തിന്റെ പവിത്രതയെ കളങ്കപ്പെടുത്തും എന്ന് വാദിച്ചവരുടെ പിൻതലമുറക്കാർ ആണ് 498 എയെ ഇന്നെതിർക്കുന്നത്. ഭർത്താക്കന്മാരെ കണ്ടെത്താൻ സാധിക്കാത്ത യുവതികളെ സഹായിക്കാൻ ഹിന്ദു പുരുഷൻമാർ ഒന്നിൽക്കൂടുതൽ സ്ത്രീകളെ വിവാഹം ചെയ്യണമെന്നു വാദിച്ചുകൊണ്ടു ബഹുഭാര്യാത്വത്തെ പിന്തുണച്ചു. രാജസ്ഥാനിൽ 22 വയസ്സുള്ള ഒരു പെൺകുട്ടി

സതി അനുഷ്ഠിച്ച ദാരുണ സംഭവത്തെ അനുകൂലിച്ചുകൊണ്ട് സതി നടപ്പിലാക്കാനായി ഊരിപ്പിടിച്ച വാളുകളുമായി വർഗ്ഗീയ വാദികൾ തെരുവിൽ ഇറങ്ങി.

'സ്ത്രീയെ അടിമയും പുരുഷനെ ഉടമയും ആയിക്കാണുന്നത് മനുവാദി സംസ്കാരമാണ്. ഇന്നും വർഗീയതയുടെ ഭാഷ അതുതന്നെയാണ്. അവരുടെ കാഴ്ചപ്പാടിൽ, സ്ത്രീയുടെ പ്രധാന ചുമതല വീടിനകത്തിരുന്നു കുടുംബത്തെ സംരക്ഷിക്കുകയും, ആൺകുഞ്ഞുങ്ങളെ പെറ്റുപോറ്റുകയും ആണ്.'[4]

കുടുംബത്തിനുള്ളിലെ ജനാധിപത്യം

ഒരു ജനാധിപത്യ രാജ്യമായി തുടരുകയും കുടുംബത്തിനകത്ത് ജനാധിപത്യം നിഷേധിക്കുകയും ചെയ്യുന്ന ഒരു ഘടനാരൂപമാണ് നമ്മുടെ കുടുംബങ്ങൾക്ക് ഉള്ളത്. കുടുംബ ബന്ധങ്ങൾ അസമത്വം നിറഞ്ഞതാണ്. പുരുഷാധികാര നിയന്ത്രണത്തിൽപെട്ട് സ്വയം വ്യക്തമാക്കപ്പെടാത്തവരായിട്ടാണ് ഭൂരിപക്ഷം കുടുംബങ്ങളിലെയും സ്ത്രീ ജീവിതം.

പുരുഷനിൽ നിന്ന് നേടിയെടുക്കേണ്ട എന്തോ ഒന്ന് ആണ് സ്ത്രീസ്വാതന്ത്ര്യം എന്നതും അത് പുരുഷനിൽ മാത്രം ലീനമായിരിക്കുന്ന ജീവിതാവസ്ഥയാണെന്നും പലരും കരുതുന്നു. ഇതിനെ മുറിച്ചു കടക്കൽ പ്രധാനപ്പെട്ടതാണ്.

വർഗ സമൂഹത്തിൽ സ്ത്രീയുടെയും പുരുഷന്റെയും അസമമായ ബന്ധങ്ങൾ പ്രതിഫലിക്കുന്ന സ്ഥാപനങ്ങളിലൊന്നാണ് കുടുംബം. ഏംഗൽസ് നിരീക്ഷിച്ചതുപോലെ ' മാതൃത്വാവകാശങ്ങൾ (സന്തതിപരമ്പര നിർണയിക്കുന്നതിൽ) തകർക്കപ്പെട്ടത് ലോകത്തിലെ പെൺവർഗ്ഗത്തിന്റെ ചരിത്രപരമായ പരാജയമായിരുന്നു. വീടുകളിലെ കടിഞ്ഞാണും പുരുഷൻ കൈവശപ്പെടുത്തി. പുരുഷന്റെ കാമാസക്തിയുടെ അടിമയായി സ്ത്രീ മാറി. കുട്ടികളെ പെറ്റു പോറ്റുന്നതിനുള്ള വെറുമൊരു ഉപകരണം.'[5]

പിൽക്കാലത്ത് വി.ടി.ഭട്ടതിരിപ്പാട് സമാനസ്വഭാവമുള്ള അഭിപ്രായം ഇങ്ങനെ പറഞ്ഞു.

'മുച്ചീർപ്പൻ വാഴ കുലയ്ക്കുന്നപോലെ ചൊടിയും ചുണയുമില്ലാത്ത രണ്ടു നാലു പൈതങ്ങളെ പെറ്റ് മരിക്കുവാൻ മാത്രമായിട്ടാണോ നിങ്ങളുടെ (സ്ത്രീകളുടെ) ജനനം'?

'ആധുനിക വ്യക്തിഗത കുടുംബം സ്ത്രീയുടെ തുറന്ന അല്ലെങ്കിൽ

മറച്ചുവെക്കപ്പെടുന്ന അടിമത്തത്തെ അടിസ്ഥാനപ്പെടുത്തിയുള്ളതാണ്. അതുപോലെ തന്നെ ആധുനിക സമൂഹം വ്യക്തിഗത കുടുംബങ്ങളെ അതിന്റെ തന്മാത്രകളായി പൊതുവെ രൂപപ്പെടുത്തപ്പെട്ടവയാണ്. സ്ത്രീയുടെ വിമോചനത്തിനു വേണ്ടിയുള്ള ആദ്യത്തെ കാൽവെയ്പ്, പെൺവർഗത്തെയാകെ പൊതു വ്യവസായത്തിലേക്ക് പുനവതരിപ്പിക്കുക എന്നതാണ്.'[6]

കുടുംബ ഘടനയിലേക്ക് സ്ത്രീകളെ വാർപ്പുമാതൃകകളായി അച്ചിൽ തീർത്തെടുത്ത് സ്ഥാപിക്കുകയാണ്. കുടുംബ സ്ത്രീകൾ, കുലസ്ത്രീകൾ ഈ പദം ഇക്കാലത്ത് പോലും രോമാഞ്ചം കൊള്ളുംവിധത്തിൽ പല രാഷ്ട്രീയ നേതാക്കളും ഉച്ചരിക്കുന്നത് കേൾക്കാൻ കഴിഞ്ഞു. 'കുടുംബത്തിൽ പിറന്ന സ്ത്രീകളാരും ശബരിമലയിൽ പോകില്ലന്നാണ്' ചിലർ പറഞ്ഞത്. ഇവരുടെ കുടുംബം സവർണ കുടുംബം ആണ്. ദളിതർക്ക് ഇവിടെ എന്തു കുടുംബം ആണ് ഉണ്ടായിരുന്നത്? മുമ്പ് വീടുകളുടെ സ്വഭാവം ജാതിയെ നിർണയിച്ചിരുന്നു. മനകളിൽ നമ്പൂതിരികൾ, ബ്രാഹ്മണർ എന്നിവർ, കോവിലകങ്ങളിൽ ക്ഷത്രിയർ, ഇല്ലങ്ങളിൽ നായർ, 'വീട്ടി'ലും, 'പൊര'യിലും ഈഴവർ/തിയ്യർ, ക്രിസ്ത്യാനികൾ, മുസ്ലിങ്ങൾ, ചാള, കുപ്പ എന്നിവിടങ്ങളിൽ ദളിതർ എന്നിങ്ങനെയാണ് അലിഖിതമായി നിശ്ചയിക്കപ്പെട്ടിരുന്നത്. കുടുംബത്തിലെ സ്ത്രീകൾ എന്നു പറഞ്ഞാൽ കുലസ്ത്രീകൾ വാഴുന്ന ഇടം എന്നാണ്. ഇപ്പോൾ ഈ കുടുംബ മാഹാത്മ്യം വിളമ്പുന്നവർ പി.കെ. ബാലകൃഷ്ണന്റെ *ജാതിവ്യവസ്ഥിതിയും കേരള ചരിത്ര*[7]വും എന്ന ഗ്രന്ഥത്തിൽ വിവിധ ചരിത്രാന്വേഷികളെ ഉദ്ധരിച്ചുകൊണ്ട് പറഞ്ഞിരിക്കുന്നത് പരിശോധിക്കുന്നത് നല്ലതാണ്.

വിവാഹ സമ്പ്രദായങ്ങളിലെ കുല മഹിമകൾ

'ഒരച്ഛനും ഒരമ്മയും സന്താനങ്ങളും അടങ്ങുന്ന കുടുംബ ഘടകം. ഒരാൾക്ക് ഒരു ഭാര്യയും ഒരുത്തിക്ക് ഒരു ഭർത്താവും മാത്രമേ പാടുള്ളു എന്ന വൈവാഹിക വ്യവസ്ഥ; ഈ ആയുഷ്കാല വേഴ്ചയ്ക്കിടയിൽ പരപുരുഷ സംസർഗ്ഗം ചെയ്യപ്പെടുന്ന സ്ത്രീ വേശ്യയാണെന്ന ലൈംഗിക സന്മാർഗ്ഗ ക്രമം-ഇന്നു ലോക സാധാരണമായ ഈ രീതിവച്ചുകൊണ്ട് സമുദായ പൂർവ്വ ചരിത്രങ്ങൾ കാണുകയും, ആ ബോധപ്രകാരം ധർമ്മരോഷം കൊള്ളുകയും ചെയ്യുന്നത് പ്രാകൃത മനോഭാവമാണെന്ന് കാണാൻ മാത്രം മനോവികാസം മലയാള ജാതി സമൂഹങ്ങൾക്ക് പൊതുവെ ഇന്ന് കൈവന്നിട്ടുണ്ടോ എന്ന കാര്യം സന്നിഗ്ധമാണ്. എന്നാലും മുൻ കാലങ്ങളിൽ ഇവിടെ ഓരോരോ ജാതികൾക്കിടയിലും നിലനിന്നിരുന്ന കുടുംബത്തെ പറ്റിയും ലൈംഗിക വേഴ്ചാ സമ്പ്രദായങ്ങളെക്കുറിച്ചും അനിഷേധ്യമായ ചില ചരിത്ര സത്യങ്ങൾ നാം കണക്കിലെടുത്തേ മതിയാവൂ.

ഈ നൂറ്റാണ്ടിന്റെ പ്രാരംഭ ദശകങ്ങളിലും ഈഴവർ, കണിയാന്മാർ, പാണന്മാർ, വിൽകുറുപ്പൻമാർ എന്നീ ജാതികൾക്കിടയിൽ പലദേശത്തും

'സാഹോദര്യ ബഹു ഭർതൃത്വ സമ്പ്രദായം' നിലനിന്നിരുന്നുവെന്ന് കാണാം. കണിയാൻമാരും പാണൻമാരും മറ്റും ഏക കാലത്ത് 'ഫ്രറ്റേണൽ പോളിയാൻ ഡ്രി (സാഹോദര്യ ബഹുഭർതൃത്വം)' സംബന്ധ രീതിയിലുള്ള ലൈംഗിക വേഴ്ചകളും നിലനിർത്തിയിരുന്നതായും കാണുന്നു. ഈഴവർക്കിടയിൽ ഒന്നിലധികം സഹോദരൻമാർ കൂട്ടായി ഒരു ഭാര്യയെ വരിച്ച് സഹശയനം ചെയ്യുന്ന നടപടിയിൽ അസാധാരണമായൊന്നുമില്ലെന്ന് 1503 ൽ ബാർബോസ മുതൽ 1950-ൽ സി.കേശവൻ വരെ സാക്ഷ്യപ്പെടുത്തിയിട്ടുണ്ട്.

ബാർബോസയുടെ കുറിപ്പിൽനിന്നും:-

> ഈഴവരുടെ അനന്തരാവകാശികൾ സഹോദരിയുടെ മക്കളാണ്. അവർ വിവാഹിതരാണെങ്കിലും ഇങ്ങനെ സംഭവിക്കുവാൻ കാരണം, അവരുടെ സ്ത്രീകൾ പരസ്യമായി ശരീരം കൊണ്ട് ഉപജീവനം നേടുന്നവരും വിദേശികൾ ഒഴിച്ച് മറ്റേവർക്കും വിധേയരാകാൻ സദാ സന്നദ്ധരാണെന്നുമുള്ളതാണ്. ഭർത്താക്കന്മാർ അറിഞ്ഞുകൊണ്ടുള്ള ഈ നടപടിക്ക് സന്ദർഭമുണ്ടാക്കാൻ അവരും ഒത്താശ ചെയ്യുന്നു.... ചിലപ്പോൾ അവർക്കിടയിൽ രണ്ടു സഹോദരൻമാർക്ക് ഒരു ഭാര്യമാത്രമാണുണ്ടാവുക. ആ നടപടിയിൽ അസാധാരണമായതൊന്നും അവർ കാണുന്നില്ല!

1607-ൽ കേരളം സന്ദർശിച്ച ഫ്രഞ്ച് സഞ്ചാരി 'പിറാൾഡ് ഡി ലാവൽ' എഴുതിയ കുറിപ്പിൽ നിന്നും:-

> മുകോയ്സും' (മുക്കുവർ) 'തീവരും' (തിയ്യർ) തൊഴിൽ ചെയ്യുന്ന വർഗ്ഗക്കാരാണ്. ഇവരുടെ ഭാര്യമാരും പെൺമക്കളും ചുമട് എടുക്കുന്നത് ഉൾപ്പെടെ എല്ലാ പണികളും ചെയ്യും. ആവശ്യക്കാരനായ ഏതു വർഗ്ഗക്കാരനും ജാതിക്കാരനും വിധേയരാകാൻ അവർക്ക് ഒരു സങ്കോചവുമില്ല. ഭർത്താക്കൻമാർ എതിരു പറയാതെ വിനയപൂർവ്വം അത് സഹിക്കുന്നു. എന്നുതന്നെയല്ല ഇവരുടെ ഭാര്യമാരും പെൺമക്കളുമല്ലാതെ ഇവിടെ വേറെ വെപ്പാട്ടികളോ വേശ്യകളോ ലഭ്യമല്ല. ....അവരിൽ ഏറ്റവും പ്രായം കുറഞ്ഞ സുന്ദരികളെ ഏഴോ, എട്ടോ 'തരൻസ് (ഫ്രഞ്ച് നാണയം) കൊടുത്താൽ അനുഭവിക്കാം. അവരെ ഈ കാര്യത്തിന് കൊണ്ടുവരുന്നതിൽ അവരുടെ അമ്മമാർക്ക് യാതൊരു ലജ്ജയുമില്ല.

19-ാം നൂറ്റാണ്ടിൽ ഡോക്ടർ ഫ്രാൻസി ഡേയുടെ കുറിപ്പിൽ നിന്നും:-

'ഈഴവരിലെ മിക്ക സ്ത്രീകൾക്കും ഭർത്താക്കൻമാർ ഉണ്ട്. ഇവർ സുന്ദരികളായി കണക്കാക്കപ്പെട്ടിരുന്നതിനാൽ, പ്രത്യേകിച്ചും തുറമുഖ പട്ടണങ്ങളിൽ പല പ്രലോഭനങ്ങൾക്കും ഇവർ ഇരയാകേണ്ടിവരുന്നു. അതിൽ അവർ എതിർപ്പു പ്രകടിപ്പിക്കുക എന്നത് തീരെ അപൂർവ്വമാണ്.'

സി. കേശവന്റെ 'ജീവിതസമര'[8]ത്തിൽ നിന്നും:-

'എന്റെ അച്ഛനു മൂത്തവരായി നാലു സഹോദരങ്ങൾ ഉണ്ടായിരുന്നു. അവരിൽ രണ്ടാമത്തെ ആളായിരുന്നു എന്റെ അമ്മയെ വിവാഹം ചെയ്ത കർണ്ണൻ. അതിൽ രണ്ടുമക്കൾ ഉണ്ടായി.......... അമ്മ വിധവയായി വളരെ നാൾ കഴിയും മുമ്പ് അച്ഛൻ അമ്മയെ ഭാര്യയായി സ്വീകരിച്ചു. സമുദായാചാരം അതിനു തടസ്സമായിരുന്നില്ല. ഒന്നിലധികം സഹോദരൻമാർക്ക് ഒരു പൊതു ഭാര്യ പാടുള്ള കാലമായിരുന്നു അത്.'

*കൊച്ചി രാജ്യചരിത്ര*ത്തിൽ പത്മനാഭ മേനോൻ നടത്തിയിട്ടുള്ള പരാമർശം:-

> .....സമുദായ ചരിത്രത്തിന്റെ ആദ്യഘട്ടത്തിൽ നായൻമാർ ബഹുഭർതൃത്വമോ പറ്റ ലൈംഗിക വേഴ്ചകളോ പുലർത്തിയിരുന്ന ഒരു ജനവിഭാഗമാണെന്നാണ്. അതേപറ്റി നമുക്ക് ലജ്ജതോന്നേണ്ട കാര്യമൊന്നുമില്ല. അത്തരം പ്രതിഭാസം അസാധാരണമോ അസാദൃശ്യമോ അല്ല. എല്ലാ ജനവിഭാഗങ്ങളുടെയും പൊതു വിധി അതായിരുന്നു. പുരാതന 'ബാർബറിസ'ത്തിന്റെ ചിന്തകൾ മറ്റുള്ളവർ പൊട്ടിച്ചെറിഞ്ഞപ്പോൾ അവനവന്റെ നിയന്ത്രണത്തിന് വിധേയമല്ലായിരുന്ന സാഹചര്യങ്ങളുടെ കടുംപിടിമൂലം നായന്മാർക്ക് ഇതുവരെ അതിന് കഴിഞ്ഞിട്ടില്ല. ....സ്ത്രീകളിലൂടെ രക്തബന്ധം കണക്കാക്കുന്ന രീതിയും ബഹുഭർതൃത്വ രീതിയും മനുഷ്യസമൂഹ പരിണാമത്തിലെ ഘട്ടങ്ങളാണെന്ന് 'മക്ലെനനും''ബസ്ഫോചനും''മോർഗനും' തെളിയിച്ചിട്ടുണ്ട്.
>
> 'ക്ഷത്രിയർ, നായന്മാർ (കഴിവുപോലെ ഈഴവരും)' ആഘോഷത്തോടെ നടത്തിവന്ന അടിയന്തിരമാണ് താലികെട്ടു കല്യാണം. ഇരുപതാം നൂറ്റാണ്ടിന്റെ ആദ്യദശകങ്ങളിലും സജീവമായി നിലനിന്നിരുന്ന ചടങ്ങാണ്.
>
> .... 'ഒരു തറവാട്ടിലെ സ്ത്രീ സന്താനം ഋതുമതിയാകും മുമ്പ് താലികെട്ട് നടത്തിയില്ലെങ്കിൽ തറവാടിന് ജാതിഭ്രഷ്ടാണനുഭവം. കെങ്കേമമായ സദ്യ മുതലായ ആഘോഷങ്ങൾ കൂടാതെ ഇതു കഴിച്ചു കൂട്ടിയാൽ തറവാടിന്റെ മാനവും പോകുമായിരുന്നു. അതിനാൽ തറവാട്ടിലെ പിഞ്ചുകുഞ്ഞുങ്ങളടക്കം ഋതുമതികളാവാത്ത പെൺകുട്ടികളുടെ താലികെട്ട് ഒറ്റചടങ്ങായി ഒരുത്തനെക്കൊണ്ട് നടത്തുക എന്നതായിരുന്നു രീതി. ആർക്കും ഒരു ബാദ്ധ്യതയും ശേഷിപ്പിക്കാത്ത ഈ താലികെട്ടിന് ഏതുപ്രായക്കാരനെങ്കിലുമായ ഒരു സജാതീയ പുരുഷൻ വേണമെന്നേയുള്ളൂ. ഒരു ക്ലാനിലുള്ള എല്ലാ സ്ത്രീകളും എല്ലാ പുരുഷന്മാരും ലൈംഗിക വേഴ്ചനടത്താനാകും മുമ്പേ ഇങ്ങനെ പരസ്യമായ ഒരു മതചടങ്ങിലൂടെ വിവാഹിതരായെന്നു വരുത്തിതീർക്കുന്ന നടപടി. സ്വതന്ത്രമായ പറ്റ ലൈംഗിക വേഴ്ച നടത്തിവന്ന ക്ലാനുകളിൽ കാലക്രമേണ

യുണ്ടായ അന്ധവിശ്വാസപരമായ എന്തോ പാപബോധത്തിന് പ്രതിവിധിയായി കണ്ടു പിടിക്കപ്പെട്ടതാണ് താലികെട്ട് കല്യാണം എന്നു കരുതണം. സമുദായമാകെ അറിഞ്ഞ് കെങ്കേമമായി ഈ നിരർത്ഥക ചടങ്ങ് നടക്കണമെന്ന നിഷ്ഠയും, അതു നടത്തുന്ന കാര്യത്തിൽ ഒരു നീക്കു പോക്കുമില്ലെന്ന നിലയും അന്ധവിശ്വാത്മകമായ പ്രഭവ സ്ഥാനത്തേക്ക് വിരൽ ചൂണ്ടുന്നു. പ്രായമെത്തിയാൽ സ്വതന്ത്ര ലൈംഗിക ചേഷ്ടകൾ യഥേഷ്ടം പാപമേൽക്കാതെ നടത്താൻ ട്രൈബൽ മനോഘടന ഒരുഘട്ടത്തിൽ കണ്ടുപിടിച്ച ലൈംഗിക ലൈസൻസാവണം താലികെട്ടു കല്യാണം.[9]

മന്നത്ത് പത്മനാഭൻ ഇതിനെപ്പറ്റി 'എന്റെ ജീവിത സ്മരണകളിൽ'[10] കുറിച്ചത്:-

"സാമാന്യം സ്വത്തും .... വളരെയധികം പഴക്കവുമുള്ള ചിറ്റമറ്റത്ത് കുടുംബം എന്റെ ജനനകാലത്ത് ഒരു നിർദ്ധന കുടുംബം എന്ന നിലയിൽ എത്തിച്ചേർന്നിരുന്നു......അമ്മൂമ്മയുടെ അമ്മ പ്രസവിച്ച പതിനൊന്നു സ്ത്രീകളുടെ താലികെട്ട്, തെരണ്ടുകുളി, പുളികുടി മുതലായ അടിയന്തിരങ്ങൾ കുടുംബനില അനുസരിച്ച് നടത്തികഴിഞ്ഞപ്പോൾ ആൺ തുണയില്ലാതിരുന്ന തറവാട് ("എന്നു പറഞ്ഞാൽ നമ്പൂതിരി സംബന്ധത്തിന് വിധേയപ്പെട്ടിരുന്ന വീട്, കുട്ടികളെ ജനിപ്പിക്കുന്ന ജോലിയല്ലാതെ മറ്റ് ഉത്തരവാദിത്വങ്ങൾ ജനകന്മാർക്കില്ലായിരുന്നു" ലേഖകൻ) ദാരിദ്ര്യ ദേവതയുടെ നൃത്തരംഗമായിത്തീർന്നു.

എൻ.കെ. അനന്തകൃഷ്ണയ്യർ ക്ഷത്രിയ വിവാഹങ്ങളെക്കുറിച്ചും ലൈംഗിക ബന്ധങ്ങളെക്കുറിച്ചും ഇങ്ങനെ രേഖപ്പെടുത്തുന്നു:-

'യഥാർത്ഥവിവാഹം അഥവാ സംബന്ധം എടുത്തു പറയാവുന്ന അപൂർവ്വം ചടങ്ങുകളോ, ചടങ്ങുകൾ തന്നെ ഇല്ലാത്തതോ ആയ നടപടിയാണ്. എന്തെങ്കിലും ചടങ്ങുകൾ ഉണ്ടെങ്കിൽ തന്നെയും, അവ കൂടിയേ തീരു എന്നു നിർബന്ധമില്ല. രാത്രിയുടെ നിശ്ശബ്ദ യാമങ്ങളിൽ കന്യകയുടെ കിടപ്പറയിൽ വച്ചു രൂപീകരിക്കപ്പെടുന്ന ആ വേഴ്ച, സ്ത്രീപുരുഷൻമാരെല്ലാം പങ്കെടുക്കുന്ന ഒരു പൊതു ചടങ്ങിൽ നിന്നും എത്രയോ അകലത്തുള്ള ഒരു ചടങ്ങാണ്. ഈ വിവാഹത്തിനുള്ള സാക്ഷികൾ തറവാട്ടിലെ തലമുതിർന്ന സ്ത്രീകളും അവരുടെ യഥാർത്ഥ ഭർത്താക്കന്മാരും മാത്രമാണ്. തറവാട്ടു കാരണവരുടെ തറവാട്ടിലെ പ്രധാന അംഗങ്ങളുടെയും അഭിപ്രായവും അംഗീകാരവും ആരായപ്പെടാറുണ്ടെങ്കിലും, അവരോ തറവാട്ടിലെ മറ്റേതെങ്കിലും പുരുഷനോ ഈ ചടങ്ങിൽ സന്നിഹിതനാവുകയില്ല. എന്നുതന്നെയുമല്ല അവരാരും ഈ ബന്ധം അറിഞ്ഞതായി പരസ്യമായി ഭാവിക്കാറുമില്ല.

സംബന്ധ വിവാഹത്തിന് മതപരമായ ചടങ്ങുകളോ നിയമപരമായ നടപടി ക്രമങ്ങളോ യാതൊന്നുമില്ല. ഈ തരം ബാദ്ധ്യതകളിൽ നിന്നും സ്വതന്ത്രമാകയാൽ ഇരുകൂട്ടരിൽ ആർക്കുവേണമെങ്കിലും തോന്നുമ്പോൾ

വേഴ്ച മതിയാക്കാവുന്നതാണ്. സ്ത്രീ, ജാര സംസർഗ്ഗം ചെയ്താൽ ബന്ധം ഉപേക്ഷിക്കുകയെന്നതാണ് പൊതു നടപടി. എന്നാൽ അതു മാപ്പാക്കാവുന്ന കുറ്റമാണ്. മോചനം നേടുന്ന ഭർത്താവ് മറ്റൊരു സ്ത്രീയുമായി ബന്ധത്തിലേർപ്പെടുന്ന നടപടിയും അസാധാരണമല്ല. സംബന്ധവേഴ്ചയിൽപ്പെടുന്ന മിഥുനങ്ങൾ ഒരിക്കൽപോലും ഒന്നിച്ചു താമസിക്കാതിരിക്കുക എന്നതാണ് സാധാരണ നടപടി.... സജാതിയിൽ താഴെയല്ലാത്ത പരപുരുഷന്മാരുമായും സ്ത്രീക്ക് സംബന്ധ വേഴ്ചകൾ ആകാവുന്നതാണ്.' നമ്പൂതിരിമാരുടെ ലൈംഗിക സമ്പ്രദായവും വിവാഹജീവിതവും സ്മാർത്ത വിചാരണ ബന്ധപ്പെടുത്തി പി.കെ. ബാലകൃഷ്ണൻ ഇങ്ങനെ നിരീക്ഷിക്കുന്നു.

'വർഗ്ഗത്തിൽ വാമഭാഗമായ കൂടെപ്പിറപ്പുകൾക്ക് സ്വന്തം പെൺമക്കൾക്കും സഹോദരിമാർക്കും ജീവസഹജമായ വികാരങ്ങളുടെ സംപൂർത്തി നിഷേധിച്ച്, അതിലൂടെ മനുഷ്യ സ്ത്രീകളെന്ന നിലയ്ക്കുള്ള ജീവിതം തന്നെ അവർക്ക് നിഷേധിച്ച്, മനോവേദനയുടെ ഉമിത്തീയിൽ നീറി ആയുസ്സെടുക്കുക എന്ന സ്ഥിതിവിശേഷം കൽപ്പിച്ചുണ്ടാക്കിയപ്പോൾ, സ്ത്രീകൾക്ക് ചാരിത്ര്യഭ്രംശം സംഭവിക്കുവാനുള്ള സാദ്ധ്യത മാത്രം കാണാൻ കഴിഞ്ഞ നമ്പൂതിരി മനസ്സ് വിചിത്രമായ മനസ്സുതന്നെയാണ്.'

...നമ്പൂതിരി മനസ്സിന്റെ ഭാഗകമായ സൂക്ഷ്മതയ്ക്കും അടിസ്ഥാനപരമായ ആന്ധ്യത്തിനും ഒരേ വീറോടെ സാക്ഷിപറയുന്ന സ്ഥാപനമാണ് 'സ്മാർത്ത വിചാരം' സ്വയം സ്വരൂപിച്ച സ്വന്തം കുടുംബക്രമത്തിൽ സ്ത്രീകൾ അനുഭവിക്കാവുന്ന മനോവേദനയെന്തെന്ന് കാണാൻ കഴിയാത്ത നമ്പൂതിരിക്ക് ആ സ്ഥിതി വിശേഷംമൂലം ജാര സംസർഗ്ഗത്തിലേക്ക് നീങ്ങാനുള്ള പ്രവണത അവരിൽ ശക്തമായുണ്ടാകുമെന്നും, ശക്തമായി അതെന്നും നിലനിൽക്കുമെന്നും വ്യക്തമായി കാണാൻ കഴിഞ്ഞു. സ്വന്തം കുടുംബത്തിലെ അമ്മ പെങ്ങൻമാരുടെ ചാരിത്ര്യ ദോഷങ്ങൾ വിസ്തരിച്ച് ശിക്ഷിക്കാൻ വ്യവസ്ഥാപിതമായ ഒരു സ്ഥാപനവും നടപടി ക്രമങ്ങളും ലോകത്ത് എവിടെയെങ്കിലും ഏതെങ്കിലും കാലത്ത് ഏതെങ്കിലും വർഗക്കാർ നിലവിൽ വരുത്തിയിട്ടുണ്ടോ എന്ന കാര്യം സന്ദിഗ്ധമാണ്. ഏതായാലും ചാരിത്ര്യ ലംഘന പ്രവണത സ്വന്തം സ്ത്രീജനങ്ങളിൽ സ്ഥിരമായുണ്ടാകുമെന്ന് ബുദ്ധി സൂക്ഷ്മത മൂലം മുൻകൂട്ടി കാണാൻ കഴിഞ്ഞ നമ്പൂതിരി സ്മാർത്ത വിചാരങ്ങൾക്ക് മാത്രമല്ല, സ്മാർത്തൻമാർ എന്ന സ്ഥിരമായ ഒരു ഉപജാതി വിഭാഗത്തിനും ജന്മം നൽകി. *എന്റെ സ്മരണകൾ* എന്ന ഗ്രന്ഥത്തിൽ കണിപ്പയ്യൂരിന്റെ കുറിപ്പ്:-

'എന്റെ ജീവിത കാലത്ത് കുപ്രസിദ്ധമായ കുറിയേടത്ത് താത്രിക്കുട്ടി മുതൽ അഞ്ചു സ്മാർത്ത വിചാരങ്ങൾ നടന്നിട്ടുണ്ട്. അവയിൽ കുറിയേടത്ത് കേസിൽ 65 പേരാണുണ്ടായിരുന്നത്. മറ്റൊന്നിൽ 15 പേരുണ്ടായിരുന്നു. ബാക്കി മൂന്നിലും ഓരോരുത്തരെ ഉണ്ടായിരുന്നുള്ളു. ഒരു കേസ് അഴിവ് ചൊല്ലുകയും ഉണ്ടായിട്ടുണ്ട്.'

1964-ൽ ആണ് ഗ്രന്ഥം പുറത്ത് വന്നത്. കണിപ്പയ്യൂരിന് 75 വയസ്സുള്ളപ്പോൾ. ഇത് സംബന്ധിച്ച് വില്യം ലോഗൻ *മലബാർ മാനുവലിൽ* എഴുതിയത് ഇപ്രകാരമാണ്.

'കുറ്റക്കാരിയായ സ്ത്രീ കുറ്റം സമ്മതിക്കാതിരുന്നാൽ കുറ്റ സമ്മതം നടത്തിക്കാൻ ആ സ്ത്രീ ശാരീരികമായ ഹേമദണ്ഡങ്ങൾക്ക് വിധേയമാക്കപ്പെട്ടിരിന്നു- സ്ത്രീയെ ഒരു പായയിൽ ചുരട്ടിക്കെട്ടി പുരപ്പുറത്ത് നിന്നും മുറ്റത്തേക്ക് ഉരുട്ടി വീഴ്ത്തുക തുടങ്ങിയ നടപടികൾ. ഈ ഹേമദണ്ഡം നടത്തിയിരുന്നത് സ്ത്രീകളാണ്. ചില സന്ദർഭങ്ങളിൽ സ്ത്രീകളെ പാർപ്പിച്ചിരുന്ന പുരയിലേക്ക് (അഞ്ചാംപുര-ലേഖകൻ) എലികൾ, ചേരപ്പാമ്പുകൾ തുടങ്ങിയ ജീവികളെയും പലപ്പോഴും തനി മൂർഖൻ പാമ്പിനെ തന്നെയും കടത്തി വിട്ടു വാതിൽ അടയ്ക്കുന്നു.'

ഇങ്ങനെ പായയിൽ ചുരുട്ടുന്നത് അന്തർജനത്തെ മറ്റുള്ളവർ കാണാതിരിക്കാനുള്ള ആചാര ബാധ്യതയുടെ ഭാഗം കൂടിയാണ്. ഇത്തരം സ്ത്രീകളെ സംബോധന ചെയ്തിരുന്നത് 'സാധനം' എന്നാണ്. ഇവർ കുറ്റം ഏറ്റുപറഞ്ഞാൽ മാത്രം പോരാ പുതിയകാലത്ത് കുറ്റം ചെയ്ത പ്രതികൾ കുറ്റം സമ്മതിച്ചാലും അത് ചെയ്തുവെന്നു ഉറപ്പാക്കാനുള്ള തെളിവുകൾ പോലീസ് കണ്ടുപിടിച്ച് കോടതിയിൽ ഹാജരാക്കുന്നതു പോലെ വേഴ്ചയിൽ ഏർപ്പെട്ടുവെന്ന് പറയുന്ന പുരുഷന്റെ സ്വകാര്യഭാഗങ്ങളിലെ അടയാള സഹിതം 'സാധനം' വ്യക്തമാക്കണം. ഇവിടെയും തീരില്ല. കൂടുതൽ ജാരൻമാരെ കണ്ടെത്താൻ വീണ്ടും വിചാരണ തുടരും. കാരണം ഈ പ്രവൃത്തിക്കായി സ്മാർത്തൻമാർ എന്ന ഒരു വിഭാഗം തന്നെ രൂപീകരിച്ചിട്ടുണ്ട്. അവരുടെ 'തൊഴിൽ' പ്രശ്നം കൂടിയാണ്. ഒടുവിൽ 'സാധനം' പിഴച്ചതായി പ്രഖ്യാപിക്കാനുള്ള അധികാരം കുട്ടിപ്പട്ടർക്കാണ്. അയാൾ പ്രഖ്യാപിച്ചാൽ പിന്നെ സാധനത്തെ പുറത്താക്കി പടിയടക്കം, മരണാനന്തര ചടങ്ങുകൾ എന്നിവ നടത്തും.

ഇങ്ങനെ സ്വന്തം രക്തത്താൽ പിറന്ന അഥവാ രക്തബന്ധത്തിലെ ഒരു മനുഷ്യജീവിയെ ശരീരത്തിൽ ലൈംഗികാവയവം സ്ത്രൈണം ആയിപ്പോയി എന്ന കാരണത്താൽ (പുരുഷ ലൈംഗികാവയവത്തിന് അതിരുകളില്ല, വിലക്കുകളും കൽപ്പിച്ചിട്ടില്ലല്ലോ! അത് സർവതന്ത്ര സ്വതന്ത്രമാണ്. നമ്പൂതിരിമാർക്ക് സ്വഗൃഹത്തിൽ ഒഴികെ) ഇരുൾ നിറഞ്ഞ കുടുസ്സുമുറിയിൽ അടച്ച് ജീവനുള്ള വസ്തുവിന് വേണ്ടുന്ന എല്ലാ തുറസ്സുകളും ബന്ധിച്ച് അതി ക്രൂരമായി പീഡിപ്പിച്ച എത്ര സംഭവങ്ങൾ ഇതുപോലെ ലോകത്ത് എവിടെയുണ്ടാകും? അന്നത്തെ കാലത്ത് പൊതു സമൂഹത്തിലെ ദളിതരേക്കാൾ ദുരിതമായിരുന്നു നമ്പൂതിരി സമുദായത്തിൽ സ്ത്രീകളായി ജനിക്കുക എന്നുള്ളത്. വി.റ്റി. ഭട്ടതിരിപ്പാട് *കണ്ണീരും കിനാവും* എന്ന പ്രസിദ്ധമായ തന്റെ ആത്മകഥയിൽ ഒരു ഓതിക്കൻ നമ്പൂതിരി തന്റെ പത്നിയെ ദണ്ഡിക്കുന്നതിന്റെ ചിത്രം വരച്ചിട്ടുള്ളത് ഇങ്ങനെയാണ്.

"ഭാര്യയോട് തോന്നിയ ശുണ്ഠിവന്ന ഒരു മൂസ്സ് നമ്പൂതിരി അവരുടെ

കാതിലെ ചുറ്റിന് പിടിച്ച് (അതായത് വളയക്കമ്മൽ) പൂമുഖത്തിണ്ണയിലൂടെ വലിച്ചിഴച്ചു. വേദനകൊണ്ടു പുളഞ്ഞ അവരുടെ കാത് പറിഞ്ഞു പോകുന്നത് അദ്ദേഹത്തിന് നോക്കി നിൽക്കേണ്ടിവന്നു.'[11]

ഈ പറഞ്ഞത് ഒക്കെയോ കേരളത്തിലെ 'കുടുംബ'ങ്ങളും 'കുലസ്ത്രീ'കളും!

എത്ര ആചാരച്ചരടുകൾ പൊട്ടിച്ചുകളഞ്ഞു. എത്രയെത്ര! ഈ ചരടുകളിൽ ബന്ധിതമായിരുന്നത് എത്രയോ ആയിരം സ്ത്രീകളുടെയും ദളിതരുടെയും ജീവിതങ്ങളാണ്.

'എത്രവെയിലു കൊണ്ടതാണീ തണൽ' എന്ന കവിവാക്യം പോലെ.

'അലഞ്ഞുതിരിഞ്ഞു നടന്ന കബീർദാസ് വിശന്നുവലഞ്ഞ് ഒരിടത്ത് എത്തി. അവിടെ നിന്ന് കുറച്ചുചോറ് ആരോ നൽകി. ചോറുവാരി കഴിച്ചു തുടങ്ങിയ കബീർദാസ് കരഞ്ഞുതുടങ്ങി. 'എന്തേ എന്ന് അമ്പരക്കുന്നവരോട് കബീർ പറഞ്ഞു, "ഒരുപിടി ചോറിന് പിന്നിൽ ഞാൻ കാണുന്നു, ഒത്തിരി പണിയാളരുടെ വിയർപ്പിന്റെ ഉപ്പ് (വയലൊരുക്കിയവൻ തൊട്ട് നെല്ലുകുത്തിയവർവരെ) ഒപ്പം ഇതെനിക്കു വേണ്ടി സ്നേഹപൂർവ്വം വെച്ചു വിളമ്പിയ ഒരു സ്ത്രീയുടെ സുമനസ്സും. ഓർത്തിട്ട് എനിക്ക് കണ്ണീരടക്കാനാവുന്നില്ല'.[12]

'ഒരു ദശകമിത് വിടചൊല്ലി മറയുന്നു
ഒരു പൂമരക്കാറ്റ് പെയ്തപോലെ.......
നിറയെ ചുവന്ന പൂക്കൾ..........
പാതയിൽ സമരങ്ങൾ തൻ മുദ്രകൾ'!

എത്ര സമര സഞ്ചാരങ്ങളിലൂടെയാണ് മനുഷ്യ സമൂഹം നീന്തി ഈ കരയിൽ അണഞ്ഞത്. ആ കെട്ട കാലത്തെ ഓർത്തു ഉൾപ്പുളകം കൊള്ളുന്നവർ പുലമ്പുന്ന അശ്ലീല വാക്കുകളാണ് കുലസ്ത്രീകൾ, കുടുംബിനികൾ എന്നൊക്കെയുള്ളത്.

ജനാധിപത്യം എന്നത് ഭൂരിപക്ഷം, വോട്ട് എന്ന ചില ദ്വന്ദങ്ങളിൽ കുരുങ്ങി കിടക്കേണ്ടതല്ല. അതിൽ വിപരീതാഭിപ്രായങ്ങളുടെ ചേരുവ കൂടി ചേർത്ത് ബലപ്പെടുത്തേണ്ട ഒന്നുകൂടിയുണ്ട്. കുടുംബത്തിനുള്ളിൽ സ്ത്രീകളുടെയും കുട്ടികളുടെയും അഭിപ്രായങ്ങൾ പലപ്പോഴും പരിഗണിക്കപ്പെടുന്നില്ല. 'ഒരു പൊള്ളൽ ഓരോ സ്ത്രീയിലും ഉണ്ട്' (ശാരദകുട്ടി) അത് അടുക്കളയിൽ നിന്നാകാം, അവഗണനയുടെ അഗ്നിയിൽ നിന്നുമാകാം. കുടുംബച്ചുവരുകൾക്കകത്ത് ഒതുങ്ങി 'കുടുംബവിളക്കാകേണ്ടവൾ'. 'പൂമുഖവാതിൽക്കൽ സ്നേഹം വിടർത്തുന്ന പൂന്തിങ്കളാകേണ്ടവൾ' 'കാര്യത്തിൽ മന്ത്രിയും, കർമ്മത്തിൽ ദാസിയും ആകേണ്ടവൾ'....

പൊങ്കാലയ്ക്കും സപ്താഹ യജ്ഞത്തിനും കുർബാനയ്ക്കും മതപ്രഭാഷണം കേൾക്കാൻ മറയ്ക്കപ്പെട്ട പന്തലിലും ചെന്നിരിക്കേണ്ടവൾ!

ഏഷ്യയിലെ ഏറ്റവും മഹത്തായ സ്ത്രീ പ്രസ്ഥാനത്തിന് നമ്മൾ

നൽകിയ പേര് മലയാളിയായ ഇടത്തരക്കാരന്റെ സ്ത്രീ വിരുദ്ധതയ്ക്ക് ഇണങ്ങുന്നതാണ്. 'കുടുംബശ്രീ'. നേരത്തെ ഇത് ആവിഷ്കരിച്ചപ്പോൾ നൽകിയ 'സ്ത്രീശക്തി' എന്ന പേര് 'പുരുഷാധിപത്യ'ത്തെ പൊള്ളിച്ചു. 'പറ്റിയ' ആൾക്കാർ വന്നപ്പോൾ പേര് മാറ്റി കുടുംബശ്രീയാക്കി. കുടുംബത്തിന്റെ വിളക്കാണ് സ്ത്രീ. സ്വയം കത്തിയെരിയാനുള്ളത്. 'മറ്റുള്ളവർക്കായി കത്തിയെരിയുന്ന സുസ്നേഹ മൂർത്തി'!

മഹാഭൂരിപക്ഷം പുരുഷൻമാരുടെയും ധാരണ തന്റെ ശാസന ശിരസാവഹിച്ച് തന്റെ തല്ല് കൊണ്ട് വിനീതവിധേയമായി കഴിയേണ്ട ഒരു 'സാധന'മാണ് സ്ത്രീ, 'സ്വമതം' ഉപേക്ഷിക്കേണ്ടവൾ.

തന്നെ തന്നെ ആവിഷ്കരിക്കാൻ അവൾക്ക് അവകാശമില്ല. അഭിരുചികൾ പാടില്ല. പല സ്ത്രീകൾക്കും പുരുഷലോകത്തിന്റെ ഈ മനോഘടന പകർന്നു കിട്ടിയിട്ടുള്ളവരാണ്. അതിനനുസരിച്ച് ജീവിതം വാർത്തെടുക്കാൻ അവർ പലരും പരിശ്രമിക്കുന്നു.

ഒരുവൾ അണിഞ്ഞൊരുങ്ങിയാൽ, വസ്ത്രത്തിൽ മനോഗതം അനുസരിച്ച് മാറ്റം വരുത്തിയാൽ ശരീരാവയവത്തിന്റെ പൊടി പോലും വെളിവാക്കപ്പെട്ടാൽ അവൾ പരപുരുഷ സാമീപ്യത്തിന് വേണ്ടിയാണെന്ന് ആൾക്കൂട്ടം വിലയിരുത്തുകയാണ്. അവൾക്ക് സൗകര്യം (Comfortness) എന്നു തോന്നുന്ന വേഷം ആണ് അവളുടെ വേഷം. പുരുഷന്റെ സൗന്ദര്യശാസ്ത്ര ബോധമല്ല അത് തീരുമാനിക്കേണ്ടത്.

ഈ പുരുഷ മനോഗതത്തിന് വശംവദരായിപ്പോയ സ്ത്രീകളാണിപ്പോൾ 'വയർ' മറയ്ക്കാൻ സാരിയിൽ പിന്നുകളുടെ ശൃംഖല സൃഷ്ടിക്കുന്നത്. 30 വർഷം മുമ്പുള്ള മലയാള സിനിമ കണ്ടു നോക്കൂ, അല്ലെങ്കിൽ ആർട്ടിസ്റ്റ് നമ്പൂതിരിയേ പോലുള്ളവർ കഥാപാത്രങ്ങൾക്കായി വരച്ച പഴയ ഇല്ലസ്ട്രേഷൻ നോക്കൂ! ബ്ലൗസും കൈലിമുണ്ടും മാത്രം ധരിച്ച 'കുലസ്ത്രീകളെ' കാണാം. പുറത്തു നിന്നും വീടിനുള്ളിലേക്ക് മറ്റ് പുരുഷൻമാർ വന്നാൽ ചിലർ മുണ്ടിന്റെ കോൺപിടിച്ച് ബ്ലൗസിനടിയിൽ വയ്ക്കുന്ന ഒരു സദാചാരമേ കാട്ടിയിരുന്നുള്ളൂ. അയൽ വീട്ടിൽ പോകേണ്ടിവരുമ്പോൾ പ്രായം കുറഞ്ഞ സ്ത്രീകൾ ചിലപ്പോൾ ഒരു തോർത്തുമുണ്ട് കഴുത്തിൽ ഇടും. വസ്ത്രത്തിൽ വന്ന മാറ്റം പുരോഗമനപരമാണെന്ന് ചിലർ വാദിച്ചേക്കാം. എന്നാൽ എന്തുകൊണ്ട് പുരുഷൻമാരിൽ ഈ മാറ്റം കാണുന്നില്ല. നല്ല ഒരു പങ്ക് പുരുഷൻമാർ അർദ്ധ നഗ്നരായിട്ടാണ് വീടുകളിൽ കഴിയുന്നത്. മാക്സി കൊണ്ട് ശരീരം മൂടിയ സ്ത്രീകളും ഒരു ബർമുഡയിലോ കൈലി മുണ്ടിലോ ശരീരം വെളിവാക്കപ്പെട്ട പുരുഷൻമാരും. അതാണ് കുടുംബത്തിലെ ജനാധിപത്യം. പുരുഷാധിപത്യത്തിന്റെ മറ്റൊരു നാമമായി ജനാധിപത്യം മാറുന്നു.

പെൺകുട്ടി ഡിഗ്രിക്കോ മറ്റോ പഠിക്കുന്ന സമയത്ത് കുട്ടിക്ക് 18/20 വയസ്സാകുന്നു. അമ്മ കുട്ടിയുമായി ജ്യോൽസ്യന്റെ അടുത്തേക്ക് പോകുന്നു. മിക്കവാറും എല്ലാ ജ്യോൽസ്യൻമാരും അവളുടെ വിവാഹ സമയം പറയുന്നു. 'ആറുമാസത്തിനകം നടന്നില്ലെങ്കിൽ പിന്നെ 30 വയസ്സു

കഴിഞ്ഞേ മംഗല്യ യോഗം ഉണ്ടാകു'! ജോത്സ്യനെ കണ്ടിറങ്ങിയ മാതാവ് നെഞ്ചിൽ തീയുമായി തിരിഞ്ഞോടുന്നു. പഠനം പാതിവഴിയിലാക്കി പെൺകുട്ടി വിവാഹിതയാവുന്നു. ഹൈസ്കൂൾ ക്ലാസ്സ് പോലും ചിലപ്പോൾ പഠിക്കാൻ കഴിയാത്ത ജോത്സ്യൻ പറയുന്നത് കോളേജ് അധ്യാപകരായ മാതാപിതാക്കൾക്ക് പോലും പാൽപായസം പോലെ പഥ്യമാർന്നതാകുന്നു.

പാതി പഠിച്ച പെൺകുട്ടി അഥവാ ഡിഗ്രിയോ മറ്റോ കഴിഞ്ഞ കുട്ടി വിദ്യാഭ്യാസം തുടരാതെ കുഞ്ഞുങ്ങളെ ഒക്കത്ത് വച്ചു പകൽ പൊങ്കാലയും രാത്രിയിൽ സീരിയലും അല്ലാത്തപ്പോൾ അടുക്കളയിലും ആയി നീറി ഒതുങ്ങുന്നു.

പക്വതയാർജിക്കാത്ത ചില പ്രേമ യുവത്വവും വിദ്യാഭ്യാസത്തിന്റെയോ തൊഴിലിന്റെയോ സ്വയം പര്യാപ്തതയുടെയോ ലോകത്ത് എത്തുന്നതിനു മുമ്പ് പാതി വഴിയിൽ മുടന്തി നീങ്ങുന്നു. എവിടെ കരയ്ക്കണയാൻ?

സിനിമയും സീരിയലുകളും

ഇരുപതാം നൂറ്റാണ്ടിന്റെ കലയാണ് സിനിമ. സാങ്കേതികതയുടെ ചടുലമായ അരങ്ങേറ്റം കലാരംഗത്ത് പ്രധാനമായും സ്വാധീനിച്ചത് സിനിമയെയാണ്. നാടകം അരങ്ങുവാണിരുന്ന, നാടൻ കലാരൂപങ്ങളാൽ രസാനുഭൂതി അനുഭവിച്ചിരുന്ന ദൃശ്യരൂപങ്ങളുടെ കാഴ്ചക്കാർ സിനിമയിൽ അഭിരമിക്കാൻ തുടങ്ങി.

19-ാം നൂറ്റാണ്ടിന്റെ ഒടുവിൽ ചലച്ചിത്രങ്ങൾ ആവിർഭവിച്ചു. ഫ്രാൻസിലും ബോംബെയിലും ലൂമിയർ സഹോദരൻമാർ തങ്ങളുടെ ചലന ചിത്രം (ഒരു തീവണ്ടി ഓടിവരുന്നത്) പ്രദർശിപ്പിച്ചു. ഓടി വന്ന തീവണ്ടി കണ്ട് ജനങ്ങൾ ഇരുട്ട് നിറഞ്ഞ താൽക്കാലിക മറ പൊളിച്ച് പുറത്ത് ചാടി. അന്ന് പുറത്ത് ചാടിയവർ 'പ്രേതം' എന്ന് ആർത്തുവിളിച്ചാണ് പുറത്തേക്ക് പോയത്.

സിനിമയെപ്പോലെ ഇത്രയേറെ ജനങ്ങളെ സ്വാധീനിക്കുന്ന ഒരു കലാരൂപം ലോകത്ത് വേറെയില്ല. ആരുടേതാണ് സിനിമ? അഭിനേതാവിന്റെയോ, നിർമ്മാതാവിന്റെയോ അതോ സംവിധായകന്റെയോ (സംവിധായികയുടെയോ) ഇതിൽ ഏകാഭിപ്രായം ഉണ്ടെന്നു പറയാൻ കഴിയില്ല. അടൂർ ഗോപാലകൃഷ്ണനെപ്പോലുള്ള സിനിമാ പ്രതിഭകൾ സംവിധായകൻ എന്ന വിശേഷണം ആഗ്രഹിക്കാത്തവരാണ്. ആരാണ് സാക്ഷാൽക്കാരം എന്നതാണ്. അതായത് അദ്ദേഹം സിനിമ 'സാക്ഷാൽക്കരിക്കുന്നയാളാണ്.'

സിനിമയുടെ അരികിലും മൂലയിലും നോട്ടം ഒരാളിന്റെ മാത്രമേ എത്തുകയുള്ളു, അത് സംവിധായകന്റെയാണ്. അപ്പോൾ ഛായാഗ്രാഹകനും, സന്നിവേശകനുമോ? അവർ സംവിധായകന്റെ ലക്ഷ്യസാക്ഷാൽക്കാരം നിർവഹിക്കുന്നവർ ആണ്; അവരുടെ മികവ് നിലനിർത്തിക്കൊണ്ടു തന്നെ!

അപ്പോൾ ക്യാമറയ്ക്ക് പിന്നിലാരാണ്? സംവിധായകൻ ആണ്. ആ നോട്ടമാണ് ദൃശ്യമായി മാറുന്നത്. അതായത് സംവിധായകന്റെ ക്യാമറയ്ക്ക് പിന്നിലെ ദൃഷ്ടി തിയേറ്ററിൽ പ്രേക്ഷകന്റെ ദൃഷ്ടിയായി മാറുന്നു. ഏതു സംഭവത്തെയും ഏതു ദൃശ്യത്തെയും സംവിധായകന്റെ കണ്ണിലൂടെ മാത്രമേ നമുക്ക് കാണാൻ കഴിയൂ. കഥാപാത്രത്തിന്റെ രൂപം നാടകത്തിലേതുപോലെ നമുക്ക് ദൃശ്യമാകില്ല. അത് മിഡിൽ ഷോട്ട് വേണോ മീഡിയം ഷോട്ട് വേണോ എക്സ് ട്രീം ക്ലോസ്സപ്പ് വേണോ എന്നു തീരുമാനിക്കുന്നത് സംവിധായകനാണ്. (ഛായാഗ്രാഹകനെ കുറച്ചുകാണുന്നില്ല ഒരു ദർശനം പറയുന്നുവെന്ന് മാത്രം). അപ്പോൾ പൊതുവെ സംവിധായകർ ആരാണ്; മഹാഭൂരിപക്ഷവും പുരുഷൻമാരാണ്. അതായത് സിനിമ പൊതുവെ പുരുഷന്റെ പ്രത്യയ ശാസ്ത്രമാണ്. അഥവാ അതിലൂടെ ഇതൾ വിടർത്തുന്നത് പുരുഷമേധാവിത്വ സിദ്ധാന്തങ്ങളാണ്.

'നാം ജീവിക്കുന്നത് പ്രത്യയ ശാസ്ത്ര മൂല്യ വ്യവസ്ഥയിലാണ്. നൂറ്റാണ്ടുകൾകൊണ്ട് സൃഷ്ടിക്കപ്പെട്ടതോ അല്ലെങ്കിൽ സമീപ കാലത്ത് രൂപപ്പെട്ടതോ ആയ പൊതു ബോധത്തിനുള്ളിൽ ഓരോ ദിവസത്തെയും സംഭവ വികാസങ്ങൾ നമ്മൾ അറിഞ്ഞോ അറിയാതെയോ നമ്മളെ സൃഷ്ടിച്ചു കൊണ്ടിരിക്കുന്നു. ഇന്നത്തെ സമൂഹം മുതലാളിത്ത സമൂഹമാണ്. അനുദിനം മുതലാളിത്തം പിടിമുറുക്കിക്കൊണ്ടിരിക്കുന്ന, എല്ലാത്തിനെയും പണം നിയന്ത്രിക്കുന്ന ജീവിത വ്യവസ്ഥ.'

'നാമാഗ്രഹിച്ചാലും ഇല്ലെങ്കിലും നമ്മുടെ മുറ്റത്ത് മുതലാളിത്ത സ്വപ്നങ്ങൾ അവർ വിൽപ്പനയ്ക്കായി നിരത്തുന്നു. ആധുനിക മനഃശാസ്ത്രത്തിന്റെയും പരസ്യതന്ത്രങ്ങളുടെയും പിൻബലത്തോടെ, ടെലിവിഷനുകളിലൂടെയും പത്രങ്ങളിലൂടെയും സിനിമയിലൂടെയും നമ്മുടെ ബോധത്തിന്റെ വാതായനങ്ങൾ തകർത്ത് അകത്ത് കയറുന്ന നമുക്കാവശ്യമില്ലാത്തതും, എന്നാൽ മുതലാളിത്തത്തിനും കൊളോണിയലിസത്തിനും ആവശ്യമായതുമായ പുതിയ വാണിജ്യ മോഹങ്ങൾ കുടിയിരുത്തപ്പെടുകയും ചെയ്യുന്നു.[13]

ഫ്യൂഡലിസത്തിന്റെയും മുതലാളിത്തത്തിന്റെയും പരിലാളനത്താൽ വളർന്നുവന്ന ഒന്നാണ് പുരുഷാധിപത്യം. അതിനാൽ നമ്മുടെ സിനിമാക്കാരിലും അത് അടിഞ്ഞ് കൂടിയിട്ടുണ്ട്.

സിനിമയിൽ പൊതുവെ പ്രതിഫലിക്കുന്ന ഒന്നാണ് പുരുഷാധിപത്യം, അകത്തും പുറത്തും 'ശാലീന സുന്ദരി'കളായ വാർപ്പുമാതൃകകളായ സ്ത്രീരത്നങ്ങൾ! പുരുഷാധിപത്യത്തെ പൊലിപ്പിച്ചെടുക്കാൻ വേണ്ടി രൂപപ്പെടുത്തിയ കഥാപാത്രങ്ങൾ. 'സ്ത്രീയുടെ ഭ്രമാത്മകമതയുടെ അവസാനത്തെ ആണിയും അടിച്ച് പരുവപ്പെടുത്തി നകുലന്റെ കൈയിൽ (ശുദ്ധ) കുടുംബിനിയായി ഗംഗയെ നൽകിയതിനു ശേഷമാണ് പ്രേക്ഷകർക്ക് കളംവിടാൻ സംവിധായകൻ അവസരം നൽകുന്നുള്ളൂ.'[14]

ഏതെങ്കിലും ഒരു സിനിമയിൽ കുറച്ചു തന്റേടം വെളിവാക്കുന്ന സ്ത്രീകഥാപാത്രങ്ങൾ ഉടലെടുത്താൽ നായകന്റെ വീരശൂര സംഭാഷണം

അതിനെ കെടുത്താൻ തയ്യാറാക്കി വെച്ചിട്ടുണ്ടാകും. ഇടവേള വരെ ശക്ത മായി നിന്ന സത്രീകഥാപാത്രം ഇടവേളയ്ക്ക് ശേഷം നായകന്റെ കയ്യിൽ നിന്നും അടിവാങ്ങുമ്പോൾ തിയേറ്ററിൽ നിലയ്ക്കാത്ത കൈയടി ഉയരും; നായികയുടെ കവിൾ ചുവക്കും, കണ്ണീർ ഒഴുകും. തിയറ്ററിൽ കമന്റ്! 'ഇപ്പോഴാ അവൾ ഒരു പെണ്ണായത്.' കൈയടിച്ച കൂട്ടത്തിൽ കുടുംബ സ്ത്രീകളും കുലസ്ത്രീകളും ഉണ്ടാകും. കണ്ണീരിൽ കുതിരാത്തവളും പുരു ഷന്റെ താഡനം ഏൽക്കാത്തവളും സ്ത്രീയാകുന്നതെങ്ങനെ? അങ്ങനെ വല്ലതും സംഭവിച്ചാൽ സീതയുടെ പിൻമുറക്കാരെ പിന്നെ എവിടെ പോയി തപ്പും? 'സിനിമ ജീവിതത്തിന്റെ കണ്ണാടിയല്ല. യാഥാർത്ഥ്യത്തെ പകർത്തി വെക്കലല്ല. നിർമ്മിച്ചെടുക്കലാണ് അതിന്റെ ധർമ്മം. അമ്മ എന്നുപറയു മ്പോൾ ഒരു ശരാശരി മലയാളിയുടെ മനസ്സിൽ കടന്നുവരുന്നത് ഒരു കർഷക തൊഴിലാളി സ്ത്രീയല്ല. വേഷ്ടി ചുറ്റി നിലവിളക്കിനു മുന്നിൽ ഇരിക്കുന്ന, കുലീനയും സ്നേഹാർദ്രയുമായ 'കവിയൂർപൊന്നമ്മ'യാണ്. സിനിമ അതിന്റെ ചിഹ്ന വ്യവസായത്തിലൂടെ ഉൽപ്പാദിപ്പിച്ചെടുക്കുന്ന യാഥാർത്ഥ്യമാണിത്. ഒരു വ്യാവസായിക ഉൽപ്പന്നം;........ ചിഹ്നങ്ങളിലൂ ടെയാണ് നാം കാണുന്നതെന്നർത്ഥം. ചിഹ്നനിരപേക്ഷമായ കാഴ്ച എന്നൊന്നില്ല. ചിഹ്നമെന്നത് ഒരു സംസ്കാരത്തിന്റെ ഉൽപ്പന്നമായി ഉരു ത്തിരിയുന്ന സങ്കൽപ്പനം (concept) തന്നെ.

.....ഒരു സംസ്കാരത്തിന്റെ സമത്വത്തെ സ്വാഭാവികമായ തത്വമായ വതിരിപ്പിക്കുന്ന പ്രവണതയെ യഥാതഥമായ ആഖ്യാനം എന്നും മറ്റും വിളിക്കുന്നു. *ചെമ്മീൻ* എന്ന സിനിമയെടുക്കുക. ഭർതൃമതിയായ കഥാ നായിക പൂർവ്വ കാമുകനുമായി ബന്ധപ്പെടുമ്പോൾ കടൽ ക്ഷോഭിക്കു ന്നു. ഏകപത്യവൃതം ലംഘിക്കുമ്പോൾ ക്ഷോഭിക്കുന്നത് പ്രകൃതിയാണ്. സംസ്കാരത്തിന്റെ നിയമം പ്രകൃതി നിയമമായി മാറുകയാണിവിടെ. സംസ്കാരത്തിന്റെ നിർമ്മിതിയെ പ്രകൃതിയുടെ സത്യമായി, 'നുണ'യെ ശാശ്വത സത്യമായി സ്ഥാപിച്ചെടുക്കുകയാണ് *ചെമ്മീൻ*. പുരുഷന്റെ നീതിയെ സാമാന്യ നീതിയായി അവതരിപ്പിക്കുന്നതിലൂടെ സത്യസന്ധ മായി നുണ പറയുകയാണ് ഈ യഥാർത്ഥ സിനിമ.'[15]

'ജനപ്രിയ മാധ്യമമെന്ന നിലയിൽ വിപുലമായി ഉപഭോഗം ചെയ്യ പ്പെടുന്നതാണ് സിനിമ. അതിന്റെ സൗന്ദര്യ ദാർശനിക നിലപാടുകളെ നിർണയിക്കുന്നതിൽ വിപണന മൂല്യത്തിന് മുഖ്യപങ്കുണ്ട്. ഈ വിപണന മൂല്യം പലപ്പോഴും അധീശവർഗത്തിന്റെ ജീവിത മൂല്യങ്ങളുടെ ആദർശ വൽക്കരണത്തെ ഉൾക്കൊള്ളുന്നു. സിനിമയിൽ ഇന്ന് പ്രവർത്തിക്കുന്ന ഇത്തരം മൂല്യങ്ങളിൽ പ്രമുഖം സവർണ്ണ മധ്യവർഗ്ഗ പുരുഷാധിപത്യ പ്രത്യയശാസ്ത്രമാണ്. ഇവയുടെ സാധൂകരണവും ആവർത്തനവും ആണ് പലപ്പോഴും നിഴലിക്കുന്നത്. പ്രമേയത്തിലും കാലത്തിലും സൗന്ദര്യ ശാസ്ത്രത്തിലുമെല്ലാം സ്വാധീനിക്കുന്നത് ഈ മൂല്യങ്ങളാണ്.'[16]

അതുകൊണ്ടുതന്നെ സാങ്കേതികതയുടെ മൂർത്തോൽപ്പന്നമായ ഈ കലാരൂപത്തെ അധീശത്വ പ്രത്യയശാസ്ത്രമായ പുരുഷാധിപത്യമാണ്

നയിക്കുന്നത്. ആധിപത്യ സ്വഭാവം സ്ത്രീയുടെ കാര്യത്തിൽ ഉൾച്ചേർന്നിരിക്കുന്ന സമൂഹത്തിന്റെ കാമനകളെ തൃപ്തിപ്പെടുത്തലാണ് മഹാഭൂരിപക്ഷ സിനിമയും നിർവഹിക്കുന്നത്.

ഏറെ ചർച്ച ചെയ്യപ്പെട്ടതും വിവാദവുമായ കാര്യങ്ങളാണ് സൂപ്പർസ്റ്റാറുകൾ ഉൾപ്പെടെ നായകൻമാർ സിനിമയിൽ നടത്തിയതും നടത്തിക്കൊണ്ടിരിക്കുന്നതുമായ സ്ത്രീവിരുദ്ധ പദപ്രയോഗങ്ങളും ബോഡി മാനറിസങ്ങളും. 'താൻ മദ്യപിച്ചു വാളുവെക്കുമ്പോൾ കഴുകിക്കളയാൻ!' 'തന്റെ കുഞ്ഞുങ്ങളെ മുലയൂട്ടി പെറ്റ് വളർത്താൻ'! 'താൻ മരിക്കുമ്പോൾ നെഞ്ചത്തടിച്ചു നിലവിളിക്കാൻ തയ്യാറുള്ളവളാണെങ്കിൽ കൂടെ പോരൂ.' ഇതാണ് ഒരു സൂപ്പർ സ്റ്റാറിന്റെ ഡയലോഗ്. സിനിമയിൽ നേരത്തെ സൂചിപ്പിച്ചതുപോലെ കൈയടി ഉയരുന്നു. പഞ്ച് ഡയലോഗ് ആയി ഇത് പുരുഷാധിപത്യ സ്വഭാവത്തിന് രോമാഞ്ചം പകരുന്നു. നായകന്റെ അധീശത്വ വാക്കുകൾ കേട്ട നായിക 'കുടുംബത്തിൽ പിറന്നവളും കുലീനയു'മായി മാറുന്നു. ഓടിച്ചാടി നടന്നിരുന്ന ഒരു പെൺകുട്ടി പുരുഷന് വിധേയപ്പെട്ട് പുതിയ നാണം കൈവരിച്ച് ഒതുങ്ങിയമർന്ന് നായകന്റെ ചൂടിലേക്ക് ജീവിത സാഫല്യം നേടി യാത്രയാവുന്നത് മലയാളി മനം കുളിർക്കെ കണ്ടു. ആനന്ദ ലബ്ദിക്കിനിയെന്തു -വേണം?

മറ്റൊരു സൂപ്പർസ്റ്റാർ പോലീസ് വേഷം ധരിച്ച നായികയുടെ മടിക്കുത്തിൽ പിടിച്ച് ആണത്ത ഘോഷണം വിളംബരം ചെയ്യുന്നു. ബെൽറ്റിന് അകത്ത് കൈകൾ കയറ്റി അമർത്തി പിടിച്ച് സ്ത്രീയുടെ മുഖത്തു നോക്കി നടത്തുന്ന വീരവാദങ്ങൾ സദസ്സിനെ ഉൾപ്പുളകമണിയിച്ചു. തന്റേടമുള്ള പെൺകുട്ടിയുടെ മുഖത്തുനോക്കി 'നീ വെറും സ്ത്രീയാണ്, സ്ത്രീമാത്രം' എന്നു പറയുമ്പോൾ എപ്പോഴും വെമ്പി നിൽക്കുന്ന പുരുഷ സമൂഹം (ഒരു പരിധിവരെ സ്ത്രീകളും) ആർത്തലച്ചു.

സിനിമയുടെ നാനാ മേഖലയിലും പുരുഷ മേധാവിത്വം കൊടികുത്തി വാഴുകയാണ്. ഈ അടുത്ത കാലത്താണ് ഉൽപ്പതിഷ്ണുക്കളായ ചില സ്ത്രീകൾ സിനിമയുടെ അണിയറയിലേക്ക് എത്തപ്പെട്ടത്. സിനിമാ സംഗീത സംവിധാനത്തിൽ എത്രയോ കുറവാണ് സ്ത്രീകളുടെ പങ്ക്. ഛായാഗ്രഹണത്തിലും എഡിറ്റിംഗിലും വളരെ കുറവ്. പൊതുവെ സിനിമ സെറ്റിൽ കുലീനത്വം കാട്ടാൻ ഉതകുന്ന ചില അഭിനേതാക്കൾ ഒഴിച്ച് ബാക്കിയെല്ലാവരും പുരുഷൻമാരാണ്. ഇതാണ് ഒരു നടിയുമായി ബന്ധപ്പെട്ട ആക്രമണ വിവാദത്തിൽ കേരളം ദീർഘ നാൾ ചർച്ച ചെയ്തത്. 'നടി'യുടെ പ്രശ്നത്തിൽ സിനിമാ ലോകം പൊതുവെ പുരുഷപക്ഷത്തായി. ചില സ്ത്രീകളെ പോലും അക്കൂട്ടർക്ക് കിട്ടി. എം.എൽ.എ മാരായ നടൻമാരും നിലാവ് കണ്ടപ്പോൾ കുറുക്കനായി. കൂവാൻ കിട്ടിയ സമയം അവരെയും വെളിച്ചത്തുകൊണ്ടുവന്നു.

പുരുഷമേധാവിത്വമുള്ള സിനിമാ സംഘടന സ്ത്രീ പ്രശ്നങ്ങൾക്ക് മുന്നിൽ വാതിൽ കൊട്ടിയടയ്ക്കുന്നതുകണ്ട് മലയാളി സമൂഹം കാഴ്ച

ക്കാരായി. പല പ്രമുഖ നടികൾക്കും അവസരങ്ങൾ ധാരാളമായി നഷ്ട പ്പെട്ടു. ഉറക്കെ ശബ്ദിച്ചവരെയെല്ലാം തിരസ്കരിച്ചു. അവർ പറയുന്നതിലെ യാഥാർത്ഥ്യം ചികഞ്ഞ് പരിഹാസ്യ രൂപത്തിലേക്ക് പരിവർത്തിപ്പിച്ചു. 'കെട്ടിലമ്മ ചാടിയാൽ കൊട്ടിയമ്പലം വരെ,' എന്ന ഭാവത്തിൽ നടനപു രുഷ സമൂഹം ആർത്തു വിളിച്ചു. സ്ത്രീ സമൂഹം പറയുന്നതിൽ കഴമ്പു ണ്ടെന്ന് കണ്ടവർ പോലും 'അവസര' പ്രശ്നം ഓർത്ത് മൗനികളായി.

'വിപ്ലവ രാഷ്ട്രീയത്തിലും ജനാധിപത്യവൽക്കരണത്തിലുമെല്ലാം ഏറെ മുന്നിലെത്തി എന്നവകാശപ്പെടുന്ന മലയാളികൾക്കിടയിലെ സ്ത്രീപുരുഷ ബന്ധങ്ങൾ ഫ്യൂഡൽ അവസ്ഥയിൽ തന്നെ തുടരുകയാ ണെന്ന യാഥാർത്ഥ്യം പലരും ചൂണ്ടിക്കാണിച്ചിട്ടുള്ളതാണ്.'[17]

കലാ സമൂഹത്തിൽ പോലും നിറഞ്ഞാടുന്ന സ്ത്രീവിരുദ്ധത കൂടു തൽ ദൃശ്യമായത് 'വിമൻ ഇൻ കളക്ടീവ്' എന്ന സംഘടന രൂപീകരിച്ച പ്പോൾ പുറത്തുവന്ന പുരുഷന്മാരുടെ കമന്റുകളാണ്. പാർവ്വതിയേയും റിമയേയും പോലുള്ള പുതുതലമുറയിലെ 'ബോൾഡ്' ആയ ആർട്ടിസ്റ്റു കൾ അവസരം നഷ്ടപ്പെടുത്തുന്നതിൽ വിറളി കൊള്ളാതെ അവസര ത്തിനൊത്തുയർന്നു. മുഖ്യമന്ത്രി പിണറായി വിജയനെ ഉൾപ്പെടെ കണ്ട് കാര്യങ്ങൾ വിശദീകരിച്ച് ധാർമ്മിക പിന്തുണയും ഉറപ്പാക്കി. 'അമ്മ'യുടെ പുരുഷത്വം മക്കൾക്ക് വിനയായി, അമ്മ അച്ഛൻമാർക്കും ആൺമക്കൾക്കും വേണ്ടിയുള്ളതാണെന്ന് മനസ്സിലായി.

സൂപ്പർ സ്റ്റാറുകളുടെ സ്ത്രീവിരുദ്ധ സംഭാഷണങ്ങൾ നടികൾ ഉയർത്തിക്കാട്ടി വിമർശിച്ചപ്പോൾ അവർക്ക് മറുപടി പറഞ്ഞ് 'പൊങ്കാല' ഇടാൻ പൊതുസമൂഹത്തിൽ നിന്നും വിദ്യാസമ്പന്നരായ യുവാക്കൾ കട ന്നുവന്നത് സൂചിപ്പിക്കുന്നത് കേരളം ഒരു പാഠവും പഠിക്കുന്നില്ലെന്നാണ്. ഓഷോയുടെ ദർശനങ്ങളിൽ മാത്രം തലപൂഴ്ത്തി ബ്ലോഗ് എഴുതി ഗോ വിസർജന പ്രത്യയശാസ്ത്രം വിളമ്പുന്ന ചില അതിമാനുഷർക്ക് ഇത് ആശ്വാസത്തിന് വക നൽകി.

'ശീലാവതി'യാകേണ്ടുന്ന പെൺകുട്ടികൾ! പുരുഷഹിതത്തിന് പുറത്ത് മറ്റൊരു ഹിതവും തങ്ങൾക്ക് അഹിതമാകണമെന്ന് തിരിച്ചറി യാത്ത പെൺകുട്ടികളെ സദാചാര ഗുണ്ടകളുടെ ഗണത്തിൽ പെട്ടവർ കണക്കറ്റ് ശകാരിച്ചു. സംഭാഷണം എഴുതുന്നത് നായകൻമാർ/നടൻമാർ അല്ലെന്ന വ്യാഖ്യാനം അവർ വാരി വിളമ്പുന്നുണ്ടായിരുന്നു. സാങ്കേതി കമായി അത് ശരിയാണുതാനും. പക്ഷേ, തങ്ങളുടെ കൂടെ ആരെല്ലാം അഭിനയിക്കണം, അണിയറയിൽ ആര് പ്രവർത്തിക്കണം, നടി ആരായി രിക്കണം, അവളുടെ പ്രായം എന്തായിരിക്കണം, പ്ലസ് ടു പ്രായക്കാർ നായി കയും ഡിഗ്രി പ്രായക്കാർ സഹോദരിയും പി.ജി. പ്രായക്കാർ അമ്മയുമാ യിരിക്കണമെന്ന് അറുപതിനടുത്തും അതിനപ്പുറവും എത്തിയവർ ശഠി ക്കുകയും അതിനനുസരിച്ച് കഥാപാത്രങ്ങളെ നിശ്ചയിക്കുന്നതിലും നടൻമാർക്ക് ഒരിടപെടലും ഇല്ലെന്നോ? തങ്ങളുടെ ഫാൻസിനെ തൃപ്തി പ്പെടുത്താൻ *ഉദയനാണ് താരത്തെ*പ്പോലെയും *സരോജ് കുമാറി*നെയും

പോലുള്ള സിനിമകളിൽ കണ്ടപോലെ സംഘർഷവും ക്ലൈമാക്സുമെല്ലാം നിർദ്ദേശിക്കുന്നവർക്ക് (അത് കേവലം സിനിമാക്കഥ മാത്രമല്ല) സ്ത്രീകളോടുള്ള സംഭാഷണത്തിന് മാത്രം ഇടപെടാൻ കഴിയില്ലെന്ന് വാദിക്കുന്നത് യുക്തിപരമാണോ?

പൊതുവെ നടൻമാരുടെ വ്യക്തി ജീവിതത്തിൽ കലാകാരികളായ തങ്ങളോടൊപ്പം പാർക്കുന്ന സ്ത്രീ ജീവിതങ്ങളെ ഇവർ എങ്ങനെയാണ് കാണുന്നത്. പല നടൻമാരുടെയും ഭാര്യമാർ 'മുൻ' സിനിമാ താരങ്ങളാണ്. ജയറാം, ബിജുമേനോൻ, ദിലീപ്, ഫഹദ്ഫാസിൽ തുടങ്ങി പലരുടേയും ഭാര്യമാരെ അവർക്ക് സിനിമയിലെ സൗഹൃദത്തിൽ നിന്നും ലഭിച്ചതാണ്. നന്നായി നടിച്ചിരുന്ന ഈ നടിമാർ പലരും വിവാഹം കഴിഞ്ഞ ശേഷം പൊതുവെ അഭിനയിക്കുന്നില്ല. എന്തുകൊണ്ട്? വിവാഹം നടന്നാൽ പെണ്ണിന്റെ അഭിനയശേഷി വറ്റി പോകുമോ? എന്താ ഇതിൽ സംഭവിക്കുന്നത്. പരപുരുഷൻമാരെ തൊട്ടുരുമ്മുന്നത് ഭർത്താവിന് സഹിക്കുന്നില്ല. പരസ്ത്രീകളെ വാരിപ്പുണരുന്നതിന് പുരുഷൻമാർക്ക് തടസ്സവുമില്ല. വിവാഹശേഷം നടൻമാർ അഭിനയിക്കുകയും അഭിനയിച്ചുകൊണ്ടിരുന്ന അവരുടെ 'നടിമാർ' അഭിനയം നിർത്തേണ്ടിവരികയും ചെയ്യുന്നു. ഭർത്താവിന്റെ 'കെട്ട്' വിട്ടതിനുശേഷം മഞ്ജു വാര്യർ രംഗത്തെത്തുകയും 'കെട്ട്' മുറുകിയ കാവ്യമാധവൻ രംഗം വിടുകയും ചെയ്തു. ഇവിടെ എന്തു പ്രത്യയ ശാസ്ത്രമാണ് പ്രവർത്തിച്ചത്. ലൈംഗികതയുടെ പ്രത്യയശാസ്ത്രം! പുരുഷമേധാവിത്വത്തിന്റെ പ്രത്യയശാസ്ത്രം! സ്ത്രീകൾ ലൈംഗിക സുരക്ഷിതരായിരിക്കുകയും പുരുഷൻമാർക്ക് ആ കാര്യം അനിവാര്യമല്ലാതാകുകയും ചെയ്യുന്നു. 'ചേട്ടന് അഭിനയിക്കാമെങ്കിൽ എനിക്കും അഭിനയിക്കാം' എന്നു പറയാൻ കഴിയുന്ന ഒരു നടിക്കും ഇവരുടെയൊന്നും ഭാര്യമാരാകാൻ കഴിയില്ല.

ഈ പ്രശ്നം കൂടിയാണ് യഥാർത്ഥത്തിൽ വിമൻ ഇൻ കളക്ടീവ് അഡ്രസ്സ് ചെയ്യേണ്ടത്. അതിലേക്ക് വികസിക്കാതിരിക്കാൻ നല്ല ശ്രദ്ധയാണ് 'അമ്മ' നടത്തിയത്. ഇവരുടെ കുടുംബങ്ങളിലെ 'അമ്മ'മാരായി മാറിയ നടികളെ ഇവരുടെ 'അമ്മ' പരിഗണിക്കുന്നില്ല. അഭിനയശേഷിയുള്ള എത്രയോ സ്ത്രീകളുടെ നടനവൈഭവമാണ് കുടുംബച്ചുവരുകൾക്കുള്ളിൽ പൊലിഞ്ഞു വീണുകൊണ്ടിരിക്കുന്നത്.

കഥകളിയിലെ സ്ത്രീകൾ

കേരളത്തിന്റെ തനതു കലയിൽ മുഖ്യമായി കാലം കരുതി വെച്ചിരുന്നത് കഥകളിയെയാണ്. പൗരാണിക കഥകളിൽ നിന്നും തീവ്രമായ കഥാസന്ദർഭത്തെ രചനയിലും അഭിനയത്തിലും അവതരണത്തിലും വേറിട്ട വഴിയിലൂടെ നൃത്തനൃത്യനാട്യത്തിന്റെ അകമ്പടിയോടുകൂടി ചതുർവിധാഭിനയത്തിൽ സ്ഫുടം ചെയ്തെടുത്ത കലാരൂപമാണ് കഥകളി. അസാമാന്യമായ മെയ് വഴക്കവും അഭിനയത്തികവും പ്രദർശിപ്പിക്കേണ്ടുന്ന ഒരു മേഖല. ഹൈന്ദവ പുരാണത്തിലെ ശ്രദ്ധേയമായ കഥാപാത്രങ്ങളെല്ലാം

കഥകളിയിലും കഥാപാത്രങ്ങൾ ആയി വരുന്നുണ്ട്.

ദമയന്തി, ദേവയാനി, പാർവ്വതി, ദ്രൗപദി, ഉഷ, ചിത്രലേഖ, സീത, രുക്മിണി, രംഭ തുടങ്ങിയ നായികമാരും കാലകേയവധത്തിലെ ഉർവശി, രാവണ വിജയത്തിലെ രംഭ, രുഗ്മാംഗദ ചരിതത്തിലെ മോഹിനി എന്നീ അപ്സരസ്സുകളും രാക്ഷസികൾ, സുകുമാര വേഷത്തിൽ കടന്നുവരുന്ന ലളിതമാർ (ബകവധത്തിലെ ശൂർപ്പണഖ, നരകാസുരവധത്തിലെ നക്രതുണ്ഡി, പൂതനാമോക്ഷത്തിലെ പൂതന, ബകവധത്തിലെ ഹിഡിംബി, കിർവീര വധത്തിലെ സിംഹിക തുടങ്ങിയവർ) എന്നിവരാണ് കഥകളിയിലെ പ്രധാന സ്ത്രീകഥാപാത്രങ്ങൾ.

ഈ വേഷങ്ങളെല്ലാം മുഖ്യമായും കെട്ടിയാടുന്നത് പുരുഷൻമാർ തന്നെയാണ്. പൊതുവെ കഥകളി അന്തർഘടനയിലും അവതരണത്തിലും പുരുഷ കേന്ദ്രിതമാണ്.

കൂടിയാട്ടമാണ് കേരളത്തിൽ (മലയാളക്കരയിൽ) ശൈലീകൃതമായ അഭിനയത്തിന് ബീജാവാപം ചെയ്തത്. സംസ്കൃത നാടകാഭിനയത്തിന്റെ കേരളീയ രൂപമാണ് കൂടിയാട്ടം. കൂടിയാട്ടത്തിൽ ഭരതമുനിയുടെ *നാട്യശാസ്ത്ര* നിയമമനുസരിച്ച് സ്ത്രീകൾ തന്നെയാണ് വേഷമിട്ടിരുന്നത്. എന്നാൽ പുരുഷാധിപത്യത്തിന്റെ ആക്രമണം ഇവിടെയും എത്തി. ക്രമേണ സ്ത്രീകളെ ഈ രംഗത്തുനിന്നും ഒഴിവാക്കി. കലാമണ്ഡലം വൈസ് ചാൻസലർ ആയിരുന്ന കൂടിയാട്ടത്തിൽ ഡോക്ടറേറ്റ് എടുത്ത കെ.ജി പൗലോസ് പറയുന്നത് *നടാങ്കുശം* എന്ന വിമർശന ഗ്രന്ഥമെഴുതിയ 15-ാം നൂറ്റാണ്ടിലെ കലാപണ്ഡിതൻ സ്ത്രീകളെ ഒഴിവാക്കി വന്നതിനെ നിശിതമായി വിമർശിക്കുന്നുണ്ട് എന്നാണ്. കൃഷ്ണനാട്ടം വന്നപ്പോൾ അവിടെയും സ്ത്രീകളെ മാറ്റിനിർത്തി. രാമനാട്ടം, അതിനുശേഷം വികാസം പ്രാപിച്ച കഥകളി ഇവയിലെല്ലാം സ്ത്രീകഥാപാത്രങ്ങളെ തങ്ങൾ തന്നെ അവതരിപ്പിച്ചോളാം എന്ന രീതിയിൽ പുരുഷൻമാർ എത്തിച്ചേർന്നു. നല്ല നൃത്ത വിദഗ്ധകളായ സ്ത്രീകൾ ദേവദാസി സമ്പ്രദായത്തിന്റെ ഭാഗമായിട്ടുൾപ്പെടെ കേരളത്തിൽ ഉണ്ടായിരുന്ന കാലത്താണ് ഈ 'കടുംകൈ' അവിടെയും ചെയ്തു കൂട്ടിയത് എന്നോർക്കണം.

കൈമുദ്രകൾക്കനുസരിച്ച് ഭാവം ചേർക്കുന്നതാണ് അഭിനയരീതി. ഭാവം ഉണ്ടാകുന്നത് രസത്തിൽ നിന്നാണ്.

യഥോഹസ്ത സ്തതോ ദൃഷ്ടി
യഥോ ദൃഷ്ടി സ്തതോ മന
യഥോ മന സ്തതോഭാവഃ
യഥോ ഭാവ സ്തതോരസഃ![18]

കൈ എത്തുന്നിടത്ത് കണ്ണെത്തുക, കണ്ണെത്തുന്നിടത്ത് മനസ്സ് എത്തുക, മനസ്സിൽ അതനുസരിച്ച് ഭാവം സ്ഫുരിക്കണം. ഭാവസ്ഫുരണം ഉണ്ടാകുന്നത് രസാഭിനയത്തിലൂടെയാണ്. ശൃംഗാരം, ഹാസ്യം, കരുണം,

രൗദ്രം, വീരം, ഭയാനകം, ബീഭൽസം, അൽഭുതം, ശാന്തം എന്നിവയാണ് നവരസങ്ങൾ.

ഇതെല്ലാം മധുര മനോഹരമായി ചെയ്യാൻ കഴിയുന്നവരാണ് ലാസ്യ നടന ചാതുര്യമുള്ള സ്ത്രീകൾ. മിനുക്ക് ആണ് കഥകളിയിൽ സ്ത്രീവേഷത്തിന് പറഞ്ഞിട്ടുള്ളത്. പച്ച, താടി, കത്തി, കരി എന്നിവയാണ് ഇതു കൂടാതെ കഥകളിയിലെ വേഷങ്ങൾ. സ്ത്രീവേഷങ്ങൾക്ക് മുഖത്ത് ഇതും റോസ് നിറത്തിലുള്ള തേപ്പും മഷികൊണ്ട് (കരി) കണ്ണും പുരികവും എഴുതുകയും ചെയ്യും. ചെറിയ ഉടുത്ത് കെട്ട്, ശിരസ്സിൽ കൊണ്ട, കുറുനിര, ഉറുമാല് (വടക്കൻ മലബാറിലെ മുസ്ലിം സ്ത്രീവേഷങ്ങളുടെ സ്വാധീനം കഥകളിയിലെ സ്ത്രീവേഷ രൂപീകരണത്തിൽ പങ്കുവഹിച്ചിട്ടുണ്ട്) എന്നിങ്ങനെയാണ്.

കഥകളിയിൽ സ്ത്രീ വേഷങ്ങൾ ചെയ്യാൻ വളരെ അപൂർവ്വമായി മാത്രമേ സ്ത്രീകളെ അനുവദിക്കുന്നുള്ളു. അതും പുരുഷൻമാരാണ് നിർവഹിക്കുന്നത്. കോട്ടക്കൽ ശിവരാമൻ (late) ഒരു പ്രധാന സ്ത്രീവേഷക്കാരനായിരുന്നു. കലാമണ്ഡലം രാജശേഖരൻ, മാർഗി വിജയകുമാർ, കലാമണ്ഡലം അനിൽകുമാർ തുടങ്ങിയവരാണ് പ്രധാനമായി സ്ത്രീവേഷങ്ങൾ ചെയ്യുന്നത്. പഴയകാലത്ത് യാത്രയുടെ പ്രശ്നം, പുരുഷ കേന്ദ്രിതമായ പരിശീലനത്തിന്റെ പ്രശ്നങ്ങൾ എന്നിവ പരിഗണിച്ചാണ് സ്ത്രീകളെ ഒഴിവാക്കി തുടങ്ങിയത്. ശബരിമലയിലും ഇതു തന്നെയായിരുന്നു. ദിവസങ്ങളോളം നടന്നുപോയി വനമധ്യേ ഉള്ള മലയുടെ മുകളിൽ ചെല്ലുന്നതിന് ഉള്ള അസൗകര്യം കരുതി സ്ത്രീകളെ ഒഴിവാക്കാൻ പറഞ്ഞ കാരണമായിരുന്നു അയ്യപ്പന്റെ ബ്രഹ്മചര്യ പ്രശ്നം. അത് പിന്നീട് ആചാരമാക്കി മാറ്റി. സൗകര്യപ്രദമായ ചില ക്രമീകരണങ്ങൾ പിൽക്കാലത്ത് ആചാരമാക്കി മാറുന്നത് ചട്ടമ്പിസ്വാമികൾ വിശദീകരിച്ചിട്ടുണ്ട്. 'ഇന്നലെ ചെയ്തോരബന്ധം മൂഢർക്കിന്നത്തെ ആചാരമാകാം, നാളത്തെ ശാസ്ത്രമതാകാം' എന്ന് ആശാനും പറഞ്ഞിരിക്കുന്നു.

തെക്കൻ കേരളത്തിൽ കഥകളിയിൽ സ്ത്രീ എന്നു പറയാവുന്നത് ചവറ പാറുക്കുട്ടിയായിരുന്നു. മിക്കവാറും എല്ലാ വേഷവും അവർ കെട്ടിയാടിയിട്ടുണ്ട്. ഉയരം കുറഞ്ഞ ചവറ പാറുക്കുട്ടി തന്റെ അഭിനയ സിദ്ധിയിലൂടെ ഉയരങ്ങൾ കീഴടക്കിയാണ് ജീവിതത്തിന്റെ തിരശ്ശീലയ്ക്കു പിന്നിൽ മറഞ്ഞത്.

കഥകളി സംഗീത രംഗവും സ്ത്രീകളെ മാറ്റി നിർത്തിയിരിക്കുകയാണ്. ദീപ പാലനാടിനെ പോലുള്ള അപൂർവ്വം ഗായികമാരാണ് രംഗത്ത് ഉള്ളത്. പരമാവധി സ്ത്രീകളെ മാറ്റി നിർത്താനാണ് ഈ രംഗത്ത് കലാകാരൻമാരുൾപ്പെടെ പരിശ്രമിക്കുന്നത്. അതുകൊണ്ടുതന്നെ ശേഷിയുള്ള പല സ്ത്രീകളും കടന്നുവരാൻ തയ്യാറാകുന്നില്ല. സ്കൂൾ -കോളേജുകളിലെ മത്സരത്തിനുശേഷം ഈ 'പുരുഷകലാരംഗ'ത്തു നിന്നും അവർ പിന്മാറുന്നു.

ഓച്ചിറ വേലുക്കുട്ടിയെപ്പോലുള്ള പുരുഷന്മാർ നാടകരംഗത്ത്

സ്ത്രീകൾ കടന്നുവരാത്ത കാലത്ത് നാടകത്തിൽ സ്ത്രീവേഷം കെട്ടിയിരുന്നു. പിന്നീട് സ്ത്രീകൾ കടന്നുവന്നപ്പോൾ എത്രയോ പ്രതിഭകളെ നമുക്ക് കാണാൻ കഴിഞ്ഞു. നിലമ്പൂർ ആയിഷ, കെ.പി.എ.സി.ലളിത, കെ.പി.എ.സി.സുലോചന, കുട്ട്യേടത്തി വിലാസിനി, കവിയൂർ പൊന്നമ്മ, മാവേലിക്കര പൊന്നമ്മ, സീനത്ത്, സന്ധ്യാരാജേന്ദ്രൻ, ഉഷാ ഉദയൻ തുടങ്ങി എത്രയെത്ര അഭിനേത്രികളുടെ അരങ്ങുകൾ മലയാളി കണ്ടനുഭവിച്ചു.

അവസരം ലഭിച്ചപ്പോൾ അവർ വേദിക്ക് അനിവാര്യമായി മാറി. ഇതുപോലെ കഥകളിയിൽ അവസരം നൽകിയാൽ എത്രയെത്ര നടന പ്രതിഭകളെ നമുക്ക് ലഭിക്കും.

ടെലിവിഷൻ

സിനിമയേക്കാൾ കൂടുതൽ ആർട്ടിസ്റ്റുകൾ ഇപ്പോൾ പ്രവർത്തിക്കുന്ന മേഖലയാണ് ടെലിവിഷൻ. ഒരുപക്ഷേ, സിനിമ കാണുന്നതിനേക്കാൾ കൂടുതൽ, ഒരു പറ്റം ആളുകൾ വീക്ഷിക്കുന്ന രംഗമാണ് ടെലിവിഷൻ സീരിയലുകൾ.

'ഇന്നത്തെ ഇന്ത്യയിൽ ആധുനികതയുടെ - പാർലമെന്ററി രാഷ്ട്രീയം, ഇംഗ്ലീഷ് മീഡിയം വിദ്യാഭ്യാസം, പത്രങ്ങൾ, മാസികകൾ, നോവലുകൾ, അമചർ നാടകങ്ങൾ, പാശ്ചാത്യ സംഗീതം. ചർച്ചാ ഗ്രൂപ്പുകൾ, സാമൂഹ്യ പ്രവർത്തനം, സ്ത്രീപക്ഷബോധം, പരിസ്ഥിതിബോധം, ഫാഷൻ, പ്രണയവിവാഹം, ഇലക്ട്രോണിക് ഉപകരണങ്ങൾ, പാചകവിദ്യ, വിദേശ യാത്ര തുടങ്ങിയവ-നേർത്ത മൂടുപടമണിയുന്നവർക്ക് റിയലിസ്റ്റിക്ക് ചിത്രങ്ങളോടും പരീക്ഷണ ചിത്രങ്ങളോടും താരതമ്യേന നവീനമായ ടെലിവിഷൻ കഥാകഥന രീതികളോടുമാണ് ആഭിമുഖ്യമുണ്ടാകേണ്ടത് എന്ന് ന്യായമായും ഒരാൾക്ക് തോന്നാം. പക്ഷേ, ആധുനികവും ആധുനികപൂർവ്വവും വേർതിരിച്ച് കാണാനോ കമ്പോള-ഭരണകൂട സ്ഥാപനങ്ങളുടെ ഇടപെടലുകളിലെ അപകടകരമായ ഫാസിസ്റ്റ് പ്രവണതകളെ തിരിച്ചറിയാനോ കഴിയുന്ന നിലയിലല്ല ആധുനിക ഇന്ത്യൻ പൗരൻ. ഇതിന് രണ്ട് കാരണങ്ങളുണ്ട്. ഒന്ന് നമ്മുടെ സാമ്പ്രദായിക മനോഘടനയുടെ പ്രബലമായ പിന്തിരിപ്പൻ സമ്മർദ്ദം. രണ്ട് ആധുനിക പൂർവ്വ വിനോദരീതികൾ പുതിയ സാങ്കേതിക വിദ്യകൾ പൂർണ്ണമായും സ്വാംശീകരിച്ചിരിക്കുന്നു എന്ന വസ്തുത. മസാല ചിത്രങ്ങളും അവയുടെ അതിനാടകീയമായ ടെലിവിഷൻ പതിപ്പുകളും ആധുനിക പൗരസമൂഹത്തിൽ എന്തിനെയെങ്കിലും പ്രതിനിധീകരിക്കുന്നുണ്ടെങ്കിൽ അത് അയുക്തി (unreason)-യുടെ പ്രത്യയശാസ്ത്ര ഭരണ ഉപകരണത്തെ മാത്രമാണ്. മതപരമായ ആചാരക്രമങ്ങളോട്, തീർത്ഥാടനങ്ങളോട് ഒക്കെയുള്ള വ്യാപകമായ ഭക്തിയും വൻതോതിൽ പണമൊഴുകുന്ന മത ആഘോഷകോലാഹലങ്ങളും ഒരു നിഗമനത്തിൽ നമ്മെക്കൊണ്ടുചെന്നെത്തിക്കുന്നു. ഈ ഉത്സവ-ആനന്ദത്തിന് ഒരുതരം ഭീകരതയുടേതായ അന്തർധാരയുണ്ട്.'[19]

സ്ത്രീ വിരുദ്ധ ആശയങ്ങളുടെ മലവെള്ള പാച്ചിലുകളാണ് സ്ത്രീകളെ കൂടുതൽ ആകർഷിക്കുന്ന ടെലിവിഷൻ സീരിയലുകൾ പ്രദാനം ചെയ്യുന്നത്. ഇതിൽ വൈരുദ്ധ്യം തോന്നുക സ്വാഭാവികമാണ്. എന്തുകൊണ്ട് തങ്ങളുടെ സ്വത്വത്തെ തകർക്കുന്നതാണ് ഈ 'കണ്ണീർ പെരുമഴകൾ' എന്നു കാണാൻ സ്ത്രീക്ക് കഴിയാതെ പോകുന്നു. നമ്മൾ ചർച്ച ചെയ്ത കുടുംബിനികൾ, കുലസ്ത്രീകൾ, ശാലീനസുന്ദരികൾ ഇങ്ങനെയൊക്കെ ഉള്ള സ്ത്രീ രത്നങ്ങളുടെ കരുപിടിപ്പിക്കപ്പെട്ട രൂപം നമ്മുടെ ഉൾത്തടങ്ങളിൽ അടിഞ്ഞു കൂടിയിട്ടുണ്ട്. അവയെ ഉയർത്തി ഉണർത്തി നിറക്കൂട്ടുകളിൽ ആവും വിധം ചാലിച്ച് സ്ക്രീനിൽ പകർന്നു തരുന്ന ജോലിയാണ് സീരിയലുകൾ ചെയ്യുന്നത്.

'തിങ്കൾ മുതൽ വെള്ളിവരെ വൈകിട്ട് 6 മുതൽ രാത്രി 10 വരെ' കേരളീയ/ഭാരതീയ ഭവനങ്ങൾ ഈ കാഴ്ചയുടെ കെട്ടുൽസവത്തിന്റെ മേളനങ്ങളിൽ അമർന്നു പോയിരിക്കുന്നു. ഹിന്ദി സീരിയലുകൾ പ്രാദേശിക ഭാഷയിൽ ഡബ്ബു ചെയ്ത് നൽകുന്നത് മുതൽ പ്രാദേശിക ഭാഷാ സീരിയൽ വരെ ഈ സമയം തിമിർത്താടുകയാണ്. ദീർഘമായ സംഭാഷണങ്ങൾ, ദൈർഘ്യമേറിയ സീനുകൾ, ശബ്ദപ്രളയം സൃഷ്ടിക്കുന്ന സംഗീത ഉപകരണങ്ങളുടെ അകമ്പടി, സ്ക്രീനിലും പുറത്തും കഥാപാത്രങ്ങളിലും കാഴ്ചക്കാരിലും ഒഴുകിപ്പരക്കുന്ന കണ്ണീർ പ്രളയം!

മനുഷ്യജീവിത വ്യവഹാരങ്ങളുമായി ഇതിലെ ഇതിവൃത്തങ്ങൾ എങ്ങനെയാണ് സംവേദിക്കുന്നത്? പീഡിപ്പിക്കപ്പെടുന്ന സ്ത്രീകൾ അത് അമ്മായിയമ്മയാകാം, മരുമകളാകാം, വേലക്കാരികൾ ആകാം, പെൺകുട്ടികളാകാം അതിൽ മനമുരുകി കണ്ണീർതൂകി ഒടുങ്ങുന്ന പെൺജീവിതങ്ങൾ! അവിഹിത ഗർഭത്തിന്റെ ചർച്ചകളും അന്വേഷണങ്ങളും. സ്ത്രീകൾക്ക് ഉൾക്കരുത്ത് പകരുന്ന, അവൾ നേരിടുന്ന പുരുഷാധിപത്യം ഉൾപ്പെടെയുള്ള ജീവിത പ്രശ്നങ്ങൾ പൈങ്കിളിത്തമായി മാറുന്നു. സംഘട്ടനങ്ങളും, വാഹന ചേസിംഗും പ്രണയരംഗങ്ങളും തുടങ്ങി സിനിമയ്ക്ക് ഇണങ്ങുന്ന ചേരുവകളും ഇപ്പോൾ കടത്തിവിടുന്നു. സ്ത്രീകൾ മാത്രമല്ല ഇപ്പോൾ ഇതിന്റെയെല്ലാം കാഴ്ചയ്ക്ക് ഇരകളാകുന്നത് പുരുഷൻമാർ കൂടിയാണ്. കലാമണ്ഡലം ഗോപിയെപ്പോലെ അതുല്യനായ ഒരു പ്രതിഭ പോലും ഈയിടെ പറഞ്ഞത് താൻ സ്ഥിരമായി ഇത് കാണുന്നുണ്ട് എന്നാണ്.

നമ്മുടെ സിനിമകൾക്ക് എന്തെല്ലാം പോരായ്മകളുണ്ടെങ്കിലും വസ്ത്രം, വേഷം, രൂപം, ലൊക്കേഷൻ എന്നിവയുടെ കാര്യത്തിൽ (തനി കൊമേഴ്സ്യൽ ബ്രഹ്മാണ്ഡ ചിത്രങ്ങൾ ഒഴികെയുള്ളത്) പൊതുവെ യാഥാർത്ഥ്യത്തോട് നീതി പുലർത്തുന്നവയാണ്. എന്നാൽ സീരിയലുകൾ ഇതിന് തികച്ചും അപവാദമാണ്. സീരിയലുകളിൽ ഒരു തരത്തിലും ഒരു സാധാരണ വീട് കാണാൻ കഴിയില്ല. 2/3 കോടി രൂപയിൽ കുറയാത്ത വിലകൂടിയ മാർബിൾ/ടൈൽ പതിച്ച ബഹുനിലകളുള്ള അതിവിപുലമായ സൗകര്യങ്ങൾ ഉള്ള പൊടിപ്പും തൊങ്ങലും കൊണ്ടലങ്കരിച്ച

വീടുകളിൽ മാത്രമേ ടെലിവിഷൻ സീരിയലിന് ആധാരമായ കഥകൾ നടക്കുകയുള്ളു.

അടുക്കളയിലും കിടപ്പുമുറിയിലും അകത്തളങ്ങളിലും പുറത്തുമെല്ലാം വിലകൂടിയ വസ്ത്രങ്ങളണിഞ്ഞ സ്ത്രീ-പുരുഷ കഥാപാത്രങ്ങൾ മാത്രമേയുള്ളു. കടുത്ത ചായങ്ങളിൽ ഒരുക്കിവെച്ച മുഖങ്ങളാണ് കാണാൻ കഴിയുക. ആഭരണങ്ങൾ കഥാപാത്രത്തിന്റെ പരിധിക്കും എത്രയോ അപ്പുറത്താണ്. നോർത്ത് ഇന്ത്യൻ സീരിയലുകളിലെ പുരുഷൻമാർ സൂട്ടുമണിഞ്ഞാണ് കിടപ്പറയിൽ പോലും കഴിഞ്ഞു കൂടുന്നത്. കേരള കഥകളിൽ അടുക്കളയിൽ ദോശ ചുട്ടുകൊണ്ടിരിക്കുമ്പോഴും അമ്പതിനായിരം രൂപ വിലയുള്ള പട്ട് സാരിയണിഞ്ഞാണ് സ്ത്രീകൾ നിൽക്കുന്നത്. 'എവിടെയോ വിമാന യാത്രയ്ക്ക് ഒരുങ്ങി നിൽക്കുന്നതുപോലെയാണ്' എല്ലാ കഥാപാത്രങ്ങളും. മനുഷ്യജീവിതങ്ങളുമായി ഇത്തരം നിറകൂട്ടുകൾക്ക് എന്ത് ബന്ധമാണുള്ളത്. സ്ത്രീവിരുദ്ധമായ പ്രത്യയശാസ്ത്രം ഉൽപ്പാദിപ്പിക്കാനും കുലസ്ത്രീകളെ മെനഞ്ഞെടുക്കാനും അല്ലാതെ എന്തു സാമൂഹിക ധർമ്മമാണ് ഇത് നിർവഹിക്കുന്നത്?

സീരിയലിന്റെ വലിയ കച്ചവട തന്ത്രം അതിന്റെ തുടർച്ചയിലാണ്. അലിയാരിന്റെ ശബ്ദം ഇന്ന് കേരളീയ ഭവനങ്ങളിൽ, തുടരും........! 'തുടർന്നു കാണുക' എന്നതിലൂടെ മുഴങ്ങിക്കൊണ്ടിരിക്കുന്നു................ യാളുടെ ഭർത്താവ് തിരികെ എത്തുമോ?........ അവളുടെ മകന് അച്ഛാ എന്നു വിളിക്കാൻ ഒരച്ഛൻ ഉണ്ടാകുമോ? അവളുടെ ഗർഭത്തിൽ കിടക്കുന്ന കുഞ്ഞിന്റെ പിതാവ് ആര്? സംഭ്രമ ജനകമായ കാഴ്ചകൾക്കായി കാത്തിരിക്കുക................

അന്ധവിശ്വാസ ജഡിലവും ചരിത്രവിരുദ്ധവുമായ കഥകളെ ആസ്പദമാക്കി പുരാണ സീരിയൽ എന്നു പറഞ്ഞു വേറെയും കുറെ കാഴ്ചവട്ടങ്ങൾ ഒരുക്കുന്നു. ശബരിമല വിഷയം ഉറഞ്ഞാടിയപ്പോൾ 'ശബരിമല അയ്യപ്പൻ' സീരിയലുകൾക്ക് ചാകര ആയിരുന്നു.

ഇവർ ആരെങ്കിലും ആചാരങ്ങളുടെ ചരിത്രയാഥാർത്ഥ്യം വിളിച്ചറിയിക്കുന്നുണ്ടോ? ആചാരക്കെട്ടുകളിൽ തളച്ചിട്ട് തങ്ങളുടെ പ്രതിലോമ ആശയങ്ങൾ പ്രചരിപ്പിക്കുക എന്നുള്ളതല്ലാതെ. ശാസ്ത്രബോധവും യുക്തിബോധവും നഷ്ടപ്പെടുന്ന ഒരു ജനതയ്ക്ക് ജീവിതത്തെ നേരിടാൻ കഴിയാതെ വരില്ലേ? ആവശ്യമെങ്കിൽ ആചാരങ്ങൾ ഇരുമ്പുലക്കകൾ അല്ലെന്ന് കോവിഡ് കാലത്ത് നാട് തെളിയിച്ചില്ലേ? 200 കോടി കത്തോലിക്കരടങ്ങുന്ന ക്രൈസ്തവ സഭയുടെ പരമാധ്യക്ഷൻ പോപ്പ് തിരുമേനി അഞ്ച് പേരുടെ മുന്നിൽ നിന്ന് പ്രാർത്ഥനാ ചടങ്ങ് പൂർത്തീകരിച്ചില്ലേ? പെസഹയിലെ കാൽ കഴുകി വെള്ളം കുടിക്കൽ ഒഴിവാക്കിയില്ലേ. ആൾക്കൂട്ടമില്ലാതെ ദീപാരാധന നടന്നില്ലേ? ജുമാ നിസ്കാരം വീട്ടിലും ആകാമെന്ന് കണ്ടില്ലേ? സ്ത്രീകൾ മാത്രമല്ല പുരുഷനും ശബരിമലയിൽ എത്തിയില്ലെങ്കിലും ചടങ്ങുകൾക്ക് പ്രശ്നം വരില്ലന്ന് ഉറപ്പായില്ലേ? ദൈവത്തെ കാണാനും പരിദേവനം പറയാനും പ്രാർത്ഥിക്കാനും ഒരു

ഡെക്കറേഷനും ആവശ്യമില്ലന്ന് തിരിച്ചറിഞ്ഞില്ലേ? ഇനി ഒരറിയിപ്പുണ്ടാകുന്നതുവരെ 'ആലിംഗനം' നടത്തിയില്ലെങ്കിലും ഭക്തജനങ്ങൾക്ക് ഒരു പ്രയാസവും ഉണ്ടാകില്ലെന്നും മനസ്സിലായില്ലേ?

ഓരോരുത്തരുടേയും മതത്തേയും ദൈവത്തേയും ഉറപ്പിച്ചെടുക്കാനുള്ള തന്ത്രങ്ങളാണ് ഭക്തി പ്രകടനത്തിൽ കാണുന്നത്. ഇതിന് ഏറ്റവും കൂടുതൽ ഇരകളാവുന്നവരാണ് സ്ത്രീകൾ. വടക്കേ മലബാറിൽ കൊയ്ത്ത് കഴിഞ്ഞ പാടങ്ങളിൽ കൂട്ടിയിട്ട ധാന്യങ്ങളിൽ നിന്നും ഒരു പങ്ക് എടുത്ത് അവിടെവച്ച് തന്നെ അരിയാക്കി പൊടിച്ച് അതിൽ നിന്ന് കിട്ടുന്ന വെളുത്ത പൊടിയും അരികിലെ കൈതക്കാട്ടിൽ നിന്നും പറിച്ച ഇലകളും മറ്റും ഉപയോഗിച്ച് നിറങ്ങൾ സൃഷ്ടിച്ച്, അമ്മ ദൈവ കോലങ്ങൾ വരച്ച് ഉർവ്വരതയുടെ സന്തോഷം പങ്കുവച്ച് കാളിക്ക് പായസം ഉണ്ടാക്കി നൽകി, അന്നം തന്ന ദേവതയെ സ്തുതിക്കുന്ന ഒരു പൗരാണിക സങ്കൽപ്പം ആണ്, കാൽകോടി മലയാളി സ്ത്രീകൾ പങ്കെടുക്കുന്ന പൊങ്കാല ആയി രൂപപ്പെട്ടത്. ഇത് കാർഷിക വൃത്തിയിൽനിന്നുണ്ടായ ആചാരമാണ്. ആന്ധ്ര അരി ഉപയോഗിച്ചും തമിഴ് കൊതുമ്പും ചൂട്ടും കൊണ്ടു പൊങ്കാല ഇടുമ്പോൾ എന്തിനായിട്ടാണോ ഈ ആചാരം തുടങ്ങിയത്, അതിന്റെ അടിസ്ഥാനം തകരുകയും അതിൽ നിന്നുണ്ടായ ആചാരം മാത്രം നിലനിൽക്കുകയും അത് കൊടിയ ഭക്തി മാത്രമായി പരിണമിക്കുകയും ചെയ്യും. ആചാരാനുഷ്ഠാനങ്ങളിൽ പ്രകടനപരത രൂപമെടുക്കുകയും ആത്മീയത പൊലിയുകയും ചെയ്യും. നീറുന്ന ജീവിത പ്രയാസങ്ങളിൽ അഭയം തേടുന്നവർക്ക് ഇത് ആശ്വാസമായി തോന്നും. പ്രശ്നപരിഹാരമുണ്ടായാൽ ഇതിന്റെ പേരിൽ എഴുതിക്കൂട്ടുകയും ഇല്ലാതെവന്നാൽ വിധിയെ പ്രതിയാക്കുകയും ചെയ്യാം!

പൊരുൾ മാറുന്ന വാക്കുകൾ

സ്ത്രീവിരുദ്ധ അനാചാരങ്ങൾ കടത്തിക്കൊണ്ടുവരുന്നതിന്റെ ഏറ്റവും പ്രധാന ഉദാഹരണം 'സതി' അനുഷ്ഠിച്ചിരുന്നതിൽ തെളിഞ്ഞു കാണാം. ബ്രാഹ്മണ സമൂഹം കേരളത്തിനു പുറത്തും വ്യാപിച്ചിരുന്നവരും അഥവാ ഉത്തരേന്ത്യൻ സമൂഹവും അതിനുമുമ്പ് ആര്യകുലത്തിൽ പെട്ടിരുന്നവരുമായിരുന്നല്ലോ. അതുകൊണ്ടുതന്നെ ബ്രാഹ്മണ സമൂഹത്തിലെ അനാചാരങ്ങൾ കേരളത്തിനു പുറത്തും നിലനിന്നിരുന്നു. വിധവാ വിവാഹം മുൻകാലങ്ങളിൽ ബ്രാഹ്മണ സമൂഹം അനുവദിച്ചിരുന്നു. ബ്രാഹ്മണാധിപത്യം ശക്തിപ്പെടുത്തുകയും ജാതിഘടന പ്രബലമായി തുടങ്ങുകയും ചെയ്യുന്ന ഘട്ടത്തിലാണ് സ്ത്രീകളുമായി ബന്ധപ്പെട്ട നൂറ്റാണ്ടുകളോളം നിലനിന്നതും ചിലതൊക്കെ ഇപ്പോഴും നിലനിൽക്കുന്നതുമായ അനാചാരങ്ങൾ കൊണ്ടുവന്നത്.

ഇതര സമൂഹവുമായി വൈവാഹിക ബന്ധം നടക്കാതിരിക്കുന്നതിനുള്ള മുൻകരുതൽ എന്ന രീതിയിലാണ് ബാല വിവാഹം ഏർപ്പെടുത്തിയതും വിധവകൾക്ക് പുനർവിവാഹം തടഞ്ഞതും. ജാതി നടപ്പാക്കാൻ പോലും ഉപയോഗപ്പെടുത്തിയത് സ്ത്രീകളെയാണ്. പുരുഷൻമാർക്ക് ഇത് ബാധകമല്ലായിരുന്നു. കാരണം 'ബാധ്യത' ഇല്ലാത്ത ലൈംഗിക ബന്ധം ഏതു വിഭാഗക്കാരുമായും പ്രത്യേകിച്ച് ക്ഷത്രിയ-നായർ കുലങ്ങളുമായി നടത്തുന്നതിന് കുഴപ്പം ഉണ്ടായിരുന്നില്ല.

ആരെയും വിവാഹം കഴിച്ചിരുന്ന സ്ത്രീകളുടെ വേദാരംഭകാലത്തെ സ്വതന്ത്രത ക്രമേണ ഒഴിവാക്കിയാണ് ഈ നടപടി ഉണ്ടാക്കിയെടുത്തത്. ചെറുപ്രായത്തിൽ തന്നെ, മിക്കവാറും രജസ്വലയാകുന്നതിന് മുമ്പുതന്നെ വിവാഹം നടത്തിയാൽ ജാതി സംസർഗം ഒഴിവാക്കാം. പിന്നീട് ഭർത്താവ് മരിച്ചാൽ പുനർവിവാഹവും അനുവദിച്ചില്ല. അതിന് ഏതെങ്കിലും സ്ത്രീ

തുനിഞ്ഞാലോ എന്നുഭയന്ന് കൊണ്ടുവന്ന ആചാരമാണ് സതി സമ്പ്രദായം. ഭർത്താവിനോടൊപ്പം തന്നെ എരിയുന്ന അഗ്നിയിൽ ഭാര്യ എരിഞ്ഞൊടുങ്ങുക! സൈത്രണ ലൈംഗികതയുടെ പരിശുദ്ധി നിലനിർത്താനാണ് ജീവനുള്ള മനുഷ്യമാംസം കത്തിച്ചുകൊണ്ടിരുന്നത്.

ഇതിനു സിദ്ധാന്തം രൂപീകരിക്കുന്നതിന് വേദത്തിൽ തന്നെ അട്ടിമറി നടത്തിയതായി സ്വാമി ധർമ്മതീർത്ഥ മഹാരാജ് ചൂണ്ടിക്കാട്ടുന്നു.

“സ്ത്രീയെ എഴുന്നേൽക്കുക, നീ മരിച്ച ഒരാളോടുകൂടി എന്തിന് കിടക്കുന്നു. ജീവിക്കുന്നവരുടെ ലോകത്തേക്ക് വന്നു നിന്നെ കല്യാണം കഴിക്കാനാഗ്രഹിച്ചു നിന്റെ കൈപിടിക്കുന്ന പുരുഷന്റെ ഭാര്യ ആയിത്തീരുക” "(*Rigvedam* X 18-8) ഇങ്ങനെയാണ് വേദവാക്യം. അല്ലാതെ അഗ്നിയിൽ ചാടി ഭർത്താവിനോടൊപ്പം മൃതമാകാത്ത ഭാര്യ ദഹിക്കണമെന്നല്ല. എന്നാൽ നിഷ്ഠൂരമായ ‘സതി’ സമ്പ്രദായം ന്യായീകരിക്കുന്നതിന് പുരോഹിത വൃന്ദം *ഋഗ്വേദ* മന്ത്രം കൃത്യമായി മാറ്റി എഴുതാനും മടിച്ചില്ല.”[20]

*ഋഗ്വേദ*ത്തിൽ (X-18-7) ശ്മശാനത്തിലേക്കുള്ള സ്ത്രീകളുടെ യാത്രയുടെ വിവരണമുണ്ട്. ‘വൈധവ്യംമൂലം ഒരു ദുഃഖവും സ്ത്രീകൾക്ക് വരാതെയിരിക്കട്ടെ..’

ഈ മന്ത്രത്തിൽ ‘അഗ്രേ’ എന്ന ഒരു വാക്കുണ്ടായിരുന്നു. ബംഗാളിലെ പുരോഹിതൻമാർ അത് ‘അഗ്നേ’ എന്ന് തിരുത്തി ‘സതി’ക്കുള്ള പ്രമാണമാക്കിത്തീർത്തു.

അഗ്രേ എന്നാൽ മുന്നേ എന്നാണല്ലോ അർത്ഥം. മുന്നേ നടക്കുവാൻ പറയുന്നതിന് ഉപയോഗിച്ച വാക്കിനു പകരം അഗ്നേ എന്നു ചേർത്തപ്പോൾ അഗ്നിയിലേക്ക് നടക്കുക എന്നാക്കി മാറ്റാൻ കഴിഞ്ഞു. മാക്സ്മുള്ളർ പറയുന്നത് “ദുർബുദ്ധികളായ പുരോഹിതന്മാർ എന്തെല്ലാം നീചപ്രവൃത്തികൾ ചെയ്യുമെന്നുള്ളതിന് ഇതൊരു ഉദാഹരണമാണ്. ഇതാ ഇവിടെ ഒരു ചെറിയ വാക്ക് വളച്ചുപിരിച്ചു അർത്ഥം മാറ്റി ദുരുപയോഗിച്ച് അനേകായിരം സ്ത്രീകളെ ബലികഴിക്കുന്നതിന് കാരണമാക്കിത്തീർത്തു.”

മതകാര്യത്തിലും വിദ്യാഭ്യാസ സമൂഹത്തിലും ബ്രാഹ്മണ സ്ത്രീകൾക്ക് അവകാശമില്ലാതെയാക്കി അവരും ‘ശൂദ്രരെ’ പോലെയായി. സ്വാതന്ത്ര്യവും സ്വത്തവകാശവും അവർക്കു നിഷേധിക്കപ്പെട്ടു. ഈ വിധം സ്വന്തം ഭാര്യമാരെ പോലും അടിമപ്പെടുത്തുന്നതിനു പുരോഹിത വർഗം ഒരു സങ്കോചവും പ്രദർശിപ്പിച്ചില്ല. ഭർത്താക്കൻമാർ മരിക്കുമ്പോൾ അവരോടൊപ്പം വെന്തെരിയാനുള്ള ‘സാധനം’ മാത്രമായി അവർ മാറി.

‘കൂടുതൽ സുഖലോലുപത തേടി സംബന്ധവും അവർണ സ്ത്രീകളോടുള്ള ലൈംഗികാതിക്രമവുമായി വിരാജിച്ചിരുന്ന പുരുഷ സമൂഹം ഒരു നോട്ടംകൊണ്ടുപോലും സ്ത്രീകൾ പിഴച്ചു പോകാതിരിക്കാൻ കാണിച്ചിരുന്ന അതീവ ശ്രദ്ധയുടെ പരിണിതഫലം അന്ന് സ്മാർത്ത വിചാരമായിരുന്നു. ഇന്ന് ‘വഴിപിഴച്ചു’ പോയേക്കാവുന്ന സ്ത്രീകളെ സമൂഹമാധ്യമങ്ങളിലൂടെയും അല്ലാതെയും ഉദ്ബോധിപ്പിക്കുക എന്നത് പതിവ് കാഴ്ച

യാണ്. 'ഒരു തരത്തിൽ കമന്റുകളായും സന്ദേശങ്ങളുമായെല്ലാം ഒഴുകിയെത്തുന്ന ഇത്തരം പ്രവണതകൾ സ്മാർത്ത വിചാരത്തിന്റെ മറ്റൊരു പതിപ്പായി വിലയിരുത്താവുന്നതാണ്' (ജയശ്രീ കുനിയത്ത്).

സ്വഭാര്യയുടെ മരണശേഷം ചിതയൊടുങ്ങും മുമ്പ് പുനർവിവാഹം നടത്തുന്നതിന് നമ്പൂതിരി പുരുഷൻമാർക്ക് ആചാര തടസ്സം ഉണ്ടായിരുന്നില്ല. കുറഞ്ഞത് മൂന്നും നാലും കെട്ടിയിരുന്ന പുരുഷൻമാർ ഉള്ള നമ്പൂതിരി സമൂഹത്തിൽ കന്യകമാരുടെ ഇടയിൽ പാതിവ്രത്യം അളക്കലും നിലനിന്നിരുന്നു.

വിവാഹം കഴിക്കാതെ, സ്ത്രീപുരുഷ ബന്ധം അനുഭവിക്കാതെ അകാലചരമം അടഞ്ഞ കന്യകമാരുടെ 'ആത്മാവിന്റെ കാമദാഹം' ശമിപ്പിക്കാൻ 'നീചത്വം' എന്ന ഒരു കൊടിയ ദുരാചാരം ഉണ്ടായിരുന്നു. കന്യകയുടെ മൃതദേഹം നവ വധുവിനെപോലെ അണിയിച്ചൊരുക്കും. എന്നിട്ട് ശ്മശാനത്തിൽ എത്തിക്കുമ്പോൾ അവിടെ ശ്മശാന ജോലിക്കാരനായ ദാഹകന് (ചണ്ഡാളൻ) ഈ മൃതശരീരത്തെ പ്രാപിക്കാൻ വിട്ടുകൊടുക്കും. ഇതിൽ പുരുഷസമൂഹത്തിന്റെ ഒരു പേടി അടങ്ങിയിരുന്നു. ഇങ്ങനെ മരണപ്പെട്ട സ്ത്രീ യക്ഷിയായി വന്ന് പുരുഷൻമാരെ വേട്ടയാടും എന്നതാണ് ആ ഭയം. ജീവിച്ചിരിക്കുമ്പോൾ ആചാരത്തിന്റെ പേരിൽ വിവാഹം നിഷേധിക്കുകയും മരണത്തിനുശേഷം ലൈംഗിക ബന്ധത്തിന് മൃതദേഹം സമർപ്പിക്കുകയും ചെയ്യുന്ന ഈ സമ്പ്രദായവും, ആചാരത്തിന്റെയും ദൈവ വിശ്വാസത്തിന്റെയും പേരിൽ നിലനിന്ന നാടാണിതെന്ന് ഓർക്കുമ്പോൾ ആചാരങ്ങൾ മുറുക്കി പിടിക്കുന്നവർ നൂറുവട്ടം ഓർക്കണം. കുറെക്കാലം കഴിയുമ്പോൾ, സ്ത്രീകളുടെ ശരീര സ്രവം അവളുടെ അടിമത്തത്തിന് കാരണമാണെന്ന് കരുതിയ 21-ാം നൂറ്റാണ്ടിലെ കേരളത്തെക്കുറിച്ച് ഭാവി ചരിത്രകാരൻമാർ പുച്ഛത്തോടെ കുറിച്ചു വയ്ക്കുന്നതും ഇന്നുള്ളവരുടെ പിൻമുറക്കാർ ഓക്കാനത്തോടെ വായിച്ച്, ഭിത്തിയിലെ പൂർവ്വസൂരികളുടെ ചിത്രം നോക്കി പരിഹസിക്കുന്നതും ലജ്ജിക്കുന്നതും കാണാനാകും.

ഒരു തരത്തിലും സ്ത്രീകൾ പുറം ലോകം കാണുകയും അപര ദർശനം നടത്തുകയും പാടില്ലെന്ന സിദ്ധാന്തം നടപ്പാക്കി ഭയപ്പെടുത്താനാണ് പുലപ്പേടി/മണ്ണാപ്പേടി എന്ന സമ്പ്രദായം നടപ്പാക്കിയിരുന്നത്.

വർഷത്തിൽ ഒരു ദിനം അവർണർക്ക് സവർണരുടെ കുളവും പരിസരവും ഉപയോഗിക്കുവാനും ക്ഷേത്രോൽസവങ്ങളിൽ പങ്കെടുക്കുവാനും അവസരം നൽകിയിരുന്നു. ഈ ദിവസം പുറത്തിറങ്ങുന്ന ഏതെങ്കിലും ഒരു സവർണ സ്ത്രീയേയും സ്പർശിക്കാൻ അധികാരം നൽകും. ഇങ്ങനെ സ്പർശനം നേരിട്ട സ്ത്രീ പിന്നെ അവർണരുടെ ഭവനത്തിലേക്ക് പോകണം. തിരികെ മനയിൽ പ്രവേശനമില്ല. 'മലിന'യായ സ്ത്രീയെ പുറംതള്ളും. പക്ഷേ, 'മലിനമാക്കിയ കുളം' നികത്തിയ ചരിത്രം എങ്ങും പറയുന്നുമില്ല.

കഴിഞ്ഞ പത്ത് മുപ്പത് കൊല്ലം മുമ്പുവരെ നാട്ടിൽ നിലനിന്ന ആചാ

രമാണ് ആർത്തവ നാളിൽ സ്ത്രീകൾ ഇതര കുടുംബാംഗങ്ങളെ സ്പർശിക്കാൻ പാടില്ലെന്നുള്ളത്. നാല്/അഞ്ചുദിവസം കളപ്പുരയിൽ കഴിയണം. എന്തുകൊണ്ടാണ് ഇപ്പോൾ അത് ഒഴിവാക്കപ്പെട്ടത്. പ്രായോഗികത അവിടെ തടസ്സമായി മാറി. അണുകുടുംബം വന്നപ്പോൾ തകർന്ന ആചാരങ്ങളിൽ ഒന്നാണത്. തൊട്ടുകൂടായ്മ ആ ദിവസം നിലനിർത്തിയാൽ സ്ത്രീയുടെ അടുക്കളപണി മുടങ്ങും. ആചാരസംരക്ഷകന്റെ അന്നം മുട്ടും. അങ്ങനെയെങ്കിൽ പിന്നെ ആചാരം മാറ്റാമല്ലോ! അതുപോലെതന്നെ തൊഴിലിടങ്ങളിൽ പോകുന്നവർക്കും ഈ ആചാരം നിലനിർത്താൻ കഴിയില്ലല്ലോ.

അപ്പോൾ പ്രായോഗികതയുടെ പേരിൽ ആചാരങ്ങൾ മാറ്റപ്പെടും. വി.ടി ഭട്ടതിരിപ്പാട് പറഞ്ഞതുപോലും 'ബഹുഭാര്യാത്വം, പൊതുഭർതൃത്വം, പുനർവിവാഹ നിഷേധം, മക്കത്തായം, മരുമക്കത്തായം എല്ലാം പൗരോഹിത്യ മേധാവിത്വത്തിന്റെ കളിപ്പാട്ടങ്ങളാണ്.......... ഈ കശാപ്പുശാലയിൽ നിഹനിക്കപ്പെടുന്ന ജീവാത്മാക്കളുടെ ദീനരോദനം വേദോച്ചാരണത്തിന്റെ ശബ്ദഘോഷത്തിൽ ലയിച്ചു പോകുമ്പോൾ അലിവൂറുന്ന ഒരു ഹൃദയവും പിടയ്ക്കുന്നില്ലല്ലോ എന്നതായിരുന്നു എന്റെ ആശ്ചര്യം!'[21]

പക്ഷേ, ഇതിനെല്ലാമെതിരെ നീറിക്കൊണ്ടിരുന്ന സമൂഹം പൊരുതി മുന്നേറിയതുകൊണ്ടാണ് ഇന്ന് ആൺതുണയില്ലാതെ 'പൊങ്കാല' ഇടാനും 'ആചാര സംരക്ഷണ റാലിയിൽ' പങ്കെടുക്കാനും അവസരം ഉണ്ടായത്.

കെട്ടുപോയ രാജനീതിക്കെതിരെ മുലപറിച്ചെറിഞ്ഞ് പ്രതിഷേധിച്ച കണ്ണകിയും ശരീരാവയത്തിന്റെ കരം പിരിക്കാൻ കടന്നുവന്നവന്റെ മുന്നിൽ മുലയറുത്ത് വെച്ച നങ്ങേലിയും 'ലാത്തിക്ക് ഗർഭോൽപ്പാദന ശേഷി ഉണ്ടായിരുന്നെങ്കിൽ ഞാൻ ലാത്തിക്കുഞ്ഞുങ്ങളെ പ്രസവിച്ചേനെ' എന്നുപറഞ്ഞ കെ.ആർ.ഗൗരിയമ്മയെപോലുള്ളവരുടെ പോരാട്ടങ്ങളും അന്തഃപുരത്തിൽ നീറിയൊടുങ്ങിയ അന്തർജന ജീവിതം നിലാവെളിച്ചത്തിൽ കൊണ്ടുവന്ന ലളിതാംബിക അന്തർജനവും ഒളിച്ചു വച്ച പുസ്തകം ആർത്തവ നാളിൽ വായിച്ചു ശിവൻ, കൃഷ്ണൻ എന്നീ ദേവൻമാർക്കൊപ്പം 'പാവ'ങ്ങളിലെ ഡി.മെത്രാനെ കുടിയിരുത്തി, പാരമ്പര്യത്തെ നിഷേധിച്ച ദേവകി നിലയങ്ങോടുമൊക്കെയാണ് കേരളത്തെ ഇന്നത്തെ കേരളമാക്കിയത്. അല്ലാതെ ആചാര സംരക്ഷരായി ചെറിയ 'ഉലക്ക'യും ജപിച്ചു കഴുത്തിൽ തൂക്കി ആറേഴ് ചരടും മന്ത്രിച്ചുകെട്ടി ആചാരം സംരക്ഷിക്കാൻ ഇറങ്ങി പുറപ്പെട്ടവരല്ല.

സ്ത്രീ സ്വാതന്ത്ര്യം പുരുഷൻ നൽകിയ ഔദാര്യമല്ല; അച്ചിപ്പുടവ സമരം, ചാന്നാർ ലഹള, കല്ലുമാലസമരം, മൂക്കുത്തി സമരം, മാറുമറയ്ക്കൽ സമരം, തൊഴിലാളി-കർഷക സമരങ്ങൾ, സ്വാതന്ത്ര്യ സമരം, പുന്നപ്ര വയലാർ സമരം, ഭൂസമരം തുടങ്ങി സാഹിത്യത്തിലും കലയിലും നിസ്വവർഗ്ഗത്തിന്റെയും നിസ്സഹായരായ സ്ത്രീ ജീവിതങ്ങളുടേയും നീറിയ ജീവിതം പരിവർത്തിപ്പിച്ച് ഉൽപ്പതിഷ്ണുക്കളായ സ്ത്രീ-പുരുഷൻമാർ എഴുത്തിൽ കൊണ്ടുവന്ന രചനാ വിപ്ലവം, നാടകവും കഥാപ്രസംഗവും

നൽകിയ ലോക ജീവിതാനുഭവം സർവോപരി ശാസ്ത്ര വളർച്ചയിൽ തകരാൻ വിധിക്കപ്പെട്ട അന്ധവിശ്വാസം ഇതെല്ലാമാണ് നമ്മെ നാമാക്കി മാറ്റിയത്.

അന്ധവിശ്വാസവും സ്ത്രീകളും

വിദ്യാഭ്യാസ സ്ഥാപനങ്ങൾ മുതൽ സാംസ്കാരിക സ്ഥാപനങ്ങൾവരെ എല്ലാം ആഗോളവൽക്കരണത്തിന്റെ, ഫാസിസത്തിന്റെ കാലത്ത് ദുരുപയോഗപ്പെടുത്തും. അങ്ങനെയാണ് ലോകത്തെ ഏറ്റവും വലിയ വിദ്യാഭ്യാസ ഏജൻസിയായ 'വിശ്വഭാരതി' ഇന്ത്യയിൽ ഹിന്ദു വർഗീയത വളർത്താൻ തങ്ങളുടെ വിദ്യാഭ്യാസ സ്ഥാപനങ്ങൾ വഴി പ്രവർത്തിക്കുന്നത്. 'അബദ്ധ ജഡിലവും അതിശയോക്തി കലർന്നതുമായ ഭാഷ്യം' രാഷ്ട്രത്തിന്റെ ചരിത്രമായി പഠിപ്പിക്കപ്പെടും. പുരാണങ്ങൾ ഭാവനയും, മിത്തും, ഐതീഹ്യങ്ങളുമടങ്ങുന്നതാണ്. അത് ചരിത്ര യാഥാർത്ഥ്യമല്ല. സൂക്ഷ്മതലത്തിൽ നിലനിന്ന ഏതെങ്കിലും കഥാതന്തുവിനെ ഭാവനയുടെ ലോകത്തിലൂടെ കടത്തി അലങ്കാരവും അതിശയോക്തിയും കലർത്തി രൂപപ്പെടുത്തുന്നതാണ് മിക്കപുരാണങ്ങളും ഇതിഹാസങ്ങളുമെല്ലാം. ഇതിലെ കാവ്യാത്മകതയിലെ രസാനുഭൂതിക്ക് പകരം ചരിത്രത്തിന്റെ തിരുശേഷിപ്പുകളായി കണക്കാക്കുക എക്കാലത്തെയും ഫാസിസ്റ്റ് തന്ത്രങ്ങളിൽ പെടുന്നു. മനുഷ്യസമൂഹം ഇന്നത്തെ നിലയിൽ എത്തിയത് പ്രകൃതിയെ അവന് അനുഗുണമാക്കി പരിവർത്തിപ്പിക്കാൻ നടത്തിയ അവന്റെ ഇടപെടലിലൂടെയാണ്. അനുഭവ മണ്ഡലത്തിൽ നിന്നും ഉരുവംകൊണ്ട ഓരോ ചുവടും അവൻ മുന്നോട്ടു വച്ചത് ശാസ്ത്രീയമായ കാഴ്ചപ്പാട് വളർത്താൻ സഹായിച്ചു. ശാസ്ത്രവളർച്ചയിൽ നേടിയ നേട്ടങ്ങൾ ബഹിരാകാശത്ത് വരെ എത്തിച്ചു. പകർച്ച വ്യാധികളിൽ പെട്ട് കുലത്തോടെ ഒടുങ്ങിയിരുന്നതിന് അറുതിവരുത്തിയത് ശാസ്ത്രത്തിന്റെ ഉപയോഗത്താലാണ്.

ഇതൊന്നും ശാസ്ത്ര നേട്ടമല്ലെന്ന് ശാസ്ത്രത്തെ ഉപയോഗിച്ച് മുന്നേറുന്ന മുതലാളിത്ത സഹായത്തോടെ ഫാസിസം സ്ഥാപിച്ചെടുക്കുന്നു. എല്ലാ ശാസ്ത്രനേട്ടങ്ങളും മതഗ്രന്ഥങ്ങളിൽ മുൻകൂർ പറഞ്ഞതായി വ്യാജനിർമ്മിതിയിലൂടെ സ്ഥാപിക്കാൻ പരിശ്രമിക്കുന്നു.

ഇന്നത്തെ ഏറ്റവും നവീന സാങ്കേതിക വിദ്യകളും സയൻസുമെല്ലാം പ്രാചീന ഭാരതത്തിലെ ശാസ്ത്ര ഗ്രന്ഥങ്ങളിൽ അടങ്ങിയിട്ടുണ്ടെന്ന് വിദ്യാർത്ഥികളെ വിശ്വസിപ്പിക്കുന്നു. ഇതിനൊക്കെ തെളിവായി കാണിക്കുന്നത് *രാമായണ*ത്തിലും *മഹാഭാരത*ത്തിലും പുരാണങ്ങളിലുമുള്ള പരാമർശങ്ങളാണ്. *വാൽമീകി രാമായണം* പുഷ്പക വിമാനം പരാമർശിക്കുന്നു; വിമാന ശാസ്ത്രമെന്ന ഗ്രന്ഥം നമുക്കുണ്ടായിരുന്നു; *മഹാഭാരതം* നൂറ്റവരുടെ പിറവി നൂറു കുടങ്ങളിലായിരുന്നുവെന്ന് പറയുന്നു. അഗ്നി പടർത്തുന്ന ആയുധങ്ങളുടെ പ്രയോഗം വർണ്ണിക്കുന്നു; അതുപോലെ *ശിവപുരാണം* ഗണേശന്റെ ശിരസ്സുമാറ്റിവെച്ച കഥപറയുന്നു. പക്ഷേ, ഇവ

യൊന്നുപോലും സയൻസിനായുള്ള തെളിവാകുന്നില്ല. എയറോ സയനോമിക്സിനെപറ്റി വിമാന ശാസ്ത്രത്തിലുണ്ടോ? മോളിക്യൂലാർ ബയോളജിയോ, ജനറ്റിക്സോ ഇതിഹാസ പുരാണങ്ങളിൽ ഉണ്ടോ? ഇല്ല.'[22]

ഖുർ-ആനെ അടിസ്ഥാനമാക്കിയും *ബൈബിളി*നെ ബന്ധപ്പെടുത്തിയും ഇത്തരം പ്രചാരണങ്ങൾ നടത്തുന്നുണ്ട്.

കൊറോണക്കാലത്ത് സോഷ്യൽ മീഡിയായിൽ വന്ന പ്രചാരണങ്ങളിൽ ഒന്ന് അമൃതാനന്ദമയി കൊറോണ മൂന്നുവർഷം മുൻപ് പ്രവചിച്ചിരുന്നതായി അവരും, 20 രൂപയുടെ മാസ്ക് കൊണ്ട് 'കോവിഡി'നെ പറഞ്ഞു വിടാമെന്ന് ധരിക്കുന്ന വിഡ്ഢികളെക്കുറിച്ച് മുസ്ലിം പുരോഹിതനും, ദൈവത്തിന്റെ തീ കൊറോണയെ ദഹിപ്പിക്കാൻ തന്റെ പ്രാർത്ഥന കേട്ട് പുറപ്പെട്ടിരിക്കുന്നുവെന്ന് ക്രൈസ്തവ പുരോഹിതനും പറയുന്നതുകേട്ട് വിഷമ ഘട്ടത്തിലും ജനങ്ങൾക്ക് തമാശയ്ക്ക് വക നൽകി.

ഭീമമായ ഗവേഷണ സ്ഥാപനങ്ങളിലൂടെ ശാസ്ത്രത്തെ മുതലാളിത്തം ഉപയോഗപ്പെടുത്തുന്നു. എന്നിട്ടും ശാസ്ത്രവിരുദ്ധ അന്ധവിശ്വാസങ്ങളെ കോർപ്പറേറ്റുകൾ പ്രോത്സാഹിപ്പിക്കുന്നത് തങ്ങളുടെ ചൂഷണം മറച്ചു വെക്കാനാണ്. ഒരേ സമയം മുതലാളിത്ത വ്യവസ്ഥിതി ജനങ്ങളെ ആശുപത്രികളിലേക്കും ആൾദൈവ കേന്ദ്രത്തിലേക്കും നയിക്കും. ആലിംഗനത്തിലൂടെ സർവ്വതും പരിഹരിക്കുന്ന 'അമ്മ.' നാട്ടിലെ ഏറ്റവും വലിയ ആതുരാലയവും ആശ്രമവും ഇരുകൈയിലും വച്ച് നടത്തുന്ന ഈ അമ്മാനമാട്ടത്തിൽ അകപ്പെട്ടു പോകുന്നത് മഹാഭൂരിപക്ഷവും സ്ത്രീകളാണ്.

സാങ്കേതിക വിദ്യയുടെ രഥത്തിലേറിയാണ് ഇന്ന് ദൈവങ്ങൾ സഞ്ചരിക്കുന്നത്. ഉൽസവ ഫ്ളോട്ടുകൾ യന്ത്രവൽകൃതമായി മാറി. വൈദ്യുത വിളക്കുകൾകൊണ്ട് ഏതു ദൈവത്തിന്റെയും രൂപങ്ങൾ നിർമ്മിക്കപ്പെടുകയാണ്. ആരാധനാലയങ്ങളിൽ നോട്ടും നാണയവും എണ്ണാൻ കമ്പ്യൂട്ടർ ഉപയോഗപ്പെടുത്തുന്നു. ദർശനത്തിന് ഓൺലൈൻ വഴിയുള്ള ബുക്കിംഗ്. കുർബാന പോലും ഓൺ ലൈൻ വഴി നടത്തുന്നു. ക്ഷേത്രവഴിപാടുപോലും സാങ്കേതിക വിദ്യയിലൂടെ നടപ്പാക്കുന്നു. സാങ്കേതിക വിദ്യയുടെ സംവിധാനം ഉപയോഗിച്ച് ആരാധനാലയങ്ങൾ പ്രവർത്തിപ്പിച്ചുകൊണ്ട് പ്രഭാഷണങ്ങളിൽ ശാസ്ത്രവിരുദ്ധത ഉദ്ഘോഷിക്കുന്നു.

നമ്മുടെ ഒരു നടിയെ സിനിമയിലോ സീരിയലിലോ കണ്ടാൽ വലംപിരി ശംഖാണ് ഓർക്കുന്നത്. ഏതാണ്ട് 100 ലധികം ശംഖ് ഉണ്ടാകുമ്പോഴെ കടലിൽ ഒരെണ്ണം വലംപിരിയായി മാറുകയുള്ളൂ. അത് ആവശ്യത്തിന് കിട്ടാതെ വന്നപ്പോൾ കൃത്രിമമായി ഉൽപ്പാദിപ്പിച്ച് വിറ്റഴിക്കാൻ ശ്രമിക്കുന്നു. ധനാഗമനയന്ത്രം, കമ്പ്യൂട്ടർ ജാതകം എന്നിവ എവിടെയും സുലഭമാണ്.

ആകാശഗോളങ്ങളെ ആശ്രയിച്ചാണ് ഇപ്പോഴും മഹാഭൂരിപക്ഷം കേരളീയ ഭവനങ്ങളിലും 'സമയം' നിശ്ചയിക്കുന്നത്. ഗ്രഹങ്ങൾക്ക് മനുഷ്യരുടെ വ്യക്തി ജീവിതത്തിൽ ഒരു പങ്കും വഹിക്കാൻ കഴിയുന്ന കാര്യമല്ല. പല ഗ്രഹങ്ങൾക്കും ഭൂമിയോട് വേണ്ടത്ര ആകർഷണ ശക്തിപോലും ഇല്ലാത്ത വിധത്തിൽ അകലത്തുമാണ്. ഇനി ഭാവിയിൽ ജീവിതം അങ്ങോ

ട്ടുമാറുന്ന ഘട്ടത്തിൽ സ്ഥിതി വീണ്ടും മാറും. 'ഗ്രഹനിലയും' ജന നവുമായി ബന്ധമുണ്ടെന്ന് സ്ഥാപിച്ചാണ് നൂറ്റാണ്ടുകളായി കൊടിയ ചൂഷണം നടത്തുന്നത്.

കേരളത്തിലെ പെൺകുട്ടികളുടെ വിവാഹം നിശ്ചയിക്കുന്നത് 5 കോടി മുതൽ 36 കോടി കി.മീറ്റർ വരെ ഭൂമിയിൽ നിന്ന് അകന്നു നിൽക്കുന്ന ചൊവ്വയെ ബന്ധപ്പെടുത്തിയാണ്. ചിരിക്കു വക നൽകുന്ന ഒരു വിശദീകരണമാണ് അന്ധവിശ്വാസ പ്രചാരകർ ഇതിന് നൽകുന്നത്.

അഷ്ടമത്തിൽ ചൊവ്വ നിൽക്കുമ്പോൾ ജനിക്കുന്നവൻ രോഗപീഡ യുള്ളവനായും നിർധനനായും അൽപ്പായുസ്സായും ഭവിക്കും. സ്ത്രീ ജാത കത്തിൽ അത് വൈധവ്യത്തെ സൂചിപ്പിക്കുന്നു. കുജനും ശിഖിയും കൂടി അഷ്ടമത്തിൽ യോഗം ചെയ്തു നിന്നാൽ വൈധവ്യം തീർച്ചയാണ്. ഇല്ലെ ങ്കിൽ വിവാഹം നടക്കില്ല. (ഇതിൽ ഒടുവിൽ പറഞ്ഞതാണ് സംഭവിക്കു ക. അതിനുകാരണം ആളുകൾ ജ്യോതിഷ വിശ്വാസികളാണെന്ന തും).'പന്ത്രണ്ടാം ഭാവത്തിൽ കുജൻ നിൽക്കുമ്പോൾ ജനിക്കുന്നവൻ നേത്രരോഗിയും മടിയനും ബന്ധനം അനുഭവിക്കുന്നവനും ലുബ്ധനും ഭാര്യാ മരണം അനുഭവിക്കുന്നവനുമാകും. കുജദശയിലാകും ഭാര്യാമര ണം. (എന്തൊരു നീതി! പുരുഷ ജാതകം പിഴച്ചതിനു ശിക്ഷ സ്ത്രീകൾക്ക്) 12-ൽ ചൊവ്വ ശനിയോട് ചേർന്ന് നിന്നാൽ ജയിൽവാസം ഉറപ്പാണ്.' (ഗാന്ധിജിയുടെയും ഇ.എം.എസിന്റെയും മണ്ഡേലയുടെയും ജാതകം പരിശോധിക്കണം).

പുരുഷ ജാതകം മോശമായാൽ കുഴപ്പം ഭാര്യക്ക്. വൃശ്ചികത്തിൽ കുജനോട് കൂടി ശുക്രൻ നിന്നാൽ വൃദ്ധകളുമായി രമിക്കാൻ ആഗ്രഹി ക്കുന്നവനാകും. വൃശ്ചികത്തിൽ സൂര്യനോട് കൂടി ശുക്രൻ നിന്നാൽ ഭാര്യ പ്രസവിക്കാത്തവളായിത്തീരും (പിന്നെന്തിന് ഇതറിഞ്ഞുവച്ചുകൊണ്ട് ഉരുളി കമഴ്ത്തണം. ഉരുളി കമഴ്ത്തുന്നത് അറിഞ്ഞ് ശുക്രൻ സൂര്യ സമീ പത്തുനിന്ന് ഓടിപ്പോകുമോ?) ജോത്സ്യം പുരുഷ മേധാവിത്വപരമാണ്. സ്ത്രീ പ്രസവിക്കുമോ ഇല്ലയോ എന്ന കാര്യവും പുരുഷ ജാതകമാണ് തീരുമാനിക്കുന്നത്.

ചൊവ്വ ചുവന്നു കാണപ്പെടുന്നതിനാൽ പാപഗ്രഹമാണ്. ഇത് ജനി ക്കുന്ന കുട്ടിയുടെ ഗ്രഹനിലയായി വന്നാൽ ചൊവ്വ കുട്ടിയെ അപഹരി ക്കും. ഇങ്ങനെ അപഹരിക്കപ്പെടുന്ന പെൺകുട്ടിയെ വിവാഹം ചെയ്യേ ണ്ടത് ഇതേപോലെ അപഹരിക്കപ്പെടുന്ന വരൻ ആയിരിക്കണം. അല്ലാത്ത വരൻ കൊല്ലപ്പെടും. ഈ സമ്പ്രദായമാണ് പെൺകുട്ടിയും ആൺകുട്ടിയും 'ചൊവ്വാദോഷ'ത്തിൽ പെട്ടതെന്ന് പ്രചാരണം വരാൻ കാര്യം. എന്തു യുക്തിയാണ് ഇതിന്റെ പിന്നിൽ? ചൊവ്വ ചുവന്നു കാണുന്നത് ഫെറിക് ഓക്സൈഡിന്റെ സാന്നിദ്ധ്യം ഉള്ളതിനാലാണ്. അതിനാൽ ഉപരിതല ത്തിൽ സൂര്യവെളിച്ചം തട്ടുമ്പോൾ ഭൂമിയിൽ നിൽക്കുന്നവർക്ക് ചുവന്ന തായി തോന്നും. ഇത് 'പാപഗ്രഹം' ആയതുകൊണ്ടല്ല. ഇനി ഇതിൽപെ ട്ടവർ വിവാഹം കഴിച്ചാൽ വരൻ മരണപ്പെടുന്നതിന്റെ യുക്തി എന്താണ്?

ചൊവ്വ എങ്ങനെയാണ് ഈ വിവാഹത്തിൽ അനിഷ്ടം തോന്നി ഇടപെടുന്നത്. അഥവാ ഇടപെട്ടാൽ ആളെ കൊല്ലാനുള്ള വൈരാഗ്യം ഒരു ഗ്രഹത്തിന് എങ്ങനെ ഉണ്ടാകുന്നു. അഥവാ നാട്ടിൽ ദുരഭിമാനക്കൊല പോലെ ഒരു കൊല നടത്തുന്ന ക്രിമിനലോ, കൊലപാതകിയോ ആയ ഒരു 'ജീവി' ആണോ ചൊവ്വ.

എന്താണ് ചൊവ്വ (Mars)? സൂര്യനിൽ നിന്ന് 2279 ലക്ഷം കി.മീറ്റർ (17 ഡിഗ്രി) അകലെ നിൽക്കുന്ന ഗ്രഹം. ചന്ദ്രനു ശേഷം മനുഷ്യൻ തൊട്ടറിയാൻ ആഗ്രഹിക്കുന്ന ജ്യോതിർ ഗോളമാണ്. സ്വയം തിരിയാൻ 24.63 മണിക്കൂർ വേണം. സൂര്യനെ വലം വയ്ക്കാൻ 687 ഭൗമദിനം ആവശ്യമാണ്. 6780 കി.മീ ആണ് വ്യാസം. ഭൂമിയിൽ അടുത്ത് വരുമ്പോൾ 5.6 കോടി കി.മീറ്റർ ദൂരം കാണും. രണ്ട് ഉപഗ്രഹങ്ങൾ ഫോബോസും ദിമോസും (വിവാഹം മുടക്കാൻ വരുമ്പോൾ ഇവർ കൂടെയുണ്ടാകുമോ എന്ന് ജോത്സ്യന്മാർ പറഞ്ഞിട്ടില്ല). സൗരയൂഥത്തിലെ ഏറ്റവും ഉയർന്ന കൊടുമുടിയായ ഒളിമ്പസ് മോൺസ് എന്നിവ ചൊവ്വയിലാണ്. നമ്മുടെ എവറസ്റ്റിന്റെ മൂന്നുമടങ്ങ് ഉയരം. അതായത് ഏകദേശം 27 കി.മീറ്റർ ഉണ്ടാകും. 1960 മുതൽ ഭൂമിയിൽ നിന്നും പേടകങ്ങൾ അവിടേക്ക് അയച്ചു തുടങ്ങി. ചൊവ്വയിൽ ഋതുഭേദങ്ങൾ ഉണ്ട്. *മിഷൻ റ്റു മാർസ്, മാർസ് അറ്റാക്ക്, ഇൻവേഡേഴ്സ് ഫ്രം മാർസ്* എന്നിങ്ങനെ ചില സിനിമകൾ ചൊവ്വയെ ബന്ധപ്പെടുത്തി നിർമ്മിച്ചിട്ടുണ്ട്. H G Wells *The war of the worlds* എന്ന കൃതി 1968-ൽ ചൊവ്വയെക്കുറിച്ച് എഴുതിയിട്ടുണ്ട്. ജീവന്റെ ലക്ഷണങ്ങൾ ഇതുവരെ വ്യക്തമല്ല. വെള്ളച്ചാലുകൾ ഒഴുകിയതായി നിരീക്ഷണങ്ങൾ തെളിയിക്കുന്നു. ഭൂമിയേക്കാൾ അന്തരീക്ഷം ദുർബലമായതിനാൽ ഐസായും നീരാവിയായും മാത്രമേ ജലത്തിന് നിൽക്കാൻ കഴിയൂ. നാസ, സ്പിരിറ്റ്, ഓപ്പർച്യൂണിറ്റി എന്നീ രണ്ട് പര്യവേഷണ വാഹനം റോബോട്ടുകൾ സഹിതം അയച്ചു ഗവേഷണം നടത്തി. ഫോർമാൽഡി ഹൈഡ് (Formaldehyde) എന്ന കാർബണിക സംയുക്തത്തിന്റെ സാന്നിദ്ധ്യം അവിടെ ജീവകണികകൾ ഉണ്ടെന്ന സംശയം ജനിപ്പിക്കുന്നു. ഏതായാലും ഭാവിയിൽ ഭൂ നിവാസികൾക്ക് എത്തിപ്പിടിക്കാൻ കഴിയുന്ന ഒരു ഗ്രഹം ചൊവ്വയാണ്. ബാക്കിയുള്ളത് ഒക്കെ അന്തരീക്ഷ പ്രശ്നംകൊണ്ടും അകലം കൊണ്ടും നൂറ്റാണ്ടുകൾ നമുക്ക് അന്യമായി നിൽക്കും.

"ഗ്രഹങ്ങൾ നമ്മുടെ വിധി നിർണയിക്കുകയോ, നശിപ്പിക്കുകയോ ചെയ്യുന്നില്ല. നമ്മുടെ വിധി നിർണയിക്കുന്നത് നാം തന്നെയാണ്."

ജവഹർലാൽ നെഹ്റു

2500 വർഷംമുമ്പ് *വിനയപീടിക*യിൽ ശ്രീബുദ്ധൻ പറഞ്ഞത് നക്ഷത്രഗണിതം പോലുള്ള അസംബന്ധ വിദ്യകളിലൂടെ ജീവിത മാർഗ്ഗം കണ്ടെത്തുന്നവരെ നാം ഒഴിവാക്കണം എന്നാണ്. വില്യം ഷേക്സ്പിയർ വിശദീകരിച്ചത്. 'പ്രിയപ്പെട്ട ബ്രൂട്ടസ്, നമ്മുടെ നക്ഷത്രങ്ങളല്ല നമ്മൾ തന്നെയാണ് കുറ്റക്കാർ, എന്നാണ്. മഹാത്മാഗാന്ധി എന്ന ഒന്നാംതരം ദൈവ വിശ്വാസി 'എനിക്കു ജ്യോതിഷത്തെക്കുറിച്ച് ഒന്നുമറിഞ്ഞുകൂടാ.

അത് ഒരു ശാസ്ത്രമാണെങ്കിൽ തന്നെ അതിന്റെ മൂല്യത്തെക്കുറിച്ച് ഉറപ്പിക്കുക. ഈശ്വരനിൽ വിശ്വസിക്കുന്നവരൊന്നും ജ്യോതിഷവുമായി ഒരു തരത്തിലും ബന്ധപ്പെട്ടുകൂടാ' എന്നാണ് സൂചിപ്പിച്ചത്.

ജ്യോതിശാസ്ത്രവും ജ്യോതിഷവും രണ്ടാണ്. ഒന്നു ശാസ്ത്രീയാധിഷ്ഠിതവും മറ്റേത് ഫലപ്രവചനരീതിയും ആണ്. എ.ഡി.1017-1030 കാലത്ത് ഭാരതത്തിൽ താമസിച്ച അഫ്ഗാനിസ്ഥാനിലെ ഗാസയിൽ നിന്നും വന്ന സഞ്ചാരിയുടെ *അൽ-ഹിന്ദ്* എന്ന കൃതി അക്കാലത്തെ ജ്യോതിഷ പ്രവചനത്തിന്റെ കള്ളികൾ പുറത്ത് കൊണ്ടുവരുന്നതാണ്. ഇദ്ദേഹം ഒരു ശാസ്ത്രജ്ഞൻ കൂടിയായിരുന്നു. ഭൂമിയുടെ വലിപ്പവും ഭ്രമണനിരക്കും അദ്ദേഹം കണക്കാക്കി. (ആര്യഭട്ടന്റെ സിദ്ധാന്തം അദ്ദേഹം ഉപയോഗിച്ചു). നിരവധി തരം രത്നക്കല്ലുകളുടേയും ഖനിജങ്ങളുടെയും സാന്ദ്രത അളന്നു തിട്ടപ്പെടുത്തി. താൻ സഞ്ചരിച്ച പ്രധാന നഗരങ്ങളുടെയെല്ലാം അക്ഷാംശവും രേഖാംശവും തിട്ടപ്പെടുത്തി. ഇത്രയേറെ ശാസ്ത്രബോധം പ്രദർശിപ്പിച്ച ഒരു വ്യക്തിയെ മധ്യകാലഘട്ടത്തിൽ കാണാൻ പ്രയാസമാണ്.

ആയിരം വർഷം മുമ്പ് പുരോഹിതർ എങ്ങനെയാണ് ജ്യോതിഷം ഉപയോഗിച്ച് ചൂഷണം നടത്തിയിരുന്നതെന്ന് അൽ-ബറൂണി പരിഹാസ്യരൂപത്തിൽ പറയുന്നുണ്ട്. 'ഹിന്ദു ജ്യോതിഷകൾക്ക് അറിയാം, ഗ്രഹണമുണ്ടാകുന്നത് ചന്ദ്രൻ ഭൂമിയുടെ നിഴലിൽ പതിക്കുമ്പോഴും ചന്ദ്രൻ സൂര്യനെ മറയ്ക്കുമ്പോഴും ആണെന്ന്. അവരുടെ കരണകൃതികളിൽ ഗ്രഹണം ഗണിക്കുന്നത് അതനുസരിച്ചാണ് താനും.' (രാഹു-കേതു പറഞ്ഞ ശേഷം ആ കഥയെ തള്ളിക്കളയുകയും യഥാർത്ഥ ഗ്രഹണകാരണം വിശദമാക്കുകയും ചെയ്ത വരാഹമിഹിരൻ പിന്നീട് ബ്രാഹ്മണരുടെ ആചാരങ്ങളെയും കർമ്മങ്ങളെയും ന്യായീകരിക്കുന്നതിനെയാണ് അൽ-ബറൂണി പരിഹസിക്കുന്നത്) അൽ-ബറൂണി തുടരുന്നു..............'വരാഹന്റെ ന്യായം ഇതാണ് "സാധാരണക്കാരൻ ചോദിക്കുന്നു, രാഹുകഥ സത്യമല്ലെങ്കിൽ പിന്നെ ബ്രാഹ്മണർ എന്തിന് സ്നാനം നടത്തണം? അതിനു കാരണമുണ്ട്. തല വേർപെട്ട രാഹു കരുണയ്ക്കായി യാചിച്ചു. ബ്രാഹ്മണൻ ഗ്രഹണസമയത്ത് അഗ്നിയിൽ അർപ്പിക്കുന്ന ഹോമദ്രവ്യങ്ങളിൽ ഒരു പങ്ക് ബ്രഹ്മാവ് അവനു നൽകി. അതുകൊണ്ട് ഗ്രഹണം നടക്കുമ്പോഴെല്ലാം അവൻ തന്റെ പങ്കിനായി ഗ്രഹണ സമീപമെത്തുന്നു. അപ്പോൾ ആളുകൾ അവനാണ് ഗ്രഹണ ധാരകൻ എന്നു ധരിക്കുന്നു. യഥാർത്ഥത്തിൽ അവനതിൽ പങ്കൊന്നുമില്ല. അത് ചാന്ദ്രപഥത്തിന്റെ ചരിവിനെയാണ് ആശ്രയിച്ചിരിക്കുന്നത്.'

ഇവിടെ 'സ്നാനം' എന്നത് വിശദീകരിക്കപ്പെടുന്നത് ഈ വിധത്തിൽ ആണ്. ഗ്രഹണം തുടങ്ങുമ്പോൾ ബ്രാഹ്മണർ അനുഷ്ഠിക്കുന്ന കർമം ആണിത്. ദേഹം മുഴുവൻ ചൂടുള്ള എണ്ണ പുരട്ടി, കഴുത്തോളം വെള്ളത്തിൽ ഇറങ്ങിനിന്ന് മന്ത്രങ്ങൾ ഉരുവിടണം. മന്ത്രങ്ങൾ ഉരുവിട്ടു തുടങ്ങിയാൽ അൽപ്പനേരത്തിനുള്ളിൽ രാഹു കടി വിടുന്നത് കാണാം. ആളു

കൾ അൽഭുതാദരങ്ങളോടെയാണ് ഈ കാഴ്ച കണ്ടു നിൽക്കുന്നത്. മന്ത്രം ചൊല്ലിയില്ലെങ്കിലും ഗ്രഹണം തീരുമെന്ന് അവർക്കറിയില്ലല്ലോ.

ഇപ്പോൾ ക്ഷേത്രങ്ങൾ അടച്ചിടുന്നത് ഇതിന്റെ മറുവശമാണ്. ക്ഷേത്രത്തിലെ വിഗ്രഹ ചൈതന്യം നഷ്ടപ്പെടുമെന്നാണ് വിശദീകരണം. 'ചൈതന്യം' ഭക്തർ ഓരോ വിഗ്രഹത്തിലും ആരോപിക്കുന്നതാണ്. ഏതു ദേവതയുടെ ചൈതന്യമാണ് വിഗ്രഹത്തിൽ എന്ന് തീരുമാനിക്കുന്നത് ഭക്തരും പുരോഹിതരുമാണ്. അങ്ങനെ ആരോപിച്ച് ഭക്തിപുരസരം ആരാധിക്കുന്ന വിശ്വാസിയാണ് വിഗ്രഹാരാധന നടത്തുന്നത്. ഇത് എപ്പോൾ വിഗ്രഹത്തിൽ ഉണ്ടാകും ഉണ്ടാകാതിരിക്കും എന്നൊക്കെയുള്ളത് വിശ്വാസികളുടെ നിലപാട് അനുസരിച്ചാണ്. ഭക്തിയുടെ യുക്തിതന്നെ ഈ വിധത്തിലാണെങ്കിൽ പിന്നെ ചൈതന്യത്തിന്റെ വരവും പോക്കും ഇതര ചടങ്ങുകൾക്ക് വിധേയമാകുന്നത് എങ്ങനെ?

അൽ-ബറൂണി തുടരുന്നു........

> ബ്രഹ്മ സ്ഫുട സിദ്ധാന്തത്തിന്റെ തുടക്കത്തിൽ ബ്രഹ്മ ഗുപ്തനും പറയുന്നു (ഗണിതത്തിലും ജ്യോതിശാസ്ത്രത്തിലും അക്കാലത്ത് അപാര പാണ്ഡിത്യമുണ്ടായിരുന്ന ജ്യോതി ശാസ്ത്രജ്ഞൻ) "ചിലർ കരുതുന്നു ഗ്രഹണം ഉണ്ടാക്കുന്നത് രാഹുവല്ല എന്ന്. അത് അബന്ധമാണ്. കാരണം ഗ്രഹണം ഉണ്ടാക്കുന്നത് അവൻ തന്നെയാണ്." ലോകവാസികളിൽ ഭൂരിഭാഗവും പറയുന്നത് അപ്രകാരമാണ്. ബ്രഹ്മാവിന്റെ തന്നെ മൊഴിയായ വേദവും മനുവിന്റെ സ്മൃതിയും ബ്രഹ്മസുതനായ ഗർഗന്റെ സംഗീതവും പറയുന്നത് രാഹുവാണ് ഗ്രഹണമുണ്ടാക്കുന്നത് എന്നാണ്, മറിച്ച് വരാഹമിഹിരനും ശ്രീശേഷണനും ആര്യഭടനും, വിഷ്ണുചന്ദ്രനും പറയുന്നത് രാഹുവല്ല, ചന്ദ്രനും ഭൂമിയുടെ നിഴലുമാണ് ഗ്രഹണമുണ്ടാക്കുന്നത് എന്നുമാണ്. ഇത് ആചാരവിരുദ്ധമാണ്. കാരണം രാഹുവല്ല ഗ്രഹണമുണ്ടാക്കുന്നതെങ്കിൽ ബ്രാഹ്മണൻ ആ സമയത്ത് ചെയ്യുന്ന കർമ്മങ്ങളെല്ലാം വൃഥാവിലാവില്ലെ? അത് അനുവദനീയമല്ല.

തുടർന്ന് ബ്രഹ്മഗുപ്തൻ സത്യമറിഞ്ഞുകൊണ്ട് ബ്രാഹ്മണരെ രക്ഷിക്കുന്നതിനെ പരിഹസിച്ചുകൊണ്ട് അൽ-ബറൂണി ഇങ്ങനെ പറയുന്നു-

> നമ്മൾ ബ്രഹ്മഗുപ്തനോട് തർക്കിക്കാൻ പോകുന്നില്ല, ചെവിയിൽ ഇങ്ങനെ മന്ത്രിക്കുക മാത്രം ചെയ്യുന്നു. എന്തിന് അങ്ങ് മറ്റുള്ളവരോട് വിശ്വാസികളായിരിക്കാൻ ആവശ്യപ്പെടുകയും സ്വയം അങ്ങനെ അല്ലാതിരിക്കുകയും ചെയ്യുന്നു? എന്തിന് ഇതൊക്കെ പറഞ്ഞതിനുശേഷം അങ്ങ് സൂര്യഗ്രഹണം കണക്കാക്കാൻ ചന്ദ്രന്റെ വ്യാസം കണക്കാക്കുകയും ചന്ദ്രഗ്രഹണം വിവരിക്കാൻ ഭൂ നിഴലിന്റെ വ്യാസം കണക്കാക്കുകയും ചെയ്യുന്നു. മുൻപറഞ്ഞ

> ആചാര വിരുദ്ധരോട് (ആര്യഭടനേയും മറ്റുമാണ് ഇവിടെ ആചാര വിരുദ്ധരായി കണക്കാക്കുന്നത്. ഭാരതത്തിൽ എണ്ണം പറഞ്ഞ ശാസ്ത്രജ്ഞർ (ഋഷിമാർ) ഉണ്ടായിരുന്നുവെന്ന് അഭിമാനം കൊള്ളാൻ പറയുന്നവർ ഓർക്കണം, ഈ തരം ശാസ്ത്രകാരന്മാരെ അന്ന് ആചാരവിരുദ്ധരായിട്ടാണ് കണക്കാക്കുന്നത്). യോജിക്കും വിധം എന്തിന് രണ്ടു ഗ്രഹണങ്ങളും ഗണിക്കുകയും താങ്കൾക്ക് കൂടുതൽ യോജിപ്പുള്ളവരുടെ രീതി സ്വീകരിക്കാതിരിക്കുകയും ചെയ്യുന്നു?'

അതായത് അന്ധവിശ്വാസ പ്രചാരണം പുരോഹിത വർഗത്തിന് ഏതു കാലത്തും ആവശ്യമാണ്. മുമ്പ് രാജാക്കന്മാരെ ഈ കാര്യത്തിൽ പുരോഹിതർക്ക് ഇംഗിതം നടപ്പാക്കാൻ ലഭിച്ചിരുന്നുവെങ്കിൽ ഇപ്പോൾ ശാസ്ത്രവിരുദ്ധരായ ഭരണാധികാരികളെ ലഭിക്കുന്നു. അവർക്ക് അവരുടെ ജനവിരുദ്ധ സമീപനത്തിന് തടയിടാൻ ജനങ്ങളിൽ അന്ധവിശ്വാസം നിലനിൽക്കേണ്ടത് അനിവാര്യമാണ്. ഫ്യൂഡലിസത്തിലെ ഈ രീതി മുതലാളിത്തവും കൈവെടിയുന്നില്ല.

സ്ത്രീകളും പുരുഷൻമാരും ഇതിന്റെ ഇരയാണെങ്കിലും ദുരന്തം കൂടുതൽ പേറുന്നത് സ്ത്രീകളാണ്. മറ്റെല്ലാ കുടുംബകാര്യങ്ങൾ നടത്തുന്ന കൂട്ടത്തിലും ആൾ ദൈവങ്ങൾക്കരികിലേക്കും ജ്യോൽസ്യൻമാരുടെ മുമ്പിലേക്കും ചെല്ലുന്നതിൽ സ്ത്രീകളാണ് മുന്നിൽ.

ചൊവ്വയിലേക്ക് മനുഷ്യൻ യാത്ര നിശ്ചയിച്ചു കഴിഞ്ഞിട്ടും അതിന്റെ ഒരുക്കങ്ങളും പരിശീലനങ്ങളും ആരംഭിച്ചിട്ടും ചൊവ്വ ഇപ്പോഴും വിവാഹം മുടക്കിക്കൊണ്ടിരിക്കുന്നു. ആരുടെ? ഭൂഗോളത്തിലെ, ഏഷ്യാ ഭൂഖണ്ഡത്തിലെ, ഇന്ത്യാ രാജ്യത്തെ ഹൈന്ദവ വിശ്വാസികളിൽ ഒരു വിഭാഗത്തിലെ സ്ത്രീകളുടെ മാത്രം. ഇങ്ങനെ മനുഷ്യരോട് മതാടിസ്ഥാനത്തിൽ വിവേചനം കാണിക്കുന്ന ഒരു 'ദുഷ്ടനായി' ചൊവ്വ മാറിയിരിക്കുകയാണ്.

റോബർട്ട് ഗ്രീൻ ഇങ്കർസോൾ പറയുന്നത് 'ജനങ്ങൾ അൽപ്പം കൂടി അജ്ഞരായിരുന്നെങ്കിൽ ജ്യോതിഷം പരിപുഷ്ടമായേനെ, ജനങ്ങൾ അൽപ്പം കൂടി പ്രബുദ്ധരായിരുന്നെങ്കിൽ മതം നശിച്ചേനെ.'

ശാസ്ത്രം വളരുമ്പോൾ കപട ശാസ്ത്രങ്ങൾ ഇല്ലാതാകും എന്നു കരുതുന്നത് പൂർണമായും ശരിയാകുന്നില്ല. ഏറ്റവും കൂടുതൽ അന്ധവിശ്വാസികൾ ഉള്ള നമ്മുടെ നാട്ടിലെ ഒരു മേഖല വിദ്യാസമ്പന്നരുടെ ഇടമാണ്. അതുപോലെ രാജ്യങ്ങളിൽ മുമ്പിലാണ് U.S.A. അവർ സൈക്കിക് പവർ, പാരാസൈക്കോളജി, പിരമിഡ് പവർ, ഓറ റീഡിംഗ് തുടങ്ങിയ ശാസ്ത്ര മുഖംമൂടിയണിഞ്ഞ പുത്തൻ കപട ശാസ്ത്രങ്ങളോട് താൽപര്യം കാട്ടുന്നു. ഇത്തരം ശാസ്ത്രവിരുദ്ധ സമീപനങ്ങളോട് പൊരുതിയില്ലെങ്കിൽ ശാസ്ത്ര സാങ്കേതിക വിദ്യകളെ കപട ശാസ്ത്രത്തിന് ഉപയോഗിക്കും. കമ്പ്യൂട്ടറും കിർളിയൻ ഫോട്ടോഗ്രാഫിലും പോലെ.

കോവിഡ് സമയത്ത് പ്രധാനമന്ത്രി പാത്രം കൊട്ടി ആരോഗ്യ പ്രവർത്തകർക്ക് ഐക്യദാർഢ്യം പ്രഖ്യാപിക്കാൻ ജനങ്ങളോട് പറഞ്ഞ

പ്പോൾ പ്രമുഖ നടൻ മോഹൻലാൽ കുറിച്ചത് 'പാത്രങ്ങൾ മുട്ടുമ്പോൾ കേൾക്കുന്ന ശബ്ദം ഒരു മന്ത്രമായി മാറി കൊറോണ വൈറസിനെ തുരത്തുമെന്നാണ്.' (യഥാ രാജാ തഥാപ്രജ:)

"ശുക്രൻ ഏഴിലാണെങ്കിൽ ജാതകൻ സമ്പത്തും സൗന്ദര്യവും ഉള്ള ഭാര്യയുള്ളവനാകും. പക്ഷേ, മൂപ്പർക്ക് താൽപര്യം പരസ്ത്രീകളിലാകും. ശുക്രൻ 12-ാം ഭാവത്തിൽ നിന്നാൽ മൃഷ്ടാന്ന ഭോജന സുഖവും സമ്പൽ സമൃദ്ധിയും ഉണ്ടാകും." ശുക്രന്റെ ഓരോ പണികളേ!

റോമാക്കാരുടെ 'വീനസ്' ആണ് നമ്മുടെ ശുക്രൻ. ഉപരിതലചൂട് 450 ഡിഗ്രിയാണ്. സൂര്യ-ചന്ദ്രൻമാർ കഴിഞ്ഞാൽ ഏറ്റവും തിളക്കമുള്ളവൻ. ഏപ്രിൽ മാസത്തിൽ ചന്ദ്രന്റെ സമീപം എത്തും. ഹൈന്ദവ പുരുഷൻമാരിൽ പരസ്ത്രീഗമനത്തിന് പ്രേരണ ജനിപ്പിക്കാൻ. സൂര്യനിൽ നിന്നും 10 കോടി കി.മീറ്റർ ദൂരെ 243 ഭൗമദിനം കൊണ്ട് ഒന്നു തിരിഞ്ഞു വരാൻ.

നരേന്ദ്ര ധബോൽക്കർ ഹിന്ദു തീവ്രവാദികളിൽ നിന്ന് വെടിയേറ്റ് മരിച്ചതിന്റെ ഒരു കാരണം നോക്കു!

ജ്യോതിശാസ്ത്രജ്ഞരായ ജയന്ത് നാർലിക്കർ, ശാസ്ത്രപ്രവർത്തകരായ സുധാകർ കുന്തെ, പ്രകാശ്ഘഡ്പടേ, നരേന്ദ്ര ധബോൽക്കർ എന്നിവർ ചേർന്ന് മഹാരാഷ്ട്രയിൽ ഒരു പഠനം നടത്തി (കറന്റ് സയൻസസ്, വാല്യം 96, നമ്പർ-5 മാർച്ച് 10, 2009) പഠനത്തിനായി മിടുക്കരായ 100 കുട്ടികളുടേയും (ഗ്രൂപ്പ് എ) ബുദ്ധിയിൽ മാന്ദ്യമുള്ള 100 കുട്ടികളുടേയും (ഗ്രൂപ്പ് ബി) ഗ്രഹ നിലകൾ ശേഖരിച്ചു. 40 എണ്ണം കൂട്ടിക്കലർത്തി പഠനത്തിൽ സഹകരിക്കാൻ തയ്യാറായ 51 ജ്യോൽസ്യൻമാർക്ക് അയച്ചു കൊടുത്തു. അവരോട് ആവശ്യപ്പെട്ടത് ഓരോ ജാതകനും ഏതു ഗ്രൂപ്പിൽ പെടുന്നുവെന്ന് കണ്ടെത്താനാണ്? 27 ജ്യോൽസ്യന്മാരെ ഫലം അയച്ചുകൊടുത്തുള്ളു.

200 എണ്ണവും പിന്നീട് ഒരു ജ്യോതിഷ ഇൻസ്റ്റിറ്റ്യൂട്ടിനും നൽകി. ഫലം ടോസ്സ് ചെയ്താൽ കിട്ടുന്നതിലും ഒട്ടും മെച്ചമായിരുന്നില്ല. സഹകരിക്കാത്തവരുടെ സമീപനം 'ഉണ്ണികളെ പരീക്ഷണം വേണ്ട' എന്ന നിലയിൽ ആയിരുന്നു.

പുരുഷന് രണ്ടാം ഭാവത്തിൽ ശനി നിന്നാൽ മഠയനും മണ്ടനും ആകും. മുഖത്തിന് വൈരൂപ്യം വരും. മൂന്നാം ഭാവത്തിലാണെങ്കിൽ നല്ല ഭാര്യയേയും സമ്പത്തും ലഭിക്കും. ഇനിയുള്ള പ്രസവങ്ങൾ ഡോക്ടറെ കണ്ട് ശനി രണ്ടാം ഭാവത്തിൽ നിന്ന് മൂന്നാംഭാവത്തിൽ എത്തുമ്പോൾ സിസേറിയൻ നടത്താൻ പറയണം. ഇല്ലെങ്കിൽ മുഖ സൗന്ദര്യത്തിൽ മമ്മൂട്ടിയും മാമൂക്കയും തമ്മിൽ ഉള്ള വ്യത്യാസം ഉണ്ടാകും.

ആർത്തവുമായി ബന്ധപ്പെട്ടും സ്ത്രീവിദ്വേഷ ജ്യോതിഷം ഉണ്ട്. പെൺകുട്ടികൾക്ക് ആദ്യാർത്തവം സംഭവിക്കുന്ന നേരത്തെ ലഗ്നമാണ് ഋതുലഗ്നം. ഇതിന്റെ ഏഴാം രാശിയിൽ ആദിത്യൻ ദുഃഖവും ചന്ദ്ര-ശുക്രൻമാർ മരണവും ചൊവ്വ ബന്ധനവും ബുധൻ പുത്രനാശവും വ്യാഴം

നാശവും ശനി വൈധവ്യവും രാഹു കേതുക്കൾ ദാരിദ്ര്യവും ഫലം ചെയ്യുന്നു. രജസ്സ് താൻതന്നെ ദർശിച്ചാൽ പെൺകുട്ടിക്ക് ദുഃഖവും വിവാഹിത കണ്ടാൽ മംഗല്യ വർദ്ധനവും വിധവ കണ്ടാൽ വൈധവ്യവും ദാസി കണ്ടാൽ സുഖസമ്പത്തുകളും പുരുഷൻ കണ്ടാൽ ദാരിദ്ര്യവും കന്യക കണ്ടാൽ ഭാഗ്യസമൃദ്ധിയും ഫലം. (ഇതിൽ ഏതാണ് താൽപ്പര്യം എന്നു വച്ചാൽ, രജസ്വല ആകുമ്പോൾ ആ ആളിനെ വിളിച്ച് കാണിച്ചാൽ മതി).

സ്ത്രീകളുടെ ആർത്തവ ചക്രം ഏതാണ്ട് 28 ദിവസം ആണ്. ഒരു ചാന്ദ്രമാസം 29 1/2 ദിവസവുമാണ്. ഇങ്ങനെ ഒരു സാമ്യം ഉണ്ടെന്നല്ലാതെ ശാസ്ത്രീയമായി ഇത് തമ്മിൽ ബന്ധമില്ല. ഇത് സ്ത്രീകളുടെ പരിണാമ ഘടനയിലെ യാദൃച്ഛികത മാത്രമാണ്. ആർത്തവം എലിക്ക് 5 ദിവസവും പന്നിക്കും പശുവിനും 21 ദിവസവും കുരങ്ങുകൾക്ക് 25 ദിവസവും ചിമ്പാൻസിക്ക് 37 ദിവസവുമാണ്. പ്രപഞ്ച ഗ്രഹങ്ങളും നക്ഷത്രങ്ങളും ഉപഗ്രഹങ്ങളും ഉണ്ടായി കഴിഞ്ഞ് എത്രയോ കോടി വർഷം കഴിഞ്ഞാണ് ജീവജാലങ്ങൾ ഉണ്ടായത്. മനുഷ്യനെ മാത്രമായി ചന്ദ്രൻ സ്വാധീനിച്ചത് എന്താണ്. മനുഷ്യന് മുമ്പാണ് പക്ഷി മൃഗാദികൾ രൂപപ്പെട്ടത്. ഭാവിയിൽ ചൊവ്വയിൽ (കുജൻ) ചെന്ന് കുറെക്കാലം താമസിച്ചാൽ ആർത്തവം തന്നെ ഇല്ലാതാകുമോ?

ഇനി ജ്യോതിഷത്തിൽ കച്ചവടം എങ്ങനെ പ്രവർത്തിക്കുന്നുവെന്നതും ശ്രദ്ധേയമാണ്. കാശു മുടക്കിയാൽ ഗ്രഹദോഷം പരിഹരിക്കാം. ഓരോ ഗ്രഹണത്തിനും പറ്റിയ കല്ലുകൾ വിപണിയിൽ കിട്ടും. സൂര്യൻ-മാണിക്യം, ചന്ദ്രൻ- ചന്ദ്രകാന്തം, പെൺപവിഴം, ചൊവ്വ- ചെമ്പവിഴം, ബുധൻ-മരതകം, വ്യാഴം- പുഷ്യരാഗം, ശുക്രൻ- വജ്രം, ശനി-ഇന്ദ്രനീലം, രാഹു-ഗോമേദകം.

ആഭരണ വ്യാപാരികൾ ആഗോളവൽക്കരണ കാലത്ത് അന്ധവിശ്വാസത്തിന്റെ വ്യാപാരികളാകുന്നത് ഈ വിധത്തിലാണ്.

'അക്ഷയ തൃതീയ' ഈ അടുത്ത കാലത്ത് ആരംഭിച്ച വ്യവസായമാണ്. ഏറിയാൽ ഒരു വ്യാഴവട്ടം. സ്ത്രീകളുടെ മുഴുവൻ സമ്പാദ്യവും ഈ സമയത്ത് ആഭരണമാക്കി മാറ്റാൻ സ്വർണ്ണ വ്യാപാരികൾക്ക് കഴിയുന്നു. അയൽക്കാരുമായുള്ള മൽസരത്തിന്റെ ഒരു വേദികൂടിയാണ് ആഭരണ മൽസരം. കോവിഡ് കാലത്ത് 'അക്ഷയ തൃതീയ'യിൽ കച്ചവടം നടന്നില്ല. നടന്നിരുന്നുവെങ്കിൽ ആ ഐശ്വര്യത്താൽ കോവിഡ് വൈറസ്, സ്വർണ്ണം വാങ്ങാത്തവരുടെ സമീപത്തേക്കു പോയേനെ.

വെള്ളിയാഴ്ച പുരുഷൻ ചന്ദ്രനെ കണ്ടാൽ സ്ത്രീ സംഭോഗം ഫലം. വെള്ളിയാഴ്ച ഒരു പെൺകുട്ടിയെ ലൈംഗികമായി പീഡിപ്പിച്ച കുറ്റവാളി കോടതിയിൽ വാദിച്ചത് 'തന്റെ കുറ്റം കൊണ്ടല്ല പീഡിപ്പിച്ചത്, വെള്ളിയാഴ്ചയിലെ ചന്ദ്ര ദർശനം കൊണ്ടാണെന്നാണ്.'

സ്ത്രീ ജാതകത്തിൽ ഏഴാം ഭാവത്തിൽ ബുധനും ശനിയും ചേർന്നുവരികയോ അവയിലൊന്നിന്റെ സ്വക്ഷേത്രമാവുകയോ ചെയ്താൽ ഭർത്താവ് ലൈംഗിക ശേഷി ഇല്ലാത്തവനാകും. ശനി ഏഴാം ഭാവത്തിൽ

സ്വക്ഷേത്രത്തിലെ അംശത്തിലോ ആണെങ്കിൽ ഭർത്താവ് കിഴവനോ വിഡ്ഢിയോ ആയിരിക്കും. ഈ പേരിൽ എത്രയോ സ്ത്രീകളുടെ ജീവിതം നശിപ്പിച്ചിരിക്കുന്നു.

ഒരാൾക്ക് എത്ര ഭാര്യമാരുണ്ടാകും? അത് ഏഴാം ഭാവാധിപനും ശുക്രനുമായി ചേർന്ന് എത്ര ഗ്രഹങ്ങളുണ്ടെന്നതിനെ അടിസ്ഥാനമാക്കിയാണ് ഉണ്ടാകുന്നത്. ഈ ഗ്രഹ സംഖ്യക്ക് തുല്യമാണ് ഭാര്യമാരുടെ എണ്ണം.

സ്ത്രീകൾക്ക് പ്രതിമാസവും ആർത്തവം ഉണ്ടാകാൻ കാരണം ആരാണ്? കുജനും ചന്ദ്രനും ആണ്. ചന്ദ്രൻ രക്തവും കുജൻ പിത്തവും ആണ്. പിത്തം കൊണ്ട് രക്തം ദുഷിക്കുമ്പോഴാണ് ആർത്തവം ഉണ്ടാകുന്നത്. അതായത് കുജേന്ദു ഹേതുവാണ് ആർത്തവം. സ്ത്രീകളുടെ ആർത്തവം കുറ്റമായി കാണുന്നവർ അയ്യപ്പനെ പ്രസാദിച്ച് ചന്ദ്ര-കുജൻമാരെ ആകാശത്ത് നിന്ന് മാറ്റി നിർത്തിയാൽ സ്ത്രീകൾക്ക് പ്രായഭേദമന്യേ ശബരിമല ദർശനം സാധ്യമാകും.

കെ.പി. കേശവപിള്ളയുടെ 'ജ്യോതിഷ ഗുരുഭൂതൻ' അനുസരിച്ച് സ്ത്രീ ജാതകത്തിൽ ശനിയുടെയും കുജന്റെയും ക്ഷേത്രങ്ങളിൽ ഒന്ന് ലഗ്നമായി വരികയും അവിടെ പാപദൃഷ്ടിയോടുകൂടിയ ചന്ദ്രനും ശുക്രനും നിൽക്കുകയും ചെയ്താൽ അവളും അവളുടെ മാതാവും വ്യഭിചാരിണികളായിരിക്കും. പുരുഷ ജാതകത്തിൽ രണ്ടും പന്ത്രണ്ടും ഭാവ ജാതകൻമാർ ഗുരുവിന്റെയോ ഒമ്പതാം ഭാവാധിപന്റെയോ ദൃഷ്ടിയോടുകൂടി മുന്നിൽ നിന്നാൽ അവനു ചുറ്റും എപ്പോഴും സ്ത്രീകൾ കാത്തു നിൽക്കും. വ്യഭിചാരത്തിന് വ്യഭിചാരികളുടെ പേരിൽ കേസെടുക്കാതെ ശനി-കുജൻമാരെ ശിക്ഷിക്കുന്ന നിയമം കൊണ്ടുവരുന്നത് നീതിയായിരിക്കും. ഇന്ത്യൻ ശാസ്ത്രകോൺഗ്രസ്സ് ഇക്കാര്യത്തിൽ തീരുമാനമെടുക്കണം. രോഗം മാറാൻ ചാണകവെള്ളത്തിൽ കുളിക്കുന്ന കേന്ദ്ര മന്ത്രിമാർ ഇതിൽ മുൻകൈയെടുക്കണം.

അല്ലാതെ വിവേകാനന്ദൻ പറഞ്ഞത് പരിഗണിക്കാൻ സാധ്യത ഇല്ലല്ലോ. 'ഞാൻ യുക്തി ബോധത്തിൽ വിശ്വസിക്കുന്നു. സർവ്വജ്ഞത സൃഷ്ടിക്കുന്ന നാശം ഞാൻ ധാരാളം കണ്ടു കഴിഞ്ഞു. സർവ്വജ്ഞത പാരമ്യത്തോളം പോയ ഒരു രാജ്യത്താണ് ഞാൻ ജനിച്ചത്.' പ്രശസ്ത ഗണിത ശാസ്ത്രജ്ഞനായ ഡേവിഡ് ഹിൽബർട്ട് പറഞ്ഞത്, 'ലോകത്തിലെ ഏറ്റവും വിജ്ഞൻമാരായ പത്ത് പേരോട് ലോകത്തിലെ ഏറ്റവും വലിയ മണ്ടത്തരം ഏതാണെന്ന് ചോദിച്ചു നോക്കൂ. ജ്യോൽസ്യത്തേക്കാൾ വലിയ ഒന്നും അവർക്ക് കണ്ടെത്താൻ കഴിയില്ല.'[23]

അമ്മദൈവങ്ങളും അയ്യപ്പനും

കേരളത്തിൽ മാതൃദേവതാ സങ്കൽപ്പത്തിനാണ് ആദി കാലത്ത് പ്രാമുഖ്യമുണ്ടായിരുന്നുവെന്നത് നിസ്തർക്കമായ കാര്യമാണ്. ഇതുമായി ബന്ധപ്പെട്ട് പഠനങ്ങൾ സുലഭമല്ലെങ്കിലും പല പ്രധാന നിരീക്ഷണങ്ങളും ശ്രദ്ധേയമാണ്.

അവൈദിക മതങ്ങളിലേക്ക് വൈദിക മതവിശ്വാസങ്ങൾ കടന്നുവന്നത് എങ്ങനെയാണെന്ന് കേരളത്തിലെ ക്ഷേത്രകലകൾ സൂചിപ്പിക്കുന്നുണ്ട്. ആദ്യ കാല ക്ഷേത്ര കലകളിലധികവും ദാരിക വധം നടത്തിയ ഭദ്രകാളിയുടെ അപദാനങ്ങളാണ് പ്രകീർത്തിക്കുന്നത്. ഭദ്രകാളിത്തീയാട്ട്, മുടിയേറ്റ്, പടയണി, പുതനും തിറയും, മുടിയെടുപ്പ് തുടങ്ങിയവയെല്ലാം ഭദ്രകാളിയുടെ അപദാനങ്ങൾ വാഴ്ത്തുന്നവയാണ്. പിന്നീട് രാമൻ, കൃഷ്ണൻ തുടങ്ങിയ ദൈവങ്ങൾക്കു ക്ഷേത്രകലകളിൽ പ്രവേശനം ലഭിച്ചു. പുതിയ ദൈവങ്ങളും പഴയ ദൈവങ്ങളെ അംഗീകരിച്ചിരിക്കുന്നതായി വ്യക്തമാക്കാൻ പ്രത്യേകം ശ്രദ്ധിച്ചിരുന്നു. ഉദാഹരണമായി പാലക്കാടൻ പ്രദേശങ്ങളിൽ *കമ്പരാമായണം* ആടൽപറ്റിനെ അടിസ്ഥാനമാക്കിയുള്ള പാവക്കൂത്ത് അവതരിപ്പിക്കുവാനുള്ള കൂത്തുമാടങ്ങളെല്ലാം ദേവീക്ഷേത്രങ്ങളിലാണ്. രാമായണം നിഴൽ നാടകങ്ങൾ അവതരിപ്പിക്കുന്നത് തന്നെ ഭഗവതിക്ക് കാണാൻ വേണ്ടിയാണ്. ഭാരതം കഥ അവതരിപ്പിക്കുന്ന ഐവർകളിയും നടത്തേണ്ടത് ഭഗവതി ക്ഷേത്രങ്ങൾക്കു മുന്നിലാണ്. സമരോൽസുകങ്ങളായ അടിച്ചേൽപ്പിക്കലുകളായിരുന്നില്ല, തന്ത്രപൂർവ്വമുള്ള അനുനയ സമ്പ്രദായത്തിലൂടെയായിരുന്നു വൈദിക മൂർത്തികൾക്ക് കേരളത്തിൽ പതുക്കെ പതുക്കെ പ്രാധാന്യം കൈവന്നത്. ശൈവക്ഷേത്രങ്ങളിൽ ശൈവ കഥകൾക്കു പുറമെ വൈഷ്ണവ കഥകളും വിഷ്ണു ക്ഷേത്രങ്ങളിൽ വൈഷ്ണവ കഥകൾക്കു പുറമെ ശൈവ കഥകളും ചുവർ ചിത്ര

ങ്ങളും മറ്റും ചിത്രീകരിക്കാമെന്ന് കേരളീയർ നിശ്ചയിച്ചത് ഈ സമന്വയ ദർശന ഫലമാണ്.

'ശ്രീകോവിലിന്റെ തെക്കുവശത്ത് ശൈവമൂർത്തികളുടെ ചിത്രങ്ങളും ശിൽപ്പങ്ങളും വേണമെന്നും പടിഞ്ഞാറുഭാഗത്ത് നരസിംഹം, രാമൻ തുടങ്ങിയ മൂർത്തികളാകാമെന്നും വടക്കു ഭാഗത്ത് സ്വാത്വിക വൈഷ്ണവ മൂർത്തികൾ ചിത്രീകരിക്കാമെന്നും ഒരലിഖിത നിയമം ഉണ്ടായത് ഈ ദർശനത്തിന്റെ സംഭാവനയാണ്. രൂപവിധാനങ്ങളോടുകൂടിയ വിഷ്ണു ക്ഷേത്രങ്ങളിൽ അറുപത് ശതമാനം ആലേഖനങ്ങൾ വൈഷ്ണവ സങ്കൽപ്പങ്ങളേയും പ്രതിനിധാനം ചെയ്യുന്നത് ഇതേ കാരണത്താലാണ്.

അവൈദികം, വൈദികം എന്നിങ്ങനെ രണ്ട് വ്യത്യസ്ത ധാരകളുടെ സമന്വയമാണ് കേരളീയ സങ്കൽപ്പങ്ങളിലെ ദേവതാ പ്രതിനിധാനം. ഈ രണ്ട് സങ്കൽപ്പങ്ങൾക്കു പുറമേ അവൈദികമായ ഒരാര്യ സങ്കൽപ്പവും ഇവിടെ അന്തർധാരയായി പ്രവർത്തിച്ചിരുന്നു.'[24]

ഈ നിരീക്ഷണം വളരെ വിശാലമായ ഒരു ആരാധനാ പാരമ്പര്യത്തിലേക്ക് വെളിച്ചം വീശുന്നവയാണ്. ദക്ഷിണേന്ത്യയിലേക്കുള്ള ആര്യാധിനിവേശം ഏറെക്കുറെ ചരിത്രകാരൻമാർ അംഗീകരിച്ച കാഴ്ചപ്പാടാണ്. ഇവിടെ വൈദികം എന്നത് ആര്യകാഴ്ചപ്പാടും അവൈദികം എന്നത് പൊതുവെ ദ്രാവിഡരീതിയുമാണ്. എന്നാൽ ഇത് പലപ്പോഴും മിശ്രമായും കാണുന്നുമുണ്ട്.

വൈദികാരാധനയിൽ വൈഷ്ണവ സങ്കൽപ്പത്തിനും അവൈദികാരാധനയിൽ ശൈവ സങ്കൽപ്പത്തിനുമാണ് മുൻതൂക്കം. ഈ സമ്പ്രദായം കേരളം പോലുള്ള പ്രദേശങ്ങളിൽ ഇപ്പോൾ വേർതിരിക്കാനാകാത്ത വിധം കൂടിച്ചേർന്നു കഴിഞ്ഞിട്ടുണ്ട്. വൈഷ്ണവ ശൈവ മതങ്ങൾ തമ്മിൽ രാജ്യത്തിന്റെ വടക്കൻ പ്രദേശങ്ങളിൽ ഒരു കാലത്ത് നിലനിന്നിരുന്ന സംഘർഷം പ്രസിദ്ധമാണ്. എന്നാൽ ബ്രാഹ്മണരുടെ തെക്കൻ ദേശങ്ങളിലെ കുടിയേറ്റത്തോടുകൂടി ഇവ രണ്ടിനെയും സമന്വയിപ്പിക്കുന്ന രീതി കൊണ്ടുവന്നുവെന്ന് മാത്രമല്ല പല പ്രാദേശിക ദൈവങ്ങളേയും ഇവരുടെ ബന്ധുക്കളാക്കി മാറ്റിയിട്ടുണ്ട്.

ഉദാഹരണത്തിന്, തമിഴരുടെ ഏറ്റവും പ്രധാന ആരാധനാമൂർത്തിയാണ് മുരുകൻ. ഒരുവിധപ്പെട്ട തമിഴ് പുരുഷൻമാരുടെ എല്ലാം പേരുകൾ മുരുകൻ എന്നുമാണ്. മുരുകൻ കൊറ്റവ എന്ന ദ്രാവിഡ ദൈവമായിരുന്നു. വൈദികാരാധനാ അധിനിവേശത്തിൽ കൊറ്റവൈ, മുരുകൻ ആവുകയും ക്രമേണ ശിവപുത്രനായി സങ്കൽപ്പിക്കപ്പെടുകയും ചെയ്തു. ഇപ്പോൾ മഹാഭൂരിപക്ഷവും കരുതുന്നത് ശിവന്റെ മകനാണ് മുരുകൻ എന്ന നിലയിലാണ്.

ഇനി നാം ശബരിമലയെക്കുറിച്ച് ചിന്തിച്ചാലും ഇതിന്റെ അനുരണനങ്ങൾ കാണാം. 'സമരോൽസുകങ്ങളായ അടിച്ചേൽപ്പിക്കലുകളില്ലാതെ തന്ത്രപൂർവ്വമുള്ള അനുനയ സമ്പ്രദായം' ഇവിടെ പ്രയോഗിച്ചിരിക്കുകയാണ്. അങ്ങനെയാണ് ആര്യ-ദ്രാവിഡ ദൈവങ്ങളായ വിഷ്ണു-ശിവ

ലയനവും മഹാവിഷ്ണു-മോഹിനി ശൈവചേരുവകളും രൂപമെടുത്ത് അയ്യപ്പ ജനനത്തിലേക്ക് എത്തുന്നത്.

ശൈവ-വൈഷ്ണവ തർക്കങ്ങൾക്ക് ഇതിനേക്കാൾ കാൽപ്പനികമായ ഒരു പരിഹാരം എങ്ങനെയുണ്ടാകും? നഷ്ടമായത് ബുദ്ധ മതക്കാർക്ക് തങ്ങളുടെ ഒരു ആരാധനാലയവും ആദിവാസികൾക്ക് തങ്ങളുടെ ഒരു മലദൈവത്തെയും!.

ശബരിമല ബൗദ്ധരിൽനിന്നും 'സംഘർഷരഹിതമായി' കവർന്നെടുക്കുകയായിരുന്നുവെന്ന് വ്യക്തം.(ശബരിമലയിൽ കാട്ടുതാമസക്കാരുടെ ചെറുത്ത് നിൽപ്പ് ഉണ്ടായിരുന്നുവെന്നും ചില ചരിത്ര സൂചനകൾ ഇല്ലാതില്ല).

സ്ത്രൈണാരാധനയ്ക്ക് മുൻതൂക്കമുണ്ടായിരുന്ന ആദിമ സമൂഹഘടന നിലനിന്നിരുന്ന കേരളത്തിൽ പിന്നീട് കടന്നുവന്നത് ബൗദ്ധ-ജൈനാരാധന ആയിരുന്നു. ഇതിനെയാണ് വൈദികാരാധനാസമ്പ്രദായം പൊളിച്ചു നീക്കിയത്. ഇക്കൂട്ടത്തിൽ വളരെ സമർത്ഥമായി അമ്മദൈവാരാധനയുടെ മുൻതൂക്കം ഇല്ലാതാക്കി. അത് പ്രധാനമായും കാവുകളുടെ സ്ഥാനത്ത് ക്ഷേത്രങ്ങൾ പടുത്തുയർത്തികൊണ്ടായിരുന്നു.

ശബരിമല കൈയടക്കിയതിന്റെ ഏറ്റവും ജ്വലിക്കുന്ന തെളിവ് നിരത്താൻ കഴിയുന്നത് സഞ്ചാരിയായ ഹുയാൻ സാങിന്റെ വാക്കുകൾ തന്നെയാണ്. യാതൊരു വിധ താൽപ്പര്യാധിഷ്ഠിത നിലപാടും പങ്കുവയ്ക്കാൻ ബാധ്യത ഇല്ലാത്ത, പിൽക്കാലത്ത് ഈ കാര്യം വിവാദമാകുമെന്ന് സ്വപ്നം പോലും കാണാനിടയില്ലാതിരുന്ന സഞ്ചാരിയായിരുന്നു ചൈനാക്കാരനായ ഹുയാൻസാങ്. ഇദ്ദേഹം ബുദ്ധ ഭിക്ഷുവായിരുന്നു. ബുദ്ധമതത്തിന്റെ വിളനിലമായ ഇന്ത്യയും അത് ഒരുകാലത്ത് പന്തലിച്ചിരുന്ന ഇന്ത്യയുടെ തെക്കൻ ദിക്കുകളും കാണുന്നതിന്റെ ഭാഗമായിട്ടാണ് അദ്ദേഹം ഇന്നു കേരളം എന്നറിയപ്പെടുന്ന ഭൂ ഭാഗത്തിലും എ.ഡി. 7-ാം നൂറ്റാണ്ടിൽ എത്തിച്ചേർന്നത്.

അദ്ദേഹം എഴുതിയ സഞ്ചാരകൃതിയിലാണ് ഈ കാര്യങ്ങൾ വ്യക്തമാക്കിയിരിക്കുന്നത്. *The Great Tang Dynasty Record of the Western Regions* എന്നാണ് കൃതിയുടെ പേര്. എ.ഡി. 642-ൽ ഇദ്ദേഹം കാഞ്ചീപുരത്ത് എത്തിയതായി രേഖപ്പെടുത്തിയിട്ടുണ്ട്.

ബുദ്ധമതത്തിൽ വിഗ്രഹാരാധന കൊണ്ടുവന്നത് മഹായാന ബുദ്ധമതക്കാരാണെന്ന് അനുമാനമുണ്ട്. ബുദ്ധനെ മനുഷ്യരൂപത്തിൽ ശിൽപ്പത്തിലാക്കുന്നത് ഗാന്ധാര ശൈലിയുള്ള ശിൽപ്പ നിർമ്മാണ ശൈലിയിലാണ്. അതിനുമുമ്പ് പ്രധാനമായും മനുഷ്യാകാരത്തിന് പകരം പാദം, ചക്രം, താമര എന്നീ പ്രതീകങ്ങളിലൂടെ ആയിരുന്നു.

ബുദ്ധാനന്തരം ലോക രക്ഷ ഏറ്റെടുക്കാൻ ഉൽഭൂതമായതെന്ന് മഹായാനക്കാർ വിശ്വസിക്കുന്നവരെയാണ് ബോധിസ്വത്വൻമാർ എന്നുവിളിക്കുന്നത്. ഇവർ ധ്യാനബുദ്ധൻമാർ എന്ന പേരിലും ആവിഷ്കരിക്കപ്പെട്ടു. ആരാധനയ്ക്ക് പ്രതീകം ആഗ്രഹിക്കുന്നവർക്ക് ഇവർ ദൈവങ്ങളായി

മാറി. ഇതാണ് വജ്രയാന ബുദ്ധ മതം അഥവാ താന്ത്രിക ബുദ്ധമതമായി കണക്കാക്കി പോന്നത്. ഇത് ഹൈന്ദവാരാധനയുമായി കൂടി കലർന്നു. ബുദ്ധമതത്തിലെ പ്രധാന ശാഖയായ ഹീനയാന വിഭാഗം നിർവ്വാണ പ്രാപ്തിയിലൂടെ ആത്യന്തിക ലക്ഷ്യം കൈവരിക്കുമെന്ന് വിശ്വസിക്കുമ്പോൾ ഹീനയാനം ബോധിസത്വൻമാരിലുള്ള ഭക്തിയിൽ വിശ്വാസമർപ്പിച്ച് അതിന്റെ മൂർദ്ധന്യതയിൽ വിലയിക്കുന്നു.

കേസരി ബാലകൃഷ്ണപിള്ളയുടെ നിരീക്ഷണം ഇക്കാര്യത്തിൽ ഏതാണ്ട് ഇങ്ങനെ സംക്ഷേപിക്കാം. 'ടിബറ്റിലെ ആത്മീയാചാര്യനായ ദലൈലാമ ബുദ്ധാവതാരമാണെന്ന് മഹായാനക്കാർ വിശ്വസിക്കുന്നു. ഈ ദലൈലാമയുടെ ജനനം ഒരു ബോധിസത്വനായ അവലോകിതേശ്വരനിൽ നിന്നുമാണ്. ഈ ബോധിസത്വന്റെ വാസസ്ഥലം പൊട്ടാലകം എന്ന പേരിൽ അറിയപ്പെടുന്നു. ഇത് യഥാർത്ഥത്തിൽ ശബരിമലയാണ്.' ടിബറ്റും കേരളവും തമ്മിലുള്ള ബന്ധത്തെ സൂചിപ്പിച്ചുകൊണ്ടാണ് കേസരി ഇങ്ങനെ പറയുന്നത്. അദ്ദേഹത്തിന്റെ ഗവേഷണം ശാസ്താ സങ്കൽപ്പത്തെയും അവലോകിതേശ്വരനെയും ബന്ധപ്പെടുത്തിയായിരുന്നു. എന്താണ് ബോധിസത്വൻമാർ എന്നാൽ? ബുദ്ധമത സിദ്ധാന്തപ്രകാരം അഞ്ച് അടിസ്ഥാന നിയമങ്ങളാൽ ലോകം നിയന്ത്രിക്കപ്പെടുന്നു. രൂപം, വേദന, സംജ്ഞ, സംസ്കാരം, വിജ്ഞാനം എന്നിവയാണ് അത്. ഇവ ഓരോന്നിനെയും ഓരോ ധ്യാനബുദ്ധൻമാർ പ്രതിനിധാനം ചെയ്യുന്നു. ഓരോ ധ്യാന ബുദ്ധനും ദ്വന്ദ ഭാവങ്ങൾ ഉണ്ട്. പുരുഷ-സ്ത്രീ ഭാവങ്ങൾ! പുരുഷ ഭാവം ബോധിസത്വൻമാരും സ്ത്രൈണ ഭാവം ബുദ്ധ ശക്തികളും. നാലാമത്തെ ധ്യാനബുദ്ധന്റെ പുരുഷഭാവമാണ് അവലോകിതേശ്വരൻ. ഇദ്ദേഹത്തിന്റെ ഭാവം കരുണയാണ്. ഇദ്ദേഹത്തിന് മൂന്ന് പര്യായപദങ്ങൾ ഉണ്ട്. സമന്തമുഖൻ, പത്മപാണി, മഹാകരുണൻ. 108 അവതാരങ്ങളും ഇദ്ദേഹത്തിനുള്ളതായി സങ്കൽപ്പിച്ചിട്ടുണ്ട്.

അവലോകിതേശ്വരന്റെ രൂപം ഇടംകൈയിൽ താമര, വലംകൈയിൽ ജപമാല, ഈ കരം അഭയമുദ്രയിൽ ആണ് ആവിഷ്കരിച്ചിരിക്കുന്നത്. തോളിൽ മാൻതോലും തലയിൽ കിരീടവും കാണിക്കുന്നുണ്ട്. അജന്ത-യല്ലോറ ശിൽപ്പവിതാനങ്ങളിൽ ഈ രൂപം കാണുന്നുണ്ട്.

ഈ പൊട്ടാലകന്റെ വാസ സ്ഥലമായി മഹായാനക്കാർ കണക്കാക്കുന്നത് ശബരിമലയെയാണ്. ഹുയാൻസാങിന്റെ നിരീക്ഷണത്തെ അടിസ്ഥാനമാക്കി കെ.ടി.ശാന്തിസ്വരൂപ് കുറിച്ചിരിക്കുന്നത് ഇങ്ങനെയാണ്.

> കടലിനടുത്തുള്ള രാജ്യത്തിന്റെ സമുദ്ര തീരത്തുള്ള തെക്കൻ ഭാഗത്ത് കുത്തനെ ഉയർന്നു നിൽക്കുന്ന കൊടുമുടികളോടും അഗാധമായ ചരിവുകളുമുള്ള മൊ-ലൊ-യാ (മലയ) പർവത നിര സ്ഥിതി ചെയ്യുന്നു. (മലയപർവതത്തിലാണ് ശബരിമല സ്ഥിതി ചെയ്യുന്നത്). ഇതിൽ വെള്ള ചന്ദനമരങ്ങളും കർപ്പൂര മരങ്ങളും വളർന്നുനിൽക്കുന്നുവെന്നും ചന്ദന മരങ്ങളിൽ പാമ്പുകൾ തൂങ്ങിക്കിടന്നിരുന്നു എന്നും ഹുയാൻ സാങ് രേഖപ്പെടുത്തുന്നു. മലയ

പർവ്വതനിരയ്ക്ക് കിഴക്കുഭാഗത്തായി ചെങ്കുത്തായ ശിഖരങ്ങളും താഴ്വാരങ്ങളുമുള്ള പൊട്ടാലകമല സ്ഥിതി ചെയ്യുന്നു. ഇതിലേക്കുള്ള വഴി വളരെ ക്ലേശകരവും ആപൽക്കരവും ചരിവുകൾ കിഴുക്കാംതൂക്കായതുമാണ്. പർവ്വതത്തിന് മുകളിലായി തെളിഞ്ഞ വെള്ളമുള്ള തടാകമുണ്ട്. തെക്കൻ കടലിൽ ചേരുന്നതിനുമുമ്പ് പർവ്വതത്തെ ഇരുപതുതവണ വലംവെക്കുന്ന ഒരു വലിയ നദിയിലേക്കാണ് തടാകത്തിലെ വെള്ളം ഒഴുകുന്നത്. ശബരിമലയുടെ ഒരുവശത്തുനിന്നും പമ്പാനദി ഉത്ഭവിച്ച് അതിന്റെ ഒരു വശം മുഴുവൻ ചുറ്റിയാണ് പടിഞ്ഞാറോട്ടൊഴുകുന്നത്. ഇതിനെയാണ് ഹുയാൻസാങ് പൊട്ടാലകത്തിൽ നിന്നും ഉത്ഭവിക്കുന്ന നദി അതിനെ ഇരുപതു തവണ വലംവെച്ചൊഴുകുന്നു എന്ന് അതിശയോക്തിപൂർവ്വം വർണ്ണിച്ചിരിക്കുന്നത്.

പ്രസ്തുത തടാകത്തിന്റെ സമീപത്തായി കല്ലുകൊണ്ടു നിർമ്മിച്ച സ്വർഗ്ഗീയമായ ഒരു കൊട്ടാരമുണ്ട്. അവലോകിതേശ്വര ബോധിസത്വൻ ഇടയ്ക്കിടെ ഇവിടെ സന്ദർശിക്കാറുണ്ട്. ബോധിസത്വനെ ദർശിക്കേണ്ടവർ കഷ്ടപ്പാടുകളും പ്രതിബന്ധങ്ങളും വകവയ്ക്കാതെ തങ്ങളുടെ ജീവൻ പണയപ്പെടുത്തി നദി മുറിച്ചുകടക്കുകയും മലകയറുകയും ചെയ്യുന്നു. പക്ഷേ, അവരിൽ കുറച്ചുപേർ മാത്രമേ ലക്ഷ്യത്തിലെത്താറുള്ളു. താഴ്വരയിലെ നിവാസികൾ ബോധിസത്വനെ കാണാൻ പ്രാർത്ഥിക്കുമ്പോൾ അദ്ദേഹം പ്രത്യക്ഷപ്പെട്ട് അവർക്ക് ആശ്വാസമേകുകയും അവരുടെ പ്രാർത്ഥനകൾ സഫലീകരിക്കുകയും ചെയ്യുന്നു. മലയപർവ്വതത്തിൽ സ്ഥിതി ചെയ്യുന്ന പൊട്ടാലകമലയെന്നതുകൊണ്ട് ഹുയാൻസാങ് ഉദ്ദേശിക്കുന്നത് ശബരിമലയും കല്ലുകൊണ്ടു നിർമ്മിച്ച കൊട്ടാരമെന്നത് അവലോകിതേശ്വരന്റെ ഇരിപ്പിടമായ ശബരിമലക്ഷേത്രവുമാണെന്ന് വ്യക്തമാണ്. ഇന്ത്യയുടെയും അഫ്ഗാനിസ്ഥാന്റെയും പല ഭാഗങ്ങളിലും സഞ്ചരിച്ചപ്പോൾ അവിടെയുള്ള പല സ്ഥലങ്ങളിലും അവലോകീതേശ്വരൻ വിഗ്രഹങ്ങൾ കണ്ടതായി ഹുയാൻസാങ് തന്റെ സഞ്ചാരകൃതിയിൽ രേഖപ്പെടുത്തിയിട്ടുണ്ട്.

ലോകത്തിന്റെ പല ഭാഗങ്ങളിൽ നിന്നും ലഭിച്ചിട്ടുള്ള അവലോകിതേശ്വര ശില്പങ്ങളും ചിത്രങ്ങളും പരിശോധിച്ചാൽ ഭൂരിഭാഗവും ഇരിക്കുന്ന രീതിയിലാണ് നിർമ്മിച്ചിട്ടുള്ളത് എന്നു കാണാം. അവലോകിതേശ്വര ശില്പമാതൃകയിലാണ് ശബരിമല ധർമ്മശാസ്ത ബിംബം നിർമ്മിച്ചിട്ടുള്ളത്. കേരളത്തിലെ മറ്റൊരു ഹൈന്ദവ ക്ഷേത്രവിഗ്രഹവും ശബരിമല ധർമ്മശാസ്താവ് ഇരിക്കുന്ന ഭദ്രാസന മാതൃകയിൽ നിർമ്മിച്ചവയല്ല. ബുദ്ധശില്പങ്ങളിൽ ഇരിക്കുന്ന രീതിയിൽ നിർമ്മിച്ചവതന്നെ പ്രധാനമായും നാലു ഭാവങ്ങളിൽ കാണപ്പെടുന്നു. ഒന്ന് പരമാനന്ദത്തിന്റെ മണ്ഡലമായ നിർവ്വാ

ണത്തെ സൂചിപ്പിക്കുന്നതാണ്. ഇതുപ്രകാരം പീഠത്തിൽ ചമ്രം പടിഞ്ഞിരുന്ന് ധ്യാനമുദ്രയോടെ കൈകൾ മടിയിൽ പിണച്ചുവെച്ചിരിക്കുന്ന രീതിയിലാണിത്. രണ്ടാമത്തേതിൽ വലതുകൈമുട്ടിന് പുറത്തേക്കുനീട്ടി കൈപ്പത്തി ഭൂമിക്കു ലംബമായി പിടിച്ചിരിക്കുന്ന നിലയിലുള്ളതാണ്. കൈപ്പത്തി രണ്ടും നെഞ്ചിനു മുൻപിൽ ഒന്നിനുമുകളിൽ മറ്റൊന്നായി പിടിച്ചിട്ടുള്ളതാണ് മൂന്നാമത്തേത്. ഇതിനെ ധർമ്മചക്രമുദ്ര എന്നു വിളിക്കുന്നു. അനുഗ്രഹമുദ്ര അഥവാ അഭയമുദ്രയാണ് നാലാമത്തേത്. ഈ രീതിയിലാണ് ശബരിമലയിലെ ധർമ്മശാസ്താവിഗ്രഹം നിർമ്മിച്ചിട്ടുള്ളത്. നളന്ദയിലെ അവലോകിതേശ്വരന്റെ ശില്പത്തിന്റെ ഇരിക്കുന്ന രീതിയും ഔറംഗബാദിലെ എല്ലോറ ബൗദ്ധഗുഹാസമുച്ചയത്തിൽ കൊത്തിവെച്ചിട്ടുള്ള ബുദ്ധശില്പവും ഇത്തരത്തിലുള്ളതാണ്. അവലോകിതേശ്വരന്റെയും ശബരിമല ധർമ്മശാസ്താവിന്റെയും ഇരിക്കുന്ന രീതിയും പീഠവും തമ്മിലുള്ള സാദൃശ്യവും ഇതിനു സമാനമാണ്. ഏറ്റവും വലിയ സവിശേഷത, എല്ലാ ബുദ്ധബിംബങ്ങളിലും അഭയ മുദ്ര ഒന്നുതന്നെയാണ്. സാർവ്വത്രികമായി അവലോകിതേശ്വര ശില്പങ്ങളിൽ ആവിഷ്കരിച്ചതുപോലെതന്നെയാണ്, ശബരിമല ശാസ്താവിന്റെ കിരീടവും കഴുത്തിലണിയിക്കുന്ന ആഭരണങ്ങളും ഹാരങ്ങളും ചിത്രീകരിച്ചിട്ടുള്ളത്.[25]

ഈ ഹുയാൻസാങ് ഇന്ത്യ സന്ദർശിച്ചപ്പോൾ അദ്ദേഹത്തിന്റെ അഭ്യർത്ഥന പ്രകാരം ബുദ്ധമതക്കാരനായിരുന്ന ഹർഷവർദ്ധനൻ രണ്ടായിരം പേരുടെ ഒരു സമ്മേളനം വിളിച്ചുകൂട്ടിയിരുന്നു. ഇവരിൽ നല്ലപങ്ക് ബ്രാഹ്മണ-ജൈനപണ്ഡിതൻമാരും ഉണ്ടായിരുന്നു. ബുദ്ധമതരാജാക്കന്മാരാൽ വികസിതമായ നളന്ദാ സർവകലാശാലയിൽ നിന്നുമാത്രം പണ്ഡിതൻമാരായ ആയിരത്തോളം പേർ പങ്കെടുത്തിരുന്നു. 18 ദിവസം ഇത് സമ്മേളിച്ചു.

എന്നാൽ ജാതിവിരുദ്ധതയിലും മറ്റും ഊന്നിയ ആശയങ്ങൾ, യാഗത്തിലെ മൃഗക്കശാപ്പ് എന്നിവയിൽ ഉള്ള ബൗദ്ധ-ജൈനാഭിപ്രായങ്ങൾ ബ്രാഹമണർക്ക് സഹിക്കാൻ കഴിയാതെ വരികയും അവർ സമ്മേളന പന്തലിന് തീയിടുകയും ചെയ്തു. ഇതിന്റെ പേരിൽ ഹർഷ ചക്രവർത്തി 500 ലധികം ബ്രാഹ്മണ പുരോഹിതരെയും മറ്റും രാജ്യഭ്രഷ്ടരാക്കി.

നളന്ദാ സർവ്വകലാശാലയുടെ വിജ്ഞാന വിതരണം സ്ത്രീവിരുദ്ധ -ശൂദ്രവിരുദ്ധ ആശയവക്താക്കൾക്ക് സഹിക്കാതെ വന്നതും ആ വിജ്ഞാന കേന്ദ്രത്തിന്റെ തകർച്ചയ്ക്ക് വഴിതെളിയിച്ചിരിക്കാം. ജനങ്ങളെ അജ്ഞതയുടെ വലക്കെട്ടുകളിൽ തന്നെ തളച്ചു നിർത്തി അവരുടെ ഉൽകൃഷ്ട ചിന്തകളെ മൃതമാക്കിയും അടിച്ചമർത്തിയുമാണ് ബ്രാഹ്മണ മതം (ഇന്നത്തെ ഹൈന്ദവ മതത്തിലെ ക്രീമിലയർ ആശയക്കാർ) ശക്തിപ്പെടുത്താൻ പരിശ്രമിച്ചത്. ഇതെല്ലാംതന്നെ ബ്രാഹ്മണ മത ദുർബലതയാണെന്ന് ബൗദ്ധ ആശയങ്ങൾ പ്രചരിപ്പിക്കപ്പെട്ടപ്പോൾ അവർക്ക്

ബോധ്യമായിത്തുടങ്ങി. ഇതിനെ അതിജീവിക്കുവാൻ ചില മാറ്റങ്ങൾ വരുത്താൻ അവർ തയ്യാറായി.

എന്നാൽ മതം മൂലം ലഭിച്ച ചില ഗുണങ്ങൾ മറ്റുള്ളവർക്ക് ലഭ്യമാകാത്ത വിധമാണ് അവർ ഈ ചൂഷണാധിഷ്ഠിത പരിഷ്കാരം ഏർപ്പെടുത്തിയിരിക്കുന്നത്. ജനങ്ങളിൽ പൊതുവെ രൂഢമൂലമായി നിൽക്കുന്ന വിഗ്രഹാരാധനാ സമ്പ്രദായത്തെ ബുദ്ധമതത്തിന് ബദലായി അവർ മുന്നോട്ടുവച്ചു. ഇതിനായി കെട്ടുകഥകൾ, പഴങ്കഥകൾ, വിഗ്രഹാരാധന, രഹസ്യകർമ്മങ്ങൾ, ബലി മുതലായ ക്രൂര കർമ്മങ്ങൾ, അതുപോലെ ബ്രാഹ്മണ പൂജ എന്നിങ്ങനെയുള്ള ആചാര രീതികൾ അബ്രാഹ്മണർക്കായി തയ്യാർ ചെയ്ത് നടപ്പാക്കി. പ്രേംനാഥ് ബോസ് പറയുന്നത് 'ആര്യൻമാരുടെയും തദ്ദേശീയരുടെയും ആരാധനാ സമ്പ്രദായങ്ങൾ കൂട്ടികലർത്തി എല്ലാവരെയും സംതൃപ്തരാക്കാം എന്ന് അവർ നിശ്ചയിച്ചു.' ഈ വിധത്തിൽ പുരാണങ്ങളിൽ പറയുന്ന വിഗ്രഹാരാധനയും അന്ധവിശ്വാസങ്ങളും ബ്രാഹ്മണമതത്തിന്റെ ഭാഗമായിത്തീർന്നു. പുരാണങ്ങളിലൂടെ ശൂദ്രാദികൾക്കുള്ള വിശ്വാസാചാരങ്ങളും ശ്രുതി സ്മൃതികളിലൂടെ ബ്രാഹ്മണർക്കുള്ള ആചാരങ്ങളും നിലനിർത്തിയതായി എം.എം. കുന്തെ നിരീക്ഷിക്കുന്നത് ഇതിനെ അടിസ്ഥാനമാക്കിയാണെന്ന് ധർമ്മതീർത്ഥ മഹാരാജാ പറയുന്നു.[26]

സി.പി. വൈദ്യ പറയുന്നത്, 'പാമരജനങ്ങളെ ആകർഷിക്കുന്ന പുതിയ കഥകളും കടങ്കഥകളും കൂട്ടിച്ചേർത്ത് *രാമായണ*ത്തിനും *മഹാഭാരത*ത്തിനും അവസാനം രൂപം കൊടുത്തത് ഇക്കാലത്താണ്. അവയുടെ ഗ്രന്ഥകാരൻമാർക്ക് ബുദ്ധമതത്തെ ദുഷിപ്പിച്ചുകാണാനുള്ള ചില ഉദ്ദേശ്യങ്ങൾ കൂടി ഉണ്ടായിരുന്നുവെന്ന് *രാമായണ*ത്തിലെ ചില പ്രവചനങ്ങൾ വ്യക്തമാക്കുന്നുണ്ട്. ബുദ്ധൻ ഒരു കള്ളനാണ്, ഒരു നാസ്തികൻ അഥവാ നിരീശ്വര വാദിയാണ്. ബുദ്ധിയുള്ളവരാരും ഈ നാസ്തികത്വത്തിലേക്ക് ആകർഷിക്കപ്പെടരുത് എന്ന് ശ്രീരാമൻ പറഞ്ഞതായി *രാമായണ*ത്തിൽ കാണാം.'

എ.ഡി. 500 ഓടുകൂടിയാണ് *രാമായണ-മഹാഭാരത* കൃതികളുടെ ഇന്നത്തെ രൂപത്തിന് ഇടയായതെന്നു പൊതുവെ ചരിത്ര പണ്ഡിതൻമാരുടെ നിരീക്ഷണം ഇത്തരത്തിൽ ശ്രദ്ധിക്കേണ്ടതുണ്ട്.

മഹാഭാരത കഥകളും മറ്റും ബീജാരൂപം എടുത്തത് സംസ്കൃതത്തിൽ അല്ലെന്നും എന്നാൽ അതിന് മൂർത്തിമത് ഭാവം നൽകിയത് സംസ്കൃതത്തിൽ ആണെന്നതും ശ്രദ്ധേയമായ കാര്യമെന്ന് വൈദ്യ തുടർന്നു പറയുന്നു.

ശ്രീബുദ്ധന് ബദലായി ഉയർന്നുവന്ന സാമൂഹിക പരിഷ്കർത്താക്കളെ ബ്രാഹ്മണ മതത്തിന് ഉയർത്തിക്കാട്ടാൻ കഴിയാതിരുന്നപ്പോഴാണ് ജനങ്ങളുടെ വിഗ്രഹാരാധനാ ബോധത്തെ ഉപയോഗപ്പെടുത്തി സമാന ചിന്താഗതിക്കാരായ ശൈവ- വൈഷ്ണവ വിഭാഗത്തിന്റെ കഥകളിൽ വിരാജിച്ച ശിവ-രാമൻമാരെ മുൻ നിർത്തിയുള്ള ആരാധനാ സമ്പ്രദായങ്ങൾ

ആവിഷ്കരിച്ചതെന്ന് കാണാൻ കഴിയും.

'ബുദ്ധമത സ്ഥാപനങ്ങളേക്കാൾ ഗംഭീരങ്ങളും മനോഹരങ്ങളുമായ ക്ഷേത്രങ്ങൾ അവർ നിർമ്മിക്കുകയും അവിടെ ചെല്ലുന്ന വിശ്വാസികളുടെ ഹൃദയത്തിൽ മൂഢമായ ഭയവും ഭക്തിയും ജനിപ്പിക്കുവാൻ പര്യാപ്ത മായ വിധത്തിൽ രഹസ്യമുറികളും പരിശുദ്ധമായ സ്ഥലങ്ങളും മറ്റും ഏർപ്പെടുത്തുകയും ചെയ്തു. പ്രൗഢങ്ങളായ ബുദ്ധമത സ്ഥാപനങ്ങൾ കണ്ടിട്ടാണ് രാമൻ, കൃഷ്ണൻ മുതലായ പുരാണ പുരുഷൻമാരെ ആരാധിക്കുന്നതിന് അവയേക്കാൾ പ്രൗഢതരങ്ങളും ആകർഷണീയങ്ങളുമായ ക്ഷേത്രങ്ങൾ നിർമ്മിക്കുവാൻ ബ്രാഹ്മണർ നിശ്ചയിച്ചത്.'[27]

ഈ ഘട്ടത്തിൽ കേരളക്കരയിലും ഏതാണ്ട് ഇതേ പ്രക്രീയ അരങ്ങേറിയിരുന്നു. പക്ഷേ, ഇതിന്റെ പേരിൽ മറ്റുള്ള പല മേഖലകളിൽ നിന്നും വ്യത്യസ്തമായി അമ്മദൈവാരാധനാ കേന്ദ്രമായിരുന്ന കാടിനുള്ളിലെ കാവുകൾ തകർത്താണ് പല മഹാക്ഷേത്രങ്ങളും കേരളത്തിൽ നിർമ്മിക്കപ്പെട്ടതെന്ന് കാണാം. ഈ വിലയിരുത്തലിലൂടെ ദേവീക്ഷേത്രങ്ങൾ മെച്ചമെന്നും ദേവക്ഷേത്രങ്ങൾ മോശമെന്നും അല്ല പറയാൻ ഉദ്ദേശിച്ചത്. മറിച്ച് ഒരാരാധനാസമ്പ്രദായം മാറ്റുന്നതിന് ആചാരങ്ങളെ മുറുകെ പിടിക്കുന്നവർ തയ്യാറായിട്ടുണ്ടെന്നും അതുപോലെ പ്രാകൃത കാലത്തെ സ്ത്രീപുരുഷ സമത്വങ്ങളുടെ പ്രതീകങ്ങളായ സ്ത്രൈണ ആശയങ്ങൾ പുരുഷാധിപത്യ ആശയങ്ങളായി മാറ്റപ്പെട്ടുവെന്നു സൂചിപ്പിക്കാനുമാണ്.

ശബരിമലയുമായി ബന്ധപ്പെട്ട ഈ ചരിത്രവസ്തുതകൾ വിശദീകരിക്കാനുള്ള കാരണം, ആരാധനാ സമ്പ്രദായങ്ങൾ എല്ലാം കടന്നുവരുന്നതിന്റെ ചരിത്രരീതി വ്യക്തമാക്കുക മാത്രമല്ല, പിൽക്കാലത്ത് ഇവയുടെ രാഷ്ട്രീയ താൽപ്പര്യം വ്യക്തമാക്കാനുമാണ്. ബുദ്ധമതാരാധനയിൽ നിന്നും കൈവശപ്പെടുത്തിയ ഈ ആരാധനാലയത്തെ വെച്ചാണ് ഒരു രാജകൊട്ടാരവും സങ്കുചിത രാഷ്ട്രീയ വക്താക്കളും സ്ത്രീകളുടെ അസ്ഥിത്വത്തിന് വിലപറഞ്ഞത്.

ഈ രൂപത്തിൽ തന്നെയാണ് വേദകാലത്തും മറ്റും സ്ത്രീയധികാരത്തിന്റെ അഥവാ സ്ത്രൈണ ശാക്തീകരണത്തിന്റെ പ്രതിനിധാനങ്ങളായ ദേവീയാരാധനയിൽ നിന്നും വൈദീകാരാധനാ കാലത്തെ പിതൃഘടനാ മേധാവിത്വത്തിലൂടെ രൂപപ്പെടുത്തിയ പുരുഷദൈവങ്ങൾക്ക് പ്രാതിനിധ്യം നൽകുന്ന ദേവതകളെ സ്ഥാപിച്ച്, അമ്മദൈവങ്ങൾക്കും പുരുഷദൈവങ്ങൾക്കും പൂജാരിമാരായി പുരുഷൻമാർ മാറുകയും, ഇതുവഴി തന്നെ ഒരു കാലത്ത് സർവ്വജനങ്ങൾക്കും പ്രാപ്യമായ ആരാധനാലയത്തെ വരേണ്യതയുടെ ഈറ്റില്ലമാക്കി മാറ്റിയതും.

സരോജിനി സാഹു എന്ന ഒറിയൻ സ്ത്രീ വിമോചന എഴുത്തുകാരി പറയുന്നത് 'ബ്രാഹ്മണ മതം ബുദ്ധ-ജൈനമത മേൽക്കോയ്മ കാരണം വന്ന ക്ഷീണമകറ്റി പുനരുത്ഥാനത്തിന്റെ വഴി തേടുകയായിരുന്നു. *മനുസ്മൃതി* അഥവാ മനുസംഹിത ഈ സമയത്താണ് എഴുതപ്പെട്ടത്. ആയത് വേദകാലം എന്നു വിവരിക്കപ്പെട്ട ബി.സി. 2 മുതൽ 6-ാം നൂറ്റാണ്ടിനോട

ടുപ്പിച്ച് വരെയുള്ള കാലത്തിന്റെ സംഭാവനയായി *മനുസ്മൃതി*യെ കണക്കാക്കാം. സ്ത്രീവിരുദ്ധ/ദളിത് വിരുദ്ധ ആശയങ്ങളാൽ നിറയപ്പെട്ട ബ്രാഹ്മണ മതത്തിന്റെ ഞരമ്പുകളിൽ ഒഴുകാനുള്ള രക്തം നൽകിയത് സ്മൃതികാരൻ കൂടിയാണെന്ന് സാരം.'[28]

പിന്നീട് ഈ ദർശനം അതുപോലെ പറഞ്ഞാൽ നടപ്പാക്കാൻ ബാധ്യതപ്പെട്ട ജനങ്ങൾക്ക് മനസ്സിലാവില്ല. അതിനാൽ ഐതിഹ്യങ്ങളിലും മിത്തുകളിലും കഥകളിലുമെല്ലാം ഈ ആശയങ്ങളെ സമർത്ഥിക്കാനുതകുന്ന ചേരുവകൾ സൃഷ്ടിക്കപ്പെട്ടു. ശീലാവതിയും സാവിത്രിയും പാഞ്ചാലിയും സീതയും, പാക്കനാർ കഥകളും ഐതിഹ്യമാലക്കഥകളും എല്ലാം 'പൗരസമൂഹത്തെ' മനുകാരൻ വിഭാവനം ചെയ്ത വഴിയിലേക്ക് നയിക്കാൻ കഴിഞ്ഞു. പൗരസമൂഹബോധം അതിന് അനുസൃതമായി വേദകാലത്തിൽ നിന്നും മാറ്റി പുനഃസൃഷ്ടിച്ചെടുത്തു. സ്ത്രീ അസ്ഥിത്വം ശൂദ്രാദിപിന്നോക്കാസ്തിത്വത്തെ പോലെ തകർന്നു വരുന്ന സ്ഥിതിയാണ് പിന്നീട് കാണാൻ കഴിയുന്നത്.

ജാതിസമൂഹത്തിലെ സ്ത്രീകൾ

ജാതിയുടെ വിവിധ വഴിത്താരകൾ ധാരാളമായി നാട്ടിൽ ചർച്ച ചെയ്യപ്പെട്ടിട്ടുണ്ട്. തൊഴിലിന്റെ തുടർച്ചയിൽ ഗോത്രങ്ങൾ ജാതിയായി രൂപപ്പെട്ടതിന്റെ നാനാവശങ്ങൾ വിശദമായ പരിശോധനയ്ക്ക് വിധേയമായിട്ടുണ്ട്.

പുതിയകാലത്ത് ചരിത്രത്തിന്റെ ഉള്ളടക്കങ്ങൾ വെളിച്ചെത്തുകൊണ്ടുവരാൻ സഹായകമായ ഒന്ന് ഭാഷാപഠനമാണ്. ജനതയുടെ അധിനിവേശങ്ങളും പരസ്പര ബന്ധങ്ങളും ഭാഷാ വിശകലനത്തിലൂടെ തിരിച്ചറിയാൻ കഴിഞ്ഞു. ലോകമെങ്ങുമുള്ള ഭാഷാ സമൂഹത്തെ 12 ഗോത്രങ്ങളായി തിരിക്കുകയും അതിന്റെ പഠന ഫലങ്ങൾ മനുഷ്യ ജീവിത രീതികൾ പോലും തിരിച്ചറിയാനും ഉതകുന്നു. അങ്ങനെയാണ് ഇംഗ്ലീഷും സംസ്കൃതവും ഒരു ഗോത്രത്തിൽപെടുന്ന ഭാഷയാണെന്നും അതിനാൽ ആര്യഭാഷയായ സംസ്കൃത വിശകലനത്തിലൂടെ ആര്യൻമാർ ഒരു കാലത്ത് ഇന്ത്യയിലേക്ക് കുടിയേറിയവരാണെന്നും ഉള്ള നിഗമനം ഉറപ്പിച്ചെടുത്തത്.

കേരളീയ ജാതി സമൂഹത്തിന്റെ ഘടനാവിശേഷം ഭാഷയെ ഉപയോഗിച്ച് വിശകലനം ചെയ്യാൻ കഴിയും. ഇന്ത്യയിൽ, ജാതിവ്യവസ്ഥിതിയുടെ സ്വാധീനം എല്ലാ പ്രാദേശിക ഭാഷകളുടെയും ഘടനയിലും സർവ്വനാമങ്ങളിലും ദൃശ്യമാണ്. J M ഹട്ടന്റെ *Caste in India* എന്ന ഗ്രന്ഥത്തിൽ ഈ വിഷയം മുഖ്യമായി ചർച്ചചെയ്യുന്നു. ഇതിൽ ഹട്ടൺ പറയുന്നത് '1930-ൽ പോലും ഭാഷയിലെ ജാതി സ്വാധീനത കേരളത്തിൽ നിലനിന്നിരുന്നു'......പാർപ്പിടം, വസ്ത്രം, ആഭരണം തുടങ്ങിയവയിൽ മാത്രമല്ല ഭാഷയിലും ജാതി വിലക്കുകൾ ഉണ്ടെന്നും മലബാറിൽ ഇന്നും അതു കാണാമെന്നും മുമ്പ് ഈ ഭാഷാവിലക്കുകൾ കൂടുതൽ ശക്തവും സർവ്വ

വ്യാപിയായിരുന്നുവെന്നും ഹട്ടൺ നിരീക്ഷിക്കുന്നു. 1983-ൽ പുറത്ത് വന്ന *ജാതിവ്യവസ്ഥിതിയും കേരള ചരിത്രവും*[29] എന്ന ഗ്രന്ഥത്തിൽ ഹട്ടന്റെ നിരീക്ഷണത്തെ ഇങ്ങനെ സംഗ്രഹിക്കുന്നു.

നമ്പൂതിരിയോട് സംസാരിക്കുന്ന നായരുടെ മലയാള ഭാഷയിൽ 'ഞാൻ' എന്ന പദമില്ല 'അടിയൻ' എന്ന പദം മാത്രമേയുള്ളു; നമ്പൂതിരിയുടെ മുന്നിലുള്ള നായർ താമസിക്കുന്നത് 'വീട്ടി'ലല്ല; 'കുപ്പാടി'യിലാണ്. ആ നായർ യാതൊന്നും 'കുടി'ക്കുന്നില്ല. അവർ എല്ലാം 'മോന്തു'കയാണ്. അവർ തിന്നുന്നത് 'അരി'യല്ല; 'കല്ലരി'യാണ്. അവരുടെ കൈയിലുള്ള പണം 'ഉറുപ്പിക' അല്ല; 'ചെമ്പു' തുട്ടാണ്. അവർ ഉടുക്കുന്നത് 'തുണി' യല്ല; 'പഴന്തുണി'യാണ്. അവർ ദേഹശുദ്ധി വരുത്തുന്നത് 'കുളി'ച്ചിട്ടല്ല; 'നനഞ്ഞി'ട്ടാണ്. നായർക്ക് പൊതുവായ 'ഭക്ഷണ'മില്ല; 'കരിക്കാടി'യേയുള്ളു. അവർ വിശ്രമിക്കുന്നത് 'കിടന്നി'ട്ടല്ല; 'നടുനിവർത്തി'യിട്ടാണ്. അവർ അഥവാ ചിന്തിക്കുകയാണെങ്കിൽ അതു 'മനസ്സ്'കൊണ്ടല്ല; 'പഴമനസ്സ്' കൊണ്ടാണ്. അതേ സമയത്ത് നമ്പൂതിരി 'മന'ക്കലെ കുളത്തിൽ 'നീരാടി' 'അമൃതേത്തും' കഴിഞ്ഞ് 'പള്ളിക്കുറപ്പ്' കൊള്ളുന്ന തിരുമനസ്സാണ്.'

'ജാതി ശ്രേണിയുടെ പടവുകൾ ഓരോന്നും താഴുന്തോറും തീണ്ടാപാടകലങ്ങൾ മാത്രമല്ല, പ്രയോഗമക്ഷമമായ സാമാന്യ നാമങ്ങളും സർവ്വനാമങ്ങളും അഭിസംബോധനാ പദങ്ങളും പദങ്ങൾ ഉച്ചരിക്കേണ്ട രീതിയും ഉച്ചാരണ ശബ്ദവും യഥാക്രമം വികലവും ബീഭൽസവും മൃഗ ശബ്ദപരവുമായി, പടിപടിയായി അധഃപതിച്ചുകൊണ്ടിരിക്കുന്നു.'

'സാമാന്യ നാമങ്ങളെല്ലാം ഓരോ ജാതിക്കാർക്കും ഓരോന്നായിരിക്കുകയും ഞാൻ (I), അവൻ (He), നീ (You) എന്നീ പദങ്ങൾ സാർവ്വത്രികമായി പ്രയോഗിക്കാൻ ഒരിക്കലും സാധ്യമല്ലാതിരിക്കുകയും പൊതുവായി പ്രയോഗിക്കാവുന്ന അഭിസംബോധനാ പദങ്ങൾ ഇല്ലാതിരിക്കുകയും ചെയ്യുന്ന മലയാള ഭാഷ, ഒരു സാമൂഹിക പരിണാമ പ്രക്രിയയുടെ ഗർഭത്തിൽ കേരളീയ ജാതി സമൂഹ ശിശുവിന്റെ അവയവങ്ങൾ രൂപം കൊള്ളുന്ന കൂട്ടത്തിൽ രൂപം കൊണ്ട അതിന്റെ ജിഹ്വ മാത്രമാണ്.'

'ഒരു തടവറയുടെ ഇരുമ്പഴികൾ പോലെ ജാതിവ്യവസ്ഥ സ്ത്രീകളുടെ താഴ്ന്ന പദവിയിൽ മാറ്റം വരുത്തുന്നതിനെതിരായ ഏറ്റവും കടുപ്പമുള്ള ചട്ടകൂട് മാത്രമല്ല അങ്ങനെ താഴ്ന്ന പദവി സൃഷ്ടിക്കുന്നതിൽ ഏറ്റവും നിർണായകമായ ഉപകരണം പോലും ജാതിവ്യവസ്ഥ തന്നെയാണ്.'

ജാതികൾ തമ്മിൽ പരസ്പരം കൊരുക്കപ്പെട്ട നിലയിലുള്ള ഒരു ശ്രേണീകൃത രീതിയാണ്. ഇത് മാറ്റമില്ലാതെ നിലനിർത്താൻ ഉള്ള പരിശ്രമം സ്വത്വ രാഷ്ട്രീയം വഴി ശ്രമിക്കുകയും ചെയ്യുന്നു. എല്ലാ ജാതികളിലും സ്ത്രീകൾ പരിഗണിക്കപ്പെടുന്നത് ആ വിഭാഗത്തിലെ താണവരായിട്ടാണ്. കേരളത്തിൽ ഏറ്റവും 'ഉയർന്ന' വിഭാഗക്കാരായി കണക്കാക്കിയിരുന്ന നമ്പൂതിരി സമുദായത്തിലെ സ്ത്രീകൾ ഏറ്റവും താണ വിഭാഗക്കാരായിരുന്ന ദളിത് വിഭാഗങ്ങളേക്കാൾ കഷ്ടതരമായ സാമൂഹിക

അനാചാരങ്ങളാൽ ബന്ധിക്കപ്പെട്ടിരുന്നു. പൊതുവെ എല്ലാ ജാതികളും സ്ത്രീക്ക് പെരുമാറ്റ ചട്ടസംഹിത രൂപപ്പെടുത്തിയിട്ടുണ്ട്. 'രക്ത പരിശുദ്ധി'യെ കുറിച്ച് ഉയർന്ന ജാതിക്കാരായ പുരുഷൻമാർ അടിച്ചേൽപ്പിച്ചിട്ടുള്ള ചട്ടകൂട് ഇതര ജാതി വിഭാഗങ്ങളും പിന്തുടരുന്നുമുണ്ട്. സ്ത്രൈണ ലൈംഗികതയിൽ നിയന്ത്രണം ഉളവാക്കുന്ന ഒരു സമ്പ്രദായമാണിത്. 'സ്ത്രീകളെ അധീനതയിലാക്കുന്ന ജാതി ഘടനയുടെ ശക്തി ഒരു പ്രത്യേക ജാതിയും ജാതി ശൃംഖലയുടെ ഏറ്റവും മുകളിലത്തെ കണ്ണിയും തമ്മിലുള്ള ദൂരത്തിന് വിപരീതാനുപാതത്തിലായിരിക്കും.'

അതായത് തങ്ങളേക്കാൾ ഉയർന്ന വിഭാഗം തങ്ങളോട് കാട്ടുന്ന വിവേചനത്തിന്റെ ഇരട്ടിവിവേചനം ഓരോരുത്തരും അവരുടെ 'ജാതി'യിലെ സ്ത്രീകളോട് കാട്ടുന്നു.

ഇരുപത്തിരണ്ടാം നൂറ്റാണ്ടിലും സ്വന്തം ജീവിത പങ്കാളിയെ തെരഞ്ഞെടുക്കാനുള്ള അവകാശം ജാതി അതിരുകളിൽ ഒതുക്കപ്പെട്ടിരിക്കുന്നു. മുതലാളിത്ത വികാസത്തിന്റെ ഈ ഘട്ടത്തിൽ ഫ്യൂഡലിസത്തിന്റെ ഉൽപ്പന്നമായ ജാതിയെ മുതലാളിത്തം പരിലാളിക്കുന്നു. എല്ലാ ഉൽപ്പന്നങ്ങളുടെയും പരസ്യം പോലെ വിവാഹപ്പരസ്യങ്ങളും യാതൊരു മറയുമില്ലാതെ കേരളം പോലുള്ള ഉയർന്ന വിദ്യാഭ്യാസ യോഗ്യത ഉള്ളിടങ്ങളിൽ പോലും ജാതിയെ അടിസ്ഥാനമാക്കിയാണ്. ടെലിവിഷനിലും പത്ര-മാഗസിനുകളിലും വിളംബരം ചെയ്യുന്ന പരസ്യം ഇതിന്റെ ദൃഷ്ടാന്തമാണ്. ഓരോ മതവും ഓരോ ജാതിയും പ്രത്യേകം പരസ്യങ്ങൾ ഒരുക്കിയിട്ടുണ്ട്. ഈയിടെ വന്ന ഒരു ഹിന്ദു കല്യാണ പരസ്യത്തിൽ 'പട്ടിക ജാതിക്കാർ ഒഴികെയുള്ള' പുരുഷൻമാരിൽ നിന്നും അപേക്ഷ ക്ഷണിച്ചുകൊണ്ടുള്ള ഒരു പെൺകുട്ടിക്ക് വേണ്ടിയുള്ള 'ഔദാര്യ' പരസ്യവും കാണാൻ കഴിഞ്ഞു. അതത് ജാതി വിഭാഗങ്ങൾ അതത് ജാതിയിൽ നിന്ന് മാത്രം വിവാഹം കഴിച്ചാൽ മതിയെന്നുള്ള ജാതി മാത്ര വാദം ഇടത്തരക്കാരുടെ ഇടയിൽ കൂടുതൽ കഠിനമായ ഒരു സമ്പ്രദായമായി മാറിയിട്ടുണ്ട്. ഇതിനെ ന്യായീകരിക്കുന്നതിൽ മുമ്പില്ലാത്ത വിധം പരസ്യമായ സമീപനം സോഷ്യൽ മീഡിയ വഴി സ്വീകരിക്കുന്നുമുണ്ട്.

ശബരിമല വിഷയം കത്തിനിന്ന സമയത്ത് തിരുവനന്തപുരത്ത് ഒരു വർഗീയ സംഘടനയുടെ സമരപന്തലിൽ നിരാഹാരം കിടന്നയാൾ കേരള മുഖ്യമന്ത്രിയുടെ ജാതിപറഞ്ഞ് ആക്ഷേപിച്ചത് മാധ്യമങ്ങൾക്ക് വലിയ വാർത്തയായില്ല. അവരുടെ മുഖപത്രത്തിൽ 'ചെത്തുകാരനെ പിടിച്ച് മുഖ്യമന്ത്രിയാക്കിയാൽ ഇങ്ങനെയിരിക്കും' എന്ന് കാർട്ടൂൺ വരയ്ക്കുന്നതിനും മടിയുണ്ടായില്ല.

ഈ തരം രാഷ്ട്രീയം വികസിച്ചു വരാൻ ആഗ്രഹിക്കുന്നത് ജാതി മാത്രവാദികൾ കൂടിയാണ്. പാശ്ചാത്യ ഫെമിനിസ്റ്റ് വാദികളുടെ ഇന്ത്യൻ പതിപ്പുകളുടെ ചോദ്യം ഈ മേഖലയിൽ പ്രയോഗിച്ചാൽ ചോദ്യം ഇങ്ങനെ സംഗ്രഹിക്കാം. 'ജാതി, മുതലാളിത്ത പൂർവ്വ വ്യവസ്ഥയിൽ ഉണ്ടായതാണ്. അതിന് മുതലാളിത്തത്തെ പഴി പറഞ്ഞിട്ട് എന്തു കാര്യം?' എന്നായി

രിക്കും. മുതലാളിത്തം എങ്ങനെയാണ് ജാതിയെ താലോലിക്കുന്നത് എന്നത് എടുത്ത് പറയേണ്ട കാര്യമല്ല. തകരാത്ത ജന്മിത്വ അവശിഷ്ടങ്ങളിലാണ് ഇന്ത്യൻ മുതലാളിത്തം പടുത്തുയർത്തിയത്. യൂറോപ്പിൽ ആണെങ്കിൽ ഫ്രഞ്ചു വിപ്ലവത്തോടെ ജന്മിത്വം തകർത്താണ് മുതലാളിത്തം വികസിച്ചത്.

ജാതിക്കുള്ളിൽ ഒതുക്കപ്പെടുന്ന വിവാഹം ജാതി അതിരുകൾ വിട്ടാൽ ജാതി പഞ്ചായത്തുകളുടെ അനുമതിയോടെ ദുരഭിമാനക്കൊലകൾക്ക് കാരണമാകുന്നു. ജാതി സംഘർഷങ്ങളിൽ ഉയർന്ന ജാതിക്കാർ താഴ്ന്ന ജാതിക്കാരായ സ്ത്രീകളെ ലൈംഗികാക്രമണം നടത്തുകയും ആക്രമിച്ചു കൊലപ്പെടുത്തുകയും ചെയ്യുന്നു. 'ചണ്ഡാലി തൻ മെയ് ദ്വിജന് 'അയിത്തമാകുന്നില്ല. അതിന് ആരാധനാലയം പോലും താവളമാക്കുന്നതിൽ യാതൊരു പ്രയാസവുമില്ലന്ന് ജമ്മു-കാശ്മീരിലെ കഠ്വ സംഭവം തെളിയിച്ചു. നാടോടികളായ മുസ്ലിം വിഭാഗത്തിലെ ഏറ്റവും താഴ്ന്ന ജാതിക്കാർ എന്ന നിലയിൽ അറിയപ്പെടുന്ന ഗുജ്ജാർ വിഭാഗത്തിലെ രജസ്വലയാകാത്ത ഒരു പെൺകുട്ടി ഒരു ഉയർന്ന കുടുംബത്തിലെ പ്രായം തികയാത്ത ആൺകുട്ടി പോലും പങ്കാളിയായിക്കൊണ്ട് അതി നിഷ്ഠൂരമായി ആക്രമിക്കപ്പെട്ടു. ഇവർക്കെതിരെ കേസെടുക്കരുതെന്ന് ആവശ്യപ്പെട്ട് ജാതി ചിന്തയെ 'ഗൗണിനുള്ളിൽ' കൊണ്ടുനടന്ന ഡൽഹിയിലെ അഭിഭാഷകർ കോടതിക്കു മുന്നിൽ പ്രകടനം നടത്തിയത് 2019-ൽ ഇന്ത്യയുടെ തലസ്ഥാനത്താണ്.

ദളിത് സ്ത്രീകൾ മറ്റ് വനിതകളെപ്പോലെ ഇരട്ട ചൂഷണമല്ല അനുഭവിക്കേണ്ടിവരുന്നത്. ത്രിത്വ ചൂഷണത്തിന് വിധേയവരായതുകൊണ്ട് തൊഴിലാളികൾ എന്ന നിലയിൽ, ജാതീയമായ നിലയിൽ, ലിംഗപരമായ നിലയിൽ എന്നിങ്ങനെ അവരുടെ ചൂഷണ നിര വർദ്ധിക്കുകയാണ്. ജാതിപരമായതും ലിംഗപരമായതുമായ അടിച്ചമർത്തൽ സംയോജിച്ച് ദളിതരുടെ സൗജന്യ/തുച്ഛമായ കൂലിക്കുള്ള അധ്വാനത്തെ നീതീകരിക്കുകയും ചെയ്യുന്നു.

സ്ത്രീകളുടെ വിമോചനം, ജാതിഘടനയുടെ പ്രത്യയശാസ്ത്രപരവും ഒപ്പം ഭൗതികമായ അടിത്തറയെ അടിച്ചുടയ്ക്കുന്നതുമായ ജാതിവ്യവസ്ഥയുടെ ഉന്മൂലനവും ആയി ബന്ധപ്പെട്ടിരിക്കുന്നു.

സ്ത്രീകളുടെ സ്വതന്ത്രമായ ഒത്തുചേരലും സ്ത്രീപുരുഷ സൗഹൃദവും നിഷേധിക്കുന്ന പുതിയ കാലത്തെ 'സദാചരാ ഗുണ്ടായിസം' ജാതിവാദികളെ തൃപ്തിപ്പെടുത്തുന്നതാണ്.

'ഇവർ ഒറ്റപ്പെട്ട സംഘങ്ങളല്ല, സമീപകാലത്ത് ഇന്ത്യയിൽ ശക്തിപ്പെട്ടു വന്നിട്ടുള്ള മതാധിഷ്ഠിത ഫാസിസ്റ്റ് രാഷ്ട്രീയത്തിന്റെ ശക്തികളാണ് അതിന് പിന്നിലുള്ളത്. ഗോ സംരക്ഷകരായും ചെറുത്ത് നിൽക്കുന്ന ദളിതരെ അടിച്ചമർത്തുന്നവരായും കാലഹരണപ്പെട്ട ആചാരങ്ങൾക്കും വിശ്വാസങ്ങൾക്കുമെതിരെ ധീരമായ നിലപാടെടുക്കാൻ തയ്യാറാവുന്ന സ്വതന്ത്ര ചിന്തകർക്ക് നേരെ നിറയൊഴിക്കുന്നവരായും തങ്ങൾക്കിഷ്ട

പ്പെടാത്ത സിനിമകൾക്കും കലാരൂപങ്ങൾക്കുമെതിരെ ആക്രമണങ്ങൾ നടത്തുന്നവരായുമൊക്കെ അഖിലേന്ത്യാ തലത്തിൽ ഭരണ നേതൃത്വ ത്തിന്റെ ഒത്താശയോടെ അഴിഞ്ഞാട്ടം നടത്തുന്ന ഹിന്ദുത്വ വാദികളായ ഗുണ്ടാസംഘങ്ങളുടെ കേരള മോഡലാണ് സദാചാര ഗുണ്ടായിസവുമായി ഇവിടെ രംഗത്തു വന്നിട്ടുള്ളതിൽ ഒരു വിഭാഗം. കേരളത്തിൽ ഇവരോ ടൊപ്പം തന്നെ നിൽക്കുന്ന മറ്റൊരു വിഭാഗത്തെ കയറൂരി വിടുന്നത് ഇസ്ലാ മിക മൗലികവാദികളാണ്. അധ്യാപകന്റെ കൈ വെട്ടാനും എതിരാളി കളെ ഒളിഞ്ഞിരുന്നു വകവരുത്താനും സദാചാര സംരക്ഷകരായി നിരപ രാധികളെ ആക്രമിക്കാനുമെല്ലാം സജീവമായി രംഗത്തുള്ള ഈ വിഭാ ഗവും അപകടകാരികൾ തന്നെയാണ്. രണ്ടു കൂട്ടർക്കും കേരളത്തിലെ ഹിന്ദു സമൂഹത്തിലും മുസ്ലീം സമൂഹത്തിലും കാര്യമായ സാമൂഹികാടി സ്ഥാനമൊന്നുമില്ലെങ്കിലും സദാചാര ഗൂണ്ടകളെ എവിടെയും രംഗത്തി റക്കാനുള്ള സംഘടനാ സംവിധാനങ്ങളൊക്കെ അവർക്കുണ്ട്.'[30]

ഈ സദാചാര ഗുണ്ടകളുടെ ഉത്തരേന്ത്യൻ പതിപ്പുകളാണ് ജാതി യുമായി ബന്ധപ്പെട്ട ദുരഭിമാന കൊലകളുടെ നേതൃത്വം വഹിക്കുന്നത്. ഉത്തരേന്ത്യയിലെ ജാതിപഞ്ചായത്തുകൾ ഇതിൽ മുഖ്യ പങ്കുവഹിക്കുന്നു.

പഴഞ്ചൊല്ലിലെ പതിര്!

'ഭൂമിയേക്കാളും ക്ഷമയുള്ള സൗഭാഗ്യ-ദേവിയാണിപ്പോഴും ഭാര്യ' എന്നത് സിദ്ധാന്തമായി രൂപപ്പെട്ടിട്ടുണ്ട്. 'സർവ്വം സഹ'യെന്നാണ് ഭൂമിയുടെ പര്യായം. ഭൂമിയെപോലെയാണ് സ്ത്രീ എന്നത് മഹത്വവൽക്കരണമാണെന്ന് പ്രഥമ ശ്രവണമാത്രയിൽ തോന്നുമെങ്കിലും അതിലൂടെ ഒളിച്ചു കടത്തുന്നത് പേട്രിയാർക്കിയാണ്. ഇത് ദൃഢതയോടെ കാര്യങ്ങൾ കൈകാര്യം ചെയ്യാനുള്ള സൈത്രണ താൽപ്പര്യത്തിന് തടയിടുകയാണ്.

പഴഞ്ചൊല്ലുകൾ പൊതുവെ പ്രത്യയ ശാസ്ത്ര നിർമ്മിതിയിൽ പെട്ടതാണ്. നൂറ്റാണ്ടുകളായി സമൂഹം പണ്ഡിത-പാമരഭേദമന്യേ ഉരുവിടുന്ന ഇത്തരം കാവ്യാത്മക ഈരടികൾ വലിയതോതിൽ സ്ത്രീവിരുദ്ധമാണ്.

പഴഞ്ചൊല്ലിൽ പതിരില്ലെന്ന പ്രഖ്യാപനം
പൊതുവെ ഏകകണ്ഠമായി അംഗീകരിക്കപ്പെടുന്നു.

ഇതുതന്നെ ഒരു മുൻവിധിയോടെയുള്ള പ്രത്യയശാസ്ത്ര പ്രവർത്തനമാണ്. 'അപ്പോൾ എല്ലാ പഴഞ്ചൊല്ലുകളും യാഥാർത്ഥാധിഷ്ഠിതമാണ്;' ഇത് തന്നെ പഴഞ്ചൊല്ലിനെ സമീപിക്കുമ്പോഴുള്ള ആദ്യ പ്രത്യയശാസ്ത്ര പ്രഖ്യാപനമായി മാറുന്നു.

പെൺചൊല്ലു കേൾക്കുന്നവൻ പെരുവഴിയിൽ/നാരി നടിച്ചിടം മുടിയും/നാലു തല ചേർന്നാലും നാലു മൂല ചേരില്ല/പെൺബുദ്ധി പിൻബുദ്ധി/കെട്ടിലമ്മ ചാടിയാൽ കൊട്ടിയമ്പലം വരെ/സ്ത്രീണാഞ്ച ചിത്തം പുരുഷസ്യഭാഗ്യം ഇത് കണ്ടവരില്ല/പെണ്ണും മണ്ണും ഒരു പോലെ/ വേശ്യയുടെ ചാരിത്ര്യ പ്രസംഗം പോലെ.

മേൽപ്പറഞ്ഞ എല്ലാ പഴഞ്ചൊല്ലുകളും സമൂഹത്തിൽ അലിഖിത നിയമം പോലെയാണ് പ്രവർത്തിക്കുന്നത്. ഇതാണ് അന്റോണിയോ ഗ്രാംഷിയേപോലുള്ളവർ പറഞ്ഞ പൗരസമൂഹ മണ്ഡലം. പൗരസമൂഹത്തിൽ വേരുപിടിച്ച ഇത്തരം വിയോജിപ്പുകളില്ലെന്ന തോന്നൽ സൃഷ്ടിക്കുന്ന ഒരു തരം പ്രഖ്യാപനങ്ങൾ ആണ് പഴഞ്ചൊല്ലുകൾ.

'ഭൂതകാലത്തിന്റെ ആഴങ്ങളിൽ നിന്ന് വർത്തമാനകാലത്തിൽ ഉണർന്നുപൊട്ടുന്ന കുമിളകളാണവ.......പാരമ്പര്യമായ പ്രയോഗത്തിലുള്ളതും ഉപദേശ സ്വഭാവത്തിലുള്ളതുമായ സംക്ഷിപ്ത പ്രസ്താവനയാണ് പഴഞ്ചൊല്ല് (മരിയലീച്ച്).'

'സമുദ്രത്തിന്റേതുപോലെ ആഴമുള്ള ഭൂതകാലവും അതുപോലെ തന്നെ പരപ്പുള്ള ജീവിതാനുഭവവും കൈമുതലായുള്ളവർക്കു മാത്രമേ ഇത് പ്രയോഗിക്കാനും മനസ്സിലാക്കാനും കഴിയു.'

'സമൂഹത്തെയും സമൂഹത്തിന്റെ ഓരോ ചലനത്തെയും വിമർശന ബുദ്ധ്യാ നോക്കിക്കാണുകയും അവയിലെ സത്യത്തെ മനസ്സിലാക്കി ആ സത്യത്തെ വർത്തമാനകാലത്തിൽ ഉപയോഗപ്പെടുത്തുകയുമാണ് പഴഞ്ചൊല്ലിലൂടെ ചെയ്യുന്നത്.'[31]

സമൂഹത്തിന്റെ പൊതു വീക്ഷണം പഴഞ്ചൊല്ലിലൂടെ ഇതൾ വിരിയുന്നു. അതുകൊണ്ടുതന്നെ പിതൃമേധാവിത്വ ഘടനയിൽ മേൽക്കോയ്മ നേടിയിരുന്ന വിഭാഗം തങ്ങൾക്കു താഴെയുള്ള ബുദ്ധിയും വൈഭവും കുറഞ്ഞ ഒരു സമൂഹമായി സ്ത്രീ സമൂഹത്തിനെ നോക്കി കണ്ടതിന്റെ സൂചനകളായി സ്ത്രീവിരുദ്ധ പഴഞ്ചൊല്ലുകൾ പരിണമിക്കുകയാണ്.

'പെൺചൊല്ല് കേൾക്കുന്നവൻ പെരുവഴിയിൽ' എന്നുപറഞ്ഞാൽ പെൺചൊല്ല് കേൾക്കാൻ പാടില്ലെന്ന ഉപദേശ നിർദ്ദേശം കൂടി അതിൽ കടന്നുവരികയാണ്. പെണ്ണിന് അഭിപ്രായങ്ങൾ പറയാൻ ത്രാണിയില്ലെന്നും, അതുകൊണ്ടുതന്നെ ഗുണാത്മകമായ ഒരഭിപ്രായം അതിൽ ഉണ്ടാകില്ലെന്നും സമർപ്പിക്കുകയാണ് ഇവിടെ ചെയ്യുന്നത്.

'നാരി നടിച്ചിടം മുടിയും' എന്നു പറഞ്ഞാൽ ഇതിന്റെ വക ഭേദമാണ്. ഇവിടെ 'നടിച്ചിടം' എന്ന വാക്ക് പ്രതിനിധീകരിക്കുന്നത് ഭരിച്ചിടം എന്നതിനെയാണ്. നാരിക്ക് ഭരണ ശേഷിയില്ലെന്നാണ് ഇവിടെ ഉദ്ദേശിക്കുന്നത്. അങ്ങനെ സംഭവിച്ചാൽ അവിടെ നശിച്ചുപോകും, അതിനാൽ നാരിയെ ഉത്തരവാദിത്വങ്ങൾ ഏൽപ്പിക്കാൻ പാടില്ലെന്നാണ് ഉദ്ദേശിക്കുന്നത്. അതുപോലെ നടിക്കുക എന്നതിനെ അഭിനയിക്കുക എന്നർത്ഥത്തിൽ പിതൃദായ സമൂഹം പരിഗണിച്ചതുകൊണ്ടാണ് സഹസ്രാബ്ദങ്ങളോളം നാരികളെ അഭിനയ അരങ്ങുകളിൽ നിന്ന് മാറ്റി നിർത്തിയിരുന്നത്. 'നാലുതല ചേർന്നാലും നാലുമുല ചേരില്ലെ'ന്ന് പറയുന്നതിലൂടെ സ്ത്രീക്ക് ഐക്യസ്വഭാവമില്ലാത്തവൾ എന്നാണ്. ഇത് ബഹുഭാര്യാസമ്പ്രദായത്തിന്റെ കൂടി സൃഷ്ടിയാണ്. ഭാര്യമാരുടെ ചേർച്ചയില്ലായ്മയെ

പൊതു തത്വമായി അവതരിപ്പിച്ച് സ്ത്രീയുടെ ദൗർബല്യമായി അവതരിപ്പിക്കുന്നു. 'വ്യക്തിയുടെ ചെയ്തികൾ സമൂഹത്തിന്റെ വെളിച്ചത്തിൽ ഇവിടെ വിലയിരുത്തപ്പെടുന്നു. സമൂഹത്തെ പറ്റിയുള്ള നിയതമായ അറിവിനെ വൈയക്തിക സാഹചര്യങ്ങളിൽ ഉപയോഗപ്പെടുത്തുകയും ചെയ്യുന്നു.' ഇത് പരസ്പര ബന്ധിതമാണ്.

'പെൺബുദ്ധി പിൻബുദ്ധി', ഈ ആശയം പല പഴഞ്ചൊല്ലിന്റെയും ആശയങ്ങൾ തന്നെയാണ്. ബുദ്ധിയില്ലാത്ത വർഗ്ഗം എന്നതിനെയാണിത് സൂചിപ്പിക്കുന്നത്. അതുപോലെ തക്കസമയത്ത് ഉപയോഗപ്പെടാത്ത നിലപാട് എന്നതും ഇതിൽ സൂചിതമാകുന്നു.

'കെട്ടിലമ്മ ചാടിയാൽ കൊട്ടിയമ്പലം വരെ.' ഇത് സ്ത്രീയുടെ ചുവരുകൾക്കകത്തെ ജീവിതത്തെ പ്രതിനിധീകരിക്കുന്നു. പുറത്തേക്ക് പോകാൻ അവകാശമില്ലാത്തവളാണ്. എത്ര ബഹളമുണ്ടാക്കുന്നവളും വീടകത്തിനപ്പുറം കാര്യമില്ലാത്തവളാണ്.

'സ്ത്രീണാഞ്ച ചിത്തം, പുരുഷസൗഭാഗ്യം ഇത് കണ്ടവരില്ല.' സ്ത്രീയുടെ മനസ്സ് ദുരൂഹതയുള്ളതാണ്. അത് ആർക്കും പെട്ടെന്ന് മനസ്സിലാക്കാൻ കഴിയില്ല. ശരിയാണ്, നൂറ്റാണ്ടുകളായി ശബ്ദത്തിന് അവകാശമില്ലാതെ ഒതുക്കിവെക്കപ്പെട്ടിരുന്ന ജീവിതം അമർന്നിരുന്നനുഭവിച്ച ജീവിതയാഥാർത്ഥ്യങ്ങളിൽ അവർ എങ്ങനെ പ്രതികരിക്കും എന്ന് പലപ്പോഴും തിരിച്ചറിയാൻ കഴിയണമെന്നില്ല. പുരുഷന്റെ ഭാഗ്യം എപ്പോഴാണ് ഉണ്ടാവുക എന്നറിയാൻ കഴിയില്ലെന്നാണ്. അതിൽ പുരുഷജീവിതം ഭാഗ്യം ഉള്ളതുകൂടിയാണ് എന്നു പറഞ്ഞുവെക്കുകയാണ്. അഥവാ അത് വിധികൽപ്പിതമാണെന്നുകൂടി പ്രത്യയശാസ്ത്ര രൂപീകരണവും നടത്തുന്നു.

'മണ്ണും പെണ്ണും ഒരു പോലെ' നല്ലവളമിട്ട് നല്ല വിത്ത് എറിഞ്ഞാൽ മണ്ണ് വിളയും. ഇതുപോലെ പരിചരിക്കപ്പെട്ടാൽ സ്ത്രീയും 'വിളയും.'[32] ഇവിടെ വിളയൽ പ്രത്യുൽപ്പാദനവുമായി ബന്ധപ്പെട്ടാണെന്നു മാത്രം. ഇതിൽ കുറച്ച് രചനാത്മക വശം കൂടിയുണ്ട്. സ്ത്രീയെ സ്നേഹിച്ചാൽ അവളും സ്നേഹിക്കും എന്നതാണത്.

'വേശ്യയുടെ ചാരിത്ര്യ പ്രസംഗം'! വേശ്യ എന്നത് സ്ത്രീയെ സൂചിപ്പിക്കുന്നു. പുരുഷന് ചാരിത്ര്യത്തിന്റെ 'ബാധ്യത'കൾ ഒന്നും ഇല്ലാത്തതുകൊണ്ട് ആ പ്രശ്നം വരുന്നില്ല. ധാരാളം കുഴപ്പം കാണിക്കുന്നവർ മറ്റ് ചിലരുടെ കുഴപ്പങ്ങൾക്കെതിരെ സംസാരിക്കാൻ തുനിയുന്ന അപഹാസ്യമായ പ്രവൃത്തിക്കും ഉദാഹരണം കണ്ടുപിടിക്കുന്നത് സ്ത്രീയുടെ 'ദൗർബല്യ'ത്തെ ചാരിയാണ്.

ഏതു പഴഞ്ചൊല്ലിനും അതിന്റെ അർത്ഥത്തിൽ കവിഞ്ഞ ഒരു സന്ദേശമുണ്ടായിരിക്കും. അത് ഉപദേശ രൂപത്തിലോ അഭിപ്രായ രൂപത്തിലോ ആകാം; സ്ത്രീകളെ പരിഗണിക്കുന്നത് ഭവിഷ്യത്തുകൾക്കിടവരുത്തും എന്ന പുരുഷാധിപത്യമൂല്യം പകരലാണ് സ്ത്രീ വിരുദ്ധ പഴഞ്ചൊല്ലുകൾ ലക്ഷ്യം വയ്ക്കുന്നത്.

ഇതോടെ ചേർത്തു വെയ്ക്കേണ്ട മറ്റൊന്നാണ്, 'സൂചി നേരെ നിന്നാലെ നൂൽ കൊരുക്കാൻ കഴിയൂ' എന്നുള്ളത്. അത്യന്തം സ്ത്രീ വിരുദ്ധമായ ഒരു പ്രയോഗമാണിത്. ബലാൽസംഗം ചെയ്യപ്പെടുന്ന സ്ത്രീകളെ മുൻപ് കോടതിയിൽ വിചാരണ ചെയ്യുമ്പോൾ സംഗമ സമയത്തെ സ്ത്രീയുടെ പ്രതികരണം വക്കീലൻമാർ നൂലിഴകീറി ക്രോസ് ചെയ്യുമായിരുന്നു. അവൾ 'ആസ്വദിച്ചോ' എന്നു തെളിയിക്കാൻ വേണ്ടി ആയിരുന്നു ഇങ്ങനെ ചെയ്യുന്നത്. ലൈംഗികതയുടെ മൂർദ്ധന്യതയിൽ അവൾ പ്രതിഷേധിച്ചില്ല എന്നു സ്ഥാപിച്ച് പുരുഷ പ്രകിയയെ ന്യായീകരിക്കാൻ നടത്തിവന്ന ഈ പരിശ്രമം ഇപ്പോൾ അത്ര പ്രസക്തമല്ല. എന്നാൽ സൂചി നേരെ നിൽക്കാതെ നൂൽ കടത്താൻ കഴിയുന്നത് ബലാൽസംഗം നടന്നുവെങ്കിൽ അതിന്റെ കാരണം സ്ത്രീക്കുമുണ്ടെന്നു സ്ഥാപിക്കലാണ്. പക്ഷേ, ഈ വാദമുയർത്തുന്നവർ 'ബലാൽ' എന്ന വാക്കു മനഃപൂർവ്വം മറന്നുകളയുകയാണ്. സൂചി നേരെ ബലം പ്രയോഗിച്ച് നിർത്തിയാണ് നൂൽ കോർക്കുന്നത് എന്ന യാഥാർത്ഥ്യം ഒളിപ്പിച്ച് തനിയെ സൂചി നേരെ നിൽക്കുന്നുവെന്ന് സ്ഥാപിച്ചെടുത്ത് പുരുഷ മേധാവിത്വ ഘടനയ്ക്ക് ഊർജ്ജം പകരുകയാണ്.

ജനന ശാസ്ത്രവും സമൂഹവും

കുട്ടി ആണാകുന്നതിന്റെയും പെണ്ണാകുന്നതിന്റെയും ട്രാൻസ് ജന്റർ ആകുന്നതിന്റെയും ഉത്തരവാദിത്വം ആർക്കാണ്? പെൺകുട്ടികളെ പ്രസവിക്കുന്നതിന്റെ ഉത്തരവാദി പെണ്ണാണെന്ന് പ്രഖ്യാപിച്ച് എത്രയോ സ്ത്രീജനങ്ങളെ പീഡിപ്പിച്ചിട്ടുണ്ട്. എത്രയോ വിവാഹ ബന്ധങ്ങൾ വേർപെടുത്തിയിട്ടുണ്ട്. അതിന്റെ പേരിൽ പുരുഷൻ വേറെ വിവാഹ ബന്ധത്തിൽ ഏർപ്പെട്ടിട്ടുണ്ട്. ഇക്കാര്യത്തിൽ പലപ്പോഴും പുരുഷ മാതാവും കുടുംബാംഗങ്ങളായ ഇതര സ്ത്രീകൾ പോലും 'സ്ത്രീയെ' തള്ളിപറഞ്ഞിട്ടുണ്ട്.

എന്നാൽ കുട്ടി ഏതു വിഭാഗത്തിൽ ജനിക്കുന്നുവെന്നതിൽ ശരീരത്തിന് വലിയ പങ്കില്ലെന്നാണ് ജീവശാസ്ത്ര പഠനങ്ങൾ വ്യക്തമാക്കുന്നത്. ഏത് ലിംഗവിഭാഗത്തിൽ പെടുന്നുവെന്നത് ഗർഭധാരണത്തിന്റെ പ്രാഥമിക ഘട്ടത്തിൽ തന്നെ സംഭവിക്കുന്നതാണ്. 23 ജോഡി ക്രോമസോമുകളുടെ സങ്കീർണമായ ചേരുവയാണ് പുതിയ ജീവന്റെ ഉൽപ്പത്തിക്ക് കാരണം. സ്ത്രീയിൽ നിന്നും ഉള്ള അണ്ഡവും പുരുഷനിൽ നിന്നുള്ള ബീജവും ഈ ക്രോമസോമുകളിൽ പങ്കുവഹിക്കുന്നു. ഇതിൽ 23-ാമത്തെ ജോഡി ക്രോമസോമാണ് ആൺ-പെൺ അവസ്ഥ നിർണയിക്കുന്നത്.

മാതാവിൽ നിന്നും പിതാവിൽ നിന്നും X ക്രോമസോമുകളും അല്ലെങ്കിൽ മാതാവിൽ നിന്നും X ഉം പിതാവിൽ നിന്നും X ഉം ആണ് ജോഡിയാകുന്നത്. രണ്ടുഭാഗത്തുനിന്നും Xആണെങ്കിൽ പെൺകുട്ടിയും പിതാവിൽ നിന്നും Yആണ് ചേരുന്നതെങ്കിൽ XY ക്രോമസോം ജോഡിയാവു

കയും ആൺകുട്ടി ഉണ്ടാവുകയും ചെയ്യും. അതായത് ഇവിടെ ലിംഗ നിർണയം പുരുഷനെ (പിതാവിനെ) ആശ്രയിച്ചാണ്. പുരുഷനിൽ നിന്നും X ചേർന്നാൽ പെണ്ണും Y ചേർന്നാൽ ആണും ആകും. അണ്ഡത്തിൽ X ക്രോമസോം മാത്രമേ ഉണ്ടാകുകയുള്ളുവെന്ന് ചുരുക്കം. അപ്പോൾ കുട്ടി ആണോ പെണ്ണോ എന്ന് നിർണയിക്കുന്നതിന്റെ ഉത്തരവാദിത്വം ജീവ ശാസ്ത്രപരമായി പുരുഷനാണെന്നിരിക്കെ, സാമൂഹികമായി ഉത്തരവാ ദിത്വം നൂറ്റാണ്ടുകളായി സ്ത്രീയുടെ മേൽ ചുമത്തി പുരുഷാധിപത്യം, സ്ത്രീയെ ജനിപ്പിക്കുന്നുവെന്ന കാരണത്താൽ സ്ത്രീയെ ഉപദ്രവിക്കുക യായിരുന്നു. വേദത്തിലും മതഗ്രന്ഥത്തിലും ആധുനിക ശാസ്ത്രം തെര യുന്നവർക്ക് അതിലൊന്നും ഈ ശാസ്ത്രവസ്തുത വ്യാഖ്യാനിക്കാൻ പറ്റിയ പഴുത് കിട്ടിയിട്ടുമില്ല.

അതുപോലെ XX, XY എന്നിങ്ങനെ ആൺ-പെൺ രൂപീകരണ ത്തിന് കാരണമായ വിധത്തിൽ കൃത്യമായ ജോഡികളല്ലാതെ ക്രോമ സോമുകൾ രൂപപ്പെടാം. ഇതാണ് ട്രാൻസ് ജെന്റർ ആയ കുട്ടികളായി പരിണമിക്കുന്നത്.

ഈയിടെ ഒരു ചാനൽ ചർച്ചയിൽ ഈ ലേഖകനോട് ഒരു കേന്ദ്ര ഭരണകക്ഷി നേതാവ് വെല്ലുവിളിച്ചുകൊണ്ടു പറഞ്ഞ ഒരു വാചകം 'ആണാണെങ്കിൽ' തെളിയിക്കാനാണ്. മുകളിൽ പ്രതിപാദിച്ച വിഷയമല്ല. എന്തെങ്കിലും പറഞ്ഞാൽ പലരും ഇങ്ങനെ ഒരു പ്രയോഗം നടത്താറു ണ്ട്. ശേഷിയുള്ളവർ മാത്രമേ ആണാകുന്നുള്ളു. 'ആണാണെങ്കിൽ' എന്നൊക്കെ പറഞ്ഞാൽ തന്റേടം ഉണ്ടെങ്കിൽ എന്ന അർത്ഥത്തിലാണ്. ആണത്തം എന്നത് ധൈര്യത്തിന്റെയും തന്റേടത്തിന്റെയും ശേഷിയുടെ പ്രതീകം എന്നതും പെണ്ണത്തം എന്നത് ദുർബലതയുടെ സൂചകവും ആയിട്ടാണ് ഇത്തരം സ്ത്രീവിരുദ്ധ ബോധം പേറുന്നവർ കണക്കാക്കു ന്നത്.

ആണത്തം (Masculinity) /ആൺകുട്ടി എന്നതിന് സാമൂഹികമായി ലഭിക്കുന്ന നിർവചനമാണ്. ഇത് ആണിന്റെ മനോഭാവങ്ങൾ, അധികാര ങ്ങൾ, അവകാശങ്ങൾ പെരുമാറ്റം, വസ്ത്ര-രൂപ ഗുണങ്ങൾ തുടങ്ങിയ വയെ നിർണയിക്കുന്നു. ആണത്തവും പെണ്ണത്തവും ഒരു സാംസ്കാരിക നിർമ്മിതിയാണ്. അതുകൊണ്ടുതന്നെ അത് സമുദായം, കാലം, ദേശം എന്നിവയുമായി ബന്ധപ്പെട്ടിരിക്കുന്നു. കുടുംബം, മതം, മാധ്യമങ്ങൾ, മാർക്കറ്റ്, വിദ്യാഭ്യാസം സർക്കാർ തുടങ്ങിയ സാമൂഹിക-രാഷ്ട്രീയ സ്ഥാപനങ്ങൾ ഇതിൽ പ്രധാന പങ്കുവഹിക്കുന്നു. ഇത് സ്ഥായീഭാവം ആകില്ല. രീതികൾ പുനർ നിർമ്മിക്കപ്പെട്ടുകൊണ്ടിരിക്കും. ആണത്തം അധികാര സൂചകമായിട്ടാണ് ഉപയോഗിക്കുന്നത്. അധീശ ആണത്തം അപരന്റെ മേൽ (ആണിന്റെയും പെണ്ണിന്റെയും പേരിൽ) അധികാരം പ്രയോഗിക്കുകയും അവരിൽ നിന്നും അനുസരണ ആവശ്യപ്പെടുകയും ചെയ്യുന്നു. സമ്പത്ത് മുതൽ ജാതി മതസ്വാധീനം വരെ അധീശത്തെ ആണത്തം ഉപയോഗപ്പെടുത്തുന്നു.

കുറിപ്പുകൾ

1. *ആഗോളപ്രതിസന്ധിയും ആഗോളവല്ക്കരണവും*, ഡോ. തോമസ് ഐസക്, പേജ് 21.
2. *ദേശാഭിമാനി* ദിനപത്രം 2020 ഏപ്രിൽ 13.
3. *മാർക്സിസ്റ്റ് സംവാദം* (ലേഖനം) വൃന്ദാകാരാട്ട്.
4. അതേപുസ്തകം.
5. *കുടുംബം സ്വകാര്യസ്വത്ത് ഭരണകൂടം*, ഫ്രെഡറിക് ഏംഗൽസ്.
6. അതേപുസ്തകം.
7. *ജാതിവ്യവസ്ഥയും കേരളചരിത്രവും*, പി കെ ബാലകൃഷ്ണൻ.
8. *ജീവിതസമരം*, സി കേശവൻ.
9. *ജാതിവ്യവസ്ഥയും കേരളചരിത്രവും*, പി കെ ബാലകൃഷ്ണൻ.
10. *എന്റെ ജീവിതസ്മരണ*, മന്നത്ത് പത്മനാഭൻ.
11. *കണ്ണീരും കിനാവും*, വി ടി ഭട്ടതിരിപ്പാട്.
12. *ഹൃദയവയൽ*, ബോബി ജോസ് കട്ടിനാട്.
13. *സിനിമയും പ്രത്യയശാസ്ത്രവും*, വി കെ ജോസഫ്.
14. *ശാദരക്കുട്ടി* (അഭിമുഖം ടെലിവിഷൻ)
15. ചിന്ത *സിനിമാപ്പതിപ്പ്*, റ്റി വി മധു.
16. *ഗവേഷണ പ്രബന്ധം* (കാലിക്കറ്റ് യൂണിവേഴ്സിറ്റി), ഡോ. പി കെ ഗോപൻ.
17. *മാതൃഭൂമി വാരിക*, കെ വേണു, 2018.
18. *നാട്യശാസ്ത്രം*, ഭരതമുനി.
19. ചിന്ത *സിനിമാപ്പതിപ്പ്* (ലേഖനസമാഹാരം) മിഹിർ ഭട്ടാചാര്യ
20. *ഹൈന്ദവദുഷ് പ്രഭുചരിത്രം*, സാക്ഷിമഹാരാജ്.
21. *കണ്ണീരും കിനാവും*, വി ടി ഭട്ടതിരിപ്പാട്.
22. *മാർക്സിസ്റ്റ് സംവാദം*, 2014 ജനുവരി, ഡോ. രാജൻ ഗുരുക്കൾ.
23. *ജ്യോതിഷവും ജ്യോതിശാസ്ത്രവും* (കെ പാപ്പുട്ടി).
24. *ജ്യോതിഷം* - ഗണേഷ് പണിയത്ത്
25. *കേരളീയരുടെ ദേവതാ സങ്കൽപ്പം*, എം ജി ശശിഭൂഷൺ, പേജ് 63.
26. *പച്ചക്കുതിര* (മാസിക), കെ ടി ശാന്തിസ്വരൂപ്, 2018.
27. *ഹൈന്ദവ ദുഷ്പ്രഭുത്വ ചരിത്രം*, സാക്ഷി മഹാരാജ്.
28. അതേപുസ്തകം.
29. *പെണ്ണകം*, സരോജിനിസാഹു.
30. *ജാതിവ്യവസ്ഥയും കേരളവും*, പി കെ ബാലകൃഷ്ണൻ.
31. *മാതൃഭൂമി വാരിക*, കെ വേണു, 2018 ജനുവരി.
32. *ഫോക്‌ലോർ*, ഡോ. രാഘവൻ പയ്യനാട്.

ഭാഗം മൂന്ന്

ഇന്ത്യൻ പുരാണധാരയും സ്ത്രീകളും

അവതാരിക

സ്ത്രൈണബിംബങ്ങളും പെണ്ണനുഭവങ്ങളും രാഷ്ട്രീയ വായന

ഡോ. എ ഷീലാകുമാരി

ആദി ബ്രഹ്മാവിന് സ്ത്രീപുരുഷഭേദം ഉണ്ടായിരുന്നില്ലെന്നാണ് വിശ്വാസം. സ്വന്തം ശരീരത്തിൽനിന്ന് ദേവന്മാരെയും അർദ്ധനാരീശ്വരനെയും സൃഷ്ടിച്ചത് ബ്രഹ്മാവാണെന്ന് പുരാണങ്ങളും പറയുന്നു. സൃഷ്ടിയുടെ ആരംഭത്തിൽ മനുഷ്യനിൽ ലിംഗഭേദം ഉണ്ടായിരുന്നില്ലത്രേ. പരിണാമഘട്ടത്തിന്റെ നാൾവഴികളിലെവിടെയോ വച്ച് വേർപിരിഞ്ഞുപോയ പ്രകൃതിയും പുരുഷനും തമ്മിലുള്ള ആകർഷണമാണ് സമൂഹത്തിന്റെ നിലനില്പിനാധാരം.

മനുഷ്യവർഗ്ഗം ചലനാത്മകമായി ജീവിക്കാൻ തുടങ്ങിയ ചരിത്രാതീതകാലത്ത് സ്ത്രീ ആദരണീയയായിരുന്നു. പ്രാകൃത കമ്യൂണിസത്തിന്റെ കാലത്തും പുരുഷനോടൊപ്പമോ മുമ്പിലോ നിന്ന് കൂട്ടത്തെ നയിക്കാൻ കരുത്തുള്ളവളായിരുന്നു. മാതൃത്വം യാഥാർത്ഥ്യവും പിതൃത്വം സങ്കല്പവുമായിരുന്ന ആ കാലത്ത് ഗോത്രാധിപയായി അവൾ മുന്നിൽ നടന്നു. എല്ലാ പ്രാക്തന ജനവിഭാഗങ്ങൾക്കും ആരാധനാമൂർത്തിയായി ശക്തിസ്വരൂപിണിയും രൗദ്രമൂർത്തിയുമായ അമ്മ ദൈവങ്ങൾ പിറക്കുന്നത് ഇങ്ങനെയാവാം. മനുഷ്യസമുദായം ബുദ്ധിപരമായും സർഗ്ഗാത്മകമായും വളർച്ച നേടിയ കാർഷികസംസ്കാരം ശക്തമാകുമ്പോഴേക്കും പുരുഷന്റെ ആഗ്രഹത്തിനും താല്പര്യത്തിനുമനുസരിച്ച് അമ്മ ദൈവസങ്കല്പങ്ങൾക്കും മാറ്റം വന്നു. ശാന്തസ്വരൂപിണിയും സരളഭാവയുമായ അമ്മ ദൈവങ്ങളുടെ പിറവി അങ്ങനെയാണ്.

മനുഷ്യ സമൂഹത്തിന്റെ സാംസ്ക്കാരിക പരിണാമ ചരിത്രത്തിലെ സുപ്രധാന നാഴികക്കല്ലായിരുന്നു കുടുംബം എന്ന സ്ഥാപനത്തിന്റെ നിർമ്മിതി. സമൂഹമെന്ന നിലയിലുള്ള മനുഷ്യവർഗ്ഗത്തിന്റെ ജീവിതത്തെ ഏറ്റവും കെട്ടുറപ്പുള്ളതും അച്ചടക്കമുള്ളതുമാക്കി തീർത്ത സംവിധാനം.

കാടത്തത്തിൽനിന്നും നാഗരികതയിലേക്കുള്ള മനുഷ്യന്റെ പരിണാമത്തി നിടയിൽ സംഭവിച്ച വിപ്ലവകരമായ സംവിധാനമായിരുന്നു അത്. പക്ഷേ, ഈ പരിണാമത്തിനിടയിൽ, തുല്യശക്തിയിലും തുല്യപദവിയിലും പ്രകൃ തിയിൽ രൂപംകൊണ്ട മനുഷ്യ സമുദായത്തിലെ രണ്ടു വർഗ്ഗങ്ങൾ - സ്ത്രീയും പുരുഷനും - അന്തസ്സിലും സ്ഥാനമഹിമയിലും രണ്ടു തട്ടി ലായി മാറിയതെങ്ങനെയാണ്?

ഗ്രാംഷിയുടെ അധീശത്വ സങ്കല്പനം വിശദമാക്കുന്ന സിദ്ധാന്ത ത്തിൽ ഇത്തരം മാറ്റങ്ങളെ വിവരിക്കുന്നുണ്ട്. ഒരു സാമൂഹികവിഭാഗം മറ്റൊരു വിഭാഗത്തിനുമേൽ അധീശത്വം നേടിയെടുക്കുന്നത് പലപ്പോഴും ബലപ്രയോഗം വഴിയല്ല. സക്രിയമോ നിഷ്ക്രിയമോ ആയ ഒരു പൊതു സമിതി നേടിയെടുത്തുകൊണ്ടാണ്. ഒറ്റനോട്ടത്തിൽ ജനാധിപത്യരീതി യിലെന്നും ധാർമ്മികമെന്നും തോന്നിപ്പിച്ചുകൊണ്ടാണിത് സാധിക്കുന്നത്. അതിനുവേണ്ടി അതിസൂക്ഷ്മമായ പ്രത്യയശാസ്ത്ര പ്രചാരണങ്ങളും ഗൂഢതന്ത്രങ്ങളും തന്നെ മെനയുന്നു. മാതൃത്വത്തിന്റെ വിശുദ്ധിയും പാതി വ്രത്യത്തിന്റെ മഹനീയതയുമെല്ലാം വിളമ്പി ജ്ഞാനത്തിന്റെയും അധി കാരത്തിന്റെയും തീരുമാനങ്ങളുടെയും ലോകത്തുനിന്ന് സ്ത്രീയെ പുരു ഷാധിപത്യലോകം ക്രമേണ നിഷ്ക്കാസിതയാക്കുന്നത് ഇങ്ങനെയാവണം. മെരുങ്ങാത്ത പ്രകൃതിയെ മെരുക്കി പുരുഷനോടൊപ്പം നടന്ന ഗോത്രാ ധിപയായ സ്ത്രീ പുരുഷാധിപത്യത്തിന്റെ ബുദ്ധിപരവും തന്ത്രപരവുമായ കീഴടക്കലിനാണ് സഹസ്രാബ്ദങ്ങളോളം വിധേയയായത്. മാതൃത്വം പരി പാവനവും വിശുദ്ധവുമായ പദവിയായി പ്രഖ്യാപിക്കപ്പെടുകയും ഗാർഹികവൃത്തിയിലും കൃഷി പരിപാലനത്തിലും സ്ത്രീ ഒതുങ്ങിക്കൂടു കയും ചെയ്തപ്പോൾ ചരിത്രം പുരുഷ പ്രയാണത്തിന്റെ കഥയായി മാറി. മാതൃമേധാവിത്തം പിതൃമേധാവിത്തത്തിലേക്ക് പരിണമിക്കുകയും സ്ത്രീ ക്രമേണ കീഴാളാവസ്ഥയിലേക്ക് ചവിട്ടിതാഴ്ത്തപ്പെടുകയും ചെയ്തു. ഉപ നിഷത്തുക്കളിൽപ്പോലും അവഗാഹം ഉണ്ടായിരുന്ന സ്ത്രീകളുടെ കാലം അവസാനിച്ചുതുടങ്ങുകയും വേദം പഠിക്കാൻ വിലക്കിയും ജ്ഞാന സമ്പാ ദനത്തിൽ നിന്ന് ആട്ടിപ്പായിച്ചും സ്ത്രീകുലത്തെ നിരക്ഷരരുടേതാക്കി തീർത്തു. (സംസ്കൃത നാടകങ്ങളിൽപ്പോലും സ്ത്രീകളുടെ ഭാഷ പ്രാകൃ തമാണ് എന്നോർക്കുക) പുതിയനീതിയും നിയമങ്ങളും സൃഷ്ടിക്കപ്പെ ടുകയായിരുന്നു. കുടുംബം, സ്വത്ത്, ദായക്രമം എന്നിവ പരിരക്ഷിക്കപ്പെട ണമെങ്കിൽ സ്ത്രീ മൗനിയാകണം. അവളെ വിഗ്രഹമാക്കി മാറ്റുകയായി രുന്നു എളുപ്പം. ബോധബോധങ്ങളിൽ, ശീലങ്ങളിൽ ഒക്കെ മുദ്രണം ചെയ്യ പ്പെട്ടുപോയ വിശുദ്ധമായ അടിമത്തത്തെ കുടഞ്ഞുകളയാൻ പിന്നീട് സ്ത്രീക്ക് സാദ്ധ്യമല്ലാതായി.

പ്രപഞ്ചത്തിലെ സർവ്വചരാചരങ്ങളേയും സാകല്യേന കണ്ടിരുന്ന വലിയൊരു ദർശനമാണ് ഭാരതത്തിനുണ്ടായിരുന്നതെന്ന് പാടിപ്പുകഴ്ത്തു മ്പോഴും പെണ്ണിനെയും മണ്ണിനെയും തന്റെ അധികാര നുകത്തിലമർത്തി

ചെങ്കോലേന്തിയിരുന്ന പുരുഷാധിപത്യ വ്യവസ്ഥിതിയിൽ ഇത് എത്രത്തോളം സാദ്ധ്യമായിരുന്നു എന്ന് പരിശോധിക്കപ്പെടേണ്ടതുണ്ട്.

മഹാകവികൾ നിർമ്മമതയോടെ പറഞ്ഞുപോയ ഭാഗങ്ങളെ തങ്ങൾക്കനുസൃതമായി ഉറപ്പിച്ചെടുത്തത് പുരുഷാധിപത്യ സമൂഹമാണ് (മുണ്ടശ്ശേരിയുടെ വിഖ്യാത ലേഖനത്തിൽ കാളിദാസനെ കാലത്തിന്റെ ദാസൻ എന്നു വിളിച്ചത് ഓർമ്മ വരുന്നു. *അഭിജ്ഞാനശാകുന്തളം* നാടകത്തിൽ മൂലകഥയിലില്ലാത്ത മോതിരക്കഥയും മറ്റും കൂട്ടിച്ചേർത്തത് അധികാരി വർഗ്ഗത്തെ വെള്ള പൂശിക്കാണിക്കാൻ കാളിദാസൻ ശ്രമിച്ചതിന്റെ ഫലമാണെന്നായിരുന്നല്ലോ മുണ്ടശ്ശേരി പറഞ്ഞുവച്ചത്) ഭാരതീയ സ്ത്രീകൾക്കുണ്ടായിരിക്കേണ്ട ഭാവശുദ്ധിയെക്കുറിച്ചും സതീധർമ്മത്തെക്കുറിച്ചുമെല്ലാം പാടിയും പറഞ്ഞും കവികൾ ഭാരതീയസ്ത്രീകൾക്ക് സ്വത്വബോധം പകർന്നുനല്കി. ചോദ്യം ചെയ്യുന്ന സ്ത്രീകളെയൊന്നും നമ്മളിവിടെ കാണുന്നതേയില്ല. വാമൊഴിയിലും വരമൊഴിയിലും കേട്ടതും കണ്ടതും വിശുദ്ധതരുണികളെക്കുറിച്ചുള്ള വാഴ്ത്തുപ്പാട്ടുകളാണ്. അവരുടെ അപദാനകഥകൾ നൂറ്റാണ്ടുകൾക്കിപ്പുറം നാടോടിപ്പാട്ടുകളിലൂടെയും കിളിപ്പാട്ടുകളിലൂടെയും ആട്ടക്കഥകളിലൂടെയുമെല്ലാം ഒഴുകിപ്പരന്നു. നമ്മുടെ വടക്കൻ പാട്ടിലെ ഉണ്ണിയാർച്ചയെപ്പോലുള്ളവരെ തദ്ദേശീയ വാമൊഴി പാരമ്പര്യത്തിൽ മാത്രമാണ് കാണാൻ സാധിക്കുന്നത്. ഇപ്രകാരം വരേണ്യമെന്ന് വിശേഷിപ്പിക്കപ്പെടുന്ന ഒരു സ്ത്രീ സ്വത്വ സാംസ്കാരികാവബോധം ഇന്ത്യൻ പെൺമനസ്സുകളിൽ നിറച്ചുകൊടുത്തത് സീതയുടെയും ദമയന്തിയുടെയും പാഞ്ചാലിയുടെയും ശീലാവതിയുടെയും സാവിത്രിയുടെയുമൊക്കെ കഥകൾ ആവർത്തിച്ചുറപ്പിച്ചുകൊണ്ടാണ്.

*മനുസ്മൃതി*യിലെ സ്ത്രീകൾ എന്ന മൂന്നാം അദ്ധ്യായത്തിൽ *മനുസ്മൃതി*യിൽ തെളിഞ്ഞുനില്ക്കുന്ന സ്ത്രീ-ദളിത്-ശൂദ്ധ വിരുദ്ധതയെ ഗ്രന്ഥകാരൻ ഭംഗിയായി തുറന്നുകാട്ടുന്നുണ്ട്. *രാമായണ മഹാഭാരതാദി*കൾ ഇന്നത്തെ രൂപത്തിൽ ആയിത്തീരുന്നതിനു പിന്നിൽ *മനുസ്മൃതി* വഹിച്ചിരിക്കാവുന്ന പങ്കിനെക്കുറിച്ചും ഗ്രന്ഥകാരൻ സൂചന തരുന്നുണ്ട്. പ്രത്യക്ഷത്തിൽ സ്ത്രീയെ സ്തുതിക്കുന്ന *മനുസ്മൃതി* പഞ്ചസാരയിൽ പൊതിഞ്ഞ വിഷമാണ്. ഒരു ജനാധിപത്യ സമൂഹത്തിൽ സ്ത്രീക്കും പുരുഷനും ഭയലേശമില്ലാതെ, ഭരണഘടന അനുവദിക്കുന്ന എല്ലാ അവകാശങ്ങളും അനുഭവിച്ചുകൊണ്ട് ജീവിക്കാനുള്ള സ്വാതന്ത്ര്യത്തെയാണ് അഭിനവ പൈതൃക സംരക്ഷകർ ഇല്ലാതാക്കുന്നത്. നമ്മുടെ ബൗദ്ധിക പാരമ്പര്യത്തെയും സാംസ്കാരിക പൈതൃകത്തെയും സമൂഹത്തിന്റെ ഗുണപരമായ മുന്നേറ്റത്തിന് ഉതകുന്നവിധം പരിഷ്ക്കരിച്ച് ഉപയോഗിക്കുകയും സ്വാംശീകരിക്കുകയും ചെയ്യുമ്പോഴാണ് ഒരു സമൂഹം ആധുനികവും നവീനവുമാകുന്നത്. പൈതൃകത്തിന്റെ പേരിൽ യാഥാസ്ഥിതികത്വത്തെ പുണരുമ്പോൾ നമ്മൾ കാലത്തെ പിറകോട്ട് നടത്തുകയാണ്.

ഓരോ കാലഘട്ടത്തിലെയും ആണ്മയെയും പെണ്മയെയും തീരുമാനിക്കുന്നത് പരിണമിച്ചുവരുന്ന ഒരു വ്യവസ്ഥിതിയുടെ ഘടനയാണ്. ഈ

ഘടനയെ രൂപപ്പെടുത്തുന്നതിൽ നിർണ്ണായക പങ്കാണ് പ്രതിഭാശാലിക ളായ വിശ്വമഹാകവികൾ സൃഷ്ടിച്ചുവച്ചിട്ടുള്ള സാഹിത്യ സൃഷ്ടികൾക്കു ള്ളത്. ഒരു ജനതയുടെ സംസ്കാരത്തെയും മൂല്യബോധത്തെയും അത് സ്വാധീനിക്കുന്നുണ്ട്. ഗ്രന്ഥകാരൻ ചൂണ്ടിക്കാണിച്ചതുപോലെ ഭാരത ത്തിലെ വേദേതിഹാസങ്ങൾക്കും പൗരാണിക സാഹിത്യകൃതികൾക്കും നമ്മുടെ വിശാലവും സ്വതന്ത്രവും ധാർമ്മികവും മാനവികവുമായ ബോദ്ധ്യങ്ങളെ രൂപപ്പെടുത്താൻ കഴിഞ്ഞിട്ടുണ്ട്. ലോകത്ത് മറ്റേതെങ്കിലും സാഹിത്യകൃതികൾക്ക് സഹസ്രാബ്ദങ്ങളോളം നീണ്ടുനില്ക്കുന്ന ഇത്ത രമൊരു സ്വാധീനത സൃഷ്ടിക്കാൻ കഴിഞ്ഞിട്ടുണ്ടോ എന്നു സംശയമാ ണ്. പക്ഷേ, പാഠങ്ങളുടെ വായനകളെ കാലാന്തരത്തിൽ പരിഷ്ക്കരിക്കേ ണ്ടതുണ്ട്. ആ തിരിച്ചറിവുകൾ നമുക്കുണ്ടാവേണ്ടതിന്റെ ആവശ്യകത യാണ് ഈ പുസ്തകത്തിന്റെ പ്രസക്തിയെ നിർണ്ണയിക്കുന്നത്. വേദകാ ലത്തെ സ്ത്രീകൾ/ദേവതകൾ, പൗരാണികകാലത്തെ സ്ത്രീകൾ, *മനു സ്മൃതി*യിലെ സ്ത്രീകൾ, സീത, പാഞ്ചാലി, ഗാന്ധാരി, കുന്തി, ശീലാവ തി, സാവിത്രി എന്നിങ്ങനെ ഇന്ത്യൻ പെൺമനസ്സിൽ ആഴത്തിൽ പതിഞ്ഞ സ്ത്രീബിംബങ്ങളെ പഠിച്ചുകൊണ്ട് ഇന്നത്തെ പെണ്ണിന്റെ യാഥാർത്ഥ്യ ത്തിലേക്ക് കടക്കുകയാണ് ശ്രീ. പി കെ ഗോപൻ ചെയ്തിട്ടുള്ളത്.

ലിംഗഭേദത്തെ ജീവശാസ്ത്രപരമായ ഒരു വ്യത്യാസം മാത്രമായി കണ്ടാൽ മതിയെന്നും അതിനുമപ്പുറം പ്രാധാന്യത്തോടെ മറ്റൊരു സന്ദർഭ ത്തിലും അതിനെ പരിഗണിക്കേണ്ടതില്ലെന്നുമുള്ള ഏറ്റവും ആധുനിക മായ കാഴ്ചപ്പാടിലേക്ക് ഗ്രന്ഥകാരൻ എത്തിച്ചേരുകയാണ്. ആ ശ്രമത്തിൽ അദ്ദേഹം ഭംഗിയായി വിജയിച്ചിട്ടുണ്ട്. നമ്മുടെ സാംസ്ക്കാരിക പാഠങ്ങ ളിൽ, പല തലങ്ങളിൽ അടിഞ്ഞു കിടക്കുന്ന അടിസ്ഥാനചരിത്രത്തെ വെളിച്ചത്തുക്കൊണ്ടുവരുന്ന ഒരു രാഷ്ട്രീയവായനയാണ് ഡോ. പി കെ ഗോപൻ ഇവിടെ നടത്തിയിരിക്കുന്നത്.

വേദകാലത്തെ സ്ത്രീകൾ/ദേവതകൾ

വേദകാലം എന്നതിനെ ആര്യ സമുദായകാലം എന്നു വേണമെങ്കിൽ വിവക്ഷിക്കാം. ക്രിസ്തുവർഷാരംഭത്തിനു മുമ്പ് സഹസ്രാബ്ദങ്ങളോളം നീണ്ട വർഷങ്ങളിൽ ഉണ്ടായിരുന്ന ജീവിതകാലം! വേദങ്ങളും ഉപനിഷത്തുകളും ഈ കാലത്തിന്റെ സംഭാവനകളായിരുന്നു. ഉപനിഷത് എന്നാൽ രഹസ്യ വിജ്ഞാനീയം എന്നാണ്. ഇത് പണ്ഡിതരിലും വളരെ കുറച്ചു മാത്രമേ അക്ഷരാഭ്യാസം ലഭിച്ചിട്ടുള്ളുവെന്നതിനാൽ മറ്റുള്ളവരിൽ കുറച്ചു പേരിലുമേ എത്തിയിരുന്നുള്ളു. എന്നാൽ ചില ജീവിതരീതികളും അത് സ്ഥാപിച്ചെടുക്കാൻ ആവശ്യമായ ഭാവനാധിഷ്ഠിതമായ കഥകളും കഥാപാത്രങ്ങളും കൊണ്ട് സമ്പന്നമായിരുന്നു വേദവും ഉപനിഷത്തുകളും. ഇന്ദ്രൻ, വരുണൻ തുടങ്ങിയ ദൈവ സങ്കൽപ്പം ഈ കാലഘട്ടത്തിന്റേതാണ്. ശൈവസങ്കൽപ്പം ദ്രാവിഡ വിഭാഗത്തിലേതാണ്. ബ്രഹ്മോ വിഷ്ണു മഹേശ്വര സങ്കൽപ്പം ഇതിന്റെ തുടർച്ചയിൽ എവിടെയോ സംഭവിച്ചതാണ്.

വേദകാലത്ത് സ്ത്രീ സമൂഹം എന്തായിരുന്നുവെന്ന് കണ്ടെത്തൽ അക്കാലത്തെ ചില കൃതികളിലും ഖനനത്തിലൂടെ കണ്ടെത്തിയ സ്ത്രീരൂപങ്ങളിൽ നിന്നുമാണ്. ധാരാളം ചരിത്ര പണ്ഡിതരും പുരാവസ്തു ഗവേഷകരും നരവംശ ശാസ്ത്രജ്ഞരും വേദകാലത്തെപ്പറ്റി നിരവധി പഠനം നടത്തിയിട്ടുണ്ട്.

ഈ കാലത്ത് സ്ത്രീകൾക്ക് ഭാരതത്തിൽ പൊതുവെ സമൂഹത്തിൽ ഉന്നത സ്ഥാനം നിലനിന്നിരുന്നതായി സൂചനകൾ സമൃദ്ധമാണ്. സാധാരണയായി ഏകഭാര്യത്വവും പ്രത്യേകിച്ച് ചില ഉയർന്ന വർഗ്ഗക്കാരുടെ ഇടയിൽ ബഹുഭാര്യത്വവുമാണ് നിലനിന്നിരുന്നത്. ഗോത്രവർഗ്ഗത്തിൽ നിന്ന് കണ്ടെടുത്ത ഇതിവൃത്തമായ *മഹാഭാരത* കഥയിൽ ഈ ബഹുഭാ

രൃത്വം ധാരാളമായി കാണാൻ കഴിയും. എന്നാൽ സ്ത്രീകൾക്ക് ഏക ഭർതൃത്വം എന്നത് ഏതാണ്ട് കൽപ്പിക്കപ്പെട്ടിരുന്നു

'*ഋഗ്വേദ*ത്തിൽ സ്ത്രീകൾ യാഗങ്ങളിൽ പങ്കുകൊണ്ടിരുന്നതായി വ്യക്തമായ സൂചനകൾ ഉള്ളതായി റൊമീലാഥാപ്പർ രേഖപ്പെടുത്തിയിട്ടുണ്ട്. സ്ത്രീകൾ കുടുംബത്തിനുള്ളിൽ എന്നപോലെ അവ മേഘലാവഗുണ്ഠനത്തിന് പിന്നിൽ പാർക്കുന്നു എന്നൊരു ഉപമ സൂചിപ്പിക്കുന്നത് ഗൃഹവാസികളായ സ്ത്രീകളെ കുറിച്ചാണ്.'[1]

സ്ത്രീകളുടെ ചാരിത്ര്യ ശുദ്ധിയെ ദിവ്യ പവിത്രതയോടും വീട്ടിൽ എല്ലാവർക്കും ഭൂഷണമായിട്ടുള്ള പത്നിയെ അഗ്നിഭഗവാനോടും ഉപമിക്കുന്നു.

ഇക്കാലത്ത് അവിടെ നിലനിന്നിരുന്ന ജീവിത രീതിയെ സൂചിപ്പിക്കുന്നതിന് ഉതകുന്ന ചില ഖനന വസ്തുക്കളെപറ്റി നടത്തിയ പഠനം സ്ത്രീകളുടെ പ്രാധാന്യം വിളിച്ചറിയിക്കുന്നു. അമ്മ ദൈവാരാധനയ്ക്ക് മുൻതൂക്കം ഉണ്ടായിരുന്ന സൂചനകളാണ് ഈ സാമഗ്രികൾ നൽകുന്നത്.

ഇന്ത്യ മുതൽ മെഡിറ്ററേനിയൻ തീരം വരെ വ്യാപിച്ചിരുന്ന പ്രദേശങ്ങളിൽ ഉണ്ടായിരുന്ന പ്രാക്തന മാതൃദേവാരാധന അനാര്യമെന്നോ പൂർവാര്യമെന്നോ (Non- Aryan or Pre-Aryan)വിശേഷിപ്പിക്കേണ്ടതാണ്.

അതായത് മാതൃദേവാരാധനയ്ക്കും അതിലൂടെ സൂചിതമാകുന്ന സ്ത്രീ മുൻഗണനയ്ക്കും പരിഗണന ലഭിച്ചിരുന്നത് ആര്യ മേധാവിത്വത്തിനു മുമ്പാണെന്ന് കാണാം.

'ആദിപ്രരൂപങ്ങൾ സാഹിത്യത്തിൽ' എന്ന ഡോ.എം. ലീലാവതിയുടെ പഠനത്തിൽ സർ ജോൺ മാർഷൽ, ഇവിടെനിന്ന് കിട്ടിയ വിഗ്രഹങ്ങളെ താഴെ പറയുന്ന രൂപത്തിൽ തരം തിരിക്കുന്നതായി പറയുന്നു.

1. കൈതലത്തിൽ കുഞ്ഞുങ്ങളെ എടുത്തവർ അല്ലെങ്കിൽ ഗർഭിണികൾ.
2. നിൽക്കുന്ന മട്ടിലുള്ള നഗ്നരൂപങ്ങൾ. അരയിൽ നാമമാത്രമായ രൂപത്തിലുള്ള ആഭരണവും ശിരസ്സിൽ വലിയ ആവരണവും കണ്ഠാഭരണങ്ങൾ, കർണ്ണാഭരണങ്ങൾ.
3. ശിരസ്സും ഉടലും മാത്രം പരന്ന തലത്തിൽ പതിച്ച നിലയിൽ. പക്ഷിയുടെ മുഖം, നിറയെ കണ്ഠാഭരണങ്ങൾ, കൈകൾ മാറിൽ വച്ച രൂപത്തിലോ, ഒക്കുകളിൽ വച്ച രൂപത്തിലോ.
4. ശിരസ്സും, ഉടലും മാത്രം പരന്നതലത്തിൽ. വികൃതമായ മുഖാകൃതി. ശിരസ്സിനു മുകളിൽ ഫണത്തിന്റെ ആകൃതി. നിറയെ കണ്ഠാഭരണങ്ങൾ.[2]

ഇതെല്ലാം തന്നെ മാതൃദേവോ വിഗ്രഹങ്ങളെ സൂചിപ്പിക്കുന്നു. മറയ്ക്കാത്ത വലിപ്പം കൂടുതൽ തോന്നിക്കുന്ന മാറിടങ്ങൾ ഉള്ള രൂപം ഉണ്ട്. നിറയെ ആഭരണങ്ങൾ മാറിൽ ചാർത്തിയ നിലയിലുള്ളതാണത്.

ചില രൂപങ്ങൾ വിശകലനം ചെയ്താൽ ഭൂമിയെ മാതാവായി കരുതി നിർമ്മിച്ചതാണെന്ന് കാണാൻ കഴിയും. ഇതോടൊപ്പം ഋഷഭ രൂപങ്ങളും ദൃശ്യമാണ്. ഇത് ഭൂമാതാവും, കൃഷിയും തമ്മിലുള്ള ബന്ധം വ്യക്തമാക്കുന്നവയാണ്. കാളകൾ കൃഷിയുടെ സൂചനകളാണ്. അതാണ് പിന്നീട് ബുദ്ധമതക്കാർ കെട്ടുകാഴ്ചകളായി മാറ്റിയതും തുടർന്ന് ഹൈന്ദവ ആരാധനാലയങ്ങളിൽ ഉൽസവങ്ങളിൽ കെട്ടുകാളകളായി തീർന്നതും.

"ബലൂചിസ്ഥാനിലും പരിസരപ്രദേശങ്ങളിലും ഭീഷണയായ മഹാമാതാവ് ആരാധിക്കപ്പെട്ടിരുന്നു. ഭീഷണമാതാവിനും ഭീകരനായ കാളയ്ക്കും തമ്മിലുള്ള ബന്ധവും വ്യക്തമാണ്. കാളയുടെ ആക്രമണ സംഹാര വാസനകൾക്ക് മൂക്ക് കയറിട്ട് പിടിക്കുന്നത് മാതൃദേവതയാണ്. ഹാരപ്പൻ സംസ്കാരത്തിന്റെ നഗര കേന്ദ്രങ്ങളിലൊന്നായ കാളിബംഗനിൽ നിന്ന് കിട്ടിയിട്ടുള്ള ചില രൂപങ്ങളിൽ മാതൃദേവതയ്ക്ക് പുലിയുടെ ഉടൽ നൽകിയിട്ടുണ്ട്. ചിലതിൽ മരത്തിന്റെ ചിത്രവും ചുവട്ടിൽ വരയൻ പുലിയും നടുവിൽ ദേവതയും ഇരുവശത്തും ഇരുകാലിൽ നിൽക്കുന്ന പുലികളുള്ള ചിത്രവും ഉണ്ട്.

ഹാരപ്പൻ മുദ്രകളൊന്നിൽ തല കീഴ്പ്പോട്ടാക്കി മുകളിലേക്കുയർത്തിയ കവച്ച കാലുകൾക്കിടയിലൂടെ പൊങ്ങിയിരിക്കുന്ന സസ്യത്തോടുകൂടിയ ഒരു നഗ്നരൂപം കാണാം."ഭൂമിയിൽനിന്ന് മുളച്ചുപൊന്തുന്ന സസ്യത്തെയാണ് ഈ ചിത്രം വ്യഞ്ജിപ്പിക്കുന്നത്."[3]

പുരാതന ഇന്ത്യൻ പഠനത്തിൽ പി.കെ. അഗർവാൾ പറയുന്നത് ബലിദാനം അതി പ്രാചീന കാലത്തുതന്നെ നിലവിലിരുന്നുവെന്നാണ്. ഇത് വേദകാലഘട്ടത്തിൽ അനുഷ്ഠാന നാടകമായിക്കഴിഞ്ഞിട്ടുണ്ടാകാമെന്നാണ്. ഖനനത്തിൽ ലഭിച്ച ചില മുദ്രകളിൽ ഈ ചടങ്ങിന്റെ ഭാഗമായി ചൊല്ലുന്ന ചില മതലിപികൾ കിട്ടിയിരുന്നു. മൃഗ വേഷം കെട്ടിയാടുന്ന സ്ത്രീപുരുഷ ചിത്രങ്ങൾ ഇതിൽ കാണുന്നു. ലീലാവതി ടീച്ചർ പറയുന്നത് കേരളത്തിൽ കാണുന്ന അമ്മദൈവത്തിന്റെ ചിലമ്പും വാളും ഈ പ്രാചീന ബലിനാടകത്തിന്റെ അവശിഷ്ട ചിഹ്നങ്ങളായി കൂടെന്നില്ല എന്നാണ്.

ഇനിയൊരു മുദ്രയിൽ കുറച്ചുകൂടി സുവ്യക്തമായ ഒരാശയം കാണാം. ശിരസ്സിൽ മേഷ ചിഹ്നത്തോടുകൂടിയ ദേവത ഒരു വരയൻ പുലിയോട് ഏറ്റുമുട്ടുന്നതായി ചിത്രണം ചെയ്തിരിക്കുന്നു. ഇത്തരം ഹിംസ്ര ജന്തുക്കളോട് ഏറ്റുമുട്ടിയ മാതൃദേവതാ സങ്കൽപ്പമാണ്, സിംഹവാഹനയും മഹിഷാസുര മർദ്ദിനിയുമായി സ്ത്രീ ദേവതയെ ഭക്തിമൂത്തവർ വിഭാവനം ചെയ്തത്. സിംഹാകാരം പൂണ്ട ഈജിപ്ഷ്യൻ മാതൃദേവതാ സങ്കൽപ്പവും ഇത്തരുണത്തിൽ സ്മരണീയമാണ്.

പശുപതി ചിഹ്നമെന്ന് അംഗീകരിക്കപ്പെട്ട മറ്റൊരു മുദ്ര ശ്രദ്ധേയമാണ്. 420-ാം നമ്പരായിട്ടാണ് ഈ മുദ്ര ആർക്കൈവ്സിൽ സൂക്ഷിച്ചിരിക്കുന്നത്. ഇതിൽ പുരുഷദേവാകാരം കാണുന്നു. ശാർദ്ദൂലവാഹകനും വനദൈവവുമായ അയ്യപ്പന്റെ പ്രാങ് രൂപമാവാം പശുപതി എന്ന് തോന്നി

ക്കുന്ന തരത്തിൽ ഉള്ളത്. പശുപതിയുടെ കാലുകൾ പിണച്ചുള്ള ഇരിപ്പിന് അയ്യപ്പന്റെ ഇരിപ്പിനോട് സാദൃശ്യമുണ്ട്.

ഈ രൂപങ്ങളിലെല്ലാം ദൃശ്യമാകുന്നത് വന്യഹിംസ്ര ജന്തുക്കളോട് പൊരുതുന്നതിൽ മുന്നിൽതന്നെ സ്ത്രീ സാന്നിദ്ധ്യം പ്രകടമായിരുന്നുവെന്നാണ്. അടുക്കള കതകിന്റെ വിടവിലൂടെ മിഴികൾ പുറത്തേക്ക് കാണിക്കുന്ന വനിതകൾ ആയിരുന്നില്ല വേദകാലജീവിതത്തിലേത് എന്നാണ്. അവർ മണ്ണിനോടും മൃഗങ്ങളോടും പൊരുതി സാമൂഹിക നേതൃത്വം വഹിച്ചിരുന്നവരാണെന്ന് കാണാം. അക്കാലത്തെ പ്രധാന ശത്രു ഹിംസ്ര ജന്തുക്കൾ തന്നെയായിരുന്നു. അഥവാ അന്നം ജന്തുക്കളിൽ നിന്നാണ് കൂടുതലായും ലഭിച്ചത്. ഇത് നേടുന്ന ജോലി സ്ത്രീകൾ ഏറ്റെടുത്തിരുന്നു. നരിയെ വരുതിക്കുമുന്നിൽ നിറുത്തിയ നാരിയെ പൂജാവിഗ്രഹമാക്കുകയും നരിയെ നിയന്ത്രിച്ച ശക്തിയിൽനിന്ന് ഉൽഭൂതമായ അധികാരവും പദവിയും സ്ത്രീക്ക് നിഷേധിക്കുകയും ചെയ്തുവന്നു.

സിംഹവാഹനത്തിൽ സഞ്ചരിക്കുന്ന സ്ത്രീ ദേവതമാരുടെ ആധുനിക കാല വർണ ചിത്രങ്ങൾ ഇപ്പോൾ ദേവീക്ഷേത്രങ്ങളിൽ സുലഭമാണ്. ശക്തിസ്വരൂപിണി, മഹാമായേ എന്നിങ്ങനെ വിളിപ്പേരുകളും സമൃദ്ധമാണ്. എന്നാൽ ഈ ശക്തി ദേവിയിൽ അർപ്പിച്ച് പ്രാർത്ഥനയിൽ മുഴുകുകയും സ്വയം ശക്തി ചോർത്തുന്ന അനുഷ്ഠാനങ്ങളായി ഈയവസ്ഥയെ മാറ്റിനിർത്തുകയും ചെയ്യുന്നു.

പുരുഷനോടൊപ്പമോ അതിനേക്കാൾ മുന്നിലോ നിന്ന് പ്രാർത്ഥനാകാലത്ത് പൊരുതിയ സ്ത്രീ നേതൃത്വമാണ് പിൽക്കാലത്ത് ഇത്തരം ദേവതാ സങ്കൽപ്പങ്ങൾക്ക് വഴിയൊരുക്കിയത്. അത് കാവ്യ നാടകാദികളിലേക്കും വേദോപനിഷത്തുകളിലേക്കും സന്നിവേശിക്കപ്പെടുമ്പോൾ ഭാവനാ ലോകത്തിലൂടെ ധാരാളം സഞ്ചരിച്ചു. ഇതിന്റെ യഥാതഥമായ രൂപം മനസ്സിലാക്കുന്നതിനുപകരം അതും സ്ത്രീകളെ അടിമയാക്കാനും ശൂദ്രാദി വിഭാഗത്തിനെ അസ്പൃശ്യമാക്കാനും, ആര്യാധിനിവേശത്തിനും 'ബ്രാഹ്മണങ്ങൾ'ക്കു സാധിച്ചു.

*ഋഗ്വേദ*ത്തിൽ വിഭാവനം ചെയ്യുന്ന ദേവൻമാരായ മൂവരും ആദിമാതാക്കളിൽ നിന്ന് ഉദയം ചെയ്തവരായി കണക്കാക്കപ്പെട്ടു.

വള്ളത്തോളിന്റെ വിവർത്തനത്തിൽ ഒരു വേദവാക്യം ഇങ്ങനെയാണ്.

"ദേവൻമാരെ, നിങ്ങളുടെ ദേഹങ്ങളെല്ലാം നമസ്കരണീയങ്ങളും സ്തുത്യങ്ങളും യഷ്ടവ്യങ്ങളുമാണല്ലോ. ദ്യോവിൽ നിന്നും അന്തരീക്ഷത്തിൽ നിന്നും ഭൂവിൽനിന്നും ജനിച്ചവരായ നിങ്ങൾ ഇവിടെ വിളി കേൾക്കുവിൻ." ആദി മാതാക്കളായി കരുതുന്നത് അദിതി, പൃഥിവി, അപാ എന്നിവരെയാണ്. ഇവരെ വൈദിക ദേവിമാർ എന്ന് ചരിത്രകാരൻമാർ പറയുന്നു. യാസ്കമുനി ഇവരെ മൂന്നു മേഖലകളുടെ ചുമതലക്കാരായി പരിഗണിക്കുന്നു. പൃഥിവി സ്ഥാനം, മധ്യ സ്ഥാനം, ദ്യുസ്ഥാനം എന്നിങ്ങനെ. എന്നുപറഞ്ഞാൽ ഭൂമി, അന്തരീക്ഷം, ആകാശം എന്നീ വിധത്തിൽ

നമുക്ക് കണക്കാക്കാം. (ഇതിനപ്പുറം ഉള്ള ലോകവിജ്ഞാനം അക്കാലത്തില്ല).

ഈ ഗണത്തിൽ പറയുന്ന ദേവതകൾ ഇനി പറയുന്നവരാണ്.

പൃഥിവി സ്ഥാനം:- ശ്രദ്ധ, സുഹൃതാ, ദക്ഷിണ, ഊർജാഹുതി, ഊർമ്യ, അസുനീതി, പുരംധി, അരമതി, നിര്യാതി, അരാതീ, മഹീ, വരുത്രീ, ഹോത്രാ.

മധ്യമസ്ഥാനം:- അദിതി, ദിതി, ദാനു, വാക്, ഉർവ്വശി

ദ്യുസ്ഥാനം:- വിരാജ്, സരണ്യ, വൃഷാകവായി രാട് (രാജ്).

വേദപണ്ഡിതനായ ജയ്പൂർകാരൻ മധുസൂദന ഓത്സ ഇള, ഭാരതി, സരസ്വതി (തിസ്രോദേവ്യ:) എന്നിവർ വാഗ്ദേവതയുടെ മൂന്ന് ആവിഷ്കാരങ്ങളായി കണക്കാക്കുന്നു. പ്രകൃതിസത്തകളെയും പ്രകൃതി പ്രതിഭാസങ്ങളെയും ദേവതകളായി സങ്കൽപ്പിച്ചതാണ് ഈ മൂന്ന് സങ്കൽപ്പങ്ങളും, പൃഥിവി, രാതി, സരസ്വതി ഇവർ പൃഥിവി സ്ഥാനസ്ഥകളും, സീനീവാലി, രാകാ അനുമതി, ഗുഗു എന്നിവർ മധ്യ സ്ഥാനസ്ഥകളായ ചാന്ദ്ര ദേവതകളും, ഉഷസ്സ്, സൂര്യ എന്നിവർ ദുസ്ഥാനസ്ഥകളും ആണെന്ന് അദ്ദേഹം വിശകലനം ചെയ്യുന്നു. (ഇവരിൽ പല ദേവതകളും കേരളത്തിൽ എത്തിയിട്ടില്ല).

“ഇടിവെട്ടിന്റെ ദേവതയാണ് പൃഥിവി, ഇടിവെട്ട് ഋഗ്വേദ കൽപ്പന പ്രകാരം ഭൂമിയെ ഗർഭവതിയാക്കുന്നുവെന്ന് ലീലാവതി ടീച്ചർ നിരീക്ഷിക്കുന്നു. ഈ ഭാവന വിശകലനം ചെയ്താൽ എല്ലാ പുരാവൃത്തങ്ങളുടെയും വിശകലനമാകും. പുരാവൃത്തത്തിൽ ഭാവന, സത്യം, സന്ദേശം എന്നിവയടങ്ങുന്നുണ്ട്. ഇടിവെട്ട് എന്നാൽ മഴയുടെ ഭാഗമാണ്. മഴനീർത്തുള്ളികളാണ് മണ്ണിനെ ഉർവ്വരമാക്കുന്നത്. ഈ ഉർവ്വരതയിലാണ് സസ്യലതാദികളും അതിനെ സ്വായത്തമാക്കി മനുഷ്യാദി ജൈവിക രൂപങ്ങളും ജീവിക്കുന്നത്.

ദേവ മാതാവായ അദിതിയെ പ്രകാശിക്കുന്ന സ്വർഗ്ഗമായി കണക്കാക്കുന്നു. ജനനി, ജനകൻ, പുത്രൻ എന്നീ ത്രിത്വകൽപ്പനയും ഇതിൽപെടുന്നു. എല്ലാ ദേവൻമാരും അദിതിതന്നെ. ഗന്ധർവ്വൻമാർ, പിതൃക്കൾ, ദേവൻമാർ, അസുരൻമാർ, രക്ഷസ്സുകൾ എന്നീ പഞ്ചജനങ്ങളും ഇതിൽ ഉൾപ്പെടുന്നു. അദിതി അനാദിയായ മാതൃസത്തയാണെന്ന് ഈ നിരീക്ഷണങ്ങളിൽ നിന്നു സുവ്യക്തമാകുന്നു.

ഇതെല്ലാം വെളിവാക്കുന്നത് ദേവ സങ്കൽപ്പത്തിന്റെ അഥവാ രക്ഷാകർതൃവിചാരത്തിന്റെ പ്രാചീന ചിന്തകളിൽ ദൈവരൂപങ്ങളായി പരിഗണിക്കപ്പെട്ടതെല്ലാം ‘സ്ത്രീ’ ദേവതകളെയാണ്. പ്രകൃതിശക്തികൾക്ക് ദേവരൂപം സങ്കൽപ്പിക്കുമ്പോൾ സ്ത്രീയെ (പ്രകൃതിയെ) മുന്നിൽ വയ്ക്കുന്നു. ഇത് വൈകാരികതയിൽ നിന്ന് ഉടലെടുക്കുന്ന ചിന്തകളല്ല.

ചിന്തയുണ്ടാകുന്നത് ഭൗതിക ശകതികളിൽ നിന്നാണ്. അഥവാ ജീവിത പരിസരത്തെ ബന്ധപ്പെടുത്തിയാണ്. ജന്തുജീവിതത്തിൽ പ്രസ

വിച്ചുകൂട്ടുക എന്നു മാത്രമല്ല, പ്രസവിക്കപ്പെടുന്നവയുടെ സംരക്ഷണ ത്തിനും വളർച്ചയ്ക്ക് ഉപയുക്തമായ ജീവിതായോധന മുറകളും സ്വായ ത്തമാക്കുന്നതിൽ സൈത്രണ ജീവിതത്തിന് നേതൃത്വപരമായ പങ്കുണ്ടാ യിരുന്നുവെന്നാണ്.

ഈ പ്രാധാന്യമാണ് പ്രകൃതി പ്രതിഭാസങ്ങളെ ദേവതാരൂപത്തിൽ കൽപ്പിക്കാൻ ഇടവന്നതെന്ന് അനുമാനിക്കാം. പ്രകൃതിയെ മൊത്തത്തിൽ തന്നെ സ്ത്രീ രൂപമായി ഇന്നും പരിഗണിക്കേണ്ടിവരുന്നു. പിൽക്കാല രചനകളിലാണ് അഥവാ സ്ത്രീ വിരുദ്ധ സാമൂഹികവൽക്കരണ കാല ത്താണ് പർവ്വതങ്ങളെ ദേവൻമാരായും നദികളെ ദേവതമാരായും സങ്കൽപ്പിച്ചത് എന്നുകാണാം. ഹിമാലയം പുരുഷ സങ്കൽപ്പവും ഗംഗ സ്ത്രീ സങ്കൽപ്പത്തിലും ഉൾപ്പെട്ടു. ഇത് ആര്യാധിനിവേശത്തിന്റെയും ബ്രാഹ്മണ (പുരോഹിത) മേധാവിത്വ കാലഘട്ടത്തിന്റെയും സംഭാ വനയിൽപ്പെട്ട സങ്കൽപ്പങ്ങളാണ്.

പിൽക്കാലത്ത് ക്ഷേത്രങ്ങൾ വികസിച്ചു വന്നപ്പോൾ (ആര്യൻമാരുടെ സംഭാവനയായി ചരിത്രകാരൻമാർ ക്ഷേത്രങ്ങളെ വിലയിരുത്തുന്നു) ദേവതാ സേവനത്തിനായി സ്ത്രീകൾ അതിനുള്ളിൽ പാർപ്പിക്കപ്പെടുന്ന രീതി പലയിടങ്ങളിലും കാണായി വന്നു. ഇവർക്ക് ദേവതാ സേവനം മാത്ര മല്ല രതിസേവനവും കൽപ്പിക്കപ്പെട്ടു. രതി ഗോപ്യമല്ലാത്ത അക്കാലത്ത് പലർക്കും പ്രാപ്യമായ ഒന്നായി ഈ അമ്പലവാസികൾക്ക് മാറേണ്ടിവന്നു. ഇന്ന് ചിന്തനീയമല്ലാത്ത ഒരു കാര്യം ആണെങ്കിൽ കൂടിയും അത് നൂറ്റാ ണ്ടുകളോളം നിലനിന്നിരുന്നു (അങ്ങനെ പറഞ്ഞുകൂടാ, കഠ്വ സംഭവം! സമ്മതത്തോടെയല്ലെങ്കിലും പെൺകുട്ടിയുമായുള്ള രതിവേഴ്ചയ്ക്ക് ക്ഷേത്രവും ഉപയോഗിക്കാമെന്ന് ക്ഷേത്ര വക്താക്കൾ തന്നെ തെളിയിച്ചു). നമ്മുടെ പല മഹാക്ഷേത്രങ്ങളിലെയും ചുവരുകൾ രതിശിൽപ്പങ്ങൾ കൊണ്ട് സമ്പന്നമായിരുന്നത് രതി, ഭാരതത്തിൽ പാപം ആയി കണക്കാ ക്കിയിരുന്നില്ലെന്നാണ്. പിന്നീട് വിക്ടോറിയൻ കാലഘട്ടം സംജാതമാ യപ്പോൾ ക്രൈസ്തവ ദർശനത്തിൽ നിന്നുമാണ് രതി പാപചിന്തയായി കടന്നുവന്നത്. പുരുഷ കാമസൂത്രവും (ശാസ്ത്രം) സൈത്രണ കാമസൂ ത്രവും ഒരുപോലെ രചിക്കപ്പെട്ട നാടാണ് ഭാരതം.

ദേവദാസി സമ്പ്രദായം അത്ര പഴയ കാല ഓർമയല്ല. നമ്മുടെ പല നൃത്തരൂപങ്ങളും നിറഞ്ഞാടിയത് ഇവരിലെ കലാകാരികൾ വഴിയാണ്. സ്ത്രീഗണികകൾ മാത്രമല്ല പുരുഷൻമാരും ഗണികാവൃത്തിയിലൂടെ ദേവതാടിമകളായിട്ടുണ്ടായിരുന്നു.

'പുരുഷൻമാർ മുണ്ഡനത്തിലൂടെ പ്രതീകാത്മകമായ പുംസ്ത്വഭ ഞ്ജനം അനുഷ്ടിക്കുക മാത്രമല്ല നപുംസകത്വം വരിച്ച് ഗണികാവൃത്തി യിലൂടെ മാതൃദേവതയുടെ അടിമകളായിത്തീരുകയും ചെയ്തിരുന്നു. കേര ളത്തിൽ ചില ക്ഷേത്രങ്ങളിൽ പുരുഷൻമാർ സ്ത്രീ വേഷം കെട്ടി ചമയ വിളക്ക് എടുക്കുക എന്നൊരാചാരം നിലവിലുണ്ട്. പ്രതീകാത്മകമായ പുംസ്ത ബലിദാനമാണിത്. വേഷ ഭൂഷയിലും ചര്യയിലും മാതൃസത്ത

യുമായി ഐക്യം പ്രാപിക്കലാണിത്. സ്വയം ബലിയാവുന്നതിനു പുറമേ പുരുഷൻ അമ്മയുടെ പ്രണിധിയാവുന്നു. ഇത്തരം ആചാരങ്ങൾ മാതൃസത്തയുടെ ഉർവ്വരതയെ മാത്രമല്ല രതിരസ ഭാവത്തെയും വ്യഞ്ജിപ്പിക്കുന്നു.'[4] കൊല്ലം ജില്ലയിലെ ചവറ കൊറ്റൻകുളര ക്ഷേത്രത്തിൽ ഉൾപ്പടെ പലയിടങ്ങളിലും ഈ ആചാരം ഇപ്പോഴും നിലനിൽക്കുന്നു.

പുരുഷ ദേവ സങ്കൽപ്പത്തോട് ചേർന്ന് ഇത്തരം ആചാര രീതി പൊതുവെ കാണാൻ കഴിയുന്നതല്ല. എന്നാൽ മോഹിനിയാട്ടം പോലുള്ള നൃത്തരൂപത്തിൽ അവതരിപ്പിക്കുന്ന പദങ്ങളിൽ പത്മനാഭനെ കാമുകനായും നർത്തകി കാമുകിയായും സ്വയം കൽപ്പിക്കുന്നുണ്ട്. സ്വാതിതിരുനാളിന്റെയും ഇരയിമ്മൻ തമ്പിയുടെയും പദങ്ങളിൽ ഇതിന് സർവ്വത്ര ഉദാഹരണങ്ങൾ ഉണ്ട്. ധാരാളം ഭക്തകൾ ശ്രീകൃഷ്ണ രൂപത്തെ കാമുകരൂപമായി സങ്കൽപ്പിക്കുന്നുണ്ട്. എങ്കിലും ദേവതാസങ്കൽപ്പത്തിൽ മനുഷ്യൻ ഇഴുകി മുഴുകുന്നതുപോലെ ദേവസങ്കൽപ്പത്തിൽ കാണാത്തത് ഈ പൗരാണിക മാതൃ ദേവതാ സങ്കൽപ്പം മനുഷ്യകുലത്തെ അത്രമാത്രം സ്വാധീനിച്ചതിനാലാണ്.

ദേവദാസി സമ്പ്രദായം ഭാരതത്തിൽ മാത്രം നിലനിന്ന ഒന്നല്ല. ഇത് സമാനതകളോടെ വിവിധ രാജ്യങ്ങളിലെ ആരാധനാലായങ്ങളിൽ നിഴലിച്ചിരുന്നു.

'പുരാതന ഹിന്ദു പാരമ്പര്യത്തിലെ അവിവാഹിതകളായ ശിഷ്യന്മാരെകൊണ്ട് ദേവനെ വിവാഹം കഴിപ്പിക്കുന്ന ദേവദാസി സമ്പ്രദായത്തിന് വിപരീതമായി ബാബിലോണിയൻ സംസ്കാരത്തിൽ പൂജാരിണികൾ ഏതെങ്കിലും ഒരു ഭക്തനുമായി വിശുദ്ധ വിവാഹം നടത്തുന്നു. ദേവാലയത്തിനകത്ത് പൂജാരിണി ഇവനെ ഇതിന് മുമ്പ് കണ്ടിട്ടുണ്ടാവില്ല. വീണ്ടും കാണാനുള്ള സാധ്യതയുമില്ല. അവരുടെ ശാരീരിക സംഗമം അവനിൽ പുനരുജ്ജീവനി ജനിപ്പിക്കുന്നു. പൂജാരിണിയുമായുള്ള ബന്ധത്തിൽ കൂടി അവൻ അതീന്ദ്രീയ സാക്ഷാൽക്കാരം അനുഭവിക്കുന്നു. പൂജാരികൾക്കാകട്ടെ, ഈ ശാരീരിക സംഗമം ദേവപ്രീതിക്കുള്ള അനുഗ്രഹമാണ്. ഇതിന്റെയെല്ലാം പരിണിത ഫലമെന്നു പറയുന്നത് എല്ലാവർക്കുമുള്ള സുഖസന്തോഷങ്ങളാണ്. ദേവാലയത്തിലേക്ക് ഇതിന്റെ പേരിൽ ആദായം ആരാധർ നൽകിയിരുന്നു. ലൈംഗിക-വാണിജ്യ കാര്യങ്ങളിലേതു കൂടാതെ ദേവദാസികൾ മറ്റു മേഖലകളിലും വ്യാപരിക്കാറുണ്ട്. അവരുടെ ജൈവിക സവിശേഷതകൾ ദിവ്യമാണെന്നു കരുതുന്നവർ പലവിധ രോഗശാന്തിക്കും അവരുടെ സഹായം തേടുന്നു. അക്കാലത്ത് കണ്ണിലെ രോഗം മാറുവാൻ വേശ്യയുടെ ഉമിനീർ ഉപയോഗിക്കുമായിരുന്നു. ഈ സ്ത്രീകൾ സന്യാസിനിമാരും ദിവ്യശക്തിയുള്ളവരും ആധ്യാത്മ ബോധനം നടത്തുന്നവരുമായിരുന്നു.'[5]

പൗരാണിക സ്ത്രീകൾ

ഇന്ത്യൻ വനിതകൾക്ക് പ്രധാനമായും മൂന്നു പ്രതീകങ്ങൾ ആണു ള്ളത്, പൗരാണിക സാഹിത്യത്തിൽ. *രാമായണ*ത്തിലെ സീത, മഹാഭാര തത്തിലെ പാഞ്ചാലി, പുരാണത്തിലെ ശീലാവതി! ഇവർ മാതൃകാ സ്ത്രീകളായി പൊതുവെ ഇന്നു ഹൈന്ദവ ജനത എന്നു വിശേഷിക്കപ്പെ ടുന്നവർ കണക്കാക്കുന്നു.

*മഹാഭാരത-രാമായണാ*ദി സാഹിത്യ രൂപങ്ങൾ ഇന്നത്തെ രൂപത്തിൽ മെനയപ്പെട്ടതിന് ഏകദേശം ആയിരം വർഷത്തെ ചരിത്രം ഉണ്ട്. ബി.സി. 500 മുതൽ എ.ഡി. 500 വരെയുള്ള കാലഘട്ടം. 25000-ൽപരം ശ്ലോക ങ്ങൾകൊണ്ട് നിറഞ്ഞ *രാമായണ*വും ഒന്നേകാൽ ലക്ഷം ശ്ലോകങ്ങളാൽ വിരചിതമായ *മഹാഭാരത*വും. 8000 ശ്ലോകത്തിൽ ആദ്യം ലിഖിതപ്പെടു ത്തിയെന്നു പണ്ഡിതലോകം കണക്കാക്കുന്ന *മഹാഭാരതം* അതിന്റെ ഒരു സഹസ്രാബ്ദത്തിലെ പ്രയാണത്തിൽ ഇന്നുകാണുന്ന രൂപത്തിൽ എത്തി. ഇത് ഏതാണ്ട് എ.ഡി 500 ഓടുകൂടിയാണെന്ന് കരുതുന്നു. രാമായണ ത്തിനും ഈ കാലയളവിനുള്ളിൽ പാഠങ്ങളുണ്ടായതായി വിലയിരുത്താ വുന്നതാണ്. ചില നൂറ്റാണ്ടുകൾ മാത്രമാണ് വ്യത്യാസം വരുന്നത്.

ഈ രണ്ട് ഗ്രന്ഥങ്ങളും ഭാരതീയ ജീവിതത്തിൽ ലോകത്ത് ഒരു സാഹിത്യ കൃതിയും ഒരിടത്തും ചെലുത്താത്തയത്ര സ്വാധീനം സാംസ്കാ രിക ഭൂമികയിൽ, ഇന്ത്യൻ ജനതയിൽ ചെലുത്തിയിട്ടുണ്ട്. (ഒരു സാഹിത്യ കൃതി എന്ന നിലയിൽ മാത്രമല്ല *ഖുർ-ആൻ, ബൈബിൾ* എന്നിവ പരിഗ ണിക്കപ്പെടുന്നത്).

വ്യക്തികളുടെ പേരുകൾ, സ്ഥലനാമങ്ങൾ അനേകായിരം വ്യത്യസ്ഥ കൃതികൾ, കലാരൂപങ്ങൾ എന്നിങ്ങനെ മനുഷ്യ വിഹാര മേഖലകളുടെ ഉള്ളടക്കങ്ങളിൽ സജീവ സാന്നിദ്ധ്യമായി ഈ കൃതികൾ മാറിയിട്ടുണ്ട്.

അതുകൊണ്ടുതന്നെ ഇതിലെ കഥാപാത്രങ്ങൾ മനുഷ്യ ജീവിതത്തിന്റെ ദർശനങ്ങളെയും പരുവപ്പെടുത്തിയിട്ടുണ്ട്.

ഇന്ത്യൻ ജനതയെ ഒരു കാലത്ത് തന്നെ സ്വാധീനിച്ച ദർശനം ബൗദ്ധ ദർശനമാണ്. ഇതുൽഭവിക്കാനുള്ള സാമൂഹിക പ്രചോദനം ആര്യ മേൽക്കോയ്മയിൽ ഉണ്ടായ ബ്രാഹ്മണ മതത്തിന്റെ അസമത്വ പൂരിതമായ സാമൂഹിക പരിസരമാണ്. പുരോഹിത വർഗ്ഗത്തിന്റെ കൈപ്പിടിയിൽ ഉണ്ടായിരുന്ന രാജഗോത്ര ഭരണമാണ് നിലനിന്നിരുന്നത്.

പൗരോഹിത്യം

സ്വാമി ധർമ്മ തീർത്ഥ മഹാരാജാവ് എം. എം. കുന്തെയെ ഉദ്ധരിച്ചുകൊണ്ട് അന്നത്തെ കാലത്തെ ഇങ്ങനെ വെളിപ്പെടുത്തുന്നു. 'പുരോഹിതൻമാർ ഒരു മനോഹരമായ ഊഞ്ഞാൽ കട്ടിലിൽ ഇരുന്നാടിത്തുടങ്ങി. പെൺകുട്ടികൾ താളമേളത്തോടുകൂടി നൃത്തം ആരംഭിച്ചു. യജമാനൻ (യാഗം കഴിപ്പിച്ചിരുന്ന പ്രമാണി) വിപുലമായലങ്കരിച്ച ഒരു പ്രത്യേക മണ്ഡപത്തിൽ ഇരുന്നു. അതിന്റെ പേരുതന്നെ സ്വർഗ്ഗം എന്നായിരുന്നു. യജമാനന്റെ വിലപിടിച്ച രത്നങ്ങളും ആഢംബര വസ്തുക്കളും പശുമൃഗാദികളും സദസ്സിൽ പ്രദർശിക്കപ്പെട്ടു. മാനമോ മര്യാദയോ നോക്കാതെയുള്ള സംഭാഷണങ്ങൾ അനുവദനീയമായിരുന്നു. യജമാന ഭാര്യമാർ പോലും പരസ്യമായ സംഭാഷണ വിഷയത്തിൽ പെടുന്നു. ചൂതാട്ടവും വീമ്പുപറച്ചിലും വാഗ്വാദങ്ങളും പോർവിളികളും ചുറ്റും നടന്നുകൊണ്ടിരുന്നു.'[6]

പുരോഹിതന് മേൽകൈയുള്ള അധികാര ഘടന ഉരുവം കൊണ്ടു. പുരോഹിതൻമാർ അവരുടെ നിയാമക തത്വങ്ങൾ വിളംബരം ചെയ്യുവാൻ യാഗശാലകൾ ഉപയോഗിച്ചു. ഇപ്പോഴും നമ്മുടെ ആരാധനാലയങ്ങളിലെ സപ്താഹം പോലുള്ള ചടങ്ങുകൾ യാഗാചാര്യൻമാർ എന്ന് വിളിക്കപ്പെടുന്നവർ പുരാണ വ്യാഖ്യാനങ്ങളിലൂടെ തങ്ങളുടെ സ്ത്രീവിരുദ്ധവും പ്രതിലോമപരവുമായ ആശയങ്ങൾ പ്രചരിപ്പിക്കുവാനുള്ള വേദികളായി പരുവപ്പെടുത്തുന്നു. കേരളത്തിൽ ശബരിമലയിലെ സ്ത്രീ പ്രവേശന വിവാദ സന്ദർഭങ്ങളിൽ ഇത് ഫലപ്രദമായി ഉപയോഗിച്ച് സ്ത്രീ വൃന്ദം ഒരു രണ്ടാം തരം ജന്മമാണെന്ന് സ്ഥാപിക്കാൻ അവർ പരിശ്രമിക്കുന്ന രീതി പലയിടത്തും ദൃശ്യമായിരുന്നു. ഇവിടെ 'സമ്മതിയുടെ നിർമ്മിതി' (Manufacturing Consent) അദൃശ്യമായി നിഴലിച്ചിരുന്നത് കാണാം.

ഇന്ത്യയിലെ ഭരണ തലങ്ങളിലെ അനിവാര്യമായ ശക്തിയായി നൂറ്റാണ്ടുകളോളം പുരോഹിതവൃന്ദം നിലകൊണ്ടു. പഞ്ചാഗ്നിയിൽ അധിഷ്ഠിതമാണ് (വാക്കിലെ അഗ്നി, പാദത്തിലെ അഗ്നി, ഹൃദയത്തിലെ അഗ്നി, ചർമ്മത്തിലെ അഗ്നി, ജനനേന്ദ്രിയത്തിലെ അഗ്നി) പുരോഹിതൻ എന്ന് ബോധ്യപ്പെടുത്താനും ഇത് സംഹാരാഗ്നിയായി പരുവപ്പെടുത്താനും പുരോഹിതവൃന്ദത്തിന് സാധിച്ചു. ഐതരേയ ബ്രാഹ്മണത്തിൽ ഇതിന്റെ

ദർശനം ഈ വിധത്തിൽ പ്രസ്താവ്യമാണ്.

പഞ്ചാഗ്നിയിൽ നിന്ന് രക്ഷപ്പെടാനുള്ള മാർഗ്ഗങ്ങളെ ഈ വിധത്തിൽ സംഗ്രഹിക്കാം.

പാദാഗ്നി	-	ഭൃത്യൻമാർ പുരോഹിതരുടെ പാദങ്ങൾ ശുദ്ധിയാക്കുക
ചർമ്മാഗ്നി	-	ആഭരണ-വസ്ത്രാദികൾ നൽകുക
ഹൃദയാഗ്നി	-	ഭക്ഷണ പാനീയങ്ങൾ വിളമ്പുക
ശാപാഗ്നി(വാക്കുകൾ)	-	പുല്ല്വിരിപ്പ് നൽകി സ്വീകരിക്കുക
ജനനേന്ദ്രിയാഗ്നി	-	കൊട്ടാര അകത്തളത്തിലെ സൈത്രണ സംസർഗത്തിന് അവസരം നൽകുക.

ഈ വിധ കാര്യങ്ങൾ രാജാക്കൻമാർ പുരോഹിതർക്ക് ഒരുക്കി കൊടുക്കുവാൻ ബാധ്യസ്ഥരായിരുന്നു.

യാഗയജ്ഞങ്ങളെല്ലാംതന്നെ മദ്യം, മാംസം എന്നിവയാൽ സമൃദ്ധമായിരുന്നു. യാഗങ്ങളിൽ വ്യാപകമായ തോതിൽ മൃഗബലിനടന്നു. മൃഗഭാഗങ്ങളിലെ മാംസ സമൃദ്ധമായത് പുരോഹിത കുടുംബത്തിന് അവകാശപ്പെട്ടതായിരുന്നു.

ഗോഘ്നൻ എന്ന വാക്കിനെ വിശകലനം ചെയ്തുകൊണ്ട് ചരിത്രകാരനായ എം.ജി.എസ് നാരായണൻ ഈ സമീപകാലത്ത് പറഞ്ഞത് 'ഗോഘ്നൻ' എന്നാൽ 'ഗോക്കളെ ഹനിക്കുന്നവൻ' എന്നാണ്. ഇത് ബ്രാഹ്മണരുടെ പര്യായ പദമായിരുന്നു.

ദീർഘകാലം ഈ പദം നിലനിന്നു എന്നാണ്. ഇന്നത്തെ 'പശുവിന്റെ രാഷ്ട്രീയ'ത്തിൽ ഈ വിശകലനത്തിന്റെ പ്രസക്തി വളരെ വലുതാണ്.

ഇവരാണ് രാജാവിനെ സ്വർഗ്ഗത്തിൽ പ്രവേശിക്കാൻ വിസ നൽകുന്നത് എന്ന് അക്കാലത്ത് ഭരണ വർഗ്ഗം ഉറച്ചു വിശ്വസിച്ചു. അതിനാൽ പുരോഹിത വർഗ്ഗത്തെ നിയന്ത്രിക്കാനോ എതിർക്കാനോ ഭരണകൂടം തയ്യാറായില്ല. ഇവരിൽ നിന്നാണ് ഇന്ത്യയിൽ ബ്രാഹ്മണ മതം ഉൽഭവിക്കുന്നത്. പിൽക്കാലത്ത് ലോകത്ത് വലിയ തോതിൽ സ്വാധീനം കൈവരിച്ച ബൗദ്ധ ചിന്തകൾ ഈ പരിസരത്താണ് ഉദയം ചെയ്യുന്നത്.

അതായത് ഒരു കാലത്ത് പുരോഹിത വർഗ്ഗം മാംസഭുക്കുകളും സോമരസം എന്ന പേരിൽ അറിയപ്പെട്ട മദ്യത്തിന്റെ അടിമകളും രാജകൊട്ടാരങ്ങളിലെ ആസ്ഥാന ഗണികകളുടെ സഹശയനക്കാരും ആയിരുന്നുവെന്നത് നിസ്തർക്കമായ കാര്യമാണ്.

ഭീകരമായ ജന്തു പീഡനം ഈ കാലത്തിന്റെ സംഭാവനയായിരുന്നു. എപ്പോഴും ഗോത്രങ്ങൾ തമ്മിൽ സംഘർഷവും യുദ്ധവും മനുഷ്യക്കുരുതിയും നടന്നിരുന്നു. ഇതിന് പരിഹാരവുമായാണ് 'അഹിംസ' ഭാരതത്തിൽ ഒരു ദർശനമായി വികസിച്ചുവന്നത്. ഇത് ജൈനമത സംഭാവന ആയിരുന്നെങ്കിലും ചരിത്രത്തിൽ നിർണായക സ്വാധീനം നേടിക്കൊടുത്തത് ശ്രീബുദ്ധന്റെ വരവോടെയാണ്.

ഇതിഹാസങ്ങളുടെ പരിസരം

ഒരു കാലത്ത് ഇന്ത്യയെ നിർണായകമായ സ്വാധീനത്തിൽ പെടുത്തിയ ദർശനങ്ങളായിരുന്നു ബുദ്ധമതം മുന്നോട്ടുവെച്ചത്. ബ്രാഹ്മണ മതത്തിന്റെ സംഹാരാഗ്നിയിൽ ജീവിതം ദുഷ്കരമായ ജനതയുടെ ഒത്തുചേരലായിരുന്നു ബുദ്ധമത പ്രചാരണംകൊണ്ടു സാധ്യമായത്. ബുദ്ധമതം പ്രചരിതമായ കാലത്തിന്റെ തന്നെ സംഭാവനയാണ് *രാമായണ*വും *മഹാഭാരത*വും എന്ന് കാലഗണനവച്ച് കണക്കാക്കപ്പെടുന്നു. എന്നാൽ ബുദ്ധമതം ഈ രണ്ടിതിഹാസങ്ങളിലും പ്രത്യക്ഷ ചർച്ചയിൽ കടന്നുവരുന്നില്ല. അതിന്റെ കാരണം ബുദ്ധമതം മുന്നോട്ടുവച്ച മാനുഷിക മൂല്യം സംരക്ഷിക്കാനല്ല ഈ രണ്ട് കൃതികളും സംജാതമായത് എന്നതാണ്.

ജാതിവിരുദ്ധവും ഒരർത്ഥത്തിൽ ദൈവ സങ്കൽപ്പങ്ങൾക്കും അപ്പുറത്ത് സഞ്ചരിച്ചുകൊണ്ടിരുന്ന ബുദ്ധമതം, ബ്രാഹ്മണ മതം മുന്നോട്ടുവച്ച പൗരോഹിത്യ ചൂഷണത്തിന്റെ ബദൽ കൂടിയായിരുന്നു.

ഈയിടെ *മഹാഭാരത*ത്തിലൂടെ സഞ്ചരിച്ച കെ.സി. നാരായണൻ ധർമപുത്രരുടെ ചില ദർശനത്തിലെ ബൗദ്ധ സ്വാധീനം നീരീക്ഷിക്കുകയുണ്ടായി.

'കലിംഗയുദ്ധത്തിലെ ഹിംസയിൽ മടുപ്പുവന്ന് ബുദ്ധധർമത്തിലേക്ക് അശോകൻ ആകൃഷ്ടനായതുപോലെ കുരുക്ഷേത്രയുദ്ധത്തിലെ ഹിംസയിൽ മനംമടുത്ത ധർമപുത്രനും ബുദ്ധദർശനത്തിലേക്ക് ആകർഷിക്കപ്പെടുകയുണ്ടായോ? പ്രത്യക്ഷമായി ധർമപുത്രന് ബുദ്ധദർശനത്തോട് പ്രതിപത്തി തോന്നി എന്ന് *മഹാഭാരത*ത്തിൽ ഒരിടത്തും പറയുന്നില്ല. അദ്ഭുതം തോന്നാം, മൗര്യ സാമ്രാജ്യകാലത്തെ ഒരുപാട് ഘടകങ്ങളുടെ മുദ്രകൾ പേറുന്ന *മഹാഭാരതം* ആ കാലത്തിലെ പ്രധാനപ്പെട്ട ഒരു ദർശനമായ ബുദ്ധ ധർമത്തിന്റെ പരാമർശംപോലും ഒഴിവാക്കിയിരിക്കുന്നു. കൊസാംബി അതേപ്പറ്റി ഇങ്ങനെ പറയുന്നു.*"In the main, all direct reference to Buddhism is carefully avoided in the epic, which does its best to give the (modified)traditions of antiquity'(Kosambi p-201)* എന്നാൽ, രാജ്യം പരിത്യജിക്കാനുള്ള തന്റെ നിശ്ചയത്തെക്കുറിച്ചും ജീവിതത്തിന്റെ ദുഃഖാത്മകതയെക്കുറിച്ചും ഹിംസയുടെ അസ്വീകാര്യതയെക്കുറിച്ചും ഭിക്ഷുജീവിതത്തിന്റെ അഭികാമ്യതയെക്കുറിച്ചും സൗപ്തിക പർവത്തിലും ശാന്തിപർവത്തിലുമായി ധർമപുത്രൻ ഉന്നയിക്കുന്ന ആശയങ്ങളിൽ ഒരു ഉപപാഠമായി ബുദ്ധദർശനത്തിലെ പലതത്ത്വങ്ങളും ഉണ്ടെന്ന് കാണാം. ഉദാഹരണത്തിന് തൃഷ്ണ എന്ന ആശയം തന്നെ ബുദ്ധദർശനപ്രകാരം ദുഃഖത്തിന്റെ കാരണമാണ്; തൃഷ്ണയിൽ നിന്ന് വിടുതി പ്രാപിക്കലാണ് മുക്തി.

തന്നെ ഈ നിലയിലാക്കിയത് തൃഷ്ണയുടെ ശക്തിയാണെന്ന് ധർമപുത്രൻ ഒന്നിലധികം തവണ പറയുന്നുണ്ട്. അർജുനനോട് അദ്ദേഹം വിലപിക്കുന്നത് "അജ്ഞാനത്താൽ തൃഷ്ണയെന്നെക്കൊണ്ടു ചെയ്യിച്ചു

പാതകം" എന്നാണ്. രാജ്യം പരിത്യജിക്കാനുള്ള തന്റെ ആഗ്രഹത്തെപ്പറ്റി ഭീഷ്മരോടു പറയുന്ന വാക്കുകളിലും ഈ ഘോരകൃത്യങ്ങളിലേക്ക് തന്നെ നയിച്ചത് തൃഷ്ണയാണെന്ന് ധർമപുത്രൻ പറയുന്നുണ്ട്.

"ഭ്രാതാക്കന്മാർ പിതാക്കന്മാർ
പൗത്ര, ജ്ഞാതി, സുഹൃൽ, സൂതർ
അർഥത്തിന്നവരെക്കൊന്നു
ക്രൂരരാം ഞങ്ങൾ പാപികൾ.

അർഥസംഭവമിതൃഷ്ണ
യിതെങ്ങനെ പിതാമഹ,
ഒഴിക്കേണ്ടു? പാതകങ്ങൾ
ചെയ്യിച്ചു തൃഷ്ണ ഞങ്ങളെ."

തൃഷ്ണയുടെ പ്രഭാവത്തെപ്പറ്റി ഏതാണ്ടൊരു ബൗദ്ധശ്രമണകനെപ്പോലെ അദ്ദേഹം വീണ്ടും പറയുന്നു. "പൈ വളരുമ്പോൾ കൊമ്പുവളരുംപോലെ ധനം വർധിക്കുമ്പോൾ തൃഷ്ണയും വർദ്ധിക്കുന്നു." ഇതിനു ശേഷം ജീവിതാന്ത്യംവരെയും നമ്മെ വിടാതെ ബാധിക്കുന്ന രോഗം തൃഷ്ണയാണെന്നും, ആ തൃഷ്ണ വിടലാണ് സുഖം എന്നുമുള്ള സാരവത്തായ ബുദ്ധതത്ത്വംതന്നെയും ധർമപുത്രൻ ഭീഷ്മരെ കേൾപ്പിക്കുന്നു.

"ഏതോ ചാവോളവും രോഗം,
ആ തൃഷ്ണ വിടുകിൽ സുഖം."

എന്നുള്ളത് ഒരു ബൗദ്ധന്റെ കണ്ടെത്തലും പ്രഖ്യാപനവുമാണ്.'[7]

മനുസ്മൃതിയിലെ 'സ്ത്രീകൾ'

അതിപ്രാചീന കാലം മുതൽ ഭാരതത്തിലെ കോടതികളിൽ വ്യവഹാര നിർണയത്തിന് പ്രയോജനപ്പെടുത്തിയിരുന്ന അത്യന്തം സ്ത്രീ-ദളിത്-ശൂദ്ര വിരുദ്ധ നിയമ ഗ്രന്ഥമാണ് *മനുസ്മൃതി.* ബ്രാഹ്മണാദികളായ നാലു വർണ്ണങ്ങളുടേയും ബ്രഹ്മചര്യാദ്യാശ്രമങ്ങളുടേയും ആചാരങ്ങളും നിയമങ്ങളും എല്ലാം ഇതിൽ വർണ്ണിച്ചിട്ടുണ്ട്. *ഭൃഗുസംഹിത* എന്നും ഇതിന് പേരുണ്ട്. ബി.സി. രണ്ടാം ശതകത്തോടടുപ്പിച്ചാണ് ഇത് നിർമ്മിതമായതെന്ന് അനുമാനിക്കപ്പെടുന്നു. *രാമായണ-മഹാഭാരത* കൃതികൾ പൂർണരൂപം കൈവരുത്തുന്നതിന് മുമ്പ് ഇതിന്റെ രചന പൂർത്തിയായതായി സൂചനകൾ കാണാവുന്നതാണ്. അഥവാ സമാന്തരമായി നിർമ്മിക്കപ്പെട്ടിട്ടുണ്ട്. വൈദിക കാല ആശയത്തിന്റെ രൂപീകരണത്തിൽ നിർണായക പങ്കുവഹിച്ച ഒരു ഋഷിയോ നിയമദാതാവായ രാജാവോ ആയിരുന്നിരിക്കണം ഇതിന്റെ സൃഷ്ടാവായ മനു. അദ്ദേഹം ബ്രാഹ്മണ മേൽക്കോയ്മയുടെ ശക്തനായ വക്താവായിരുന്നുവെന്ന് നിസ്തർക്കം പറയാൻ കഴിയും.

ബ്രാഹ്മണനെ ഭൂസുരനായി വാഴിക്കുന്ന ഒരു വർണാശ്രമ സാമൂഹിക വ്യവസ്ഥയാണ് *മനുസ്മൃതി* വഴി ലക്ഷ്യമിട്ടിരുന്നത്. ഇതിന്റെ ആശയങ്ങൾ നൂറ്റാണ്ടുകൾ ഇന്ത്യയിലെ സ്ത്രീകളുടെയും പിന്നോക്ക ജനവിഭാഗങ്ങളുടെയും ജീവിതത്തിൽ ദുരിതം വിതച്ചുകൊണ്ട് നിലനിന്നു. ഇപ്പോഴും മനുവിന്റ ആശയങ്ങൾ പ്രത്യക്ഷവും പരോക്ഷവുമായി ജാതിവ്യവസ്ഥയെ ന്യായീകരിച്ചുകൊണ്ടും സ്ത്രീലിംഗ പദവിയെ ധ്വംസിച്ചുകൊണ്ടും തുടരുന്നുമുണ്ട്.

ഇന്ത്യയുടെ ഭരണഘടനാ നിർമ്മാണ വേളയിൽ ആധുനിക ലോകത്തിന് നിരക്കാത്ത *മനുസ്മൃതി*യുടെ ആശയസംഹിതയ്ക്ക് ഒത്ത നിലയിൽ ഭരണഘടന ലിഖിതപ്പെടുത്തണമെന്ന വാദം പോലും ഉണ്ടായി.

എന്നാൽ ഭരണഘടനാ ശിൽപ്പിയായ ഡോ.അംബേദ്കർ ഉൾപ്പെടെയുള്ളവർ മനുവിന്റെ ദർശനങ്ങളെ ചോദ്യം ചെയ്തുകൊണ്ട് വളർന്നുവന്നവരായിരുന്നു. ഈ ദർശനത്തിന്റെ മനുഷ്യത്വ വിരുദ്ധ മുഖം അംബേദ്കർ ഉൾപ്പെടെയുള്ള പലരും പലഘട്ടത്തിൽ വിമർശിച്ചിട്ടുണ്ട്.

ബുദ്ധമതം മുന്നോട്ടുവച്ച മാനവികത അശ്ശേഷം തള്ളിക്കളഞ്ഞുകൊണ്ടാണ് വർണ ധർമ്മത്തിൽ അധിഷ്ഠിതമായ വൈദികാരാധനാ സമ്പ്രദായവും ബ്രാഹ്മണ മേധാവിത്വവും ഇന്ത്യയിൽ വളർന്നത്. അതി കഠിനമായ എതിർപ്പ് ഇവരിൽ നിന്ന് ബൗദ്ധ ദാർശനികർക്കും പ്രയോക്താക്കൾക്കും നേരിടേണ്ടിവന്നു. മിക്കവാറും അക്കാലത്ത് രൂപംകൊണ്ട സാഹിത്യകൃതികളും കലാരൂപങ്ങളുമെല്ലാം മനുവിന്റെ ആശയങ്ങൾ സമർപ്പിക്കാൻ വേണ്ടി രൂപപ്പെടുത്തിയതായിരുന്നു. *ഭഗവത് ഗീത* വികസിപ്പിച്ചെടുത്തത് കുലധർമ്മം പാലിക്കേണ്ടതിന്റെ ആവശ്യകത ഉറപ്പിക്കാൻ വേണ്ടി കൂടിയായിരുന്നു. *രാമായണ മഹാഭാരതാ*ദികളിൽ തെളിഞ്ഞുകാണുന്ന സ്ത്രീ വിരുദ്ധതയും മനുവിന്റെ ദർശനത്തെ ബലപ്പെടുത്തുന്നതാണ്, അഥവാ അതിനു വേണ്ടി കൂടിയാണ് അതിന്റെ രചനയും സഹസ്രാബ്ദക്കാലം നിണ്ടുനിന്ന കൂട്ടിച്ചേർക്കലുമെന്നും വ്യക്തമാണ്.

സ്ത്രീകളെ പറ്റിയുള്ള *മനുസ്മൃതി*യിലെ ദർശനങ്ങൾ ഈ വിധത്തിൽ സംഗ്രഹിക്കാൻ കഴിയും. പുരുഷൻമാർ സ്ത്രീകളെ അസ്വതന്ത്രരാക്കി നിർത്തണം. രൂപരസാദിവിഷയങ്ങളിൽ അത്യാസക്തി കാണിക്കുന്നവരാകയാൽ പുരുഷ നിയന്ത്രണത്തിൽ നിർത്തണം. വിവാഹം വരെ പിതാവ്, യൗവനത്തിൽ ഭർത്താവ്, വാർദ്ധക്യത്തിൽ ഭർത്താവില്ലെങ്കിൽ പുത്രനും സ്ത്രീയെ സംരക്ഷിക്കണം. സ്ത്രീ ഒരു കാലത്തും സ്വാതന്ത്ര്യം അർഹിക്കാത്തവളാണ്.

എന്നാൽ സ്മൃതിയിലെ ആശയങ്ങൾ ആകെ പരിശോധിച്ചാൽ ഈ ദർശനം സ്ത്രീ സംരക്ഷണത്തിനപ്പുറം, സംരക്ഷണം എന്നതുകൊണ്ട് വ്യക്തമാക്കപ്പെടുന്നത് വൃത്തത്തിനകത്ത് ഒതുങ്ങി കൂടേണ്ട സംരക്ഷണമാണെന്നാണ്, കൂട്ടിൽ അടച്ച് കിളിയെ സംരക്ഷിക്കുന്നതുപോലെ. സ്വയം വ്യക്തിത്വ വികാസം അനിവാര്യമല്ലെന്നാണ് സ്മൃതി ലക്ഷ്യമിടുന്നത്. സ്ത്രീ ലൈംഗികതയിൽ പൗരോഹിത്യത്തിനും പുരുഷനും ഉള്ള ഭയം ഈ തരം ആശയങ്ങളുടെ ഗർഭത്തിൽ എപ്പോഴും കുടികൊള്ളുന്നു.

'നീച ചിത്രീകരണംപോലെ ദുഷ്ഫലം ഉളവാക്കുന്നതാണ് ഉദാത്തവൽക്കരണവും' എന്ന് വിശദീകരിക്കപ്പെട്ടിട്ടുള്ളത് ഈ അടിസ്ഥാനത്തിൽ വേണം പരിഗണിക്കുവാൻ. 'സ്ത്രീകൾക്ക് ദുസ്സംഗം ഉണ്ടാകാൻ പാടില്ല. ഭാര്യയെ രക്ഷിക്കുന്നവൻ വിശുദ്ധമായ സന്താനത്തിന്റെ ഉൽപ്പാദനത്താൽ കുലത്തെയും സദാചാരത്തെയും സ്വാത്മാവിനെയും രക്ഷിക്കുന്നു. പതി വീര്യരൂപത്തിൽ ഭാര്യയിൽ പ്രവേശിച്ച് ഗർഭമായിത്തീർന്നു പുത്രനായി ജനിക്കുന്നു. അവളിൽ ഭർത്താവ് വീണ്ടും ജനിക്കുന്നതുകൊണ്ടാണ് ഭാര്യ 'ജയ' ആയത്. സാധാരണഗതിയിൽ സ്ത്രീകളെ രക്ഷിക്കാൻ പ്രയാസ

മാണെങ്കിലും ഭർത്താവിന്റെ ധനം സംരക്ഷിക്കുന്നതിലും ചെലവുചെയ്യുന്നതിലും പദാർത്ഥങ്ങളെല്ലാം ശുചിയാക്കുന്നതിലും ഭർത്താവിന്റെയും ഗുരുജനങ്ങളുടെയും ശുശ്രൂഷയിലും അഗ്നി ഹോത്രാദി നിത്യകർമ്മങ്ങളിലും ഭക്ഷണം പാകം ചെയ്യുന്നതിലും ഗൃഹോപകരണങ്ങൾ വൃത്തിയായി സൂക്ഷിക്കുന്നതിലും ഭാര്യയെ ചുമതലപ്പെടുത്തണം. മദ്യപാനം, ദുർജനസഹവാസം, ഭർതൃവിരഹം, സഞ്ചാരം, പകലുറക്കം, പരഗൃഹവാസം ഇവയെല്ലാം സ്ത്രീകളെ ദുഷിപ്പിക്കുന്നു. സ്ത്രീകൾ പുരുഷന്റെ സൗന്ദര്യത്തെയോ പ്രായത്തെയോ പരിഗണിക്കാതെ പുരുഷത്വം മാത്രം കരുതി സംഭോഗം ചെയ്യുന്നു. വ്യഭിചാര ശീലവും ചിത്ത ചാഞ്ചല്യവും സ്നേഹശൂന്യതയും നിമിത്തം പല സ്ത്രീകളും ഭർത്താക്കൻമാരെ വഞ്ചിക്കുന്നു. അതിനാൽ അവരെ ശ്രദ്ധാപൂർവ്വം 'സംരക്ഷിക്കണം.'[8]

ഈ ഖണ്ഡികയിൽ എന്താണ് സംരക്ഷണം എന്ന് സ്മൃതികാരൻ അഭിവ്യക്തമാക്കുന്നു. സ്ത്രീയുടെ ജീവിത സംരക്ഷണം എന്ന കേവലാർത്ഥം അല്ല അത്. ആ തരത്തിലാണ് പലരും അതിനെകാണാൻ ശ്രമിച്ചത്. എന്നാൽ നേരത്തെ പറഞ്ഞ പുകിലുകൾ ഒന്നിലും പെടാതെ പുരുഷൻ അവളെ ശ്രദ്ധിക്കണം എന്നാണ്. സ്ത്രീയും സ്ത്രീയും തമ്മിലല്ല വ്യഭിചാരം എന്നത് ഓർക്കുക. അതിൽ ഒരു പുരുഷൻ അനിവാര്യമാണ് (സ്വവർഗ്ഗ ലൈംഗികത ഇവിടെ പ്രസക്തമല്ല) ആ പുരുഷൻ സദ്ശീലനും സ്ത്രീ കുശീലയും ആയിത്തീരുന്നത് എങ്ങനെ? മേൽപറഞ്ഞ വിവരണത്തിൽ 'കാര്യത്തിൽ മന്ത്രിയും കർമ്മത്തിൽ ദാസിയും' എന്ന പിൽക്കാല വിശദീകരണം ഒളിഞ്ഞിരിക്കുന്നു. എല്ലാ ഗൃഹ ജോലികളും ഭർത്താവിന്റെ പേഴ്സണൽ സെക്രട്ടറിയെ പോലെ ഭാര്യ നിർവഹിക്കണം. എല്ലാ കർമ്മങ്ങളും പുരുഷ ഇംഗിതത്തെ ബന്ധപ്പെടുത്തി വേണം നിർവഹിക്കുവാൻ. എം.എൻ വിജയൻ ഒരിക്കൽ പറഞ്ഞതുപോലെ 'പശുവിന് നല്ല സ്വാതന്ത്ര്യം ഉണ്ട്, അതിന്റെ കുറ്റിയിലെ കയറിന്റെ അറ്റംവരെ.' പുരുഷൻ വരച്ചിട്ട ലക്ഷ്മണരേഖ വരെ ഏത് സ്ത്രീജന്മത്തിനും സ്വാതന്ത്ര്യം അവകാശപ്പെടാം. ആ രേഖ മുറിച്ചു കടന്നാൽ പുരുഷാധിപത്യമെന്ന രാവണൻ കൈയടക്കും. ലൈംഗികതയിലെ ജനാധിപത്യം സ്ത്രീകൾക്ക് നിഷിദ്ധമാണ്. *രാമായണ*ത്തിലെ സീത ഈ രക്ഷാകർതൃ വലയത്തിനുപുറത്തുള്ള പുരുഷസാന്നിദ്ധ്യത്തിൽ ആയതുകൊണ്ട് ചാരിത്ര്യവതി ആയിരിക്കില്ലെന്ന നിഗമനം സമൂഹവും രാമനും മുന്നോട്ടു വയ്ക്കുന്നു. രാമൻ മാതൃകാ പുരുഷൻ എന്നു പിതൃഘടനാ മേധാവിത്വ സമൂഹം വിശേഷിപ്പിച്ചത് പരഗൃഹത്തിൽ കഴിയുന്ന സ്ത്രീ ആരുടെ കുറ്റത്താലായാലും പാതിവ്രത്യ സംശയത്തിന് ഉടമയാണെന്ന സിദ്ധാന്തത്താൽ സീതയെ തള്ളിപ്പറഞ്ഞതുകൊണ്ടു കൂടിയാണ്. ഇന്ത്യയിലെ കോടാനു കോടി പുരുഷൻമാർക്ക് അവരുടെ ഭാര്യ എത്രതന്നെ 'ശുദ്ധി' ഉള്ളവൾ എന്ന് സ്വയം ബോധ്യപ്പെട്ടാലും സമൂഹത്തിനുകൂടി അത് ബോധ്യപ്പെടാൻ അവകാശമുണ്ടെന്ന് സ്ഥാപിക്കാൻ കൂടിയാണ് സീതാപഹരണ സംഭവം. ഈ ആശയം സുസ്ഥാപിതമാക്കാൻ കൂടിയാണ് ഈ കഥ രാമായണകാരൻമാർ

മെനഞ്ഞെടുത്തത്. നേരത്തെ നീരീക്ഷിച്ചതുപോലെ മനുവിന്റെ ആശയങ്ങൾ പ്രാപ്യതലത്തിലെത്തുവാൻ കൂടിയാണ് ഇതിഹാസ-പുരാണാദികൾ തുനിഞ്ഞത്.

> സ്ത്രീകളുടെ ജാതകർമ്മാദിക്രിയകൾ വേദമന്ത്ര പൂർവ്വകമല്ല നടത്തുന്നത്. അവർ ധർമ്മ പ്രമാണങ്ങളായ ശ്രുദ-സ്മൃതികൾക്ക് അനർഹരും പാപനാശകങ്ങളായ അഘമർഷണാദി മന്ത്രങ്ങൾക്ക് അയോഗ്യരുമാകയാൽ അസത്യം പോലെ അശുഭകളാണ്. ഉപ്പുവെള്ളമുള്ള സമുദ്രത്തോട് ചേരുന്ന ശുദ്ധജലവാഹിനിയായ നദിയും അതുപോലെ ആയിത്തീരുന്നതുപോലെ സദ്ഗുണവാനോ ദുർഗുണവാനോ ആയ ഭർത്താവിനോട് ചേരുന്നവൾ അതുപോലെ ആയിത്തീരുന്നു. നീച ജാതിയിൽപെട്ട അക്ഷമാല (അരുന്ധതി) വസിഷ്ഠനോടും ശാരങ്ഗി മന്ദപാല മഹർഷിയോടും വിവാഹത്താൽ യോജിപ്പിക്കപ്പെടുകയാൽ ലോകത്തിനും പൂജനീയകളായിത്തിർന്നു (മനുസ്മൃതി).[9]

ഇവിടെ ജാതിപ്രശ്നം കൂടി കടന്നുവരുന്നു. 'നീച' ജാതിയിൽ പെട്ടവർ ആദരിക്കപ്പെടണമെങ്കിൽ 'ഉച്ച' ജാതിയോടൊപ്പം ചേരണം. സ്ത്രീകളെ പൂജിക്കുന്ന, ബഹുമാനിക്കുന്ന 'പാരമ്പര്യ' വക്താക്കൾ ശ്രദ്ധിക്കേണ്ട കാര്യമാണിത്. നീച ജാതിയിൽ ജനിക്കുന്നവർ നിന്ദിക്കപ്പെടേണ്ടവർ തന്നെയാണ് എന്ന് സ്മൃതികാരൻ വ്യക്തമാക്കുന്നു.

മനുസ്മൃതിയിലെ ഏറ്റവും ശ്രദ്ധേയമായ പദ്യങ്ങളിലൊന്നാണ്

"യത്ര നാര്യസ്തുപൂജ്യന്തേ രമന്തേ തത്രദേവതാഃ
യത്രൈ താസ്തു ന പൂജ്യന്തേ സർവ്വാസ്തത്രാഫലാഃ ക്രിയാ"

നാരിമാരെ പൂജിക്കുന്നിടത്ത് ദേവതകൾ പ്രസാദിക്കും അനുഗ്രഹിക്കും. അവരെ പൂജിക്കാതെയിരുന്നാൽ സകല കർമ്മങ്ങളും നിഷ്ഫലം ആകും. ഇതാണ് അനുകൂല പ്രതികൂല വിശകലനങ്ങളിലേക്ക് ഇപ്പോഴും ചർച്ച നടന്നുകൊണ്ടിരിക്കുന്നത്. 'നീച' ജാതിയിൽപെട്ട സ്ത്രീകൾ പൂജനീയകളായിത്തീരുന്നത് എങ്ങനെയെന്ന് കഴിഞ്ഞ ഖണ്ഡിക വ്യക്തമാക്കുന്നുണ്ട്. നാരിയെ പൂജിക്കുക എന്നുപറയുമ്പോൾ തന്നെ 'നാരി' എങ്ങനെയുള്ളവളാകണം എന്നു ശക്തമായി പറയുന്നതിൽ ചെവികൊടുക്കാതെയുള്ള വിശകലനം സ്ത്രീവിരുദ്ധാശയങ്ങൾക്ക് പിൻബലം നൽകുന്നതാണ്. നാരിക്ക് സ്മൃതികാരൻ ഒരച്ചുമെനഞ്ഞിട്ടുണ്ട്. ആ അച്ചിനുള്ളിൽ സ്ത്രീകൾ ഒതുങ്ങിയിരിക്കണം. അവരെ വിഗ്രഹംപോലെ പൂജിക്കാൻ കഴിയും. പ്രതികരണമില്ലാത്ത നിശ്ചേതനമായ നമ്മൾ ആരോപിക്കുന്ന ചൈതന്യം ഉണ്ടെന്ന് നമ്മൾതന്നെ കരുതുന്ന ഒന്ന് കൂടിയാണ് വിഗ്രഹം. ഈ 'വിഗ്രഹ' ജീവിതത്തിനപ്പുറം സചേതനമായ ഒന്ന് സ്ത്രീക

ളിൽനിന്ന് ഉണ്ടാകാൻ പാടില്ല. അവരുടെ ഉപയോഗം രണ്ടു തരത്തിലാണ്. ലൈംഗികത, പുത്രോൽപ്പാദനം. ഇതിലേക്കാണ് അടുത്ത ഭാഗം വിരൽ ചൂണ്ടുന്നത്.

പുത്രാധി ധർമ്മങ്ങൾ

'സന്താനോൽപ്പാദനം നിമിത്തം വലിയ ഉപകാരം ചെയ്യുന്നവരും വസ്ത്രാഭരണാദികളാൽ സമ്മാനാർഹരും ഗൃഹത്തെ പ്രകാശിപ്പിക്കുന്നവരുമായ സ്ത്രീകളും ശ്രീയും ഗൃഹത്തിൽ തുല്യകളാണ്. സന്താനങ്ങളുടെ ഉൽപ്പാദനം, പരിപാലനം, പ്രതിദിനം അതിഥി മിത്രാദിഭോജനം മുതലായ ലോകയാത്രയിൽ പ്രത്യക്ഷമായ നിദാനം സ്ത്രീയാണ്. മനോവാക്കയങ്ങളെ നിയന്ത്രിച്ച് ഭർത്താവിനെ വഞ്ചിക്കാത്ത സ്ത്രീ മരണാനന്തരം പുണ്യ ലോകം പ്രാപിക്കും.'

'നിയോഗം' കൊണ്ടും പുത്രോൽപ്പാദനം നടക്കുന്നതിനാൽ പുത്രന്റെ അവകാശം ഭർത്താവിനാണെന്നും ഉൽപ്പാദകനാണെന്നും രണ്ടുവിധത്തിൽ ശ്രുതി അഭിപ്രായപ്പെടുന്നു. സ്ത്രീ ക്ഷേത്രവും (വയൽ) പുരുഷൻ ബീജവും (വിത്ത്) ആണ്. ക്ഷേത്ര ബീജ സംയോഗത്താലാണ് സകല പ്രാണികളും ഉണ്ടാകുന്നത്. ബീജ-ക്ഷേത്രങ്ങളിൽ ബീജമാണ് പ്രധാനം. ഒരുക്കിയ കണ്ടത്തിൽ ഉചിത സമയത്ത് വിതയ്ക്കുന്ന വിത്തിന് അനുരൂപമായ വർണാദി ഗുണങ്ങളോടു കൂടിയ സസ്യം മുളയ്ക്കുന്നു. വയലിൽ മുളയ്ക്കുന്ന ബീജം ക്ഷേത്ര ധർമ്മത്തെ ഭജിക്കുന്നില്ല. അതിനാൽ വേദശാസ്ത്രജ്ഞനും ആയുഷ്കാമനുമായ വിദ്വാൻ ഒരിക്കലും പരക്ഷേത്രത്തിൽ പുത്രോൽപ്പാദനം നിർവഹിക്കരുത്. പശു, പെൺകുതിര, പെണ്ണാട്, എരുമ, അടിമപ്പെണ്ണ് മുതലായവയിൽ സന്താനോൽപ്പാദനം നടത്തുന്ന ആണിന് (കാള, ആൺകുതിര മുതലായ) സന്താനത്തിൻമേൽ അവകാശമില്ലാത്തതുപോലെ പരസ്ത്രീയിൽ ഉൽപ്പാദിപ്പിക്കപ്പെടുന്ന സന്താനത്തിൻമേലും അവകാശം ഉണ്ടായിരിക്കുന്നതല്ല. അന്യന്റെ വയലിൽ വിത്തു വിതച്ചവന് ഒരിക്കലും ഉണ്ടാകുന്ന സസ്യത്തിന്റെ ഫലം ലഭിക്കുകയില്ലല്ലോ. അതുപോലെ പരസ്ത്രീയിൽ ജനിപ്പിക്കുന്ന സന്താനത്തിൻമേൽ അവകാശം സ്ത്രീയുടെ ഭർത്താവിനു തന്നെയാണ്. ഉൽപ്പാദകനല്ല. എന്നാൽ, വ്യവസ്ഥ പ്രകാരം അന്യന്റെ വയലിൽ വിത്തു വിതച്ചാൽ വിത്തിന്റെ ഉടമസ്ഥനും (ബീജി) വയലിന്റെ ഉടമസ്ഥനും (ക്ഷേത്രി) വിളവിൽ തുല്യ അവകാശം ലഭിക്കുന്നതുപോലെ ഉഭയസമ്മതപ്രകാരം പരസ്ത്രീയിൽ സന്താനോൽപ്പാദനം നടത്തിയാൽ സന്താനത്തിന്റെ കാര്യത്തിൽ ബീജിയും ക്ഷേത്രിക്കും അവകാശം തുല്യമായിരിക്കും.'

ഇതിൽ സന്താനോൽപ്പാദനം പ്രധാനമാണ്. ഇവിടെ പൊതുവെ ഉപയോഗിക്കുന്നത് 'പുത്രോൽപ്പാദനം' എന്നാണ്. സന്താനം കൊണ്ട് പ്രധാനമായി ലക്ഷ്യം വയ്ക്കുന്നത് പുത്രൻമാരെതന്നെയാണ്. പുത്രിമാരെയല്ല, കുടുംബഘടന രൂപം കൊള്ളുന്ന സാഹചര്യം വിലയിരുത്തിയ ഗവേഷ

കർ സ്ത്രീകളുടെ ലൈംഗിക ശുദ്ധിയെക്കുറിച്ച് ചിന്തിച്ചിട്ടുണ്ട്. സ്വകാര്യ സ്വത്തിന്റെ ആവിർഭാവത്തിൽ സ്വത്ത് നൽകേണ്ടത് ഉടമകളുടെ അവകാശികൾതന്നെ ആയിരിക്കണം. അതുകൊണ്ട് 'നിലം' വേലികെട്ടി സംരക്ഷിച്ചു നിർത്താതെ വയ്യല്ലോ. ഉടമകളുടെ വിത്ത് തന്നെയാണ് നിലത്തിൽ വീണതെന്ന് ഉറപ്പാക്കേണ്ടത് അനിവാര്യമായി തോന്നി. ഈ രൂപത്തിലാണ് സ്ത്രീ ലൈംഗികതയിൽ ശ്രദ്ധവന്നതെന്ന് കാണാൻ കഴിയും.

അത് സ്മൃതികാരൻമാരിൽ എത്തിയപ്പോൾ 'വർണ്ണാദിഗുണമുള്ള വിത്ത്' എന്ന പരികൽപ്പനയിൽ എത്തി. മാത്രമല്ല വിളവിന്റെ അവകാശം വിളനിലത്തിന് ഇല്ലല്ലോ, അത് വിതയ്ക്കുന്നവന്റെ അവകാശമാണ്. ഇവിടെ സ്ത്രീയെ വിളനിലത്തോട് ഉപമിക്കുന്നത് വഴി നിശ്ചേതന വസ്തുവെന്ന സങ്കൽപ്പനം സാധ്യമാക്കുകയാണ്. പ്രകൃതി, ഭൂമി എന്ന അതിമനോഹരമായ കാൽപ്പനികത തുളുമ്പുന്ന ഉപമ വനിതകൾക്ക് നൽകിയപ്പോൾ കേൾവി സുഖത്തിൽ ഒളിച്ചുവെച്ച് കടത്തിയ സ്ത്രീ വിരുദ്ധത തിരിച്ചറിയാൻ കാലങ്ങൾ ഒരുപാട് വേണ്ടി വന്നു. വയലും വിത്തും എന്ന ദ്വന്ദ്വത്തിലാണ് സ്ത്രീ-പുരുഷ ദ്വന്ദ്വത്തെ കുടിയിരുത്തിയത്. വിൽക്കാനും വാങ്ങാനും ഉടമസ്ഥന് അവകാശപ്പെട്ടത്. സ്വഇഛ എന്നത് പ്രസക്തമല്ലാത്ത ജഡീകൃത സ്വഭാവത്തോട് കൂടിയത്. വിതയ്ക്കുന്നവന്റെ പരിലാളത്തിനും, പരിപാലനത്തിനും അനുസരിച്ച് മാത്രം വിള ലഭിക്കുകയും അല്ലാത്തപ്പോൾ വെറും പടർപ്പുകളുമായി കഴിഞ്ഞുകൂടുന്ന ഒന്ന്.

പക്ഷേ, ഈ ഉപമ ഉദ്ഘോഷിച്ചവർ മറന്നുപോയ കാര്യം ഒരു വിത്തും ബോധപൂർവ്വം ആരാലും വിതയ്ക്കപ്പെടാതെ സ്വയം വളർത്താനും പുഷ്പിക്കാനും പരിലസിക്കാനും കഴിയുന്ന ഒന്നാണ് ഭൂപ്രകൃതി എന്നുള്ളതാണ്. കാടുകളിലൂടെ കാട്ടരുവികളിലൂടെ നദികളിലൂടെ സമുദ്രങ്ങളിലൂടെ ലോകത്തിന്റെ ദ്യോവിനെ സ്വീകരിച്ചുകൊണ്ട് അത് പ്രപഞ്ചത്തിൽ അതിന്റെ അസ്തിത്വം തെളിയിക്കുന്നു. വിത്ത് വിതയ്ക്കുന്നവൻ ഒരുക്കി കൂട്ടിയ നിലം മാത്രമല്ല വസുന്ധര.

'പ്രിയ രാഘവ! വന്ദനം ഭവാ-
നുയരുന്നു, ഭുജശാഖ വിട്ടു ഞാൻ
ഭയമറ്റ് പറന്നു പോയിടാം
സ്വയമീ ദ്യോവിലൊരാശ്രയം വിനാ)[10]

'അശോക ചക്രവർത്തിക്ക് ശേഷം മൗര്യവംശം ക്ഷയിക്കുകയും ബുദ്ധമതം തളരുകയും ബ്രാഹ്മണനായ പുഷ്യമിത്രന്റെ നേതൃത്വത്തിൽ സുംഗവംശവും ബ്രാഹ്മണ മേൽക്കോയ്മയും സ്ഥാപിതമാവുകയും ചെയ്ത കാലത്ത് ഏറ്റവുമധികം പരിഭാഷകളും വ്യാഖ്യാനങ്ങളും ഉണ്ടായ ധർമ്മശാസ്ത്ര ഗ്രന്ഥം *മനുസ്മൃതി*യാണ്. എ.ഡി. ഒമ്പതാം നൂറ്റാണ്ടിൽ മേധാതിഥി രചിച്ച വ്യാഖ്യാനം തൊട്ട് തുടങ്ങുന്നു അത്. *മനുസ്മൃതി*യുടെ പ്രഭാവം ഇന്ത്യയിൽ മാത്രമല്ല പുറം രാജ്യങ്ങളിലും വ്യാപിച്ചിരുന്നു.

സംസ്കൃതത്തിൽ നിന്ന് യൂറോപ്യൻ രാജ്യങ്ങളിലേക്ക് ആദ്യം വിവർത്തനം ചെയ്യപ്പെട്ട കൃതി *സ്മൃതി* ആണ്. ലണ്ടനിൽ സെന്റ് പോൾസ് കത്തീഡ്രലിൽ *മനുസ്മൃതി* ഏന്തി നിൽക്കുന്ന വില്യം ജോൺസിന്റെ പ്രതിമയുണ്ട്........കൊളോണിയലിസ്റ്റുകൾക്ക് പ്രിയപ്പെട്ട *മനുസ്മൃതി*യെ പിന്നീട് ആദരിക്കുന്നതും പ്രശംസകൊണ്ട് മൂടുന്നതും ഉത്തരാധുനിക ചിന്തകൾ തങ്ങളുടെ ആശയസ്രോതസ്സായി വീണ്ടും വീണ്ടും കണ്ടെത്തുന്ന ജർമ്മൻ ദാർശനികമായ ഫെഡറിക് നീഷെ ആണ് (1844-1900). ശൂദ്രനോടും സ്ത്രീയോടും ഏറെ അനീതി കാണിക്കുന്നത് എന്ന് ഇന്നത്തെ നോട്ടത്തിൽ വ്യക്തമായ *മനുസ്മൃതി*യെ നീഷെ അതിരറ്റ് അഭിനന്ദിക്കുന്നുണ്ട്.

.......കൊളോണിയലിസ്റ്റുകൾക്കും ഉത്തരാധുനിക ചിന്താ ഉറവിടങ്ങൾക്കും പ്രിയപ്പെട്ട *മനുസ്മൃതി*യെ നഖശിഖാന്തം എതിർത്തതും, അസമത്വവും അനീതിയും നിറഞ്ഞ ഇന്ത്യൻ ജാതിവ്യവസ്ഥയെ നിലനിർത്തുന്നതിന്റെ ന്യായീകരണ ഗ്രന്ഥം എന്ന നിലയിൽ അതിനെ നിന്ദിച്ചതും ഡോ.ബി.ആർ.അംബേദ്കർ (1891-1956) ആയിരുന്നു. *മനുസ്മൃതി* കത്തിക്കുക തന്നെ ചെയ്തു അദ്ദേഹം. പിൽക്കാലത്ത് ഇന്ത്യയിൽ പലേടത്തും അംബേദ്കറുടെ പ്രതിമകൾ സ്ഥാപിക്കപ്പെട്ടപ്പോൾ, ആധുനിക മതേതര നിയമസംഹിതയായ ഇന്ത്യൻ ഭരണഘടനയാണ്, *മനുസ്മൃതി* കത്തിച്ച ആ കൈയിൽ ഉയർന്നു നിന്ന പുസ്തകം!

........ആറാമധ്യായത്തിൽ ഭാര്യ, വിധവ എന്നീ നിലകളിൽ സ്ത്രീ അനുഷ്ഠിക്കേണ്ട കർത്തവ്യങ്ങളാണ് പറയുന്നത്. സ്ത്രീയുള്ളിടം പൂജിക്കേണ്ടതാണ് എന്ന് നേരത്തെ രണ്ടാമധ്യായത്തിൽ 56-ാം ശ്ലോകത്തിൽ പറഞ്ഞിട്ടുണ്ടെങ്കിലും ഏറെയിടങ്ങളിൽ സ്ത്രീക്ക് വിലകുറഞ്ഞ സ്ഥാനമാണ് കൽപ്പിച്ചിട്ടുള്ളത്. ഉദാഹരണം "സ്ത്രീകളുടെ സംസ്കാരങ്ങൾ, വിവാഹം, ഭർത്താവിനെ പരിചരിക്കൽ, ഗൃഹകാര്യങ്ങൾ എന്നിവ മാത്രമാണ് (11-67). വഴി തെറ്റിക്കാൻ സ്ത്രീകൾ സമർത്ഥകളാവുന്നു (11-24). രാവും പകലും സ്ത്രീകൾ പുരുഷൻമാരാൽ സ്വാധീനകളാക്കി വെയ്ക്കപ്പെടേണ്ടവരാണ് (9-2).

പിതാ രക്ഷതി കൗമാരെ/ഭർത്താരക്ഷതി യൗവനേ/രക്ഷന്തിസ്ഥവിരേ പുത്രാ: നസ്ത്രീ സ്വാതന്ത്ര്യമർഹതി (9-3) "എത്രയൊക്കെ രക്ഷിച്ച് നിർത്തപ്പെട്ടാലും സ്ത്രീകൾ ഭർത്താക്കന്മാരെ അതിലംഘിച്ച് പ്രവർത്തിക്കും. കാരണം സ്ത്രീകൾ സ്വഭാവേനതന്നെ പുംശ്ചലികളും ചപലചിത്തരും നിസ്നേഹരുമാണ് (9-15)." സൃഷ്ടിയിൽതന്നെ മനു സ്ത്രീകൾക്ക് നൽകിയിരിക്കുന്നത് കിടപ്പ്, ഇരിപ്പ്, (ശയനം, അസനം) അലങ്കാരം, ശീലം, കാമം, ക്രോധം, വക്രത, പരദ്രോഹം, നിന്ദ്യാചാരം എന്നിവയാണ് (9-17). "സ്ത്രീകൾക്ക് മനഃപൂർവ്വമുള്ള ജാതകർമാദി സംസ്കാരങ്ങൾ ഇല്ലാത്തതിനാൽ സ്ത്രീ അസത്യം പോലെ അശുദ്ധകളായിരിക്കുന്നു (9-18). ഈ *മനുസ്മൃതി*യിലെ സ്ത്രീപരാമർശങ്ങളൊക്കെ വായിച്ചിട്ട് തന്നെയായിരിക്കുമോ, *മനുസ്മൃതി*യിൽ സ്ത്രീയെപ്പറ്റി ആദരപൂർവ്വം പറഞ്ഞിരിക്കുന്നുവെന്ന് നീഷെ പ്രശംസിച്ചത്."[11]

'സ്ത്രീ ധർമ്മ'ത്തിൽ ഈ വിധമാണ് മനുസ്മൃതിയിൽ പറയുന്നത്.

'ബാലയോ, യുവതിയോ, വൃദ്ധയോ ആയാലും, സ്ത്രീ സമൂഹത്തിൽ ഒരു കാര്യവും പിതാവ്, ഭർത്താവ് മുതലായവരുടെ അനുമതി കൂടാതെ സ്വേച്ഛയാ ചെയ്യരുത്. പിതാവ്, ഭർത്താവ് മുതലായവരെ പിരിഞ്ഞു താമസിക്കുവാൻ സ്ത്രീ ആഗ്രഹിക്കരുത്..........ഭർത്താവ് ഇഹത്തിലും പരത്തിലും സുഖദാതാവാണ്. സദാചാരഹീനനോ പരസ്ത്രീസക്തനോ വിദ്യാദിഗുണശൂന്യനോ ആയാലും ഭർത്താവിനെ പതിവ്രതയായ സ്ത്രീ ദേവനെപോലെ ആരാധിക്കണം.

ഭർത്താവിനോടുകൂടെയല്ലാതെ സ്ത്രീക്കു പ്രത്യേകം യജ്ഞമില്ല. ഭർത്താവിന്റെ അനുമതി കൂടാതെ വ്രതോപവാസങ്ങളും പാടില്ല. പതിശുശ്രൂഷകൊണ്ടുതന്നെ സ്ത്രീ പുണ്യവതിയായിത്തീരുന്നു. ജീവിച്ചിരിക്കുമ്പോഴും മരിച്ചുകഴിഞ്ഞാലും പതിക്ക് അപ്രിയം ആചരിക്കരുത്. ഭർത്താവു മരിച്ചാൽ പിന്നെ വ്രതാദികളാൽ ശരീരം ക്ഷീണിപ്പിക്കണം. വ്യഭിചാരചിന്ത പോലുമുണ്ടാകരുത്. പരപുരുഷനിൽ നിന്നുമുണ്ടാകുന്ന സന്താനം ശാസ്ത്രാനുസാരം സന്താനമേയല്ല. വ്യഭിചരിച്ചാൽ നിന്ദ്യയായിത്തീർന്ന സ്ത്രീ മരണാനന്തരം സൃഗാലയോനിയിൽ ജനിക്കും. വ്യഭിചരിക്കാതെ മനോവാക്കായ കർമ്മങ്ങളെ നിയന്ത്രിച്ചു പതിവ്രതയായി ജീവിക്കുന്നവൾ പൂജ്യയായിത്തീരും. മരണാനന്തരം ഭർതൃലോകം പ്രാപിക്കും. അപകൃഷ്ടനായ ഭർത്താവിനെ ഉപേക്ഷിച്ച് ഉത്കൃഷ്ടനെ ആശ്രയിക്കുന്നവൾ നിന്ദ്യയായിത്തീരും. പരപൂർവാ(മുമ്പൊരു ഭർത്താവുണ്ടായിരുന്നവൾ-പുനർവിവാഹം ചെയ്തവൾ) എന്നു വിളിക്കപ്പെടുകയും ചെയ്യും. സദാചാരവതിയായ ഭാര്യ ഭർത്താവിനെക്കാൾ മുമ്പു മരിച്ചാൽ ദ്വിജൻ, ശ്രൗതസ്മാർത്താഗ്നികൊണ്ടും യാഗപാത്രങ്ങളെക്കൊണ്ടും വിധിപ്രകാരം ദഹിപ്പിക്കണം.

ഇത്ര കൃത്യമായി ഓരോ അക്ഷരത്തിലും നീന്തി തുടിക്കുന്ന സ്ത്രീവിരുദ്ധത പടച്ചുവെച്ച *മനുസ്മൃതി* സ്ത്രീയെ ബഹുമാനിക്കുന്ന ഗ്രന്ഥമാണെന്ന് പറയാൻ പലരും കാട്ടുന്ന ധൃതി പരിഹാസ്യമാണ്. ഇതാണ് സ്ത്രീയെ പൂജിച്ചുകൊണ്ട് തിരസ്കരിക്കുന്ന രീതി. പൂമാലയായി നമ്മെ ഉയർത്തിക്കാട്ടുന്നത് യഥാർത്ഥത്തിൽ നിർമ്മാല്യം ആണ്. വിഗ്രഹത്തിൽ ചാർത്തിക്കാണിച്ച് പിന്നീട് ഊരിമാറ്റുന്നത്. സ്ത്രീയെയും ബഹുമാനിക്കുന്നതായി ആമുഖ വാചകത്തിൽ എഴുതി അവളെ അവഗണനയുടെ അഗ്രകോടിയിൽ തള്ളുകയാണ്. ഈ കൽപ്പനകളിലൂടെ രൂപപ്പെട്ടതാണ് ഇന്ത്യൻ സ്ത്രീത്വം.

സ്ത്രീയുടെ ആപദ് ധർമ്മങ്ങൾ

'ജ്യേഷ്ഠം ഭാര്യയെ അനുജൻ ഗുരുപത്നിയായും അനുജന്റെ ഭാര്യയെ ജ്യേഷ്ഠൻ സ്നുഷ (മരുമകൾ) ആയും കണക്കാക്കണം. സന്താനമില്ലായ്ക നിമിത്തമല്ലാതെ ചുമതലപ്പെടുത്തിയാലും ജ്യേഷ്ഠൻ സ്നുഷയേയും അനുജൻ ജ്യേഷ്ഠഭാര്യയേയും പ്രാപിച്ചാൽ പതിതരായ്ത്തീരും. ഭർത്താവിൽ നിന്നു സന്താനം ഉണ്ടായില്ലെങ്കിൽ, ഭർത്താവോ ഗുരുജനങ്ങളോ നിയോഗിച്ചാൽ ഭർതൃസഹോദരനിൽനിന്നോ സപിണ്ഡനിൽ നിന്നോ, അഭീഷ്ടസന്താനത്തെ പ്രാപ്യമാക്കാം. ഭർത്താവ് മരിച്ച ശേഷം സന്താനമില്ലാത്ത വിധവയിൽ നിയുക്തനായവൻ, രാത്രിയിൽ ശരീരം മുഴുവനും നെയ്പുരട്ടി മൗനിയായി ഒരേയൊരു പുത്രനെ ജനിപ്പിക്കാം. രണ്ടാമതൊരു പുത്രനെകൂടി ജനിപ്പിക്കുവാൻ പാടില്ല. നിയോഗ വിധിജ്ഞരായ ചില ആചാര്യന്മാർ രണ്ടാമതൊരു പുത്രന്റെ ജനനം കൂടി ആകാമെന്ന് പറയുന്നു.

വിധവയിൽ നിയുക്തനായ സോദരൻ ധാർമ്മിക വിധി (നെയ്പുരട്ടൽ തുടങ്ങിയവ) അനുസരിക്കാതെ യഥേഷ്ടം പെരുമാറിയാൽ പതിതനായിത്തീരും. വിധവയിലുള്ള നിയോഗ പ്രയോജനം (ഗർഭധാരണം) യഥാശാസ്ത്രം സിദ്ധമായിക്കഴിഞ്ഞാൽ ജ്യേഷ്ഠനും കനിഷ്ഠഭാര്യയും പരസ്പരം ഗുരുവായും സ്നുഷയായും പെരുമാറണം. വൈവാഹിക മന്ത്രങ്ങളിലൊരിടത്തും നിയോഗവിധിയെക്കുറിച്ച് പറഞ്ഞിട്ടില്ല. അതിനാൽ ചിലർ'നിയോഗ'ത്തെ അനുകൂലിക്കുന്നില്ല. മറ്റൊരു പുരുഷനോടുകൂടെ പുനർവിവാഹവും വിധിച്ചിട്ടില്ല. വിധവാ വിവാഹം പശുധർമ്മമാണെന്ന് നിന്ദിക്കപ്പെടുന്നു.

ഒരു കന്യകയുടെ വിവാഹവാഗ്ദാനം നടന്ന ശേഷം വരൻ മരിച്ചു

പോയാൽ ദേവരൻ (വരന്റെ സഹോദരൻ) അവളെ വിവാഹം കഴിക്കേണ്ടതാണ്. ആ ദേവരൻ വിവാഹം കഴിച്ച് ശുഭ്ര വസ്ത്രധാരിണിയും ശുദ്ധമായ മനോവാക്കയങ്ങളുള്ളവളുമായ ആ ഭാര്യയെ, പ്രസവം വരെ ഋതുകാലങ്ങളിൽ ഒരു പ്രാവശ്യം വീതം പ്രാപിക്കണം. അതിലുണ്ടാകുന്ന സന്താനം മരിച്ചുപോയ വരന്റേതാണ്. (ഇതും ഒരു നിയോഗവിധിയായാണ് കണക്കാക്കുന്നത്).'

ഈ വിശദീകരണങ്ങളിൽ എവിടെയെങ്കിലും സ്ത്രീയുടെ ലൈംഗിക താൽപര്യം ചർച്ചചെയ്യപ്പെടുന്നുണ്ടോ? അവളെ ശ്രദ്ധിച്ചില്ലെങ്കിൽ പരപുരുഷ താൽപര്യം പ്രകടിപ്പിക്കപ്പെടും എന്ന ആക്ഷേപ ശബ്ദങ്ങളല്ലാതെ. എന്നാൽ പുരുഷൻമാരുടെ അഭീഷ്ഠവും പുരുഷസന്താനങ്ങൾ യഥാവിധി ഉൽപ്പാദിക്കപ്പെടുന്നതിനെക്കുറിച്ചുമാണ് പറയുന്നത്. അതായത് സ്ത്രീക്ക് മേലുള്ള പുരുഷന്റെ 'നിയോഗ'ത്തെക്കുറിച്ചാണ് പറയുന്നത്. സ്ത്രീകൾ വഴിയുള്ള ഉപയോഗം പുരുഷ ലൈംഗിക സുഖവും പുത്രോൽപ്പാദനവും ('ശുദ്ധിയുള്ള വംശപരമ്പര' സൃഷ്ടിക്കൽ) ആണ്.

'ഇന്ത്യൻ സ്ത്രീകളുടെ ഇടയിൽ ഒരു തെറ്റിദ്ധാരണ നിലനിൽക്കുന്നുണ്ട്. പഴയകാലത്ത് ഇവിടുത്തെ സ്ത്രീകൾക്ക് (സ്വന്തം ശരീരത്തിലും മനസ്സിലും വേണ്ട) ജന്മാവകാശങ്ങൾ സഫലമായിത്തീർന്നിരുന്നു. കുന്തി, മാദ്രി, മണ്ഡോദരി, ദ്രൗപദി തുടങ്ങിയ പുരാണ കഥാപാത്രങ്ങൾ അവരുടെ ബഹുഭർതൃത്വത്തിന് പേരുകേട്ടവരാണ്. പക്ഷേ, അവർ സ്വന്തം ഇഷ്ടത്തിനാണോ ബഹുഭർതൃത്വം തെരഞ്ഞെടുത്തത്? *മഹാഭാരത* കർത്താവായ വ്യാസൻ പറയുന്നതനുസരിച്ച് സ്ത്രീക്ക് ശാരീരിക സുഖവും സന്താന സൗഭാഗ്യവും ലഭിക്കുന്നത് 'നിയോഗ'ത്തിൻ മേലാണ്. ഇതേ വിശ്വാസമനുസരിച്ച് പുത്രജന്മം അനിവാര്യവുമാണ്. അങ്ങനെയല്ലെങ്കിൽ പുരുഷന് സ്വർഗ്ഗം നിഷേധിക്കപ്പെടും. അതുകൊണ്ടാണ് അംബികയും അംബാലികയുമൊക്കെ സഹോദരീ ഭർത്താവായ വ്യാസനുമായി ശാരീരിക ബന്ധം നടത്താൻ നിർബന്ധിതരായത്. കുന്തിയുടെ ഭർത്താവായ പാണ്ഡു അസാധാരണ ശരീരി ആയിരുന്നു. കുട്ടികളെ ജനിപ്പിക്കാനാകാത്ത നിരാശയിൽ അയാൾ കുന്തിയേയും മാദ്രിയേയും വിവാഹം ചെയ്തു. ഇണചേരുന്ന മാൻപേടകളെ അമ്പെയ്ത് വീഴ്ത്തിയതിനാണ് പാണ്ഡുവിന് ഈ രൂപമാറ്റം വരുന്നത്. സന്താന സൗഭാഗ്യത്തിനായി അദ്ദേഹത്തിന്റെ രണ്ടുഭാര്യമാരും വിഭിന്ന ദേവന്മാരുമായി സംഗമിക്കാൻ നിർബന്ധിതരായിത്തീരുന്നു.'[12]

മനുദർശനങ്ങൾക്കനുസരിച്ച് അത്തരം ദർശനം പ്രാവർത്തികമാക്കുന്ന ജോലിയാണ് ഇതിഹാസ കർത്താക്കൾ ഉൾപ്പെടെയുള്ളവർ ഏറ്റെടുത്തത് എന്ന് തെളിയിക്കുന്ന കഥാപാത്രങ്ങളാണ് മേൽ പറഞ്ഞവർ. ഇത്തരം കഥകളിലെ സ്ത്രീകൾ പൊതുവെ ഭർത്താക്കന്മാരെ തങ്ങളുടെ അഭീഷ്ടമനുസരിച്ചാണ് നിശ്ചയിക്കുന്നത് എന്നുതോന്നാം! എന്നാൽ അങ്ങനെയല്ല സ്വയംവരം പോലും. സ്വയംവരം എന്ന് വച്ചാൽ മിക്കവാറും വധുവിന്റെ പിതാവ്/സഹോദരൻ നിശ്ചയിക്കുന്ന ഒരു മത്സരത്തിൽ പങ്കെ

ടുത്ത് വരൻ കഴിവ് തെളിയിക്കണമായിരുന്നു. പാഞ്ചാലി ഈ കഴിവ് തെളിയിച്ച അർജ്ജുനനെ വരിച്ചെങ്കിലും 'നിയോഗം' മറ്റ് നാലു പേരെ കൂടി വരിക്കാനായിരുന്നു. ഉത്തര അഭിമന്യുവിനെ ഇച്ഛിച്ചു. ഉത്തരയുടെ ആഗ്രഹവും ചർച്ചചെയ്യപ്പെടുന്നില്ല. സത്യവതി ശന്തനുവിനെ ആഗ്രഹിച്ചു. ഗാന്ധാരിയുടെ ഇച്ഛയല്ല ധൃതരാഷ്ട്ര ചേരുവ. ചേർന്നുകഴിഞ്ഞപ്പോൾ ധൃതരാഷ്ട്രർക്കുവേണ്ടി സ്വയം മാറ്റപ്പെടുകയായിരുന്നു. കുന്തി മൂന്നു മക്കളെ പ്രസവിച്ചത് മൂവരിൽ നിന്നാണ്. കുന്തിയുടെ ആഗ്രഹപ്രകാരമല്ല. ഈ മൂവർക്കും യഥാർത്ഥത്തിൽ ഹസ്തിനപുരിയിൽ അവകാശവും ഇല്ല. എന്നിട്ടും ദുര്യോധനൻ അധികാരം കൈയാളിയപ്പോൾ നമുക്ക് അത് 'അധർമ്മ'മായി ചർച്ച ചെയ്യേണ്ടിവന്നു. പാണ്ഡുവിന്റെ പുത്രൻമാരല്ലേ രാജ്യത്തിന്റെ യഥാർത്ഥ അവകാശിയാകു! പാണ്ഡുവിന് പുത്രോൽപ്പാദനം/സന്താനോൽപ്പാദനം സാധ്യവുമല്ലായിരുന്നു.

ദമ്പതിമാർ പിരിഞ്ഞിരിക്കുമ്പോഴത്തെ കർത്തവ്യങ്ങൾ

ആവശ്യകാര്യങ്ങൾക്കായി ദൂരദേശവാസത്തിനൊരുങ്ങുന്ന ഭർത്താവ് ഭാര്യയുടെ അന്നവസ്ത്രാദികൾക്കുള്ള ഏർപ്പാടുകൾ ചെയ്തിട്ടേ പുറപ്പെടാവു. അല്ലാത്തപക്ഷം ഉപജീവനത്തിനു ക്ലേശിക്കുന്ന സ്ത്രീ ശീലാവതിയാണെങ്കിലും ദുഷിച്ചുപോകും. ജീവനമാർഗം ഏർപ്പാടു ചെയ്തിട്ട് ഭർത്താവ് ദേശാന്തരഗതനായാൽ ഭാര്യ നിയമം അവലംബിച്ച് (ദേഹാലങ്കാരം, പരഗൃഹഗമനം മുതലായവ ഒഴിവാക്കി) ജീവിക്കണം. ജീവനമാർഗം ഏർപ്പാടുചെയ്യാതാണു പോയതെങ്കിൽ നൂൽനൂല്പ് മുതലായ ശില്പങ്ങളാൽ ഉപജീവനം നടത്തണം. ധർമ്മകാര്യങ്ങൾക്കായാണ് ഭർത്താവ് പോയതെങ്കിൽ, സ്ത്രീ അയാളെ എട്ടുവർഷം പ്രതീക്ഷിച്ചിരിക്കണം. വിദ്യയോ ധനമോ ആർജിക്കാനാണ് പോയതെങ്കിൽ ആറ് വർഷം പ്രതീക്ഷിച്ചിരിക്കണം. വേറെ ഭാര്യയുടെ അടുത്തേക്കാണെങ്കിൽ മൂന്നു വർഷം പ്രതീക്ഷിച്ചാൽ മതി (അതിനുശേഷം സ്ത്രീ ഭർത്തൃസമീപത്തിലേക്കു ചെല്ലണമെന്നാണു ചില സ്മൃതികാരന്മാരുടെ അഭിപ്രായം). അതിനകം ഭർത്താവ് വന്നില്ലെങ്കിൽ വേറൊരു ഭർത്താവിനെ സ്വീകരിക്കാം എന്നാണു നാരദൻ, പരാശരൻ മുതലായ സ്മൃതികാരന്മാർ പറയുന്നത്.

പിണങ്ങിപ്പോയ ഭാര്യയെ ഭർത്താവ് ഒരു വർഷം പ്രതീക്ഷിക്കണം. അതു കഴിഞ്ഞിട്ടും പിണങ്ങിയിരിക്കുകയാണെങ്കിൽ, അവൾക്കു കൊടുത്തിട്ടുള്ള ആഭരണാദി സമ്പത്തെല്ലാം തിരിച്ചെടുക്കണം. അവളുമായി സഹശയിക്കരുത്. എന്നാൽ, അവൾക്ക് അന്നവസ്ത്രാദികൾ കൊടുക്കണം. ചൂതുകളി മുതലായ ദോഷങ്ങളുള്ളവനോ മദ്യമത്തനോ രോഗാർത്തനോ ആയ ഭർത്താവിനെ ശുശ്രൂഷിക്കാതെ അവഗണിക്കുന്ന ഭാര്യയെ മൂന്നു മാസത്തേക്ക് ഉപേക്ഷിക്കണം. അവൾക്കു കൊടുത്തിട്ടുള്ള ആഭരണാദികളും വീട്ടുപകരണങ്ങളും തിരിച്ചെടുക്കുകയും വേണം. സുബുദ്ധിയില്ലാത്തവനോ ജാതിഭ്രഷ്ടു വന്നവനോ നപുംസകമോ ഉൽപ്പാ

ദനശക്തിയില്ലാത്തവനോ കുഷ്ഠാദിമഹാരോഗിയോ ആയ ഭർത്താവിനെ വെറുക്കുന്ന സ്ത്രീയെ ഉപേക്ഷിക്കുവാൻ പാടില്ല; അവളുടെ സ്വത്തുക്കളും എടുക്കരുത്. മദ്യപാനാസക്തയോ ദുരാചാരയോ ഭർത്താവിന് എതിരായി പ്രവർത്തിക്കുന്നവളോ രോഗിണിയോ ആയ ഭാര്യ ഉള്ളപ്പോൾത്തന്നെ വേറെ വിവാഹം കഴിക്കാവുന്നതാണ്. ഭാര്യ വന്ധ്യയാണെങ്കിൽ എട്ടു വർഷം കഴിഞ്ഞു പുനർവിവാഹം കഴിക്കാം. ശിശുക്കളെല്ലാം മരിക്കുന്ന വളാണെങ്കിൽ പത്താം വർഷത്തിലും, പെണ്ണിനെ മാത്രം പ്രസവിക്കുന്ന വളെങ്കിൽ പതിനൊന്നാം വർഷത്തിലും അപ്രിയം പറയുന്ന കലഹശീല യാണെങ്കിൽ ഉടൻതന്നെയും പുനർവിവാഹം ചെയ്യാം. രോഗിണിയെ ങ്കിലും പതിഹിതകാരിണിയും ശീലാവതിയുമായ ഭാര്യയെ സമ്മതിപ്പി ച്ചിട്ടേ വീണ്ടും വിവാഹം കഴിക്കാവു. ഒരിക്കലും അവളെ അപമാനിക്ക രുത്. പുനർവിവാഹം നടത്തുമ്പോൾ കോപിച്ചു വീടുവിട്ടിറങ്ങുന്നവളെ തടഞ്ഞു നിർത്തണം. അഥവാ പിതൃകുലസമക്ഷം ഉപേക്ഷിക്കണം. ക്ഷ ത്രിയാദി സ്ത്രീ, ഭർത്താവും മറ്റും നിഷേധിച്ചിട്ടും ആഘോഷാവസരങ്ങ ളിൽ മദ്യപാനം ചെയ്യുകയും നൃത്യാദിസ്ഥാനങ്ങളിലും മറ്റും പോവുകയും ചെയ്താൽ രാജാവ് അവളെ ആറു കൃഷ്ണലങ്ങൾ ശിക്ഷിക്കണം. ഒരു ദ്വിജൻ സജാതീയകളും വിജാതീയകളുമായ സ്ത്രീകളെ വേൾക്കുന്നെ ങ്കിൽ അവർക്കു വർണക്രമമനുസരിച്ചു ദായഭാഗത്തിൽ ജ്യേഷ്ഠത്വവും ഗൃഹത്തിൽ പൂജയും സിദ്ധിക്കും. ഭർത്താവിന്റെ ശരീരശുശ്രൂഷയും അതി ഥിപൂജ, അഗ്നികാര്യം മുതലായവയും സജാതീയഭാര്യതന്നെ ചെയ്യണം.

കന്യകയ്ക്ക് എട്ടു വയസ്സായില്ലെങ്കിൽപ്പോലും കുലീനനും സ്വരൂ പനും ഗുണവാനുമായ വരനെ ലഭിച്ചാൽ വിവാഹംകഴിച്ചുകൊടുക്കണം. ആമരണാന്തം വീട്ടിൽ നിന്നാലും ഗുണശൂന്യനു കന്യാദാനം ചെയ്യരുത്. ഋതുമതിയായ കന്യക, പിത്രാദിയാൽ ഗുണവാനായ വരനു ദാനം ചെയ്യ പ്പെട്ടില്ലെങ്കിൽ മൂന്നു കൊല്ലം പ്രതീക്ഷിച്ചതിനുശേഷം ജാതിഗുണാദിക ളിൽ സദൃശനായ വരനെ സ്വയം വരിക്കാം. അവൾ പിത്രാദികൾ കൊടുത്ത ആഭരണങ്ങൾ തിരിച്ചുകൊടുക്കണം. അവളെ പരിണയിച്ച വരൻ പിതാ വിനു കന്യാ ശുല്കം നൽകേണ്ടതില്ല.

മുപ്പതു വയസ്സുള്ള വരൻ പന്ത്രണ്ടു വയസ്സുള്ള മനോഹാരിണിയായ കന്യകയെ വേൾക്കണം. അഥവാ, ഗൃഹാസ്ഥധർമാനുഷ്ഠാനങ്ങളിൽ തിടു ക്കമുണ്ടെങ്കിൽ ഇരുപത്തിനാലുകാരന് എട്ടു വയസ്സുകാരിയെ വിവാഹം ചെയ്യാം. സൂര്യാദിദേവന്മാരാണു വരനു ഭാര്യയെ ദാനം ചെയ്യുന്നത്. ഗർഭ ധാരണത്തിനുവേണ്ടി സ്ത്രീകളും ഗർഭദാനത്തിനുവേണ്ടി പുരുഷന്മാരും സൃഷ്ടിക്കപ്പെട്ടിരിക്കുന്നു. ഗർഭോൽപ്പാദനമെന്നപോലെ അഗ്നീധ്യാനാ ദിധർമങ്ങളും പത്നിയോടൊത്താണു ചെയ്യേണ്ടത്. പുത്രിയെ കൊടുത്തു കന്യാധനം വാങ്ങുന്നവൻ മകളെ വില്ക്കുകയാണു ചെയ്യുന്നത്. അതി നാൽ ആരും കന്യാധനം വാങ്ങരുത്. ഒരുവനു കന്യകയെ വാഗ്ദാനം ചെയ്തിട്ടു മറ്റൊരുവനു നൽകുന്നത് അത്യന്തം ഹീനമായ പ്രവൃത്തി യത്രേ. ഭാര്യാഭർത്താക്കന്മാർ മരണപര്യന്തം അന്യോന്യം വിശ്വസ്തത

പുലർത്തണം.[13]

സ്ത്രീകളുടെ ദുഷിപ്പിനെക്കുറിച്ചുള്ള വിവരണങ്ങളാണ് അധികവും. സ്വഭാവകുഴപ്പമുള്ള ഭർത്താവിനെ, അക്കാരണത്താൽ ശുശ്രൂഷിക്കാത്ത ഭാര്യയെ മൂന്നുമാസത്തേക്ക് ഉപേക്ഷിക്കണം പോലും. അതായത് ഭർത്താവിന്റെ മേൽ ഭാര്യയ്ക്ക് ഒന്നിലും നിയന്ത്രണം ഉണ്ടാകാൻ പാടില്ല. വ്യഭിചാരവും ചൂതുകളിയും മദ്യപാനവും സ്വായത്തമാക്കിയ ഭർത്താവിനോട് അനിഷ്ടം കാണിക്കാൻ പോലും ഭാര്യക്ക് അവകാശമില്ല. അങ്ങനെ വന്നാൽ അവളെ 'സസ്പെന്റ്' ചെയ്ത് ഭാര്യാപദവിയിൽനിന്ന് മാറ്റി നിർത്തണമെന്നാണ് വ്യവസ്ഥ.

എന്നാൽ ഭാര്യയുടെ ഭാഗത്ത് നിന്ന് വന്നാൽ രാജാവിന് ശിക്ഷിക്കാൻ സ്മൃതികാരൻ അനുവാദം നൽകുന്നു. ഇതിൽ പറയുന്ന കന്യകാ വിവാഹ പ്രായം ഈ കഴിഞ്ഞ നൂറ്റാണ്ടുവരെ കേരളത്തിലെ നമ്പൂതിരി സമുദായം അക്ഷരം പ്രതി അനുസരിച്ച് സ്മൃതികാരന്റെ സൂക്തങ്ങൾ നടപ്പിലാക്കിയിരുന്നു. സ്ത്രീയുടെ മേൽ സ്ഥാപിക്കപ്പെട്ട ഓരോ 'വാക്കും' സ്ത്രീലൈംഗികതയെ മുച്ചൂടും പരിഹസിക്കുന്നതും അഥവാ അതിനെ അഭിസംബോധന ചെയ്യാൻ മടിക്കുന്നതും പുരുഷ ലൈംഗികതയുടെ സ്വാതന്ത്ര്യത്തെ ഉദ്ഘോഷിക്കുന്നതുമാണ്.

നമ്മുടെ *ചെമ്മീനിൽ* പോലും ഇത് ദൃശ്യമായിരുന്നു. തകഴിയുടെ നോവലായ *ചെമ്മീൻ* 'അരയത്തിപെണ്ണി'ന്റെ പ്രണയത്തിന്റെ കഥ പറഞ്ഞപ്പോൾ ആ കഥയിൽ ഒരു ഐതിഹ്യം കൊണ്ടുവന്നു. അരയൻ കടലിൽ പോകുമ്പോൾ കരയിൽ കഴിയുന്ന അരയത്തി 'പിഴയ്ക്കാൻ' പാടില്ല. ' അരയത്തി പെണ്ണു പിഴച്ചുപോയാൽ അവനെ കടലമ്മ കൊണ്ടുപോകും.'

യഥാർത്ഥത്തിൽ ഇങ്ങനെയൊരു വിശ്വാസം ആ വിഭാഗക്കാരുടെ ഇടയിൽ ഇല്ലെന്നാണ് *ചെമ്മീൻ* നിരൂപണം നടത്തിയ ഡോ. വേലുകുട്ടി അരയൻ പറഞ്ഞത്. ഇതിന്റെ പേരിൽ തകഴിയെ അദ്ദേഹം വിമർശിക്കുകയും ചെയ്തു. പക്ഷേ, എഴുത്തുകാർക്ക് ഇതിൽ ന്യായീകരണം ധാരാളം. പുതിയ ഒരു കഥ പുരാണമാണെന്ന ധ്വനിയോടെ മെനഞ്ഞെടുക്കാൻ അവർക്ക് ആവിഷ്കാരസ്വാതന്ത്ര്യമുണ്ട്. ഇത് *ഖസാക്കിൽ* ഒ.വി. വിജയനും അനുവർത്തിച്ചിട്ടുണ്ട്. ഇത് രണ്ടും നിലവിൽ ഇല്ലാത്തതിനെ നോവലിന്റെ ഇതിവൃത്തകെട്ടുറപ്പിനായി സ്വീകരിച്ചതാണ്.

തകഴിയെ ഇതിന് പ്രേരിപ്പിച്ചത് സ്ത്രീ 'ശുദ്ധ' ആയിരിക്കാനുള്ള കരുതൽ സമൂഹത്തിൽ നിലനിൽക്കുന്നതിനെ ചൂണ്ടിക്കാട്ടണം എന്നതാണ്. എക്കാലത്തുമുള്ള എഴുത്തുകാർ ഈ പ്രശ്നത്തെ അഭിമുഖീകരിക്കാൻ പരിശ്രമിച്ചിട്ടുണ്ട്. പൊതുവെ എല്ലാവരുടെയും പ്രശ്നം സ്ത്രീയുടെ ലൈംഗിക പരിശുദ്ധിയാണ്. അതിന് ഉപോൽബലകമായ സംഭവങ്ങൾ സൃഷ്ടിക്കുക എന്നത് മിക്ക കഥകളിലും കണ്ടുവരുന്ന ഒന്നാണ്. ഒരു പാക്കനാർ കഥ സ്ത്രീ പതിവ്രതയായിരുന്നാൽ കാണുന്ന അത്ഭുതത്തെക്കുറിച്ചാണ്.

ഒരിക്കൽ പാക്കനാർ ഭാര്യയെ നോക്കിയപ്പോൾ അവർ വെള്ളം

കോരാൻ കിണറ്റിൻ കരയിൽ പോയിരിക്കുകയായിരുന്നു. പാളയിൽ വെള്ളം കോരി കിണറ്റിൻ മധ്യത്തിൽ എത്തിയപ്പോൾ പാക്കനാരുടെ വിളി ഭാര്യ കേട്ടു. അത് കോരിത്തീർന്നിട്ട് പോയാൽ ഭർതൃഹിതം അനുസരിക്കാൻ അൽപ്പം കാലതാമസം വരും. അതിനാൽ അവർ കയറ് ഉപേക്ഷിച്ച് ഓടി പാക്കനാരുടെ അരികിൽ എത്തി. അവിടെ നടന്ന അത്ഭുതം ഉപേക്ഷിക്കപ്പെട്ട പാളയും വെള്ളവും കിണറ്റിന്റെ മധ്യത്തിലെ അന്തരീക്ഷത്തിൽ തന്നെ നിന്നുവെന്നതാണ്. ഇത്തരം കഥകൾ ഒക്കെ നമ്മുടെ 'സപ്താഹ യജ്ഞക്കാർ' ഇപ്പോഴും ക്ഷേത്ര സദസ്സുകളിൽ സദ്യയേക്കാൾ മുമ്പേ വിളമ്പാറുണ്ട്. ഇതെല്ലാം കേട്ട് പാതിവ്രത്യ പ്രതിജ്ഞയുമായി സ്ത്രീകൾ വീടുകളിലേക്ക് തിരിച്ചുപോകണം എന്നാണ്. എന്നാൽ ഇങ്ങനെ ഒരു ഐതീഹ്യവും പുരുഷ പാതിവ്രത്യത്തിന്റേതായി കടന്നു വരുന്നതുമില്ല. പാതിവ്രത്യം സ്ത്രീകളുടെ മാത്രം ഉത്തരവാദിത്വമാണുപോലും!

'ഗൃഹധർമ്മാനുഷ്ഠാന തിടുക്കമുണ്ടെങ്കിൽ ഇരുപത്തിനാലുകാരന് എട്ടുവയസ്സുള്ളവളെ വേൾക്കാം.' ഇവിടെ പ്രായ പ്രശ്നം ഉണ്ട്. എന്നാൽ അത് കാലാന്തരത്തിൽ മാറിയിട്ടുണ്ട് എന്നു കാണാം. പക്ഷേ, ഗൃഹധർമ്മാനുഷ്ഠാനം എന്നത് ഭാര്യാ-ഭർതൃ വിഭാഗങ്ങളുടെ സംയുക്ത ഉത്തരവാദിത്വത്തിൽ പെടേണ്ടതാണ്. എന്നാൽ 'കാണാപണി'യുടെ ബാധ്യത സ്ത്രീകൾ ഏറ്റെടുക്കണം. തുല്യ ജോലികഴിഞ്ഞ് വീട്ടിൽ എത്തുന്ന പുരുഷനും സ്ത്രീയും ഉള്ളയിടങ്ങളിൽ പോലും വീട്ടുകാര്യങ്ങൾ ചെയ്യാനും ഭർത്താവിനും കുട്ടികൾക്കും ഭക്ഷണാദികാര്യങ്ങൾ നൽകാനും ഉള്ള അധിക ജോലി കൂടി ഭാര്യയിൽ നിക്ഷിപ്തമാണ്. മേൽപറഞ്ഞ ആശയത്തിന്റെ പിൻതുടർച്ചയിൽപ്പെട്ട പ്രത്യയ ശാസ്ത്രം ഇപ്പോഴും നിലനിൽക്കുന്നു.

സ്മൃതികാരന്റെ മുന്നിൽ സ്ത്രീ, അത് ഏത് വിഭാഗത്തിൽപ്പെട്ടതായാലും ശൂദ്രാദി-പിന്നോക്കക്കാരെ പോലെ രണ്ടാം ഗണത്തിൽപ്പെട്ടതാണ്. ഇത്തരം പ്രതിപാദനം 'ശബരിമല' വിഷയക്കാലത്ത് അതായത് ഈ ഇരുപത്തിയൊന്നാം നൂറ്റാണ്ടിന്റെ ആദ്യപാദങ്ങളിലും ചിലർ നടത്തുന്നു. കൊടിയ സ്ത്രീ വിരുദ്ധത പ്രകാശിപ്പിക്കുന്ന പ്രചാരണങ്ങളാണിവ. ഒരു 'സന്ന്യാസിവര്യൻ' (ഇവരെയൊക്കെ അങ്ങനെ വിളിക്കുമ്പോൾ 'സന്ന്യാസി' എന്ന വാക്ക് ക്ഷമിക്കണം) 'ഒരാൾ ഈ ജന്മത്തിൽ സ്ത്രീയായി ജനിച്ചത് കഴിഞ്ഞ ജന്മത്തിൽ നികൃഷ്ടമായ ഏതോ പ്രവർത്തി ചെയ്തതിനാലാണ്' എന്നാണ് പ്രസംഗിച്ചത്. ഇവിടെ ഒരേ സമയം രണ്ട് പ്രതിലോമ ആശയങ്ങൾ കടത്തിവിടുന്നു. ഒന്ന് പുനർജന്മം എന്ന ശാസ്ത്ര വിരുദ്ധമായ അജണ്ടയാണ്. രണ്ടാമത് സ്ത്രീജന്മം അപ്രിയമാണെന്നുമാണ്.

പ്രപഞ്ചത്തിലെ ജീവാംശമുള്ളയിടത്ത് കോടാനുകോടി ജീവികൾ ജനിച്ചു മരിക്കുന്നു. ഇവയെല്ലാം വീണ്ടും ജനിക്കുമെന്നും അങ്ങനെ ഓരോ ഘട്ടത്തിലും ജനിക്കുന്നവരുടെ പ്രവൃത്തിയുടെ കണക്കെടുത്ത് അതിന്

'ഫലം' നൽകി അടുത്ത ജന്മം എങ്ങനെയെന്ന് തീരുമാനിക്കുമെന്നും, ഈ പ്രക്രിയ നിരന്തരം സംഭവിക്കുന്നുവെന്നും ഉള്ളത് യാഥാർത്ഥ്യ ബോധമില്ലാത്ത കൊടിയ അന്ധവിശ്വാസ പ്രചാരണമാണ്. ഈ പ്രത്യയ ശാസ്ത്ര വക്താക്കൾ ഉദ്ദേശിക്കുന്നത് ഇപ്പോൾ ഒരാൾ അനുഭവിക്കുന്ന ദുരിതം അയാളുടെ മുൻജന്മ പ്രവൃത്തിയിലൂടെ സംഭവിക്കുന്നതാണെന്ന് വരുത്തുക, അതുവഴി അയാൾ നേരിടുന്ന പ്രയാസങ്ങൾക്ക് അയാൾതന്നെ ഉത്തരവാദിയാകുക. സമൂഹത്തിൽ അതിസമ്പന്നരായി ജീവിക്കുന്നവർ കഴിഞ്ഞ ജന്മത്തിൽ സൽ പ്രവൃത്തി നടത്തിയതിന്റെ പേരിലാണെന്ന് വ്യാഖ്യാനം നൽകുക, അതുവഴി സാമൂഹിക ചൂഷണത്തിന്റെ കാര്യകാരണ ബന്ധത്തെ നിരാകരിക്കുക. ഇങ്ങനെ തങ്ങളുടെ അധികാര പ്രത്യയശാസ്ത്രത്തിന് വിശ്വാസത്തിന്റെ കവചം ഒരുക്കുക.

രണ്ടാമത് 'സ്ത്രീജന്മം' ആയതിനാൽ വിധിയാണെന്ന് കരുതുക. അത് രണ്ടാംകിട ജന്മമാണെന്ന് സ്ഥാപിക്കുക. അതിന് പുരുഷജന്മത്തോളം അവകാശ - അധികാരങ്ങൾ ഇല്ലാത്തതാണെന്ന് സൂചിപ്പിക്കുക.

മനുസംഹിത, വേദങ്ങളിലെ സ്ത്രീ വിരുദ്ധതയ്ക്ക് ഒരു ഫ്രെയിം നിർമ്മിച്ച് ചൂഷ്ണാധിഷ്ഠിത സമൂഹം സ്ഥാപിക്കാൻ ലക്ഷ്യമിട്ട് സ്വരൂപിച്ചതാണ്. ജാതി വിവേചനത്തിന് പ്രത്യയ ശാസ്ത്ര അടിത്തറ സംഭാവന ചെയ്തതിൽ മുഖ്യ പങ്കുവഹിച്ചത് മനുസംഹിതകളാണ്. ഇന്നാലോചിച്ചാൽ കൊടിയ മനുഷ്യത്വവിരുദ്ധതയും അചിന്തനീയമായ ക്രൂരതയും 'താണ' മനുഷ്യരിൽ പ്രയോഗിക്കാൻ ഉപകരിച്ചു. ഇതെല്ലാം ദൈവഹിതമാണെന്നും തങ്ങൾ കഴിഞ്ഞ ജന്മത്തിൽ ചെയ്ത പാപമാണ് അതിനു കാരണമെന്നും ബഹുഭൂരിപക്ഷത്തിനെ ഇതിന്റെ വക്താക്കൾ വിശദീകരിച്ചു കേൾപ്പിച്ചു. മറ്റ് വൈജ്ഞാനിക സ്ത്രോതസ്സുകൾക്ക് ഇടമില്ലാതിരുന്ന, അക്ഷരജ്ഞാനവും സാമൂഹിക വിജ്ഞാനവും കൈവരാത്ത ബഹുഭൂരിപക്ഷത്തെ തെറ്റിദ്ധരിപ്പിക്കാൻ ഈ ചൂഷണ ശക്തികൾക്ക് വളരെ നിസ്സാരമായി കഴിഞ്ഞു.

സ്ത്രീ വിരുദ്ധത നിലനിൽക്കുമ്പോൾ തന്നെ വേദങ്ങൾ പലതും സമത്വ ദർശനങ്ങൾ ആയിരുന്നു. അത് മനുഷ്യ ജീവിതത്തെ അക്കാലത്തെ പരിമിതിക്കുള്ളിൽ നിന്നുകൊണ്ട് ഫലപ്രദമായി അഡ്രസ്സ് ചെയ്തിട്ടുണ്ട്. നാസ്തിക-ആസ്തിക ദർശനങ്ങൾ പലതും അതിൽ സുലഭമാണ്. പൗരോഹിത്യം വളർന്നുവന്ന് ജാത്യാധിഷ്ഠിത സമൂഹം നിർമ്മിക്കാൻ പര്യാപ്തമായ ആശയങ്ങൾ തേടിയവരുടെ അത്താണിയായി, വേദങ്ങളിൽനിന്നും വ്യതിരിക്തമായി മനുസംഹിത പോലുള്ളവ മാറുകയായിരുന്നു.

വേദം പഠിക്കാൻ ശൂദ്രരെപോലെ സ്ത്രീകൾക്കും അവകാശം നൽകിയിരുന്നില്ല. എന്നാൽ വേദം അനുശാസിക്കാത്ത ഒന്നും ഒരു സ്ത്രീയും ചെയ്യാനും പാടില്ലായിരുന്നു. 'വേദം അവർ ഉച്ചരിച്ചാൽ വേദം തന്നെ അശുദ്ധമായി പോകും.' എല്ലാ മതങ്ങളും എക്കാലത്തും എടുത്തുപയോഗിക്കുന്ന സ്വർഗ്ഗ-നരകം ഇവിടെ ബാധകമാകും. അതായത് സ്ത്രീകൾ വേദം അനുശാസിക്കാത്ത പ്രവൃത്തികൾ ചെയ്താൽ അവർ 'നരകത്തെ'

ആശ്രയിക്കേണ്ടിവരും. അവർക്ക് 'സ്വർഗ്ഗരാജ്യം' നിഷിദ്ധമാകും.

സ്ത്രീകളെക്കുറിച്ച് മനുസംഹിത പറയുന്ന കാര്യങ്ങൾ സരോജനി സാഹു ഇങ്ങനെ സംക്ഷേപിക്കുന്നു.

'എല്ലാ സ്ത്രീകളും കള്ളം പറയുന്നവരും അഴിമതിക്കാരും അത്യാഗ്രഹികളും വഞ്ചകികളുമാണ് (മനു II-1). സ്ത്രീകളുടെ സ്വഭാവംതന്നെ പുരുഷന്മാരെ വശീകരിക്കലാണ്. ജ്ഞാനികൾ ഒരിക്കലും സ്ത്രീ സംഗം ആഗ്രഹിക്കുന്നില്ല. (മനുII -B). സ്ത്രീ, ശൂദ്രൻ, നാസ്തികൻ എന്നിവരെ കൊല്ലുന്നവൻ പാപിയല്ല. സ്ത്രീകൾ ദുർമോഹങ്ങൾ, വിരോധം, വഞ്ചന, അസൂയ തുടങ്ങിയ ദുർഗുണങ്ങളുടെ രൂപ പ്രകൃതിയാണ്. അവർക്ക് ഒരിക്കലും സ്വാതന്ത്ര്യം നൽകരുത് (മനു IX 17 V 47,147). സ്വന്തം മാതാവോ മകളോ സഹോദരിയോ ആണെങ്കിൽക്കൂടി ഒരാൾ അയാൾ ജ്ഞാനിയാണെങ്കിൽ പോലും സ്ത്രീയുടെ കൂടെ ഒറ്റയ്ക്ക് ഇരിക്കരുത് (മനു II-215). ഓരോ ബ്രാഹ്മണനും സ്വന്തം ജന്മം കൊണ്ടുതന്നെ ഈ ലോകത്തിലെ സർവ്വ വനിതകളുടെയും ആദ്യ ഭർത്താവാകുന്നു (മനുIII-14). ഉപേക്ഷിതനോ, ഗുണവാനോ വിടനോ ഗുണമില്ലാത്തവനോ ആകട്ടെ, ഭർത്താവിനെ സദ്ഗുണസമ്പന്നയായ ഭാര്യ, ദൈവത്തെപ്പോലെ നിരന്തരം ആരാധിക്കണം (മനുV-154). ഇതര പുരുഷന്മാരുടെ നാമം ഉച്ചരിക്കാൻ പാടില്ല (മനുI-157). എപ്പോഴും പവിത്രത സൂക്ഷിച്ച് ഭർത്താവിന് ശരീരം കാഴ്ചവയ്ക്കണം. അയാൾ തെമ്മാടിയോ കുഷ്ഠരോഗി ആയാലോ അങ്ങനെ വേണം (മനുIX-14).'[14]

ജ്ഞാനികൾ സ്ത്രീ സംസർഗം ആഗ്രഹിക്കുന്നില്ലെന്നു പറഞ്ഞാൽ അതിനർത്ഥം പച്ചമലയാളത്തിൽ വിവരദോഷികൾക്ക് മാത്രമാണ് സ്ത്രീ സംസർഗം അഭികാമ്യമായിട്ടുള്ളത് എന്നാണ്. എന്നാൽ ഇവിടുത്തെയർത്ഥം ജ്ഞാനികൾ എന്നാൽ ഋഷിവര്യന്മാർ, പണ്ഡിതന്മാർ തുടങ്ങിയവർ ഒക്കെയാണ്. എത്ര വലിയ ആക്ഷേപമാണ് സ്ത്രീകൾക്ക് നേരെ നടത്തിയിരിക്കുന്നത് എന്ന് നോക്കു. 'അഭിശപ്ത' ജന്മത്തെ അഭിമുഖീകരിക്കാനുള്ള ബാധ്യത അഭിജ്ഞാനികൾക്ക് ഇല്ലെന്നു ചുരുക്കം.

ഏതെല്ലാം വാക്കുകളാണ് സ്ത്രീവിരുദ്ധമായി ഉപയോഗിച്ചിരിക്കുന്നത്. വഞ്ചകി, അസത്യം പറയുന്നവൾ, അഴിമതിക്കാർ. ഇത് ഏതെങ്കിലും പ്രത്യേക സ്ത്രീകളെയല്ല, മറിച്ച് സ്ത്രീകുലം ആകെത്തന്നെയാണ്. 'സദ്ഗുണ നിഷേധികൾ.' സദ്ഗുണങ്ങളെല്ലാം പുരുഷനിൽ മാത്രം അടങ്ങിയിരിക്കുന്നു. ഈ ആശയം *മഹാഭാരതം* സ്വീകരിച്ചിട്ടുണ്ട്. *മഹാഭാരതം* അനുശാസനാപർവ്വം 39-ാം അദ്ധ്യായത്തിൽ ധർമ്മപുത്രർ പറയുന്നത് *ഫെമിനിസം* എന്ന ഗ്രന്ഥത്തിൽ ഇപ്രകാരം ചൂണ്ടിക്കാട്ടുന്നു.[15]

> "രമിച്ചുകൊള്ളുന്നവരിവർ വഞ്ചിക്കുന്നു മനുഷ്യരെ
> പൈക്കൾ പുത്തൻപുല്ലുപോലെ പുത്തനാളെ പിടിക്കുക."

സ്ത്രീകൾ പരപുരുഷന്മാരിൽ എപ്പോഴും പ്രിയമുള്ളവൾ ആയിരി

ക്കുമെന്നാണ് സൂചന. പശുക്കൾ മേഞ്ഞുകൊണ്ടിരിക്കുമ്പോൾ കടിച്ചത്, കടിച്ചത് വിട്ട് പുതിയ പുല്ലിന്റെ പിറകെ പൊയ്ക്കൊണ്ടിരിക്കും. കാമഭ്രാന്തിനടിമകളായ സ്ത്രീകൾക്ക് അതുകൊണ്ടുതന്നെ ഇരിപ്പുറയ്ക്കില്ല. അവർ ഇതിനായി അലഞ്ഞുകൊണ്ടേയിരിക്കും എന്നാണ് മനുസംഹിതയിൽ പൂത്തുലഞ്ഞ *മഹാഭാരതം* പോലും വെളിവാക്കുന്നത്.

ഇതിനോട് ചേർന്ന് വേണം അടുത്ത വാക്യത്തിൽ പറയുന്ന കാര്യങ്ങളും പരിശോധിക്കാൻ. ഉറ്റ മിത്രങ്ങളായ സ്ത്രീയുടെ അരികിൽ പോലും ഒറ്റയ്ക്ക് ഒരു പുരുഷൻ ഇരിക്കാൻ പാടില്ല. ഇവിടെയും അപകടകാരി പുരുഷൻ ആകുന്നില്ല, സ്ത്രീയാണ്. നേരത്തെ പറഞ്ഞല്ലോ ജ്ഞാനികൾക്ക് സ്ത്രീ സംസർഗം പാടില്ലെന്ന്. അതുകൊണ്ടാണ് ജ്ഞാനിയാണെങ്കിലും ഒറ്റയ്ക്ക് ഇവർക്കരികിൽ ഇരുന്നാൽ ജ്ഞാനിയുടെ മനോബലം പോലും നഷ്ടപ്പെടുത്തി സ്ത്രീ അയാളെ വശീകരിക്കും പോലും.

ബ്രാഹ്മണൻ ജനിക്കുമ്പോൾ മുതൽ ലോകത്തെ ഏത് സ്ത്രീയേയും അവകാശപ്പെട്ടവനാകുന്നുവെന്ന്. മനു ഒരുക്കിക്കൊടുത്ത ഈ സൗകര്യത്തിന് മനുവിന്റെ സന്തതിപരമ്പരകൾക്ക് അവർ സ്ഥിരമായി 'റോയൽറ്റി' നൽകേണ്ടതാണ്. ഏത് സ്ത്രീയേയും എപ്പോഴും പ്രാപിക്കാൻ ബ്രാഹ്മണന് അവകാശമുണ്ടെന്നാണ് പറഞ്ഞതിന്റെ അർത്ഥം. അവിടെ അയിത്തം ഇല്ല. 'നീച' ജാതിയിലെ സ്ത്രീകളുമായി രമിക്കുന്നതിന് ജാതി തടസ്സമായിരുന്നില്ല. ഇതിൽ നിന്നെല്ലാം സുവ്യക്തമാകുന്നത് ജാതിയും അയിത്തവും തീണ്ടലുമെല്ലാം മേധാവിത്വ ശക്തികളുടെ സുഖഭോഗങ്ങൾക്ക് വേണ്ടിയായിരുന്നുവെന്നല്ലേ? ഇതിന് ദൈവ നിശ്ചയത്തിന്റെ പിന്തുണ ഉറപ്പാക്കുന്നതിനാണ് ഇതിനെയെല്ലാം വിശ്വാസവുമായി കൂട്ടിക്കെട്ടിയത്.

"ചണ്ടാലിതൻ മെയ് ദ്വിജന്റെ
ബീജ പിണ്ഡത്തിന് ഊഷരമോ."

എന്ന് കുമാരനാശാൻ ചോദിച്ചതിന്റെ പൊരുൾ ഇവിടെ തെളിയുന്നു.

ഭർത്താവ് എങ്ങനെയുള്ള സ്വഭാവക്കാരനാണെങ്കിലും ദൈവത്തെ പോലെ കരുതണം എന്ന് സ്ത്രീകളെ സംഹിത ഉപദേശിക്കുമ്പോൾ അതിൽ നിന്നാണ് പാക്കനാർ കഥകൾ ഉണ്ടായത്. ഇതിന്റെ തുടർച്ചയാണ് പരപുരുഷന്മാരുടെ നാമം ഉച്ചരിക്കാൻ പാടില്ലെന്നുള്ളത്. ഇത് ഉൾക്കൊണ്ട്കൊണ്ട് പരപുരുഷന്മാരുടെ എന്നല്ല, സ്വന്തം 'പുരുഷന്മാരുടെ' നാമം പോലും ഭൂരിപക്ഷം സ്ത്രീകളും ഉച്ചരിക്കുന്നില്ല. മറ്റൊരാളിനോട് ഭർത്താവിനെ സൂചിപ്പിച്ചുപറയുമ്പോൾ 'ഇവിടുത്തെ ആൾ' 'ഇവിടുത്തെ അദ്ദേഹം,' 'കുട്ട്യോൾടെ അച്ഛൻ, 'മോന്റെ പപ്പാ,' 'മോൾടെ ഡാഡി' എന്നിങ്ങനെയുള്ള പദപ്രയോഗങ്ങൾ ഭർത്താവിനെ സഹജീവിയായിട്ടോ പങ്കാളിയായിട്ടോ കാണാൻ കഴിയാതെ പിന്തുടർന്നുവന്ന ഒരു രീതി മൂലമാണ്. സ്നേഹം അല്ല ബഹുമാനം നൽകലാണ് ഭാര്യയുടെ കർത്തവ്യം എന്ന ധാരണ അരക്കിട്ടുറപ്പിക്കാൻ ഇത്തരം സിദ്ധാന്തങ്ങൾ വഴിതെളിച്ചിട്ടുണ്ട്.

ഭാരത ജനതയെ വർണാധിഷ്ഠിതമായി ഒരുക്കിയും മെരുക്കിയും

തീർക്കുന്നതിന് മൂന്നു ഗ്രന്ഥങ്ങൾ അഥവാ മൂന്നു പ്രബലാശയങ്ങൾ മുഖ്യ മായ പങ്ക് പ്രാചീന കാലത്ത് വഹിച്ചിരുന്നു. അതിന്റെ സ്വാധീനം ഹിന്ദു വർഗീയ വാദികളിൽ ഇപ്പോഴും ശക്തമായി തുടരുന്നു. യാതൊരു വർഗീ യതയും തൊട്ടുതീണ്ടിയിട്ടില്ലാത്ത ചില ദൈവ-മത വിശ്വാസികളിലും ഇതിന്റെ സ്വാധീനം നിഴലിക്കുന്നത് കാണാം.

അധികാര രാഷ്ട്രീയത്തിന് ദിശാബോധം നൽകിയ *അർത്ഥശാ സ്ത്രം*, സമൂഹനിയമവിധികൾ നിശ്ചയിച്ച *മനു സംഹിതകൾ*, സ്ത്രീപു രുഷ ഭോഗവിധികൾ നിർണയിച്ച *കാമസൂത്രം* എന്നിവയാണവ.

'ഹിന്ദുമതത്തിൽ ഇന്നു നിലവിലുള്ള ചാതുർവർണ്യ വ്യവസ്ഥ രൂപ പ്പെടുത്തുന്നതിൽ ഏറ്റവും മുഖ്യമായ ശ്രമം നടത്തിയത് *മനുസ്മൃതിയാ* ണ്. ബ്രാഹ്മണ മേധാവിത്വത്തിൽ ഊന്നിക്കൊണ്ടുള്ളതാണ് *മനുസ്മൃതി* മുന്നോട്ടുവയ്ക്കുന്ന ദർശനം. ശൂദ്രനോടൊപ്പം ബ്രാഹ്മണ ക്ഷത്രിയ വൈശ്യ ശൂദ്രകളായ സ്ത്രീകൾ ഒന്നടങ്കം അക്ഷരവെളിച്ചത്തിനു പുറ ത്തായിപ്പോയത് *മനുസ്മൃതി*യുടെ ഒരു ഉപ ലബ്ദിയാണ്. അറിവിന്റെ അധികാരം സവർണ പുരുഷന് മാത്രം അവകാശപ്പെട്ടതായി മാറി. ആചാ ര്യനോ ടെക്സ്റ്റോ ഇല്ലാതിരുന്ന ഹിന്ദുമതത്തിന് പ്രയോഗ വിധികൾ ആവി ഷ്കരിച്ച മനു ഇന്ത്യൻ സ്ത്രീയുടെ ജീവിതത്തെ ദൂരവ്യാപകമാക്കി മാറ്റി തീർത്തു.'[16]

ഭർത്താവിന്റെ ഇംഗിത പ്രകാരമുള്ള ലൈംഗിക ജീവിതം, ഭർത്താ വിനെ ഭയഭക്തി ബഹുമാനങ്ങളോടെ പരിചരിക്കൽ, പരപുരുഷന്മാരുടെ മുഖം ദർശിക്കാതെയും അവരുടെ നാമം ഉച്ചരിക്കാതെയും അകത്തളങ്ങ ളിൽ കഴിഞ്ഞുകൂടൽ, സ്മൃതിപ്രകാരമുള്ള ഗാർഹിക ജീവിത രീതികൾ, സമൂഹത്തിന് പുരുഷ പ്രജകളെ 'പെറ്റുകൂട്ടി' നൽകൽ ഇതെല്ലാം ആണ് ഉത്തമ സ്ത്രീലക്ഷണങ്ങളായി സ്മൃതികാരന്മാർ പറയുന്നത്. ചുരുക്കിപ്പറ ഞ്ഞാൽ ഗാർഹിക ജീവിതവും പൊതുമണ്ഡലവും തമ്മിൽ ഇന്നും തുട രുന്ന അകൽച്ച സൃഷ്ടിക്കാൻ ഈ ദർശനങ്ങൾക്ക് കഴിഞ്ഞുവെന്ന് സാരം.

"മുച്ചീർപ്പൻ വാഴ കുലയ്ക്കും പോലെ ചൊടിയും ചുണയും ഇല്ലാത്ത രണ്ടു നാലു പൈതങ്ങളെ പെറ്റ് മരിക്കുവാൻ മാത്രമാണോ നിങ്ങളുടെ ജനനം"[17] (വി.റ്റി. ഭട്ടതിരിപ്പാട്). ഈ ചോദ്യമുയർത്തിയാണ് ഗാർഹികാ വസ്ഥയിൽനിന്നും പൊതു ജനാധിപത്യ ധാരയിലേക്ക് സ്ത്രീകളെ എത്തി ക്കുന്നതിനായി മനുസ്മൃതികാരന്റെ കുലപിന്തുടർച്ചയിൽനിന്നും കുത റിമാറിയ വി.ടി. ഭട്ടതിരിപ്പാടിനെ പോലുള്ളവർ മുന്നോട്ടുവന്നത്.

സ്ത്രീവിരുദ്ധത സീതയിലൂടെ

ബ്രാഹ്മണ മതത്തിന്റെയും പിൽക്കാലത്ത് ഹിന്ദുമതത്തിന്റെയും ശൂദ്ര-ദളിത്-സ്ത്രീവിരുദ്ധ ആശയങ്ങളുടെ സമൃദ്ധമായ ഉദാഹരണങ്ങൾ ഈ രണ്ടിതിഹാസങ്ങളിലും ദൃശ്യമാണ്. പൗരാണിക കാലത്ത് സ്ത്രീകൾക്ക് സമൂഹത്തിൽ ഉണ്ടായിരുന്ന മുൻകൈ ജാതിയധിഷ്ഠിത പൗരോഹിത്യ മേധാവിത്വ സമൂഹത്തിൽ കുത്തനെ താഴോട്ട് പതിച്ചു.

*രാമായണ*ത്തിലെ സീതയും *മഹാഭാരത*ത്തിലെ പാഞ്ചാലിയും ഇതിന്റെ നേർ സാക്ഷ്യങ്ങളാണ്. ഇക്ഷ്വാകുവംശ സംഭൂതനും അയോധ്യാധിപതിയുമായ ശ്രീരാമന്റെ പത്നിയാണ് സീതാദേവി.

നായകൻ ധീരോദാത്തനും ഗുണപ്രതാപനും വിഖ്യാതവംശജനുമായിരിക്കണം എന്നാണ് പഴയ കാവ്യസങ്കൽപ്പം. നായിക സുന്ദരിയായിരിക്കണം, പതിവ്രതയായിരിക്കണം! ഭർത്താവിനെ മാത്രം മനസ്സിൽ പ്രതിഷ്ഠിക്കുന്നവളും, ഭർത്താവുമായി മാത്രം രമിക്കുന്നവളും ആയിരിക്കണം. ഈ ശാഠ്യം പുരുഷന് ആവശ്യമില്ല. ഇവിടെ ശ്രീരാമന് പരസ്ത്രീഗമനം ഉണ്ടെന്ന് *രാമായണ*ത്തിൽ സൂചനയില്ല. എന്നാൽ ഭാര്യയെ പതിവ്രതയായി കാണാനുള്ള ത്വര ശ്രീരാമനിൽ കാണുന്നുമുണ്ട്.

ഭാര്യ, ഭർത്താവ് എന്ന രണ്ടു വാക്കാണ് ഇപ്പോഴും ദമ്പതികൾക്കായി ഉപയോഗിക്കുന്നത്. ഭർത്താവ് എന്നാൽ ഭരിക്കുന്നവൻ, ഭാര്യ എന്നാൽ ഭരിക്കപ്പെടുന്നവൾ. ഈ വാക്കുകളിൽത്തന്നെ സ്ത്രീ-പുരുഷാസമത്വം ആവോളം ദൃശ്യമാണ്.

ശ്രീരാമൻ രാജ്യത്തിന്റെ അധിപൻ മാത്രമല്ല, സീതയുടെയും അധിപനായിരുന്നു. സീതാപഹരണം ആണ് *രാമായണ*കഥയുടെ കാതൽ. സീതയെ അപഹരിക്കുന്ന രംഗം വിവരിക്കുന്നതിൽ വാൽമീകിയും, എഴുത്തച്ഛനും രണ്ട് തലങ്ങളിൽ നിൽക്കുന്നു. വാൽമീകിയുടെ വർണ്ണന ഇങ്ങ

നെയാണ്. 'ഇടതുകൈകൊണ്ട് സീതയുടെ തലമുടിക്കും വലതുകൈ കൊണ്ട് തുടകളിലും മുറുകെ പിടിച്ച് സീതയെ പൊക്കി. ആ കാഴ്ച കാണാൻ കരുത്തില്ലാതെ വനദേവതമാർ ഓടിയൊളിച്ചു. ഉടൻതന്നെ മറ വിൽ നിന്ന രാവണരഥം മായാജാലം കൊണ്ടെന്നപോലെ പ്രത്യക്ഷപ്പെട്ടു. പരുഷവാക്യങ്ങൾ ഉതിർത്തുകൊണ്ടും പല്ലുകടിച്ചമർത്തിക്കൊണ്ടും രാവ ണൻ സീതയെ രഥത്തിൽ എടുത്ത് കയറ്റി.' ഈ രംഗം വിശദീകരിച്ച എഴുത്തച്ഛനെക്കുറിച്ച് എസ്. ഗുപ്തൻ നായർ പറയുന്നത് ഇങ്ങനെയാ ണ്.'രാവണൻ സീതയെ ശരീര സ്പർശത്തോടെ പിടിച്ചെടുത്തുവെന്നു പറയാൻ ഋഷിയായ വാൽമീകിക്ക് വൈമനസ്യമുണ്ടായിരുന്നില്ലെങ്കിലും അധ്യാത്മരാമായണകാരന് ഇത് തീരെ സമ്മതമല്ല. സീത നിന്ന സ്ഥലത്തെ മണ്ണോടുകൂടി സീതയെ പൊക്കിയെടുത്തുവെന്നാണ് അതിൽ. മോഷ്ടിക്കാൻ വന്നവന്റെ ബഹുമാനം നോക്കണേ!'[18]

അതായത് എഴുത്തച്ഛൻ *രാമായണ*ത്തെയും *മഹാഭാരത*ത്തെയും ആവിഷ്കരിച്ചത് ഭക്തിയുടെ മൂർദ്ധന്യത്തിലാണ്. *രാമായണ*മോ *മഹാഭാരത*മോ യഥാർത്ഥത്തിൽ രചിക്കപ്പെട്ടത് ഭക്തി പ്രചോദനത്താലല്ല. അത് കാതോട് കാതോരം പകർന്നു കിട്ടിയ ഗോത്ര വംശ കഥകളുടെ ചെറുരീ തിയിലുള്ള ലിഖിതപ്പെടുത്തലും പിന്നീട് അധീശത്വ പ്രത്യയ ശാസ്ത്ര വക്താക്കളുടെ സംഘടിതമായ കൂട്ടിച്ചേർക്കലുകളുമാണെന്ന് സുവ്യക്തം. യഥാർത്ഥത്തിൽ ഈ കാവ്യഗോപുരത്തിന് 'രാമായണം എന്നല്ല സീതാ യനം എന്ന പേരാണ് നൽകേണ്ടിയിരുന്നത്' എന്ന് സ്വാമി വിവേകാന ന്ദൻ പ്രസ്താവിച്ചിട്ടുണ്ട്.

'മഹനീയതയുടെ മാതൃകയായിട്ടാണ് ശ്രീരാമനെ വാൽമീകി മഹർഷി *രാമായണ*ത്തിൽ അവതരിപ്പിച്ചിട്ടുള്ളത്. എങ്കിലും ക്രാന്ത ദർശി യായ കവിയാണ് മഹർഷിയെന്ന വസ്തുത മറക്കാൻ പാടില്ല. എത്ര മഹ നീയത നിറഞ്ഞതാണെങ്കിലും മനുഷ്യ സ്വഭാവത്തിന്റെ പരിമിതികളും ദൗർബല്യങ്ങളും കൂടി രാമന്റെ ജീവിതത്തിൽ കലരാതിരിക്കുക സാധ്യ മല്ല. ആ പരിമിതികളാണ് ശ്രീരാമനിലെ കളങ്ക രേഖകൾ.'[19]

വനവാസകാലത്ത് ഭർത്താവിന്റെ ദുരിത ജീവിതത്തിന് താങ്ങായി കാനനത്തിലലഞ്ഞവളാണ് ഭാര്യയായ സീത. അവിടം മുതൽ അവർ ദുഃഖ പുത്രിയായി മാറുന്നു. ഭരണ കർത്താവായ രാമന്റെ ദുഃഖത്തിൽ പങ്കാളി യായ ഭരണീയയായ സീതയ്ക്ക് രാമന്റെ സന്തോഷകാലത്ത് അഥവാ അധികാര ലബ്ദിക്കാലത്ത് കാട്ടുജീവിതം നിശ്ചയിക്കപ്പെട്ടുവെന്നതാണ് വസ്തുത. ഇവിടെ രാമായണകാലത്തെ അഥവാ ബ്രാഹ്മണാധിപത്യ സമൂ ഹത്തിന്റെ പുരുഷമേധാവിത്വ പ്രവണത ദൃശ്യമാകുന്നു. ജനകന്റെ പുത്രിക്ക് ജീവിത സുഖം ലഭിക്കാത്തത് രാവണ പ്രവൃത്തികൊണ്ടുമാത്ര മല്ല, അതിലേറെ അവരെ വിഷമിപ്പിച്ചത് രാമന്റെ പ്രവൃത്തികളാണ്. സീത യുടെ പക്ഷത്ത് നിന്ന് ചിന്തിക്കാൻ രാമനാവുന്നില്ല. അഥവാ സ്ത്രീജീ വിതം പൊതു പരിഗണനയിൽ വരുന്ന ഒന്നാവുന്നില്ല.

ലങ്കായുദ്ധത്തിൽ രാവണൻ വധിക്കപ്പെടുകയും വിഭീഷണൻ രാമ

സഹായത്തോടെ രാജാവാകുകയും ചെയ്യുന്നു. രാമനെ മാത്രം ധ്യാനിച്ച് രാവണ പ്രലോഭനങ്ങളെ ത്യജിച്ച് ലങ്കയിൽ കഴിഞ്ഞ സീതയുടെ എപ്പോഴത്തെയും സ്വപ്നം രാമനുമൊന്നിച്ചുള്ള ജീവിതമാണ്. ഈ പ്രതീക്ഷകളെ തകർത്ത് രാമൻ തന്നെയാണ് യുദ്ധാനന്തരം സീതയുടെ സന്നിധിയിൽ ഓടിയെത്തി വിരഹിണിയായി കണ്ണീർക്കയത്തിൽ കഴിഞ്ഞിരുന്ന, സീതയെ പുൽകാതെയും സമാശ്വസിപ്പിക്കാതെയും ലങ്കയിലെ അധികാര കൈമാറ്റത്തിന് മുൻകൈയെടുത്തത്. കാത്തുകാത്തിരുന്ന സീതയെ ചെന്നു കണ്ടത് ഹനുമാൻ ആണ്. കുശലം തിരക്കാൻ രാമൻ ഹനുമാനെ ചുമതലപ്പെടുത്തുകയാണ്.

രാവണനെപ്പോരിൽ കൊന്നതും ജയിസത്തമ
ഈ പ്രിയം മൈഥിലിയോടു കഴിച്ചു കപിനായക,
പ്രതി സന്ദർശനവും വാങ്ങി തിരിച്ചുവരിക നീ.

സീതയുടെ പ്രതികരണം ഇങ്ങനെ

"കാണുന്നുണ്ടാഗ്രഹമെനി-
ക്കാശ്രിത സ്നേഹി രാമനെ"

തുടർന്ന് രാമന്റെ മുന്നിൽ എത്തിയ ഹനുമാന്റെ പ്രതികരണം

"ആരെക്കുറിച്ചീയാരംഭം
ചെയ്ത, തിൻ ഫലസിദ്ധിയും
ആ മാലിൽ വെന്ത വൈദേഹി-
ദേവിയെ കാണണം ഭവാൻ."

ഈ അഭ്യർത്ഥനയിലാണ് രാമൻ സീതയെ കാണാൻ തീരുമാനിക്കുന്നത്. അതായത് തന്നോടൊപ്പം കാട്ടിലേക്ക് ഇറങ്ങി യൗവനം ഹോമിച്ച പെൺകുട്ടിയെ കാണാൻ പോലും പരസമ്മർദ്ദം വേണ്ടിവരുന്നു രാമന്. ഇവിടെ സ്ത്രീയുടെ വ്യക്തിത്വം ഹോമിക്കപ്പെടുകയാണ്.

*ഉത്തര രാമായണ*ത്തിലാണ് ഈ പ്രതിപാദ്യം. *ഉത്തര രാമായണം* വാൽമീകിയാൽ സൃഷ്ടിക്കപ്പെട്ടതല്ലെന്ന വാദം പ്രബലമാണ്. എന്നാൽ നാം പരിശോധിക്കുന്നത് *രാമായണ*ത്തിലെ മൊത്തത്തിലുള്ള സ്ത്രീ കാഴ്ചപ്പാടിനെയാണ്. ഇവിടെ ഇതിൽ പ്രതിഫലിക്കുന്നത് പുരുഷമേധാവിത്വ ജനതയുടെ പ്രതീകമായി രാമൻ മാറുന്നുവെന്നതാണ്.

ഹനുമാന്റെ അഭ്യർത്ഥന പ്രകാരം രാമന്റെ മുന്നിൽ എത്തിയ സീതയോടു രാമൻ പ്രതികരിച്ചത് ഈ വിധത്തിലാണ്.

'രാവണാങ്കപരിഭ്രഷ്ടാം
തൃഷ്ടം ദുഷ്ടേ ചക്ഷുഷാ

കഥം ത്വാം പുനരാദദ്യാം
കുലം വ്യാപദിശൻ മഹത്.'

"നിന്റെ സൗന്ദര്യമാർന്ന ദിവ്യരൂപം കണ്ട് രാവണൻ ഇത്രയും കാലം സഹിച്ചിരിക്കുമോ?" ഈ ശങ്കയാണ് രാമൻ പങ്കുവയ്ക്കുന്നത്. തുടർന്ന് രാമന്റെ ദുഷ്ടവാക്കുകൾ (സ്ത്രീ വിരുദ്ധമായ)ഓരോന്നും അടർന്നു വീഴുന്നു.

"നേത്ര രോഗിക്ക് ദീപമെന്നതുപോലെയാണ് ഭവതി എനിക്കിപ്പോൾ. പൗരുഷശാലിയായ ഒരുവനും പരഗൃഹത്തിൽ പാർത്തിരുന്ന പത്നിയെ സ്നേഹപൂർവ്വം സ്വീകരിക്കില്ല. രാവണന്റെ ദുഷ്ടക്കണ്ണുകളാൽ നോക്കപ്പെട്ടവളാണ് നീ. നിന്നെ ഞാനെങ്ങനെ വീണ്ടും സ്വീകരിക്കും? നിന്നെ വീണ്ടെടുത്തപ്പോൾ എന്റെ കീർത്തിയും ഞാൻ വീണ്ടെടുത്തു. നിനക്ക് ഇനി ആരുടെ കൂടെ വേണമെങ്കിലും പോകാം. ഇതെന്റെ ദൃഢനിശ്ചയമാണ്. ലക്ഷ്മണന്റെയോ ഭരതന്റെയോ സംരക്ഷണത്തിൽ നിനക്ക് കഴിയാം. അഥവാ സുഗ്രീവന്റെയോ വിഭീഷണന്റെയോ രക്ഷയിൽ കഴിയാം. ഏതിഷ്ടമോ അങ്ങനെ."[20]

നോക്കു! ഇവിടെ സീത അപമാനിതയാകുന്നു. ലോകൈശ്വര്യങ്ങളുടെ പറുദീസയായിരുന്ന രാവണന്റെ സമ്പൽ സമൃദ്ധമായ ജീവിതത്തിൽ പങ്കാളിയാകാതെ രാവണൻ മുന്നിൽവെച്ച എല്ലാ പ്രലോഭനങ്ങളെയും ധീരമായി അതിജീവിച്ച് രാമദർശനത്തിനായി കാത്തിരുന്ന സീത കേട്ട പരുഷവാക്കുകൾ എത്ര നൂറ്റാണ്ടായി ഭാരതീയ വനിതകൾ കേൾക്കുന്നുണ്ട്. സുഗ്രീവനെയോ വിഭീഷണനെയോ സ്വീകരിക്കാൻ രാമൻ ആവശ്യപ്പെടുന്നു. ഉപ്പോളം വരില്ലല്ലോ ഉപ്പിലിട്ടത്. എന്നാൽ നേരത്തെ രാവണനെ സ്വീകരിച്ചാൽ പോരായിരുന്നോ? അപ്പോൾ രാമൻ ഭാര്യയെ മോചിപ്പിക്കാൻ അഥവാ തന്റെ രാജ്യത്തെ ഒരു സ്ത്രീത്വത്തെ വിടനിൽ നിന്ന് രക്ഷിക്കാനല്ല യുദ്ധം ചെയ്തത്. മറിച്ച് തന്റെ കീർത്തിഭംഗം ഇല്ലാതാക്കാനാണ് ശ്രമിച്ചത്.

രാമന്റെ നിലയെ കുമാരനാശാൻ വെളിപ്പെടുത്തിയത് ഇങ്ങനെയാണ്.

'സീതയിൽ പ്രീതി ഹീനൻ പോലല്ലോ കാണായി രാഘവൻ.'[21] എം. കെ. സാനുവിന്റെ വാക്കുകൾ ഈ സന്ദർഭത്തെ ഇങ്ങനെ വിലയിരുത്തുന്നു.

'അതിരുകടന്ന അധിക്ഷേപം സുചരിചിതയായ സീതാ ദേവിക്ക് സഹിക്കാവുന്നതിലുമപ്പുറമാണ്. സർവ്വം സഹയായ ഭൂമിദേവിയുടെ പുത്രിയാണവൾ. ശരിതന്നെ! ജീവന്മുക്തനായ ജനക മഹാരാജാവിന്റെ പുത്രിയും! പക്ഷേ, അവളുടെ ആത്മാഭിമാനം, ഈ അധിക്ഷേപ ശരങ്ങളേറ്റതോടെ വിജ്രുംഭിതമാവുകയാണ് ചെയ്തത്. ആത്മാവിലേറ്റ മുറിവിന്റെ വേദനകളിൽനിന്നും ധർമ്മ രോഷത്തിന്റെ ജ്വാലകൾ ഉയരാൻ പിന്നെ താമസമുണ്ടായില്ല.'[22]

സീതയുടെ മറുപടി ഇവിടെ പ്രസക്തമാവുന്നു. 'രാക്ഷസ രാജാവ്

എന്റെ ശരീരം സ്പർശിച്ചത് എന്റെ അബലത്വം കൊണ്ടുമാത്രമാണ്. എന്റെ സമ്മതത്താലല്ല. എന്നാൽ മനസ്സ് എനിക്കധീനമാണ്. അത് അങ്ങയുടെ തിരുമുമ്പിൽ ഇതാ എപ്പോഴും സുസ്ഥിരമായി നിലകൊള്ളുന്നു. ദേഹത്തിന്റെ പരാധീനതയിൽ അബലയായ ഞാൻ എന്താണ് ചെയ്യുക?'

ഇവിടെ സീത അബലയായത് എങ്ങനെ? രാവണന്റെ ഉരുക്ക് കൈകൾക്ക് മുന്നിൽ അധികാര പ്രമത്തതയ്ക്ക് മുന്നിൽ, രാമന്റെ ദുർബലതയ്ക്ക് മുന്നിൽ, ലക്ഷ്മണന്റെ നിസ്സഹായതയ്ക്ക് മുന്നിൽ! അതിനേക്കാൾ ഏറെ ഈ അബലത വിരൽ ചൂണ്ടുന്നത് രാമകുലത്തിലേക്കാണ്. സാമൂഹിക ഘടനയിലേക്കാണ്. ദശരഥന്റെ കാമപൂരണത്തിന്റെ രക്തസാക്ഷിയാവുകയാണ് രാമനും സീതയും. ജനഹിതമാണ് സീതയെ തള്ളാനുള്ള കാരണമെന്ന രാമന്റെ പിൽക്കാല വ്യാഖ്യാനം ദുർബലപ്പെടുന്നത് രാമന്റെ വനവാസാരാംഭത്തിലാണ്. രാമൻ കാട്ടിലേക്ക് പോകേണ്ടതില്ലന്നായിരുന്നു അയോദ്ധ്യാവാസികളുടെ പൊതുഹിതം. എന്നാൽ അവിടെ രാമൻ ജനഹിതം ത്യജിച്ച് കുടുംബഹിതത്തിന് വഴങ്ങുകയാണുണ്ടായത്. ഏതു ഹിതവും നടപ്പാക്കാനുള്ള മാർഗ്ഗമായി സ്ത്രീത്വത്തെ ഉപയോഗപ്പെടുത്തുന്നു.

തുടർന്ന് രാമൻ സീതയുടെ ചാരിത്ര്യശുദ്ധി തെളിയിക്കാൻ ആവശ്യപ്പെടുന്നു.

സീത ലക്ഷ്മണനോട് ചിത കൂട്ടാൻ പറയുന്നു."എന്റെ വ്യസനത്തിന് അത് മാത്രമേയുള്ളു ഒറ്റമൂലി. ഈ ദുഷ്പേരോടുകൂടി ജീവിക്കാൻ ഇനി ഒരു നിമിഷം ഞാൻ ആഗ്രഹിക്കുന്നില്ല. ഭർത്താവിന് വേണ്ടാത്ത ഭാര്യക്ക് പ്രവേശിക്കുവാൻ ഒരിടമേയുള്ള അഗ്നി, വേഗം ചിതയൊരുക്കുക."

ചാരിത്ര്യശുദ്ധി തെളിയിക്കാൻ പുരുഷന്റെ മുന്നിൽ സ്ത്രീ അഗ്നിയിൽ ചാടുന്നു. ഇതിനേക്കാൾ ക്രൂരത നിറഞ്ഞ ഒരു ജീവിത പരിസരം എവിടെയാണ് കാണാനാവുക? തന്റെ ഭർത്താവിൽ നിന്ന് വ്യതിചലിക്കാതെ ജീവിച്ചുവെന്ന് ഭർത്താവിനെയും പൊതു സമൂഹത്തെയും ബോധ്യപ്പെടുത്തേണ്ട ബാധ്യത സ്ത്രീകൾക്കുണ്ട്. മറിച്ചോ! ഈ ബാധ്യത ഭർത്താവ്/പുരുഷനില്ല.

സീതയുടെ കൂടെയല്ലാതെ രാമൻ സീതാപഹരണത്തിനു ശേഷം ജീവിച്ചു. ഇവിടെ സീത ശ്രീരാമന്റെ 'റൂട്ട് മാപ്പ്' തെരക്കുന്നില്ല. കാരണം അതിന് സീതയ്ക്ക്/സ്ത്രീക്ക് അധികാരമില്ല. പുരുഷ ശുദ്ധി ഇന്ത്യൻ സമൂഹത്തിൽ മാത്രമല്ല പല സമൂഹങ്ങളിലും ഇന്നും പ്രധാനമല്ല. സ്ത്രീമാത്രം 'ശുദ്ധി' ഉള്ളവൾ ആയിരിക്കുക, പുരുഷാധിപത്യമൂല്യം ഊട്ടിയുറപ്പിച്ച തത്വശാസ്ത്രങ്ങളിൽ ഒന്ന് ഇതു കൂടിയാണ്.

അഗ്നി പ്രവേശം കഴിഞ്ഞ് 'ശുദ്ധ'യായിത്തീർന്ന സീതയെക്കണ്ട് ശ്രീരാമൻ അഗ്നിദേവനോട് പറഞ്ഞ വാക്കുകൾ

"ദേവ, എനിക്കറിയാം സീത ത്രിലോകത്തും ശുദ്ധയാണെന്ന്. എങ്കിലും ശരിയായ ശോധന നടത്താതെ ഞാനിവളെ സ്വീകരിച്ചാൽ സജ്ജനങ്ങൾ പറയും ഇവൻ ആ കാമാത്മാവായ ദശരഥന്റെ മകൻ

തന്നെ; ശുദ്ധമൂഢപ്രായൻ."

എന്ത് ബാദ്ധ്യതയാ രാമന് വന്നു ചേർന്നിരിക്കുന്നത് എന്നു നോക്കൂ, ഒരേ സമയം പിതൃകാമാർത്തിയുടെ പിന്തുടർച്ചക്കാരനല്ലെന്നു വരുത്തണം, പൗരസമൂഹത്തെ തന്റെ സഹജീവിയായ ഭാര്യ പതിവ്രതയാണെന്ന് ബോദ്ധ്യപ്പെടുത്തണം, സ്ത്രീയെ ഭോഗവസ്തുവായി മാത്രം പരിഗണിക്കണം, അതേസമയം തന്നെ പുരുഷന്റെ സ്വകാര്യ സ്വത്തായി നിലനിർത്തുകയും വേണം.

'സഹധർമ്മിണിയായ സീതയ്ക്കുമില്ലേ യശസ്സ്? സ്വന്തം യശസ്സിനു വേണ്ടി സുചരിചിതയും കുലീനയുമായ ആ സാധ്വിയുടെ ആത്മാഭിമാനം പിളർക്കുന്നതിൽ എന്ത് നീതിയാണുള്ളത് എന്ന ചോദ്യം മാലോകരിൽ നിന്നും ഉയരാവുന്നതാണെന്ന സത്യം ക്രോധാവിഷ്ഠമായ അവസ്ഥയിൽ രാമൻ ഓർക്കുന്നേയില്ല'[23]

ഇവിടെ പ്രശ്നം രാമന്റെ ക്രോധമല്ല. അത് കേവല വൈയക്തിക ഭാവം എന്നു വേണമെങ്കിൽ വിലയിരുത്താം, മറിച്ച് സ്ത്രൈണാഭിമാനം എന്നത് ചാരിത്ര്യ ശുദ്ധിയിൽ മാത്രമാണ്. സ്ത്രീക്ക് പുരുഷനിൽനിന്നും വേറിട്ട് ഒരഭിമാനം വേണ്ടതില്ലായെന്നാണ് വിവക്ഷ. അതുകൊണ്ടാണ് കുമാരനാശാൻ "നിരുപിക്കിൻ മയക്കി ഭൂപനെതരുണിപാദജ ഗർഹിണി ശ്രുതി!" ഇങ്ങനെ പറയുന്നത്. സ്ത്രീ അടിമത്തത്തിന് കാരണം ' ശ്രുതി' തന്നെ. ശ്രുതികളിൽ നിന്നുളവാകുന്ന ലോക ബോധമാണ് സ്ത്രീകളുടെ മേൽ നിയന്ത്രണം കൊണ്ടുവന്നിരിക്കുന്നത്. ഇതു തന്നെയാണ് വേറൊരു രൂപത്തിൽ ജാതി മൂല്യങ്ങളായി പ്രവർത്തിച്ചിരുന്നതും.

ഇവിടെ ശ്രീരാമൻ എന്ന ഒരു വ്യക്തിയോ/രാജാവോ/കഥാപാത്രമോ (പിൽക്കാലത്ത് ദൈവമായി പരിഗണിക്കപ്പെടുന്നു.)ഏതുമായി കൊള്ളട്ടെ നിലനിന്ന സ്തീ-പുരുഷ ബന്ധം പുരുഷ മേധാവിത്വ ഘടനയുടേതാണ്. രാമായണ മൂല കൃതിയിലെ ഏതാണ്ട് അവസാന ദൃശ്യമാണ് ലങ്കയിലെ ശ്രീരാമ-സീതാദേവി കൂടിക്കാഴ്ച. "ഇത്രയും മാസം നീ രാവണന്റെ കൂടെ കഴിയുകയായിരുന്നു. അത്തരമൊരു സ്ത്രീയെ എനിയ്ക്ക് തിരിച്ചെടുക്കുവാൻ കഴിയുകയില്ല. എനിക്ക് നീയുമായി യാതൊരു ബന്ധവുമില്ല. നിനക്ക് ഇഷ്ടമുള്ളിടത്ത് പോകാം."(VI.iii.18).

തദ്ഗഛഹ്യദ്റുനുജ്ഞാതാ യഥേഷ്ടം ജനകാത്മജേ
ഏതാദശ ദിശോ ഭദ്രേ കാര്യമസ്മിന തേത്വയാ (Vi.iii.18).

(അല്ലയോ ജനകപുത്രീ, ഭദ്രേ അതിനാൽ, എന്റെ അനുമതി ലഭിച്ചിട്ടുള്ള നീ യഥേഷ്ടം പോയാലും; പത്തു ദിക്കുകളിൽ ഏതു ദിക്കിലേക്കും നിനക്കു പോകാം; നീന്നെക്കൊണ്ട് എനിക്ക് യാതൊരു കാര്യവുമില്ല).

തദർത്ഥം നിജിതാമേത്വം യശഃ പ്രത്യാഹൃതംയോ
താസ്തിമേ ത്വയ്യദിഷങ്ഗേ! യഥേഷ്ടം ഗമ്യാതാമിതഃ(Vi.civ.21).

(ഞാൻ എന്റെ യശസ്സ് വീണ്ടെടുത്തു. അതിനുവേണ്ടി നിന്നെ ഞാൻ മോചിപ്പിച്ചു. (ശത്രുവിൽ നിന്ന്) നിന്നിൽ എനിക്ക് യാതൊരാസക്തിയുമില്ല. നിനക്കിഷ്ടം പോലെ പോകാം).

രാവണനെ വധിച്ച് സീതയെ രക്ഷിച്ച് തന്റെ കടമ തീർത്തതിൽ രാമൻ സന്തോഷവാനാണെന്ന് തോന്നുന്നു. അതിൽ കൂടുതൽ യാതൊരു ഉത്തരവാദിത്വവും രാമൻ ഏൽക്കുന്നില്ല. ഈ വാക്കുകൾ കേട്ട സീത രാമനോട് ഇങ്ങനെ പറയുന്നു 'എന്റെ പാരമ്പര്യം, എന്റെ തീവ്രമായ പ്രേമം, എന്റെ സ്ത്രീത്വം എല്ലാം മറന്നിട്ട് സ്ത്രീകളെ പറ്റിയുള്ള പഴഞ്ചൻ പ്രമാണം നിങ്ങൾ പറയുന്നു (V.civ.1416).'

കിം മാമ സദൃശ്യം വാക്യമിദൃശം ശ്രോത്രദാരുണം
രൂക്ഷം ശ്രാവയസേവിര പ്രാകൃത:പ്രാകൃതാമിവ (Vi.civ.5).

(അല്ലയോ വീര, ഒരു പ്രാകൃതൻ പ്രാകൃതയായ സ്ത്രീയോടെന്ന പോലെ ശ്രോത്ര ദാരുണവും രൂക്ഷവും അനുരൂപമല്ലാത്തതുമായ ഇത്തരം വാക്യങ്ങൾ അങ്ങ് എന്നെ എന്തിന് കേൾപ്പിക്കുന്നു).

ത്വയാതു നരശാർദ്ദുല ക്രോധ ഏവാനുവർതതാ
ലഘുനേവ മനുഷ്യേണ സ്ത്രീത്വമേവ പുരസ്കൃതം (Vi.civ.14).

(അല്ലയോ പുരുഷശ്രേഷ്ഠാ! ക്രോധത്തെ പിന്തുടരുന്ന അങ്ങ് ഒരൽപ്പനായ പുരുഷനെപ്പോലെ സ്ത്രീത്വത്തെ തന്നെ കുറ്റപ്പെടുത്തിയിരിക്കുന്നു).

ന പ്രമാണികൃത: പാണിർബാല്യേ പീഡിത:
മമ ഭക്തിശ്ച ശിലം ച സർവ്വം തേ പൃഷ്ഠത:കൃതം (Vi.civ.16).

(നമ്മുടെ ബാല്യകാലത്തു അനുഗ്രഹിച്ച എന്റെ പാണിയെ അങ്ങു തന്നെ മാനിച്ചില്ല; എന്റെ ഭക്തിയും സ്വഭാവവുമെല്ലാം അങ്ങവഗണിച്ചു).

ഇങ്ങനെ പറഞ്ഞ് സീത ബോധംകെട്ടുവീണു. ബോധം വന്നപ്പോൾ തന്റെ ചാരിത്ര്യം തെളിയിക്കുന്നതിന് അഗ്നിയിൽ പ്രവേശിക്കാൻ സീത തീരുമാനിച്ചു. ലക്ഷ്മണൻ ഒരു ആഴി കൂട്ടി. സീത അതിൽ പ്രവേശിച്ച ഉടനെ അവളെ മടിയിലിരുത്തി അഗ്നിദേവൻ പ്രത്യക്ഷപ്പെട്ട് അവൾ ചാരിത്ര്യവതിയാണെന്ന് പ്രഖ്യാപിച്ചു. ബ്രഹ്മാവ്, ഇന്ദ്രൻ, വായു മുതലായ ദൈവങ്ങളും, എന്തിന് മരിച്ചുപോയ ദശരഥന്റെ ആത്മാവുപോലും ഇതു തന്നെ പറഞ്ഞു. സീതയെ സ്വീകരിക്കാൻ എല്ലാവരും രാമനെ ഉപദേശിച്ചു. സീതയുടെ ചാരിത്രത്തിൽ വിശ്വാസം ഇല്ലാത്തവരുടെ സംശയം ദുരീകരിക്കാനാണ് താനിങ്ങനെ പെരുമാറിയതെന്ന് പറഞ്ഞുകൊണ്ട് യാതൊരു മടിയും കൂടാതെ രാമൻ അവളെ സ്വീകരിച്ചു (Vi.civ. 22-7 cv.1-28).[24]

എന്നിരുന്നാലും മഹോദരപർവ്വതത്തിന്റെ വനപർവ്വതത്തിലെ ഉപകഥയായ രാമോപാഖ്യാനത്തിൽ ഇതിന്റെ മൂലകഥ കൊടുത്തിട്ടുള്ളതായി ഡോ. വൈദ്യ തന്റെ മുഖവുരയിൽ പറഞ്ഞിരിക്കുന്നു. ഇവിടെ അഗ്നിദേവനല്ല. വായുഭഗവാനാണ് സീത ചാരിത്ര്യവതിയാണെന്ന് പ്രഖ്യാപിക്കുന്നത്. ഈ കഥ വിപുലീകരിച്ചാണ് വാൽമീകി മറ്റ് അവിശ്വസനീയ കഥകളുടെ കൂട്ടത്തിൽ ഈ അഗ്നിപ്രവേശവും *രാമായണ*ത്തിൽ ഉൾപ്പെടുത്തിയിരിക്കുന്നത് എന്നും അദ്ദേഹം പറഞ്ഞുകാണുന്നു.

ഡോ. സെന്നിന്റെ അഭിപ്രായത്തിൽ ഈ ദൃശ്യവും *വാല്മീകി രാമായണ*ത്തിൽ വളരെ പിൽക്കാലത്ത് പ്രക്ഷിപ്തമായിട്ടുള്ളതാണ്. കാരണം ഭരദ്വാജനോടും വാനരന്മാരോടും ഹനുമാൻ പറയുന്നതായി 'സീതാപഹരണ'ത്തിൽ കൊടുത്തിരിക്കുന്ന വിവരണത്തിൽ ഈ സംഭവമില്ല. സെന്നും മറ്റും പണ്ഡിതന്മാരായ ജേക്കോബി, സുക്താങ്കർ തുടങ്ങിയവരും *രാമായണ*ത്തിന്റെ മോശമായ ഒരു വിവരണം മാത്രമാണ് രാമോപാഖ്യാനം എന്ന് അഭിപ്രായപ്പെടുന്നു.

ഈ സംഭവം ഒരു പിൽക്കാല പ്രക്ഷിപ്തമാണെന്ന് പറയുന്നതിന് ഒരു പ്രധാനകാരണമുണ്ട്. ഇത് ഈ സന്ദർഭത്തിൽ പ്രത്യക്ഷപ്പെടുന്ന വിവിധ ദേവതകളുടെ വ്യക്തിവൽക്കരണമായ ഈ വികാരം രാമനും സീതയ്ക്കും ദൈവിക സ്വഭാവം നൽകിയതായി ഒത്തുചേർന്ന് പോകുന്നുണ്ട്.

'അങ്ങനെ *രാമായണ*ത്തിലെ യുദ്ധകാണ്ഡത്തിലുള്ള അഗ്നിപ്രവേശരംഗം, വിവിധ തരത്തിലുള്ള ബാഹ്യ തെളിവുകളിൽ നിന്നും അതേപോലെ *രാമായണ*ത്തിന്റെ ആന്തരിക തെളിവുകളിൽ നിന്നും ധൈര്യപൂർവ്വം പിൽക്കാലത്ത് കൂട്ടിചേർത്തതാണെന്ന് സംശയത്തിനിടം കൊടുക്കാതെ നമുക്ക് പറയാൻ കഴിയും.'[25]

എന്തിനാണ് ഈ പ്രക്ഷിപ്തഭാഗം? കുറെ വസ്തുതകൾ ഇത് വെളിച്ചത്തു കൊണ്ടുവരുന്നു. അതിൽ പ്രധാനം, ഭക്തികാവ്യമായിട്ടല്ലാതെയാണ് വാൽമീകി, രാമായണകാവ്യം ചമച്ചത്. എന്നാൽ പിൽക്കാലത്ത് രാമനെയും സീതയേയും ദേവതകളാക്കാൻ പരിശ്രമിച്ചവർ സീത അഗ്നിയിൽ ചാടിയാലും വീണ്ടെടുക്കപ്പെടുന്നവളാണെന്ന് തെളിയിക്കാൻ ഈ രംഗം ഉപയോഗിച്ചു. ദേവതകളായി കണക്കാക്കിയിരുന്ന അഗ്നി, വായു, വരുണൻ എന്നിവരുടെ ഭാഗംതന്നെയാണ് സീതാ-രാമൻമാർ എന്ന് പ്രചരിപ്പിക്കാൻ ശ്രമിച്ചു. മറ്റൊന്ന് സ്ത്രീയുടെ പാതിവ്രത്യ സ്വഭാവത്തിന് ഉൾക്കരുത്ത് നൽകുക, നഷ്ടപ്പെട്ടുപോയ ഒരു സ്ത്രീയെ മോചിപ്പിക്കാനല്ല രാജാവ് യുദ്ധം നടത്തുന്നത്. അത് അപ്രധാന കാര്യമാണ്. പക്ഷേ, അഭിമാനം, അത് പ്രധാനമാണ്. യുദ്ധം നടത്തി വീണ്ടെടുത്ത മുതലിനല്ല പ്രാധാന്യം, വീണ്ടെടുക്കാൻ കഴിയുമെന്നുള്ള ശേഷിയാണ് മുഖ്യമായത്. വീരന്മാർക്കുചിതമായ കാര്യം ചെയ്യുക എന്നതാണ്. പാതിവ്രത്യത്തിന്റെ പേരിൽ എപ്പോഴും അഗ്നി ഭുജിക്കുവാൻ വിധേയപ്പെട്ട് ജീവൻ കളയേണ്ടുന്നവളാണ് ഭാര്യ. ഇങ്ങനെ അഗ്നിയിൽ ചാടിയാലും അവൾ പതിവ്ര

തയാണെങ്കിൽ സ്വർഗപ്രാപ്തിലഭിക്കുമെന്നു പറഞ്ഞ് അനേകായിരം സ്ത്രീകളെ 'സതി'യുടെ പേരിൽ പിൽക്കാല ഭാരതത്തിൽ തീയിൽ ചാടിച്ചു. ഈ വിധത്തിൽ ഒരുപാട് സ്ത്രീവിരുദ്ധവും ചൂഷണാധിഷ്ഠിതവുമായ സാഹചര്യം ഉയർത്തികൊണ്ടുവരാൻ വേണ്ടി കൂടിയാണ് ഈ പ്രക്ഷിപ്തഭാഗമെന്ന് മനസ്സിലാക്കാൻ കഴിയും. പിന്നീട് വിവിധ ഘട്ടങ്ങളിൽ സീത ചാരിത്ര്യ പരിശോധന തെളിയിക്കാൻ ബാധ്യതപ്പെടുന്നു.

ലങ്കയിൽ നിന്ന് വിമോചിതയായ ശേഷം ശ്രീരാമ സന്നിധിയിൽ കഴിഞ്ഞ സീത ഗർഭിണിയാവുന്നു. (രാമന് ഒരു സംശയവും വരേണ്ട സാഹചര്യമില്ല). കൊട്ടാര സദസ്സിലെ ചില വെടിവട്ടം പറച്ചിലിൽ ഭദ്രൻ എന്ന ഒരു വിടുവായക്കാരൻ സീതയിൽ പാതിവ്രത്യ സംശയം ഉയർത്തുന്നു.

ആദ്യത്തേത് സീതാപഹരണത്തിനു ശേഷം ലങ്കയിൽ വച്ച് രാമൻ ഉതിർത്ത സംശയമാണ്. ഇവിടെയാണ് ആശാൻ സീതയെ മുൻനിർത്തി ഈ ചോദ്യം ഉന്നയിക്കുന്നത്.

"നെടുനാൾ വിപിനത്തിൽ വാഴുവോ-
നിടയായി ഞങ്ങളതെന്റെ കുറ്റമോ
പടുരാക്ഷസ ചക്രവർത്തിയെ-
ന്നുടൽ മോഹിച്ചതു ഞാൻ പിഴച്ചതോ?"[26]

പുരുഷ വംശത്തിന്റെ സ്ത്രീവിരുദ്ധ സമീപനങ്ങളുടെ പാപ ഭാരം സ്ത്രീ പേറേണ്ടിവരുന്ന സ്മൃതി-ശ്രുതി വാക്യങ്ങളുടെ സമൂഹ സ്വാധീനം ഇന്നും തുടരുന്നു.

ഭദ്രന്റെ വാചകം രാമനോട്

"തിരുമേനി വീണ്ടും വീണ്ടും ചോദിക്കുന്നതുകൊണ്ട് മാത്രം പറയുകയാണ് (രാമാഭിഷേകം കഴിഞ്ഞ് ശ്രീരാമൻ ഭദ്രനോട് പ്രജാഹിതം തെരക്കുന്നതിനിടയിൽ) അപ്രിയം തോന്നരുതേ, അവിടുത്തെ അത്ഭുത കർമ്മങ്ങൾ വാഴ്ത്തുന്നതിനിടയിൽ, ദേവിയുടെ കാര്യത്തിൽ അവർ ചില ശങ്കകൾ ഉയർത്തുന്നു. ദേവിയെ മഹാദുഷ്ടനായ രാവണൻ മടിയിലെടുത്ത് വച്ച് കൊണ്ടുപോയി. അശോക വനിയിൽ അടിമയെ പോലെ പാർപ്പിച്ചു. എന്നിട്ടും ശങ്ക കൂടാതെ തിരികെ സ്വീകരിച്ചു. ഇങ്ങനെയാണെങ്കിൽ മറ്റൊരാളുടെ ഭവനത്തിൽ ഏറെ നാൾ പാർത്താലും നമുക്കും നമ്മുടെ ഭാര്യമാരെ പൊറുപ്പിക്കേണ്ടിവരുമല്ലോ? രാജാവ് കാട്ടുന്നതല്ലേ പ്രജകൾക്ക് മാതൃക?"

ക്ഷണം രാമൻ പരിഭ്രാന്തനാകുന്നു. സഹോദരൻമാരെ വിളിച്ചുവരുത്തി തന്റെ വിഷണ്ണത പങ്കുവയ്ക്കുന്നു. വിഷയം മനസ്സിലാക്കിയ സഹോദരർ പരസ്പരം മിണ്ടാനാവാതെ മുഖാമുഖം നോക്കുന്നു. മറുപടിക്ക് കാത്തുനിൽക്കാതെ രാമന്റെ (രാജാവിന്റെ) ഉത്തരവ് വരുന്നു.

'ശരി ഞാൻ തീരുമാനം എടുത്തുകഴിഞ്ഞു. ലക്ഷ്മണാ സുമിത്രയോട് പറയൂ നാളെ കാലത്ത് തേരുമായി വരാൻ. അതിൽ സീതയെ

കയറ്റി അയോധ്യക്കപ്പുറം വിടൂ. അവിടെ ഗംഗയുടെ മറുകരെ, തമസാ നദീതീരത്ത്, വാൽമീകി മഹർഷിയുടെ ആശ്രമമുണ്ട്. ആശ്രമ പ്രാന്തത്തിൽ സീതയെ ഉപേക്ഷിച്ചിട്ടു വരൂ. നിനക്ക് സ്വസ്തി. നീ ഒന്നും മറുത്ത് പറയേണ്ട, ഒന്നും ചിന്തിക്കുകയും വേണ്ട, പോയി വരൂ, എന്നോട് അനുനയവാക്കുകളൊന്നും പറയില്ലെന്ന് എന്റെ കാൽ തൊട്ടു സത്യം ചെയ്യൂ, നിങ്ങളെല്ലാവരും മറുത്ത് പറയുന്നെങ്കിൽ ഞാൻ നിങ്ങളെ ശത്രുക്കളായി കാണും. അങ്ങനെ ആകട്ടെ. ഇന്നുതന്നെ അവൾ എന്നോട് അപേക്ഷിക്കയും ചെയ്തിരുന്നു. ഗംഗാ തീരത്തുള്ള പുണ്യാശ്രമങ്ങൾ കാണണമെന്ന്.

ഒരു കൊടുംചതിയിലൂടെ സീത വീണ്ടും കാടകത്തിലേക്ക്! പുറത്താക്കലിന്റെ ഒരു സൂചനയും നൽകാതെ സീതയെ ലക്ഷ്മണനോടൊപ്പം കാട്ടിൽ വിടുകയാണ്. വിഷയം മനസ്സിലാക്കാതെ ആശ്രമ സന്ദർശനത്തിന്റെ സന്തോഷത്തിൽ ആടയാഭരണങ്ങൾ പതിവിലും കൂടുതൽ ധരിച്ച്, അവയെല്ലാം മുനി കന്യകമാർക്ക് ദാനം നൽകാം എന്ന് പറഞ്ഞ് ലക്ഷ്മണനോടൊപ്പം സന്തോഷവതിയായി തേരിലേറി ഗംഗാതീരത്തേക്ക് പോകുന്നു. നദി കടക്കുന്നതിനും മുമ്പ് ലക്ഷ്മണന്റെ പരിഭ്രമം സീതയെ സംശയവൃത്തത്തിൽപെടുത്തുന്നു. ഒടുവിൽ സീതയുടെ നിർബന്ധത്തിനു വഴങ്ങി ലക്ഷ്മണൻ കാര്യം വെളിപ്പെടുത്തുന്നു. മോഹാലസ്യത്തിൽപെട്ട് ഉഴറിയ സീതയേയും വഹിച്ച് തോണിക്കാരൻ മറുകരയിൽ എത്തുന്നു. വനവാസകാലത്ത് രാമനെ വേർപെട്ടു ജീവിക്കാൻ കഴിയില്ലെന്ന് പറഞ്ഞവളാണ് സീത. യാത്രപറഞ്ഞ് തനിയേ പോകാൻ ചെന്ന ശ്രീരാമനോട് ഉരുവിട്ട സീതാവാക്യങ്ങൾ ഈ സന്ദർഭത്തിൽ ചേർത്തു വയ്ക്കുന്നത് ഉചിതമാണ്.

> “മുന്നിൽ നടപ്പവൾ വനത്തിനു ഞാൻ, മമ
> പിന്നാലെ വേണമെഴുന്നള്ളുവാൻ ഭവാൻ
> എന്നെപ്പിരിഞ്ഞു പോകുന്നതുചിതമ-
> ല്ലൊന്നുകൊണ്ടും ഭവാനെന്നു ധരിക്കണം.
> ഉണ്ടോ, പുരുഷൻ പ്രകൃതിയെ വേറിട്ടു?
> രണ്ടുമൊന്നത്രേ വിചാരിച്ചു കാൺകിലോ
> പാണിഗ്രഹണ മന്ത്രാർത്ഥവുമോർക്കണം
> പ്രാണാവസാന കാലത്തും പിരിയുമോ?”

സഹജീവിയായി മാറാൻ തയ്യാറായി വന്ന എന്നെ പിരിയുന്നത് ഉചിതമല്ല. പ്രകൃതിസ്ത്രീയാണ്. പുരുഷൻ പ്രകൃതിയെ പിരിയാൻ പാടില്ല. വിവാഹസമയത്തെ സത്യപ്രതിജ്ഞ ജീവിതാവസാനം വരെ കൂടെയുണ്ടാകണമെന്നാണ്. ഈ രൂപത്തിൽ ശ്രീരാമന്റെ മുന്നിൽ യുക്തി ഭദ്രമായി കാര്യങ്ങൾ പറഞ്ഞു, ദുഃഖകാലത്ത് ഒപ്പം ചേർന്നു നിന്ന സീതയെ

ആണ് സിംഹാസനത്തിലിരുന്നുകൊണ്ടു രാമൻ നിഷ്കരുണം ത്യജിച്ചു കളഞ്ഞത്.

ആശ്രമ വാസികൾ സീതയെ വാല്മീകിക്ക് മുന്നിൽ എത്തിച്ചു. നിറ ഗർഭിണിയായ സീത അവിടെ താമസിച്ച് ഭർതൃപരിചരണമില്ലാതെ രണ്ട് കുട്ടികളെ പ്രസവിക്കുന്നു. രാമന്റെ രേതസ്സ് പതിച്ച സീതയുടെ ഗർഭപാത്രം വാല്മീകിയുടെ ആശ്രമത്തിൽ വച്ച് കൂടൊഴിയുന്നു.

സ്ത്രീയുടെ അന്തസ്സ്, അഭിമാനം എന്നത് വിടുവായന്മാരുടെ വാക്കുകളിലെ ആനുകൂല്യത്തിൽ ഒതുങ്ങുന്നു. ഭർതൃനിർദ്ദേശം പാലിച്ച് നരകയാതനയിൽ കഴിഞ്ഞുകൂടുന്നതാണ് ഭാര്യാധർമ്മം എന്നത് സന്ദേശമായി പരിണമിക്കുന്നു. ഇവിടെ പ്രധാനമായും ചില ചോദ്യങ്ങൾ ഉയരുന്നതായി ഡോ.എം. ലീലാവതി ചൂണ്ടിക്കാട്ടുന്നു.

1. അഗ്നി വിശുദ്ധയായ സീതയെ ആഹ്ലാദത്തോടെ സ്വാഗതം ചെയ്ത ജനത, സീത ഗർഭിണിയാണെന്നറിഞ്ഞപ്പോൾ അപവാദം പരത്തിയത് എന്തുകൊണ്ട്?
2. രാമന് സീതയെ പരിത്യജിക്കുന്നതിനു പകരം രാജ്യം സഹോദരന്മാരെ ഏൽപ്പിച്ചിട്ട് കാട്ടിലേക്ക് പോകരുതായിരുന്നോ? പരിത്യാഗം കൊണ്ട് അപവാദം സ്ഥിരീകൃതമായില്ലേ?
3. ബാലിവധ പ്രതിജ്ഞയിലും ശൂദ്രമുനി വധത്തിലും മറ്റും പ്രകടമായ ക്ഷിപ്ര പ്രതികരണത്തിലുള്ള സാഹസം തന്നെയല്ലേ പരിത്യാഗമെന്ന ഉടൻ പ്രതികരണത്തിലും പ്രകടമായത്? അത്തരം ധർമ്മ നിഷ്ടാ സാഹസവും കുശീലമത്രേ.[27]

രണ്ടാമത്തെ ചോദ്യം *രാമായണ* വിശകലനം സ്ത്രീപക്ഷത്തു നിന്നുകൊണ്ട് നടത്തുന്ന ഏവരുടെയും പ്രബലമായ സമസ്യയാണ്. സീതയെ ഉൾക്കൊള്ളേണ്ടത് രാമനോ സഹോദരന്മാരോ? പ്രഥമ ബാധ്യത ശ്രീരാമനാണ്. ജനാപവാദം ഭയന്നാണ് എന്ന പാതിവ്രത്യബോധം ഉയർത്തുന്നവർ ഭാര്യയെ പോലും ഉപേക്ഷിച്ച് രാജ്യ ബാധ്യത നിർവഹിക്കുന്ന പുരുഷനെക്കുറിച്ച് വാചാലരാകുന്നു. ഈ വാദം തർക്കത്തിന് സമ്മതിച്ചു കൊടുത്താൽ 'അപവാദം' ഏൽക്കാത്ത സഹോദരൻമാർക്ക് രാജ്യം നൽകി ജീവിതം, രാമനു മാത്രമായി ഹോമിച്ച സീതയെ പരിത്യജിക്കാതിരുന്നുകൂടായിരുന്നോ? രാജ്യഭരണം തനിക്ക് ഭംഗിയായി വഴങ്ങുന്നതാണെന്ന് ഭരതൻ തെളിയിച്ചതുമാണ്.

മൂന്നാമത് സീതയുടെ പാതിവ്രത്യ പ്രശ്നം ഉയരുന്നത് രാമസന്നിധിയിൽ എത്തുന്ന ലവകുശന്മാരുടെ രാമായണ കഥാഗാനാലാപനത്തിന് ശേഷം സീതയെ തിരികെ വരുത്തണമെന്ന താൽപ്പര്യം ഉണ്ടാവുന്ന ഘട്ടത്തിലാണ്.

ഈ ഘട്ടത്തിൽ സീതയെ സ്വീകരിക്കുവാൻ മഹർഷികളുടെ കഠിനമായ ശുപാർശ രാമന്റെ മുന്നിൽ കടന്നുവരുന്നു. പാതിവ്രത്യ സംശയം രാമനിൽ ഉണ്ടാകാതിരിക്കാൻ മുനിമാർ ആവർത്തിച്ച് ഉറപ്പു നൽകുന്നു. ബ്രാഹ്മണോത്തമരും, പ്രജാപ്രമുഖരും, വൈശ്യ ശൂദ്രൻമാരും എല്ലാവരും

ആസന്നസ്ഥരായി ഇരിക്കുന്ന രാജ സദസ്സിലേക്ക് ബ്രഹ്മാവിനെ അനുഗമിക്കുന്ന ദേവമാതാവിനെപ്പോലെ സീത മഹർഷിമാർക്ക് പിന്നിൽ കടന്നുവരുന്നു.

ഈ രംഗം ആശാൻ വിശദീകരിക്കുന്നത് ഇങ്ങനെയാണ്.

'വേണ്ടാ ഖേദമെടോ, സുതേ!
വരികെയെന്നോതും മുനീന്ദ്രന്റെ കാൽ
ത്തണ്ടാർനോക്കി നടന്നധോവദനയായ്
ചെന്ന സ്സഭാ വേദിയിൽ
മിണ്ടാതന്തികമെത്തി, യൊന്നനുശയ
ക്ലാന്താസ്യനാം കാന്തനെ
ക്കണ്ടാൾ പൗരസമക്ഷ; മന്നിലയിലീ
ലോകം വെടിഞ്ഞാൾ സതി.'[28]

ഈ ഘട്ടത്തിൽ മഹർഷിതല ശുപാർശകളായി *രാമായണം* ഉരുവിടുന്നത് ഇങ്ങനെയാണ്.

"അല്ലയോ ദശരഥ പുത്രാ, സുവ്രതയും ധർമ്മചാരിണിയുമായ സീത ഇതാ അങ്ങയുടെ മുന്നിൽ വന്നിരിക്കുന്നു. ലോകാപവാദ ഭീരുവായ അങ്ങേക്ക് സീത ഉറപ്പുനൽകും. അവൾ ഇരട്ട പെറ്റുണ്ടായ ഈ ധീരകുമാരൻമാർ അങ്ങയുടെ പുത്രൻമാരാണ്. പ്രചേതസ്സിന്റെ പത്താമത്തെ പുത്രനായ ഞാനീ പറയുന്നത്(മഹർഷി പുംഗവൻ)സത്യം. ബഹുവർഷങ്ങൾ തപസ്സുചെയ്തിട്ടുള്ള ഞാൻ അസത്യം ചിന്തിക്കുകയാകട്ടെ, പറയുകയാകട്ടെ ചെയ്യുകയില്ല. സീത നിഷ്കൽമഷയാണ്. പഞ്ചേന്ദ്രിയങ്ങളിലും മനസ്സിലും നിഷ്കളങ്ക. ലോകാപവാദംകൊണ്ട് കലുഷമായ മനസ്സോടു കൂടി അങ്ങുപേക്ഷിച്ച ഇവൾ വിശുദ്ധയാണെന്ന് അങ്ങേക്ക് ഞാൻ ഉറപ്പുനൽകുന്നു."

രാമൻ ഈ വാക്കുകൾ വിശ്വസിക്കാൻ വിസമ്മതിക്കുന്നില്ല. പക്ഷേ, അദ്ദേഹം സീതയോടും സഭാവാസികളോടും ഇതു കൂടി പറയുന്നു.

"ഈ ലവ - കുശന്മാർ എന്റെ തനയരാണെന്ന് ഞാൻ അറിയുന്നു" (മാമുനിമാരുടെ ഉറപ്പ് അപ്പോഴും ആവശ്യമാണ്).

"ഇനി ഇവൾ ജന മധ്യത്തിൽവെച്ച് ശപഥം ചെയ്ത് ഏവർക്കും സന്തോഷമരുളട്ടെ." ഇവിടെയാണ് സ്ത്രീ വെറും 'പാവ'യാകുന്നത്. അഥവാ പുരുഷകേസരികളുടെ കൈകളിൽ ചലിക്കുന്ന യന്ത്രങ്ങളാകാൻ മാത്രം വിധിക്കപ്പെടുന്നത്. ഈ പാവ പ്രയോഗം കുമാരനാശാൻ യഥാസന്ദർഭത്തിൽ സീതയെക്കൊണ്ട് ഉന്നയിപ്പിക്കുന്നു. പിൽക്കാല സ്ത്രീപക്ഷ രചനകൾക്കും ചിന്തകൾക്കും വലിയ തോതിൽ പ്രചോദനം നൽകിയ ചിന്തയാണ് സീതയിലൂടെ ആശാൻ മുന്നോട്ടുവയ്ക്കുന്നത്.

അരുതെന്തയി! വീണ്ടുമെത്തി ഞാൻ
തിരുമുമ്പിൽ തെളിവേകി ദേവിയായ്

മരുവീടണമെന്ന് മന്നവൻ
കരുതുന്നോ? ശരി! പാവയോയിവൾ?[29]

മൂന്നാംഘട്ടവും പാതിവ്രത്യ പരീക്ഷണത്തിന് ഇരയായി മാറിയ സ്ത്രീയുടെ പരിഭവവും പ്രതിരോധാംശവും ഇവിടെ നിഴലിക്കുന്നു.

ഭർത്താവിന്/പുരുഷന് അനിവാര്യമല്ലാത്ത ശരീര ശുദ്ധി സ്ത്രീക്ക് അനിവാര്യമാകുന്നു. കന്യക എന്ന വാക്കിന്റെ പുല്ലിംഗം രൂപപ്പെടാതിരുന്നത് ഇക്കാരണത്താലാണ്. 'വിത്തിന്' വേണ്ടാത്ത പരിശുദ്ധി 'വിളനില' ത്തിന് ആവശ്യമായി വരുന്നു.

പക്ഷേ, ദൈവതുല്യനായ താപസ ശ്രേഷ്ഠനും, ലോകാരാധ്യനായ മഹാരാജാവും ആവശ്യപ്പെട്ടിട്ടും ആത്മാഭിമാന പ്രചോദിതയായ ജനക പുത്രി/സ്ത്രീ, അക്കാലത്തുതന്നെ തന്റെ പ്രതിഷേധത്തിന്റെ രൗദ്രഭാവം ഉള്ളിലൊതുക്കി, രാമസന്നിധിയെ പൂകാതെ കൊട്ടാരക്കെട്ടിനുള്ളിലെ (സമൂഹത്തിനുള്ളിലെ) പുരുഷാധിപത്യ ജീവിതത്തോട് പൊരുത്തപ്പെടാൻ കഴിയാതെ ലോകം വെടിയുന്നു. കാഞ്ചന സീതയെ പ്രതിഷ്ഠിച്ച് യാഗം നടത്തേണ്ടി വന്ന ശ്രീരാമന് പിന്നീടും സീതയെ ലഭിക്കാതെ വരുന്നു. യഥാർത്ഥത്തിൽ കവി ഭാവനയിൽ സ്വർഗത്തുനിന്നും വർണ്ണത്തേരിറങ്ങി വന്ന് സീതയെ വരവേറ്റ് പറന്നുപോയി എന്ന് വാല്മീകി കഥ മെനയുമ്പോൾ സീത ആത്മഹത്യയെ അഭയം പ്രാപിച്ചുവെന്ന് സാമാന്യ നിലയിൽ നമുക്കും നിരീക്ഷിക്കാം.

പെരുകും പ്രണയാനുബന്ധമാ-
മൊരു പാശം വശമാക്കിയീശ്വരാ!
കുരുതിക്കുഴിയുന്നു നാരിയെ-
പ്പുരുഷൻമാരുടെ ധീരമാനിത![30]

ലളിതാംബിക അന്തർജനത്തിന്റെ ഒരു നിരീക്ഷണം ഇവിടെ പ്രസക്തമാണ്. 'രാമനോടുകൂടി വനത്തിലേക്ക് പോയ സീത രാവണനാൽ അപഹൃതയാവുകയും ഒരുഗ്ര യുദ്ധത്തിനുശേഷം വീണ്ടെടുത്ത് അഗ്നി ശുദ്ധിവരുത്തിയിട്ടും സ്വീകൃതയാകാതെ വീണ്ടും വനത്തിൽ ഉപേക്ഷിക്കപ്പെടുകയും ആണല്ലോ ഉണ്ടായത്. അപഹൃത സ്ത്രീകൾക്കു വരുന്ന ഈ ദുരന്തമോർത്താവണം പിന്നെ പിന്നെ സത്രീകൾ യോദ്ധാക്കളായ പുരുഷൻമാരുടെ സംരക്ഷണയിൽ അന്തപ്പുര വാസിനികളായത്.'[31]

പാഞ്ചാലി

മറ്റൊരു ഉദാത്ത പ്രതീകമാണ് പാണ്ഡവ പത്നിയായ പാഞ്ചാലി. തന്റേതായ യാതൊരു കുറ്റവുമില്ലാതെ അഞ്ചുപേർക്ക് കിടപ്പറ ഒരുക്കിയ വൾ. അവരഞ്ചുപേരിൽ പലരും പല ഭാര്യമാരെ തേടിപ്പോയവർ.

അർജ്ജുന പത്നിയാകാൻ വ്രതം നോറ്റിരുന്ന പാർഷതിയെ ശാപഭ ഞ്ജനം നടത്തി ആ വീരാധി വീരൻ തന്നെ പാണിഗ്രഹണം ചെയ്തെ ങ്കിലും കുന്തീദേവി അറിഞ്ഞോ അറിയാതെയോ പറഞ്ഞ വാക്കു പാലി ക്കാനായി പാണ്ഡവർ അഞ്ചുപേരെയും അവൾക്ക് സ്വീകരിക്കേണ്ടതായി വന്നു. ബഹുഭർതൃത്വം എന്ന ഭാരം മറ്റൊരാൾക്കും വരരുത് എന്ന് പാഞ്ചാലി ആഗ്രഹിച്ചത് അവരുടെ മഹത്വമായി വിലയിരുത്തപ്പെടാവു ന്നതാണ്.

സീതയെപ്പോലെ ഒടുങ്ങിയവളല്ല പാഞ്ചാലി. രാമായണകാലവും മഹാഭാരത കാലവും തമ്മിൽ കാണുന്ന കാലവ്യത്യാസവും സാമൂഹിക പരിസരവും ഈ രണ്ടു കഥാപാത്രങ്ങളിൽ തെളിഞ്ഞുകാണാം. പാഞ്ചാലി സീതയിൽനിന്നും ഭിന്നമായ തന്റെ ജീവിതാനുഭവങ്ങളിൽ നിന്ന് ഉരു ത്തിരിഞ്ഞുവന്ന ദുഃഖത്തെ പ്രതികാരത്തിനുള്ള ഇന്ധനമായി ഉപയോ ഗിക്കുകയാണുണ്ടായത്.

പാഞ്ചാലിയുടെ കാര്യത്തിൽ പ്രഥമ സ്ത്രീവിരുദ്ധത നമുക്കു ദർശി ക്കാൻ കഴിയുന്നത് മത്സരാധിഷ്ഠിതമായ വിവാഹം മുതൽക്കാണ്. വീരനെ കണ്ടെത്താനുള്ള മത്സരത്തിൽ വിജയനെ വരിക്കാൻ കഴിഞ്ഞ പാർഷ തിക്ക് തന്നിഷ്ടപ്രകാരമല്ലാതെ കൂടപ്പിറപ്പുകളായ മറ്റ് നാലു പേരെയും വരിക്കേണ്ടിവരുന്നു. ഊഴം വച്ച് പത്നിയായി കഴിയേണ്ടിവന്നു. ഇവിടെ സ്ത്രീഹിതം അപ്രസക്തമാകുന്നു. എന്നാൽ മറ്റൊരു സ്ത്രീവാഞ്ച നട പ്പാവുകയും ചെയ്യുന്നു. കുന്തിയുടെ താൽപ്പര്യം! പക്ഷേ, കുന്തിയുടെ

നിർദ്ദേശത്തിൽ കാണുന്നത് പിതൃമേധാവിത്വ നിദർശനമാണുതാനും.

പിന്നീട് ചൂതുകളിയിലെ പണയവസ്തുവായി മാറുന്ന പാഞ്ചാലിയെ കാണേണ്ടിവരികയാണ്. അധികാരക്കളിയിൽ സ്ഥാവര ജംഗമ വസ്തുക്കളോടൊപ്പം പണയം വയ്ക്കാൻ ഉതകുന്ന ഒരു വസ്തു മാത്രമായി രാജപത്നിയായിട്ടുപോലും സ്ത്രീക്ക് അധഃപതിക്കേണ്ടിവന്നു.

മഹാഭാരത കഥയിലെ സുപ്രസിദ്ധമായ ചൂതുകളിയിൽ സകലതും പണയം വച്ച് തോറ്റുനിന്ന ധർമ്മപുത്രർ, ഒടുവിൽ, തന്നെ തന്നെ പണയവസ്തുവായി പ്രഖ്യാപിക്കുന്നു. അതും ക്ഷിപ്രവേഗത്തിൽ പരാജയത്തിലേക്ക്. കളിയിൽ പൂർണമായും പരാജിതനായ യുധിഷ്ഠിരൻ കൗരവർക്ക് അടിമയായി മാറി.

ഇവിടെയാണ് *മഹാഭാരത* കഥയിലെ എക്കാലത്തെയും പ്രധാനപ്പെട്ട ഒരു സമസ്യ രൂപം കൊള്ളുന്നത്. പണയപ്പെട്ട പാണ്ഡവാധിപൻ പാർഷതിയെ പണയം വയ്ക്കുന്നു. ദുര്യോധനന് വേണ്ടി കളിക്കളത്തിലിറങ്ങിയ കള്ളച്ചൂത് കളിയിലെ തന്ത്രശാലിയായ ശകുനി യുധിഷ്ഠിര പരാജയത്തിനു ശേഷം "ഇനിയും താങ്കൾക്ക് നഷ്ടപ്പെടാത്തതായി ഒരു ധനമുണ്ടല്ലോ. സ്വന്തം പത്നി തന്നെ. പാഞ്ചാലപുത്രിയായ കൃഷ്ണയെ പണയം വയ്ക്കുക. എന്നിട്ട് കളി ജയിക്കുക" എന്നു പറഞ്ഞു. യുധിഷ്ഠിരൻ തന്നെ പണയപ്പെട്ടിയിലെ അവസാന രത്നം പുറത്തെടുത്തു. "രൂപ ഭംഗിയും ശീലഗുണവും ചേർന്ന, വിയർപ്പിൽ പോലും പൂമണമുള്ള ദ്രുപദ പുത്രിയെ വെച്ചുകൊണ്ടുതന്നെ, ഹേ ശകുനീ ഞാൻ താങ്കളോട് കളിക്കുന്നു."

> പണയപ്പെട്ടയാളിനാൽ പണയം വയ്ക്കപ്പെട്ട്
> പാഞ്ചാലിയും പരാജിത ശ്രേണിയിൽ അണഞ്ഞു.

വിജയം തലയ്ക്കു പിടിച്ച ലഹരിയിൽ ദുര്യോധനൻ പാഞ്ചാലിയെ സഭയ്ക്കു മുന്നിൽ എത്തിക്കാൻ തന്റെ ജോലിക്കാരനായ പ്രതികാമിയോട് ആവശ്യപ്പെടുന്നു. പ്രതികാമിയുടെ അഭ്യർത്ഥനയെ ദ്രൗപദി ഖണ്ഡിക്കുന്നു. പാഞ്ചാലി ഉതിർത്ത സമസ്യ ഇവിടെയാണ് വരുന്നത്. അവർ പ്രതികാമിയോട് പറഞ്ഞത് "ധർമ്മപുത്രരോട് ചെന്ന് ഒരു കാര്യം ആരായുക, പണയം വെച്ചത് അവനവനെയോ, അതോ എന്നെയോ? സ്വയംവര മണ്ഡപത്തിൽ കണ്ടതിനുശേഷം പാഞ്ചാലിയുടെ *മഹാഭാരത*ത്തിലെ അടുത്ത രംഗപ്രവേശം ഇവിടെ മാത്രം കാണുന്നു. രജസ്വലയായി ഏകവസ്ത്ര ധാരിണിയായി അകത്തളത്തിൽ നിന്ന പാഞ്ചാലിയെ, പാണ്ഡവപത്നിയെ അക്കാലത്തെ എല്ലാ ധർമ്മശാസ്ത്രവിജ്ഞാനികളുടെയും മുന്നിലൂടെ ആ നാട്ടിലെ എല്ലാ ആയോധന കുലപതികളുടെയും അരികിലൂടെ വലിച്ചിഴച്ച് ദുശ്ശാസനൻ സഭയിൽ എത്തിക്കുന്നു.

ഇത്രയും കുലപാരമ്പര്യമുള്ള ഒരു കുടുംബത്തിലെ സ്ത്രീയുടെ അവസ്ഥ ഇതായിരുന്നെങ്കിൽ അക്കാലത്തെ സാധാരണ സ്ത്രീ ജീവിതം എങ്ങനെ ആയിരുന്നിരിക്കണം. സ്ത്രീ ഭർതൃ താൽപ്പര്യവും വംശ താൽപ്പ

ര്യവും സംരക്ഷിക്കാൻ നിയുക്തമാകുന്ന ഒരു ഉപകരണം മാത്രം!

ഇവിടെ മറ്റൊരു സ്ത്രീമുഖം തെളിഞ്ഞു വരുന്നുണ്ട്. അബലയെന്ന് അധിക്ഷേപിക്കപ്പെട്ട സ്ത്രീത്വത്തിന്റെ തന്ത്ര വിജയം. ആപത്ഘട്ടങ്ങളിൽ ഉയർന്നുവരുന്ന പരിപക്വതയാർന്ന പ്രായോഗികതയുടെ തീക്ഷ്ണതയിൽ താൽക്കാലികമെങ്കിലും വിജയം കൈവരുത്താൻ കഴിയുന്ന സൈത്രണ മിടുക്ക്. തങ്ങളോരോരുത്തരും ഏന്തുന്ന ആയുധങ്ങളിൽ ലോക ജേതാവായിട്ടും അതൊന്നുപോലും ഉപയോഗപ്പെടാത്തിടത്ത് കൃഷ്ണയുടെ ബുദ്ധിവൈഭവം ഒന്നുകൊണ്ടുമാത്രം പാണ്ഡവകുലം താൽക്കാലിക രക്ഷപ്പെടലിലേക്ക് കടക്കുന്നു.

പാഞ്ചാലിയുടെ മുടിക്കുത്തിൽ ചുറ്റിപ്പിടിച്ച്, സഭയിലേക്ക് ദുശ്ശാസനൻ കൊണ്ടുവന്ന, 'പണയവസ്തു' ദുര്യോധനനോട് പറഞ്ഞു! "താൻ അസ്പൃശ്യയായി ഏക വസ്ത്രത്തിൽ കഴിയുകയാണ്. ഈ ഘട്ടത്തിൽ സഭയിൽ എന്നെ എത്തിക്കരുത്." അപ്പോൾ ദുശ്ശാസന മൊഴി "എന്തു വസ്ത്രം ഉടുക്കുമെന്ന് പ്രഭു നിശ്ചയിക്കും." ഇതിന് മറ്റൊരു തലവുമുണ്ട്. സ്ത്രീജീവിതം എങ്ങനെയെന്ന് പുരുഷൻ നിശ്ചയിക്കും.

അവിടെ സഭാതലത്തിൽ ഉയർന്നുകേട്ട ഒരാശ്വാസവാക്ക് ദുര്യോധന സഹോദരനായ വികർണ്ണനിൽ നിന്നാണ്. "മാന്യത വിളങ്ങുന്ന പാണ്ഡവപത്നി ഒരുപോലെ ധർമ്മപുത്രരാദി പാണ്ഡവർക്കെല്ലാം അവകാശപ്പെട്ടതാണ്. യുധിഷ്ഠിരനാകട്ടെ ആദ്യം സ്വയം പണയപ്പെടുത്തിയതിനു ശേഷമാണ് പാഞ്ചാലിയെ പണയം വച്ചത്. പണയ വസ്തുവായ പാണ്ഡവശ്രേഷ്ഠന് അതിന് ഉള്ള അവകാശം ഇല്ല." (കൃഷ്ണയുടെ ചോദ്യത്തിന്റെ പ്രതികരണം വികർണ്ണനിൽ തെളിയുന്നു).

ഈ ഘട്ടത്തിൽ കൗരവകുലത്തിനുവേണ്ടി സംസാരിച്ച കർണ്ണൻ പാഞ്ചാലിയെ കുലടയെന്ന് വിളിച്ച് ആക്ഷേപിക്കുന്നു. 'പല ഭർത്താക്കന്മാർക്ക് ഭാര്യയായിരുന്നവൾ' എന്ന കുത്തുവാക്കിലാണ് ഈ വാക്യം കൂടി കർണ്ണൻ കൂട്ടിച്ചേർക്കുന്നത്.

തന്റേതല്ലാത്ത കുറ്റത്തിനാൽ അഭിസാരികയെന്ന ആക്ഷേപം കൃഷ്ണ കേൾക്കേണ്ടി വരുന്നു. ഒന്നിലധികം ഭാര്യമാരെ പൊറുപ്പിച്ചിരുന്ന ഒരു പാണ്ഡവനും, ഒരു കൗരവനും ഈ അധിക്ഷേപത്തിന് ഒരു ഘട്ടത്തിൽ പോലും അർഹനാകുന്നില്ല.

വളരെ സമ്മർദ്ദങ്ങളൊരുക്കപ്പെട്ട സഭാവേദിയിൽ ഭീഷ്മർ ഇതിനോട് ലളിതമായെങ്കിലും പ്രതികരിക്കുന്നു. "ബലമുള്ള ആൾ എന്തു ധർമ്മമായി കരുതുന്നുവോ അത് ധർമ്മമാണ് ലോകത്തിൽ!"

ഈ സിദ്ധാന്തമാണ് സ്ത്രീ/പുരുഷ ദ്വന്ദ്വത്തിലും നിയാമക കാരണമായി പ്രവർത്തിച്ചത്. 'ബലവാനായ' പുരുഷന്റെ ഇംഗിതത്തിനു മുന്നിൽ അബലയായി കഴിയേണ്ടവളാണ് സ്ത്രീ.

ഈ സന്ദർഭത്തിൽ ധൃതരാഷ്ട്രരിൽ നിന്നുതിർന്നുവീണ വാക്കുകളിൽ പിടിച്ച് പാർഷതി തന്റെ തന്ത്രം പ്രയോഗിക്കുന്നു. പുത്രവധുക്കളിൽവച്ച് തനിക്ക് പ്രിയമുള്ളവളാണ് കൃഷ്ണയെന്ന ധൃതരാഷ്ട്രവചനം

പാഞ്ചാലിക്ക് തുണയാകുന്നു. 'എന്നിൽ നിന്ന് എന്തെങ്കിലും വരം സ്വീകരിക്കുവാൻ' ധൃതരാഷ്ട്രർ ആവശ്യപ്പെടുന്നു.

ഈ വരബലം ഉപയോഗിച്ച് ധർമ്മപുത്രരാദികളെയും തന്നെതന്നെയും ദ്രൗപദി മോചിപ്പിക്കുന്നു. ആയുധ ബലത്തിനും ആൾ ബലത്തിനും പിതൃ മേധാവിത്വത്തിനും അസാധ്യമായത് ധർമ്മ ബലത്തിൽ അഥവാ ശ്രുതി-സ്മൃതി വിചാരണയിലൂടെ, സദസ്സിന്റെ ബാലൻസ് നഷ്ടപ്പെടുത്തി ധൃതരാഷ്ട്രരുടെ സഹായം ഉറപ്പാക്കി കൃഷ്ണ പാണ്ഡവകുലത്തിന് താൽക്കാലികമെങ്കിലും ആശ്വാസം നൽകുന്നു.

മടിക്കുത്തഴിച്ച ദുശ്ശാസനനോടും തന്നെ കുലടയെന്ന് വിളിച്ച് ആക്ഷേപിച്ച കർണനോടും കണക്ക് പറയാനുള്ള മുഹൂർത്തം കൃഷ്ണ അവിടെ കുറിക്കുന്നു. പിൽക്കാലത്ത് ദൂതിനുപോയ, സമരസപ്പെടലിന്റെ വക്താവായ യാദവ കുലപതി കൃഷ്ണന്റെ മുന്നിൽ ഒരു ഐക്യപ്പെടലിനും താൻ സന്നദ്ധമല്ലെന്ന് പറഞ്ഞത് ഈ കണക്ക് മനസ്സിൽ മായാതെ അവശേഷിപ്പിച്ചു നിർത്തിയതു കൊണ്ടാണ്.

"ദുശ്ശാസനൻ തന്റെ കരിങ്കയ്യറ്റു പൊടിയേറ്റു ഞാൻ
നോക്കിക്കണ്ടീലയെന്നാകിലെന്നുള്ളിന്നെന്തു ശാന്തിയാം?
പതിമൂന്നാണ്ടിപ്രകാരം കാത്തിരുന്നു കഴിഞ്ഞുമേ
കത്തും തീ പോലുള്ളിൽ മൃത്യുവടക്കിക്കൊണ്ടു കേവലം."

എന്തു നശിച്ചാലും സ്ത്രീത്വത്തെ അപമാനിച്ചവർക്ക് രക്തംകൊണ്ടു മറുപടി പറഞ്ഞാണ് പാഞ്ചാലി തന്റെ കണക്കുപുസ്തകം അടയ്ക്കുന്നത്. സീത ജീവൻ വെടിഞ്ഞാണ്, അതായത് സ്വയംഹത്യയാണ് സമരായുധമായി ഉപയോഗിച്ചതെങ്കിൽ ദ്രൗപദി ഭർത്താക്കന്മാർക്ക് ഉശിരുപകർന്ന് ശത്രുഹത്യയിലൂടെ സമരാങ്കണ നായികയായി മാറി. കുരുക്ഷേത്രയുദ്ധം പാഞ്ചാലീശപഥത്തിന്റെ പ്രതിഫലനം കൂടിയായിരുന്നുവല്ലോ!.

ധൃതരാഷ്ട്രർപോലും വരം നൽകിയത് ഉഗ്രസ്വരൂപിണിയായ പാഞ്ചാലിയെ ശമിപ്പിക്കാനാണ്. ആ കണ്ണിലെ പ്രതിഷേധാഗ്നി അന്ധനായ കൗരവ പിതാവിനും ജ്വലനത്തിന്റെ ചൂട് കൊണ്ടറിയാൻ കഴിഞ്ഞു. ധർമ്മപുത്രർ പോലും ഭീതിയോടെ കണ്ടിരുന്നവളായിരുന്നു കൃഷ്ണ. അർജ്ജുനന് തന്നെ പലപ്പോഴും പാഞ്ചാലിയെ ധീരതയോടെ അഭിമുഖീകരിക്കാൻ കഴിഞ്ഞിരുന്നില്ല.

സുഭദ്രയെ വേട്ടതിനു ശേഷം ഇന്ദ്രപ്രസ്ഥത്തിൽ ധൈര്യസമേതം കടന്നുചെല്ലാതെ അർജ്ജുനൻ പരിഭ്രമിച്ചുനിൽക്കുകയാണുണ്ടായത്. സുഭദ്രാപഹരണ വിഷയം ദ്രൗപതിയെ ബോധ്യപ്പെടുത്താൻ സുഭദ്രയെ തന്നെ അർജ്ജുനൻ നിയോഗിക്കുന്നുണ്ട്.

"ഗോപാലവേഷമാണ്ടു പുരത്തിങ്കൽ ഗമിക്കനീ
പാഞ്ചാലിയിഷ്ടം ചൊല്ലട്ടെ, നീ കേട്ടീടേണമെൻമൊഴി
ഞാനൊന്നിച്ചങ്ങു നീ ചെന്നാൽ, പരുഷം ചൊല്ലുമായവൾ
അന്യവേഷത്തിലായ് ചെന്നാൽ, പ്രിയം നിന്നൊടു ചൊല്ലുമേ

അവളാദ്യം ചൊന്നവാക്കു പിന്നെ മാറുന്നതല്ലെടോ,
അതിനാൽ മാനവും ഗർവ്വും വിട്ട് നീ ചെന്നു കാണുക.'

വാക്കിനു വിലയുള്ളവളാണ് പാഞ്ചാലിയെന്ന് പാർത്ഥൻ കൃഷ്ണ സഹോദരിയോട് പറയുന്നു. നേരിട്ട് പറയാൻ അർജ്ജുനന് ധൈര്യം പോരാ. ഉള്ളിൽ ഉതിർന്ന നീറ്റൽ ഒതുക്കി പാഞ്ചാലി സുഭദ്രയെ സ്വീകരിക്കുകതന്നെ ചെയ്തു. വിജയന്റെ പത്നിയാകാൻ വന്ന് അഞ്ചുപേരുടെ ഭാര്യയായി മാറി കുലടയെന്ന് കുരുവംശത്താൽ ആക്ഷേപിക്കപ്പെട്ട് കഴിയേണ്ടിവന്നവളാണ് ദ്രൗപദി.

'ഇവിടെ തുടരുന്നു അപമാനിതയായ പാഞ്ചാലി തൻ
ശാപ ശപഥത്തിൻ കഥ, ഇനിയും
തോർന്നീലല്ലോ ഭൂമി കന്യതൻ കണ്ണീർ'[32]

ഇതര സ്ത്രീ പ്രതീകങ്ങളിലൂടെ

ജന്യജനക ശക്തികളുടെ സംയോജനമാണ് മനുഷ്യർ. ആദി സൃഷ്ടിയെക്കുറിച്ച് ബ്രാഹ്മണ ഗ്രന്ഥങ്ങൾ അനുസരിച്ചുള്ള കൽപ്പന സ്ത്രീപുരുഷ ഭേദമില്ലാത്തതാണ്. സ്വാഭാവികമായും പരിണാമ സിദ്ധാന്തം കടന്നുവരാത്ത പൗരാണിക കാലത്ത് ഇത്തരം നിഗമനങ്ങൾ കൂടുതലും ഭാവനയ്ക്ക് വിട്ടുനൽകലാണ്. പരിണാമത്തിന്റെ രീതിശാസ്ത്രത്തിലൂടെയാണ് സ്ത്രീപുരുഷ ഭേദത്തിന്റെ ശാസ്ത്രം വിശകലനം ചെയ്യാൻ കഴിയുന്നത്. ബ്രാഹ്മണ ഗ്രന്ഥങ്ങൾ പോലുള്ളവ വിഭാവനം ചെയ്തത് അർദ്ധനാരീശ്വര സങ്കൽപ്പങ്ങളാണ്.

'ബ്രഹ്മാവ് തന്റെ മാനസിക ശരീരത്തിലുള്ള മസ്തിഷ്കത്തിന്റെ കേന്ദ്രയുഗ്മത്തിന്റെ സമ്പർക്കത്തിൽനിന്ന് അർദ്ധനാരീശ്വരനെ സൃഷ്ടിച്ചു. ഈ രൂപം സ്ത്രീപുരുഷ സങ്കലനമായ ഒരു ജൈവരൂപമായി കണക്കാക്കി. വേദവിധി പ്രകാരം എല്ലാ ജീവജാലങ്ങളുടെയും മാതാവ് ദക്ഷ പ്രജാപതിയുടെ പുത്രിയായ 'അദിതി' ആയിരുന്നു. പതിമൂന്ന് പെൺമക്കളാണ് ഇദ്ദേഹത്തിന് ഉണ്ടായിരുന്നത്. ഇവരെല്ലാം കശ്യപ മുനിയുടെ ഭാര്യമാരായിരുന്നു. ഇവരിൽ അദിതിയിൽ നിന്ന് വിവസ്വാനും കദ്രുവിൽ നിന്ന് സർപ്പങ്ങളും വിനതയിൽ നിന്ന് പക്ഷികളും ഇളയിൽ നിന്ന് സസ്യജാലങ്ങളും പിറവിയെടുത്തു.

നാരായണ സങ്കൽപ്പത്തിൽ നാരായണന് ലിംഗ ഭേദമില്ല. ഇതിൽ നിന്ന് ഉൽഭൂതമായതാണ് ബ്രഹ്മ പ്രജാപതി. ആദിമ ദേവ സങ്കൽപ്പത്തിൽ ഓരോന്നിലും ദേവി-ദേവസങ്കൽപ്പം കുടികൊള്ളുന്നു. ഇതിൽ സ്ത്രീ തേജസ്സിനെ 'ശക്തി' എന്ന് നാമകരണം നൽകി. ബ്രഹ്മ സഹോദരി ലക്ഷ്മി വിഷ്ണു ശക്തിയായും വിഷ്ണു സഹോദരി സരസ്വതി ബ്രഹ്മാവിന്റെ ശക്തിയായും കണക്കാക്കപ്പെടുന്നു.

ബൃഹദാരണ്യ ഉപനിഷത് പ്രകാരം കാമന്റെ പുത്രിയാണ് വാഗ്ദേവതയായി ഗണിക്കപ്പെടുന്ന സരസ്വതി. ഈ ഗോസ്വരൂപിണിയായ സര

സ്വതി ജനിച്ചയുടനെ, കാമൻ അവളോടുകൂടി ചേർന്നതിനാൽ സരസ്വതി ഗർഭിണിയായി. കഠോപനിഷത് പ്രകാരം ബ്രഹ്മാവ് തന്റെ ശരീരത്തെ പുരുഷനും സ്ത്രീയുമായി വിഭജിച്ച് വാഗീശ്വരിയായി അവതരിച്ചു. ബ്രഹ്മാവിന്റെ സ്വശക്തിയായ വാഗീശ്വരിയോട് ചേർന്നപ്പോൾ അത് വാങ്മയ ജഗത്തായി സംഭവിച്ചു. 'സൃഷ്ടിയുടെ പ്രാങ് രൂപം വാക്കാണ്. ഈ വാണിയിൽ നിന്ന് സകല ചരാചരങ്ങളും, ദേവകുലം, മനുഷ്യകുലം എന്നിവയും സംഭവിച്ചു.

രൂപ വികാസം ഈ ക്രമത്തിലാണ്.
നാദം=ശബ്ദം, സംഖ്യ=പുരുഷൻ, ബിന്ദു=രൂപം, ശബ്ദം=സ്ത്രീ.

ബ്രഹ്മാവിന്റെ ശക്തിയായും പുത്രിയായും സ്ത്രീസങ്കൽപ്പം ഉണ്ട്. ശക്തിയോടു ചേരുമ്പോഴെ ദേവന്മാർ പൂർണസ്വരൂപിയാകുന്നുള്ളു. 'ആത്മാ വൈ പുത്രനാമാസി.'

ഈ രൂപത്തിൽ വ്യത്യസ്തമെന്ന് തോന്നുന്ന നിരവധി സങ്കൽപ്പങ്ങൾകൊണ്ട് പൗരാണിക ഗ്രന്ഥങ്ങൾ സമ്പന്നമാണ്.

പുരാണങ്ങൾ ജനിക്കുന്നതിനു മുമ്പുള്ളതാണ് വേദങ്ങൾ. വേദകാല ഘട്ടത്തിലെ പല കാര്യങ്ങളും വേദ സൂക്തങ്ങൾ സൂക്ഷ്മമായി പരിശോധിച്ച് ഭാവനയെ ചോർത്തിമാറ്റി കല്ലും നെല്ലും തിരിച്ചാൽ കുറെയൊക്കെ സുവ്യക്തമാകും. അച്ഛൻ, മകൻ, ഭർത്താവ് ഒരേ ദേവനായിരിക്കുമ്പോൾ പത്നി, മാതാവ്, സഹോദരി എന്നിവർ ഒരേ ദേവിയുമായിരിക്കും. ഈ സിദ്ധാന്തമനുസരിച്ച് പുരുഷ പ്രകൃതികളെല്ലാം സൂര്യനിലും സ്ത്രീ പ്രകൃതി പ്രപഞ്ചമാതാവിലും കുടികൊള്ളുന്നു.

'തൈത്തരീയ സംഹിത പ്രകാരം വിഷ്ണു ശക്തിയായ ലക്ഷ്മിയെ സൂര്യപത്നിയെന്നു പറയുന്നു. പുരാണങ്ങളിലെ ലക്ഷ്മി കാമദേവന്റെ മാതാവാണ്. *ഋഗ്വേദ* പ്രകാരം ശിവന്റെ ശക്തി ദുർഗ അഥവാ പാർവ്വതിയാണ്. തൈത്തിരീയ ഉപനിഷത്തിൽ ഈ ദുർഗ്ഗ ദുർഗ്ഗിയാണ്. ഈ ദുർഗയുടെ രൂപദ്വയം ഗൗരീകാളിയും കാളീഗൗരിയുമാണ്. ഇവിടങ്ങളിൽ അമ്മ, ദേവി എന്ന നിലകളിൽ സ്ത്രീക്ക് നല്ല പ്രാധാന്യം നിഴലിച്ചിരുന്നു.'[33]

ഋഗ്വേദ പ്രകാരം പുരുഷന് പൂർണത കൈവരുന്നത് സ്ത്രീയിലൂടെയാണ്. ജീവാത്മാ പരമാത്മാ ബന്ധത്തിലൂടെയാണ് ഈ ബന്ധം സ്ഥാപിതമാകുന്നത്. സ്മൃതികാരനായ യാജ്ഞ വൽക്യന്റെ പത്നിമാരായ ഗാർഗി, മൈത്രേയി തുടങ്ങിയവർ ധർമ്മതത്വങ്ങളെക്കുറിച്ച് വാദപ്രതിവാദം നടത്തിയിരുന്നവരാണ്. ഇത് പൗരാണിക കാലത്ത് സ്ത്രീകൾക്കുണ്ടായിരുന്ന പ്രാധാന്യത്തിന്റെ ഘട്ടത്തിലാണ്.

എന്നാൽ വേദകാലഘട്ടത്തിനുശേഷം ഇതിഹാസഘട്ടമെത്തുമ്പോഴേക്കും ബ്രാഹ്മണാധിപത്യം വർദ്ധിക്കുന്നു. ബ്രാഹ്മണനെ ഭൂസുരനായി കാണേണ്ട ജീവിതചര്യ വിഭാവനം ചെയ്യപ്പെടുന്നു. ഇതിഹാസങ്ങളിലെ പിൽക്കാല കൈകടത്തലുകളെല്ലാം തന്നെ ഈ ആശയസംഹിതയ്ക്ക്

ഊന്നൽ ലഭിക്കത്തക്കവിധം മെനയപ്പെട്ടതാണ്.

ഈ ഘട്ടത്തിൽ തെളിഞ്ഞുവരുന്നത് വരേണ്യ മേധാവിത്വവും ജാതി വിവേചനവും അരക്കിട്ടുറപ്പിക്കാൻ സുദൃഢമായി രൂപം നൽകിയ മനുസ്മൃതികളിലെ ആശയങ്ങളാണ്. ഇതിൽ സ്ത്രീയെ പൂജിത വസ്തുവായി പ്രത്യക്ഷത്തിൽ ഉയർത്തിക്കാട്ടുകയും എന്നാൽ സ്ത്രീകൾക്ക് അധികാരമോ സ്വാതന്ത്ര്യമോ നൽകാൻ കഴിയാത്ത ഭോഗവസ്തുവായി മാത്രം പരിഗണിക്കുകയും ചെയ്യുന്നു. ഈ ആശയം ശക്തിപ്പെടുത്തിയാണ് ചൂഷണത്തിന്റെ മുഖമായ സ്ത്രീ-പുരുഷഭേദം ഇന്ത്യൻ സാഹചര്യങ്ങളിൽ രൂപപ്പെടുന്നത്.

ഇന്ത്യൻ കഥകളിലെ സീത, പാഞ്ചാലി തുടങ്ങിയ വനിതകൾ മുതൽ ഗാന്ധാരി, കുന്തി തുടങ്ങി നൂറു നൂറു സ്ത്രീകഥാപാത്രങ്ങൾ വരെ ഇതിന് ഉദാഹരണങ്ങളാണ്. ഇവരുടെ കഥകൾ ഇന്ത്യൻ സാംസ്കാരിക മണ്ഡലത്തിൽ വലിയ സ്വാധീനം ചെലുത്തി. അന്റോണിയോ ഗ്രാംഷി പറയുന്ന പൗര സമൂഹത്തിന്റെ ബോധ മണ്ഡലത്തെ പരുവപ്പെടുത്തുന്നതിൽ സാഹിത്യാദി കലകളിലെ ഈ ആശയങ്ങൾ ഇന്നും നല്ല തോതിൽ പങ്കു വഹിച്ചുകൊണ്ടിരിക്കുന്നു.

ഗാന്ധാരി

ഭർതൃ താൽപ്പര്യത്തിൽ നിന്ന് ഭിന്നമായി സ്ത്രീക്ക് മറ്റൊരു ഹിതവും സാധ്യമല്ലെന്ന് പേർത്തും പേർത്തും വിളിച്ചോതുന്നതാണ് ഗാന്ധാരിയുടെ കഥാപാത്ര രൂപീകരണം. ജന്മനാ അന്ധനായ ധൃതരാഷ്ട്രരുടെ ഭാര്യയായ കൗരവ മാതാവ് ഗാന്ധാരിയും വിവാഹാനന്തരം അന്ധയാകാൻ തീരുമാനിക്കുന്നു. ഇതിനായി അവർ ജീവിതകാലം മുഴുവൻ കണ്ണുമൂടിക്കഴിയുന്നു. ഈ കണ്ണ് ഒരു കാലത്തും തോർന്നിട്ടുമില്ല. നിർത്താതെ പെയ്തിറങ്ങുന്ന കണ്ണുനീർ പേമാരിയുടെ ഉറവിടങ്ങളായി ആന്ധ്യം സ്വയം വരിച്ച ഗാന്ധാരീ മിഴികൾ !

നൂറു കുട്ടികളുടെ മാതൃസങ്കൽപ്പമാണ് ഗാന്ധാരിയിൽ വ്യാസൻ കണ്ടെത്തിയത്. ഈ ഭാവന അധർമ്മത്തിന്റെ സുകരപ്രസവമായി കണക്കാക്കാം. ദോഷം കുറഞ്ഞ ഒരു പുത്രൻ പോലും തനിക്ക് പിറന്നില്ലല്ലോയെന്ന് ഗാന്ധാരി മാതൃകാലം മുഴുവൻ ഓർത്ത് വിലപിച്ചിരുന്നു. ഒരിക്കൽ ഗാന്ധാരി ഇത് തുറന്നു പറഞ്ഞു കരയുന്നുമുണ്ട്.

"വൃദ്ധന്റെ നൂറാത്മജരെ കൊൽവോൻ-
നീയപരാജിതൻ
കുറ്റം കുറഞ്ഞൊരുവനെശ്ശേഷിപ്പിക്കാഞ്ഞതെന്തുവാൻ?
ഉണ്ണീ, രാജ്യം പോയ വൃദ്ധരായ ഞങ്ങൾക്ക് സന്തതി
അന്ധദ്വയത്തിന് വടിയൊന്നെന്തേവിട്ടിടാഞ്ഞു നീ?"

കുരുക്ഷേത്ര യുദ്ധാനന്തരം തന്റെ മുന്നിൽ വന്ന ഭീമസേനനോട് ഗാന്ധാരി പറഞ്ഞ വാക്കുകളാണിത്. മക്കളായ പുരുഷൻമാരുടെയും

ഭർത്താക്കൻമാരുടെയും ചെയ്തികളിൽ നീറിയൊടുങ്ങലാണ് പെൺ ജീവിതം എന്ന് തുടർച്ചയായി കടന്നു വരുന്നു.

ഭാരതയുദ്ധം ജയിക്കാൻ അധർമ്മം ഇരുഭാഗത്തുനിന്നും എത്രവേണമെങ്കിലും കണ്ടെത്താൻ ഒരു പ്രയാസവും ഇല്ല.

ഈ അധർമ്മം ചെയ്യാൻ പലപ്പോഴും പ്രേരണാശക്തിയായി നില കൊണ്ട ശ്രീകൃഷ്ണനെ ഗാന്ധാരി കടുത്ത ഭാഷയിൽ വിമർശിക്കുന്നുമുണ്ട്.

എഴുത്തച്ഛൻ ഈ വിധത്തിലാണ് അത് ചൂണ്ടിക്കാട്ടുന്നത്.

"നല്ല മരതക കല്ലിനോടൊത്തൊരു
കല്യാണ രൂപൻ കുമാരൻ മനോഹരൻ
ചൊല്ലേഴും അർജ്ജുനൻ തന്റെ തിരുമകൻ
വല്ലവീവല്ലഭ! നിന്റെ മരുമകൻ."[34]

കൃഷ്ണനൻ, ഗാന്ധാരീ വിമർശത്തിന്റെ ചാട്ടവാറേറ്റ് കുരുക്ഷേത്ര ഭൂമിയിൽ പുളഞ്ഞു നിന്നു. യുദ്ധാനന്തരം ഗാന്ധാരീ സവിധത്തിൽ എത്തിയ ധർമ്മപുത്രരരുടെ കാൽ നഖങ്ങൾ കണ്ണ് മൂടിക്കെട്ടിയ ഗാന്ധാരിയുടെ തുണി പഴുതിലൂടെയുള്ള ഉൾതാപരശ്മികളേറ്റ് കരിഞ്ഞുപോയി.

സ്ത്രീത്വത്തിന്റെ ശക്തിയെ അക്കാലത്തെ രചനകളിൽ, വിശിഷ്യ ഭാവനയാൽ മൂടപ്പെട്ട കൃതികളിൽ ഇതിനേക്കാൾ കാവ്യാത്മകമായി എങ്ങനെ രേഖപ്പെടുത്താൻ കഴിയും.

ഗാന്ധാരി, വിമർശത്തിന്റെ വക്താവ് മാത്രമല്ല സ്വയം വിമർശത്തിന്റെയും പഴുതുകൾ അവർ ഉപേക്ഷിക്കുന്നില്ല. കൃഷ്ണനെയും യുധിഷ്ഠിരനെയും തന്റെ മക്കൾ നൂറ്റവരെയും കുറ്റപ്പെടുത്തുമ്പോൾ തന്നെ ഇതിന്റെ ഒക്കെ ഉത്തരവാദിത്വം അവർ സ്വയം ചുമലിൽ സ്ഥാപിക്കാനും ശ്രമിക്കുന്നു.

പുത്രദുഃഖത്തിന്റെ പുതു തലമുറക്കാരിയായ ദ്രൗപതിയെ കണ്ടപ്പോൾ ആണ് ഗാന്ധാരി ഈ ആത്മ വിമർശത്തിലേക്ക് കടന്നത്.

"ശോചിക്കൊല്ലാ ശോച്യരല്ലാ
പോരിൽ ചത്തവരാമവർ
നിന്മട്ടുഞാനും; ആരെന്നെയാശ്വസിപ്പിക്കുവാനുമേ
എൻ കുറ്റത്താൽ തന്നെ യദ്രികുലമെല്ലാം നശിച്ചുപോയ്."

മാതൃത്വമാണ് മഹത്വമുള്ള അവസ്ഥ. ഈ അവസ്ഥ സ്ത്രീ ജീവിതത്തിൽ മാത്രം കുടികൊള്ളുന്നതാണ്. സ്ത്രീകൾക്ക് ഇത്തരം സന്ദർഭങ്ങളിൽ നിയാമക ശക്തിയാകാൻ അവസരം ലഭിച്ചിരുന്നെങ്കിൽ കൂട്ടക്കൊലകൾക്ക് പലപ്പോഴും വിരാമമിടാൻ കഴിഞ്ഞേനെ. അധികാര രഹിതരായ സ്ത്രീകൾക്ക് അന്തഃപുരത്തിലെ ഇരുട്ടിനുള്ളിൽ പുറത്ത് കാണാത്ത

ഹൃത്തിലെ വെളിച്ചവുമായി ജീവിക്കേണ്ടി വന്നു. ഇതാണ് സ്ത്രീ ധർമ്മമെന്ന് ധർമ്മകാരൻമാർ ഉദ്ഘോഷിച്ചുകൊണ്ടേയിരുന്നു.

കുന്തി

കണ്ണ് കെട്ടി വാനപ്രസ്ഥത്തിനു ഇറങ്ങിയ ഗാന്ധാരിക്ക് കൈതോളിൽ വച്ചു നടക്കാൻ മുന്നേ പോയത് കുന്തിയാണ്. യുദ്ധാനന്തരം കൈവന്ന രാജാധികാരത്തിന്റെ സുഖഫലങ്ങൾ ത്യജിച്ചുകൊണ്ട് തോറ്റ മക്കളുടെ മാതാപിതാക്കൾക്ക് വിധിച്ച വാനപ്രസ്ഥ ജീവിതത്തിൽ പങ്കാളിയാകാൻ തീരുമാനിച്ച വ്യക്തിത്വമാണ് കുന്തിയുടേത്.

ചിത്രശലഭങ്ങളോടൊപ്പം മുറ്റത്ത് പാറിക്കളിച്ചു നടന്നിരുന്ന പ്രായത്തിൽ തോന്നിയ കൗതുകത്തിന് ജീവിതകാലം മുഴുവൻ ദുഃഖപുത്രിയായി കഴിയേണ്ടിവന്നവൾ. മഹർഷിയെ പരിചരിച്ചതിന് പ്രതിഫലമായി കിട്ടിയ വരം വേണ്ടത്ര വീണ്ടുവിചാരമില്ലാത്ത നാളിൽ പ്രയോഗിക്കുകയും സൂര്യപീഡനമേറ്റ് സൂതപുത്രന് ജന്മം നൽകുകയും ചെയ്യേണ്ടിവന്ന കുന്തിയുടെ ജീവിതത്തിലെ നരകക്കാഴ്ച അവിടുന്നാണ് തുടങ്ങിയത്.

മനസ്സില്ലാ മനസ്സോടെ കുരു- പാണ്ഡവ യുദ്ധം തുടങ്ങുന്നതിനുമുമ്പ് ധർമ്മപുത്രരോട് കുന്തി ഈ വിധത്തിൽ വെളിപ്പെടുത്തുന്നു.

"എന്നുമോർക്കണമേ പോരിൽ പിന്മാറാതുള്ള കർണ്ണനെ
പോരിൽ വീരനവൻ പ്രജ്ഞകെട്ട ഞാനന്നു തള്ളിയോൻ
മകനേ, കാരിരുമ്പാണ് മന്ദയാമെന്റെയീകരൾ
കാണാഞ്ഞുമാസ്സൂര്യജനെ നൂറായിത്തകരായ്കയാൽ."

ഇതിനെത്തുടർന്ന് കുന്തി കർണ്ണനെ കാണുന്നുണ്ട്. സ്വയം വെളിപ്പെടുത്തുന്നുമുണ്ട്. ഇതിന്റെ കഥകളിയാവിഷ്കാരമാണ് മാലിയുടെ 'കർണ ശപഥം.'

കുന്തിയുടെ പ്രസവത്തിലുള്ളവരല്ല നകുലസഹദേവൻമാർ. മാദ്രിസുതൻമാരാണവർ. താൻ പെറ്റ മകനെ, മകനായികാണാതെ മാറ്റിനിർത്തേണ്ടിവന്ന കുന്തിക്ക് മാദ്രിയുടെ മക്കളെ തന്റെ പുത്രൻമാരായി കണക്കാക്കാൻ സന്തോഷമേയുണ്ടായിരുന്നുള്ളു. അങ്ങനെ പ്രത്യക്ഷത്തിൽ അഞ്ചു മക്കളുടെ അമ്മ!

മാദ്രീപുത്രരോട് ഈ സ്നേഹം കുന്തി യുധിഷ്ഠിരന്റെ മുന്നിൽ വെളിവാക്കുന്നുമുണ്ട്.

'സഹദേവങ്കൽ-
മുഷിയൊല്ലൊരിക്കലുമിളാപതേ,
ഇവനെങ്കൽ കൂറെഴുന്നാൻ നീങ്കലും നിത്യവും നൃപ!"

കർണ്ണനെ നദിയിൽ ഒഴുക്കാൻ പ്രേരിപ്പിച്ച സാമൂഹ്യഘടന പെൺകുട്ടി വിവാഹപൂർവ്വ സമയത്ത് ഗർഭിണിയാകാൻ പാടില്ലെന്ന സാമൂ

ഹിക പൊതുബോധത്തിൽ നിന്നാണ്. ഇവയുടെ രചയിതാവ് കാഴ്ചക്കാരനോ നിർമ്മതനോ ആയിത്തീരും. കാരണം നിലനിൽക്കുന്ന ഘടനയ്ക്ക് അകത്തുനിന്നായിരിക്കും പലപ്പോഴും അയാൾ കഥാപാത്രങ്ങളെ മെനയുന്നത്. ലൈംഗികതയിലെ പുരുഷ മേധാവിത്വഘടന സ്ത്രീയിൽ മാത്രമേ പാതിവ്രത്യം ശഠിക്കുന്നുള്ളു. ഈ പാതിവ്രത്യ ലംഘനത്തിന് സ്ത്രീ മാത്രമല്ല ഉത്തരവാദി അതിനേക്കാൾ വലിയ ബാധ്യത പുരുഷന്റേതാണ്.

ഈ പ്രശ്നം ഒരു പുരുഷനാണ് എങ്കിൽ ഏതുവിധമാണ് പരിഗണിക്കപ്പെടുന്നത്. ഇതിന് കാരണ ഭൂതനായ സൂര്യൻ എപ്പോഴെങ്കിലും വിമർശിക്കപ്പെടുന്നുണ്ടോ ?എപ്പോഴെങ്കിലും സൂര്യവിമർശം ഇതിന്റെ പേരിൽ *മഹാഭാരതം* മുന്നോട്ടുവയ്ക്കുന്നുണ്ടോ? എന്തുകൊണ്ട്? ‘ഇല ചെന്ന് മുള്ളിൽ വീണാലും മുള്ള് വന്ന് ഇലയിൽ വീണാലും’ എന്ന തിയറി രൂപമെടുക്കുന്നത് ഇത്തരം സംഭവങ്ങളിലൂടെയാണ്. മുള്ള് പതിയാതെ നോക്കേണ്ട ബാധ്യത ഇലയ്ക്ക് മാത്രമാണ്. സൂര്യനെല്ലിക്കേസിന്റെ വിചാരണയിൽ കോടതിയിൽ ഇരുന്ന ന്യായാധിപൻ ഈ ആശയ സമൂഹത്തിന്റെ സന്തതികളിൽ ഇക്കാലത്തെ പ്രധാനപ്പെട്ടയാളാണ്.

കാടുപൂകിയ ഭീമനുൾപ്പെടെയുള്ള പലർക്കും പലയിടങ്ങളിലും ജനിച്ച യുദ്ധവീരൻമാർ *മഹാഭാരത* കഥയിൽ തിളങ്ങുന്ന സന്ദർഭങ്ങളിൽ പ്രതിഷ്ഠിക്കപ്പെടുകയും, ഇത്തരം മക്കളുടെ പിതാക്കൻമാർ അതിന്റെ പേരിൽ അഭിമാനിക്കപ്പെടുകയും ചെയ്യുമ്പോഴും കർണ്ണനെന്ന എക്കാലത്തെയും വലിയ യുദ്ധ പ്രതാപിയുടെ മാതാവെന്ന് അഭിമാനിച്ച് കളത്തിലിറങ്ങാൻ കഴിയാതെ കണ്ണീർ കയത്തിൽ ഒളിക്കേണ്ടിവന്ന ‘സ്ത്രീ’ ആണ് കുന്തീദേവി.

ശീലാവതി-സാവിത്രി

ഇവരിരുവരുമാണ് പുരുഷാധിപത്യ ഘടനയിലെ പാതിവ്രത്യ സംരക്ഷണത്തിന്റെ പ്രതീക കഥാപാത്രങ്ങൾ. ഇന്ത്യയിൽ സ്ത്രീകളെ പിതൃഘടനയിൽ രൂപപ്പെടുത്തിയെടുക്കാൻ മെനഞ്ഞ കഥാപാത്രങ്ങളാണ് ഇവർ. ആദർശാത്മകതയുടെ കടുത്ത വർണ്ണക്കൂട്ടിലാണ് ഇവർ ഉരുവം കൊണ്ടത്. ഭർതൃ താൽപ്പര്യം അത് എന്തായാലും, ലൈംഗികതയിൽ ആയാൽപോലും പുരുഷഹിതം നിർവ്വഹിക്കലാണ് കുലസ്ത്രീ ധർമ്മം എന്ന് പഠിപ്പിക്കാനാണ് ഈ കഥാപാത്രങ്ങൾ ഉപയോഗപ്പെട്ടത്.

ഇവരുടെ പാത്രസൃഷ്ടി തീർച്ചയായും ഇന്ത്യൻ കുടുംബഘടനയിൽ വ്യവസ്ഥാപിതമായ തത്വങ്ങൾക്ക് ഇടം നൽകി. മുത്തശ്ശിമാർ പുതു തലമുറക്കാരികളായ സ്ത്രീകൾക്ക് മാതൃകയായി ചൂണ്ടിക്കാട്ടിയിരുന്നവരാണ് ഇവർ. ഭർത്താവിനെ ജീവിത പങ്കാളിയായി കാണുന്നതിനപ്പുറം ദേവതുല്യരായി കാണുവാൻ പ്രേരിപ്പിച്ചു.

ലൈംഗികാരാജകത്വം ഉണ്ടാകാതിരിക്കാൻ ഇത്തരം ജീവിതങ്ങൾ മാതൃകയാകും എന്നു വാദിക്കാം. പക്ഷേ, അത് സ്ത്രീകളിൽ മാത്രമായി

ചുരുങ്ങി പോകുന്നു. പാതിവ്രത്യം സ്ത്രീയുടെ മാത്രം ഉത്തരവാദിത്വ മായി പരിണമിക്കുന്നു.

പാതിവ്രത്യത്തിന്റെ കുലപതി ആയിരുന്നതിനാൽ മരണമടഞ്ഞ തന്റെ ഭർത്താവായ സത്യവാന്റെ ജീവൻ യമധർമ്മനിൽ നിന്നു രക്ഷി ക്കാൻ കഴിയുന്ന സാവിത്രി. കുഷ്ഠരോഗിയായാൽപോലും ഭർത്താവിന്റെ ഇംഗിതം പരസ്ത്രീഗമനമാണെങ്കിൽ അത് നിർവ്വഹിക്കലാണ് ഭാര്യാ ധർമ്മം എന്നുദ്ഘോഷിക്കലാണ് ശീലാവതിക്കഥയിലൂടെ വെളിവാക്കി യത്.

പുരുഷ ലൈംഗികതയുടെ വ്യാപനത്തിൽ സന്തോഷിക്കുകയും, സ്ത്രൈണ ലൈംഗികത അർഹതപ്പെട്ട ഒരു പുരുഷനിൽ മാത്രം സമർപ്പി ക്കുകയും ചെയ്യുന്നവളാണ് മാതൃകാ സ്ത്രീ എന്ന സന്ദേശം പ്രചരിപ്പി ക്കുക വഴി പിതൃഘടനാ മേധാവിത്വത്തെ ഈ പാത്ര സൃഷ്ടി പരിപാലി ച്ചെടുക്കുന്നു.

കുറിപ്പുകൾ

1. സ്ത്രീ ലാൽകർ.
2. *ആദിപ്രരൂപങ്ങൾ സാഹിത്യത്തിൽ*, ഡോ. എം ലീലാവതി.
3. അതേപുസ്തകം.
4. അതേപുസ്തകം.
5. *പെണ്ണകം*, സരോജിനിസാഹു, പേജ് 52.
6. *ഹൈന്ദവദുഷ്പ്രഭു ചരിത്രം*, സ്വാമി സാക്ഷിമഹാരാജ്.
7. *മാതൃഭൂമി* വാരിക, ഡോ. കെ സി നാരായണൻ.
8. *മനുസ്മൃതി സംക്ഷേപം*, പ്രൊഫ. എൻ ഗോപിനാഥൻ നായർ.
9. അതേപുസ്തകം.
10. *ചിന്താവിഷ്ടയായ സീത*, കുമാരനാശാൻ.
11. *മാതൃഭൂമി* വാരിക, ഡോ. കെ കെ നാരായണൻ.
12. *പെണ്ണകം*, സരോജിനിസാഹു, പേജ് 123.
13. *മനുസ്മൃതി സംക്ഷേപം*, പ്രൊഫ. എൻ ഗോപിനാഥൻ നായർ.
14. *പെണ്ണകം*, സരോജിനിസാഹു.
15. *ഫെമിനിസം*, എഡിറ്റർ ഡോ. ജാൻസി ജയിംസ്.
16. അതേപുസ്തകം, പി ഗീത (ലേഖനം)
17. *കണ്ണീരും കിനാവും*, വി ടി ഭട്ടതിരിപ്പാട്.
18. *രാമായണം* (വിവർത്തനം), എസ് ഗുപ്തൻ നായർ.
19. *ചിന്താവിഷ്ടയായ സീത*, സ്വാതന്ത്ര്യത്തിന് ഒരു നിർവ്വചനം, പ്രൊഫ. എം കെ സാനു, പേജ് 8.
20. *രാമായണം* (വിവർത്തനം), എസ് ഗുപ്തൻ നായർ.
21. *ചിന്താവിഷ്ടയായ സീത*, കുമാരനാശാൻ.
22. *ചിന്താവിഷ്ടയായ സീത*, സ്വാതന്ത്ര്യത്തിന് ഒരു നിർവ്വചനം, പ്രൊഫ. എം കെ സാനു.
23. അതേപുസ്തകം.

24. *രാമായണം* (വിവർത്തനം), എസ് ഗുപ്തൻ നായർ.
25. *രാമായണ പഠനങ്ങൾ*, ഡോ. എച്ച് ഡി സങ്കാലിയ, പേജ് 162.
26. *ചിന്താവിഷ്ടയായ സീത*, കുമാരനാശാൻ.
27. *ഗ്രന്ഥാലോകം* (2014 ഏപ്രിൽ), ഡോ. എം ലീലാവതി.
28. ചിന്താവിഷ്ടയായ സീത, കുമാരനാശാൻ.
29. അതേപുസ്തകം.
30. അതേപുസ്തകം.
31. ലളിതാംബിക അന്തർജ്ജനം (ലേഖനം 1925)
32. ഒ എൻ വി കവിത.
33. തൈത്തരീയ (ഉപനിഷത്)
34. *മഹാഭാരതം കിളിപ്പാട്ട്*, എഴുത്തച്ഛൻ.

ഭാഗം നാല്

സ്ത്രൈണ ജീവിതം ഇസ്ലാം മതത്തിൽ

അവതാരിക

സ്ഥാപനവല്ക്കരിക്കപ്പെട്ട ഇസ്ലാം മതവും സ്ത്രൈണ ജീവിതങ്ങളും

ഡോ. ഖദീജാ മുംതാസ്

മലബാർ കലാപവും വാരിയംകുന്നത്തു കുഞ്ഞഹമ്മദ് ഹാജിയുമൊക്കെ ഒരു വട്ടം കൂടി ചർച്ചാ വിഷയങ്ങളാവുന്ന കാലമാണല്ലോ ഇത്. പുരുഷന്റെ ധീരതയും, നീതിബോധവും, മതാത്മകതയും അതിന്റെ ശരിതെറ്റുകളും തന്നെയാണ് അധികം വിദൂരമല്ലാത്ത ആ ചരിത്രത്തെ വിശകലനം ചെയ്യുമ്പോഴും ചർച്ചകളിൽ മുൻകൈ നേടുന്നതും. ലിഖിത ചരിത്രങ്ങളിൽ വെറും ഇരകളായി മാത്രം രേഖപ്പെടുത്തപ്പെട്ട മാപ്പിള സ്ത്രീയുടെ യഥാർത്ഥ ചരിത്രം അന്നാട്ടിലെ വാമൊഴി ആഖ്യാനങ്ങളിൽ മറഞ്ഞു കിടക്കുകയാണ് എന്നു പറയുന്നത് അതേ വിഷയത്തിൽ ഗവേഷണം നടത്തിയ ഷംസാദ് ഹുസൈൻ. ഒളി സംഘജീവിതത്തിൽ അവരനുവർത്തിച്ച പ്രതിരോധതന്ത്രങ്ങൾ, സഹജാവബോധത്തിന്റെ, ഉശിരിന്റെ മാതൃകകളായി ഉയർത്തിക്കാണിക്കാവുന്ന സ്ത്രീകൾ, പെൺവേഷക്കാരനെന്നു തെറ്റിദ്ധരിക്കപ്പെട്ട് വെടി കൊണ്ടു മരിക്കേണ്ടി വന്നവൾ, കാലിൽ വെടിയേറ്റിട്ടും തളരാതെ പുഴ നീന്തി അക്കരെപ്പറ്റിയവൾ... അങ്ങനെ എത്രയെത്ര ആഖ്യാനങ്ങൾ! എന്തിന്, ആ ദുരിതകാലത്തും കവിതയിലൂടെ സംവദിക്കാൻ ഊർജ്ജം കാണിച്ച സർഗധനരുമുണ്ടായിരുന്നു ആ വമ്പത്തികൾക്കിടയിൽ. അവരിൽ ചിലരെങ്കിലും ഗവേഷണ കാലത്തും ഖിലാഫത്തിന്റെ ചൂടൻ സ്മരണകളുമായി ജീവിച്ചിരുന്നിരുന്നു. വമ്പത്തികൾ ആ ദേശത്ത് ഇല്ലാതിരിക്കുന്നതെങ്ങനെ? അറബി മലയാളത്തിലെഴുതിയ പടപ്പാട്ടുകളും സൂഫി ചരിതങ്ങളും അവയിലൂടെ തെളിഞ്ഞ ഇസ്ലാമിന്റെ വിപ്ലവ ചരിതവും, പ്രാദേശിക പോരാട്ട ചരിത്രവും നീട്ടിച്ചൊല്ലിയും, കേട്ടും വായിച്ചും വളർന്നവർ തന്നെയല്ലേ അവരും! കച്ചവടം കൊണ്ടു സമ്പന്നരും പ്രബലരുമായ ഖുറൈശി കുടുംബത്തിലെ ഒരംഗം സ്ഥിതിസമത്വത്തിന്റെ പതാകയേന്തി, ദരിദ്രർക്ക് വേണ്ടി

സംസാരിച്ച്, അനാചാരങ്ങൾക്കെതിരെ പൊരുതി മുന്നോട്ടു വന്നപ്പോൾ, മക്കാനിവാസികൾ അദ്ദേഹത്തെ ദ്രോഹിച്ചു പുറന്തള്ളിയപ്പോൾ രണ്ടു കൈയും നീട്ടി സ്വീകരിച്ച മദീനയെപ്പറ്റി, ആ നാടിന്റെ പെൺമക്കളെപ്പറ്റി അവർ കേട്ടിട്ടുണ്ടു്. ദഫ്മുട്ടി, പാട്ടു പാടി നിരത്തോരം ഇരുപുറം നിന്ന് ഭാവി പ്രവാചകനായ നീതിമാനെ ആഹ്ലാദാരവങ്ങളോടെ എതിരേറ്റവർ അവരുടെയും ആവേശമാകാതെ വയ്യല്ലോ.

ചരിത്രം അറിയേണ്ടതുണ്ട് നാം, ഇസ്ലാമിലെ സ്ത്രീയെ അറിയാൻ. അറേബ്യയിലെ ചരിത്രം മാത്രമല്ല, നമ്മുടെ പ്രാദേശിക ചരിത്രങ്ങളും. ചരിത്രമില്ലാതെ വർത്തമാനമില്ല. 1400 വർഷം മുമ്പ് ഇസ്ലാമും പ്രവാചകൻ മുഹമ്മദും മാനവ സംസ്കാരത്തിനു നൽകിയ സ്ഥിതി സമത്വ സന്ദേശവും ജ്ഞാനാർജ്ജനത്തിലൂടെ പരിഷ്കൃതി എന്ന ആഹ്വാനവും, പാരമ്പര്യ ജീർണതകളുടെ നിഷ്കാസനവും സർവോപരി, പല ജാതി മനുഷ്യരെ ഒന്നിപ്പിക്കുന്ന രാഷ്ട്രതന്ത്രജ്ഞതയും അനന്യമായിരുന്നു എന്ന് മനസ്സിലാക്കാൻ ഗ്രന്ഥകർത്താവ് സൂചിപ്പിക്കും പോലെ വിശ്വാസിയോ, ഇസ്ലാം മതസ്ഥനോ പോലും ആകേണ്ടതില്ല. മുൻ വിധികൾ മാറ്റിവെച്ചുള്ള തുറന്ന മനസ്സു മാത്രം മതി. മഹാനായ ലെനിനും, എം എൻ റോയിയും ഇ.എം.എസ് ഉൾപ്പെടെയുള്ള മറ്റനേകം കമ്യൂണിസ്റ്റ് സോഷ്യലിസ്റ്റ് ചിന്തകരും താൽപ്പര്യപൂർവം നോക്കിക്കണ്ടിട്ടുണ്ട് ചരിത്രത്തിലെ ആ വിപ്ലവ നായകനെ. വർത്തമാനകാലത്തിരുന്നുകൊണ്ട് യുദ്ധവെറിയനും ഭോഗാസക്തനുമായ ഒരാളായി മുഹമ്മദിനെയും, ശാസ്ത്ര വിരുദ്ധവും സ്ത്രീ വിരുദ്ധവും മനുഷ്യ വിരുദ്ധവുമായ മതമായി ഇസ്ലാമിനെയും വിലയിരുത്തുന്നവരുണ്ട്. കൊള്ളയും പിടിച്ചുപറിയും പ്രാകൃത ഗോത്രാചാരങ്ങളും മാത്രമല്ല, ചുരുങ്ങിയ കാലംകൊണ്ട് ഒരു പ്രബല വിഭാഗത്തിന് കൈവന്ന കച്ചവടപുരോഗതി കൊണ്ടുവന്ന തീവ്രമായ ഉച്ചനീചത്വങ്ങളും മൂലം ഏറെ അസ്വസ്ഥജനകമായ സാംസ്കാരികാന്തരീക്ഷമായിരുന്നു അന്നു മക്കയിലും പരിസര പ്രദേശങ്ങളിലും. അവിടെ സ്ഥിതിസമത്വത്തിലൂന്നിയ ലളിത ജീവിത സിദ്ധാന്തം പ്രയോഗവൽക്കരിക്കാൻ നയതന്ത്രജ്ഞനായ മുഹമ്മദിന് ദൈവിക പരിവേഷമുള്ള ഒരു ഭരണ സംവിധാനം ആവശ്യമായിരുന്നു. അല്ലെങ്കിൽ, ദൈവകൽപ്പിതം എന്ന ലേബൽ ഇല്ലായിരുന്നുവെങ്കിൽ അത്രയധികം ഗോത്ര വിഭാഗമനുഷ്യരെ ഇവ്വിധം നവീന ചിന്തകളിലേക്ക് ഒന്നിപ്പിക്കാനാവുമായിരുന്നില്ല. ഇന്ന് വായിക്കുമ്പോൾ ആ ദൈവിക വചനങ്ങളിൽ ധാരാളം പൊരുത്തക്കേടുകളും ഗോത്ര ജീവിത സാംസ്കാരിക മുദ്രകളും പലരിലും അസ്വസ്ഥതയുണ്ടാക്കുന്നുമുണ്ട്. എന്നിരുന്നാലും; ആണാവട്ടെ പെണ്ണാവട്ടെ, കറുത്തവനാകട്ടെ വെളുത്തവനാകട്ടെ, സമ്പന്നനാവട്ടെ ദരിദ്രനാവട്ടെ, ഏതു വംശക്കാരനുമാവട്ടെ, നന്മ ചെയ്യുന്നവൻ ദൈവത്താൽ അംഗീകരിക്കപ്പെടും എന്ന സിദ്ധാന്തത്തിൽ അതു വരെ അവകാശങ്ങൾ നിഷേധിക്കപ്പെട്ടിരുന്ന സ്ത്രീയുടേതുൾപ്പെടെയുള്ളവരുടെ വിമോചനം തന്നെയായിരുന്നു ലക്ഷ്യം. അതിനായി കൊണ്ടുവന്ന പരിഷ്കരണങ്ങളിൽ പലതും ആദ്യ പടിയെന്ന

നിലയിൽ നടപ്പിലാക്കിയവയും കാലങ്ങളിലൂടെ പൂർത്തീകരിക്കപ്പെടേണ്ട വയുമായിരുന്നു. ബഹുഭാര്യാത്വനിയന്ത്രണം, സ്ത്രീക്കും അനന്തരാവ കാശം, മെഹർ എന്ന സ്ത്രീയുടെ വിവാഹാവകാശം, വലിയ വിലങ്ങുക ളില്ലാതെ സ്ത്രീക്കും സാധ്യമാവുന്ന വിവാഹമോചനാവകാശം ഇവ യൊക്കെ അവയിലുൾപ്പെടുന്നു. മുഹമ്മദ് നബിയുടെ വാർദ്ധക്യകാല ബഹുഭാര്യാത്വത്തെ, ധീരരും ജ്ഞാനികളുമായ സ്ത്രീകളുമൊത്തുള്ള ബൗദ്ധികമായ കൂട്ടു ജീവിതമായി നോക്കിക്കാണുന്ന ഒരു കാഴ്ചപ്പാടു കൂടി ഉണ്ടെന്നറിയുക. ഒന്നര സഹസ്രാബ്ദം മുമ്പുള്ള ഒരു കാലത്തെയാണ്, ആഖ്യാനങ്ങളിലൂടെ മാത്രം അറിഞ്ഞിട്ടുള്ള സൂക്ഷ്മജീവിതങ്ങളെയാണ് നാം വിലയിരുത്തുന്നത് എന്ന പരിമിതികൂടി അവിടെയുണ്ടല്ലോ.

ഇസ്ലാം മതം ആവിർഭവിക്കും മുമ്പു തുടങ്ങിയതാണ് അറേബ്യൻ പെനിസുലയുമായി കേരളത്തിനുള്ള ബന്ധം. അതു വെറും കച്ചവട ബന്ധ മായിരുന്നില്ല താനും. യെമനും പേർഷ്യയും അവയിലൂടെ സംസ്കാര ത്തിന്റെ കളിത്തൊട്ടിലായ മിസ് ർ (ഈജിപ്ത്) ആയിപ്പോലും കല, സാഹിത്യം, വൈജ്ഞാനികം തുടങ്ങി ഭാഷയും ഭക്ഷണ രീതിയും വരെ നീളുന്ന സർഗാത്മക ബന്ധമായിരുന്നു അത്. ഇസ്ലാം മതാവിർഭാവ ത്തോടെ അതിലെ മനുഷ്യസമത്വത്തിന്റെയും മനുഷ്യാവകാശങ്ങളുടെയും നവീനമായ ആശയങ്ങൾ കൂടി ഇവിടെയെത്തി. ബുദ്ധിസത്തിലും ഉപനി ഷത്തുകളിലും സമൃദ്ധമായിരുന്നുവെങ്കിലും വൈദിക ബ്രാഹ്മണമത സ്വാധീനത്താൽ നിഷ്പ്രഭമായി കിടന്നിരുന്ന ഇത്തരം ദർശനങ്ങളെ തേച്ചു മിനുക്കിയെടുക്കാൻ ഇസ്ലാമിക ദർശനങ്ങൾ പ്രേരകമായിട്ടുണ്ട്. ജാതീയ തയുടെ നുകത്തിനടിയിൽ നിന്ന് രക്ഷപ്പെടാൻ ഇസ്ലാം മതം സ്വീകരിച്ച കീഴാളമനുഷ്യരാണ് കേരളത്തിലെയും ഇന്ത്യയിൽത്തന്നെയുമുള്ള മുസ്ലിം സമൂഹത്തിലെ ഭൂരിപക്ഷീ എന്നതും മറക്കരുത്. ക്രിസ്ത്യൻ മതം പ്രഭവ ദേശത്തു നിന്ന് ഇസ്ലാമിനുമേറെ മുമ്പേ ഇവിടെ എത്തിയെങ്കിലും ആശയ സ്വാധീനത്താലല്ല, പതിനാറാം നൂറ്റാണ്ടിൽ മതപ്രചാരകരോടൊപ്പമെ ത്തിയ യൂറോപ്യൻ ആധുനികതകൊണ്ടാണ് കേരളീയ നവോത്ഥാന ത്തിൽ ഗുണപരമായി ഇടപെട്ടത്.

വ്യക്തിനിയമ അപരിഷ്കൃതത്വത്തെച്ചൊല്ലി ഇന്ന് ഇസ്ലാമിനെ അവ ജ്ഞയോടെ നോക്കുന്നവർ, സ്ത്രീ ശാക്തീകരണത്തിന്റെ മേഖലയിൽ ഇസ്ലാം ഹിന്ദുമതത്തെ നവീകരിച്ചിട്ടുണ്ട് എന്നു കേട്ടാൽ ചിരിച്ചെന്നു വരും. എം.എൻ.കാരശ്ശേരിയുടെ *ശരീഅത്ത്, ചില വർത്തമാനങ്ങൾ* എന്ന മുസ്ലിം സമുദായ വിമർശനാത്മകമായ കൃതിയിൽ പ്രമുഖ നിയമപണ്ഡി തനും, മനുഷ്യാവകാശ കമ്മീഷൻ അംഗം, ന്യൂനപക്ഷാവകാശ ചെയർ മാൻ, ഡൽഹി യൂണിവേഴ്സിറ്റി നിയമ വിഭാഗം പ്രൊഫസർ എന്നീ നിലകളിൽ സേവനമനുഷ്ഠിച്ചിട്ടുള്ള താഹിർ മുഹമ്മദുമായി ഗ്രന്ഥകാരൻ നടത്തുന്ന ഒരു ഇന്റർവ്യൂ ഉണ്ട്. അതിൽ അദ്ദേഹം പരാമർശിക്കുന്ന ചില കാര്യങ്ങൾ പുസ്തകത്തിനു അവതാരിക എഴുതിയ ചരിത്രകാരൻ ഡോ. ഗംഗാധരൻ പ്രത്യേകം എടുത്തു പറയുന്നുണ്ട്. ഹിന്ദു പാരമ്പര്യ

ത്തിൽ വിവാഹമോചനാവകാശമില്ലായിരുന്നു. സ്ത്രീ വിമോചനത്തിന് അവശ്യം ആവശ്യമായ ഈ അവകാശം അവൾക്ക് ലഭിക്കാനിടയായത് ഇസ്ലാമിന്റെ സ്വാധീനംമൂലമാണ്. ഉഭയസമ്മതപ്രകാരമുള്ള വിവാഹ മോചനം ഇന്ന് ഇന്ത്യൻ സ്പെഷ്യൽ മാര്യേജ് ആക്ടിൽ ഉണ്ടല്ലോ. അതിന്റെ അവലംബം ഇസ്ലാമിലെ 'മുബാറാത്ത്' എന്ന വിവാഹമോചന രീതിയാണ്. ഇന്ന് മുസ്ലിം സ്ത്രീക്ക് അനന്തരാവകാശം കൊടുക്കുന്നതിലെ വിവേചനത്തെപ്പറ്റി നമുക്കു പറയാനാകുന്നത്, സ്ത്രീക്ക് അനന്തരാവകാശമുണ്ടെന്ന സങ്കൽപ്പമേ ഇല്ലാതിരുന്ന ഇന്ത്യൻ സംസ്കാരത്തിലേക്ക് ഇസ്ലാമിലെ ആശയങ്ങൾ വെളിച്ചമേകിയത് കൊണ്ടാണ്. ചരിത്രകാരൻ തിരിച്ചറിയുന്ന നിയമ വിദഗ്ദ്ധന്റെ നിരീക്ഷണങ്ങളാണിവ. സ്ത്രീക്ക് സഹോദരനു കിട്ടുന്നതിന്റെ പകുതി അവകാശമുണ്ടെന്ന് ഇസ്ലാം പ്രഖ്യാപിച്ചത് അക്കാലത്തെ വലിയ വിപ്ലവമായിരുന്നു. ഈ ആദ്യ കാൽവെപ്പിൽ നിന്ന് ഇനിയും മുന്നോട്ടു പോകേണ്ടതുണ്ട് എന്ന തിരിച്ചറിവിൽ നിന്നാണ് ശരീഅത്ത് വിമർശനം നാമിപ്പോൾ നടത്തുന്നതും.

എഴുപതുകൾ മുതൽ, എൻ. പി. മുഹമ്മദിൽ തുടങ്ങി എം.എൻ. കാരശ്ശേരി, ചേകന്നൂർ മൗലവി, നിസ എന്ന സ്ത്രീ സംഘടനയുടെ സ്ഥാപക വി.പി.സുഹ്റ തുടങ്ങി ധാരാളം മലയാളികൾ വ്യക്തിനിയമ പരിഷ്കരണത്തിനു വേണ്ടി എഴുതുകയും പ്രവർത്തിക്കുകയും ചെയ്തിട്ടുണ്ട്. 1984 ൽ കേരളത്തിൽ വെച്ചു നടന്ന അഖിലേന്ത്യാ ഡി.വൈ.എഫ്.ഐ.സമ്മേളനത്തിൽ അതിഥിയായെത്തിയ ഇർഫാൻ ഹബീബിനെ അനുകൂലിച്ച് തദ്വിഷയത്തിൽ സംസാരിച്ചതിനാണല്ലോ ഇ.എം.എസ് അധിക്ഷേപിക്കപ്പെട്ടതും എതിർപ്രകടനങ്ങൾ നടക്കുകയും ചെയ്തത്. ഗ്രന്ഥകാരൻ ആ സംഭവം വിശദമായി ഇവിടെ എഴുതുന്നുമുണ്ട്. ഒരു വർഷം കഴിയും മുമ്പ് പ്രതിഷേധക്കാരുടെ ആസുരമുഖവും ഇന്ത്യകണ്ടു. ഷബാനു കേസിന്റെ വിധിക്കു പിന്നാലെ. ദരിദ്രയായ ഷബാനുവിന്, ഏകപക്ഷീയമായി അവരെ മൊഴി ചൊല്ലിയ അഭിഭാഷകനായ ഭർത്താവ് ജീവനാംശം കൊടുക്കണമെന്ന വിധി തീർപ്പിനെതിരെ അതു ഇസ്ലാമിക തത്വങ്ങൾക്കു വിരുദ്ധമെന്നു പറഞ്ഞ് പുരുഷ ഇസ്ലാമിന്റെ പ്രതിനിധികൾ രാജ്യമാകെ പ്രക്ഷോഭം അഴിച്ചുവിട്ടു. അന്നത്തെ രാജീവ് ഗാന്ധി ഗവണ്മെന്റ് തിരക്കിട്ട് ഓർഡിനൻസായി മുസ്ലിം വനിതാബിൽ പാസ്സാക്കിയെടുത്ത് സമാധാനം പുനഃസ്ഥാപിച്ചു! മുസ്ലിം പുരുഷൻ സ്ത്രീക്ക് മാസാമാസം ജീവനാംശം കൊടുക്കേണ്ട! (പിരിയുമ്പോൾ എന്തെങ്കിലും കണക്കാക്കി കൊടുത്തു വിടുക). പുരുഷ ഇസ്ലാമിനു വേണ്ടി രാഷ്ട്രീയ പ്രീണനം നടത്തിയ രാജീവ് ഗാന്ധിക്ക് വൈകാതെ ഹിന്ദു വർഗീയ വാദികൾക്കും വഴങ്ങിക്കൊടുക്കേണ്ടിവന്നു. ബാബ്റി മസ്ജിദിലെ രാമശിലാസ്ഥാപനവും ഇന്ത്യയിലാകെ അതുണ്ടാക്കിയ വിഭാഗീയതയും പിന്നീടു കാലക്രമേണ അരങ്ങേറിയ ദുരന്തങ്ങളും ഒക്കെ ചരിത്രമാണ്. മതത്തെ രാഷട്രീയത്തിൽ പ്രതിലോമപരമായി ഉപയോഗിച്ചതിന്റെ ചരിത്രം!

സ്വതസിദ്ധമായിത്തന്നെ ഒരു രാഷ്ട്രീയ ചട്ടക്കൂടുള്ള മതമാണ് ഇസ്ലാം.

പ്രവാചകന് ആശയപരമായ വ്യക്തത മാത്രമല്ല, രാഷ്ട്രീയമായ ഒരു കർമ്മ പദ്ധതിയും അതിന്റെ പ്രയോഗവൽക്കരണത്തിനുള്ള നയചാതുരിയുമുണ്ടായിരുന്നു. ദൈവകൽപ്പിതമെന്ന് വിശ്വസിക്കപ്പെടുന്ന ഈ രാഷ്ട്രീയ ചട്ടക്കൂട് ഇസ്ലാമിന്റെ തുടക്കത്തിൽ എത്ര ഗുണാത്മകമായി പ്രവർത്തിച്ചുവോ പിന്നീടതു തന്നെ ഇസ്ലാമിന്റെ ദൗർബ്ബല്യവും പ്രതിലോമപരതയും ആയി മാറുന്നുണ്ട്. മതത്തിന്റെ അടിസ്ഥാനാശയങ്ങളോടൊപ്പം അത് ഒരു വിശ്വാസിയിലേക്ക് പലയളവിൽ പകർത്തപ്പെടുന്നുമുണ്ട്. അതുകൊണ്ടു തന്നെ അതു ദുരുപയോഗം ചെയ്യപ്പെടാനുള്ള സാധ്യതയും നിലനിൽക്കുന്നു. ഇസ്ലാമിന്റെ സമത്വാദർശങ്ങൾ, സോഷ്യലിസം, സ്ത്രീ വിമോചനാശയങ്ങൾ എല്ലാം മാനവ സംസ്കൃതിക്കാവശ്യമാണ്. അതിന്റെ വിപ്ലവ ചരിത്രവും നമുക്ക് ഊർജ്ജമാക്കാവുന്നതുമാണ് . അത്രത്തോളം തന്നെ അതിന്റെ പൗരാണികതയിലുറച്ചുപോയ രാഷ്ട്രീയ ചട്ടക്കൂടിനെ അവധാനതാപൂർവം അടർത്തിക്കളയേണ്ടതുമുണ്ട്. കാരണം, മനുഷ്യ സംസ്കാരത്തിന്റെ ഗതി മുന്നോട്ടു തന്നെയായിരിക്കണമല്ലോ. മനുഷ്യാവകാശങ്ങളുടെ കൂടുതൽ വിപുലമായ ആശയങ്ങൾക്കുനേരെ അതിനു വാതിൽ തുറന്നിടേണ്ടതുമുണ്ട്.

വാരിയംകുന്നനും മലബാർ കലാപവും ഇപ്പോൾ വീണ്ടും ചർച്ചയാവുമ്പോൾ ഇ.എം.എസ് ആക്രമിക്കപ്പെടുന്നത് ഹിന്ദുത്വവാദികളാലാണ്. മലബാർ കലാപത്തെ കോളനിവിരുദ്ധ വിപ്ലവ മുന്നേറ്റമായും വാരിയംകുന്നനെ ധീരനായ പോരാളിയായും അദ്ദേഹം അംഗീകരിച്ചിരുന്നത് ചൂണ്ടിക്കാണിച്ചപ്പോളാണത്. കലാപം നടക്കുമ്പോൾ 11 വയസ്സു മാത്രം പ്രായമുണ്ടായിരുന്ന മലബാറുകാരൻ കുട്ടിയുടെ തീർച്ചപ്പെടാത്ത അനുഭവങ്ങളും, കറുപ്പും വെളുപ്പുമായ കേൾവിയനുഭവങ്ങളും കാലങ്ങളിലൂടെ നടത്തിയ മനനവും ഒക്കെയായിരിക്കുമല്ലോ അദ്ദേഹത്തെ അത്തരമൊരു തീർപ്പിലേക്കെത്തിച്ചത്. 1946 ൽ 'ആഹ്വാനവും താക്കീതും' എഴുതുമ്പോൾ സോഷ്യലിസ്റ്റ് മുന്നേറ്റങ്ങൾക്ക് ആ മുസ്ലിം നേതൃത്വവിപ്ലവത്തിൽ നിന്ന് സമാഹരിക്കാവുന്ന ഊർജ്ജത്തെപ്പറ്റിയുള്ള ഉണർത്തലും ഒപ്പം, അത്തരമൊരു മുന്നേറ്റം വർഗീയമായി പരിണമിപ്പിക്കപ്പെടാനുള്ള സാധ്യതയ്ക്കെതിരായ ജാഗ്രതപ്പെടുത്തലും നിർവഹിക്കുന്നുണ്ട് അദ്ദേഹം. ആരായിരുന്നു അതിനെ വർഗീയമായി പരിണമിപ്പിച്ചത്? തീർച്ചയായും കൊളോണിയൽ നിയമ നടത്തിപ്പുകാരുടെ കൽപ്പിച്ചു കൂട്ടിയുള്ള ഇടപെടൽ അനിഷേധ്യമാണ്. പക്ഷേ, അതു മാത്രമല്ല താനും!

പോരാട്ട വീരരായ ഇന്ത്യൻ മുസ്ലിമിനെ ദേശീയ പ്രസ്ഥാനവുമായി ചേർത്തുനിർത്താനുള്ള വ്യഗ്രതയിൽ ദേശീയ നേതാക്കളുടെ ആഹ്വാനം മാനിച്ച് നാടൊട്ടാകെ ഖിലാഫത്ത് കമ്മിറ്റികൾ കെട്ടിപ്പടുക്കുമ്പോൾ അവർ മറന്നു പോയതോ അവഗണിച്ചതോ ആയ കാര്യം ഇസ്ലാമിന്റെ വിപ്ലവാദർശങ്ങളോടു കെട്ടുപിണഞ്ഞു കിടക്കുന്ന പൊളിറ്റിക്കൽ ഇസ്ലാമിന്റെ പ്രാഗ്‌രൂപ സ്വാധീനമാണ്. ഖിലാഫത്ത് എന്നു പേരിട്ടതോടെ അതിനുത്തരവാദപ്പെട്ടവർ ആ വിശ്വാസ പൂർത്തീകരണത്തിന് പരോക്ഷാംഗീകാരം

കൊടുക്കുകയായിരുന്നു. ബ്രിട്ടീഷ് സൈന്യ ശക്തി തുർക്കിയിലെ ഖിലാഫത്ത് ഭരണം അവസാനിപ്പിച്ച സമയമായിരുന്നല്ലോ അത്! ഇന്നത്തെ പൊളിറ്റിക്കൽ ഇസ്ലാമിന്റെ (ദൈവിക ഭരണം), ഗൂഢാധികാര മോഹത്തോടോ ഭൗതിക ലാഭക്കൊതിയോടോ, ജന്മികൊളോണിയൽ ചൂഷണത്തിനെതിരെ ഒരു നൂറ്റാണ്ടായി പൊരുതിക്കൊണ്ടിരുന്ന ആ ധീരരുടെ പരാജിതദൗത്യത്തെ തുലനം ചെയ്തുകൂടാ. എങ്കിലും ദൈവിക പ്രതിനിധി ഭരണമെന്ന സമത്വസുന്ദര പ്രവാചക ഖിലാഫത്തിന്റെ പുന:സ്ഥാപനമാണ് തങ്ങളുടെ കർത്തവ്യമെന്ന മിഥ്യാധാരണയിലേക്ക് പോരാട്ട വീരരായ ഏറനാടൻ വള്ളുവനാടൻ മുസ്ലിങ്ങൾ വീണുപോയതാണ് വലിയൊരു ദുരന്തത്തിൽ അതു കലാശിച്ചതിന്റെ മറ്റൊരു പ്രധാന കാരണമെന്നത് പറയാതെ വയ്യ. 'മലയാള രാജ്യ'ത്തിന്റെ അതിർത്തിയിലൊതുങ്ങാത്ത വിശാലമായ ദേശീയ മൂവ്മെന്റിന്റെ ഭാഗമായാണ് തങ്ങൾ പ്രവർത്തിക്കേണ്ടത് എന്ന സന്ദേശം അവരിലെത്തിക്കാൻ അവരുടെ ദീർഘകാലമായുള്ള ആന്റി കൊളോണിയൽ വികാരത്തെ മുതലെടുക്കാൻ ശ്രമിച്ച ദേശീയ നേതാക്കൾ ശ്രദ്ധ ചെലുത്തിയില്ല. വിപ്ലവനേതാക്കൾ അറിഞ്ഞിരുന്നുവെങ്കിൽത്തന്നെ, നേതാക്കളേക്കാൾ വിപ്ലവവീര്യമുണ്ടായിരുന്ന അണികളെങ്കിലും അത് ഉൾക്കൊണ്ടിരുന്നില്ല. മറ്റൊരു പ്രമുഖ ഖിലാഫത്ത് നേതാവായിരുന്ന, പിന്നീട് തൂക്കിലേറ്റപ്പെട്ട ആലി മുസ്ല്യാരുടെ ഈ ധർമ്മസങ്കടം വെളിവാക്കുന്നുണ്ട് ചരിത്ര പുസ്തകങ്ങളിലെഴുതി ചേർക്കപ്പെട്ട കീഴടങ്ങുന്നതിനു മുമ്പുള്ള നാടകീയ രംഗങ്ങൾ!

ഷംസാദ് ഹുസൈനുമായുള്ള അഭിമുഖത്തിലേക്കു തിരിച്ചു വന്നാൽ, ഖിലാഫത്ത് സ്മരണകൾ പങ്കുവെച്ച വാമൊഴിക്കാരുടെ, ഇന്ത്യ എന്ന ദേശീയ ബോധത്തെപ്പറ്റിയുള്ള അന്വേഷണത്തിന് അവർ നൽകിയ തനിമയാർന്ന ഉത്തരം ഏറെ കൗതുകകരമായി തോന്നി. 'മലബാറിലെ പഴമക്കാർ രാജ്യം എന്നതുകൊണ്ടുദ്ദേശിക്കുന്നത് വളരെ ചുരുങ്ങിയ ഒരു പ്രദേശത്തെയാണ്. പരപ്പനങ്ങാടിക്കാർ കൊണ്ടോട്ടിക്കാരിയോട് സംസാരിക്കുമ്പോൾ ചോദിക്കുക നീയേത് രാജ്യക്കാരിയാണ് എന്നാണ്. കൊണ്ടോട്ടി എന്ന ഉത്തരം അവർ തല കുലുക്കി സ്വീകരിക്കുകയും ചെയ്യും.' വിശാലമായ അർത്ഥത്തിലുള്ള, വിവിധ ദേശ, ഭാഷാസംസ്കാര സമ്പന്നമായ, അക്കാലത്ത് തീരെ അമൂർത്തം തന്നെയായിരുന്ന ഒരു രാജ്യ സങ്കൽപ്പത്തെപ്പറ്റി ബോധ്യമില്ലാതിരുന്ന ആ ഋജുമാനസർ ബ്രിട്ടീഷുകാരോട് പ്രാദേശികമായി പൊരുതി, ചെറിയ നന്മരാജ്യങ്ങൾ (ഖിലാഫത്തുകൾ) സ്ഥാപിക്കാൻ ശ്രമിക്കുകയായിരുന്നു എന്നതല്ലേ ശരി? തീർച്ചയായും ആ കൊച്ചു രാജ്യത്ത് ചൂഷക പക്ഷത്തല്ലാത്ത എല്ലാ പ്രാദേശിക മനുഷ്യർക്കും ജാതി മത ഭേദമെന്യെ തുല്യനീതിയുണ്ടായിരുന്നു! അന്നവരാ സങ്കൽപ്പം നിഷ്കളങ്കമായി ഏറ്റെടുത്ത് വഞ്ചിക്കപ്പെടുകയായിരുന്നുവെങ്കിൽ ഇന്നത്തെ രാഷ്ട്രീയ ഇസ്ലാം കൂടുതൽ നിഗൂഢവും കേന്ദ്രീകൃതവുമാണ്. ആ അധികാര വ്യവസ്ഥ സ്ത്രീ വിരുദ്ധവുമാണ്. കാരണം, അത് 1400 വർഷങ്ങൾ മുമ്പത്തെ ഇസ്ലാമിക നിയമങ്ങളിൽ

ബോധപൂർവം കല്പിച്ചു നിർത്തിയതാണ്.

മതരാജ്യ സങ്കൽപ്പം എല്ലാ വിശ്വാസികളുടെയും മനസ്സിലുണ്ടെന്നാക്ഷേപിക്കാൻ വയ്യ. സ്ത്രീയുടെ ഇസ്ലാമിലെ ഇന്നത്തെ പരിതാപകരമായ അവസ്ഥ, വിദ്യാഭ്യാസം സിദ്ധിച്ചാലും മാനസികമായി കടുത്ത അസ്വാതന്ത്ര്യമനുഭവിക്കേണ്ടി വരുന്ന അവസ്ഥ അതു കൊണ്ടെന്നു പറയുന്നതും അതിശയോക്തിപരമാകും. പക്ഷേ, സ്ഥാപനവൽക്കരിക്കപ്പെട്ട, രാഷ്ട്രീയവൽക്കരിക്കപ്പെട്ട മതവും അതിന്റെ മാറാൻ കൂട്ടാക്കാത്ത നയങ്ങളും മൂലമെന്നത് അനിഷേധ്യമായ വസ്തുതയും

ഗ്രന്ഥകാരൻ ചൂണ്ടിക്കാണിക്കുംപോലെ, ഇസ്ലാമിലെ അടിസ്ഥാനാശയങ്ങൾ പരിചയാക്കിക്കൊണ്ടു തന്നെ പുതുകാലപെൺകുട്ടികൾ സ്ത്രീവിരുദ്ധ വ്യവസ്ഥയ്ക്കെതിരെ പൊരുതാതിരിക്കില്ല. വിശ്വാസികളും അല്ലാത്തവരും അവരിലുണ്ടാകും. കാരണം, മതം എപ്പോഴും തീവ്ര വിശ്വാസത്തിന്റെ പ്രശ്നമാകണമെന്നില്ലല്ലോ. ഒരാൾ വളർന്നു വന്ന സംസ്കാരവും പൊട്ടിച്ചെറിയാനാവാത്ത മനുഷ്യബന്ധങ്ങളും കൂടിയാണ് മതം.. അതുകൊണ്ടുതന്നെ മുസ്ലിങ്ങളെയെല്ലാം നാസ്തികരാക്കുന്ന ശാസ്ത്രവിശ്വാസികളുടെ മാർഗം സ്വാതന്ത്ര്യത്തിനു വേണ്ടി അവരെല്ലാം സ്വീകരിക്കണമെന്നില്ല. സ്വീകരിക്കേണ്ടതുമില്ല.

ഇസ്ലാമിലെ സ്ത്രീകൾ

എല്ലാ മതങ്ങളും പുരുഷ കേന്ദ്രിതമായി രൂപപ്പെട്ടതാണ്. ലോകത്തുണ്ടായ എല്ലാ മതങ്ങളുടെയും കേന്ദ്രസ്ഥാനം സ്ത്രീവിരുദ്ധമാണ്. എന്നാൽ മതങ്ങളെല്ലാം സ്ത്രീയെ 'ബഹുമാനിക്കുന്നു, പൂജിക്കുന്നു, ആദരിക്കുന്നു' എന്ന ലേബലിലാണ് തങ്ങളുടെ സ്ത്രീവിരുദ്ധത വിപണനം ചെയ്യുന്നത്.

പ്രധാനമായും *ഖുർ-ആൻ*, ഹദീസുകൾ, ആയത്തുകൾ ഇവയിലൂടെയാണ് ഇസ്ലാമിക ദർശനം വെളിവാക്കപ്പെടുന്നത്. ഹീറാ ഗുഹയിൽ ധ്യാന നിമഗ്നനായിരുന്ന മുഹമ്മദ് നബിക്ക് മുന്നിൽ ജബ്രീൽ എന്ന മലക്ക് പ്രത്യക്ഷപ്പെട്ട് നൽകിയ വെളിപാട് ആയിട്ടാണ് *ഖുർ-ആൻ* വിരചിതമാകുന്നത്. അതായത് ഖുർ-ആൻ സൂക്തങ്ങൾ ദൈവകൽപ്പിതങ്ങളാണെന്ന് സൂചിതം. ഇതിനെ തുടർന്നുളവായ നബിചര്യകളാണ് ഹദീസുകൾ എന്ന പേരിൽ അറിയപ്പെടുന്നത്. പ്രവാചകൻ പറഞ്ഞതും പ്രവർത്തിച്ചതുമായി കരുതപ്പെടുന്ന കാര്യങ്ങളുടെ രേഖപ്പെടുത്തിയ വിവരങ്ങളായിട്ടാണ് ഹദീസുകളെ പരിഗണിക്കുന്നത്. വിശ്വാസികളെ സംബന്ധിച്ചിടത്തോളം പ്രവാചകനും, ചരിത്രകാരൻമാരെയും സാമൂഹിക നിരീക്ഷകരെയും സംബന്ധിച്ച് സാമൂഹിക പരിഷ്കർത്താവും വിപ്ലവകാരിയുമാണ് മുഹമ്മദ്നബി. ഏഴാം നൂറ്റാണ്ടിലെ ജീവിതസാഹചര്യങ്ങളും ജീവിതവീക്ഷണങ്ങളും *ഖുർ-ആൻ* വഴി വെളിവാക്കപ്പെടുന്നു. പൊതുവെ പ്രക്ഷിപ്തഭാഗങ്ങൾ ഇല്ലാത്ത ഒന്നായിട്ടാണ് വിശുദ്ധ ഗ്രന്ഥം പരിഗണിക്കപ്പെടുന്നത്. *ഖുർ-ആൻ* വ്യാഖ്യാനങ്ങളിലാണ് വ്യഖ്യാതാക്കളുടെ വീക്ഷണങ്ങൾ ഉൾച്ചേരുന്നത്. ഹദീസുകൾ ഏതാണ്ട് ഇതേവിധത്തിലാണ്. 7000 മുതൽ ആറ് ലക്ഷംവരെ ഹദീസുകൾ വിവിധ കാലങ്ങളിലായി പുറത്ത് വന്നിട്ടുണ്ട്. മുഹമ്മദ് നബിയുടെ ഉപദേശങ്ങൾ എന്ന രൂപത്തിലും ഹദീസുകൾ അറി

യപ്പെടുന്നുണ്ട്. ആധികാരികമെന്ന് അവകാശപ്പെടാൻ കഴിയുന്ന ഹദീസുകളുടെ ക്രോഡീകരണം നടക്കുന്നത് നബിക്ക് ശേഷം ഏതാണ്ട് രണ്ടര നൂറ്റാണ്ട് കഴിഞ്ഞാണ്. ഇമാം ബുഖാരിയുടേതാണ് പ്രധാന ക്രോഡീകരണം. മതപണ്ഡിതൻമാർ, ഇസ്ലാംഭരണാധികാരികൾ, വ്യാഖ്യാതാക്കൾ എന്നിവരെല്ലാം തങ്ങളുടെ ആശയം ബോധ്യപ്പെടുത്താനും ഭൗതിക നേട്ടങ്ങൾ ഉറപ്പിക്കാനും ഹദീസുകൾ പടച്ചുവിട്ടതാണ് അതിന്റെ പെരുപ്പത്തിന് കാരണമായി ചരിത്രകാരൻമാർ ചൂണ്ടിക്കാട്ടുന്നത്. ഹദീസുകൾ പലതും കാതോട് കാതോരം പറഞ്ഞു പകർന്നതാണ്. വാമൊഴികൾ പിൽക്കാലത്ത് ലിഖിതപ്പെടുത്തുകയായിരുന്നു.

ഹദീസ് എന്ന വാക്കുത്ഭവിച്ചത് 'ഹാദ്ദുസ' എന്ന ക്രിയാ പദത്തിൽ നിന്നാണ്. പറയുക അഥവാ ഓർമയിൽ നിന്ന് പറയുക എന്നാണ് ഈ വാക്കിന്റെ അർത്ഥം. പ്രവാചകനോടൊപ്പം സഞ്ചരിച്ച വ്യക്തികൾ, ഭാര്യമാരുൾപ്പെടെയുള്ള ബന്ധുജനങ്ങൾ എന്നിവരിൽനിന്ന് കേട്ട് പകർത്തിയെഴുതി ധാരാളം കൈവഴികളിലൂടെ, ധാരാളം പാഠഭേദത്തിന് വിധേയമായി വ്യാഖ്യാതാക്കളുടെ ചർവിത ചർവണത്തിനിരയായതാണ് ഒട്ടുമിക്ക ഹദീസുകളും. ഹദീസുകളെക്കുറിച്ച് ഫാത്തിമ മെർനീസി പറയുന്നത് 'ആദ്യ നൂറ്റാണ്ടുകളിലെങ്കിലും ഇസ്ലാം യുക്തിയുടെ മതമായിരുന്നു. തങ്ങളുടെ കൈകളിൽ ഉള്ള അറിവിന്റെ ഉപകരണമായ ഹദീസുകളുടെ സമാഹാരം ഉപയോഗിച്ച് ഉത്തരവാദിത്വത്തോടെ ശരിയും തെറ്റും വേർതിരിച്ച് പറയാൻ അതിന്റെ പ്രാണേതാക്കൾക്ക് കഴിഞ്ഞിരുന്നു. അനേക നൂറ്റാണ്ടുകൾക്കു ശേഷം, വിമർശിക്കാനും സ്വയം തീരുമാനങ്ങളിലെത്താനും കഴിയുന്ന വിശ്വാസികളുടെ സ്ഥാനത്ത്, മെരുക്കപ്പെട്ടവരും സെൻസർഷിപ്പിന് വിധേയരായവരും അനുസരണശീലമുള്ളവരും വിധേയത്വമുള്ളവരുമായ മുസ്ലീങ്ങളെ നമുക്ക് കാണാൻ കഴിയുന്നു.

ഹദീസുകൾ വിപുലീകൃതമായി വന്നതിൽ പരസ്പര വിരുദ്ധമായ രണ്ട് പ്രവണതകൾ തമ്മിൽ ഏറ്റുമുട്ടിയത് കാണാൻ നമുക്ക് കഴിയും; ഒരു വശത്ത്, വിശുദ്ധമായതിനെ വളച്ചൊടിക്കാനുള്ള പുരുഷന്മാരായ രാഷ്ട്രീയക്കാരുടെ ആഗ്രഹം; മറുവശത്ത് ഈ പ്രവണതയെ എതിർക്കാനുള്ള പണ്ഡിതൻമാരുടെ ദൃഢനിശ്ചയം...... ഒരിക്കൽ സംഗ്രഹിച്ചു കഴിഞ്ഞാൽ ഹദീസുകൾ, മുഹമ്മദിന്റെ ആശയ സംഹിത പഠിപ്പിക്കുന്ന സുന്നത്ത് ആകുന്നു. ജീവിതത്തിൽ ഭൂമിയിലും മരണാനന്തരം പരലോകത്തും നന്മയിലേക്ക് നയിക്കുന്നതെന്ന് പ്രവാചകൻ കരുതിയ മാർഗ്ഗങ്ങളാണ് ഹദീസുകളിലൂടെ (*ഖുർ-ആൻ* വ്യാഖ്യാനങ്ങളിലൂടെയും) വിശ്വാസികൾക്ക് മുന്നിൽ അവതരിപ്പിക്കപ്പെടുന്നത്![1]

ഒരേ സംഭവത്തെക്കുറിച്ച് വ്യത്യസ്തമായ വിവരങ്ങൾ വെവ്വേറെ ഹദീസുകളിൽ കാണാം. എങ്ങനെ ശരീര ശുദ്ധി നിർവ്വഹിക്കണം? ആദ്യത്തെ വിവാഹ രാത്രിയിൽ എങ്ങനെ പെരുമാറണം? തുടങ്ങി ആഭ്യന്തര യുദ്ധത്തിന്റെ സന്ദർഭങ്ങളിൽ എന്തു ചെയ്യണം? എന്നൊക്കെയുള്ളതിൽ വ്യത്യസ്തതകൾ കാണാൻ കഴിയും.

അന്ത്യപ്രവാചകൻ ആയിട്ടാണ് മുഹമ്മദ് നബിയെ ഇസ്ലാമിക സമൂഹം ദർശിക്കുന്നത്. അതായത് ലക്ഷത്തിനുമേൽ പ്രവാചകൻമാർ ഭൂമിയിൽ ഉടലെടുത്തിട്ടുണ്ട്. അവസാനത്തെ ദൈവിക അരുളപ്പാടായിട്ടാണ് നബിയുടെ പ്രവചനങ്ങൾ കണക്കാക്കുന്നത്. എന്നാൽ ഇസ്ലാംമതത്തിൽ പിൽക്കാലത്തുണ്ടായ ഭിന്നതയിൽ ഷിയാ വിഭാഗം അന്ത്യപ്രവാചകനായി മുഹമ്മദ് നബിയെ അല്ല പരിഗണിക്കുന്നത്. പാകിസ്ഥാനിലെ ഏകദേശം 4% വരുന്ന മുസ്ലീങ്ങൾ ഷിയാ വിഭാഗങ്ങളിൽപെട്ടവരാണ്. ഇവരെ ഇസ്ലാമിന്റെ ശത്രുക്കളായിട്ടാണ് മറ്റുള്ളവർ വിലയിരുത്തുന്നത്. പാക്കിസ്ഥാനെ പോലുള്ള ചില രാജ്യങ്ങളിൽ സ്വയം വെളിപ്പെടുത്തുന്ന ഷിയാ വിഭാഗക്കാരെ ശിക്ഷിക്കുക പോലുമുണ്ട്.

ഇന്നത്തെ ലോകത്തിന് അചിന്തനീയമായ ധാരാളം ആചാരാനുഷ്ഠാനങ്ങളാൽ നിറഞ്ഞിരുന്ന അറബ് സമൂഹത്തെയാണ് മുഹമ്മദ് നബി അഭിസംബോധന ചെയ്തത്. ഈ ദുരിത ജീവിതത്തിൽനിന്നും അവരെ രക്ഷപ്പെടുത്താനായി നിഷ്ഠകളും നിർദ്ദേശങ്ങളും നബി മുന്നോട്ടു വച്ചു. 'ദൈവഹിതമാണ്' തന്റെ അഭിപ്രായങ്ങൾ എന്നത് നബിക്ക് കൂടുതൽ വിശ്വാസ്യത നൽകി. അതുകൊണ്ട് അദ്ദേഹത്തെ അൽ അമീൻ (വിശ്വസ്തൻ) എന്ന അപരനാമധേയം നൽകിയാണ് വിശ്വാസി സമൂഹം ആദരിച്ചത്.

എ.ഡി. അഞ്ചാം നൂറ്റാണ്ടുമുതൽ മക്ക വ്യാപാര കേന്ദ്രമായി മാറിയിരുന്നു. അറബ് നാടുകളും ആഫ്രിക്ക ഉൾപ്പെടെയുള്ള രാജ്യങ്ങളിലേക്കും കടൽ സഞ്ചാരത്തിനും വ്യാപനത്തിനും ഉപയുക്തമായ സമുദ്രമാർഗ സൗകര്യത്തിന്റെ ഒരു പ്രധാന കേന്ദ്രമായതുകൊണ്ടാണ് മക്കയ്ക്ക് ഈ പ്രാധാന്യം അക്കാലത്ത് ലഭിച്ചത്. ഒരു അന്തർദേശീയ കേന്ദ്രം എന്ന രീതിയിൽ മക്ക ശ്രദ്ധേയമായ ഒരു സ്ഥലമായിരുന്നു. അറേബ്യയിൽ അന്ന് നിലവിൽ ഉണ്ടായിരുന്ന ഗോത്ര സംസ്കാരവും പുതുതായി ഉദയം ചെയ്തുവന്ന വ്യാപാര സമൂഹ മൂല്യ സങ്കൽപ്പങ്ങളും തമ്മിൽ വൈരുദ്ധ്യം ദൃശ്യമാകുന്നതിന് ഇത് ഇടവരുത്തി.

എല്ലാ കാലത്തും തങ്ങൾ തുടരുന്ന ആചാരമാണ് ശരി, അതിൽ മാറ്റം വരാൻ പാടില്ലായെന്ന് ശഠിക്കുന്നവർ തീരെ ന്യൂനപക്ഷമല്ല. പൊയ്പ്പോയ ആചാരങ്ങളെല്ലാം അനാചാരങ്ങളും നിലനിൽക്കുന്നവയെല്ലാം സദാചാരങ്ങളുമാണെന്നാണ് ഇക്കൂട്ടർ കണക്കാക്കുന്നത്. പ്രാകൃത ജീവിത വ്യവസ്ഥയിൽ തന്നെ തുടരുന്ന ഒരു വിഭാഗമായിരുന്നു മക്കയിലേക്ക് വിവിധ അറേബ്യൻ പ്രദേശങ്ങളിൽനിന്ന് കുടിയേറിയ ബദൂവിയൻ വംശജർ. മേൽപ്പറഞ്ഞ ആചാര സംരക്ഷകരായിരുന്നു ഇവർ. തങ്ങളുടെ ഗോത്ര ജീവിതാചാരങ്ങളിൽ നിന്ന് ഇവർക്ക് വ്യതിചലിക്കാൻ താൽപ്പര്യം ഇല്ലായിരുന്നു. സഞ്ചാരികളും സ്ഥിരവാസികളുമല്ലാതിരുന്ന ഇവർക്ക് ഒട്ടകങ്ങളും കന്നുകാലികളും മാത്രമേ സ്വത്തുക്കളായി ഉണ്ടായിരുന്നുള്ളു. കുറച്ച് ആയുധങ്ങളും ഇവർ ഒപ്പം കൂട്ടിയിരുന്നു. പണകൈമാറ്റം ഇവരിൽ വികസിച്ചു വന്നിട്ടുമുണ്ടായിരുന്നില്ല. എന്നാൽ ബാർട്ടർ

സമ്പ്രദായികളായ ഇവരും നാണയ വ്യവസ്ഥയിലേക്ക് കടന്ന വ്യാപാരി സമൂഹവും തമ്മിൽ ചേർച്ചയില്ലാത്ത സാഹചര്യം ഉണ്ടായി. ഇവരിൽ കുറെ പേർ വിവിധ ഗോത്രങ്ങളുമായി വ്യാപാര ബന്ധങ്ങൾ ഉണ്ടാക്കി. സ്വാഭാവികമായും വ്യാപാരമത്സരത്തിൽ വിജയിച്ചവരും പരാജിതരും എന്ന രണ്ടു വിഭാഗം ഉണ്ടായി. വിജയികൾ അതി സമ്പന്നരും പരാജിതർ ദരിദ്രരും ആയി. നീതിനിഷേധിക്കപ്പെട്ട് കഴിഞ്ഞിരുന്ന ഇവരുടെ സംഘടനയാണ് 'നീതിമാൻമാരുടെ സംഘം.'

ഈ സംഘടനയിൽ അംഗമായി പ്രവർത്തിച്ചു കൊണ്ടാണ് മുഹമ്മദ് നബി പൊതുരംഗത്ത് സാന്നിദ്ധ്യം ഉറപ്പിക്കുന്നത്. വ്യാപാരത്തിലെ സത്യസന്ധതയും നീതിയും ഇവർ ലക്ഷ്യമിട്ടിരുന്നു. നീതിമാൻമാരുടെ സഖ്യം എന്ന രീതിയിൽ ഒരു ഗോത്ര ബന്ധം അവിടെ ഉണ്ടായിരുന്നു.

ഈ സാഹചര്യത്തെ വിലയിരുത്തിയ മോണ്ട് ഗോവറിവാട്ട്മാൻ, എച്ച്.എ.ആർ ഗീബ്ബ് എന്നിവരുടെ അഭിപ്രായങ്ങൾ അസ്ഗർ അലി എഞ്ചിനീയർ ഇങ്ങനെ രേഖപ്പെടുത്തുന്നു.

'മക്കയുടെ സമ്പൽസമൃദ്ധിക്ക് പിന്നിൽ ഒരു ഇരുണ്ടവശം ഉണ്ടായിരുന്നു. ഒരു സമ്പന്ന സമൂഹത്തിന്റെ സകല തിന്മകളും അവിടെ നടമാടിയിരുന്നു. അതീവ സമ്പത്തിന്റെ മധ്യത്തിലെ ദാരിദ്ര്യം - അടിമകളും കൂലിപ്പണിക്കാരും അധോലോകവൃത്തങ്ങളും അടങ്ങുന്ന അടിത്തട്ടുകാർ - മുഹമ്മദിന്റെ ശ്രദ്ധയിൽ പെട്ടിരുന്നു. അവരുടെ മോചനം ലക്ഷ്യമാക്കിയാണ് അദ്ദേഹം കർക്കശമായ പല നിലപാടുകളും സ്വീകരിച്ചിരുന്നത്.'

എ.പി. പെട്രോവസ്കിയുടെ അഭിപ്രായത്തിൽ:- 'ക്രിസ്ത്യൻ കലണ്ടറിന്റെ ഉത്ഭവകാലത്ത് അറേബ്യയിലെ ഖുറൈശികൾ എന്ന ഗോത്ര വിഭാഗം മക്കയിൽ സ്ഥിരതാമസമാക്കി. മക്കാനഗരത്തിന്റെ ഓരോ കോണിലും ഖുറൈശി വംശത്തിന്റെ ഓരോ ഗോത്രങ്ങൾ വാസമുറപ്പിച്ചിരുന്നു. നഗരത്തിലെ ആഭ്യന്തരവും സാമൂഹികവുമായ വ്യാപാരത്തിന്റെ കുത്തക ഇവർതന്നെ കൈയടക്കിയിരുന്നതിനാൽ അവരുടെ സമ്പന്നതയ്ക്കെന്നതുപോലെ ഇതര വിഭാഗങ്ങളുടെ ദാരിദ്ര്യത്തിനും കാരണമായി. ഖുറൈശി വംശത്തിൽ ധാരാളം സമ്പന്ന കുടുംബങ്ങൾ ശക്തിപ്പെട്ടുവന്നു.[2]

സമൂഹത്തിന്റെ ധാർമ്മികാധഃപതനത്തിനെതിരെ ലോക ചരിത്രത്തിൽ എപ്പോഴും ചില പ്രതികരണങ്ങൾ ദൃശ്യമാണ്. ആ വിയോജിപ്പുകൾ ചിലപ്പോൾ പ്രസ്ഥാനങ്ങളായും വ്യക്തികളായും രൂപപ്പെടും. അതിൽ ആകൃഷ്ടരായവരുടെ പിന്തുടർച്ചക്കാർ അതിൽ ഭാവനകൂടി കൂട്ടിക്കലർത്തി വിശ്വാസപ്രമാണങ്ങളെ പൊലിപ്പിക്കുന്നു. ഇന്ത്യയിലൊക്കെ അത്തരം ആളുകൾ പിൽക്കാലത്ത് ദൈവങ്ങളുടെ ഗണത്തിൽ പെട്ടു. ഏറ്റവും പ്രധാന ഉദാഹരണം ഹിമാലയൻ പർവ്വതനിരകളിലെ ഗോത്ര വർഗ നേതാവായിരുന്ന പരമശിവൻ തന്നെയാണ്. ദ്രാവിഡ സങ്കൽപ്പത്തിലുള്ള ശിവനെ പിന്നീട് ആര്യൻമാർ ബ്രഹ്മാവിന്റെയും വിഷ്ണുവിന്റെയും കൂട്ടത്തിൽപ്പെടുത്തി. വേദകാലത്തെ ഇന്ദ്രനും വരുണനുമെല്ലാം ആരാധനാ സമ്പ്രദായത്തിൽ ഒറ്റപ്പെടുകയും ചെയ്തു.

ഖുർ-ആൻ ഇത്തരം നേതൃത്വത്തെ വെളിപ്പെടുത്തുന്നത് 'സമൂഹം എപ്പോഴൊക്കെ ധാർമ്മികാധപതനത്തിൽ ആവുന്നുവോ അപ്പോഴൊക്കെ ദൈവം ഒരു വഴികാട്ടിയെ അഥവാ മുന്നറിയിപ്പുകാരനെ അയക്കും' എന്നാണ്. 'അറേബ്യയിലെ ജനങ്ങൾ സമ്പത്തിൽ മാത്രം കേന്ദ്രീകരിക്കുകവഴി സാമൂഹികവും ധാർമികവുമായ പ്രതിസന്ധിയിൽ അകപ്പെട്ടുപോയപ്പോൾ അവരെ അതിൽ നിന്ന് കരകയറ്റുവാൻ 'ദൈവീകമായി തെരഞ്ഞെടുക്കപ്പെട്ട'ഒരു ഉപകരണമായിരുന്നു പ്രവാചകനായ മുഹമ്മദ്. മക്കയിലെ സാമൂഹികാന്തരീക്ഷത്തിൽ ഇസ്ലാം ആവിർഭവിച്ചത് ഒരു മതമെന്ന നിലയ്ക്ക് ആയിരുന്നെങ്കിലും കൂടി ആഴമേറിയ സാമ്പത്തിക മാനദണ്ഡങ്ങളുള്ള ഒരു വിപ്ലവ പ്രസ്ഥാനം എന്ന നിലയിൽ കൂടി അത് വർത്തിക്കുകയുണ്ടായി. മറ്റ് രീതിയിൽ പറഞ്ഞാൽ മക്കയിലെ കുത്തകകൾക്ക് ഒരു ഭീഷണി ആയിരുന്നു ഇസ്ലാമിന്റെ ആവിർഭാവം.'[3]

പ്രവാചകൻ ആരാധനാ സമ്പ്രദായത്തിൽ ശക്തമായി ഇടപെട്ടു. അക്കാലത്തെ ബഹുദൈവ സമ്പ്രദായവും വിഗ്രഹാരാധനയും ആരാധനയ്ക്ക് അനുയോജ്യമല്ലാത്ത നിരീക്ഷണം ആണ് മുഹമ്മദ് നബിയെ വിശ്വാസിലോകത്തെ വിപ്ലവക്കാരിയാക്കി മാറ്റിയത്. നിലനിൽക്കുന്ന സമ്പ്രദായത്തെ വിമർശിക്കുമ്പോൾ എതിർപ്പുകൾ സ്വാഭാവികമാണ്. ഈ പ്രതികരണം തുടക്ക കാലത്ത് നബിയും നേരിട്ടെങ്കിലും ക്രമേണ ഒരു വലിയ വിഭാഗത്തെ ബഹുദൈവാരാധനയിൽനിന്നും പിൻമാറ്റാൻ അദ്ദേഹത്തിന് സാധിച്ചു.

'ഒട്ടകത്തിന്റെ മൂക്കുകയർ പിടിച്ചുനടന്നിരുന്ന അറബികളെ ലോകത്തിന്റെ കടിഞ്ഞാൺ പിടിച്ചു നടക്കുന്നവരാക്കി പരിവർത്തിപ്പിച്ചു.' ലളിത ജീവിതവും മൃദുവായ പെരുമാറ്റവും സാന്ത്വനമയമായ ഇടപെടലും ലഘുവായ ഭക്ഷണശീലവും മുഹമ്മദ് നബിയുടെ പ്രത്യേകതയായി ചരിത്രകാരൻമാർ ചൂണ്ടിക്കാട്ടുന്നു. *ഖുർ-ആനിൽ*തന്നെ നബിയെ സംബന്ധിക്കുന്ന ഒരു പ്രതിപാദനം ഇങ്ങനെയാണ്. 'നീ പരുഷ പ്രകൃതനും കഠിന ഹൃദയനുമായിരുന്നെങ്കിൽ നിന്റെ ചുറ്റും നിന്നും അവരൊക്കെ പിരിഞ്ഞു പോകുമായിരുന്നു. അതിനാൽ നീ അവർക്കു മാപ്പേകുക. അവരുടെ പാപ മോചനത്തിനായി പ്രാർത്ഥിക്കുക.'

ഹീറാ ഗുഹയിൽ മുഹമ്മദ് തപസ്സിനായി പോകുന്നത് 40-ാം വയസ്സിലാണ്. ഏതാണ്ട് രണ്ട്, മൂന്ന് വർഷം അദ്ദേഹം ധ്യാനത്തിൽ അവിടെ കഴിച്ചുകൂട്ടുകയും തുടർന്ന് പ്രബോധനങ്ങളുമായി ജനമധ്യത്തിൽ എത്തുകയും ചെയ്തു. ഇത്തരം ഒരു ധ്യാനാനന്തര കടന്നുവരവ് നബിയുടെ ആശയങ്ങൾക്ക് 'ദൈവ പിന്തുണ' ഉറപ്പാക്കുന്നതായിരുന്നു. പൊതുവെ അനുയായികൾക്ക് അദ്ദേഹം വിദ്യാഭ്യാസമില്ലാതിരുന്നയാളാണ് എന്നു പറയാനാണിഷ്ടം. ഇതിന്റെ കാരണം മുഹമ്മദ് നബിയുടെ 'വെളിപ്പെടുത്തൽ സ്വമതം അല്ലെന്നും ദൈവഹിതമാണെന്ന് ഉറപ്പാക്കുകയും ചെയ്യും എന്നുള്ളതാണ്. വിശ്വാസത്തിന്റെ ബലത്തിൽ ഇങ്ങനെ കരുതാൻ അവകാശമുള്ളപ്പോൾ തന്നെ ചരിത്രകാരൻമാരുടെ അഭിപ്രായം വ്യതിരിക്ത

മാണ്. 25-ാമത്തെ വയസ്സിൽ 40 വയസ്സുള്ള തന്റേടിയായ ഖദീജ നബിയെ വിവാഹം കഴിക്കാനുള്ള ഒരു കാരണം അദ്ദേഹത്തിന്റെ ശേഷിയും തന്റേടവുമാണ്. അവരുടെ വ്യവസായ ലോകത്തിലെ ഉത്തരവാദിത്വങ്ങൾ സത്യസന്ധതയോടെയും കാര്യപ്രാപ്തിയോടും അദ്ദേഹം നിർവഹിച്ചതിൽ തോന്നിയ തൃപ്തിയാണ്. ഇങ്ങനെ ഒരു ചുമതല നിർവഹിച്ചയാൾക്ക് തീരെ അക്ഷരജ്ഞാനമില്ലായിരുന്നുവെന്ന് വാദിക്കുന്നത് യുക്തിസഹമല്ല.

നബിയിലെ രാഷ്ട്രീയം

മതത്തിന്റെ പ്രതീകമായി ലോകത്ത് പോപ്പും രാഷ്ട്രീയത്തിന്റെ പ്രതീകമായി മുൻകാലങ്ങളിൽ സീസറിനെയും ആണ് കണ്ടിരുന്നത്. ‘ദൈവത്തിനുള്ളത് ദൈവത്തിനും സീസർക്കുള്ളത് സീസർക്കും’എന്നാണ് ആപ്തവാക്യം. എന്നാൽ ബ്രിട്ടീഷ് ചിന്തകനായിരുന്ന റവ. റജിനാൾഡ് ബോസ്വർത്ത് സ്മിത്തിന്റെ അഭിപ്രായത്തിൽ ‘രാഷ്ട്രത്തിന്റെയും വിശ്വാസി സമൂഹത്തിന്റെയും തലവനായിരുന്ന മുഹമ്മദ് ഒരേ സമയം സീസറും പോപ്പുമായിരുന്നു; പോപ്പിന്റെ നാട്യങ്ങളില്ലാത്ത പോപ്പും സീസറിന്റെ സൈന്യങ്ങളില്ലാത്ത സീസറുമായിരുന്നു അദ്ദേഹം.’

മതം ദൈവസ്ഥാപിതമായിട്ടാണ് ഇസ്ലാം വിലയിരുത്തുന്നത്. മുഹമ്മദ് നബിയല്ല ഇസ്ലാം മതം സ്ഥാപിച്ചത്. അദ്ദേഹം ദൈവ ദർശനങ്ങൾ പകർന്നു നൽകിയ പ്രവാചകൻമാത്രമായിരുന്നു. അതുകൊണ്ടുതന്നെ മുഹമ്മദീയർ എന്ന പേരിൽ മുസ്ലീം ജനതയെ സംബോധന ചെയ്യുന്നത് ശരിയല്ല. അധികാരപരിവേഷങ്ങളെ ത്യജിച്ച് ആത്മീയ ഉൽക്കർഷതയെ ഉയർത്തിപ്പിടിച്ചും തന്നെതന്നെ നിഷേധിച്ചും മുഹമ്മദ് ജനങ്ങളിൽ പടർത്തിയ വിശ്വാസമാണ് അദ്ദേഹത്തെ ജനഹൃദയങ്ങളിൽ ചിരപ്രതിഷ്ഠയ്ക്ക് ഇടയാക്കിയത്. തന്നെ ദിവ്യനായി സ്ഥാപിക്കാതെ തന്റെ ആശയങ്ങൾ അടങ്ങിയ (വിശ്വാസപ്രകാരം ദൈവസന്ദേശം) *ഖുർ-ആനെ* അദ്ദേഹം ഉയർത്തിപ്പിടിച്ചു. *ഖുർ-ആനെ* എന്നെന്നും നിലനിൽക്കുന്ന ദിവ്യാത്ഭുതം (Standing miracle) ആയി ഉയർത്തിക്കാട്ടി. സ്മിത്ത് പറയുന്നത് (ഇന്നത്തെ ആൾദൈവങ്ങളെയും ജലം ജപിച്ചു നൽകുന്നവരെയും പോലെ) ‘അൽഭുതങ്ങൾ പ്രവർത്തിക്കാനുള്ള കഴിവ് തനിക്ക് ഉണ്ടെന്ന് അദ്ദേഹം ഒരിക്കലും അവകാശപ്പെട്ടില്ലെ’ന്നാണ്. തനിക്ക് അത് ചെയ്യാൻ കഴിയില്ലെന്ന് അദ്ദേഹം എപ്പോഴും പറയുമായിരുന്നു. ഭൗതിക രാഷ്ട്രീയ സാഹചര്യത്തിൽ ലെനിനുമായി മുഹമ്മദിനെ താദാത്മ്യം ചെയ്ത് എം. ഗോവിന്ദൻ നിരീക്ഷിച്ചത് ഇപ്രകാരമാണ്.

‘യേശുക്രിസ്തുവിന്റെ ആശയാദർശങ്ങൾ നസ്റത്തിലും റോമിലെ മ്പാടും ഒട്ടധികം ഒച്ചപ്പാടുണ്ടാക്കിയെങ്കിലും രാഷ്ട്രീയമായ ഒരു പ്രത്യക്ഷ വിപ്ലവം സൃഷ്ടിച്ചില്ല. ദൈവത്തിന്റെ കുഞ്ഞാട് മുടിയിൽ മുൾകിരീടം ചൂടിയതിന് ശേഷം മാത്രമേ അദ്ദേഹം ബീജാപാപം ചെയ്ത അഭിപ്രായങ്ങൾ മുളച്ച് ഇല വിരിഞ്ഞ് കായും കനിയും ആയിത്തീർന്നുള്ളു. ഇസ്ലാം മത സ്ഥാപകന്റെ കഥ അങ്ങനെയല്ല. ക്രിസ്തു എത്രമാത്രം ആദർശവാ

ദിയായിരുന്നുവോ, അത്രത്തോളം കർമപടുവും പ്രായോഗിക കർമജ്ഞനുമായിരുന്നു നബി. ദൈവത്തിനവകാശപ്പെട്ടത് ദൈവത്തിന് നൽകപ്പെടുകതന്നെ വേണമെന്ന ശാഠ്യക്കാരനായിരുന്നു അദ്ദേഹവും. പക്ഷേ, സീസറിന്റെ ഭാഗം സ്വയം ഏറ്റെടുക്കാനാണ് മുഹമ്മദ് ഇഷ്ടപ്പെട്ടത്. തന്റെ ആയുഷ്കാലത്ത് തന്നെ അദ്ദേഹം ഒരു നവീന രാഷ്ട്രം സ്ഥാപിച്ചു. ആദ്യത്തെ ഭരണാധികാരിയായി. പ്രായോഗിക തന്ത്രജ്ഞൻ, കർമധീരൻ, നവീന രാഷ്ട്ര ശിൽപി എന്ന നിലയിൽ ചരിത്രത്തിൽ നബിയോട് കിട നിൽക്കുന്ന മറ്റൊരു വ്യക്തി ലെനിൻ മാത്രമേയുള്ളു.'[4]

പൊതുവെ ഇസ്ലാമികേതര ആത്മീയാചാര്യൻമാർ ലൗകിക ജീവിത നിരാസത്തിലൂടെയാണ് ജീവിത ലക്ഷ്യത്തെ പ്രാപിക്കാൻ ആഹ്വാനം ചെയ്തതെങ്കിൽ മുഹമ്മദ് നബി ഇതിൽനിന്നും തികച്ചും വ്യത്യസ്ത നിലപാട് സ്വീകരിച്ചു. ലൗകിക ജീവിതത്തിലെ ശരിതെറ്റുകൾ പരലോകത്ത് വിചാരണ ചെയ്യപ്പെടുമെന്നും അതിനാൽ നീതിനിഷ്ഠമായ ജീവിതമാണ് അഭികാമ്യമെന്നും വാദിച്ചുറപ്പിച്ചു. അതുകൊണ്ടാണ് ഇസ്ലാം സാമൂഹിക നീതിയുടെ മതമായി വ്യാഖ്യാനിക്കപ്പെടുന്നത്. സ്ത്രീപുരുഷ സമ്മിശ്ര ജീവിതം, സമ്പത്ത് അനുഭവിച്ചുകൊണ്ടുള്ള ചര്യകൾ! നല്ലഭക്ഷണം ഉപയോഗിക്കാനും ജീവിതം ആനന്ദകരമാക്കാനും അദ്ദേഹം ആഹ്വാനം ചെയ്തു. പക്ഷേ, ഇവയിലെല്ലാം കൃത്യമായ നിഷ്കർഷ അദ്ദേഹം മുന്നോട്ടു വയ്ക്കുകയും ചെയ്തു. സ്ത്രീകളോടുള്ള നിലപാട്, സമ്പത്തിലെ വിഹിതം സക്കാത്തിലൂടെ ദുർബലർക്ക് നൽകൽ അതിലൊക്കെ ഉപരിയായി എല്ലാവർക്കും ഏതാണ്ട് ഒരു മാസത്തെ പകൽ ഭക്ഷണം ഒഴിവാക്കുകയും ഭൗതികസുഖങ്ങളിൽ നിയന്ത്രണം ഏർപ്പെടുത്തുകയും ചെയ്യുന്ന നോമ്പ്. തിന്നും കുടിച്ചും തിമിർത്ത് ഉല്ലസിക്കുന്നവർക്ക് ഒരിടവേള. എന്നാൽ രാത്രികാല സ്ത്രീ പുരുഷ സംസർഗ്ഗം വിലക്കിയതുമില്ല. 'ഒരാൾ വിരൽകൊണ്ട് മറ്റൊരാളുടെ ശരീരത്തെയോ ആശയം കൊണ്ട് മസ്തിഷ്കത്തെയോ സ്പർശിക്കുമ്പോൾ, അയാൾ സ്വയം മാറുകയും ഈ ലോകത്തെ മാറ്റിമറിക്കുകയും ചെയ്യുന്നു.' കാൾ മാർക്സിന്റെ ഈ നിരീക്ഷണം മുഹമ്മദ് നബിയെ സംബന്ധിച്ചിടത്തോളം അക്ഷരാർത്ഥത്തിൽ ശരിയാണ്.

മുഹമ്മദിനു മുമ്പുണ്ടായിരുന്ന എല്ലാ ഉന്നത വ്യക്തികളെയും പിൽക്കാലത്ത് മാനവരാശി ദൈവമോ ദൈവപുത്രൻമാരോ (ദൈവപുത്രി എന്ന പരികൽപ്പന ഇല്ല) ദൈവപ്രതിനിധികളോ ആയി കരുതുന്ന എല്ലാവരെയും ഇസ്ലാംമതം നിഷേധിക്കുന്നില്ല. പക്ഷേ, അവരെയൊന്നിനെയും അന്ത്യപ്രവാചകനായി കണക്കാക്കുന്നില്ലെന്നു മാത്രം. ധാരാളം അധിക്ഷേപിക്കപ്പെട്ടതും തെറ്റിദ്ധരിക്കപ്പെട്ടതുമായ മതമാണ് ഇസ്ലാം; അതുപോലെ പ്രവാചകനും!

'ഇസ്ലാമിന്റെ ഐതിഹാസിക ദൗത്യത്തെക്കുറിച്ചും ഇസ്ലാമത സ്ഥാപകനായ മുഹമ്മദ് നബിയുടെ പ്രവാചക പ്രതിഭയെക്കുറിച്ചും പ്രശ്രയപൂർവ്വം പഠിക്കാനും സ്മരിക്കാനും ഒരാൾ മുസ്ലിമെന്നല്ല മതവിശ്വാസി

പോലും ആയിക്കൊള്ളണമെന്നില്ല. ദാരിദ്ര്യത്തിൽനിന്ന് സമൃദ്ധിയിലേക്കും, അടിമത്തത്തിൽനിന്ന് സ്വാതന്ത്ര്യത്തിലേക്കും അന്ധതയിൽനിന്ന് അറിവിലേക്കും തിന്മയിൽനിന്ന് നന്മയിലേക്കുമുള്ള മനുഷ്യരാശിയുടെ അവിരാമമായ പ്രയാണത്തിലും പോരാട്ടത്തിലും തൽപ്പരരായ ഒരാൾക്കും അവഗണിക്കാനാകാത്ത ആവേശകരമായ ഒരധ്യായമാണ് ഇസ്ലാമിന്റെ ചരിത്രവും പ്രവാചകന്റെ ദൗത്യവും.'[5]

പാശ്ചാത്യ ചിന്തകരാണ് മുഹമ്മദ് നബിയുടെ കടുത്ത വിമർശകരായി രംഗത്ത് വന്നിരുന്നത്. ഒരു ഘട്ടത്തിൽ ഇസ്ലാം-ക്രിസ്ത്യൻ സംഘർഷം പോലും ലോകചരിത്രത്തെ സ്വാധീനിച്ചിരുന്നു. ചരിത്ര പ്രസിദ്ധമായ കുരിശു യുദ്ധം ഇതിന്റെ ഭാഗമായിരുന്നു. പക്ഷേ, നബിയുടെ ജീവിതകാലത്ത് ക്രൈസ്തവ മത പ്രചാരകരോട് അദ്ദേഹം സൗഹാർദ്ദം പുലർത്തിയിരുന്നു. അവർക്ക് പ്രാർത്ഥിക്കാൻ മസ്ജിദിൽ സൗകര്യം ഒരുക്കി കൊടുക്കുന്നതിൽപ്പോലും ശ്രദ്ധിച്ചിരുന്നു. വ്യാസനോടും ഹോമറിനോടുപോലും താരതമ്യപ്പെടുത്താൻ കഴിയുന്ന യൂറോപ്യൻ കവിയായ ദാന്തെ തന്റെ *ഡിവൈൻ കോമഡി*യിൽ നബിയെ വിശേഷിപ്പിച്ചത് 'മഹാപാപിയും നരകത്തീയിൽ നശിക്കുന്ന'യാളുമായിട്ടാണ്. ഒരർത്ഥത്തിൽ യൂറോപ്പുകാരുടെ ഈ പക ഇപ്പോഴും ട്രംപിലൂടെയും മറ്റും തുടരുകയാണ്. ഇന്ത്യൻ ഭരണാധികാരികൾക്കും തീവ്ര വലതുപക്ഷത്തിനും ട്രംപ് പ്രിയപ്പെട്ടവനാകുന്നതും ഈ പശ്ചാത്തലത്തിൽ ആണ്.

അറിവെന്നാൽ പടിഞ്ഞാറൻ അറിവെന്നും വിദ്യാഭ്യാസമെന്നാൽ യൂറോപ്യൻ മാതൃകയിൽ ഉള്ളത് എന്നും ഉള്ള 'യൂറോസെന്റിക്' വാദം ലോകത്ത് ശക്തമായിരുന്നു. പി. ജി. പറയുന്നത് 'സാഹിത്യവും ചരിത്രവും ലോകമെങ്ങുമുള്ള വിജ്ഞാന ദാഹികളുടെ മുഖ്യപോഷകാഹാരമായപ്പോൾ ഈ ഇസ്ലാമിക വിരുദ്ധ പ്രചാരവേല ലോകമാകെ അഭ്യസ്തവിദ്യർ അപ്പാടെ വിഴുങ്ങാൻ തുടങ്ങി.'

അല്ലാഹു എന്ന സങ്കൽപ്പം നബിയുടെ അരങ്ങേറ്റത്തിനുമുമ്പേ അറേബ്യൻ ഗോത്രവംശങ്ങളിൽ നിലനിന്ന ഒരു ദൈവകൽപ്പനയാണ്. മരുഭൂമിയിൽ ജനവാസയോഗ്യമായ സ്ഥലങ്ങളിൽ വിവിധ ഗോത്രങ്ങളായി കഴിഞ്ഞുകൂടിയിരുന്ന ജനവിഭാഗങ്ങൾക്ക് മുന്നിൽ ധാരാളം പ്രാദേശിക ദൈവസങ്കൽപ്പങ്ങൾ പലയിടങ്ങളിലുമെന്നപോലെ ഉണ്ടായിരുന്നു. ശുക്ര ഗ്രഹം പാശ്ചാത്യരുടെയും അറബികളുടെയും വീനസ് ദേവനായിരുന്നു.

അജ്ഞാതമായ കാര്യങ്ങളിൽ സങ്കൽപ്പങ്ങൾക്കും ഭാവനകൾക്കും വലിയ ഇടമാണ് ലഭിക്കുന്നത്. പ്രകൃതിയുടെ നിഗൂഢതകൾ വെളിവാക്കപ്പെടാത്ത സമയങ്ങളിൽ ഓരോരുത്തരും അവരുടെ ജീവിത സമ്പ്രദായങ്ങളെ ബന്ധപ്പെടുത്തിയാണ് ദൈവസങ്കൽപ്പങ്ങൾ മെനയുന്നത്.

ആഫ്രിക്കയോടും ഏഷ്യയോടും ചേർന്നു കിടക്കുന്നുവെങ്കിലും ഭൂമിശാസ്ത്രപരമായി ഏതാണ്ട് ഒറ്റപ്പെട്ടു നിൽക്കുന്ന ഒരു ഉപദ്വീപാണ് അറേബ്യ. പൊതുവെ ഒരു കുടിയേറ്റ സ്വഭാവം. പാറക്കെട്ടുകളും, ഊഷര ഭൂമികളും നിറഞ്ഞ സ്ഥലം. ഒരു നീരരുവിയുടെ ശാദ്വലതയിൽ ഓരോ ഗോത്ര

ങ്ങൾ. കന്നുകാലികളും ഒട്ടകങ്ങളുമായി അലയുന്നവർ. ഇതാണ് പ്രാചീന അറേബ്യ.

'ഉഗ്രപ്രതാപികളായ ആകാശദൈവങ്ങൾ മുതൽ ഗോത്രദാരിദ്ര്യം പങ്കിടുന്ന കുലദൈവങ്ങളെ വരെ' ഇവർ ജീവിതത്തിൽ സഖ്യശക്തികളാക്കിയിരുന്നു. ആകാശം എപ്പോഴും ഭാവനയ്ക്കായി വിരിച്ചിട്ടിരുന്നു. ദുരൂഹമായ ആകാശലോകം, സ്വർഗ-നരക കേന്ദ്രങ്ങളായും ദൈവ പ്രവാചകൻമാരുടെയും മാലാഖകളുടേയും വിഹാര കേന്ദ്രമായും വിചാരിച്ചിരുന്നവർ. ജിന്നുകളും പിശാചുക്കളും അടങ്ങുന്ന ശത്രുക്കളെയും അവർ വിഭാവനം ചെയ്തിരുന്നു. പൗരോഹിത്യ വൃന്ദത്തിന്റെ കൊയ്ത്തുകാലമായിരുന്നു. കാരണം ദൈവത്തിന്റെ ദ്വിഭാഷികളായി കരുതപ്പെട്ടവർ ഇവരാണ്. ഇവരാണ് മലക്കുകളെക്കുറിച്ചും ജിന്നുകളെക്കുറിച്ചും പറഞ്ഞ് ഭയപ്പെടുത്തിയിരുന്നവർ. ഇവരിൽ വിശ്വാസം വരാനുള്ള ഒരു കാരണം മനഃശാസ്ത്രപരമായി വിലയിരുത്തിയാൽ ജ്യോതിഷമാണ്. ജ്യോതിഷത്തിലെ ശാസ്ത്രീയ വശമാണ് ആകാശനിരീക്ഷണം. ഈ ജോലി പരമ്പരാഗതമായി ചെയ്തുവന്നാൽ സൂര്യചന്ദ്രാദികളുടെ ക്രാന്തികപഥം, ചാന്ദ്രപഥം, മഴ, വേനൽ, മറ്റ് ഋതുക്കൾ എന്നിങ്ങനെ മുൻകൂട്ടി പറയാൻ കഴിയും. ചന്ദ്രന്റെ വൃദ്ധിക്ഷയങ്ങളും നക്ഷത്രങ്ങളുടെ സ്ഥാനങ്ങളും ഒക്കെ പറയുന്നതിലെ 'നിരീക്ഷണ പാടവം' മറന്ന് ദൈവ നിർദ്ദേശമായി സാധാരണക്കാർ കരുതും. അതുകൊണ്ടുതന്നെ ഈ ഗണത്തിൽ പെടുന്നവരെ സമൂഹം പരിഗണിച്ചിരുന്നു. തങ്ങൾക്ക് ദുരൂഹതയുള്ള എന്തിനെയും ആരാധിക്കുക എന്നിടത്ത് ജനങ്ങൾ തുടരുകയും ചെയ്തു. ഇന്നും ഏതിടത്തെ പൊങ്കാലയിൽ പങ്കെടുത്താലാണ് തങ്ങൾക്ക് കൂടുതൽ ഗുണം ലഭിക്കുക എന്ന നിലയിൽ ക്ഷേത്രങ്ങൾ മാറി മാറി പാഞ്ഞുകൊണ്ടിരിക്കുന്ന ഭക്തരെപ്പോലെ. ചില ആരാധനാലയങ്ങൾ പെട്ടെന്ന് വളരുകയും അതുപോലെ തളരുകയും ചെയ്യുന്നത് നമുക്ക് പ്രത്യക്ഷത്തിൽ കാണാൻ കഴിയും.

ദൈവങ്ങളുടെയും മലക്കുകളുടെയും മനുഷ്യരുടെയും ഇടയിൽ നിന്നുകൊണ്ട് 'ദൈവ വചനം' ഉദ്ഘോഷിക്കുന്ന പ്രവാചകപ്പടതന്നെ അറേബ്യൻ ജനങ്ങളിൽ ഉണ്ടായിരുന്നു. മനുഷ്യവാസ സ്ഥലങ്ങളിൽ മനുഷ്യാനുകൂല ദൈവങ്ങളും വാസയോഗ്യമല്ലാത്തയിടങ്ങളിൽ കൂടി സഞ്ചരിക്കുമ്പോൾ ഉണ്ടാകുന്ന പ്രയാസങ്ങൾക്കിടവരുത്തുന്നവരെ ജിന്നുകൾ എന്നും അഭിസംബോധന ചെയ്യുന്ന രീതി ഗോത്രവംശങ്ങളിൽ നിലനിന്നിരുന്നതായി കാണാം. 'ജിന്നിനു പല രൂപങ്ങൾ കൈക്കൊള്ളാൻ കഴിയും. പ്രത്യേകിച്ച് പാമ്പ്, പല്ലി, തേൾ തുടങ്ങിയ ഇഴജന്തുക്കളുടെ രൂപങ്ങൾ. ഈ അന്ധവിശ്വാസം മൂലമാണ് പാമ്പിന് അറബിഭാഷയിൽ ജീൻ എന്ന് പേരുണ്ടായത്. പുരാതന അറബികൾ ശകുനത്തിലും വിശ്വസിച്ചിരുന്നു.

ലോകനാഗരികതയുടെ ചരിത്രത്തിൽ ജയിംസ് എഡ്ഗാർ സ്വെയ്ൻ നടത്തിയ വിലയിരുത്തൽ ഇങ്ങനെയാണ്.

'സാംസ്കാരിക പാരമ്പര്യംകൊണ്ട് സെമിറ്റിക് വിഭാഗത്തിൽ പെടുന്ന അറബികൾ യുദ്ധം ഇഷ്ടപ്പെട്ടിരുന്നു. പേഴ്സ്യൻ സാമ്രാജ്യത്തിലെയും ബൈസന്റൈൻ സാമ്രാജ്യത്തിലെയും സേനകളിൽ സേവനം അനുഷ്ഠിക്കുന്നതിന് ഇവരെ വിളിച്ചിരുന്നു. വിവിധ വിഭാഗങ്ങളിൽ പെട്ടവർ തമ്മിൽ സായുധ സംഘട്ടനം സർവ്വസാധാരണമായിരുന്നു. അതിർത്തി പ്രദേശങ്ങളിലുള്ള നഗരങ്ങൾ കൊള്ളയടിക്കുക സാർത്ഥ വാഹക സംഘങ്ങളെ ആക്രമിച്ച് അവരുടെ ധനം പിടിച്ചുപറിക്കുക എന്നിവ ആയിരുന്നു അവരുടെ കുലത്തൊഴിൽ. ജനങ്ങൾ പ്രകൃത്യുപാസകരും ഗൂഢാർത്ഥ വാദികളും ആയിരുന്നു. ഒരു തനി അറബിയിൽ സ്വാതന്ത്ര്യ ശീലവും വ്യക്തിത്വ ബോധവും മുന്നിട്ടു നിന്നിരുന്നു. രാഷ്ട്രീയമോ സാമൂഹികമോ സാമ്പത്തികമോ ആയ ഒരു കേന്ദ്രീകൃത സംഘടനയ്ക്കും വിധേയരായി പ്രവർത്തിക്കുവാൻ അവർ ഇഷ്ടപ്പെട്ടിരുന്നില്ല. ഉറച്ച് ചിട്ടപ്പെടാത്ത ജീവസന്ധാരണ രീതിയും അലഞ്ഞുതിരിയുന്ന കാട്ടുജീവിതവുമായിരുന്നു അവരുടേത്.'[6]

ദുർമൂർത്തി സങ്കൽപ്പത്തിൽനിന്നും ഉയിർകൊണ്ട ആശയമാണ് 'ജീൻ' എന്ന രീതിയിൽ നിലനിന്നിരുന്നത്. 'അനന്തമായ മരുഭൂമികളിലൂടെ കൂട്ടമായി യാത്ര ചെയ്യുന്ന കച്ചവടക്കാരെയും അവരുടെ ഒട്ടകങ്ങളെയും ജിന്നുകൾ ആക്രമിച്ച് അർദ്ധ രാത്രിയുടെ നിഗൂഢതയിൽ ജീവരക്തം കുടിച്ചിരുന്നതായി നാടോടിക്കഥകളിൽ പ്രതിപാദനം ഉണ്ട്. സ്ത്രീകളായിരുന്നു ഇവരുടെ പ്രധാന ഇര' (ദ്രാവിഡസങ്കൽപ്പത്തിൽ പുരുഷൻമാർ ഇരയും പിശാചുക്കൾ സ്ത്രീകളായ യക്ഷികളും ആയിരുന്നു).

'മരുഭൂമിയിലെ പ്രതികൂല കാലാവസ്ഥയോടും അരോചകമായ അനുഭവങ്ങളോടും ബന്ധപ്പെട്ട നിഷ്ഠൂരമായ സംഭവങ്ങളിൽനിന്ന് രൂപംകൊണ്ട ഭയസംഭ്രാന്തികളുടെ സന്തതികളാണ് ജിന്നുകൾ.'

പിൽക്കാല ശിലാലിഖിതങ്ങളിലൂടെ വെളിവാക്കപ്പെട്ട വളരെ പൗരാണിക ദൈവസങ്കൽപ്പമായ അല്ലാഹു ഗോത്രവർഗക്കാർ പൊതുവെ ആരാധനാമൂർത്തിയായി കണക്കാക്കിയിരുന്ന ദൈവമാണ്. ഖുറൈശികളുടെ ഏറ്റവും പ്രധാന ദൈവവും അല്ലാഹുവുമായിരുന്നു. മക്കയായിരുന്നു ഇതിന്റെ കേന്ദ്രസ്ഥാനവും. *ഖുർ-ആനിൽ* ഇത് സംബന്ധിച്ച പ്രതിപാദനം ഈ വിധത്തിൽകാണാം.'

'ആകാശങ്ങളിൽ അല്ലാഹുവല്ലാത്ത വല്ല ദൈവങ്ങളും ഉണ്ടായിരുന്നെങ്കിൽ അത് രണ്ടും തകരാറാകുമായിരുന്നു. അപ്പോൾ സിംഹാസനത്തിന്റെ നാഥനായ അല്ലാഹു അവർ പറഞ്ഞുണ്ടാക്കുന്നതിൽ നിന്നെല്ലാം എത്ര പരിശുദ്ധനാകുന്നു'[7] വ്യാഖ്യാനം:- 'പ്രപഞ്ചത്തിന്റെ ആധിപത്യത്തിൽ ഒന്നിലേറെ ശക്തികൾക്ക് പങ്കുണ്ടായിരുന്നെങ്കിൽ, അവരുടെ താൽപ്പര്യങ്ങൾ തമ്മിൽ സംഘട്ടനമുണ്ടാവുകയും, അത് പ്രപഞ്ചത്തിന്റെയാകെ നാശത്തിന് കാരണമാവുകയും ചെയ്യുമായിരുന്നു.'

ഖുർ-ആൻ ഉത്ഭവിക്കുന്ന കാലത്ത് ഖുറൈശി ദൈവ സങ്കൽപ്പത്തിൽപെടുന്ന അല്ലാഹുവിനെ മുൻനിർത്തിയാണ് മുഹമ്മദ് നബി ഏക

ദൈവ സങ്കൽപ്പം സ്വരൂപിച്ചെടുത്തതെന്ന് വ്യക്തമാക്കുന്നു. വ്യാഖ്യാതാവ് ഒന്നിലധികം ദൈവമുണ്ടായിരുന്നെങ്കിൽ സംഭവിക്കുമായിരുന്ന കാര്യം പറയുമ്പോൾ ആധിപത്യ സംഘർഷം നടത്തുന്ന ദൈവത്തെക്കുറിച്ച് ചിന്തിക്കുന്നു. അറിയാതെയെങ്കിലും മനുഷ്യ സ്വഭാവം ദൈവത്തിൽ ആരോപിക്കുന്നതിന്റെ ദൃഷ്ടാന്തം കൂടിയാണിത്. അതായത് അവരവരുടെ ഭൗതിക സാഹചര്യങ്ങളുടെ സൃഷ്ടി കൂടിയാണ് ദൈവ സങ്കൽപ്പം. ഇതാണ് നേരത്തെ നാം വിലയിരുത്തിയ ജിന്നുകളുടെ ആവിർഭാവത്തിലും ഉള്ളത്.

പ്രകൃതി ശക്തികളെ ആരാധിച്ചിരുന്നവ അറബികൾ മാത്രമല്ല പല സമൂഹങ്ങളിലും ഉണ്ടായിരുന്നു. അറബികൾ സൂര്യചന്ദ്രൻമാർക്ക് വിഗ്രഹങ്ങളും ക്ഷേത്രങ്ങളും നിർമ്മിച്ചിരുന്നു. പക്ഷേ, അതിനപ്പുറത്ത് വലിയ തോതിൽ ഗ്രഹങ്ങളെ പരിചയം ഇല്ലായിരുന്നു. ഗ്രഹങ്ങൾക്കു പുറമേ മൃഗങ്ങളും മറ്റും ആരാധനയുടെ പരിധിയിൽ ഉണ്ടായിരുന്നു. ബലികളുടെ ഒരു നീണ്ട നിരയുണ്ടായിരുന്നു. മൃഗബലികളും മനുഷ്യബലികളും നിലനിന്നിരുന്നു. ആദ്യസന്താനത്തെ ബലികഴിക്കുന്ന സമ്പ്രദായംപോലും നിലനിന്നിരുന്നു. പിൽക്കാലത്ത് മനുഷ്യകുഞ്ഞിനു പകരം ആടിനെയാക്കി മാറ്റി. അതിപ്പോഴും തുടരുന്നു.

ജൂത-ക്രൈസ്തവ-ഇസ്ലാം മതങ്ങൾ എല്ലാം പിറവിയെടുത്തത് അറേബ്യൻ മരുഭൂമിയിലാണ്. ഇതിൽ ക്രൈസ്തവ-ഇസ്ലാം മതങ്ങൾ ലോകത്തെ പ്രധാന ശക്തിയായി വളർന്നിട്ടുണ്ട്. ക്രിസ്തുമതത്തിൽ പിതാവും പുത്രനും പരിശുദ്ധാത്മാവും അതുപോലെ മാതാവും പുണ്യാളൻമാരും ആരാധിക്കപ്പെടുന്നു. ഇസ്ലാം മതം അതിന്റെ ഏകദൈവ സങ്കൽപ്പം പൊതുവെ പാലിക്കുന്നുണ്ടെങ്കിലും ഖബർ പ്രാർത്ഥനയും, ഉറുക്കും നൂലും വെള്ളവും ജപിച്ചുകൊണ്ടുള്ള ഇടനില മന്ത്രവാദ സ്വഭാവവും കാണാതിരുന്നുകൂടാ.

കേവലം മതം, ദൈവം എന്നീ ആരാധനാ സ്വഭാവത്തിലൂടെയല്ല ഇസ്ലാം വളർന്നത്. മൂർത്തമായ സാഹചര്യം ഉപയോഗപ്പെടുത്തി ഒരു ജനതയെ ഏകോപിപ്പിച്ചുകൊണ്ടുള്ള രാഷ്ട്രീയ ദൗത്യവും മുഹമ്മദ് നബി നിർവഹിച്ചു. മക്കയിലെ നിവാസികൾ മുഹമ്മദിന്റെ സിദ്ധാന്തങ്ങളെ ശക്തിയുക്തം എതിർത്ത് അദ്ദേഹത്തെ പലായനം ചെയ്യിച്ചെങ്കിലും യുദ്ധതന്ത്രജ്ഞൻ കൂടിയായ നബി മദീനയിൽ കേന്ദ്രീകരിച്ച് സൈന്യത്തെ ഉപയോഗിച്ച് തിരിച്ചടിച്ചു. ഇത് തന്റെ ദൈവസങ്കൽപ്പത്തെ അംഗീകരിപ്പിക്കുക മാത്രമല്ല; ഒരു രാഷ്ട്രീയ ഘടന സ്ഥാപിച്ച് എടുക്കുവാനും ഇടവരുത്തി.

ഇന്ത്യയിലേക്ക്

ഇന്ത്യ ധാരാളം മഹത് ദർശനങ്ങളുടെ കേന്ദ്ര ഭൂമിക എന്നതുപോലെ അനവധി ആശയങ്ങളെ കടം കൊണ്ടതുമായ രാജ്യമാണ്. ഏതൊന്നിനും ഇന്ത്യയിലേക്ക് കടന്നു വരുന്നതിന് തടസ്സമില്ലായിരുന്നു. ആശയ രൂപ

ത്തിലും ആയുധ രൂപത്തിലും ദർശനങ്ങളുടെ വലിയ ഒഴുക്ക് ഭാരതത്തിലേക്ക് ഉണ്ടായിരുന്നു. ലോകത്ത് ഏറ്റവും ആദ്യം ക്രൈസ്തവ ചിന്ത പ്രചരിച്ച ഒരു നാട് ഇന്ത്യയും പ്രത്യേകിച്ച് കേരളവുമായിരുന്നു. തെക്ക് പടിഞ്ഞാറ് കടൽ വഴിയും വടക്ക് പടിഞ്ഞാറ് കരയും മലയിടുക്കും വഴിയുമാണ് വൈദേശികർ, അതായത് ആര്യൻമാർ ഉൾപ്പെടെ ഇന്ത്യയിലേക്ക് വന്നുകൊണ്ടിരുന്നത് . ഈ യാത്രാസൗകര്യവും വർദ്ധിച്ച വിഭവങ്ങളും ആണ് വരുത്ത് പോക്കിനെ സ്വാധീനിച്ചിരുന്നത്. മാത്രമല്ല, അന്നും ഇന്നും സ്വത്തുക്കളിൽ ഗണ്യമായ ഭാഗം ആരാധനാലയങ്ങളുടെ അകത്തളങ്ങളിലും അധീനതയിലും ഉള്ളതായതുകൊണ്ട്, ഒരു ആരാധനാ കേന്ദ്രത്തിൽ എത്തിയാൽ കൂടുതൽ സ്വത്ത് കൈക്കലാക്കാൻ സൗകര്യം ഉണ്ടായിരുന്നതുകൊണ്ട് ആക്രമണകാരികൾ ഇന്ത്യയിൽ വരികയും ആരാധനാലയങ്ങൾ ഉൾപ്പെടെ കൊള്ളയടിക്കുകയും ചെയ്തു.

ഈ പശ്ചാത്തലം അനുകൂലവും പ്രതികൂലവുമായ നിലപാടുകൾ മതത്തെ സംബന്ധിച്ചും ആരാധനാ രീതിയെ സംബന്ധിച്ചും എടുക്കുവാൻ ഭരണാധികാരികളെ പ്രേരിപ്പിച്ചു; ഇന്നും പ്രേരിപ്പിച്ചുകൊണ്ടിരിക്കുന്നു. ബ്രിട്ടീഷ് ഭരണകാലത്ത് 'ഇന്ത്യയെ ഏറ്റവും കൂടുതൽ സ്വാധീനിച്ച ചരിത്രകാരനായ ജെയിംസ്മിൽ' എഴുതിയ *ബ്രിട്ടീഷ് ഇന്ത്യാചരിത്രം* മത തീവ്രവാദത്തിന് അടിത്തറ ഒരുക്കിയ ഒന്നായിരുന്നു. റൊമീലാ ഥാപ്പറിനെപ്പോലെയുള്ള പുരോഗമന ചരിത്ര വ്യാഖ്യാതാക്കൾ പറയുന്നത് ഇന്ത്യാചരിത്രത്തിന്റെ വർഗീയ വ്യാഖ്യാനത്തിന് അടിത്തറയിട്ട കൃതിയാണ് ഇതെന്നാണ്. ഈ കൃതി ദ്വിരാഷ്ട്രവാദത്തിന് ചരിത്രാഖ്യാനം ചമച്ചു. 'ഹൈന്ദവ നാഗരികത, മുസ്ലിം നാഗരികത, ബ്രിട്ടീഷ് നാഗരികത (ക്രൈസ്തവ നാഗരികത) എന്നിങ്ങനെ മൂന്നുഘട്ടവിഭജനം അദ്ദേഹം ഇതിലൂടെ സാധിച്ചെടുത്തു. മുഗൾ വംശത്തോട് ഏറ്റുമുട്ടിയാണ് ബ്രിട്ടീഷുകാർ ഇന്ത്യ പ്രധാനമായും കീഴ്പ്പെടുത്തിയത്. അതായത് ഇസ്ലാം മത വിശ്വാസികളായ ചക്രവർത്തിമാരോട്. ഇതിന്റെ പക ബ്രിട്ടീഷ് ചരിത്ര രചനയെ സ്വാധീനിച്ച ഘടകമായിരുന്നു. ഇതിൽ ആശ്വാസംകൊള്ളുന്ന ഹിന്ദുമത തീവ്രവിഭാഗവും ഇന്നും ഇന്ത്യയിൽ പ്രബലമാണ്. അതായത് ബ്രിട്ടീഷുകാർ മുസ്ലീങ്ങളുടെ ഭരണത്തെയവസാനിപ്പിച്ചവർ എന്ന നിലയിൽ ഉള്ളതിന്റെ തുടർച്ചയാണ് വി.ഡി.സവർക്കർ 'ബ്രിട്ടീഷുകാരോട് ഏറ്റുമുട്ടി തങ്ങളുടെ ഊർജ്ജം നശിപ്പിക്കരുതെന്ന്' ഹൈന്ദവ അനുയായികളോട് ആഹ്വാനം ചെയ്തത്. ശത്രുക്കൾ ഇസ്ലാമും കമ്മ്യൂണിസ്റ്റും പിന്നെ ക്രൈസ്തവരും ആണെന്ന് പറയാൻ പ്രേരിതമായ കാരണവും.

ഉൽപ്പതിഷ്ണുക്കളായ സാമൂഹിക സ്നേഹികൾ ഇന്ത്യയിലെ വേദകാല ദാർശനികത മുതൽ ലോകത്തുളവായ എല്ലാ നല്ല ആശയങ്ങൾക്കും ഇന്ത്യയിൽ ഇന്ധനം നൽകി പരിപോഷിപ്പിച്ചു. അതിനാൽ ആദാന പ്രദാനങ്ങളിലൂടെ ബഹുസ്വര സമൂഹമായി ഇന്ത്യ മാറി. ഈ ബഹുസ്വരതയെ ഇസ്ലാം തീവ്രവാദവും ഹൈന്ദവ തീവ്രവാദവും ഒരുപോലെ ഭയക്കുന്നു. അവരുടെ തീവ്രവാദ രാഷ്ട്രീയത്തിന് ഈ ദർശനം വിലങ്ങുതടിയാണ്.

എന്നാൽ ഇവർതമ്മിൽ യോജിക്കുന്ന ഒരു പ്രധാന മേഖല ഇവരിലെ സ്ത്രീവിരുദ്ധതയാണ്. ഇരു തീവ്രവാദ വിഭാഗക്കാരും സ്ത്രീകളെ സമൂഹത്തിന്റെ മുഖ്യധാരയിൽ എത്തിക്കാൻ വിയോജിക്കുന്നു.

സ്ത്രീയിലേക്ക്

വേദപൂർവ്വ കാലത്തും, വേദങ്ങളുടെ ഒരു ഘട്ടം വരെയും ഭാരതത്തിൽ സ്ത്രീയുടെ പദവി മെച്ചപ്പെട്ടിരുന്നതുപോലെ ഇസ്ലാമും തുടക്ക കാലത്ത് സ്ത്രീപദവിയെ കുറച്ചുകാണാൻ തയ്യാറായില്ല. 1400 വർഷം മുമ്പത്തെ സാഹചര്യത്തെ പരിഗണിച്ചുകൊണ്ടു മാത്രമേ ഇസ്ലാം വനിത ദർശനം ചർച്ച ചെയ്യുന്നതിൽ അർത്ഥമുള്ളു. ഇസ്ലാംമത ഉത്ഭവകാലത്ത് അറബ് നാടുകളുടെ ജീവിതം ഏറെ ദുഷ്കരമായിരുന്നു. അന്ധവിശ്വാസികൾ, മന്ത്രവാദികൾ, ക്ഷുദ്രഗോത്രങ്ങൾ എന്നിവയായിരുന്നു അവരുടെ മുഖമുദ്ര. ഇവിടെ നിന്നും വൈജ്ഞാനിക സാമ്രാജ്യത്തിലേക്കും ലോക നാഗരികതയുടെ ഉത്തുംഗ ശ്രേണിയിലേക്കും അവരെ കൈപിടിച്ചുയർത്തുന്നതിൽ മുന്നിൽ നിന്ന ഇസ്ലാമിക ദർശനം പക്ഷേ, സ്ത്രീകളുടെ കാര്യത്തിൽ ഈ ഉൽകൃഷ്ടതയ്ക്ക് അപവാദം വരുത്തുന്നു.

മുഹമ്മദ് നബി സ്ത്രീകളെക്കുറിച്ച് നടത്തിയിട്ടുള്ള അഥവാ ഖുർ-ആൻ ദർശനങ്ങൾ ഇന്നത്തെ ലോകത്തിന്റെ ആവശ്യകതയ്ക്ക് അനുസരിച്ച് ശരിയായി വ്യാഖ്യാനിച്ചാൽ എത്താവുന്ന കാഴ്ചപ്പാടല്ല പുരുഷ മേധാവിത്വ സമൂഹ പ്രതിനിധികളായ വ്യാഖ്യാതാക്കൾ നൽകുന്നത്. ഇന്ത്യയിലെ മനുവാദികൾ ചെയ്യുന്നതുപോലെ 'ഉദാത്തവൽക്കരിച്ച് നീചത്വം സൃഷ്ടിക്കുക'യാണ്.

പ്രവാചകൻ ഒമ്പത് വിവാഹം വരെ കഴിച്ചിരുന്നുവെന്നാണ് ചരിത്ര മതം (പതിനൊന്ന് ആണെന്നും വാദം ഉണ്ട്). ഇതിൽ പ്രായത്തിൽ മൂത്തത് ഖദീജയും ഇളയവൾ ആഇശയുമാണ്. നാൽപ്പത് വയസ്സിൽ വിവാഹിതയായ ഖദീജ പതിനെട്ടിൽ വിവാഹിതയായ ആയിഷ. ഇരുവർക്കുമിടയിൽ മറ്റുള്ള സ്ത്രീകളും.

മുഹമ്മദ് നബിയുടെ 'വെളിപാടുകൾ' ആദ്യം വെളിപ്പെട്ടത് ഒരു സ്ത്രീയുടെ മുന്നിലാണ്. ഖദീജയുടെ! ആഗോള സഞ്ചാരം നടത്തിയ ഒരു ദർശനത്തിന്റെ ആദ്യകാല ശ്രോതാവും അതിനെ ബലപ്പെടുത്തിയ കരുത്തും ഒരു സ്ത്രീയുടേതായിരുന്നു. പക്ഷേ, സ്ത്രീത്വത്തിന്റെ തുണയേറ്റു വളർന്ന ഈ പ്രവാചകന്റെ മതം സ്ത്രീകളെ ജീവിതത്തിന്റെ പിന്നാമ്പുറങ്ങളിലേക്ക് തള്ളിയത് വൈരുദ്ധ്യമാണ്. ഒരു ഹദീസിലെ സൂചന ഇപ്രകാരമാണ്. ഒരിക്കൽ മുഹമ്മദ് നബിയോട് താൻ ആരെയാണ് ഏറ്റവും കൂടുതൽ ബഹുമാനിക്കേണ്ടത് എന്ന ചോദ്യത്തിന് ഒരനുയായിക്ക് നൽകിയ മറുപടി 'നിന്റെ മാതാവിനെ' എന്നാണ്. പിന്നെയോ? 'നിന്റെ മാതാവിനെ' ഈ ആവർത്തന ചോദ്യത്തിന് നബി ആവർത്തിച്ചു നൽകിയ മറുപടി 'മാതാവിനെ' എന്നുതന്നെയാണ്. മാതൃത്വത്തിന് മനുഷ്യ സമൂഹത്തിലും ഇതര ജൈവ വംശങ്ങൾക്കും ഉള്ള പ്രാധാന്യം ഏറെ പ്രത്യേ

കതയാർന്നതാണ്. പക്ഷേ, മാതൃത്വഭാവം പ്രദാനം ചെയ്യുന്ന സ്ത്രീജന സമൂഹത്തെ ഉൽകൃഷ്ടമാക്കി ഉള്ളറകളിൽ കുടിയിരുത്താനാണ് ഇതര ജന്തു ജാലങ്ങളിൽനിന്ന് വ്യത്യസ്തമായി മനുഷ്യ സമൂഹം നൂറ്റാണ്ടുക ളായി പരിശ്രമിക്കുന്നത്.

ഇസ്ലാം മതത്തിന്റെ ദാർശനിക ഗ്രന്ഥമായ *ഖുർ-ആനിലും നബിവ ചനങ്ങളിലും* സ്ത്രീകൾക്ക് സാമൂഹിക പദവി നൽകാൻ പര്യാപ്തമായ ധാരാളം ഉദ്ധരണികൾ ഉണ്ട്. എന്നാൽ പുരുഷമേധാവിത്വം ഖുർ-ആൻ സൂക്തങ്ങളെ സന്ദർഭത്തിൽനിന്ന് അടർത്തിമാറ്റി വ്യാഖ്യാനിക്കുമ്പോൾ അത് സ്ത്രീവിരുദ്ധമായി മാറുകയും ചെയ്യുന്നു. അതിനർത്ഥം ഖുർ-ആനിൽ പറയുന്നതെല്ലാം ഇന്നത്തെ സ്ത്രീപുരുഷ ചിന്തകളുടെ ഒപ്പം നിൽക്കുന്നുവെന്നല്ല *മനുസ്മൃതി*യെപ്പോലെ സ്ത്രൈണ വിരുദ്ധത *ഖുർ-ആനി*ലും നമുക്ക് ദർശിക്കാൻ കഴിയും എന്നുതന്നെയാണ്.

എന്നാൽ നേരത്തെ വ്യക്തമാക്കിയതുപോലെ ഏഴാം നൂറ്റാണ്ടിലെ അറബ് ജീവിതത്തെ പരിശോധിക്കേണ്ടതുണ്ട്. അന്ന് നിലനിന്നിരുന്ന സ്ത്രീ ജീവിതത്തെ വിശകലനം ചെയ്യേണ്ടത് പ്രധാനമാണ്. അതിനെ വിലക്കിക്കൊണ്ട് അന്നത്തെ സാഹചര്യത്തിൽ *ഖുർ-ആൻ* മുന്നോട്ട് വച്ച കാര്യങ്ങളിൽ സ്ത്രീകൾക്ക് വലിയ പ്രാധാന്യവും നൽകിയിട്ടുണ്ട്. ആയി രത്തി നാനൂറ് വർഷങ്ങൾക്ക് ശേഷം *ഖുർ-ആൻ* സൂക്തങ്ങൾ പുതിയ കാലത്തെ അഭിസംബോധന ചെയ്യാൻ പര്യാപ്തമാക്കുന്നതിലാണ് അതിന്റെ സ്ത്രീപക്ഷവിജയം കുടികൊള്ളുന്നത്. പക്ഷേ, എല്ലാ മതങ്ങളും ഉരുവം കൊണ്ടത് അന്നത്തെ സാമൂഹിക വിപ്ലവ പ്രസ്ഥാനങ്ങളായിട്ടാ ണ്. പരീശൻമാരെയും പലിശക്കാരെയും ചാട്ടവാർ കൊട്ട് നേരിട്ട ക്രിസ്തു മതവും ബ്രാഹ്മണ മേധാവിത്വ നിഷ്ഠുരതകൾക്കെതിരെ ഭൗതിക ജീവിത ചിന്തകൾക്ക് ഊന്നൽ നൽകിയ ബുദ്ധമതവും പല വേദോപനിഷത് ദർശ നങ്ങളുമെല്ലാം ഇക്കാര്യം സുവ്യക്തമാക്കുന്നു. എന്നാൽ കാലക്രമേണ ഏതൊന്നിനെതിരെ പൊരുതി മുന്നേറിയോ ആ ദുഷ്ടവശങ്ങളുടെ ആവർത്തന നടത്തിപ്പുകാരായി പലപ്പോഴും മതങ്ങളും ദർശനവ്യാഖ്യാ നവും മാറുന്നുവെന്നതാണ്.

ഭരണകൂടവും വിപ്ലവവും എന്ന കൃതിയിൽ ഇത്തരമൊരു പരിണ തിയെ വ്യാഖ്യാനിച്ചുകൊണ്ട് ലെനിൻ പറയുന്നത് പി.ജി. ഇങ്ങനെ ഉദ്ധ രിക്കുന്നു.

> മഹാന്മാരായ വിപ്ലവകാരികളുടെ ജീവിത കാലത്ത് മർദക വർഗ്ഗ ങ്ങൾ അവരെ നിരന്തരം വേട്ടയാടുന്നു. അവരുടെ സിദ്ധാന്തങ്ങളെ ഏറ്റവും മൃഗീയമായ വിദ്വേഷവും ഏറ്റവും രൂക്ഷമായ വെറുപ്പും, യാതൊരു ലക്കുമില്ലാത്ത അസത്യങ്ങളുടേയും അപവാദങ്ങളു ടേയും കള്ള പ്രചാരവേലയുംകൊണ്ട് നേരിടുന്നു. എന്നാൽ അവർ മരിച്ചു കഴിഞ്ഞാലോ? അവരെ നിരുപദ്രവങ്ങളായ വിശുദ്ധ രൂപ ങ്ങളാക്കി മാറ്റാൻ പുണ്യാളന്മാരാക്കി മാറ്റാൻ, മർദ്ദിത വർഗ്ഗങ്ങളെ

ആശ്വസിപ്പിക്കാനും വഞ്ചിക്കാനും വേണ്ടി ആ വിപ്ലവകാരികളുടെ നാമങ്ങൾക്ക് ഒരു തരം പരിവേഷം നൽകാൻ ശ്രമമായി. അതോടൊപ്പം അവരുടെ വിപ്ലവകരമായ സിദ്ധാന്തങ്ങളുടെ സത്ത് പിഴിഞ്ഞെടുത്ത് കളയുകയും അവയെ വികൃതപ്പെടുത്തുകയും ആ സിദ്ധാന്തങ്ങളുടെ വിപ്ലവകരമായ മൂർച്ച ഇല്ലാതാക്കുകയും ചെയ്യും.[8]

ഖുർ-ആനും സ്ത്രീകളും

***ഖു**ർ-ആനിൽ* ഇക്കാലത്ത് സ്ത്രീകൾക്ക് അനുകൂലമായും പ്രതികൂലമായും വാദിക്കാവുന്ന വസ്തു വകകൾ ധാരാളമുണ്ട്. പുരുഷമേധാവിത്വ ചിന്താഗതിക്കാരായ വ്യാഖ്യാതാക്കൾ *ഖുർ-ആനെ* വ്യാഖ്യാനിക്കുമ്പോൾ ഈ ധാര തെളിഞ്ഞുവരും. *ഖുർ-ആനെ* ക്രിയാത്മകമായി സമീപിച്ച് അന്നത്തെ സാഹചര്യത്തിൽ പറഞ്ഞ പലതും പുതിയ കാലത്തിന് അനുസൃതമായി വ്യാഖാനിച്ചാൽ സ്ത്രീപക്ഷ നിലപാടുകളുടെ പുതുധാര ഉയർത്താനും കഴിയും. ധാരാളം പണ്ഡിതകളായ സ്ത്രീവാദികൾ ഈ രംഗത്ത് ലോകനിലവാരത്തിൽ തന്നെ *ഖുർ-ആനെ* വ്യാഖ്യാനിച്ച് തങ്ങളുടെ നിലപാട് വിളിച്ചു പറയുന്നുമുണ്ട്. പ്രവാചകന്റെ പത്നിമാരുടെ കൂട്ടത്തിൽ ഉണ്ടായിരുന്ന ഉമ്മുസലമ, ആയിഷ എന്നിവർ നബിയുമായി സ്ത്രീപക്ഷ വാദ ചർച്ചകൾ നടത്തിയിട്ടുള്ളവരാണ്. സ്ത്രീവാദവിരുദ്ധർ പുരുഷന്റെ ശയ്യോപകരണം മാത്രമാണ് സ്ത്രീകൾ എന്നുപറയാനാണ് ശ്രമിക്കുന്നത്. കൂട്ടത്തിൽ പുട്ടിന് പീര എന്നപോലെ സ്ത്രീകളെ ബഹുമാനിക്കുന്നുവെന്ന് കൂട്ടി ചേർക്കുകയും ചെയ്യും.

പുരുഷ കാഴ്ചപ്പാടിലാണ് *ഖുർ-ആൻ* രചിക്കപ്പെട്ടതെന്ന് കരുതാവുന്ന ധാരാളം വചനങ്ങൾ അതിൽ ദൃശ്യമാണ്. ആ പരിമിതി *ഖുർ-ആനിൽ* ഉണ്ടെന്ന വസ്തുതയും മറന്നുകൂട.

'ഭാര്യമാർ, പുത്രൻമാർ, കൂമ്പാരമായി കൂട്ടിയ സ്വർണ്ണം, വെള്ളി, മേൽത്തരം കുതിരകൾ, നാൽക്കാലിവർഗ്ഗങ്ങൾ, കൃഷിയിടം എന്നിങ്ങനെ ഇഷ്ടപ്പെട്ട വസ്തുക്കളോടുള്ള പ്രേമം മനുഷ്യർക്ക് അലങ്കാരമായി തോന്നിക്കപ്പെട്ടിരിക്കുന്നു. അതൊക്കെ ഈ ലോക ജീവിതത്തിലെ വിഭവങ്ങളാകുന്നു. അല്ലാഹുവിന്റെ അടുക്കലാകുന്നു (മനുഷ്യർക്ക്) ചെന്നു ചേരാനുള്ള ഉത്തമ സങ്കേതം.'[9]

ഇവിടെ 'മനുഷ്യർ' എന്നു കണക്കാക്കുന്നത് പുരുഷൻമാരെയാണ്. മറ്റുള്ളതെല്ലാം, ഭാര്യമാരും, സന്താനങ്ങളും സ്വത്തു വകകളുമെല്ലാം അവർക്ക് അനുഭവിക്കാനുള്ള 'വിഭവങ്ങ'ളുമാണ്. പക്ഷേ, ഇതെല്ലാം കണ്ട് മതിഭ്രമിക്കരുത്. അല്ലാഹുവാണ് അവസാന സങ്കേതം. ഈ രൂപത്തിൽ 'ആൺനോട്ടത്തിൽ അധിഷ്ഠിതമായ ഒരു സാമൂഹിക പശ്ചാത്തലം *ഖുർ-ആൻ* സൂക്തങ്ങളിൽ ധാരാളമായി ദർശിക്കാവുന്നതാണ്.

'നിങ്ങളുടെ ഭാര്യമാർ നിങ്ങളുടെ കൃഷിയിടമാകുന്നു. അതിനാൽ നിങ്ങൾ ഇച്ഛിക്കുംവിധം നിങ്ങളുടെ കൃഷിയിടത്തിൽ ചെല്ലാവുന്നതാണ്. നിങ്ങളുടെ നന്മയ്ക്ക് വേണ്ടത് നിങ്ങൾ മുൻകൂട്ടി ചെയ്തുവെക്കേണ്ടതു മാണ്.'[10] ഭാരതചിന്തയിലും ലോകത്ത് പൊതുവെയും സ്ത്രീകളെ വിള നിലമായിട്ടാണ് കണക്കാക്കുന്നത്. പുരുഷന്റെ വിത്ത് മുളപ്പിച്ച് വിള നൽകാനുള്ള ഒരു കൃഷിയിടം. നിലത്തിന് അതിന്റെ വസ്തു സ്വഭാവം മാത്രം. പുരുഷൻ നിശ്ചയിക്കുന്ന രീതിയിൽ ഒരുക്കിയെടുത്ത് പുത്രന്മാരെ ഉൽപ്പാദിപ്പിക്കാൻ പറ്റിയ ഇടം മാത്രം.!

വ്യാഖാതാവ് പറയുന്നത് 'ഭാവി ജീവിതത്തിലും പരലോക ജീവിതത്തിലും ഉപകരിക്കത്തക്ക വിധത്തിൽ മതിനിഷ്ഠയോടെ സന്താനങ്ങളെ വളർത്തിയെടുക്കേണ്ടതിന്റെ, ആവശ്യകതയാകാം ഇവിടെ സൂചിപ്പിക്കുന്നത്. ഈ സൂക്തത്തിന് കാരണമായ ഒരു കഥ ഹദീസുകളിൽ സൂചിപ്പിക്കുന്നത് ഇപ്രകാരമാണ്. മക്കയിൽനിന്ന് മദീനയിലേക്ക് പോയവർ പരസ്പരവിവാഹ ബന്ധത്തിൽ ഏർപ്പെട്ടിരുന്നു. തികച്ചും വ്യത്യസ്തമായ സാംസ്കാരിക ജീവിതം നയിച്ച ഇവർക്കിടയിൽ അതുകൊണ്ടുതന്നെ അസ്വസ്ഥതകളും ഉടലെടുത്തിരുന്നു. മദീനക്കാരിയായ സ്ത്രീ ഒരിക്കൽ നബിയുടെ ഭാര്യയായ ഉമ്മുസലമയുടെ മുന്നിൽ എത്തിയ ഒരു പരാതിയുടെ മറുപടിയായിട്ടാണ് നബി ഇങ്ങനെ പറഞ്ഞതെന്നാണ്.'

പരാതി പ്രകാരം മദീനയിലെ സ്ത്രീ പറഞ്ഞത് തന്റെ പുരുഷൻ തന്നോട് തനിക്ക് ഇഷ്ടമില്ലാത്ത രീതിയിൽ, ലൈംഗിക കാര്യങ്ങളിൽ ഉൾപ്പെടെ പെരുമാറുന്നുവെന്നാണ്. ഇതിന്റെ പ്രതികരണമായിട്ടാണ് 'കൃഷിയിടം' എന്ന ഉപമ പ്രയോഗിക്കുന്നത്. ഇതും നേരത്തെ പറഞ്ഞ 'ആൺ'നോട്ടവും കൂട്ടി വായിച്ചാൽ തെളിയുന്നത് വിഗ്രഹാരാധനയും മന്ത്രവാദവും നരബലിയും പോലുള്ള ആരാധനാ സമ്പ്രദായത്തെ തകർക്കാൻ കാണിച്ച പാടവം സ്ത്രീയുടെ അവകാശം സംരക്ഷിക്കുന്നതിൽ കാട്ടിയിരുന്നില്ലായെന്നതാണ്. ഇതിന് വ്യക്തിപരമായ കുറ്റപ്പെടുത്തൽ നടത്തിയിട്ട് കാര്യമില്ല. സാമൂഹിക പരിസരസ്വാധീനം സീതയെ ഉപേക്ഷിക്കാൻ ശ്രീരാമന് തുണയായതുപോലെ അറേബ്യൻ ഗോത്ര വംശ സ്ത്രീ വിരുദ്ധ പരികൽപ്പന നബിയേയും തുണച്ചുവെന്ന് കരുതാം.

സ്ത്രീകളുടെ കൂടുതൽ കാര്യങ്ങൾ ചർച്ച ചെയ്യുന്ന അദ്ധ്യായം *ഖുർ-ആനിൽ* 'നിസാഅ് എന്നു പറയുന്ന നാലാമത്തേതാണ്.

"മനുഷ്യരെ, നിങ്ങളെ ഒരേ ആത്മാവിൽനിന്ന് സൃഷ്ടിക്കുകയും, അതിൽനിന്നു തന്റെ ഇണയേയും സൃഷ്ടിക്കുകയും, അവർ ഇരുവരിൽ

നിന്നുമായി ധാരാളം പുരുഷൻമാരെയും സ്ത്രീകളെയും വ്യാപിപ്പിക്കുകയും ചെയ്തവനായ നിങ്ങളുടെ രക്ഷിതാവിനെ നിങ്ങൾ സൂക്ഷിക്കുവിൻ."[11]

നാലാം അദ്ധ്യായത്തിലെ പ്രഥമ സൂക്തമാണിത്. ഇതിൽ ഒരു സ്ത്രീപുരുഷ വിവേചനവും ആർക്കും ദർശിക്കാൻ കഴിയില്ല. ക്രിസ്തുമതത്തിലേതു പോലെ 'വാരിയെല്ല്' പ്രയോഗം ഇല്ല. 'ഒരേ ആത്മാവിൽ നിന്ന് 'എന്നാണ്. 'തന്റെ ഇണയേയും' എന്നിടത്ത് സ്ത്രീയേയും എന്നും ഇല്ല. ഇണ പുരുഷനും സ്ത്രീയുമാകാം. കൃത്യമായ തുല്യത പ്രകടമാണ്. എന്നാൽ ഈ ദർശനം ജീവിത പ്രായോഗികതയിൽ വിവരിക്കാൻ കഴിയുന്നില്ല. അവിടെ പുരുഷ മേധാവിത്വത്തിൽ ആനന്ദപുളകിതരാകുന്ന ഏത് പുരുഷനും എടുത്ത് പ്രയോഗിക്കാവുന്ന സ്ത്രീവിരുദ്ധത കാണാനും കഴിയും.

"പുരുഷൻമാർ സ്ത്രീകളുടെ മേൽ നിയന്ത്രണാധികാരമുള്ളവരാകുന്നു. മനുഷ്യരിൽ ഒരു വിഭാഗത്തിന് മറുവിഭാഗത്തേക്കാൾ അല്ലാഹു കൂടുതൽ കഴിവ് നൽകിയതുകൊണ്ടും (പുരുഷന്മാർ) അവരുടെ ധനം ചെലവഴിച്ചതുകൊണ്ടുമാണത്. അതിനാൽ നല്ലവരായ സ്ത്രീകൾ അനുസരണ ശീലമുള്ളവരും, അല്ലാഹു സംരക്ഷിച്ച പ്രകാരം (പുരുഷൻമാരുടെ) അഭാവത്തിൽ (സംരക്ഷിക്കേണ്ടവരെല്ലാം) സംരക്ഷിക്കുന്നവരുമാണ്. എന്നാൽ അനുസരണക്കേട് കാണിക്കുമെന്ന് നിങ്ങൾ ആശങ്കിക്കുന്ന സ്ത്രീകളെ നിങ്ങൾ ഉപദേശിക്കുക, കിടപ്പറകളിൽ അവരുമായി അകന്നു നിൽക്കുക, അവരെ അടിക്കുകയും ചെയ്തുകൊള്ളുക, എന്നിട്ടവർ നിങ്ങളെ അനുസരിക്കുന്നപക്ഷം പിന്നെ നിങ്ങൾ അവർക്കെതിരിൽ ഒരു മാർഗ്ഗവും തേടരുത്. തീർച്ചയായും അല്ലാഹു ഉന്നതനും മഹാനുമാകുന്നു."[12]

വ്യാഖ്യാതാവ്: 'ലഘുവായിട്ടേ അടി പാടുള്ളുവെന്ന് നബി വചനങ്ങൾ വ്യക്തമാക്കുന്നു'. IPC 302, 307, 356 എന്നാകരുതെന്നേയുള്ളു. ജാമ്യം ലഭിക്കത്തക്ക മർദ്ദനം ആകാമെന്ന് ചുരുക്കം. 'വെറുംവായ ചവയ്ക്കുന്ന വല്യമ്മച്ചിയുടെ കൈയിൽ അവിൽ കിട്ടിയാലത്തെ' സ്ഥിതിയാണ് ഈ വാചകം വ്യാഖ്യാതാക്കൾക്കും പുരുഷമേധാവിത്വ സ്വഭാവമുള്ളവർക്കും നൽകുന്നത്.

ഒന്നാം സൂക്തത്തിൽനിന്നും 34 ൽ എത്തുമ്പോൾ അടിസ്ഥാന തുല്യത മാറുകയും പിതൃദായ ഘടകത്തിന്റെ അസമത്വം വെളിവാക്കപ്പെടുകയും ചെയ്യുന്നു.

എന്നാൽ ഈ ആശയത്തെ കാലാനുസൃതമായും ചരിത്രപരമായും സമീപിക്കേണ്ടതുണ്ട്. അങ്ങനെ പരിശോധിക്കുന്ന ഘട്ടത്തിൽ ഈ 'അടി' ലഘുവോ ഗുരുവോ എന്നുള്ളത് ദൈവകൽപ്പിതമാണെന്ന് ശഠിക്കാതിരുന്നാൽ പ്രശ്നം പരിഹരിക്കാൻ കഴിയും. അതായത് സ്ത്രീകൾ പുരുഷന്മാരിൽനിന്നും വലിയ മർദ്ദനം ഏറ്റുവാങ്ങിയിരുന്ന ഒരു സാമൂഹിക സാഹചര്യത്തിൽ നിന്നുകൊണ്ട് ഉപദേശ നിർദ്ദേശങ്ങൾക്കുശേഷം മൃദു

വായി തല്ലുക എന്നത് അൽപ്പം മാറ്റംതന്നെയാണ്. ആയിരത്തി നാന്നൂറ് കൊല്ലം കഴിയുമ്പോൾ ഈ മേധാവിത്വം മാറി ലിംഗഭേദമെന്യേ സമരസപ്പെടണമെന്ന മാറ്റം സംഭവിക്കണ്ടേ? അങ്ങനെ വരണമെങ്കിൽ മതദർശനങ്ങൾക്ക് അതിന്റെ സത്തയെ അടിസ്ഥാനപരമായി നിലനിർത്തിക്കൊണ്ടുതന്നെ കാലാനുസൃതമാറ്റം അനിവാര്യമാണ്.

'പുരുഷൻമാർ സ്ത്രീകളുടെ മേൽ നിയന്ത്രണാധികാരമുള്ളവരാകുന്നു' എന്ന വാചകം പിതൃദായ വ്യവസ്ഥയുടെ ഉൽപ്പന്നമാണ്. അതിൽ നിന്ന് നബിവചനവും വിമുക്തമാകുന്നില്ല. *മനുസ്മൃതി*യിലെ സംരക്ഷണ സങ്കൽപ്പം ഇതിന് സമാനമാണ്. സ്ത്രീയുടെ സംരക്ഷകൻ എന്ന രക്ഷ കർതൃപദവി പുരുഷന് നൽകുന്നത് ഈ ശിക്ഷാധികാരം കൂടിയാണ്. ശിക്ഷകനും ശിക്ഷിതയും സംരക്ഷകനും സംരക്ഷിതയും എന്നതിൽനിന്ന് സ്ത്രീപുരുഷ ബന്ധങ്ങളെ മോചിപ്പിച്ച് പരസ്പര അവകാശാധികാരങ്ങൾ തുല്യമായ ഒരവസ്ഥയെന്നതിലാണ് സ്ത്രീപുരുഷ സമത്വം കുടികൊള്ളുന്നത്.

പ്രവാചകർക്കിടയിൽ ഒരു സ്ത്രീയെ സങ്കൽപ്പിക്കാൻ പോലും കഴിയാത്തത് പുരുഷൻമാർക്കിടയിൽ 'സ്ത്രീയുടെ നിയന്ത്രണം' എന്ന ആശയം ഉൾക്കൊള്ളാൻ കഴിയാത്തതിനാലാണ്. മറിച്ച് മാത്രമേ ചിന്തിക്കാൻ കഴിയുന്നുള്ളു. അതായത് പിതൃദായ സമ്പദ്ഘടനയിൽ എല്ലാ പ്രവാചകരും പുരുഷൻമാർ തന്നെയായിരിക്കും. സ്ത്രീ പ്രസവിക്കാത്ത ഒരു പ്രവാചകനെക്കുറിച്ചും ഇസ്ലാം പറയുന്നുമില്ല.

പ്രവാചകന്റെ ഭാര്യമാരിൽ പ്രായത്തിൽ ഏറ്റവും ഇളയവളായി കരുതുന്ന ആയിഷയെ റസൂൽ പരിചയപ്പെടുത്തിയത് 'വിശ്വാസികളുടെ മാതാവ്' എന്നാണ്. ആയിഷയുടെ ചെറിയ പ്രായത്തിൽ ആണ് മുഹമ്മദ് നബി അന്തരിക്കുന്നത്. ഇവർ ഉൾപ്പെടെ എല്ലാ പ്രവാചക പത്നിമാരും നബിയുടെ കാലത്തിനുശേഷം 'അലൈംഗിക ജീവിതം' നയിച്ച് 'ആദർശവതികളായി കഴിഞ്ഞുകൂടി. പുരുഷന് ലൈംഗികതയും സ്ത്രീക്ക് അലൈംഗികതയും 'പുണ്യ'മാക്കുന്ന ദ്വന്ദ്വം ആണിത്.

"സ്ത്രീയുടെ ഗർഭപാത്രത്തിലെ ഇളംചൂടിന്റെ സുരക്ഷിതത്വമനുഭവിക്കാത്ത ഒരേയൊരു പ്രവാചകൻ മാത്രമേ ഇസ്ലാമിലുള്ളു. അത് ആദിപിതാവായ ആദമാണ്. ആദമാകട്ടെ, ദൈവത്തിന്റെ സത്തിൽനിന്ന് (ദാത്ത്) സൃഷ്ടിക്കപ്പെട്ട പ്രതിരൂപമാണ്. അറബിഭാഷയിൽ 'ദാത്ത്' സ്ത്രീലിംഗമാണ്. മനുഷ്യർ ഒരേ സ്വത്വ (നഫ്സ്) ത്തിൽനിന്നാണ് സൃഷ്ടിക്കപ്പെട്ടതെന്ന് *ഖുർ-ആൻ* ഊന്നിപ്പറയുന്നു. നഫ്സ് എന്നതും അറബിയിൽ സ്ത്രീലിംഗമാണ്."[13]

അതായത് നേരത്തെ ചർച്ച ചെയ്തതുപോലെ അടിസ്ഥാനം സ്ത്രീപുരുഷ സമത്വത്തെ ബലപ്പെടുത്തുകയും, മേൽപ്പുര അതേ സമയം അതിനെ ദുർബലപ്പെടുത്തുകയും ചെയ്യുന്നു.

'മനുഷ്യരിൽ ഒരു വിഭാഗത്തിന് (പുരുഷൻമാർക്ക്) അല്ലാഹു കൂടുതൽ കഴിവ് നൽകി അവരുടെ ധനം ചെലവിടുന്നു' എന്ന രണ്ടു വാക്യവും

സമ്പദ്ഘടനയുമായി ബന്ധപ്പെട്ടതാണ്. അറേബ്യയിൽ നിലനിന്ന സാമൂഹിക ക്രമം മറ്റ് പലയിടങ്ങളിലുമെന്നപോലെ Male status നുവിധേയമാണ്. ഇത് നൂറ്റാണ്ടുകളായി തുടരുമ്പോൾ പദവിയില്ലാത്ത സ്ത്രീകൾക്ക് അവസരം ഇല്ലാതെ വരികയും അവരുടെ കഴിവുകൾ മൂടപ്പെടുകയും ചെയ്യും. കഴിവുകെട്ടവർ എന്ന ഗണത്തിൽപെടുത്താൻ ഇത് ധാരാളം മതിയാകും. മറ്റൊന്ന് സമ്പത്ത് ചെലവാക്കൽ ആണ്. അതാത് സമ്പത്ത് പുരുഷദായക്രമത്തിൽ പുരുഷനിൽ നിക്ഷിപ്തമായിരിക്കും. ഇന്നത്തെ കാലത്ത് അത് എങ്ങനെ ബാധകമാകും? പുരുഷനെപോലെയോ അതിനേക്കാളേറെയോ സ്ത്രീയുടെ കഴിവ് സമൂഹം കാണുന്നു. പർവ്വതാരോഹണം മുതൽ ബഹിരാകാശംവരെയും പഞ്ചായത്ത് മുതൽ പാർലമെന്റും പ്രധാനമന്ത്രിവരെയും അറ്റൻഡർമാർ മുതൽ ഐ.എ.എസ് ഓഫീസേർസ് വരെയും ആ ശൃംഖല നീളുകയാണ്. സാമ്പത്തിക വരുമാനവും തുല്യനിലയിൽത്തന്നെ സൃഷ്ടിക്കാൻ സ്ത്രീകൾക്കും കഴിയുന്നു. പ്രത്യുൽപ്പാദന രംഗത്ത് മാത്രമല്ല ഉൽപ്പാദന സമ്പ്രദായങ്ങളിലും സ്ത്രീകളുടെ ഇടപെടൽ ശേഷി കരുത്തുറ്റതാണ്.

'അനുസരണക്കേട്' എന്നത് പുരുഷൻ രക്ഷാകർത്താവും സ്ത്രീ രക്ഷിക്കപ്പെടേണ്ടവൾ എന്ന ഘടനയിൽനിന്നും ഉത്ഭവിക്കുന്നതാണ്.

ബഹുഭർതൃത്വം വൻതോതിൽ നിലനിന്ന ഒരു സാമൂഹിക പശ്ചാത്തലത്തിൽ ആണ് നബിയുടെ പിറവി. എണ്ണമില്ലാത്ത വിവാഹം, എണ്ണമില്ലാത്ത സന്താനങ്ങൾ അതും പോരാഞ്ഞ് അടിമ സ്ത്രീകളും! ലൈംഗിക അരാജകത്വം അതിന്റെ തീക്ഷ്ണതയിൽ നിലനിന്ന പ്രദേശം, എപ്പോഴും ഗോത്രങ്ങൾ തമ്മിൽ യുദ്ധങ്ങൾ, ധാരാളം പുരുഷൻമാർ യുദ്ധക്കളത്തിൽ കൊല്ലപ്പെടുന്നു. അതുകൊണ്ടുതന്നെ പുരുഷപ്രജകളെ പെറ്റു കൂട്ടുന്ന സ്ത്രീകൾക്ക് പ്രിയം കൂടുതലും. പുരുഷന്റെ ക്രോമസോം പ്രശ്നമാണ് പെൺകുട്ടികളും ആൺകുട്ടികളും ജനിക്കുന്നതിന്റെ എണ്ണത്തിൽ പ്രതിഫലിക്കുന്നതെന്ന ശാസ്ത്രീയത അന്നു വ്യക്തമാക്കപ്പെട്ടിരുന്നില്ല. (വ്യക്തമാക്കപ്പെട്ട ഇന്നുപോലും സ്ത്രീയെ കുറ്റക്കാരിയാക്കുന്നു).

സ്ത്രീക്ക് ലൈംഗികതയിൽ ഒരവകാശവും ഇല്ലാതിരിക്കുകയും പുരുഷന് പൂർണാധികാരം നൽകുകയും ചെയ്യുന്ന പിതൃദായക്രമത്തെ പൂർണമായും *ഖുർ-ആൻ* സംരക്ഷിക്കുന്നു. എന്നാൽ അതിൽ നിയന്ത്രണം വരുത്തുകയും ചെയ്യുന്നു. അതിനാലാണ് സംരക്ഷിക്കാൻ കഴിവുള്ള പുരുഷൻമാർക്ക് ഒന്നിലധികം വിവാഹം നടത്താൻ അധികാരം നൽകുന്നത്. ബഹുഭർതൃത്വം ശുപാർശ ചെയ്യുന്നതുമില്ല. സാമൂഹിക നീതിയുടെ ദർശനം എന്ന നിലയിൽ ഖ്യാതി നേടിയ *ഖുർ-ആൻ* സ്ത്രീയുടെ കാര്യത്തിൽ ഈ നീതി നിഷ്കർഷിക്കുന്നില്ലെന്നുള്ളത് യാഥാർത്ഥ്യമാണ്. എന്നാൽ ധാരാളം വിവാഹം നടന്ന സാഹചര്യത്തിൽ, എണ്ണം പരിമിതപ്പെടുത്തുമ്പോൾ ഒന്നര സഹസ്രാബ്ദം കഴിഞ്ഞിട്ടും ഈ നാലിൽപിടിച്ചു തൂങ്ങുന്നത് അശാസ്ത്രീയമാണ്.

"നാലിൽ കൂടുതൽ ഭാര്യമാർ സ്വതന്ത്ര പുരുഷനെ സംബന്ധിച്ചിട

ത്തോളം ഹറാമാകുന്നു. ഏക ഭാര്യയെക്കൊണ്ട് മതിയാക്കുന്നതാണ് ഉത്തമം. ഉടമസ്ഥതയിലൂടെ എത്ര സ്ത്രീകളെയും ഭോഗിക്കുന്നതിന് വിരോധമില്ല. അടിമയെ സംബന്ധിച്ചിടത്തോളം രണ്ടിൽ കൂടുതൽ ഭാര്യമാർ ഉണ്ടായിരിക്കാൻ പാടില്ല.'[14]

ഇതിനർത്ഥം നാല് ഭാര്യമാർ നിർബന്ധമാണെന്നല്ല. ഏകഭാര്യയെ കൊണ്ട് മതിയാക്കാൻ കഴിയുമെങ്കിൽ അങ്ങനെയാകാനും പറയുന്നുണ്ട്. അതായത് അന്നത്തെ സാഹചര്യത്തിൽ ആവശ്യമെങ്കിൽ നാല് എന്നുപറഞ്ഞത് കാലാന്തരത്തിൽ മാറ്റത്തിന് വിധേയമാണെന്ന് തന്നെയാണ്. ഉടമസ്ഥാവകാശം കിട്ടിയാൽ എത്ര സ്ത്രീകളെയും ഭോഗിക്കാം എന്നതിൽ ഉടമ അടിമ ബന്ധം പുറത്തുവരുന്നു. ഉടമ പുരുഷനും അടിമ സ്ത്രീയുമാണ്. വിവാഹം ഉൾപ്പെടെ ഭാര്യയിൽ ഭർത്താവ് അധികാരം നേടിക്കഴിഞ്ഞാൽ ഏത് സ്ത്രീകളും ഭർത്താവിന് വിധേയപ്പെടേണ്ട 'വസ്തു' മാത്രമാകും. പുരുഷനുള്ള ഈ അവകാശം സ്ത്രീകൾക്ക് സ്വപ്നം കാണാൻ കഴിയുകയില്ല. അങ്ങനെ ഒരുവൾ പ്രവർത്തിച്ചാൽ വ്യഭിചാരിയാകും. പാതിവ്രത്യം സ്ത്രീക്ക് മാത്രമുള്ള ഒരു പ്രവൃത്തിയാണ്. പുരുഷന് ആവശ്യമില്ലാത്തതുമാണ്. ഒമ്പതിലധികം ഭാര്യമാരെ പാർപ്പിച്ച മുഹമ്മദ് നബി നാലു ഭാര്യമാരിൽ കൂടുതൽ പാടില്ലെന്നു വിലക്കുമ്പോൾതന്നെ അദ്ദേഹം പരിവർത്തനത്തെ പ്രോത്സാഹിപ്പിച്ചിരുന്നുവെന്ന് വ്യക്തമല്ലേ? സാഹചര്യത്തിലെ മാറ്റം അദ്ദേഹം വിഭാവനം ചെയ്തില്ലേ? എന്നാൽ വിവാഹം സംബന്ധിച്ച ശരിഅത്ത് നിയമം പരിവർത്തനത്തിന് വിധേയമാകാൻ പാടില്ലെന്ന് ശഠിക്കുന്നത് എന്തിനാണ്? അന്നത്തെ കാലത്ത് അടിമ പ്രശ്നം ചർച്ച ചെയ്യാതിരിക്കാൻ കഴിയില്ല. ഹദീസുകളിൽ കാണുന്ന പുരുഷ വിവേചനവും ഇവിടെ സൂചിതമാകുന്നു. അടിമയായ പുരുഷന് രണ്ടിൽ കൂടുതൽ വിവാഹം പാടില്ല. കാരണം, സാമ്പത്തികം ആണ്. പുരുഷന്റെ സമ്പത്ത് അനുസരിച്ച് മെഹർ കൊടുത്ത് വാങ്ങി ഉപയോഗിക്കേണ്ട ഒരുൽപ്പന്നം മാത്രമാണ് സ്ത്രീ.

വിവാഹത്തെക്കുറിച്ച് *ഖുർ-ആൻ* പ്രതിപാദനം ചില നിയന്ത്രണങ്ങൾ പുതിയതായി വെക്കുന്നുണ്ട്.

> അനാഥകളുടെ കാര്യത്തിൽ നിങ്ങൾക്കു നീതിപാലിക്കാനാവില്ലെന്ന് നിങ്ങൾ ഭയപ്പെടുകയാണെങ്കിൽ (മറ്റ്) സ്ത്രീകളിൽനിന്ന് നിങ്ങൾ രണ്ടോ മൂന്നോ നാലോ പേരെ വിവാഹം ചെയ്തുകൊള്ളുക. എന്നാൽ (അവർക്കിടയിൽ) നീതി പുലർത്താൻ ആവില്ലെന്ന് നിങ്ങൾ ഭയപ്പെടുകയാണെങ്കിൽ ഒരുവളെ മാത്രം വിവാഹം കഴിക്കുക. അല്ലെങ്കിൽ നിങ്ങളുടെ അധീനതയിലുള്ള അടിമ സ്ത്രീകളെ (ഭാര്യയെ പോലെ സ്വീകരിക്കുക) നിങ്ങൾ അതിരുവിട്ടു പോകാതിരിക്കുവാൻ അതാണ് നല്ലത്.[15]

പുരുഷകാമാന്ധതയെ നിയന്ത്രിക്കാൻ പരിമിതമായെങ്കിലും ഇവിടെ *ഖുർ-ആൻ* ശ്രദ്ധിക്കുന്നുണ്ട്. അതേസമയം സ്ത്രീക്ക് ഒന്നിൽ കൂടുതൽ

ഭർത്താക്കന്മാർ ഒരു സമയം എന്നത് ചിന്തനീയവുമല്ലാത്ത സമ്പ്രദായം ആണ് ആവിഷ്കരിക്കുന്നത്. ബഹുഭർതൃത്വവും ബഹുഭാര്യാത്വവും ഒരുപോലെ എതിർക്കുവാൻ അന്ന് കഴിയുമായിരുന്നില്ല. *ഖുർ-ആൻ* വചനങ്ങളുടെ സത്ത ഏക ഭർതൃ-ഭാര്യ സാമ്പത്തിക ക്രമമാണെന്ന് സൂക്ഷ്മ നിരീക്ഷണത്തിൽ സുവ്യക്തമാണ്.

പക്ഷേ, 'ദൈവ വചന'ത്തിൽ കാലാനുസൃതം എന്ന വാക്ക് പലർക്കും അനിഷ്ടമാണ്. അങ്ങനെയെങ്കിൽ ഇന്ന് ഏതു സമൂഹത്തിലാണ് അടിമ ഉള്ളത്? അടിമയെക്കുറിച്ച് *ഖുർ-ആൻ* പറയുന്നുണ്ടല്ലോ. അന്ന് ദൈവം അടിമയെ സമൂഹത്തിന് നൽകുകയും ഇന്ന് പിൻവലിക്കുകയും ചെയ്തതാണോ? അതോ സാമൂഹിക മാറ്റത്തിൽ, *ഖുർ-ആൻ* ഉൾപ്പെടെ ലോകമെങ്ങും നവോത്ഥാന പ്രസ്ഥാനങ്ങൾ നടത്തിയ സാമൂഹിക നീതിയിൽ അധിഷ്ഠിതമായ സാമൂഹിക ഇടപെടലിന്റെ ഭാഗമായി മാറ്റപ്പെട്ടതാണോ? രണ്ടാമത് പറഞ്ഞതാണ് യാഥാർഥ്യമെന്നിരിക്കെ കാലാന്തരത്തിൽ തള്ളപ്പെടേണ്ടതിനെ വാരിപ്പുണർന്ന് പിടി വിടാതെ വച്ചിരിക്കണോ? ഇതെല്ലാം സ്ത്രീയുടെ കാര്യത്തിലും പാലിക്കേണ്ടതുണ്ട്. വസ്ത്രം/സ്വത്ത്/ആചാരം/ഭക്ഷണം ഇവയിലെല്ലാം ഈ മാറ്റത്തിന് നമ്മൾ വിധേയരാകണ്ടേ? സാമൂഹിക നീതിയാണ് *ഖുർ-ആൻ* ആവർത്തിക്കുന്ന ഒരു മനുഷ്യധർമ്മം. ഇത് ഏതു കാലത്തും പരിപാലിക്കാൻ അമുസ്ലിങ്ങൾക്ക് പോലും ബാധ്യത ഉണ്ട്. എന്നാൽ നീതി വ്യാഖ്യാനം കാലാനുസൃതമാണ്. ഒരു കാലത്തെ നീതിയല്ല മറ്റൊരുകാലത്തുളവാകുന്നത്. അടിസ്ഥാന ഘടകത്തിൽ മാത്രമേ സ്ഥായീഭാവം നിലകൊള്ളു. ഈ കാഴ്ചപ്പാട് നബിക്ക് ഉണ്ടായിരുന്നുവെന്നു വേണം കരുതാൻ. മനുഷ്യസമൂഹത്തിന്റെ 'അവസാനകാലം വരെയുള്ള'ത് *ഖുർ-ആനിൽ* ഉണ്ടെന്നു വാദിക്കുന്നവർ സാമൂഹികനീതിയെന്ന സത്ത അനന്തരകാലത്ത് നിലനിൽക്കുകയും അതിന്റെ രീതിശാസ്ത്രത്തിൽ മാറ്റംവരികയും ചെയ്യും എന്നു കാണണം.

ഈ അർത്ഥത്തിൽ വേണം 'ഇങ്ങ്തിഹാദ്'നെ വിലയിരുത്താൻ. ഇങ്ങ്തിഹാദിനെ മുഹമ്മദ് നബി പ്രോത്സാഹിപ്പിക്കുകയും ചെയ്തിരുന്നു. ഇങ്ങ്തിഹാദ് എന്നാൽ *ഖുർ-ആനി*ലോ ശരിയായ ഹദീസുകളിലോ മാർഗ്ഗനിർദ്ദേശം ചെയ്യപ്പെട്ടില്ലാത്ത വിഷയങ്ങൾ (കാരണം അന്നത്തെ സാമൂഹിക സാഹചര്യ സൃഷ്ടിയാണ് ഇവയെല്ലാം എന്നതിനാൽ), ആവിർഭവിക്കുന്ന മുറയ്ക്ക് സ്വന്തം മനഃസാക്ഷിയെ മുൻനിർത്തി തീരുമാനം എടുത്ത് പരിഹരിക്കുക എന്നതാണ്. ഇതിന് ഉപയുക്തമായ ഒരു ഉദാഹരണം ഡോ. അസ്ഗർ അലി എഞ്ചിനീയർ[16] ചൂണ്ടിക്കാട്ടുന്നത് ഈ വിധമാണ്.

'ഒരിക്കൽ യമൻ ഗവർണറായിരുന്ന വനദുബീൻ ജബലിനോട് പ്രവാചകൻ ചോദിച്ചു, നിങ്ങൾ എങ്ങനെയാണ് ജനങ്ങൾക്ക് നീതി നടത്തി കൊടുക്കുക? ജബാൽ മറുപടി പറഞ്ഞു; *ഖുർ-ആന്റെ* മാർഗനിർദ്ദേശങ്ങൾക്കനുസരിച്ച് ഭരണം നടത്തും! *ഖുർ-ആനിൽ* പരാമർശിച്ചിട്ടില്ലാത്ത

ഒരു പ്രശ്നപരിഹാരം തേടി താങ്കളുടെ അടുത്ത് എത്തിയാലോ? നബിയുടെ ചോദ്യം. "പ്രവാചക ചര്യകളെ അടിസ്ഥാനമാക്കി തീരുമാനം എടുക്കും." "അതിലും ഉൾപ്പെടാത്തത് വന്നാലോ" എന്ന മൂന്നാം ചോദ്യത്തിന് മറുപടിയായി "ഞാനെന്റെ മനഃസാക്ഷിക്ക് നിരക്കുന്ന നിലപാട് സ്വീകരിക്കും" എന്നു ജബാൽ വ്യക്തമാക്കി. പ്രവാചകൻ ഗവർണറുടെ തോളിൽ തട്ടി അഭിനന്ദിച്ചു. 'സ്വന്തം മനഃസാക്ഷിയുടെ അംഗീകാരത്തിനു വിധേയമായി ഒരു തീരുമാനം എടുത്തിട്ടു തെറ്റു പറ്റിയാൽത്തന്നെ അങ്ങനെ ചെയ്യുന്ന ആൾ ഒരു യോഗ്യത നേടുന്നു. തെറ്റ് പറ്റാതിരുന്നാലോ രണ്ടുയോഗ്യത നേടുന്നു.' പ്രവാചകന്റെ ഇത്തരം ഉപദേശങ്ങൾ ഭാവിയെ മുൻകൂട്ടി കണ്ടുകൊണ്ട് നൽകിയതാകാനേ തരമുള്ളു.

ഇങ്തിഹാദ് നൽകുന്ന ഈ സ്വാതന്ത്ര്യം പോലും അടച്ചു പിടിച്ചുകൊണ്ടാണ് സ്ത്രീ പ്രശ്നത്തിൽ മതയാഥാസ്ഥിതികർ നിലപാട് കൈകൊള്ളുന്നത്. ഒരുപാട് കാര്യങ്ങൾ പ്രയോഗികതയുടെ പേരിൽ അറിഞ്ഞോ അറിയാതെയോ മാറ്റിയിട്ടുണ്ട്. എന്നാൽ സ്ത്രീയുടെ കാര്യത്തിൽ അതിന് തയ്യാറല്ല.

വിവാഹത്തിലും വിവാഹ മോചനത്തിലുമെല്ലാം ശരിഅത്ത് നിയമങ്ങൾ ഉറപ്പിച്ചുപിടിക്കുകയും ഇതര കാര്യങ്ങളിൽ ധാരാളം മാറ്റത്തിന് വിധേയമാവുകയും ചെയ്യുന്നു. മുസ്ലിം നിയമങ്ങൾ ബാധകമല്ലാത്ത രാജ്യങ്ങളിലെ മുസ്ലിംങ്ങൾ ആ നിയമങ്ങളെ സ്ത്രീ പ്രശ്നത്തിൽ ഒഴികെ അംഗീകരിക്കുന്നു. പുരുഷമേധാവിത്വ ഘടനയെ ദുർബലപ്പെടുത്തുന്ന തങ്ങളുടെ അധികാരത്തിലും സ്ത്രീയുടെ ലൈംഗികാടിമത്തവും അവർക്കുമേലുള്ള നിയന്ത്രണത്തിലും വിട്ടുവീഴ്ചയ്ക്ക് അവർ തയ്യാറല്ല. ഹദീസുകളുടെ സ്രഷ്ടാക്കൾക്കും (നബിയുടെ കാലത്ത് എണ്ണത്തിൽ പരിമിതം) ശരിഅത്ത് വ്യാഖ്യാതാക്കൾക്കും ഇത് ചിന്തനീയമല്ല.

നിരുപാധികമായ പുരുഷമേധാവിത്വം നിലനിന്ന സമൂഹത്തിൽ അതിനെ ദുർബലപ്പെടുത്തുന്ന പല സമീപനങ്ങളും *ഖുർ-ആൻ* മുന്നോട്ടുവയ്ക്കുന്നു. അതിന്റെ ചുവട് പിടിച്ച് സ്ത്രീ സ്വാതന്ത്ര്യത്തിനുവേണ്ടി നിലകൊള്ളേണ്ടതിനു പകരം *ഖുർ-ആ*ന്റെ പൂർവകാലം ആവർത്തിക്കാനാണ് പലരും ശ്രമിക്കുന്നത്. നബി യമൻ ഗവർണർക്ക് നൽകിയ ഉപദേശത്തെ മറച്ചുപിടിച്ചുകൊണ്ടാണ് ഈ സ്ത്രീ വിരുദ്ധ അഭ്യാസം കാണിക്കുന്നത്.

ശാശ്വതനീതി വിഭാവനം ചെയ്യുന്നവർക്ക്, സ്ത്രീപുരുഷ തുല്യത ആഗ്രഹിക്കുന്നവർക്ക് *ഖുർ-ആൻ* തന്നെ ഉത്തരം നൽകുന്നുണ്ട്. '(അല്ലാഹുവിന്)കീഴ്പ്പെടുന്നവരായ പുരുഷന്മാർ, സ്ത്രീകൾ, വിശ്വാസികളായ പുരുഷന്മാർ, സ്ത്രീകൾ, സത്യസന്ധരായ പുരുഷൻമാർ, സ്ത്രീകൾ, ക്ഷമാശീലരായ പുരുഷന്മാർ, സ്ത്രീകൾ, വിനീതരായ പുരുഷൻമാർ, സ്ത്രീകൾ, ദാനം ചെയ്യുന്നവരായ പുരുഷന്മാർ, സ്ത്രീകൾ, വ്രതമനുഷ്ഠിക്കുന്നവരായ പുരുഷന്മാർ, സ്ത്രീകൾ, തങ്ങളുടെ ഗുഹ്യാവയവങ്ങൾ കാത്തുസൂക്ഷിക്കുന്നവരായ പുരുഷന്മാർ, സ്ത്രീകൾ, ധാരാളമായി അല്ലാ

ഹുവെ ഓർമ്മിക്കുന്നവരായ പുരുഷന്മാർ, സ്ത്രീകൾ ഇവർക്ക് തീർച്ച യായും അല്ലാഹു പാപമോചനവും മഹത്തായ പ്രതിഫലവും ഒരുക്കി വെച്ചിരിക്കുന്നു.'[17]

ഈ സൂക്തം അല്ലാഹുവിന് കീഴ്പ്പെടുന്ന ജനങ്ങൾ എന്നല്ല പറയു ന്നത് പുരുഷന്മാർ, സ്ത്രീകൾ എന്നു തന്നെയാണ്. ഈ ദർശനം വ്യാഖ്യാ നിച്ചുകൊണ്ടും പുതിയ കാലത്തെ സ്ത്രീപുരുഷ സമത്വം വ്യാഖ്യാനി ക്കാവുന്നതാണ്.

'നീതി, സഹാനുഭൂതി തുടങ്ങിയ മൂല്യങ്ങൾ കാലഘട്ടത്തിന്റെ പരി ണാമത്തിന് അനുസരിച്ച് മാറിവരേണ്ടവയാണെന്ന കാര്യം ഇവിടെ പ്രത്യേകം ശ്രദ്ധേയമാണ്. മദ്ധ്യയുഗങ്ങളിൽ സമൂഹനീതിയെക്കുറിച്ച് ഉണ്ടായിരുന്ന കാഴ്ചപ്പാടല്ല നമ്മുടെ കാലഘട്ടം ഒരു ജനാധിപത്യയുഗ മാണ്. ലിംഗം, വംശം, ജാതി തുടങ്ങിയ വിവേചനം ഉപേക്ഷിക്കാതെ നമ്മുടെ കാലഘട്ടത്തിനു അനുയോജ്യമായ തരത്തിൽ സാമൂഹ്യ നീതി നടപ്പിൽ വരുത്തുക സാധ്യമല്ല. മധ്യയുഗങ്ങളിലെ ധാരണ അതായിരു ന്നില്ല. അന്നത്തെ കാഴ്ചപ്പാടനുസരിച്ച് മേൽപ്പറഞ്ഞ തരത്തിലുള്ള വിവേ ചനങ്ങൾ സ്വാഭാവികമായിരുന്നു. അടിമക്കച്ചവടം പോലും എതിർക്കപ്പെ ടേണ്ടതുണ്ടെന്ന് ആർക്കും തോന്നിയിരുന്നില്ല. ആരും അതിൽ അനീതി യൊന്നും ദർശിച്ചിരുന്നില്ല. ഒരു അടിമ ഏതെങ്കിലും സാഹചര്യത്തിൽ അയാളുടെ യജമാനനെ വിട്ടോടിപ്പോയാൽ അത് അനീതിയായിട്ടാണ് അന്നു കരുതിയിരുന്നത്. എന്നാൽ ഇന്നോ? അടിമവ്യവസ്ഥ മാത്രമല്ല കുട്ടികളെക്കൊണ്ടും ജോലി ചെയ്യിക്കൽ മറ്റുള്ളവരെക്കൊണ്ടു നിർബന്ധം ചെലുത്തി ജോലി ചെയ്യിക്കൽ ഇവയെല്ലാം അനീതിയായി കണക്കാക്ക പ്പെടും എന്ന കാര്യത്തിൽ ആർക്കും തർക്കമില്ല. ഫ്യൂഡൽ കാലഘ ട്ടത്തിൽ നിന്നും ജനാധിപത്യകാലഘട്ടത്തിലേക്കു സമൂഹം പരിണമിക്കു മ്പോൾ നീതിയെക്കുറിച്ചുള്ള കാഴ്ചപ്പാടു മാറുന്നു. എന്നാൽ നീതിയുടെ സത്തയ്ക്കു മാറ്റമില്ല.[18]

ഈ കാര്യങ്ങൾ ചർച്ച ചെയ്യുമ്പോൾ നാം ചിന്തിക്കേണ്ട പ്രധാന കാര്യം *ഖുർ-ആൻ* ആവിഷ്കാരത്തിനുമുമ്പ് ലോകത്ത് ഏതെങ്കിലും സമൂഹം അതിന്റെ ആദ്യഘട്ടം കഴിഞ്ഞാൽ (പ്രാകൃത കമ്മ്യൂണിസ്റ്റ് ഘട്ടം) ഇതിനേക്കാൾ കൂടുതൽ പദവി സ്ത്രീകൾക്ക് നൽകിയിരുന്നില്ലെന്നതും ശ്രദ്ധേയമാണ്. ആ തരത്തിൽ ഇതിനെ പരിവർത്തിപ്പിക്കാൻ വഴിയൊരു ക്കേണ്ടതുണ്ട്. പക്ഷേ, തന്നെ തിരസ്കരിച്ച മക്കാനിവാസികളോട് ബദർ യുദ്ധം നടത്തി നബി പൊരുതിയതിനേക്കാൾ കൂടുതൽ സമരം ഇപ്പോൾ സ്ത്രീപക്ഷവാദികൾ യാഥാസ്ഥിതികരോട് നടത്തിയാലേ സ്ത്രീ വിമോ ചനം സാധ്യമാവുകയുള്ളു.

ബഹുഭാര്യാത്വത്തിന് വൻ ഉപാധി *ഖുർ-ആൻ* വച്ചപ്പോൾതന്നെ മന സ്സിലാക്കേണ്ടത് അന്നത്തെ അനിവാര്യതയാണ്. ഇത്രയെങ്കിലും ഉപാധി മറ്റൊരു സമൂഹവും നൽകിയിട്ടുമില്ല. ഇന്ത്യയിൽ ശൂദ്ര സ്ത്രീകളെ പ്രാപി ക്കുന്നതിന് ബ്രാഹ്മണർക്ക് ഒരു നിയന്ത്രണവും *മനുസ്മൃതി* ഏർപ്പെടു

ത്തിയില്ല. എന്നാൽ അടിമ സ്ത്രീകളെ പ്രാപിക്കുന്നതിന് *ഖുർ-ആൻ* നിയന്ത്രണം കൊണ്ടുവരികയും ചെയ്തു. പൊതുസ്ഥലത്ത് പുകവലി പാടില്ലെന്നു പറഞ്ഞ് നിയമം കൊണ്ടുവന്നാൽ അതിന്റെയർത്ഥം സ്വകാര്യ സ്ഥലത്ത് തടസ്സമില്ലെന്നാണ്. എന്നാൽ ആ നിയമത്തിന്റെ സത്ത പുകവലി ഒരു മോശപ്പെട്ട കാര്യമാണെന്നുമാണ്. അതുപോലെ നാലു വിവാഹം എന്നത് നിയന്ത്രണ രേഖയാണ്. അതിനർത്ഥം നാല് വേണമെന്നല്ല, ലക്കുകെട്ട ജീവിതത്തിന് ഒരു കടിഞ്ഞാൺ ആയിരുന്നു.

ഖുർ-ആൻ എന്തുദ്ദേശ്യത്തോടെയാണോ ബഹുഭാര്യാത്വം അനുവദിച്ചത്, ആ ഉദ്ദേശ്യം നടപ്പിലാക്കുവാൻ ഇന്ന് വേണ്ടത് ബഹുഭാര്യാത്വം വിലക്കുകയാണ്.

1984 ൽ ഇ.എം.എസും, ഇർഫാൻ ഹബീബും ഇത്തരമൊരു ചർച്ച മുന്നോട്ടു വച്ചപ്പോൾ വിദ്യാ സമ്പന്നരുടെ കേരളം കത്തി. 'ഒന്നുംകെട്ടും പത്തുംകെട്ടും, ഇ.എം.എസിന്റെ 'ഓളേം കെട്ടും' എന്നായിരുന്നു മുസ്ലീം വർഗീയതയുടെ മുദ്രാവാക്യം.

മനുഷ്യരുടെ എണ്ണം കുറവുണ്ടായിരുന്ന പുരാതനകാലത്ത് കുട്ടികളുടെ എണ്ണം വർദ്ധിപ്പിക്കുന്നതിന് വലിയതോതിൽ പരിശ്രമം നടന്നിരുന്നു. ചെറിയപ്രായം വരെയേ ആയുസ് ഉള്ളൂ. പകർച്ചവ്യാധികൾ വന്നാൽ കൂട്ടമരണം സംഭവിക്കും. കൂടാതെ സ്ഥിരമായി നടക്കുന്ന യുദ്ധവും ജനസംഖ്യയെ കുറയ്ക്കുന്നതായിരുന്നു. അതിനാൽ കുട്ടികളുടെ എണ്ണം കൂടുന്നത് വിലക്കുണ്ടായിരുന്ന ഒരുകാര്യമല്ല. ഭാര്യമാരുടെ എണ്ണം കൂട്ടുകയും ഓരോരുത്തരും മത്സരിച്ച് പ്രസവിക്കുകയും ചെയ്തിരുന്നതിൽനിന്ന് ഇന്ന് വ്യത്യസ്തമാണ് കാര്യങ്ങൾ. പൊതുവെ ജനസംഖ്യാ നിയന്ത്രണം ജനങ്ങൾ രാഷ്ട്രഭേദമില്ലാതെ ഏറ്റെടുത്തിട്ടുണ്ട്. എന്നാൽ ചില നാടുകളിൽ ജനനം നിയന്ത്രിക്കാൻ 'വിശ്വാസം' അനുവദിക്കുന്നില്ല. ഖദീജാമുംതാസിന്റെ 'ബർസയിൽ' ഒരു സന്ദർഭം ഇങ്ങനെ കാണുന്നു.

"മാഫിബിസ്റ?" (കുഞ്ഞുങ്ങളൊന്നുമായില്ലേ)

ഇല്ലെന്നുപറഞ്ഞപ്പോൾ വഷളൻ ചിരിയോടെ "ലേ മാഫി ശുകുൽ മസ്ബുത്ത്?"

(എന്തേ പണി ശരിക്കെടുക്കുന്നില്ലേ?) എന്നായി. എപ്പോഴും 'മസ്ബുതായി' പണിയെടുക്കലാണ് ആണത്വം എന്ന് അറബികൾ ഉറച്ച് വിശ്വസിക്കുന്നു. കുഞ്ഞുങ്ങളുടെ എണ്ണം അവരുടെ പൗരുഷത്തിന്റെ അടയാളമാണ്. കുഞ്ഞുങ്ങൾ അവരുടെ വിലപ്പെട്ട സമ്പാദ്യങ്ങളും. മൂന്നു കുട്ടികളൊക്കെയുള്ള അറബിപെണ്ണുങ്ങൾ അടുത്ത ഗർഭമൽപ്പം വൈകിയാൽ വന്ധ്യതാചികിത്സയെന്നു പറഞ്ഞ് ഒ.പി.യിലെത്തും 'ഭർത്താവ് ചോദിക്കുന്നു എന്തേ ഗർഭിണിയാകാത്തതെന്ന്.' വേഗം ഗർഭിണിയായില്ലെങ്കിൽ അയാൾ വേറെ വിവാഹം കഴിക്കുമെന്നു ഭീഷണി. ദക്തൂറാ, വേഗം ചികിത്സിച്ച് എനിക്ക് ഗർഭമുണ്ടാക്കിത്തരണം.'

മൂന്നും നാലും സിസേറിയൻ ഒന്നിനുപുറകേ ഒന്നായി കഴിഞ്ഞാലും സ്ത്രീകൾ വന്ധീകരണ ശസ്ത്രക്രിയയ്ക്ക് സമ്മതംമൂളില്ല. പ്രസവം നിർ

ത്തിയാൽ പിന്നെ സ്ത്രീശരീരംകൊണ്ട് എന്തു പ്രയോജനം? പുരുഷൻ വേറെ വളക്കൂറുള്ള മണ്ണ് തേടിപ്പോകും. രണ്ടു സിസേറിയൻ കഴിഞ്ഞ സ്ത്രീ ശക്തമായ പ്രസവവേദനയുണ്ടാകുന്നതുവരെ വീട്ടിൽ തന്നെയിരിക്കും. ആശുപത്രിയിലെത്തിയാൽ സിസേറിയൻ ചെയ്യാനിടകൊടുക്കാതെ പ്രസവിക്കാമല്ലോ. രണ്ടു സിസേറിയൻ കഴിഞ്ഞ ഗർഭപാത്രമാണ്, തനിയെ പ്രസവിച്ചാൽ പൊട്ടിപ്പോകുമെന്നൊക്കെ പറഞ്ഞ് ഡോക്ടർമാർ തിരക്കുപിടിച്ച് ഓപ്പറേഷനു കൊണ്ടുപോകും, നേരത്തെയെത്തിയാൽ. സിസേറിയൻ ചെയ്താലല്ലേ കൂടെ പ്രസവം നിർത്തുന്ന പ്രശ്നമുദിക്കുന്നുള്ളൂ.

ഭർത്താവിന്റെ രണ്ടാം കല്യാണത്തെ സ്വാഗതം ചെയ്യുന്ന സ്ത്രീകളും ഇല്ലാതില്ല. കുട്ടിക്കാലം മുതലേ ബഹുഭാര്യാത്വത്തെ ഒരു സാമൂഹിക ക്രമമായി മനസ്സിലാക്കി വളർന്നതു കൊണ്ടുള്ള സമരസപ്പെടൽ ഇതിനുകാരണമാകാം. ഭർത്താവിന്റെ രണ്ടാം ഭാര്യയെ വളരെ സ്നേഹത്തോടെ ഗർഭകാലചെക്കപ്പിനായി മാസംതോറും ഒ.പിയിൽ കൊണ്ടുവരാറുള്ള സൗദി സ്ത്രീയോട് സബിത സൂത്രത്തിൽ ഒരു തവണ ചോദിച്ചു.

"രണ്ടാമതൊരു ഭാര്യയെ ഭർത്താവ് കൊണ്ടുവന്നതിൽ നിങ്ങൾക്ക് വിഷമമൊന്നുമില്ലേ."

"എന്തിനുവിഷമം? അവൾ വന്നതിനു ശേഷം എനിക്ക് രാത്രിയിൽ നല്ല വിശ്രമമുണ്ട്. അല്ലെങ്കിൽ എല്ലാ ദിവസവും ഞാൻതന്നെ കഷ്ടപ്പെടേണ്ടേ?"

സ്ത്രീ-പുരുഷബന്ധത്തിന്റെ അടിസ്ഥാനം ലൈംഗികതമാത്രമാകുമ്പോൾ ഇത്തരം സാമൂഹിക ക്രമങ്ങളും മനോവ്യാപാരങ്ങളും തീർച്ചയായും ഉടലെടുത്തേ തീരൂ എന്നായിരിക്കും. ഇസ് ആഫിലെ സൗദി നഴ്സിങ് അസിസ്റ്റന്റ് സെൽമ തന്റെ ഭർത്താവിന്റെ രണ്ടാം കല്യാണത്തെപ്പറ്റി പറഞ്ഞതും ഇതുപോലെതന്നെ.

" എനിക്കു വയസ്സമ്പതായി. ഇനിയിപ്പോൾ പഴയതുപോലൊക്കെ കഴിയുമോ? അപ്പോൾപ്പിന്നെ ഇതുതന്നെ വഴി."

"നിങ്ങളുടെ ഭർത്താവിനും പ്രായമായില്ലേ?"

"ഓ അയാളു നരച്ചു മുതുക്കനായി, എഴുപതുവയസ്സുകാണും. ഇപ്പോൾ കെട്ടുന്നത് പത്തൊമ്പതു വയസുകാരിയെയാണ്. ബർമ്മാവിയാണ്. തിന്നാനും കുടിക്കാനും ഇല്ലാത്തവൾ. എങ്കിലും കാണാൻ സുന്ദരിക്കുട്ടിയാണ്. ഞാൻ കണ്ടിരുന്നു. നല്ലമുഖവും കറുത്ത നീണ്ടമുടിയും. പാവം, രക്ഷപ്പെട്ടോട്ടെ."

"പത്തൊൻപതുകാരിയെ മുതുക്കൻ കെട്ടുന്നത് ശരിയല്ലെന്നു തോന്നിയിട്ടില്ലേ നിങ്ങൾക്ക്?"

"ഞാൻ പറഞ്ഞില്ലേ ദക്തൂറാ, ആ പാവത്തിന് തിന്നാനുംകുടിക്കാനുമാകില്ലേ. സൗദിപൗരത്വവും കിട്ടും. പിന്നെ ഭർത്താവ് മരിക്കുമ്പോൾ അവൾക്ക് സ്വത്തിന്റെ ഓഹരിയും കിട്ടും. പൂത്തപണമുണ്ട് അയാളുടെ കൈയിൽ. അയാളു മരിച്ചാൽപ്പിന്നെ അവൾക്ക് വേണമെങ്കിൽ ചെറുപ്പക്കാരനെ കെട്ടാമല്ലോ?"

വിധവാവിവാഹം സാർവത്രികമായ ഒരു സമൂഹ വ്യവസ്ഥയിൽ സ്ത്രീക്ക് ഇങ്ങനെ ചില ആനുകൂല്യങ്ങളുമുണ്ടല്ലോ എന്നത് സബിതയെ രസിപ്പിച്ചു. സബിതയെ അമ്പരപ്പിച്ചത് ഇത്തരം സാമൂഹികസത്യങ്ങളെ പ്പറ്റി തുറന്നു സംസാരിക്കുമ്പോൾ ഈ സ്ത്രീകൾ പ്രകടിപ്പിക്കുന്ന നിർവ്വി കാരതയാണ്. അവൾക്ക് പ്രതിഷേധങ്ങളില്ല, അടിച്ചമർത്തപ്പെടുന്ന സ്ത്രീത്വത്തെപ്പറ്റിയുള്ള വേവലാതികളില്ല. ലഭ്യമായ സാമൂഹികവ്യവസ്ഥി തികളുടെ പരിധികൾക്കുള്ളിൽ ഒതുങ്ങിനിന്നുകൊണ്ട് തന്നെ, കിട്ടാവു ന്നതെല്ലാം നേടിയെടുക്കുക എന്ന തികഞ്ഞ പ്രായോഗികത മാത്രം.'[19]

സ്വത്ത്

സ്ത്രീകൾക്ക് സ്വത്തു നൽകുന്നതിന് *ഖുർ-ആൻ* അനുശാസി ക്കുന്നു. പക്ഷേ, പുരുഷന് നൽകുന്നതിന്റെ പകുതിമാത്രമേ സ്ത്രീകൾക്ക് നൽകേണ്ടതുള്ളൂ. പെണ്ണിന്റെ വ്യക്തിത്വത്തിന് ആണിന്റെ പകുതിമാത്രം വില കൽപ്പിക്കുന്ന സമ്പ്രദായം എന്നു പറയാം. എന്നാൽ ഇതിന് ഒരു മറുവശമുള്ളത് പൂർണ്ണമായും സ്വത്ത് നിഷേധിക്കപ്പെട്ടിരുന്ന സ്ത്രീകൾക്ക് പകുതി നൽകുക എന്നിടത്തേക്ക് *ഖുർ-ആൻ* എത്തിച്ചേർന്നുവെങ്കിൽ ഇന്നത്തെ കാലത്ത് തുല്യം നൽകുന്നതിൽ വൈഷമ്യം തോന്നേണ്ട കാര്യ മില്ല. 'നിങ്ങളുടെ സന്താനങ്ങളുടെ കാര്യത്തിൽ അല്ലാഹു നിങ്ങൾക്ക് നിർദ്ദേശം നൽകുന്നു. ആണിന് രണ്ടു പെണ്ണിന്റേതിന് തുല്യമായ ഓഹ രിയാണുള്ളത്"[20] 1400 വർഷം മുമ്പ് പറഞ്ഞകാര്യമാണിത്. സ്ത്രീകൾക്ക് യാതൊരു മനുഷ്യാവകാശവും കൽപ്പിക്കാത്ത കാലത്ത് പൂർണ്ണമായും അടിമയ്ക്ക് തുല്യമായ ജീവിയായി സ്ത്രീയെ കരുതിയിരുന്ന കാലത്തെ നിർണ്ണയമാണിത്. തീർച്ചയായും ഒന്നര സഹസ്രാബ്ദത്തെ സാമൂഹിക മാറ്റം കണ്ടിട്ട് വേണം വ്യാഖ്യാതാക്കൾ ഇതിനെ സമീപിക്കേണ്ടത്, *ഖുർ-ആൻ* അങ്ങനെ പറഞ്ഞിട്ടുണ്ട് എന്നു വാദിക്കുന്നവർ മനസ്സിലാക്കേ ണ്ടത്, *ഖുർ-ആൻ* അതുമാത്രമല്ല പറഞ്ഞിട്ടുള്ളത് എന്ന് ഓർക്കണം. ഉദാ ഹരണത്തിന് മൊഹർ സ്ത്രീക്ക് നൽകി നിക്കാഹ് നടത്തുന്ന സമ്പ്രദാ യമാണ് ഇസ്ലാം അനുശാസിക്കുന്നത്. 'ഒരാളും തന്റെ പ്രായപൂർത്തിയാ കാത്ത മകളെ 'സാധാരണ മഹറിൽ' കുറഞ്ഞതിനും പ്രായപൂർത്തിയാ കാത്ത മകനെ 'സാധാരണ മഹറിൽ' കൂടിയതിനും വിവാഹം ചെയ്ത് കൊടുക്കരുത്" എന്നാൽ *ഖുർ-ആൻ* അനുസരിച്ചില്ലെന്നു വേണ്ട എന്ന രീതിയിൽ തികച്ചും നാമമാത്ര തുക ചടങ്ങെന്ന നിലയിൽ നൽകി വൻ തോതിൽ സ്ത്രീധനം കൈപ്പറ്റി വിവാഹ കമ്പോളം കൊഴുപ്പിക്കുന്നുണ്ട്. മറ്റ് പല മതവിഭാഗങ്ങളേയുംപോലെ സ്ത്രീധന സമ്പ്രദായം ഇസ്ലാമിലും നിലനിൽക്കുന്നു. ഏതു വിവാഹ മണ്ഡപത്തിനു മുന്നിലും ഭാര്യാ കുടുംബം നൽകിയ 'ഫോർ രജിസ്ട്രേഷൻ' കാറും ശരീരമാകെ ആഭ രണം കൊണ്ട് പൊതിഞ്ഞ മണവാട്ടിയേയും കാണാം.

വിവാഹം

വിവാഹ നടപടിക്രമത്തിൽ പ്രത്യേകിച്ച് ഒരു പങ്കും വഹിക്കാൻ സ്ത്രീക്ക് അനുവാദമില്ല.

'ഉംദ' പ്രകാരമുള്ള നിക്കാഹിന്റെ ഫർളുകൾ ശ്രദ്ധിച്ചാൽ സ്ത്രീകളുടെ അപ്രധാനവശം മനസ്സിലാകും. ഇതനുസരിച്ച് കൈക്കാരൻ രക്ഷാകർത്താവ് അഥവാ വലിയ്യ് ആണ് വിവാഹത്തിൽ ചുമതല വഹിക്കേണ്ടത്. 'പൂർണ ചിന്താശക്തിയുള്ള സ്വതന്ത്രനും നീതിമാനും മതശാസനകൾക്ക് വിധേയനുമായ പുരുഷാവലിയില്ലാതെ നിക്കാഹ് സാധുവാകുകയില്ല. സ്ത്രീ, കുട്ടി, ഭ്രാന്തൻ, അടിമ, അമുസ്ലീം, കുറ്റവാളി, വിവേകമില്ലാത്തവൻ, വാർദ്ധക്യംമൂലമോ മാനസിക തകരാറുകൾമൂലമോ ചിന്താശക്തി നഷ്ടപ്പെട്ടവൻ, ഇവരൊന്നും വലിയ്യാകാൻ അർഹരല്ല.' ഇവിടെ സ്ത്രീകളെ ആരുടെ കൂട്ടത്തിലാണ് ഉൾപ്പെടുത്തിയിരിക്കുന്നത് എന്നത് ശ്രദ്ധിക്കേണ്ടതാണ്. അടിമയ്ക്കും, കുറ്റവാളിക്കും, ചിത്തഭ്രമം ബാധിച്ചവർക്കും തുല്യമായ ഒരു 'ജീവി' മാത്രമാണ് സ്ത്രീ. തന്റെ മകന്റെയോ മകളുടെയോ വിവാഹത്തിൽ ഒരു പങ്കും വഹിക്കാൻ അവകാശമില്ലാത്ത, അധികാരമില്ലാത്ത കുട്ടിയെ പ്രസവിച്ചു നൽകുന്ന ഒരു യന്ത്രം മാത്രമാണ് സ്ത്രീ. ഇങ്ങനെ 'വലിയ്യാകാൻ യോഗ്യതയില്ലാത്ത ഒരു പുരുഷൻ കുടുംബത്തിൽ ഇല്ലെങ്കിൽ പോലും സ്ത്രീക്ക് അവകാശമില്ല.'തന്റെ അധികാരത്തിലുള്ള സ്ത്രീയെ കെട്ടിക്കുന്നതിന് മറ്റൊരാൾക്ക് വക്കാലത്ത് കൊടുക്കാൻ വലിയ്യിന് അധികാരമുണ്ട്. വലിയ്യാകാൻ യോഗ്യതയില്ലാത്ത വ്യക്തിക്ക് വക്കാലത്ത് കൊടുക്കാൻ പാടില്ല. അതായത് സ്ത്രീയെ ഒരു കാരണവശാലും ഉത്തരവാദിത്വം ഏൽപ്പിക്കാൻ പാടില്ലാത്തതാണ് എന്നാണ്.

പരലോകം

സ്വർഗ നരക സങ്കൽപ്പം മിക്കവാറും എല്ലാ മതങ്ങളും പ്രചരിപ്പിക്കുന്നതാണ്. ബുദ്ധമതം പരലോകത്തെക്കുറിച്ച് ഈ വിധത്തിൽ പറയുന്നില്ലെന്ന് മാത്രം. ഇസ്ലാം-ക്രൈസ്തവ-ഹിന്ദു മതങ്ങളുടെ ഈ പ്രചാരണ ആയുധം ലോകത്ത് പൊതുവെ വിശ്വാസികളുടെ ഇടയിലെ സങ്കൽപ്പമാണ്.

പ്രപഞ്ചത്തെക്കുറിച്ച് ഇന്നുള്ള ശാസ്ത്രീയധാരണ ഇല്ലാത്തകാലത്ത് ആകാശം എന്നത് അപരലോകമാണ്. ആകാശത്തിനു മുകളിൽ ഉള്ളത് സ്വർഗ്ഗ നരക മേഖലകളാണെന്ന പ്രചാരണം അജ്ഞാത ലോകത്തിന് രുചിക്കുന്ന ഒന്നായിരുന്നു. പരലോക വിചാരണ ഈ പ്രധാന മൂന്നു മതത്തിന്റെയും പരികൽപ്പനയാണ്. ഭൂമുഖത്ത് മനുഷ്യരൂപാന്തരം പ്രാപിച്ച ഏതാണ്ട് പത്തുലക്ഷം കോടി ജീവികൾ ജനിച്ച് മരിച്ചതായി കണക്കാക്കുന്നു. ഇവയെല്ലാം സ്വർഗ്ഗത്തിലോ നരകത്തിലോ കഴിയുന്നവരാണ് എന്നാണ് വിശ്വാസം. മറ്റ് ജീവജാലങ്ങളെ കൂടി ഈ മേഖലയിൽ പരിഗണിച്ചാൽ അതിന്റെ എണ്ണം എഴുതിവയ്ക്കുവാൻ കഴിയാത്തവിധമാകും.

തീർച്ചയായും മനുഷ്യരിൽ നീതിബോധവും കരുണയും നിലനിർത്താൻ ഇത്തരമൊരാശയം ഗുണംചെയ്യുന്നുണ്ട്. തങ്ങളുടെ ജീവിത നിലവാരത്തിലെ പ്രവൃത്തികൾ 'ഓഡിറ്റിന്' വിധേയമാക്കും എന്ന ഒരു ചിന്ത ചിലപ്പോഴെങ്കിലും സദ്ഗുണപാതയിൽ ചിലരെ നിലനിർത്തിയേക്കാം. എന്നാൽ മതങ്ങൾ ഇക്കാര്യത്തിൽ നൽകുന്ന ഇളവ് - പശ്ചാത്താപവും കുമ്പസാരവും-ചിലർ ആഘോഷമാക്കിമാറ്റുകയും ചെയ്യും. ദൈവത്തിനും ചുറ്റുപാടുമുള്ള ചില മനുഷ്യർക്കും സഹായം നൽകി ഇളവു സമ്പാദിക്കുന്നവരുടെ എണ്ണം കൂടുതലാണ്.

പ്രപഞ്ചവിജ്ഞാനം വൻതോതിൽ വർദ്ധിച്ച് ഗോളാന്തരയാത്ര തുടങ്ങിയിട്ടും ആകാശത്തിലെവിടെയോ കുടികൊള്ളുന്നുവെന്ന് വിചാരി

ക്കുന്ന സ്വർഗ്ഗ-നരക സങ്കൽപ്പത്തിന് വലിയതോതിൽ കോട്ടം തട്ടിയിട്ടില്ല.

ഇബ്രാഹിം നബിയുടെ ഭാര്യ ഹാജിറ, മരുഭൂമിയിൽ പരിത്യജിക്കപ്പെട്ടവളാണ്. ഏകാകിനിയും നിരാലംബയുമായി അവൾ ജലശൂന്യമായ പ്രതലത്തിൽ വെന്തുരി. എന്നാൽ തിരസ്കൃതയായ അവർ സ്വന്തം ജീവിതം സ്വയം പടുത്തുയർത്തി. ഖദീജ മുഹമ്മദ് നബിയുടെ പ്രത്യയശാസ്ത്രങ്ങളുടെ പ്രചാരകയും വ്യാപാരത്തിലെ ശക്തിയും ആയി പ്രവർത്തിച്ചു. ഏറെ ഇളയഭാര്യയായ ആയിഷ പുതിയ ഹദീസുകൾ തന്നെ സൃഷ്ടിക്കുകയും യുദ്ധഭൂമിയിൽ പ്രവാചകനെ തുണയ്ക്കുകയും ചെയ്തു. ഇങ്ങനെയൊക്കെ ശക്തരായ സ്ത്രീകൾക്ക് സ്വർഗ്ഗത്തിൽ പ്രവേശനമില്ല. നരകത്തിലാണ് ഇവരുടെ സ്ഥാനമെന്നാണ് ഹദീസ്. 'നബി കണ്ട നരകവാസികളിൽ കൂടുതലും സ്ത്രീകളാണ്'എന്ന ഹദീസ് സൃഷ്ടിച്ചത് പുരുഷമേധാവിത്വ ശക്തികളാണ്. 'സ്ത്രീയും പുരുഷനും പരസ്പരം വസ്ത്രങ്ങളാണെന്ന രൂപകത്തിലൂടെ അവർക്കിടയിലുണ്ടാകേണ്ട തുല്യതാബോധത്തെ ഉയർത്തിപിടിച്ച *ഖുർ*-ആന്റെ ലോക വീക്ഷണത്തെ, മുസ്ലീം മതാനുഷ്ഠാനങ്ങൾ, സ്ത്രീയെ അടിച്ചമർത്തുന്നതിലേക്ക് പരിവർത്തിപ്പിക്കുകയാണ് ചെയ്തത്.'[21]

സാക്ഷിപറയാൻ അവകാശമില്ലാത്തവൾ, ബാങ്ക് വിളിക്കാൻ അർഹതയില്ലാത്തവൾ, പ്രാർത്ഥനയ്ക്ക് നേതൃത്വം നൽകാൻ ശേഷിയില്ലാത്തവൾ, ജീവിതവ്യാപാരത്തിനു നേതൃത്വം നൽകുവാൻ അവകാശമില്ലാത്തവൾ, ശിരോവസ്ത്രമില്ലാതെ പൊതു നിരത്തിൽ ഇറങ്ങാൻ നിർവ്വാഹമില്ലാത്തവൾ എന്നിങ്ങനെ പുരുഷമേധാവിത്വം സൃഷ്ടിച്ച 'അച്ചിൽ' വാർത്തെടുക്കുന്ന സ്ത്രീകൾക്ക് മരണാനന്തരം കൽപ്പിച്ചു നൽകിയത് സ്വയം അഗ്നിനാളങ്ങൾ മലപോലെ ഉയരുന്ന 'ജഹ്നത്താ'ണ്.

എന്നാൽ സ്ത്രീകൾ തീരെ സ്വർഗ്ഗത്തില്ലാതെയില്ല. അവർ ഇസ്ലാമിൽ'ഹൂറി'കളും ഹിന്ദുവിൽ 'അപ്സരസ്സു'കളുമാണ്. സ്വർഗ്ഗത്തിൽ ചെല്ലുന്ന 'ഹിന്ദു' പുരുഷന്മാർക്ക് അപ്സരസ്സുകളുമായി രമിക്കാം. ഉർവശി, മേനക, രംഭ, തിലോത്തമ എന്നിവരാണ് അപ്സരസ്സുകൾ. ഇവിടെ പുരുഷൻമാർ പോലും ഒരർത്ഥത്തിൽ അപമാനിക്കപ്പെടുന്നു. സ്വർഗപ്രാപ്തമായ കാര്യങ്ങൾ ചെയ്യാൻ അവർക്കു നൽകുന്ന കൂലിയാണ് ഹൂറിയും, അപ്സരസ്സും. അതായത് ഈ പ്രതിഫലം ലക്ഷ്യമിട്ട് അവർ സദ്പ്രവൃത്തികൾ ചെയ്യണമെന്നതാണ്. ഇങ്ങനെ സദ്പ്രവൃത്തികൾ ചെയ്താൽ സ്ത്രീകൾക്ക് ഒരു പുരുഷ കേസരിയേയും അവിടെ തയ്യാറാക്കി വെച്ചിട്ടുമില്ല. അപ്പോൾ പിന്നെ 'സ്ത്രീകൾ സ്വർഗ്ഗത്ത് പോയിട്ട്' എന്തു കാര്യം? ഈ ജീവിതത്തിലും പരജീവിതത്തിലും പുരുഷന്മാർക്ക് ശയ്യ ഒരുക്കേണ്ട ബാദ്ധ്യത മാത്രമാണ് സ്ത്രീജന്മങ്ങൾക്ക് ഉള്ളത്.

'നായയ്ക്കും കഴുതയ്ക്കുമൊപ്പം നികൃഷ്ടമായി സ്ത്രീയെ ചിത്രീകരിക്കുന്ന ഹദീസ്, സ്ത്രീയെപ്പോലെ മാരകമായ ഒന്നിനെ ഞാൻ പുരുഷനുവേണ്ടി ബാക്കിവെച്ച് പോകില്ലെന്നു മറ്റൊരുദ്ധരണി. ഞാൻ സ്വർഗ്ഗത്തിലേക്കൊന്നു എത്തി നോക്കി, അവിടെ കൂടുതലും ഭൂമിയിലെ പാവപ്പെട്ടവരെ കണ്ടു. നരകത്തിലേക്കൊന്നു എത്തിനോക്കി. അവിടെ കൂടു

തലും സ്ത്രീകളും (അവർ പുരുഷൻമാരോട് അനുസരണക്കേട് കാണിച്ചവരായിരുന്നു.) ഈ മാതിരി ഹദീസുകളും നബിവചനങ്ങളെന്ന പേരിൽ പഠിപ്പിക്കുകയും ഊട്ടിയുറപ്പിക്കുകയും ചെയ്യുന്ന ഒരു മതത്തിൽ വളർന്ന പുരുഷന്റെ മനസ്സിൽ സ്ത്രീയുടെ സ്ഥാനമെന്തായിരിക്കും.'[22]

സ്ത്രീകളും യുദ്ധവും

അമലുകളുടെ മഹത്വങ്ങൾ എന്ന ഗ്രന്ഥത്തിൽ 'സ്ത്രീകൾ യുദ്ധത്തിൽ പങ്കുകൊള്ളുന്നു'എന്ന് ഒരു അദ്ധ്യായം തന്നെയുണ്ട്. 1005 പേജുകളുള്ള ഈ പുസ്തകത്തിൽ 888-ാമത്തെ പേജ് മുതലാണ് ഇതു തുടങ്ങുന്നത്.[23]

'റസൂലുല്ലാഹി സല്ലല്ലാഹു അലൈഹിവസല്ലയുടെ കാലത്ത് പുരുഷന്മാർക്കു ജിഹാദിൽ പങ്കെടുക്കുന്നതിനുണ്ടായിരുന്ന ആവേശം കഴിഞ്ഞ സംഭവങ്ങളിൽ നിന്നെല്ലാം അറിയപ്പെട്ടതാണല്ലോ. സ്ത്രീകളും ആ വിഷയത്തിൽ പുരുഷൻമാരെക്കാൾ ഒട്ടും പിന്നിലായിരുന്നില്ല. എപ്പോഴും അവരതു പ്രതീക്ഷിച്ചുകൊണ്ടിരിക്കുകയും സന്ദർഭം കിട്ടുമ്പോഴെല്ലാം പ്രയോജനപ്പെടുത്തുകയും ചെയ്തുകൊണ്ടിരുന്നു. ഉമ്മു സിയാദ് (റ:അ) പറഞ്ഞിരിക്കുന്നു ഖൈബർ യുദ്ധസമയത്ത് ഞങ്ങൾ ആറു സ്ത്രീകൾ യുദ്ധത്തിൽ പങ്കുകൊള്ളാനായി പോയിരുന്നു. റസൂലുല്ലാഹി സല്ലല്ലാഹു അലൈഹിവസല്ലം ഇതറിഞ്ഞപ്പോൾ ഞങ്ങളെ വിളിപ്പിച്ചു. തങ്ങളുടെ മുഖത്ത് കോപത്തിന്റെ ലക്ഷണം കാണാമായിരുന്നു. ഞങ്ങളോട് ചോദിച്ചു:- "നിങ്ങൾ ആരുടെ അനുവാദത്തോടുകൂടിവന്നു? ആരുടെ കൂട്ടത്തിലാണു വന്നത്"? ഞങ്ങൾ പറഞ്ഞു:- അല്ലാഹുവിന്റെ റസൂലേ! ഞങ്ങൾക്കു കമ്പിളി നൂൽ ഉണ്ടാക്കാൻ അറിയാം. യുദ്ധത്തിൽ അതിനാവശ്യം ഉണ്ടാകുമല്ലോ. മുറിവേൽക്കുന്നവർക്കുള്ള മരുന്നുകളും ഞങ്ങളുടെ കൈവശം ഉണ്ട്. ഈ ജോലികളൊന്നും തന്നെയില്ലെങ്കിൽ പടയാളികൾക്ക് അമ്പുകൾ വില്ലിൽ വച്ചുകൊടുക്കുന്നതിന് സഹായിക്കാം. രോഗികൾക്കു ചികിത്സ നടത്തുകയും ചെയ്യാം. യോദ്ധാക്കൾക്കു കുടിക്കുന്നതിന് ഗോതമ്പിന്റെ വറുത്ത മാവ് കലക്കിക്കൊടുക്കുന്ന ജോലിയും ചെയ്യാം." റസൂലുല്ലാഹി സല്ലല്ലാഹു അലൈഹിവസല്ലം ഇതെല്ലാം കേട്ടതിനുശേഷം ഞങ്ങൾക്കതിൽ പങ്കുകൊള്ളുന്നതിന് അനുമതി നൽകി (അബൂദാ വൂദ്).

അല്ലാഹു സുബ്ഹാനഹുവത്ആലാ, അക്കാലത്തുള്ള സ്ത്രീകളിൽ വച്ചിരുന്ന ആവേശവും തന്റേടവും ഇന്നുള്ള പുരുഷൻമാരിൽപോലും കണ്ടെത്താൻ പ്രയാസമാണ്. അവർ സ്വന്തം ആശകൊണ്ടുതന്നെ സ്വയം യുദ്ധത്തിനായി വന്നെത്തുകയും തങ്ങൾ ചെയ്യേണ്ട ജോലികളെന്തെല്ലാമാണെന്ന് നിശ്ചയിച്ചുവയ്ക്കുകയും ചെയ്തതിനെക്കുറിച്ചു ചിന്തിച്ചു നോക്കുക! ഉമ്മുസുലൈം (റ:അ) ഹുനൈൻ യുദ്ധത്തിൽ പങ്കുകൊണ്ടിരുന്നു. അന്നവർ അബ്ദുല്ലാഹിബ്നു അബീഥൽഹയെ ഗർഭം ധരിച്ചിരിക്കുകയായിരുന്നു. ഒരു കഠാര എപ്പോഴും അവരുടെ കൈയിലുണ്ടായിരിക്കുമായിരുന്നു. ഇതെന്തിനാണ്? എന്നു നബി സല്ലല്ലാഹു അലൈഹിവസല്ലം ചോദിച്ചപ്പോൾ 'വല്ല കാഫിറും എന്റെയടുക്കൽ വരികയാണെങ്കിൽ അവന്റെ വയറ്റിൽ ഇതു ഞാൻ കുത്തിയിറക്കും' എന്നു പറയുകയുണ്ടായി.

ഇതിനു മുൻപ് ഉഹദു മുതലായ സമരങ്ങളിലും അവർ പങ്കെടുക്കുകയും മുറിവേറ്റവരെ ചികിത്സിക്കുകയും, രോഗികൾക്കു ഖിദ്മത്തു ചെയ്യുകയും ചെയ്തുകൊണ്ടിരുന്നു. ഹല്റത്തു അനസ്സ് (റ:അ) പറയുന്നു:- ഞാൻ ഹല്റത്ത് ആയിഷ (റ:അ), ഹല്റത്ത് ഉമ്മസുലൈം (റ:അ)എന്നിവരെ യുദ്ധക്കളത്തിൽ കണ്ടു. അവരിരുവരും വളരെ ചുറുചുറുക്കോടുകൂടി തോൽപ്പാത്രത്തിൽ വെള്ളം നിറച്ചുകൊണ്ടുവരികയും മുറിവേറ്റവരെ കുടിപ്പിക്കുകയും ചെയ്തുകൊണ്ടിരുന്നു. പാത്രം ഒഴിവായാൽ വീണ്ടും അതു നിറച്ചുകൊണ്ടുവരികയും ചെയ്തിരുന്നു.' ഇതിൽ പറയുന്ന ഉമ്മസുലൈം, ആയിഷ എന്നിവർ നബിയുടെ ഭാര്യമാർ ആയിരുന്നു.

എന്നാൽ ഇത്തരം യുദ്ധങ്ങളിൽ തടവുകാരായി പിടിക്കുന്നവരുടെ കുടുംബത്തിൽപ്പെടുന്ന സ്ത്രീകളെ സൈന്യം ക്രൂരമായ ലൈംഗികപീഡനത്തിന് ഇരയാക്കുകയും ചെയ്തിട്ടുണ്ട്.

“സത്യവിശ്വാസികളെ, കൊലചെയ്യപ്പെടുന്നവരുടെ കാര്യത്തിൽ തുല്യ ശിക്ഷ നടപ്പാക്കുക എന്നത് നിങ്ങൾക്ക് നിയമമാക്കപ്പെട്ടിരിക്കുന്നു. സ്വതന്ത്രന് പകരം സ്വതന്ത്രനും, അടിമയ്ക്ക് പകരം അടിമയും, സ്ത്രീക്ക് പകരം സ്ത്രീയും കൊല്ലപ്പെടേണ്ടതാണ്.”[24]

യുദ്ധങ്ങളിൽ പ്രവാചകനൊപ്പം പോലും പങ്കെടുത്ത് പുരുഷൻമാർ നിർവഹിക്കുന്ന പ്രബലമായ ജോലി ചെയ്യുന്നതിൽ തങ്ങൾ അബലകളല്ലെന്നു കർമ്മത്തിലൂടെ കാട്ടിയിട്ടും അവരുടെ പദവിയിൽ മേൽക്കയറ്റം ഉണ്ടായില്ല. പുരുഷന്റെ മുന്നിൽ ‘നഗ്നതാ പ്രദർശന സാധ്യതകൾ’ തടഞ്ഞതിന്റെ പേരിൽ ശരീരമാകെ വസ്ത്രം ധരിച്ച് മുടിനാരിഴ മുതൽ കാൽനഖം വരെ മറച്ചു നടക്കേണ്ട പൊതിഞ്ഞ രൂപമായി സ്ത്രീയെ വ്യാഖ്യാതാക്കളും ‘പണ്ഡിതൻമാരും’ പിതൃദായ സമ്പ്രദായക്കാരും മാറ്റിയെടുത്തു.

കൂട്ടിലടച്ച കന്യക (*The Caged Virgin*) എന്ന ഇസ്ലാമിക് വിമർശന കൃതിയുടെ കർത്താവും ഡച്ച് ഫെമിനിസ്റ്റുമായ അയാൻ നിർസി അലി എന്ന വനിത തന്റെ അനുഭവം വിവരിക്കുന്നത് ശ്രദ്ധേയമാണ്.

‘എന്റെ (അയാന്റെ) പിതാവ് എത്യോപ്യയിൽ നവവധുവിനൊപ്പം (പുതിയ ഭാര്യ)താമസം തുടങ്ങിയിരുന്നു. വിവരമറിഞ്ഞപ്പോൾ വീട്ടിൽ പൊട്ടിത്തെറിയൊന്നും ഉണ്ടായില്ല. പുരുഷന് അതാകാമല്ലോ! വിശുദ്ധ ലിഖിതങ്ങൾ ആവശ്യപ്പെടുന്ന ചിട്ടകളും നിത്യജീവിതത്തിലെ പരുക്കൻ യാഥാർത്ഥ്യങ്ങളും തമ്മിലുള്ള വിടവ് അയാന്റെ മനസ്സിൽ ചോദ്യ ശരങ്ങൾ ഉതിർക്കാൻ തുടങ്ങിയതും അക്കാലത്താണ്. ചില നിയമങ്ങളിലെ-പ്രത്യേകിച്ചും സ്ത്രീകളെ സംബന്ധിക്കുന്നവയിലെ-പൊരുത്തക്കേടുകൾ ആ പെൺകുട്ടിയെ ഉലച്ചു. നീതിമാനെന്ന് വിശുദ്ധ ഗ്രന്ഥത്തിലെ ഓരോ താളിലും പ്രകീർത്തിക്കപ്പെടുന്ന ദൈവം സ്ത്രീകളോട് നീതി പുലർത്തുന്നുണ്ടോ? ഒരു പുരുഷൻ സാക്ഷ്യം പറയുന്നിടത്ത് രണ്ട് സ്ത്രീകൾ വേണമെന്നതിന് എന്ത് ന്യായം? കരുണാമയനായ ദൈവം തന്റെ സൃഷ്ടികളെ നിർഭയം പരസ്യമായി വധിക്കുന്നതെങ്ങനെ? അവിശ്വാസികളെ നരകത്തിലിടുന്നതിൽ കാരുണ്യമെവിടെ?

സംശയങ്ങളെല്ലാം ഉള്ളിലൊതുക്കി മതശാസനകൾ അനുസരിച്ച്

യഥാർത്ഥ വിശ്വാസിയായിത്തന്നെ ജീവിക്കാൻ ശ്രമിച്ചു. വിശ്വാസിക്ക്, പ്രത്യേകിച്ച് ഒരു വനിതയ്ക്ക് കാടുകയറിയ ചിന്തകളൊന്നും പാടില്ല. അവളിലെ അവളെ അപ്രത്യക്ഷയാക്കുക. ഇസ്ലാമിൽ ഒരു വ്യക്തിയാവുക എന്നത് അവശ്യമായ വികാസമല്ലെന്ന് അയാൻ പറയുന്നു. സ്ത്രീകൾ പ്രത്യേകിച്ചും വ്യക്തിത്വം വളർത്തിയെടുക്കുന്നില്ല. "നിങ്ങൾ കീഴ്പ്പെടുക. സമ്പൂർണ്ണ വിധേയത്വം. കണ്ണുകൾ ഉയർത്തരുത്. ഉള്ളിലേക്ക് പോലും നോക്കരുത്." അയാൻ ഒടുവിൽ സമാധാനം കണ്ടെത്തി. അതനുസരിച്ച് ജീവിതം ചിട്ടപ്പെടുത്താൻ ശ്രമിച്ചു. പക്ഷേ, വായന ചിന്തയെയും സന്ദേഹങ്ങളെയും ജ്വലിപ്പിച്ചുകൊണ്ടേയിരുന്നു.

അനുസരണക്കേടിന് ഭാര്യമാരെ ഭർത്താക്കന്മാർക്ക് ശിക്ഷിക്കാമെന്ന് അയാൻ പങ്കെടുത്ത മതപഠന ക്ലാസ്സിൽ ഉപദേശി പറഞ്ഞു. ആർത്തവ സമയത്തൊഴികെ എപ്പോഴും ഭർത്താവിന് ലൈംഗികമായി ലഭ്യമായിരിക്കണം. ഒട്ടകത്തിന്റെ പുറത്താണെങ്കിൽപോലും. നിയന്ത്രിക്കാനാകാതെ തിരശ്ശീലയ്ക്ക് പിന്നിൽ നിന്ന് അയാൻ ചോദിച്ചു, "ഭർത്താക്കൻമാർ ഞങ്ങളെ അനുസരിക്കേണ്ടതില്ലേ? തീർച്ചയായും ഇല്ല." പണ്ഡിതന്റെ ശബ്ദം ഉച്ചത്തിലായി. "അപ്പോൾ സ്ത്രീയും പുരുഷനും സമന്മാരാണെന്ന് ഖുറാൻ പറയുന്നതോ?"

"അതങ്ങനെ തന്നെ."

" അപ്പോൾ ഭർത്താവ് ഭാര്യയെ അനുസരിക്കേണ്ടതില്ലെന്ന് അങ്ങ് പറഞ്ഞതോ?"

"അല്ലാഹുവിന്റെ വാക്കുകൾ ആരും ചോദ്യം ചെയ്യേണ്ട. പെണ്ണെ നിന്നിൽ സാത്താൻ സന്നിവേശിച്ചിരിക്കുന്നു. ഇരിക്കു."

എവിടെയാണ് കുഴപ്പം? ദൈവത്തിനോ, പണ്ഡിതനോ? ഭാര്യ ഭർത്താവിന് വിധേയയായിരിക്കണം. അവിശ്വാസികളെ കൊല്ലണം. സ്ത്രീക്ക് പകുതി മൂല്യം. അസീസയുടെ വിശദീകരണങ്ങളും തൃപ്തികരമായി തോന്നിയില്ല. ദൈവത്തെ അനുസരിച്ച് ജീവിക്കുന്ന ഭർത്താക്കന്മാരെ മാത്രം ഭാര്യമാർ അനുസരിച്ചാൽ മതി എന്നായാലോ? 1920-ൽ ഈജിപ്തിൽ പിറവിയെടുത്ത മുസ്ലിം ബ്രദർഹുഡിന് എല്ലാ അറബ് ആഫ്രിക്കൻ രാജ്യങ്ങളിലും വേര് പിടിച്ചുകഴിഞ്ഞിരുന്നു. സംശയങ്ങൾ മനസ്സിലൊതുക്കി അയാനും ബ്രദർഹുഡ്ഡിന്റെ അനുയായിയായി. നിത്യജീവിതത്തിലെ ഓരോ ഘട്ടത്തിലും യാന്ത്രിക മതബോധത്തിൽ അധിഷ്ഠിതമായ നിർദ്ദേശങ്ങളും കാഴ്ചപ്പാടുകളുമാണ് ബ്രദർഹുഡ്ഡിന്റെ പ്രചാരകർ അടിച്ചേല്പിച്ചിരുന്നത്. പ്രകടനപരമായ ആരാധനയിൽ ഊന്നി ഇതര സമുദായങ്ങളിൽനിന്ന് അകന്ന് ജീവിക്കാൻ അവർ വിശ്വാസികളെ നിർബന്ധിച്ചു. പർദ്ദയെക്കുറിച്ച് വാചാലനായ വാഗ്മിയോട് അയാൻ ചോദിച്ചു. "പുരുഷൻമാരും ദേഹം മറയ്ക്കണ്ടേ. ഇല്ലെങ്കിൽ സ്ത്രീകൾക്കാഗ്രഹങ്ങൾ തോന്നിയാലോ?" തികച്ചും യുക്തിസഹമെന്ന് അയാന് തോന്നിയ സംശയം സദസ്സിനെ പൊട്ടിച്ചിരിപ്പിച്ചു.[25]

പർദ്ദ

ഖദീജാ മുംതാസിന്റെ നായിക (സബിത) 'ബർസ'യിൽ ഇപ്രകാരം ചിന്തിക്കുന്നു.

'സബിതയ്ക്ക് തന്റെ സ്ത്രീശരീരത്തെപ്പറ്റി ആദ്യമായി പുച്ഛം തോന്നി. എത്ര നികൃഷ്ടമാണ് സ്ത്രീ ജന്മം! പുരുഷന്റെ വികാരങ്ങൾക്കും സൗകര്യങ്ങൾക്കും ആഗ്രഹങ്ങൾക്കുമൊത്ത് ചിട്ടപ്പെടുത്തിവെക്കേണ്ട രണ്ടാംകിട ആശ്രിത ജന്മം! കറുത്ത തട്ടത്തിന്റെ നീണ്ടുകിടക്കുന്ന കോൺവളച്ച്, മൂക്കിനു കുറുകെയൊരു മറ. സേഫ്റ്റിപിന്നിന്റെ സഹായത്തോടെ തിടുക്കത്തിൽ പിടിപ്പിച്ച് സബിത കുറെ മുന്നിൽ എത്തി.

നേരത്തെ മുഖം മറയ്ക്കാതെ കഅബക്കുള്ളിൽ നടന്നുനീങ്ങിയ സബിതയോട് 'സദാചാര സംരക്ഷകനാ'യ 'മുതവ' കൂർപ്പിച്ച കണ്ണുകളോടെ, സദാ ജാഗരൂകനായി കഅ്ബക്കു ചുറ്റും വിശ്വാസികളുടെ വലയത്തിനകത്തായി റോന്തുചുറ്റിക്കൊണ്ടിരുന്നപ്പോൾ 'യാഹരീ മുഖം മറയ്ക്ക്' എന്ന് ആക്രോശിക്കുകയുണ്ടായി, ആ ആക്രോശം സബിതയെ ഞെട്ടിച്ചു. പള്ളിപ്പോലീസിന്റെ നരച്ച താടിരോമങ്ങളിലൂടെ വഴിഞ്ഞൊഴുകുന്ന പുച്ഛം,'അഴിഞ്ഞാടി നടക്കല്ലേ, പെണ്ണേ!' എന്നാണ് പറയുന്നതെന്ന് സബിതയ്ക്ക് തോന്നി. അവളുടെ ആത്മത്തിനേറ്റ പ്രഹരം! ഇതു കളഞ്ഞുപോയാൽ ഭക്തിയുടെ പാരമ്യത്തിൽ പുണ്യ ക-അ്ബയെ വലംവെക്കുന്ന പുരുഷൻമാരിൽ കാമമിളകുമെന്ന് ഇയാൾ ഭയപ്പെടുന്നോ?[26]

'സ്ത്രീകൾ തങ്ങളുടെ മുഖം മറയ്ക്കുന്ന തരത്തിൽ വസ്ത്രം ധരിക്കണമെന്ന് *ഖുർ-ആനിൽ* എവിടെയും യാതൊരു നിർദ്ദേശവുമില്ല........ സ്ത്രീകൾ തങ്ങളുടെ ശരീര സൗന്ദര്യം പരസ്യമായി പ്രദർശിപ്പിക്കരുതെന്നു മാത്രമാണ്. പല ഗോത്രസമൂഹങ്ങളിലും ഇന്നും, സ്ത്രീകൾ മാറുമറയ്ക്കുന്ന ഏർപ്പാടില്ല. ഇത് ലൈംഗികപരമായ പല അച്ചടക്ക ലംഘന

ങ്ങൾക്കും കാരണമായേക്കുമെന്നതിനാൽ പരിഷ്കൃത സമൂഹങ്ങളിലെ സ്ത്രീകൾ മാറുമറച്ച് വേഷം ധരിക്കുന്നു. ഇതുസംബന്ധിച്ചുള്ള *ഖുർ-ആൻ* നിർദ്ദേശത്തെയാണ് സ്ത്രീകൾ സ്വശരീരത്തെ പർദ്ദയ്ക്കുള്ളിൽ സൂക്ഷിക്കണമെന്ന വിശദീകരണമായി ചില യാഥാസ്ഥിതിക വിഭാഗങ്ങൾ വലിച്ചു നീട്ടിയത്.'[27]

യഥാർത്ഥത്തിൽ പർദ്ദയ്ക്ക് ആചാരവുമായിട്ടാണോ ബന്ധം, ഭൗതിക സാഹചര്യങ്ങളുമായിട്ടാണോ? ചൂട്നിറഞ്ഞ മരുപ്രദേശങ്ങളിൽ പുരുഷന്റെയും സ്ത്രീയുടെയും വേഷം പൊതുവെ മറയ്ക്കപ്പെട്ടതാണ്. പൊടിക്കാറ്റും കനത്ത ചൂടും നിലനിന്നിരുന്ന സ്ഥലത്തിന് ഉപയുക്തമായ വസ്ത്രമാണ് കാലാന്തരത്തിൽ ഉരുത്തിരിഞ്ഞു വന്നത്. എന്തുകൊണ്ടാണ് റഷ്യയിലെ പള്ളികൾക്ക് കൂർത്ത മിനാരവും അറേബ്യയിലെ പള്ളികൾക്ക് സെമിസർക്കിൾ രൂപത്തിലുള്ള മിനാരവും ഉണ്ടായത്. സംഗതി വ്യക്തം. റഷ്യയിൽ തണുപ്പു പ്രദേശമാണ്. മഞ്ഞും ഐസും വീഴുന്നത് തടഞ്ഞു നിൽക്കാതെ താഴോട്ട് ഒഴുകി വീഴുന്ന ശിൽപ്പരീതി അവിടെ ഉണ്ടായി. അറേബ്യൻ ഭൂമിയിൽ മരു പ്രദേശത്തുവീശിയടിക്കുന്ന ശക്തമായ പൊടിക്കാറ്റ് കാരണം ഒഴുകിപ്പോകുന്ന വിധത്തിൽ മിനാരങ്ങൾ നിർമ്മിച്ചു. ഇതെല്ലാം പ്രകൃതിയിലെ പ്രത്യേകതകളെ കണക്കിലെടുത്താണ്.

മനുഷ്യവസ്ത്രവും രൂപപ്പെട്ടത് കാലാവസ്ഥയുമായി പൊരുത്തപ്പെടുന്ന വിധത്തിലാണ്. ഇന്ത്യയിൽ രാജസ്ഥാൻ പോലുള്ള സ്ഥലത്ത് പുരുഷൻമാർ നിരവധി മീറ്റർ നീളത്തിലുള്ള തുണിചുരുട്ടി തലപ്പാവ് നിർമ്മിച്ച് ഉപയോഗിച്ചു. ഇതു ചൂടിനെ ചെറുക്കാൻ രൂപപ്പെട്ടതാണ്. സ്ത്രീകൾ മുഖവും ശിരസ്സും മറയ്ക്കുന്ന ചേല അണിഞ്ഞിരുന്നു. ഇവിടങ്ങളിലെ പരമ്പരാഗത വേഷവിധാനം സ്ത്രീകൾക്കും പുരുഷൻമാർക്കും സമ്മാനിച്ചത് മുഴുനീള വസ്ത്രരീതിയാണ്. വർഷത്തിൽ പകുതി കൊടിയ ചൂടും മറ്റെപകുതി അതിലേറെ തണുപ്പുമുള്ള കാലാവസ്ഥയാണ് വസ്ത്രശൈലിയിൽ പങ്ക് വഹിച്ചത്. ഇതിന്റെ മറ്റൊരു പതിപ്പാണ് അറബ്നാടുകളിലെ സ്ത്രീപുരുഷ വേഷം. അതിനാൽ *ഖുർ-ആനിൽ* പറഞ്ഞ ശരീരസൗന്ദര്യ വിലക്കിനെ ആഘോഷമായെടുത്ത് ലോകത്തുള്ള ഭൂരിപക്ഷം ഇസ്ലാം സ്ത്രീകളെയും പർദ്ദയ്ക്കുള്ളിൽ അകപ്പെടുത്തി. ഇത്തരം മൂടൽ പുരുഷനു ബാധകവുമല്ല. വസ്ത്രവും സ്ത്രീയുടെ മേൽ അധികാരം സ്ഥാപിക്കുവാനുള്ള ഉപകരണമാക്കി. കൊടിയ ചൂടിൽ പൊതുവെ ഉഷ്ണത്തെ ആകർഷിക്കുന്ന കറുപ്പിൽ വിയർത്തു കുളിച്ച് ആണിന്റെ കാമാന്ധതയെ ചെറുക്കാൻ പെണ്ണ് എരിഞ്ഞുകൊണ്ടിരിക്കുന്നു. ആണിന്റെ കാമചലനം, ആണ് തടയേണ്ടതില്ല. അതിന്റെ ബാദ്ധ്യതയും പെണ്ണ് ഏറ്റെടുക്കണമെന്ന് സാരം.

ഡോ. സക്കീർ എന്ന ഒരു ഈജിപ്ഷ്യൻ പ്രഭാഷകന്റെ പ്രഭാഷണത്തിൽ അദ്ദേഹം പാശ്ചാത്യ വസ്ത്രധാരണ രീതിയും പർദ്ദയും തമ്മിൽ താരതമ്യം ചെയ്യുന്നത് കേട്ടു. പാശ്ചാത്യവസ്ത്രധാരണ രീതി ലൈംഗിക

ആക്രമണം കൂടുതൽ ക്ഷണിച്ചു വരുത്തുന്ന'തായാണ് അദ്ദേഹം സമർത്ഥിക്കാൻ പരിശ്രമിച്ചത്. പല വീടുകളിലും പുരുഷൻമാർ അർദ്ധനഗ്നരായിട്ടാണ് നിൽക്കുന്നത്. ഗേറ്റിനു മുന്നിൽ മടക്കികുത്തിയ മുണ്ടും നഗ്നമായ ദേഹവുമായി പല വീടുകൾക്ക് മുന്നിലും നിൽക്കുന്ന പുരുഷൻമാരെ കാണാം. ഒരു സ്ത്രീയും അത്തരം പുരുഷൻമാർക്ക് നേരെ ലൈംഗികാക്രമണം നടത്തിയതായി ഒരു വാർത്തയും കേൾക്കാൻ കഴിഞ്ഞിട്ടില്ല. സ്ത്രൈണ സംസ്കാരത്തിന്റെ ഔന്നിത്യമാണിത് സൂചിപ്പിക്കുന്നത്. പുരുഷാധിപത്യമാണ് സ്ത്രീയുടെ മേൽ ലൈംഗികാധികാരമായി പ്രയോഗിക്കുന്നത്. കേവലം ലൈംഗിക പ്രശ്നമോ കാമമോ മാത്രമല്ല അവിടെ വെളിവാക്കപ്പെടുന്നത്. സ്ത്രീയുടെ അനുവാദമില്ലാതെ സ്ത്രീയെ സ്പർശിക്കുവാൻ ആണിന് അവകാശമില്ലെന്ന് ആവർത്തിച്ചുറപ്പിക്കുന്ന ആശയഗതി സമർത്ഥിക്കാൻ പരിശ്രമിക്കുന്നതിന് പകരം പെണ്ണിന്റെ വസ്ത്രധാരണ രീതിയാണ് പ്രശ്നങ്ങൾക്ക് കാരണം എന്നു സ്ഥാപിച്ച് ആണധികാരം ഉറപ്പിക്കുകയും പെണ്ണവകാശം നിഷേധിക്കുകയുമാണ് ഇത്തരം പ്രചാരകർ ചെയ്യുന്നത്.

'ആദിയിൽ ഇസ്ലാം സ്ത്രീകൾക്ക് തുല്യതയും ബഹുമാനവും നൽകിയിരുന്നു. അക്കാലത്ത് സ്തീകൾക്ക് സമൂഹത്തിൽ സ്ഥാനമുണ്ടായിരുന്നു. അവർക്ക് പർദ്ദ മതശാസനയുടെ ഭാഗമായിരുന്നില്ല. പ്രവാചകനോടൊപ്പം യുദ്ധമുന്നണിയിലും ആരാധനാകേന്ദ്രങ്ങളിലും സ്ത്രീകളുടെ സജീവസാന്നിദ്ധ്യമുണ്ടായിരുന്നു. അവൾ സ്വതന്ത്രമായിരുന്നു.' ജൊറാൾഡിൻ ബ്രൂക്സ് ഇങ്ങനെ എഴുതുന്നു.

17 ഭാഷകളിൽ വിവർത്തനം ചെയ്യപ്പെട്ട *ആസക്തിയുടെ ഒമ്പത് ഘടകങ്ങൾ* എന്ന ഗ്രന്ഥമെഴുതിയ ആസ്ട്രിയക്കാരിയായ മുസ്ലീംവനിതയാണ് ജൊറാൾഡിൻ ബ്രൂക്സ്.

'പിറന്നു വീണത് പെൺകുഞ്ഞാണെങ്കിൽ മണൽകാട്ടിൽ കരിയാൻ വിട്ടിരുന്ന സാമൂഹിക സാഹചര്യത്തിലാണ് ഏഴാം നൂറ്റാണ്ടിലെ അറേബ്യയിൽ ഇസ്ലാം ജന്മമെടുത്തത്. മക്കയിലെ അടിമച്ചന്തയിൽ യോദ്ധാക്കൾ യുദ്ധത്തിൽ പിടികൂടിയ സ്ത്രീകളെ ലേലം ചെയ്ത് വിറ്റു. എന്നാൽ ഖദീജയെപ്പോലുള്ള ചുരുക്കം വനിതകൾ ഭർത്താക്കൻമാരെ തെരഞ്ഞെടുക്കാനും കച്ചവടം ഉൾപ്പെടെയുള്ള തൊഴിൽ ചെയ്ത് ജീവിക്കാനും അന്നും ആർജവം പ്രകടിപ്പിച്ചു.

'പ്രവാചക ഭാര്യമാർക്കിടയിൽ സ്വാഭാവികമായ തെറ്റിദ്ധാരണകൾ ഉടലെടുത്തുവെന്നും ശത്രുക്കൾ അവ ആളികത്തിച്ചു'വെന്നും ജൊറാൾഡിൻ കണ്ടെത്തുന്നു. ആ പശ്ചാത്തലത്തിലാണ് ഭാര്യമാരെ പുറംലോകവുമായി വിച്ഛേദിക്കുന്ന സന്ദേശമുണ്ടായത്. ഇവരിൽ ചിലർ യുദ്ധമുന്നണിയിൽ മുറിവേറ്റവരെ ശുശ്രൂഷിക്കുന്നവരായിരുന്നു. ദേവാലയങ്ങളിൽ പുതിയ മതം പ്രഘോഷണം ചെയ്യുന്നവരായിരുന്നു. അതെല്ലാം അവസാനിച്ച് അവർ വീടിനകത്തു തന്നെയായി. പുറത്തിറങ്ങുമ്പോൾ ആസകലം മറയ്ക്കണം. പ്രവാചകപത്നിമാരുടെ അന്തസ്സും അഭിമാനവും സംര

ക്ഷിക്കുന്നതിനുണ്ടായ നിയമം ക്രമേണ മുസ്ലീംസ്ത്രീകൾക്കെല്ലാം ബാധകമായി.'[28]

സ്ത്രീ പുരുഷ സമത്വത്തിന്റെ സാധ്യതകൾ ഇസ്ലാമിൽ അടയുന്നില്ലായെന്ന സിദ്ധാന്തമാണ് ലോകപ്രശസ്തയായ ഇസ്ലാമിക് ഫെമിനിസ്റ്റായ ഫാത്തിമ മെർസ്സിനി മുന്നോട്ടുവയ്ക്കുന്നത്. അവർ മൂടുപടം കടന്നുവരാനുള്ള ചരിത്ര സാഹചര്യം വളരെ ഉൾക്കാഴ്ചയോടെ വിലയിരുത്തുന്നുണ്ട്.

'സമത്വത്തിന്റെ ആദർശത്തിൽ നിന്നുള്ള ഇസ്ലാമിന്റെ ഔദ്യോഗികമായ പിൻമടക്കത്തെയാണ്, പ്രതീകാത്മകമായും ആവിഷ്കാരപരമായും അവതരണപരമായും ഹിജാബ് വ്യക്തമാക്കുന്നത്.'[29] എന്ന നിഗമനത്തിലാണ് ഫാത്തിമ മെർസ്സിനി എത്തുന്നത്.

വിശ്വാസികളും കപടവിശ്വാസികളും (ഇസ്ലാമിൽ വിശ്വസിക്കാത്ത വിശ്വാസികൾ) തമ്മിലുള്ള മദീനയിലെ ആഭ്യന്തര കലഹത്തിൽ പുരുഷൻമാർ പൊതുവെ സ്ത്രീകളെ വഴിയിൽ തടഞ്ഞുനിർത്തി ലൈംഗിക ബന്ധത്തിന് നിർബന്ധിക്കുന്ന സ്ഥിതിയുണ്ടായി. ഈ പ്രവൃത്തിക്ക് തഅർറുദ് എന്നാണ് പറഞ്ഞിരുന്നത്. വ്യാപകമായി വ്യഭിചാര പ്രവൃത്തിയും (സിന) കാണപ്പെട്ടു. ഈ ഘട്ടത്തിൽ സ്വന്തം ഭാര്യമാരെ തഅർറുദിൽനിന്നും രക്ഷിക്കേണ്ട ബാധ്യത മുഹമ്മദ് നബിക്കു വന്നുചേർന്നു. ഈ പ്രവൃത്തിയെപറ്റി നബി വിവരശേഖരണം നടത്തി. അപ്പോൾ തഅർറുദ് ചെയ്യുന്നവരിൽ നിന്ന് ലഭിച്ച വിവരം അടിമ സ്ത്രീകളെ മാത്രമേ അതിന് വിധേയമാക്കുന്നുള്ളു എന്നാണ്. അതായത് പദവി നോക്കിയാണ് സ്ത്രീകളെ ലൈംഗിക കാര്യത്തിന് പ്രേരിപ്പിക്കുന്നത് എന്നാണ്.

ഈ പശ്ചാത്തലത്തിൽ *ഖുർ-ആൻ* വചനം ഇപ്രകാരം രൂപം കൊണ്ടു.

'നബിയെ നിന്റെ പത്നിമാരോടും പുത്രിമാരോടും സത്യവിശ്വാസികളോടും സ്ത്രീകളോടും അവർ തങ്ങളുടെ മൂടുപടങ്ങൾ തങ്ങളുടെ മേൽ താഴ്ത്തിയിടാൻ പറയുക. അവർ തിരിച്ചറിയപ്പെടാനും അങ്ങനെ അവർ ശല്യം ചെയ്യപ്പെടാതിരിക്കാനും അതാണ് ഏറ്റവും അനുയോജ്യമായത്.'[30]

യഥാർത്ഥത്തിൽ ഇത് പുതിയ വസ്ത്രം ആയിരുന്നില്ല. നിലവിലുള്ളതിന്റെ രീതി മാറ്റൽ ആയിരുന്നു. മെർസ്സിനി പറയുന്നത് അത് പുതപ്പു മുതൽ ഷിമീസ് വരെ ഏതുതരം വസ്ത്രവുമാകാം എന്നാണ്. അറബ് നിഘണ്ടുവിൽ ജിൽബാബ് എന്നു പറഞ്ഞാൽ ഈ രൂപത്തിൽ അവ്യക്തതയുള്ള വസ്ത്രമാണ്.

അതായത് *ഖുർ-ആൻ* വചനങ്ങൾ സാമൂഹിക സാഹചര്യത്തിന്റെ സൃഷ്ടിയാണ് എന്ന് വ്യവസ്ഥാപിതമായി തെളിയിക്കുന്നതാണ് 33-ലെ 59-ാം വാക്യം എന്ന് വ്യക്തമാണ്. ലൈംഗികാക്രമണങ്ങളിൽനിന്ന് അടിമ സ്ത്രീകളെയും സ്വതന്ത്ര സ്ത്രീകളെയും വേർതിരിച്ചു കാണാൻ നിർദ്ദേശിക്കപ്പെട്ട യൂണിഫോം ആയിരുന്നു മൂടുപടം അഥവാ പർദ്ദ. അടിമസ്ത്രീകളെ വ്യാപകമായി വ്യഭിചാരത്തിന് ഉപയോഗിച്ചിരുന്നു. നിയന്ത്രണമി

ല്ലാതെ അവരെ ഭാര്യമാരായും വെപ്പാട്ടികളായും സമ്പത്തിന്റെ തോതനുസരിച്ച് ആടുമാടുകളെപ്പോലെ കൈവശം വെച്ചിരുന്നു. അടിമകളുടെ കാര്യത്തിൽ *ഖുർ-ആൻ* നിയന്ത്രണം കൊണ്ടുവരുന്നുണ്ട്. സൂറ-24-ലെ 33-ാം വാക്യം അടിമസ്ത്രീകളെ വ്യഭിചാരത്തിന് പ്രേരിപ്പിക്കരുത് എന്നു പറയുന്നുണ്ട്. കാരണം 'ഇസ്ലാമിന് അതിന് മുമ്പത്തെ ആചാരങ്ങളിൽ നിന്ന് മൗലികമായ വിച്ഛേദനം സാധ്യമാകണമെങ്കിൽ കുലീന ഗോത്രാധിപത്യത്തിന്റെ പല സവിശേഷ അവകാശങ്ങളെയും തകർക്കേണ്ടതുണ്ടായിരുന്നു.'[31]

പിൽക്കാലത്ത് ഖലീഫയായി മാറിയ ഉമർ, നബിയുടെ വിശ്വസ്തനായ അനുയായി ആയിരുന്നു. നബിയുടെ പ്രത്യേക പരിഗണന ലഭിച്ചിരുന്നയാളും നബിയുടെ കാലത്ത് തന്നെ ഇസ്ലാമായിത്തീർന്നയാളുമാണ് ഉമർ. അൽ-ഫറൂഖ് ആയിട്ടാണ് ഉമറിനെ നബി വിശേഷിപ്പിച്ചത്. അതായത് ശരിതെറ്റുകൾ തിരിച്ചറിയാൻ കഴിയുന്നവൻ. എന്നാൽ ഇസ്ലാമിക ചരിത്രകാരൻമാർ പറയുന്നത് ഉമർ സ്ത്രീകളോട് കോപവും ആക്രമണോൽസുകതയും വച്ചു പുലർത്തിയിരുന്ന നേതാവ് എന്ന നിലയിലാണ്. വിശ്വാസികളുടെ നേതാവ് (അമീറുൽമുഅ്മിനീൻ) ആയി ആദ്യം ഇസ്ലാം അംഗീകാരം നൽകിയ ഉമറിന്റെ ഈ സ്വഭാവം ഇസ്ലാമിനെ സ്ത്രീവിരുദ്ധ ചേരിയിൽ എത്തിക്കുന്നതിൽ വലിയ പങ്കുവഹിച്ചു. ഇസ്ലാമിക ചരിത്രകാരൻമാരിൽ ഏറ്റവും പ്രധാനപ്പെട്ടവരിൽ ഒരാളായ അൽ-തബരി, നബിയുടെ ഭാര്യ ആയിഷയുടെ സഹോദരിയെ ഉമർ വിവാഹം ആലോചിച്ചുവെന്നും അവർ അദ്ദേഹത്തിന്റെ സ്ത്രീവിരുദ്ധതയുടെ പേരിൽ അത് നിരസിച്ചുവെന്നും രേഖപ്പെടുത്തിയിട്ടുള്ളതായി ഫെർനിസ്സി പറയുന്നു.

ഇസ്ലാം കൊണ്ടുവന്ന വിപ്ലവാത്മകതയെ ഉയർത്തിപ്പിടിക്കുമ്പോൾ തന്നെ സ്ത്രീകളുടെ ജീവിതത്തിൽ യാതൊരു പുരോഗമന മാറ്റവും അംഗീകരിക്കാത്ത ഒരു വലിയ വിഭാഗം പുരുഷൻമാരുടെ പ്രതീകം കൂടിയായിരുന്നു ഉമർ. മദീനയിലെ സ്ത്രീ ജീവിതം നേരിൽ കണ്ട ഉമർ അസ്വസ്ഥനായി ഇങ്ങനെ പറഞ്ഞതായി കാണുന്നു 'ഞങ്ങൾ ഖുറൈശികൾ (നബിയുടെ മക്കയിലെ ഗോത്രം) സ്ത്രീകളെ പുരുഷൻമാർ നിയന്ത്രിക്കുന്ന സമ്പ്രദായക്കാരാണ്. അൻസാറുകളായ പുരുഷൻമാരെ അവരുടെ സ്ത്രീകളാണ് ഭരിക്കുന്നതെന്ന് ഞങ്ങൾ മദീനയിൽ വന്നപ്പോൾ കണ്ടു. ഞങ്ങളുടെ വനിതകളും അവരെ അനുകരിക്കുന്നതായി മനസ്സിലായി.' ഫെർനിസ്സി പറയുന്നത് ഉമറിന്റെ ഭാര്യപോലും അതാഗ്രഹിച്ചുവെന്നാണ്.

പ്രവാചക പത്നിമാരും മദീനയിലെ സ്ത്രീകളുടെ പാതപിന്തുടർന്ന് നബിയോട് തർക്കിക്കുന്ന സാഹചര്യവും ഉണ്ടായി. ഒരിക്കൽ ഒരു ഭാര്യ പിണങ്ങി സന്ധ്യവരെ പുറത്തു പോയതായും പറയുന്നു. നബിയുടെ ഭാര്യാപിതാവ് കൂടിയായ ഉമർ ഇതിന്റെ പേരിൽ തന്റെ മകൻ ഉൾപ്പെടെയുള്ള പ്രവാചക പത്നിമാരെ കണക്കറ്റ് ശകാരിക്കുന്നുമുണ്ട്.

ഈ ഉമറിന്റെ നിർദ്ദേശം പ്രവാചകനെ സ്വാധീനിച്ചതാണ് 4-ാം

അദ്ധ്യായത്തിലെ സ്ത്രീകളെ തല്ലുന്ന പ്രശ്നവും 33-ാം സൂറയിലെ മൂടുപട പ്രശ്നവും ഉണ്ടായതെന്ന് മെർനിസ്സിയുടെ ചരിത്ര വിശകലനത്തിൽ കടന്നുവരുന്നു.

'സമൂഹത്തിലെ എല്ലാ വ്യക്തികളുടെയും പെരുമാറ്റങ്ങളെ നിയന്ത്രിക്കുന്ന സമഞ്ജസമായ ഒരു മൂല്യവ്യവസ്ഥയായി ഇസ്ലാമിനെ മുന്നോട്ടു വെച്ച പ്രവാചകന്റെ കാഴ്ചപ്പാടിൽ പ്രഥമ പരിഗണന നൽകപ്പെടേണ്ട വിഷയമായിരുന്നു, സ്ത്രീകളുടെ സ്വതന്ത്ര ഇച്ഛയുടെ വികാസം.'

എന്നാൽ ഉമർ ഈ പദ്ധതിയോട് യോജിക്കുന്നയാളായിരുന്നില്ല. ഹിജാബിനായി ഉമർ ശക്തമായി വാദിച്ചു. "ദൂതരെ, താങ്കൾ എല്ലാത്തരം ആളുകളേയും നല്ലവരേയും ചീത്ത ആളുകളേയും വീട്ടിൽ സ്വീകരിക്കുന്നു. എന്തുകൊണ്ടാണ് വിശ്വാസികളുടെ മാതാക്കൾക്ക് ഹിജാബ് ഏർപ്പെടുത്താനുള്ള ഉത്തരവ് താങ്കളിൽ നിന്ന് ഇനിയും ഉണ്ടാകാത്തത്?" ഈ രൂപത്തിൽ ഉമറിന്റെ സമ്മർദ്ദം പ്രവാചകനുമേൽ സ്ഥിരമായി ഉണ്ടായിക്കൊണ്ടിരുന്നു. താൻ ആഗ്രഹിച്ച മാറ്റത്തിന് നേർ വിപരീതമായ ഒന്നിനെയാണ് ഹിജാബ് പ്രതിനിധീകരിച്ചത് എന്ന് പ്രവാചകൻ കരുതി. 'അത് ആന്തരികമായ നിയന്ത്രണമില്ലായ്മയുടെ അവതാരമാണ്. സമൂഹത്തിൽ ക്രമവും ശരിയായ തീരുമാനങ്ങളും പുലരുന്നതിന്റെ സ്രോതസ്സായ പരമാധികാരത്തിലുള്ള ഇച്ഛയെ മൂടുപടമിട്ട് മറയ്ക്കൽ ആണ് അത്'.... 'ഉമറിനെ സംബന്ധിച്ചിടത്തോളം അച്ചടക്കം പുനഃസ്ഥാപിക്കൽ എന്നുവെച്ചാൽ എതിരാളികളുടെ അസൂയയ്ക്ക് പാത്രമായ സ്ത്രീകളെ ഒളിപ്പിക്കുന്ന വിധത്തിലുള്ള തടസ്സങ്ങൾ കെട്ടിപ്പൊക്കൽ ആണ്' 'പ്രവാചക പത്നിമാരായിരുന്ന ആയിഷയും ഉമ്മുസലമയും സ്ത്രീകളുടെ വിമോചനത്തിനായുള്ള ആവശ്യങ്ങൾ ഉന്നയിച്ച് തെരുവിൽ സ്വതന്ത്രമായി സഞ്ചരിക്കുമ്പോൾ, അവർ എല്ലാവർക്കും വേണ്ടി തങ്ങളാവശ്യപ്പെടുന്ന സ്വാതന്ത്ര്യത്തിന്റെയും സ്വയം നിർണയാധികാരത്തിന്റെയും പ്രതീകങ്ങൾ ആവുകയായിരുന്നു.

ഇസ്ലാമിക ചരിത്രത്തിന്റെ പ്രഥമ നാളുകളിൽ തെരുവിൽ പ്രവാചക പത്നിമാരുടെ 'ആക്ടിവിസം' നിലനിന്നിരുന്നുവെന്നത് ഇന്നത്തെകാലത്ത് പ്രത്യേകം സ്മരണീയമാണ്. സ്ത്രീകൾ അത്തരം ദൗത്യങ്ങൾ നിർവഹിക്കാൻ പാടില്ലെന്ന ഉമർ ചര്യകളാണ് പൊതുവെ ഇസ്ലാമിക പണ്ഡിതൻമാർ പിന്തുടരുന്നത്. പ്രവാചക ചര്യകളല്ല. പൗരത്വനിയമ ഭേദഗതിക്കെതിരെ കൊല്ലം ചവറ കൊട്ടുകാട്ടിൽ ഈ ലേഖകനും രശ്മിതാ രാമചന്ദ്രനും പങ്കെടുത്ത ഒരു പൊതുയോഗത്തിൽ ഞങ്ങൾക്ക് ശേഷം പ്രസംഗിച്ച യുവാവും പണ്ഡിതനുമായ ഒരു മതപ്രഭാഷകൻ പറഞ്ഞത്. 'സ്ത്രീകൾക്കു വേണ്ടി പുരുഷൻമാർ റോഡിൽ ഇറങ്ങിയാൽ മതി'യെന്നാണ്. യോഗസ്ഥലത്ത് സ്ത്രീകളുടെ അസാന്നിദ്ധ്യത്തെ ന്യായീകരിച്ചുകൊണ്ടാണ് അദ്ദേഹം ഇങ്ങനെ പറഞ്ഞത്.

സ്ത്രീകൾക്ക് നഗരത്തിലെവിടെയും സ്വതന്ത്രരായി സഞ്ചരിക്കാൻ കഴിയുന്ന സമൂഹത്തെക്കുറിച്ചുള്ള മുഹമ്മദിന്റെ സ്വപ്നവും, സ്ത്രീയെ

അക്രമത്തിനും അസൂയയ്ക്കും പാത്രീഭവിപ്പിക്കുന്ന ഒരു വസ്തുവായി മാത്രം കാണുന്ന കപട വിശ്വാസികളുടെ വീക്ഷണവും തമ്മിൽ നടന്ന സമരത്തിൽ രണ്ടാമത്തേതിനായിരുന്നു വിജയിക്കാൻ കഴിഞ്ഞത് ....' മൂടുപടം, കപടവിശ്വാസികളുടെ വിജയത്തെ പ്രതിനിധാനം ചെയ്യുന്നു'........ 'വ്യക്തിയെക്കുറിച്ചും, അവർക്ക് സമൂഹത്തിൽ നിർവഹിക്കാനുള്ള പങ്കിനെ ക്കുറിച്ചും പ്രതിപാദിക്കുന്ന ചിന്തയുടെ രൂപം എന്ന നിലയ്ക്കുള്ള ഇസ്ലാമിന്റെ മേൽ നിഴൽ വീഴ്ത്തുന്ന ഒന്നായിരുന്നു, സ്ത്രീകളെ പർദ്ദയ്ക്കുള്ളിലാക്കണമെന്ന ഉമർ മുന്നോട്ടുവച്ച പ്രശ്ന പരിഹാരം.'[32] അതായത് സ്ത്രീകളുടെ സൗന്ദര്യം കണ്ട് കാമാന്ധത ബാധിക്കുന്നവരെ 'വ്യത്യസ്ത'മായി പ്രവർത്തിപ്പിക്കാൻ നിർബന്ധിതമാക്കുന്നതിനുപകരം സ്ത്രീകൾക്ക് ഒളിച്ചിരിക്കാനും അവരെ ഒളിപ്പിക്കാനുമുള്ള ഹിജാബ് ഏർപ്പെടുത്തുകയാണ് ഉമർ ചെയ്തത്.

'സത്യവിശ്വാസികളോടും അവരുടെ ദൃഷ്ടികൾ താഴ്ത്തുവാനും അവരുടെ ഗുഹ്യ അവയവങ്ങൾ കാത്തു സൂക്ഷിക്കുവാനും, അവരുടെ ഭംഗിയിൽനിന്നും പ്രത്യക്ഷമായതൊഴിച്ച് മറ്റൊന്നും വെളിപ്പെടുത്തുവാതിരിക്കുവാനും നീ പറയുക. അവരുടെ മക്കനകൾ കുപ്പായ മാറുകൾക്ക് മീതെ അവർ താഴ്ത്തിയിട്ടുകൊള്ളട്ടെ. അവരുടെ ഭർത്താക്കൻമാർ, അവരുടെ പിതാക്കൾ, അവരുടെ ഭർതൃപിതാക്കൾ, അവരുടെ പുത്രൻമാർ, അവരുടെ ഭർത്ത്യപുത്രൻമാർ, അവരുടെ സഹോദരൻമാർ, അവരുടെ സഹോദരപുത്രൻമാർ, അവരുടെ സഹോദരി പുത്രിമാർ, മുസ്ലീങ്ങളിൽ നിന്നുള്ള സ്ത്രീകൾ, അവരുടെ വലംകൈകൾ ഉടമപ്പെടുത്തിയവർ(അടിമകൾ),ലൈംഗികാസക്തി ഉള്ളവരല്ലാത്ത പുരുഷൻമാരായ പരിചാരകർ, സ്ത്രീകളുടെ രഹസ്യങ്ങൾ മനസ്സിലാക്കിയിട്ടില്ലാത്ത കുട്ടികൾ എന്നിവരൊഴിച്ച് മറ്റാർക്കും തങ്ങളുടെ ഭംഗി അവർ വെളിപ്പെടുത്തരുത്.[33] *ഖുർ-ആനി*ലെ ഈ ഭാഗം ഉപയോഗിച്ചാണ് പർദ്ദ സമ്പ്രദായത്തെ അരക്കിട്ടുറപ്പിച്ചത്. *ഖുർ-ആന്റെ* ആദ്യ അദ്ധ്യായങ്ങളിൽപ്പെടുന്ന 4-ാം അദ്ധ്യായം ആണ് സ്ത്രീകൾക്കായി പ്രത്യേകം തയ്യാറാക്കിയത്. എന്നാൽ അതിൽ പറയാത്തത് 24-ൽ പറയുന്നു. സ്ത്രീകളുടെ മേൽ അധികാരം പിടിമുറുക്കുന്നതിന്റെ ക്രമേണയുള്ള ലക്ഷണങ്ങൾ കാണാം. എന്നാൽ ഇതിൽ മുറുകെ പിടിച്ചാലും വ്യാഖ്യാതാക്കൾ നൽകുന്നതുപോലെ ശരീരം മുഴുവൻ മറയ്ക്കണമെന്നില്ല. 'അവരുടെ ഭംഗിയിൽനിന്ന് പ്രത്യക്ഷമായത് ഒഴിച്ച് മറ്റൊന്നും വെളിപ്പെടുത്തരുത്' എന്നാണ്. പൊതുവെ ലോകത്ത് രൂപപ്പെട്ടുവന്ന ആധുനിക വസ്ത്രങ്ങൾ *ഖുർ-ആ*ന്റെ ഈ സങ്കൽപ്പത്തെ തകിടം മറിക്കുന്നവയല്ല. പാന്റ്സ്, ജീൻസ്, ഷർട്ട്, ടീഷർട്ട്, ചുരിദാർ, സാരി തുടങ്ങിയ, സ്ത്രീകൾ പൊതുവെ ഉപയോഗിക്കുന്ന വസ്ത്രങ്ങളെല്ലാം സ്ത്രീകൾക്ക് 'മാന്യമായ മറ' നൽകുന്നതാണ്. ഒരാൾ വസ്ത്രം ധരിക്കുമ്പോൾ അവരുടെ ഉള്ളിൽ തോന്നുന്ന ആത്മവിശ്വാസമാണ് ഏത് വസ്ത്ര തെരഞ്ഞെടുപ്പിന്റെയും പിന്നിൽ ഉള്ളത്. വസ്ത്രത്തിൽ അവർ കംഫർട്ട് ആകുക. മാത്രമല്ല മുഖം മറയ്ക്കാനും മുടി മറയ്ക്കാനും ഈ

സൂക്തങ്ങൾ പറയുന്നുമില്ല. കൂടുതൽ കൂടുതൽ മൗലികവാദം നടത്തുന്നതിൽ മത്സരിക്കുന്ന 'പണ്ഡിതൻമാർ' തങ്ങളുടെ മനോഹിതത്തിനനുസരിച്ച് മത ദർശനങ്ങളെ ദുർവ്യാഖ്യാനം ചെയ്യുകയാണ്. ഇതെല്ലാം ഒന്നു പോലും ചോരാതെ തറയ്ക്കുന്നത് സ്ത്രീകളിലാണ്. 'അടിച്ചേൽപ്പിക്കപ്പെടാൻ പിന്നെയും സ്ത്രീ ജീവിതം ബാക്കി'.

വസ്ത്രം വ്യാഖ്യാനിച്ച് വ്യാഖ്യാനിച്ച് സ്ത്രീകളുടെ 'അണിഞ്ഞൊരുങ്ങൽ' വരെ നിരോധിച്ച് കളഞ്ഞു. 'അവളുടെ ഭർത്താവിനെ രമിപ്പിക്കാനല്ലാതെ അവളെന്തിന് ചമയുന്നു' എന്ന്!

> പെണ്ണ് സ്വന്തം ആണിന് കണ്ടും
> കൊണ്ടും രസിക്കാനുള്ള സ്വകാര്യ ഭോഗ
> വസ്തു മാത്രമാണെന്ന ഊന്നിയുറപ്പിക്കൽ

സ്ത്രീകൾ ഭർത്താക്കൻമാർക്ക് വേണ്ടി മാത്രമല്ല, സ്വന്തം മനസംതൃപ്തിക്കുവേണ്ടിയും അലങ്കാരങ്ങളണിയാം. അവൾ ഒരു പൂർണവ്യക്തി തന്നെയാണ്.

സ്ത്രീലിംഗപരിച്ഛേദനം (Female Circumcission)

ഇക്കാലത്തും ചില സ്ഥലങ്ങളിൽ മതമേധാവികൾ സ്ത്രീകളോട് അനുഷ്ഠിക്കാൻ ആവശ്യപ്പെടുന്ന ഒരു പ്രാകൃത ആചാരമാണ് ചേലാകർമ്മം. ആൺകുട്ടികളുടെ ചേലാകർമ്മം ഇസ്ലാമിക സമൂഹത്തിൽ പല രാജ്യങ്ങളിലും നടത്തുന്ന ഒന്നാണ്. പ്രാകൃതമായ നാടൻ രീതിയിലും ആശുപത്രികളിലും ആചാരപ്രകാരം ഈ ചടങ്ങ് അനുഷ്ഠിക്കുന്നുണ്ട്. ഇതിൽ ചിലർ ശാസ്ത്രീയവശവും ചൂണ്ടിക്കാണിക്കുന്നുണ്ട്. താൽക്കാലികമായി ആൺകുട്ടി വേദനയ്ക്ക് വിധേയനാകുന്നുവെങ്കിലും ഭാവിയിൽ ആൺകുട്ടിയെ ഇതലട്ടുന്ന ഒന്നല്ല.

എന്നാൽ ഈ കർമ്മം പെൺകുട്ടികളിൽ എത്തുമ്പോൾ ആവർക്ക് സമ്മാനിക്കുന്നത് ജീവിതകാലം മുഴുവൻ നിറയപ്പെടുന്ന വേദനയും ദുരിതങ്ങളുമാണ്. എല്ലാ സ്ഥലങ്ങളിലും ഇസ്ലാം ഇതിനനുവദിക്കുന്നില്ല.

അയാൻ ഹിർസീ അലി എന്ന സ്ത്രീവിമോചക എഴുതുന്നു:-

> പെൺകുട്ടികൾ അനുഭവിക്കുന്ന ക്രൂരത അഞ്ചാംവയസ്സിൽ തന്നെ അറിഞ്ഞു. പരിച്ഛേദനം എന്ന പ്രാകൃത കർമ്മത്തിന് ഞാൻ വിധേയയായി. മുസ്ലിം ബാലൻമാരെ ചേലാകർമ്മം നടത്തുന്നതുപോലെ, പെൺകുട്ടികളുടെ ജനനേന്ദ്രിയത്തിലെ കൃസരി ഛേദിച്ച് അവരെ വിശ്വാസികളാക്കുന്ന പ്രാകൃത കൃത്യം ആഫ്രിക്കയിലും മദ്ധ്യ-പൂർവ്വ ദേശത്തും വ്യാപകമാണ്. മദ്ധ്യ-പൂർവ്വ രാജ്യങ്ങളിൽ ഈ സമ്പ്രദായത്തിന് ഇപ്പോൾ കാര്യമായ അംഗീകാരമില്ലെങ്കിലും സൊമാലിയയിലും എറിത്രിയയിലും മറ്റ് ആഫ്രിക്കൻ രാജ്യങ്ങളിലും വിശ്വാസികൾ അഭിമാനമായിത്തന്നെയാണ് ഈ കൃത്യത്തെ

> കാണുന്നത്. മതപണ്ഡിതർ ഇതിനെ എതിർക്കുന്നുമില്ല. കൃസരി മുറിച്ചുകളഞ്ഞ് അവിടെ കന്യാചർമ്മം പോലെ ഒരു തലം രൂപപ്പെടാനായി തുന്നിപ്പിടിപ്പിക്കുന്നത്, പ്രാണൻ പോകുന്ന വേദനയാണ് പെൺകുട്ടികൾക്ക് നൽകുന്നത്. ഇത് ഛേദിക്കാൻ പുരുഷന് ലൈംഗിക വേഴ്ചയിൽ കനത്ത ശക്തി പ്രയോഗിക്കേണ്ടിവരും. ചിലർ ഒടുവിൽ കത്തിയും മറ്റ് ഉപകരണങ്ങൾ പോലും പ്രയോഗിക്കുമത്രേ. തികച്ചും പ്രാകൃതമായി നടക്കുന്ന പരിഛേദന കർമ്മത്തിനിടയിൽ ജീവൻ പോകുന്ന കുട്ടികൾ. നിരവധി മാനസിക വിഭ്രാന്തി പിടിപെടുന്നവരും നിത്യരോഗികളാവുന്നവരും വേറെ."[34]

ആണധികാരത്തിന്റെ അട്ടഹാസം നിറഞ്ഞ ക്രൂരതയാണ് ഈ ആചാരത്തിലൂടെ പുറത്തുവരുന്നത്. ഒരേസമയം സ്ത്രീലൈംഗികതയെ കെടുത്തുകയും അതേ സമയം പുരുഷ ലൈംഗികതയ്ക്ക് കൂടുതൽ ആസ്വാദ്യത ഉറപ്പാക്കുകയും ചെയ്യുന്നു. പെൺകുട്ടികളുടെ മാതാപിതാക്കളുടെ അംഗീകാരത്തോടെ, സമുദായനേതൃത്വം വളരെ ചിട്ടയോടെ നടത്തിക്കൊണ്ടുപോകുന്ന ഈ മതാചാരം ഏതുവാക്കുകളിൽ അപലപിച്ചാലും മതിയാവില്ല. ഇത് ഇസ്ലാമിന് മുമ്പേ തുടങ്ങിയ അനാചാരമാണ്. ഇസ്ലാംമതപണ്ഡിതർ ഇത് നിരുൽത്സാഹപ്പെടുത്താതെ പലയിടത്തും തുടരാൻ പ്രോൽസാഹിപ്പിക്കുകയാണ് ചെയ്യുന്നത്.

ഏഴാം നൂറ്റാണ്ടിലെ അനാചാരങ്ങൾക്കെതിരെ കടുത്ത നിലപാട് സ്വീകരിച്ച ഇസ്ലാംമതം അക്കാലത്തുതന്നെ നിലനിന്നിരുന്ന സ്ത്രീവിരുദ്ധമായ ഈ കൊടിയ അനാചാരത്തെ തള്ളിക്കളഞ്ഞില്ലയെന്നതും ഇപ്പോഴും തുടരുന്നുവെന്നതും പുരുഷമേധാവിത്വ ഘടനയെ പാലൂട്ടി വളർത്തുന്നതാണ്. കാരണം ഈ അപരിഷ്കൃതത്വത്തിന്റെ ഗുണഭോക്താക്കൾ പുരുഷൻമാരാണ്. പുരുഷന്റെ അമിത ലൈംഗിക സുഖത്തിന് സ്ത്രീ ആജീവനാന്തം ദുരിതം അനുഭവിക്കണം. ഇതുമൂലം ഇൻഫക്ഷൻ ഉണ്ടായി പെൺകുട്ടികളുടെ മരണം പോലും സംഭവിക്കുന്നുണ്ട്.

'ബാലികയുടെ ജനനേന്ദ്രിയത്തിലെ പ്രധാനഭാഗമായ ലേബിയ എന്ന ഇരുദളങ്ങളും മുന്നിലെ പൂമൊട്ടുപോലെയുള്ള ക്ലൈറ്റോറിസും വളരെ ക്രൂരമായി കത്തികൊണ്ട് നാടൻ ഒസ്സാന്മാർ ഛേദിച്ചുകളയുന്ന ഈ സമ്പ്രദായത്തിന്റെ ഉദ്ദേശ്യം എന്തെന്നോ? ബാലികയുടെ, അഥവാ സ്ത്രീയുടെ ലൈംഗിക ദാഹത്തിന് തടയിടുക എന്നതുമാത്രം. ആഫ്രിക്കൻ രാജ്യങ്ങളിലാണ് ഇത് കൂടുതലായി ഇപ്പോൾ തുടരുന്നത്. എന്നാൽ സൗദിഅറേബ്യ, യമൻ, ഒമാൻ, ബഹ്റിൻ, യു.എ.ഇ, ഇറാൻ, ഇൻഡോനേഷ്യ, മലേഷ്യ തുടങ്ങിയ രാജ്യങ്ങളിലും നിലനിൽക്കുന്നു.

നാലുതരം ലിംഗഛേദമാണ് ഫീമെയിൽ സർകംസിഷനിൽ തുടരുന്നത്. യോനീഛേദം (Clitoris) പൂർണമായി മുറിച്ചു നീക്കുന്ന (Clitoridectomy) കൃസരിഭാഗം കൂടാതെ യോനീചുണ്ടുകളായ labia minora, labia majora എന്നീ ഭാഗങ്ങൾ കൂടി അറുത്ത് മാറ്റുന്ന Infibulation, (ഇ

വിടെ മുറിച്ച ഭാഗങ്ങൾ ചേർത്തു വച്ച് തുന്നുന്നു. ആർത്തവരക്തവും മൂത്രവും പുറത്തു പോകാൻ മാത്രമുള്ള ഒരു സുഷിരം ബാക്കി വയ്ക്കുന്നു. ചില ആഫ്രിക്കൻ രാജ്യങ്ങളിൽ വിവാഹപൂർവ്വ കന്യകാ പരിശോധനയ്ക്ക് ഇത് ഉപയോഗിക്കുന്നു. ഭർതൃബന്ധുക്കളെയും ഭർത്താവിനെയും കാണിച്ച് കന്യകാത്വം ഉറപ്പുവരുത്തിയിട്ട് പിന്നീട് ഓപ്പറേഷൻ നടത്തി തുറന്നിടുന്നു. ശസ്ത്രക്രിയയിലൂടെ വലുതാക്കുന്നു). ക്ലിറ്റോറിസ് അഥവാ കൃസരി, (Labia minora) എന്നിവ പൂർണമായും നീക്കം ചെയ്യുന്ന രീതി, ലളിതമായ രീതിയിലുള്ള Sunna circumcission എന്നിങ്ങനെ ഓരോ നാട്ടിലെയും ആചാരങ്ങൾക്കനുസരിച്ചാണ് Circumcission നടത്തുന്നത്.

'ലൈംഗികോത്തേജനത്തിനു സഹായിക്കുന്ന ഭാഗങ്ങളാണ് അവർ ഛേദിച്ചുകളയുന്നത്. അതിക്രൂരമായ സെക്ഷ്വൽ മ്യൂട്ടിലേഷൻ! പെൺകുട്ടികളുടെ മാതാപിതാക്കളും, സമുദായനേതൃത്വവും വളരെ ചിട്ടയോടെ, മതാചാരമെന്ന മട്ടിൽ ഈ ഇരുപതാം നൂറ്റാണ്ടിലും ഇതു നിലനിർത്തിക്കൊണ്ടുപോകുന്നത് എന്തൊരു കിരാതത്വമാണ്! പരിഷ്കൃതരെന്നഭിമാനിക്കുന്ന വിഭാഗങ്ങളിൽപ്പോലും ഈ ആചാരം നിലനിന്നു പോരുന്നതൊരത്ഭുതം തന്നെ. ചേലാകർമ്മത്തിന് വിധേയരായ ഈ സ്ത്രീകളുടെ ജനനേന്ദ്രീയദ്വാരം വളരെ ഇടുങ്ങിയതും വികലവുമായിരിക്കും. പഴയ മുറിവുകൾ ഉണങ്ങിവരുമ്പോൾ മുൻഭാഗത്ത് മൂത്രദ്വാരത്തെ മൂടിക്കൊണ്ടൊരു തൊലിപ്പാട രൂപപ്പെട്ടു കഴിഞ്ഞിട്ടുണ്ടാകും. പ്രസവത്തിൽ കുഞ്ഞിനെ പുറത്തെടുക്കണമെങ്കിൽ ഈ തൊലിപ്പാട കത്രികവെച്ചു നടുവിൽ മുറിച്ച് ഇരുവശത്തേക്കും വകഞ്ഞു മാറ്റണം. സാധാരണ സ്ത്രീകളിൽ വേണ്ടി വരാവുന്ന 'എപ്പിസിയോട്ടമി' എന്ന മുറിച്ചുതുന്നൽ വേറെയും. പ്രസവം കഴിഞ്ഞതിനുശേഷം തൊലിപ്പാട പഴയമട്ടിൽ രണ്ടു ലെയറിൽ തുന്നി വെടിപ്പാക്കി വയ്ക്കണം. അതുപോട്ടെയെന്നു വയ്ക്കാം. പക്ഷേ, പ്രസവസമയത്ത് യോനിയിൽ ഉണ്ടായേക്കാവുന്ന മുറിവുകൾ ശരിയായ വിധത്തിൽ പരിശോധിക്കാനോ തുന്നാനോ ഒന്നും ഇവരുടെ ഇടുങ്ങിയ ജനനേന്ദ്രീയദ്വാരം അനുവദിക്കില്ല എന്നുള്ളതാണ് ഏറ്റവും വലിയ പ്രശ്നം. ചിലപ്പോൾ മുറിവുകൾ മൂത്രദ്വാരം വരെയെത്തി തുന്നലിടുന്നത് തികച്ചും ദുഷ്കരമാക്കും.

ജനനേന്ദ്രീയദ്വാരം എത്ര പ്രസവം കഴിഞ്ഞാലും വളരെ ടൈറ്റായി ഇരിക്കുമെന്നതിനാൽ പുരുഷനെന്നും ഹാപ്പി! സ്ത്രീക്ക് ലൈംഗികോത്തജനം സാധിച്ചില്ലെങ്കിലെന്താ, തനിക്കു നിത്യമായ സുഖം, സുഖം, സംതൃപ്തി'![35]

"പെൺകുഞ്ഞുങ്ങൾ ഉള്ളവർ, അവളെ ജീവനോടെ കുഴിച്ചു മൂടാത്തവർ, അവളെ ശകാരിക്കാത്തവർ അവളോട് വിവേചനം കാണിക്കാത്തവർ-അവരെ ദൈവം സ്വർഗത്തിലേക്ക് ആനയിക്കട്ടെ" എന്ന് ആശംസിച്ച പ്രവാചകന്റെ പിന്മുറക്കാരുടെ സ്ത്രീവിരുദ്ധത എണ്ണിയാൽ ഒടുങ്ങുന്നതല്ല. നാലുപെൺകുട്ടികളുടെ പിതാവായിരുന്നു മുഹമ്മദ് നബി. കടുത്ത മതവീക്ഷണം പുലർത്തുന്ന 'വഹാബിസം' പ്രവാചകനെയും

അട്ടിമറിക്കുന്നു. ജെറാൾഡിൻ ബ്രൂക്സ് പ്രതിവചിച്ച പോലെ 'ഖുർ-ആന്റെ സ്ത്രീ പക്ഷ വായനയെ പുരോഹിത വർഗം ചെറുക്കുന്നു.'

'ഖുർ ആനിക സാരസ്യം സന്ദർഭങ്ങൾ വിവരിച്ച് മനുഷ്യസംസ്കാരത്തിനും കാലത്തിനുമനുഗുണമായി വിശകലനം ചെയ്തു തരാൻ മുൻവിധികൾ മാറ്റിവെച്ച ആർദ്രഹൃദയരായ, സങ്കൽപ്പധനരായ പണ്ഡിതർ ഇനിയും ജനിച്ചിട്ടുവേണമെന്നോ? അതോ അത്തരക്കാർ വായ്മൂടിക്കെട്ടപ്പെട്ടവരായിത്തീർന്നു പോകുന്നതാണോ? ഇവിടെ ചിന്തകൾ ദൈവനിന്ദയായി വ്യാഖ്യാനിക്കപ്പെടുന്നു. യുക്തി ബോധം ചങ്ങലക്കെട്ടുകളിലായിപ്പോകുന്നു. സ്ഥൂല ദൃഷ്ടികൾക്കും കേവല മനസ്സുകൾക്കുമതീതമായി ദൈവവുമായൊരാത്മ ലയനത്തിന്റെ സൂചനകൾ കൊടുക്കാൻ പണ്ഡിതരെന്നഭിമാനിക്കുന്നവർക്ക് ആകുന്നില്ല. മരണത്തിനപ്പുറത്തേക്ക് കൂടി നീളുന്ന സ്ഥൂല സുഖങ്ങളെപ്പറ്റിയുള്ള വ്യാമോഹങ്ങളിൽ മുഴുകാനാണവർ വിശ്വാസികളെ പ്രേരിപ്പിക്കുന്നത് എന്നത് എന്തൊരു ദൗർഭാഗ്യമാണ്.'[36]

മരണാനന്തരം ലഭിക്കുമെന്ന് പറയുന്ന പ്രതിഫലം മുന്നിൽ വെച്ചാണ് 'മരണാനന്തരം നരകം ലഭിക്കുന്ന' ജന്മങ്ങളായ സ്ത്രീ ജന്മങ്ങളെ ജീവിതകാലം മുഴുവൻ നരകത്തിൽ തള്ളുന്നത്.

പർദ ഇപ്പോൾ ഇന്ത്യയിൽ വ്യാപകമാക്കുന്നതുപോലെ മുസ്ലിം പുനരുത്ഥാനത്തിന്റെ ഭാഗമായി നാളെ ഇന്ത്യയിലും സ്ത്രീലിംഗപരിച്ഛേദനം നടപ്പാക്കാൻ ശ്രമിക്കില്ലെന്നു പറയാൻ കഴിയില്ല. മൗലിക വാദം ശക്തിപ്പെടുത്തുന്നതിന് ആധുനിക വിദ്യാഭ്യാസം പോലും ഇത്തരക്കാരുടെ മുന്നിൽ തടസ്സമാകുന്നില്ല.

കാരണം പുരുഷന് എവിടെയൊക്കെ സുഖം ലഭിക്കുന്നുവോ അത് നടപ്പാക്കാനും അതിന് സ്ത്രീ എന്തിലൊക്കെ ത്യാഗം സഹിക്കണോ അത് സഹിക്കുന്നവളാക്കി മാറ്റിയും 'സർവം സഹ' എന്ന ഓമനപ്പേരു നൽകി 'ഞങ്ങൾ സ്ത്രീയെ ബഹുമാനിക്കുന്നു' എന്ന് ആവർത്തിച്ച് ആണയിട്ട് അവളെ ചുരുട്ടിയൊതുക്കി ഭാണ്ഡക്കെട്ടിനുള്ളിലാക്കുന്നു. ആവശ്യമുള്ള സമയത്ത് തുറന്നെടുത്ത് ഉപയോഗിക്കുമ്പോൾ ഈ 'ആദരവ്' പൂർത്തിയാകും.

സ്ത്രീ വിദ്യാഭ്യാസവും കായിക കലയും

വിദ്യാഭ്യാസം സ്ത്രീകൾക്ക് നിഷേധിക്കപ്പെട്ടത് ഒരടച്ചുപിടിക്കലിന്റെ ഭാഗമായിരുന്നു. ലൈംഗികോപകരണം മാത്രമായ സ്ത്രീ എന്തിന് പഠിക്കുന്നു. പഠിക്കണമെങ്കിൽ പുറത്തിറങ്ങേണ്ടിവരും. ആൺകുട്ടികളുമായി ഇടപഴകേണ്ടിവരും. മാത്രമല്ല ആധുനിക വിദ്യാഭ്യാസത്തിന്റെ വെളിച്ചം തലയിൽ കയറിയാൽ മതാന്ധതയുടെ ഇരുട്ടിന് തലച്ചോറിൽ സ്ഥാനമുണ്ടാകില്ല. തലയില്ലാത്ത, തലച്ചോറില്ലാത്ത ഒരു 'ലൈംഗിക കേന്ദ്രം' മാത്രമായി സ്ത്രീ മാറണം. ശാസ്ത്രവും സാഹിത്യവും ചരിത്രവും ഗണിതവും തത്വശാസ്ത്രവും ആധുനിക യുഗത്തിന്റെ വഴികാട്ടികളാണ്. പുരാതനകാലത്തും ഇതിന്റെയൊക്കെ അപക്വമായ ഭാവങ്ങൾ ഉണ്ടായിരുന്നു. അതിൽ സ്പർശിക്കാൻ പിന്നോക്കക്കാരെയും സ്ത്രീകളെയും അനുവദിച്ചിരുന്നില്ലന്നുമാത്രം. ഇന്ത്യയിൽ ദളിതരും അറേബ്യയിൽ അടിമകളും എന്ന വ്യത്യാസം മാത്രം.

ഇറാനിലെ അസർനഫീസി, സൗദിയിലെ ഡോ. രാജാ അൽസാനിയ, അഫ്ഗാനിസ്ഥാനിലെ മലാലായ് ജോയ, മൊറോക്കോയിലെ മാലിക്ഔഫ്കിർ, ഫാത്തിമ മെർനിസ്സി, സൊമാലിയായിലെ അയാൻ ഹിർസി അലി, പാക്കിസ്ഥാനിലെ മലാല യൂസുഫ് സായ്, ആസ്ട്രേലിയക്കാരി ജൊറാൾഡിൻ ബ്രൂക്സ് തുടങ്ങിയ വനിതാ ആക്ടിവിസ്റ്റുകളും എഴുത്തുകാരും ആധുനിക വിദ്യാഭ്യാസം കരസ്ഥമാക്കി ഇസ്ലാം മതത്തിന്റെ കള്ളികളിൽ നിന്നുകൊണ്ടുതന്നെ മതാന്ധതയെ ചെറുത്തവരാണ്. '21-ാം നൂറ്റാണ്ടിലെ ലോക വനിതാ വേദിയുടെ സമരതീക്ഷ്ണമായ മുഖമാണിവരിൽ ജ്വലിച്ചു നിൽക്കുന്നത്.' ഇവർ കൂടാതെ ധാരാളം സ്ത്രൈണ മുഖങ്ങൾ പർദ്ദയ്ക്കുള്ളിലും പർദ്ദയ്ക്ക് പുറത്തുമായി നിലയുറപ്പിച്ചിട്ടുണ്ട്.

സാമ്രാജ്യത്വ താൽപ്പര്യങ്ങളും മതവർഗീയ അജണ്ടയും സമ്മേളിച്ച്

മനുഷ്യരാശിയുടെ അമൂല്യ സമ്പത്തായ വനിതകളെ അന്യവൽക്കരിക്കുന്നതിന് എതിരെ കടുത്ത പോരാട്ടം അനിവാര്യമാണ്.

പല രാജ്യങ്ങളിലും സ്ത്രീകളുടെ വിദ്യാഭ്യാസ അവകാശം സ്ഥാപിച്ചു കിട്ടിയിട്ടുണ്ട്. കടുത്ത നിബന്ധനകൾ ഉണ്ടെങ്കിൽ പോലും സ്ത്രീസമൂഹം പഠനത്തിൽ മുന്നോട്ടു വരികയാണ്. 1956-ൽ ആണ് സൗദിയിൽ പെൺകുട്ടികൾക്കായി ആദ്യത്തെ സ്കൂൾ തുറന്നത്. ഫൈസൽ രാജാവിന്റെ പത്നി ഇഫാത്ത് ആണ് ഇതിനായി ഭരണകൂടത്തിൽ സമ്മർദ്ദം ചെലുത്തിയത്. 'ദാർ അൽ ഹനാൻ' എന്നാണ് സ്കൂളിന്റെ പേര്. വിദ്യാഭ്യാസ സ്ഥാപനം എന്ന പേരിൽ തുടങ്ങുന്നതിന് മതപണ്ഡിതർ എതിരായിരുന്നതുകൊണ്ട് അനാഥാലയം എന്ന പേരിലാണ് ആരംഭിച്ചത്. ക്രമേണയാണ് സ്കൂൾ ആക്കി മാറ്റിയത്.

ഇഫാത്ത്, സ്ത്രീകൾ പ്രധാനവിശ്വാസ സമൂഹമാണെന്ന് വാദിച്ചു. അതുകൊണ്ടുതന്നെ പുരുഷനെപ്പോലെ സ്ത്രീകൾക്കും പഠിക്കാൻ അവകാശമുണ്ടെന്ന് അവർ പറഞ്ഞു. ഇഫാത്തിന്റെ ഇച്ഛാശക്തിക്കുമുന്നിൽ ഉലമാക്കളുടെ ശൗര്യം കുറഞ്ഞു. പതുക്കെ സ്കൂളുകളുടെ എണ്ണം കൂട്ടിയപ്പോൾ പ്രതിഷേധം ഉയർത്തി ഉലമാക്കൾ മുന്നോട്ടുവന്നു. 1963-ൽ ഫൈസൽ രാജാവ് ഈ പ്രതിഷേധത്തെ സൈന്യത്തെ ഉപയോഗിച്ചു തന്നെ ദുർബലപ്പെടുത്തി. ബുറൈദ എന്ന സ്ഥലത്ത് ആരംഭിച്ച സ്കൂളിൽ ആദ്യവർഷം പ്രധാനാദ്ധ്യാപികയുടെ മകൾ മാത്രമേ വിദ്യാർത്ഥിനിയായി ഉണ്ടായിരുന്നുള്ളു. 1980 ആയപ്പോഴേക്കും 55% സൗദി പെൺകുട്ടികൾക്കും പ്രാഥമിക വിദ്യാഭ്യാസം ലഭിച്ചു. സെക്കന്ററി വിദ്യാഭ്യാസം 23%ത്തിൽ എത്തി.

തുടർന്ന് വനിതാ സർവ്വകലാശാല സ്ഥാപിതമായി. എന്നാൽ സാങ്കേതിക രംഗത്ത് പെൺകുട്ടികൾക്ക് പ്രവേശനം നിഷേധിക്കപ്പെട്ടു. അതുപോലെ ആൺ-പെൺ സംയുക്ത കലാലയവും വിദൂര സ്വപ്നമായി. എന്നാലും പൂർണമായും വിദ്യ നിഷേധിക്കപ്പെട്ട സ്ത്രീ വിഭാഗത്തിന് പ്രത്യേകമായി പഠിക്കാൻ ഒരു പരിധിവരെ അവസരം ലഭിച്ചത് ഗുണകരമായ അനുഭവമാണ്. ആദ്യം തടസ്സം നിന്ന ഉലമാക്കളുടെ പിന്മുറക്കാർ തങ്ങളുടെ പെൺകുട്ടികളെ പഠിപ്പിക്കാൻ ശ്രമിക്കുന്നുവെന്നത് ഇന്ന് പലതിനും തടസ്സമായി നിൽക്കുന്ന മത മൗലിക വാദികൾ പരിശോധിക്കുന്നത് നല്ലതാണ്.

ഇന്ന് ലോകത്ത് പല സർവ്വകലാശാലകളിലെയും തലയെടുപ്പുള്ള വിദ്യാർത്ഥിനികൾ മുസ്ലിം കുട്ടികൾ തന്നെയാണ്. ഭാണ്ഡക്കെട്ടിനുള്ളിൽ അടക്കപ്പെട്ട വനിതകൾ ഭരണാധികാരികളായി.

കേരളത്തിൽ പ്രത്യേകിച്ച് മലബാർ മേഖലയിൽ മുസ്ലീം പെൺകുട്ടികളെ സ്കൂളിൽ അയക്കുന്നതിന് കടുത്ത വൈഷമ്യം ഉണ്ടായിരുന്നു. ഹിന്ദുവിഭാഗങ്ങൾക്കിടയിൽ നിലനിന്ന അയിത്തം, തീണ്ടൽ തുടങ്ങിയ അനാചാരങ്ങളിൽ കുടുങ്ങിയ ധാരാളം വിഭാഗം ഇസ്ലാമിലേക്ക് പരിവർത്തിക്കപ്പെട്ടിരുന്നു. ഇതിന്റെ പ്രധാനകാരണം ഇസ്ലാമിലും ക്രൈസ്തവരിലും

ഈ സമ്പ്രദായം അന്യമായിരുന്നതിനാലാണ്. എന്നാൽ പഠന കാര്യത്തിൽ ഹൈന്ദവ വിഭാഗത്തിൽ അത്ര പ്രയാസം സൃഷ്ടിക്കാത്ത സ്ത്രീവിദ്യാഭ്യാസം ഇസ്ലാമിൽ നിഷേധിക്കപ്പെട്ടിരുന്നു. ഹൈന്ദവരിൽ പിന്നോക്കക്കാരെയും നമ്പൂതിരി സമുദായം പോലുള്ള സവർണ വിഭാഗത്തിലെയും സ്ത്രീകൾക്കായിരുന്നു വിദ്യാഭ്യാസത്തിൽ കടുത്ത പ്രതിസന്ധി നേരിട്ടിരുന്നത്.

ഇത് കേരളപ്പിറവി വരെയും ഏതാണ്ട് തുടർന്നിരുന്നു, എന്നാൽ 1957-ലെ വിദ്യാഭ്യാസ ബിൽ പ്രയോജനപ്പെടുത്തി ഹൈന്ദവ - ക്രൈസ്തവരെപ്പോലെ മുസ്ലിം പെൺകുട്ടികളും പതുക്കെ പതുക്കെ അക്ഷര ലോകത്തേക്ക് കടന്നു. ഇന്ന് കാലിക്കറ്റ് യൂണിവേഴ്സിറ്റിയിലെ ഭൂരിപക്ഷം പെൺകുട്ടികളും ഇസ്ലാമിക കുടുംബത്തിലേതാണ്. അലിഗഡ് മുസ്ലീം യൂണിവേഴ്സിറ്റി, ജാമിയ മിലിയ, ഡൽഹി സർവ്വകലാശാല എന്നിവിടങ്ങളിലെല്ലാം ഇസ്ലാമിക പെൺകുട്ടികളുടെ സാന്നിദ്ധ്യം പ്രത്യേകം ശ്രദ്ധേയമാണ്. *ഖുർ-ആനും ഹദീസും* ഉയർത്തിപ്പിടിച്ച് ദുർവ്യാഖ്യാനം നടത്തി സ്ത്രൈണതയെ ഇരുട്ടിൽ തള്ളി വിടുന്നത് 'ദൈവഹിതമാണ്, അല്ലാഹുവിന്റെ കൽപ്പനകളാണ്' എന്ന് വ്യാഖ്യാനിച്ചവർ എവിടെ നിൽക്കുന്നു. ഇതുപോലെ ഇന്നത്തെ കാലത്ത് പലരും കാണിക്കുന്ന സ്ത്രീകളോടുള്ള അനീതിയും, സാമൂഹിക നീതി ഉദ്ഘോഷിക്കുന്ന ഇസ്ലാമിന്റെ ദർശനങ്ങൾ കൂടി പരിചയാക്കിക്കൊണ്ട് ഭാവിയിലെ പെൺകുട്ടികൾ പൊരുതും.

'അക്ഷരാഭ്യാസം നിഷിദ്ധമായും അപരാധമായും കരുതിയിരുന്ന നമ്മളിൽ പലരും ഇന്ന് അഭ്യസ്തവിദ്യകളായിത്തീർന്നിരിക്കുന്നു. സ്ത്രീകൾ വിദ്യാഭ്യാസം ചെയ്തിരുന്നുവെങ്കിൽ അവർ വഴിപിഴയ്ക്കുമെന്നുള്ള തെറ്റിദ്ധാരണ ഇന്ന് ഭൂരിഭാഗവും നശിച്ചിട്ടുണ്ടെന്നുള്ളത് ആശ്വാസകരമാണ്. ആശയങ്ങൾ വിപുലീകരിക്കുവാനും വിശദീകരിക്കുവാനും സ്വാഭിപ്രായം രേഖപ്പെടുത്തുവാനും പ്രഖ്യാപനം ചെയ്യുവാനും വിദ്യാഭ്യാസമാണ് നമുക്ക് സഹായകമായിത്തീർന്നിട്ടുള്ളത്. അതിന്റെ മഹച്ഛക്തിയിൽ അന്തർലീനമായ വിശാലഹൃദയത്വം തന്നെയാണ് പുറത്തിറങ്ങാതിരുന്ന നമ്മൾ എല്ലാവരേയും ഭീതിയും ലജ്ജയുംവിട്ട് ഇന്നിവിടെ ഈ യോഗത്തിൽ സന്നിഹിതരാകുന്നതിന് ഇടയായിത്തീർന്നിട്ടുള്ളതെന്ന് ഞാൻ വിസ്മരിക്കുന്നില്ല.'[37]

ഇത് മനസ്സിലാക്കിയാണ് ഉയർന്ന വിദ്യാഭ്യാസമുള്ള പെൺകുട്ടികളെ ഉൾപ്പെടെ മതമൗലിക വാദികൾ നോട്ടമിടുന്നത്. അവരെ മതചട്ടക്കൂടിന്റെ കാരിരുമ്പഴികൾക്കുള്ളിൽ ബന്ധിപ്പിക്കാൻ പരിശ്രമിക്കുന്നു. മതപണ്ഡിതൻമാരായ പുരുഷൻമാർ *ഖുർ-ആനും ഹദീസും* വിശദീകരിക്കാൻ സ്ത്രീകൾക്ക് അവസരം നൽകിയാൽ അവർ ഇതിൽ ഉൾച്ചേർന്നിരിക്കുന്ന സ്ത്രീപക്ഷ വായന നടത്തും. ഒന്നര സഹസ്രാബ്ദത്തിനു മുമ്പുള്ള സാമൂഹികസാഹചര്യങ്ങളിൽനിന്നും മാറി മനുഷ്യസമൂഹം ആർജിച്ച ആധുനിക വിജ്ഞാനത്തെ പരിഗണിച്ചുകൊണ്ട് സ്ത്രീപുരുഷ മേധാവിത്വ

കൽപ്പനകളെ ഉല്ലംഘിക്കും. സ്ത്രീയും മനുഷ്യകുലത്തിന്റെ ഭാഗമാണെന്നും അവൾക്കും വികാര വിചാരങ്ങളും സ്വയം വെളിപ്പെടലിന്റെ അവസ്ഥാവിശേഷങ്ങളും ഉണ്ടെന്നുള്ളത് സാമൂഹിക ബോധ്യത്തിൽ എത്തിക്കും. പുരുഷ നോട്ടത്തിലൂടെ ഇതൾ വിടരുന്ന മത ദർശനങ്ങളിൽ സ്ത്രൈണതയുടെ സൗഗന്ധിക പൂക്കളും വിടരും!

മതജീവിതത്തിന്റെ മറകൾ വകഞ്ഞു മാറ്റിയാണ് ഇറാൻ പ്രസിഡന്റിന്റെ മകൾ ഫെയ്സ, അറബ് കായിക മേഖലയിലെ വനിതാ സാന്നിദ്ധ്യം ഉറപ്പിച്ചത്. *ഖുൻ-ആനും*, ഹദീസും വ്യാഖ്യാനിച്ചുതന്നെയാണ് മത മൗലിക വാദികളെ കായിക ലോകത്തിൽ സ്ത്രീക്ക് ഉണ്ടാകേണ്ട പ്രാധാന്യം അവർ ബോധ്യപ്പെടുത്തിയത്.

യുദ്ധത്തിൽ നബിയോടൊപ്പം പങ്കെടുത്ത് ശത്രു സൈന്യത്തെ വിറപ്പിച്ച് തങ്ങളുടെ പാടവം സ്ത്രീകൾ വെളിപ്പെടുത്തിയത് പർദ്ദയ്ക്കുള്ളിൽ മൂടി അകത്തളത്തിൽ കഴിഞ്ഞിട്ടല്ല. യുദ്ധത്തിൽ പങ്കെടുക്കണമെങ്കിൽ അതിന് പരിശീലനം അനിവാര്യമാണ്. അത്തരം പരിശീലനം ലഭിക്കണമെങ്കിൽ അറയ്ക്കുള്ളിൽ കഴിയില്ല. പുറത്തിറങ്ങണം, ശരീരത്തെ ബലപ്പെടുത്തി ക്രമീകരിക്കണം. ഇതിനെല്ലാം പ്രവാചകൻ തടസ്സം നിന്നിട്ടില്ലെന്ന് വ്യക്തമാണ്.

സ്ത്രീകൾ 'സ്ഫടിക പാത്രങ്ങൾ' ആണെന്ന *ഖുർ-ആൻ* വചനം ഉദ്ധരിച്ച് അത് പൊട്ടിപ്പോകും എന്നു വ്യാഖ്യാനിച്ച് സ്ത്രീകളെ തടഞ്ഞു നിർത്തിയവർക്ക് പൊട്ടാത്ത സ്ഫടികം തന്നെയാണ് തങ്ങളെന്ന് ആധുനിക വിദ്യാഭ്യാസത്തിന്റെ വെളിച്ചം തലയിൽ കടന്ന ഫെയ്സ് വാദിച്ചുറപ്പിച്ചു.

1993 ഫെഫ്രുവരിയിൽ ഇറാനിൽ അവർ സംഘടിപ്പിച്ച ആദ്യ ഇസ്ലാമിക വനിതാ ഗെയിം മുസ്ലീം രാജ്യങ്ങളിലെ പെൺകുട്ടികൾക്ക് തങ്ങളുടെ കായിക പ്രതിഭ മാറ്റുരയ്ക്കുന്നതിന് അവസരം ഒരുക്കി.

എന്നാൽ ഈ ഘട്ടത്തിലെല്ലാം തീവ്രവാദികൾ അടങ്ങിയിരുന്നു എന്ന് വിചാരിക്കേണ്ടതില്ല. സ്പോർട്സ് ഡ്രസ്സിന്റെ പേരിൽ അവർ കലാപം ഉണ്ടാക്കി. അവസാനം പർദ്ദയിട്ട് പരിശീലിച്ചു. പർദ്ദയിട്ട് പരിശീലിച്ചാൽ എങ്ങനെയിരിക്കുമെന്ന് പറയേണ്ടതില്ലല്ലോ. 1996 അത്ലാന്റാ ഒളിമ്പിക്സിൽ പർദ്ദ ധരിച്ചവരും അല്ലാത്തവരുമായ കുതിര സവാരിക്കാർ തമ്മിൽ നടത്തിയ മത്സരത്തിൽ പർദ്ദയിടാത്തവർ വിജയിച്ചു. മുൻ സോവിയറ്റ് റിപ്പബ്ലിക്കിലെ മുസ്ലിം പെൺകുട്ടികൾ വിജയംകൊയ്തു. എന്നാൽ അമ്പെയ്ത്തിന് പർദ്ദ വലിയ തടസ്സം അല്ലാത്തതുകൊണ്ട് 1990-ലെ ബെയ്ജിങ് ഒളിമ്പിക്സിൽ ഇറാൻ പെൺകുട്ടി ആൺകുട്ടികളുടെ റിക്കാർഡ് തകർത്തു.

'ഇസ്രയേലിനെതിരെയും അമേരിക്കൻ സാമ്രാജ്യത്വത്തിനെതിരെയും പൊരുതിയ പാലസ്തീൻ ലിബറേഷൻ ഓർഗനൈസേഷൻ (PLO) ഔദ്യോഗിക വക്താവ് ഹനാർ അഷ്റാവി എന്ന വനിതയായിരുന്നു. ലോക വേദികളിൽ അവരാണ് പി.എൽ.ഓ-യെ പലപ്പോഴും പ്രതിനിധീകരിച്ചിരുന്നത്.[38]

ഹീറാ ഗുഹയിലെ ധ്യാനത്തിൽ നബിക്ക് കിട്ടിയ വെളിപാടായി (Devine revelation)പറഞ്ഞത് എഴുത്തും വായനയെക്കുറിച്ചുമാണ്. യഥാർത്ഥത്തിൽ ചെറുപ്പത്തിൽ നല്ല വിദ്യാഭ്യാസം ലഭിക്കാത്ത പ്രവാചകന് ഇത് വലിയതോതിൽ പ്രേരണയാകുകയും അദ്ദേഹം അന്നത്തെ കാലത്ത് ലഭിക്കാവുന്ന വിജ്ഞാനം സ്വായത്തമാക്കുകയും ചെയ്തിട്ടുണ്ടാകണം. അല്ലാഹുവിൽനിന്ന് ലഭിച്ച വെളിപാടുകൾ എന്ന് വിശ്വാസിസമൂഹത്തിന് നിലയുറപ്പിച്ചു നിൽക്കാൻ കഴിയുമ്പോഴും ശാസ്ത്രബോധത്തിൽ ചിന്തിക്കുന്നവർക്ക് അതുകൊണ്ട് തൃപ്തിവരില്ല. നല്ല ജ്ഞാനാർജിത ശേഷിയുള്ള ഒരു ഗവേഷകനും അന്വേഷകനും പണ്ഡിതനുമായി മുഹമ്മദ് നബിയെ കണക്കാക്കാം എന്നതാണ് യാഥാർത്ഥ്യം.

അതുമാത്രമല്ല ചെറുപ്പത്തിലേ അന്യദേശങ്ങളിൽ നിന്നു വന്നു പൊയ്ക്കൊണ്ടിരുന്ന കച്ചവടസംഘത്തെ മനസ്സിലാക്കാനും അവരുടെ സംസ്കാരത്തെപ്പറ്റി പഠിക്കാനും അദ്ദേഹത്തിന് കഴിഞ്ഞിട്ടുണ്ട്.

'അദ്ദേഹം അറബികളിൽ വിജ്ഞാന തൃഷ്ണയുളവാക്കി .കൂടാരങ്ങൾ നിറഞ്ഞ് വെറും മരുഭൂമിയായിക്കിടന്ന പിന്നോക്ക പ്രദേശമായ അറേബ്യ അദ്ദേഹത്തിന്റെ ഉത്തേജനത്താൽ ദ്രുതഗതിയിൽ രാഷ്ട്രീയമായും സാംസ്കാരികമായും യൂറോപ്യയുടെ ഭാഗ്യവിധാതാവായി'.[39] ബദർ യുദ്ധവേളയിൽ മുസ്ലീങ്ങൾക്ക് കീഴടങ്ങിയ യുദ്ധത്തടവുകാരെ മോചിപ്പിക്കുന്നതിന് പ്രവാചകൻ അവരിൽനിന്നു വാങ്ങിയ 'മോചന ദ്രവ്യം' മദീനയിലെ കുട്ടികൾക്ക് അക്ഷരം നൽകാൻ ഉപയോഗിച്ചു.

'ഏക ദൈവത്തെയും തന്റെ നിയോഗത്തെയും അംഗീകരിക്കണമെന്നാവശ്യപ്പെട്ട് കോൺസ്റ്റാന്റിനിപ്പോളിലെ ഹെറോയിസ്, ചൈനയിലെ തായ്തുങ്സുങ് തുടങ്ങിയ ചക്രവർത്തിമാർക്ക് നബി കത്തെഴുതിയിരുന്നു' എന്ന് എഴുതുന്നവർപോലും വാദിച്ചുറപ്പിക്കാൻ പരിശ്രമിക്കുന്നത് അദ്ദേഹത്തിന് അക്ഷരജ്ഞാനം ഇല്ലായിരുന്നുവെന്നാണ്. അക്കാലത്ത് അക്ഷരത്തിന്റെ വില ഏറ്റവും കൂടുതൽ മനസ്സിലാക്കിയ സാമൂഹിക നേതാവ് നബി തന്നെയായിരുന്നു. ഈ ജ്ഞാനത്തിന്റെ കരുത്താണ് അദ്ദേഹത്തിൽ സ്ഥൈര്യം ഉളവാക്കിയത്. ഉറച്ച ധാരണയുള്ളവർക്കേ ഉറച്ച നിലപാട് കൈക്കൊള്ളാൻ കഴിയൂ. ചാഞ്ചാട്ടവാദികളുടെ നിലപാടിലും ചാഞ്ചാട്ടം കാണും.

നബിയുടെ പിതൃസഹോദരനായ അബു ത്വാലിബ് വഴി ശത്രുക്കൾ ദൗത്യത്തിൽനിന്ന് പിന്തിരിപ്പിക്കാൻ പരിശ്രമിച്ചപ്പോൾ നബി നൽകിയ മറുപടി "തന്റെ ഇടതുകയ്യിൽ ചന്ദ്രനേയും വലതുകൈയിൽ സൂര്യനെയും വച്ചു തന്നാൽ പോലും ഈ ദൗത്യത്തിൽ നിന്ന് പിൻവാങ്ങില്ല" എന്നായിരുന്നു. ഇതിനെയാണ് സ്ഥൈര്യം എന്നതുകൊണ്ട് വിവക്ഷിക്കുന്നത്. നിലപാടുകളിലെ ധാർഷ്ട്യവും ഇതുതന്നെയാണ്.

അന്വേഷണത്തിനും പഠനത്തിനും മാറ്റത്തിനും പരിശ്രമിച്ച നബിയുടെ ആശയങ്ങൾ കൈയിൽ ഒതുക്കിക്കൊണ്ടാണ് ആധുനിക വിജ്ഞാനത്തെ പലരും പരിഹസിക്കുന്നത്. അന്ത്യപ്രവാചകൻ മുഹമ്മദ് നബി

എന്ന് വാദിക്കുന്ന അതേ കരുത്തിൽ ആണ് അന്ത്യ വിജ്ഞാനവും അന്നു കൊണ്ടവസാനിച്ചു എന്ന രൂപത്തിൽ പല പണ്ഡിതൻമാരും ശാസ്ത്രത്തെ തള്ളിപ്പറയുന്നത്. മനുഷ്യ സമൂഹം ഓരോ ഘട്ടത്തിലും സ്വായത്തമാക്കുന്ന ജ്ഞാനത്തെയും വെളിച്ചത്തെയും മതം സ്വീകരിക്കുന്നത് പാപമല്ല.

കുതിരപ്പുറവും ഒട്ടകപ്പുറവും ഉപേക്ഷിച്ച് ആകാശവാഹനങ്ങളെ ആശ്രയിക്കാൻ മതം തടസ്സമാകാത്തവർക്ക് ഒന്നര സഹസ്രാബ്ദം മുമ്പത്തെ ആചാരങ്ങളെ കാലാനുസൃതമായി നവീകരിക്കാൻ കഴിയാത്തത് എന്തുകൊണ്ടാണ്?

രക്തബന്ധമില്ലാത്ത പുരുഷനുമായി സ്ത്രീ യാത്ര ചെയ്യാൻ പാടില്ലെന്നു ശഠിക്കുമ്പോൾ ഇന്നത്തെകാലത്ത് പ്രായോഗികമാകുമോ? തൊഴിൽ ശാലകൾ, വിദ്യാഭ്യാസ സ്ഥാപനങ്ങൾ പാർലമെന്ററി വേദികൾ ഇവിടെയൊക്കെ സ്ത്രീയും പുരുഷനും ഒരുമിച്ച് പ്രവർത്തിക്കേണ്ടി വരുന്നില്ലേ?

'ഇറാക്കിലെ കർബലയിൽ കൂട്ടക്കൊല ചെയ്യപ്പെട്ടവരാണ് നബിയുടെ പേരമകൻ ഹുസൈനും കുടുംബവും. ഇസ്ലാമിക ചരിത്രത്തിലെ ഏറ്റവും കറുത്ത ഏട്. അന്ന് കൂട്ടക്കൊലയിൽ മകൾ സുകൈന (സക്കീന)യുടെ മുന്നിൽ വച്ചാണ് കുടുംബമാകെ കൊല്ലപ്പെട്ടത്. ഈ തീക്ഷ്ണമായ ജീവിതാനുഭവം അവളെ പിന്നീട് തീപ്പൊരിയാക്കി. നാലോ, അഞ്ചോ, വിവാഹം കഴിച്ച് അവൾ പുരുഷാധിപത്യത്തെ വെല്ലുവിളിച്ചു. അതിസുന്ദരിയായ അവളെ മോഹിച്ച് എത്തിയവരിൽനിന്ന് താനുള്ളപ്പോൾ വേറൊരാളെ വിവാഹം കഴിക്കില്ലെന്ന് ഭർത്താക്കന്മാരിൽ നിന്ന് (ബഹുഭാര്യാത്വം) ഒപ്പിട്ടുവാങ്ങി. പിന്നീട് അത് ലംഘിച്ചവരെ വിശ്വാസവഞ്ചനയ്ക്ക് കോടതി കയറ്റി. വിചാരണ വേളയിൽ അവരെ തൊലിയുരിച്ച് പരിഹസിച്ചു. പുരുഷന്മാരോട് സ്വതന്ത്രമായി ഇടപെട്ടു. തർക്കങ്ങളിൽ വിജ്ഞാനിയായിരുന്ന അവൾ അവരെ തറപറ്റിച്ചു. ചരിത്രാന്വേഷകർ ഗൂഢമായ ആഹ്ലാദത്തോടെ ഖണ്ഡികകളും പേജുകളും അവളെ വർണിക്കാൻ മാറ്റിവച്ചു. മലയാളക്കരയിലൊരു താത്രിക്കുട്ടി. പുരുഷ കാപട്യത്തിനെതിരെ ഇളക്കിവിട്ട ഒറ്റയാൾ കലാപങ്ങൾക്കു സമാനമായി ഇസ്ലാമിക ചരിത്രത്തിൽ ഇനിയുമൊട്ടനവധി ഉദാഹരണങ്ങൾ ഉണ്ടത്രേ. അറബി ഭാഷയിൽ അവർ അവളെ 'ബർസ' എന്നു വിളിച്ചു. ബർസ! മുഖം മറയ്ക്കാത്തവൾ! തല കുനിക്കാത്തവൾ! ചോദ്യങ്ങൾ ചോദിക്കുന്നവൾ. ചരിത്രത്തിലേക്ക് നിഷ്പക്ഷമായി ചൂഴ്ന്നിറങ്ങുന്നവർക്ക് സുകൈന അത്ഭുതവും ആഹ്ലാദവുമാണ്.[40]

സംഗീതവും നൃത്തവും കലാമേഖലയുമെല്ലാം എന്തിന് പെൺകുട്ടികൾക്ക് നിഷേധിക്കുന്നു. ഒരു പരിധിവരെ സ്കൂൾ കോളേജ് തലങ്ങളിൽ പെൺകുട്ടികളെ ഇത്തരം കാര്യങ്ങളിൽനിന്നു രക്ഷാകർത്താക്കൾ തടയുന്നില്ലെന്നത് ശുഭകരമായ കാര്യമാണ്.

മതമൗലികതയും വർഗ്ഗീയതയും

ചരിത്രത്തിലെ ഏടുകൾ കൃത്യമായി പിന്തുടർന്നാൽ മതം വർഗ്ഗപരമായ അസമത്വങ്ങളെയും സ്ത്രീകളെ ലിംഗപരമായി അടിച്ചമർത്തുന്നതിനെയും നീതികരിക്കുന്നതിന് മതത്തെ ഫലപ്രദമായി ഉപയോഗപ്പെടുത്തിയതായും/ പെടുത്തുന്നതായും കാണാൻ കഴിയും. മതത്തിന്റെയും പാരമ്പര്യത്തിന്റെയും പേരിൽ വർഗീയ-മതമൗലിക വാദികൾ സ്ത്രീകളുടെ അവകാശങ്ങളെ ഇല്ലാതാക്കുന്നു. ഹിന്ദുത്വ മത ഭ്രാന്ത് പിടിപെട്ട സംഘപരിവാറിൽപെട്ട ചില സംഘടനകൾ'സതി' പോലുള്ള തിരസ്കൃതമായ അനാചാരങ്ങളെ പുനഃസ്ഥാപിക്കുവാനുള്ള ആശയപ്രചാരണവും സംഘാടക സംവിധാനവും ഒരുക്കുന്നു. *മനുസ്മൃതി*യെ അത്യന്തം ശക്തിമത്തായി അനാവരണം ചെയ്യാനും *മനുസ്മൃതി* തിരികെ സ്ഥാപിച്ച് ആ തരം സ്ത്രീ/ദളിത് വിരുദ്ധ ആചാരങ്ങളുടെ സ്മൃതി സംഹിതകളെ പുനസ്ഥാപിക്കാനും പരിശ്രമിക്കുന്നു. സ്ത്രീകൾക്ക് ഒരു വിധത്തിലും സ്വതന്ത്ര അസ്തിത്വം നൽകുന്ന ഒന്നല്ല *മനുസ്മൃതി*യിലെ ആശയങ്ങൾ. മതങ്ങൾ ഡിസൈൻ ചെയ്യുന്ന വേഷവിധാനങ്ങൾ മതേതര സമൂഹത്തിൽ മത ചിഹ്നങ്ങൾ സൃഷ്ടിക്കുന്നു. സ്ത്രീകളുടെ വേഷമാണ് അവർ ആക്രമിക്കപ്പെടുന്നതിന് പിന്നിൽ എന്നത് മിക്കവാറും എല്ലാ മതങ്ങളും മുന്നോട്ട് വയ്ക്കുന്ന ഒരു സ്ത്രീവിരുദ്ധ പ്രചാരണമാണ്. അതായത് സ്ത്രീയുടെ ശരീരാവിഷ്കാരം പുരുഷൻ നിശ്ചയിക്കുമെന്നാണ്.

ശരീരത്തിന്റെ മസിലുകൾ വെളിവാക്കപ്പെടുന്നതും അരയ്ക്ക് വളരെ താഴെപിടിപ്പിക്കുന്നതുമായ ജീൻസാണ് പൊതുവെ ഇപ്പോൾ യുവാക്കൾ ധരിക്കുന്നത്. ഇതിലെ ലൈംഗികത ചർച്ച ചെയ്യപ്പെടുന്നില്ല. സ്ത്രീകളുടെ ലൈംഗികത മാത്രമേ നിയന്ത്രണത്തിൽപെടുന്നുള്ളൂ.

സ്ത്രീകളുടെ വസ്ത്രധാരണം പുരുഷന് ലൈംഗിക ഉത്തേജനം സൃഷ്ടിക്കുമെന്ന് വിലപിക്കുന്നവർക്ക് തിരിച്ച് ഈ പ്രശ്നം ചർച്ച ചെയ്യാൻ

കഴിയാത്തത് എന്താണ്? മാറുമറയ്ക്കാതെ ദളിത് സ്ത്രീകളും കൈകൾക്ക് താഴെ 'മുലക്കച്ച'സവർണ്ണ സ്ത്രീകളും (അക്കാലത്ത് ബ്രേസിയർ സമ്പ്ര ദായം ഇല്ലായിരുന്നു) ധരിച്ച കാലത്ത് അപ്പോൾ എത്രത്തോളം പീഡനം നടക്കണമായിരുന്നു. അന്നും സ്ത്രീകൾ ആക്രമിക്കപ്പെട്ടു. പക്ഷേ, വസ്ത്രധാരണത്തിന്റെ പേരിൽ ആയിരുന്നില്ലെന്ന് മാത്രം. ഇപ്പോഴാണ് നമ്മുടെ നാട്ടിൽ ബാത്ത് അറ്റാച്ച്ഡ് മുറികൾ ഉണ്ടായത്. മുമ്പ് കുളക്കട വിലും നദിക്കരയിലും നിന്ന് അൽപ്പമാത്ര വസ്ത്രധാരിണികളും വസ്ത്ര ധാരികളും കുളിച്ചിരുന്നപ്പോൾ ഉള്ള സ്ഥിതിയോ.

ഇനി ഡൽഹിയിൽ ക്രൂരമായി ലൈംഗിക ആക്രമണത്തിനിരയായ നിർഭയ ശരീരം മുഴുവൻ മൂടി തലയിൽ ക്യാപ്പും അണിഞ്ഞാണ് ബസിൽ സഞ്ചരിച്ചതും ആക്രമണത്തിനിരയായതും. പ്രായം വളരെ കുറഞ്ഞ കുഞ്ഞുങ്ങളും പ്രായമേറിയ വനിതകളും വസ്ത്രധാരണത്തിന്റെ പേരി ലല്ല ആക്രമിക്കപ്പെടുന്നത്.

'പ്രാർത്ഥിക്കുവാൻ ഓരോരുത്തർക്കും ഓരോ കാരണങ്ങളുണ്ടെന്ന' പരസ്യ പ്രചാരണം പോലെ സ്ത്രീയെ ആക്രമിക്കാൻ ഓരോരോ കാര ണങ്ങളാണ്. സ്ത്രീ പുരുഷന് 'വിധേയപ്പെട്ടവൾ' ആണ്. അതുകൊണ്ട് തന്നെ അവൾ തന്റെ ലൈംഗിക അടിമയുമായിരിക്കണം, മേധാവിത്വ ദുസ്വ ഭാവം പുരുഷമേധാവിത്വത്തിൽ നുരഞ്ഞു പൊന്തുകയാണ്.

പുരുഷന്റെ വസ്ത്രധാരണത്തിൽ സ്ത്രീകൾ പ്രകോപിതരാകുന്നി ല്ല. സ്ത്രീകളുടെ വസ്ത്ര 'കുറവിൽ' പുരുഷന്മാർ പ്രകോപിതരാകും. ഇവിടെ കുറ്റവാളി പ്രകോപിതരാകുന്നവർ അല്ലേ. ശബരിമലയുമായി ബന്ധപ്പെട്ടുണ്ടാകുന്ന വിവാദത്തിൽ ഈ പ്രശ്നം ചർച്ചയായത് ഓർക്കു ന്നുണ്ടാകണം. ആർത്തവം ഉണ്ടാകുന്ന സ്ത്രീകൾ ലൈംഗിക വേഴ്ചയ്ക്ക് ഉപയുക്തമാകുന്നവളാണ്. അങ്ങനെയുള്ളവൾ ശബരിമലയിൽ പ്രവേശി ക്കുവാൻ പാടില്ല. കാരണം നിത്യ ബ്രഹ്മചാരിക്ക് അത് അസ്വസ്ഥത ഉണ്ടാക്കും. അപ്പോൾ കുറ്റവാളിയാര്? അസ്വസ്ഥമാകുന്നയാളോ, ആർത്തവം ഉണ്ടായിപ്പോയ സ്ത്രീയോ. ലോകൈക നാഥനായ ദൈവ ത്തിന് ഈ പ്രശ്നം അടുത്തു ചെല്ലുമ്പോൾ മാത്രമേ ഉള്ളോ ? അൽപ്പം ദൂരെ നിന്നാൽ 'പ്രയാസം' ഒന്നും ഉണ്ടാകില്ലേ? അങ്ങനെയെങ്കിൽ തന്റെ നിയന്ത്രണ പരിധി എവിടെ വരെ? 'ചിത്ത നിരോധ വൃത്തി' കൈവരിച്ച വരെയാണ് ലോകം ബ്രഹ്മചാരിയെന്ന് വിളിക്കുന്നത്. ശ്രീനാരായണ ഗുരു, ചട്ടമ്പി സ്വാമികൾ, വിവേകാനന്ദൻ തുടങ്ങിയവരെ ഈ ഗണത്തിൽപ്പെടു ത്തിയാണ് സമൂഹം പരിഗണിക്കുന്നത്. ഈ 'മനുഷ്യ' പുത്രൻമാർക്ക് കൈവരിക്കാൻ കഴിഞ്ഞ ആത്മബലം പോലും നേടാൻകഴിയാത്ത ആളാണ് അയ്യപ്പൻ എന്നു വിലയിരുത്തിയത് 'അയ്യപ്പ ഭക്തർ' തന്നെ യാണ്. ദൈവത്തെ ആക്ഷേപിക്കുന്നത് കടുത്ത ദൈവവിശ്വാസികൾ തന്നെയാണ്. ഭക്തിയിലും ഒരു യുക്തിവേണ്ടേ?

ഇനി ഈ ചിട്ടയിലെ മറ്റൊരു വിഷയം പരിശോധിക്കുന്നത് കൗതുകം ജനിപ്പിക്കുന്നതാണ്. ആർത്തവം 10 വയസ്സ് തികയുന്ന രാത്രി 12 മണിക്ക്

തുടങ്ങി 50 വയസ്സു തികയുന്ന അന്ന് രാത്രി 12 മണിക്ക് അവസാനിക്കുന്നതല്ലെന്ന് ഏവരും ഒരുപോലെ സമ്മതിക്കും. മുമ്പ് കാലത്ത് ദിവസം നിശ്ചയിച്ചിരുന്നത് പകൽ കണക്കാക്കിയാണ്. എന്നാൽ പിന്നീട് ലോകമാകെ ദിനാന്ത്യം കുറിക്കുന്നത് അസ്തമയത്തിലല്ല. അർധരാത്രിയിൽ ആണ്. അങ്ങനെയാണ് 12 p.m വരെ ആദ്യദിവസവും 12.01 a.m അടുത്ത ദിവസവും ആയി കണക്കാക്കുന്നത്. ഈ സമയ ചിട്ടവച്ച് ഒരു സ്ത്രീക്ക് ശബരിമല പ്രവേശനത്തിന് ആർക്കും തടസ്സമില്ല. പക്ഷേ, ആർത്തവം ആചാരത്തിനനുസരിച്ച് രൂപപ്പെടുന്ന ഒന്നല്ല. ശാരീരികാവസ്ഥയ്ക്ക് അനുസരിച്ച് സംഭവിക്കുന്നതാണ്. അതിനനുസരിച്ച് ആചാരം ചിട്ടപ്പെടുത്തുമ്പോൾ ശരീരത്തിന് (ആർത്തവത്തിന്) മുമ്പിൽ നമ്മൾ പരിഹാസ്യരാവുകയാണ്. ഇത്തരം യുക്തികൾക്ക് വേണ്ടിയുള്ളതല്ല ആചാരം. അത് പൗരോഹിത്യ വാഴ്ചയ്ക്ക് ബലം നൽകുന്നതിനാണ്. പ്രശ്നം വിശ്വാസമല്ല മറിച്ച് അധികാര രാഷ്ട്രീയവും സ്ത്രീ വിരുദ്ധ രാഷ്ട്രീയവുമാണ്. സ്ത്രീകളിൽ പുരുഷ മേധാവിത്വം നിറഞ്ഞിരിക്കുന്നതിനാൽ ഇത്തരം സ്ത്രീവിരുദ്ധ പ്രചാരണത്തിൽ സ്ത്രീകൾ തന്നെ മുന്നിലുണ്ടാകും. ഇവിടെ പുരുഷനല്ല സ്ത്രീയുടെ ശത്രു; പുരുഷമേധാവിത്വം എന്ന ആശയമാണ്.

സ്ത്രീകളിൽനിന്നും പുരുഷന്മാരിൽനിന്നും ഒരുപോലെ സ്ത്രീവിമോചന പ്രവർത്തനം മുന്നേറേണ്ടതുണ്ട്. വർഗീയ സംഘടനകൾ സ്ത്രീകളെ പ്രത്യേകിച്ച് ന്യൂനപക്ഷങ്ങളിൽ പെടുന്ന സ്ത്രീകളെയും ലക്ഷ്യം വയ്ക്കുന്നു. ശബരിമല പ്രശ്നത്തിൽ സ്ത്രീ വിരുദ്ധ പ്രചാരണങ്ങളോട് മുസ്ലിം വർഗീയ വാദികൾ ഐക്യദാർഢ്യം പ്രകടിപ്പിച്ചത് നമ്മൾ കണ്ടതാണ്. ഇത് തങ്ങളിലേക്ക് വന്നാൽ ആ വിഭാഗത്തിൽപ്പെട്ട സ്ത്രീകളും ആചാരാനുഷ്ഠാനങ്ങളിലെ പൊള്ളത്തരത്തിന് എതിരെ തിരിയില്ലേ? മക്കയിലും മദീനയിലും അനുവദിക്കപ്പെടുന്ന സ്ത്രീ പ്രവേശം കേരളത്തിൽ ഉൾപ്പെടെ അനുവദിക്കില്ലായെന്ന പ്രശ്നത്തെ അഡ്രസ്സ് ചെയ്യേണ്ടിവരില്ലേ? മുട്ടിനുമുകളിൽ വരുന്ന ബർമുഡയും ഇറുകിയ ടീഷർട്ടും ധരിച്ചുപോകുന്ന പുരുഷനോടൊപ്പം പർദ്ദയിൽ മൂടി സഞ്ചരിക്കുന്ന ദമ്പതികളുടെ വസ്ത്രധാരണ രീതി ചർച്ച ചെയ്യപ്പെടില്ലേ? പുരുഷന് ലഭിക്കുന്ന സ്വാതന്ത്ര്യം ലഭിക്കുവാൻ അവകാശമില്ലാത്ത ജന്മങ്ങളായി സ്ത്രീകൾ കഴിഞ്ഞുകൂടുക, അവർ ലൈംഗിക കളിപ്പാട്ടങ്ങൾ മാത്രമായി നിലനിൽക്കുക 'പരിശുദ്ധി'യുടെ ബാധ്യത സ്ത്രീകൾ മാത്രമായി ചുമക്കുക. ഇത് ഏറക്കുറെ എല്ലാ വർഗ്ഗീയ സംഘടനകളും സ്ത്രീയുടെ മേൽ ചാർത്തിയിട്ടുള്ള നിയന്ത്രണങ്ങളാണ്.

വിജ്ഞാന വിരുദ്ധമായ ആചാരങ്ങൾക്കെതിരായ ബോധവും ശാസ്ത്രബോധവും ജനിപ്പിക്കാൻ സഹായിക്കുന്ന കർമ്മ പദ്ധതികൾ ലോകം ആവശ്യപ്പെടുകയാണ്. മുസ്ലിം സമൂഹത്തിലെ മതമൗലിക ശക്തികൾ വ്യക്തി നിയമങ്ങൾ പരിഷ്കരിക്കുന്നതിനെ തടയുകയും അവരുടെ ഭരണഘടനാപരമായ അവകാശങ്ങളെ ദുർബലപ്പെടുത്തുകയും ചെയ്യുന്നു.

പിന്തിരിപ്പൻ ഫത്വകൾ പുറപ്പെടുവിച്ച് സ്ത്രീകളെ നിയന്ത്രിക്കുകയാണ്. ന്യൂനപക്ഷ വിഭാഗങ്ങളിൽ പെടുന്ന സ്ത്രീകൾ നേരിടുന്ന വിവേചനം സ്വന്തം മത വിശ്വാസം കൊണ്ടുണ്ടാകുന്നതുകൂടിയാണ്. ഇവിടെയും സ്വത്വ രാഷ്ട്രീയം ദോഷം ചെയ്യുന്നുണ്ട്. അത് സ്ത്രീ സ്വാതന്ത്ര്യത്തെയും വിവിധ ജനവിഭാഗങ്ങളുമായുള്ള ഒത്തുചേരലിനെയും ദുർബലപ്പെടുത്തുന്ന പ്രത്യയശാസ്ത്രമായി വളരുന്നു. കേരളത്തിൽ മുസ്ലിംലീഗ് ഒരു സ്ത്രീയേയും അസംബ്ലിയിലോ, പാർലമെന്റിലോ മത്സരിപ്പിക്കാറില്ലെന്നുള്ളത് ആ വിഭാഗത്തിലെ സ്ത്രീകൾ പ്രത്യേകം തിരിച്ചറിയണം. സ്ത്രീകളുടെ വോട്ടും പിന്തുണയുംകൊണ്ട് സ്ത്രീവിരുദ്ധ പ്രത്യയശാസ്ത്രം അന്നം നേടുന്നുവെന്നത് അവിതർക്കിതമായ കാര്യമാണ്.

കുറിപ്പുകൾ

1. *ഇസ്ലാമും സ്ത്രീകളും*, ഫാത്തിമമെർനിസ്സി, പേജ് 79.
2. *ഇസ്ലാമിന്റെ പ്രസക്തി*, ഡോ. അസ്ഗർഅലി എഞ്ചിനീയർ.
3. അതേപുസ്തകം.
4. *ലോകനാഗരികതയുടെ ചരിത്രം*, എഡ്ഗാർ സ്വെയ്ൻ.
5. *വിപ്ലവങ്ങളും അപവാദത്തിന്റെ ഉറവിടങ്ങളും* (ലേഖനം), പി ഗോവിന്ദപ്പിള്ള.
6. *ലോകനാഗരികതയുടെ ചരിത്രം*, എഡ്ഗാർ സ്വെയ്ൻ.
7. *ഖുർ-ആൻ* 21:22.
8. *വിപ്ലവങ്ങളും അപവാദത്തിന്റെ ഉറവിടങ്ങളും*, പി ഗോവിന്ദപ്പിള്ള.
9. *ഖുർ-ആൻ* 3:14.
10. *ഖുർ-ആൻ* 2:23.
11. *ഖുർ-ആൻ* 4:1.
12. *ഖുർ-ആൻ* 4:34.
13. *ബർസ* - (ആമുഖം) - എ പി കുഞ്ഞാമു.
14. *ഉംദ*, പേജ് 270.
15. *ഖുർ-ആൻ* 4:3.
16. *ഇസ്ലാമിന്റെ പ്രസക്തി*, ഡോ. അസ്ഗർ അലി എഞ്ചിനീയർ.
17. *ഖുർ-ആൻ* 33:35.
18. *ഇസ്ലാമിന്റെ പ്രസക്തി*, ഡോ. അസ്ഗർ അലി എഞ്ചിനീയർ.
19. *ബർസ*, ഡോ. ഖദീജാ മുംതാസ്.
20. *ഖുർ-ആൻ* 4:11.
21. *ബർസ* (ആമുഖം), എ പി കുഞ്ഞാമു.
22. *ബർസ*, ഡോ. ഖദീജാ മുംതാസ്, പേജ് 149.
23. *അമലുകളുടെ മഹത്വങ്ങൾ*.
24. *ഖുർ-ആൻ* 2:178.
25. *പോരാട്ടത്തിന്റെ പെൺവഴികൾ*, പഠനം വി കെ ഷറഫുദീൻ.
26. *ബർസ*, ഡോ. ഖദീജാ മുംതാസ്.
27. *ഇസ്ലാമിന്റെ പ്രസക്തി*, ഡോ. അസ്ഗർ അലി എഞ്ചിനീയർ.
28. *ജൊറാൾഡിൻബ്രൂക്സ്*.

29. *ഇസ്ലാമും സ്ത്രീകളും*, ഫാത്തിമ ഫെർനിസ്സി.
30. *ഖുർ-ആൻ* 33:39.
31. *ഇസ്ലാമും സ്ത്രീകളും*, ഫാത്തിമ ഫെർനിസ്സി.
32. അതേപുസ്തകം.
33. *ഖുർ-ആൻ* 24:31.
34. *പോരാട്ടത്തിന്റെ പെൺവഴികൾ*, പഠനം വി കെ ഷറഫുദീൻ.
35. *ബർസ*, ഡോ. ഖദീജാ മുംതാസ്.
36. *ഇസ്ലാമും സ്ത്രീകളും* ഫാത്തിമ ഫെർനിസ്സി.
37. *കുലസ്ത്രീയും ചന്തപ്പെണ്ണുങ്ങളും*, ഹലീമബീവിയുടെ പ്രസംഗം (1937).
38. *പോരാട്ടത്തിന്റെ പെൺവഴികൾ*, പഠനം വി കെ ഷറഫുദീൻ.
39. *മുഹമ്മദ് നബി* (സ്വാമി രംഗനാഥാനന്ദയുടെ ലേഖനം), എഡി. പി എ റഫീക്ക സകരിയ്യ.
40. *ബർസ*, ഡോ. ഖദീജാ മുംതാസ്.

ഭാഗം അഞ്ച്

സ്ത്രീ:
ക്രൈസ്തവ സമൂഹത്തിൽ

അവതാരിക

ക്രിസ്തുവും ക്രിസ്തുമതത്തിന്റെ സമകാലികതയും

ഇന്ദുലേഖ കെ

ക്രിസ്തുമതത്തെക്കുറിച്ചും ക്രിസ്തുവിനെക്കുറിച്ചും വ്യത്യസ്ത മായ പഠനങ്ങൾ പുറത്തു വരുന്ന സവിശേഷമായ സന്ദർഭത്തിലാണ് നമ്മൾ ഇന്ന് ജീവിക്കുന്നത്. അതായത് ക്രിസ്തുവിനെ ആത്മീയതയുടെ പശ്ചാത്തലത്തിൽ നിന്നുകൊണ്ട് വിശകലനം ചെയ്യുന്ന ദൈവശാ സ്ത്രത്തെ മുൻനിർത്തിയുള്ള പഠനങ്ങൾ മുതൽ അതിന് പുറത്തുനിർത്തി അവതരിപ്പിക്കുന്നതുവരെ. പലപ്പോഴും ഇത്തരം ആവിഷ്കാരങ്ങൾ വിവാ ദങ്ങൾക്കും സംവാദങ്ങൾക്കും കാരണമാകാറുണ്ട്.

ക്രിസ്തുമതം അത് രൂപപ്പെട്ട കാലത്തിൽ സ്തംഭിച്ചു നില്ക്കുന്നില്ല. കരുണയുടെയും സ്നേഹത്തിന്റെയും വഴികളിൽ കൂടി സഞ്ചരിച്ചു വരു ന്നതാണെങ്കിലും പൗരോഹിത്യ ചൂഷണത്തിലൂടെ മുതലാളിത്തവുമായി ചേർന്ന് മനുഷ്യത്വ വിരുദ്ധമാകുന്ന അവസ്ഥയും ഇന്ന് മതങ്ങളിൽ കാണാ നാകും. അതിന്റെയൊപ്പം തന്നെ എല്ലാത്തരം അതിഭാവുകത്വങ്ങളെയും മാറ്റിനിർത്തിക്കൊണ്ട് ക്രിസ്തുവിനെ മനുഷ്യപക്ഷത്ത് ചേർത്തു നിർത്തുന്ന പഠനങ്ങളും ലോകത്തിന്റെ വിവിധ ഭാഗങ്ങളിൽ നടക്കുന്നുണ്ട്. ക്രിസ്തുവിനെ മുൻനിർത്തിയുള്ള സംവാദം രണ്ടായിരം വർഷത്തിനു ശേഷവും തുടരുന്നതിന് കാരണം അത് മഹത്തായ ആശയമാണ് എന്ന തിനാലാണ്. ഏതെങ്കിലും തരത്തിൽ മനുഷ്യ ജീവിതത്തെ ക്രിസ്തുവിന്റെ ആശയങ്ങൾ അസ്വസ്ഥപ്പെടുത്തുന്നു എന്നർത്ഥം. അക്രമങ്ങളുടെയും തിന്മയുടെയും ലോകത്തേക്കാണ് സ്നേഹം എന്ന ആശയവുമായി ക്രിസ്തു കടന്നുവരുന്നത്. അതുവരെ മനുഷ്യസമൂഹം തിരിച്ചറിയാത്ത ആശയം പുതിയ ലോകത്തെയാണ് തുറന്നിട്ടത്. അത്തരം സന്ദർഭങ്ങ ളാണ് ക്രിസ്തുവിനെക്കുറിച്ചുള്ള പഠനങ്ങളുടെ പ്രസക്തി വർദ്ധിപ്പിക്കു ന്നത്.

ക്രിസ്തു ഏതെങ്കിലുമൊരു മതസ്ഥാപകനായിരുന്നില്ല എന്നതാണ് ചരിത്രപരമായ യാഥാർത്ഥ്യം. തന്റെ ജീവിതചുറ്റുപാടുകളിലെ അനീതികളെ ചോദ്യം ചെയ്യുന്നതിന് അദ്ദേഹം സാധാരണ മനുഷ്യരോട് നിരന്തരം സംസാരിക്കുകയായിരുന്നു. അതിന് സ്നേഹത്തിന്റെ പുതിയ ഭാഷ സൃഷ്ടിക്കുകയായിരുന്നു. സാധാരണ മനുഷ്യരോടാണ് ക്രിസ്തു സംസാരിച്ചു കൊണ്ടിരുന്നത്. അതുകൊണ്ടാണ് അത്തരം മനുഷ്യർ യേശുവിന്റെ ഗിരിപ്രഭാഷണം കേൾക്കാൻ എത്തിക്കൊണ്ടിരുന്നത്.

രണ്ടായിരം വർഷം മുമ്പ് സാധാരണ മനുഷ്യരുടെ മോചനത്തെ ലക്ഷ്യം വച്ച് ക്രിസ്തു മുന്നോട്ടുവച്ച ആശയങ്ങൾ സമകാലികലോകം ഏത് തരത്തിലാണ് സ്വീകരിക്കുന്നതെന്ന് വിമർശനപരമായി പരിശോധിക്കേണ്ട സംഗതിയാണ്. അതായത് ഗിരിപ്രഭാഷണ കാലത്തുനിന്നും ക്രിസ്തുവിന്റെ ആശയങ്ങൾ മതമായി മാറുന്ന കാലത്തിലൂടെ പൗരോഹിത്യത്താൽ നിയന്ത്രിക്കപ്പെടുന്ന ക്രിസ്തുമതത്തിലേക്കുള്ള പരിവർത്തനം ഏത് തരത്തിലുള്ള മാറ്റങ്ങൾക്ക് കാരണമായി എന്നത് ചരിത്രപരമായി പരിശോധിക്കേണ്ട വസ്തുതയാണ്. ക്രിസ്തുവിനെ പോലെ തന്നെ *ബൈബിളും* ലോകത്ത് നിരന്തരം വായനയ്ക്കും വ്യാഖ്യാനങ്ങൾക്കും സാദ്ധ്യത നല്കുന്നുണ്ട്. *ബൈബിളി*ന്റെ ഭാഷയാണ് എക്കാലത്തും ആകർഷണീയമായിട്ടുള്ളത്. പഴയനിയമവും പുതിയ നിയമവുമായി പുറത്തു വന്നിട്ടുള്ള രണ്ടു പുസ്തകങ്ങളാണ് *ബൈബിൾ*. പഴയനിയമം സൃഷ്ടിയെക്കുറിച്ചും ഇസ്രയേലിന്റെ ചരിത്രത്തെക്കുറിച്ചും രേഖപ്പെടുത്തുമ്പോൾ പുതിയനിയമം ക്രിസ്തു ശിഷ്യന്മാർ എഴുതിയ സുവിശേഷങ്ങളാണ്. ലോകത്ത് ഏറെ പ്രചാരത്തിലുള്ളതാണ് പുതിയ നിയമത്തിലെ സുവിശേഷങ്ങൾ. അടുത്തകാലത്ത് പുറത്തുവന്ന രണ്ടു സുവിശേഷങ്ങൾ വലിയ ചർച്ചയായി എന്നത് ശ്രദ്ധേയമാണ്. യൂദാസിന്റെയും ക്രിസ്തുവിന്റെ കൂട്ടുകാരി ആയിരുന്ന മഗ്ദലന മറിയത്തിന്റെയും സുവിശേഷങ്ങളാണവ.

ക്രിസ്തുവിനെ മനുഷ്യനായും ദൈവമായും കരുതുന്ന സമൂഹത്തിൽ നിന്നുകൊണ്ടാണ് ക്രിസ്തുമത ചരിത്രത്തെയും ക്രിസ്തുവിനെയും പഠിക്കാൻ ഈ ലേഖനത്തിലൂടെ ഡോ. പി കെ ഗോപൻ ശ്രമിക്കുന്നത്. ക്രിസ്തുവിനെക്കുറിച്ചും ക്രിസ്തുമതത്തെക്കുറിച്ചും നിരവധി പഠനങ്ങൾ പുറത്തു വന്നിട്ടുണ്ട്. അത്തരമൊരു സാഹചര്യത്തിലാണ് മറ്റൊരു പുസ്തകവും വെളിച്ചത്തു വരുന്നത്. മറ്റുള്ളവയിൽനിന്നും ഈ ലേഖനത്തെ വ്യത്യസ്തമാക്കുന്നത് പുരോഗമന പക്ഷത്തു നിന്നുകൊണ്ട് ക്രിസ്തുവിനെ പഠിക്കാൻ ശ്രമിക്കുന്നു എന്നതാണ്. വന്ദിക്കലും നിന്ദിക്കലുമല്ല സംവാദമാണ് പുതിയ കാലം ആവശ്യപ്പെടുന്നത് എന്ന പാഠം ഈ ലേഖനത്തിലുണ്ട്. അതുകൊണ്ടാണ് വിമർശനപരമായ കാഴ്ചപ്പാടിൽ കാര്യങ്ങളെ കാണാൻ ശ്രമിക്കുന്നത്. ക്രിസ്തുവിന്റെ ചരിത്രപരമായ അസ്തിത്വത്തെ തിരയുന്നതിന് പകരം ക്രിസ്തുവിന്റെ ആശയം എങ്ങനെയാണ് ലോകത്തെ മാറ്റി മറിച്ചതെന്ന അന്വേഷണമാണ് പ്രസക്തം എന്ന് ഈ

ലേഖനം പറയുന്നു. ലോകത്തെ ഒട്ടുമിക്ക മതങ്ങളും സ്ത്രീകളെ രണ്ടാം ലിംഗമായി കാണുന്ന സമീപനമാണ് പുലർത്തിയിട്ടുള്ളത്. *ബൈബിളി*ലെ മനുഷ്യസൃഷ്ടിയെ സംബന്ധിച്ച അവതരണങ്ങളും ഇത് ഉറപ്പിക്കുന്നതാണ്. പുരുഷനാൽ നിർമ്മിക്കപ്പെട്ടതാണ് മതഗ്രന്ഥങ്ങൾ എന്നതാണ് ഇതിനു കാരണം. അതിനാലാണ് *ബൈബിളി*നും മറ്റും പെൺവായനകൾ ആവശ്യമായി വന്നത്. അത്തരം സാഹചര്യങ്ങൾ എങ്ങനെയാണ് ചരിത്രത്തിൽ ഉരുത്തിരിഞ്ഞതെന്നും ലേഖനം വിശകലനം ചെയ്യുന്നു. ക്രിസ്തുവിനെയും മാർക്സിനെയും താരതമ്യം ചെയ്യുന്ന ഭാഗത്ത് മാർക്സിന്റെ മതത്തെ സംബന്ധിച്ച കാഴ്ചപ്പാടിനെ പുതിയ സാമൂഹിക സാഹചര്യത്തിൽ നിർത്തിക്കൊണ്ട് പഠിക്കാൻ ലേഖകൻ ശ്രമിക്കുന്നുണ്ട്. ക്രൈസ്തവസഭയും സ്ത്രീകളും എന്ന അദ്ധ്യായത്തിൽ ക്രിസ്ത്യാനിറ്റിയുടെ ആവിർഭാവത്തെക്കുറിച്ച് വിശദമാക്കുന്നു. ഏതൊരു മതവും രൂപപ്പെടുന്നത് അന്നുവരെ നിലനിന്നിരുന്ന ആശയങ്ങളെ വിമർശിച്ചുകൊണ്ടാണ്. ഗോത്ര കാലഘട്ടത്തിലെ മനുഷ്യത്വ വിരുദ്ധമായ പ്രവർത്തനങ്ങളെ ചോദ്യം ചെയ്തുകൊണ്ട് അക്രമകാരിയായ ദൈവത്തിന് പകരം സ്നേഹത്തിന്റെ ദൈവത്തെയാണ് ക്രിസ്തു മുന്നോട്ടുവയ്ക്കുന്നത്. യഹൂദമതത്തെക്കുറിച്ചും അതിന്റെ ചരിത്രത്തെക്കുറിച്ചും ഇതിൽ പ്രതിപാദിക്കുന്നുണ്ട്. ക്രിസ്തുമതം ചരിത്രത്തിൽ വീഴ്ത്തിയ ചോരക്കറകളും വിശകലനം ചെയ്യും. സ്നേഹത്തിന്റെ സാന്ത്വന സ്പർശമായി കടന്നുവന്ന ക്രിസ്തുവിന്റെ പേരിൽ ഇന്ന് നടക്കുന്ന കൂട്ടക്കുരുതികളും മനുഷ്യാവകാശ ലംഘനങ്ങളും സ്ത്രീ പീഡനങ്ങളും മതത്തെ എത്രമാത്രം ദുഷിപ്പിച്ചിരിക്കുന്നു എന്നതിന് തെളിവാണ്. ഇത്തരം വിശകലനങ്ങളും ഇതിൽ ലേഖകൻ നടത്തുന്നുണ്ട്. ചരിത്രത്തെ സമീപിക്കുന്ന രീതിയിൽ ചില രീതിശാസ്ത്ര പ്രശ്നങ്ങൾ ചൂണ്ടിക്കാട്ടാനാകുമെങ്കിലും ഈ ലേഖനം മുന്നോട്ടുവയ്ക്കുന്ന പൊതുവായ സമീപനം സ്വാഗതാർഹമാണ്.

ക്രൈസ്തവ സഭകളും സ്ത്രീകളും എന്ന വിഷയം ഈ പുസ്തകത്തിൽ പ്രാധാന്യത്തോടെ ചർച്ച ചെയ്യുന്നുണ്ട്. ബൈബിളിൽ ഒരുപാട് സ്ത്രീകളെ കണ്ടെത്താൻ കഴിയും. എന്നാൽ സ്ത്രീകർതൃത്വത്തെ ഉയർത്തിപ്പിടിക്കുന്നവർ കുറവാണ്. ക്രിസ്തുവിന് സ്ത്രീകളെ സംബന്ധിച്ച് ഉയർന്ന കാഴ്ചപ്പാട് ഉണ്ടായിരുന്നു. അദ്ദേഹത്തിന്റെ ജീവിതയാത്രകൾ പരിശോധിച്ചാൽ അത് തിരിച്ചറിയാനാകും. ഈ പുസ്തകത്തിൽ *ബൈബിളി*ലെ സ്ത്രീകൾ മുതൽ സമകാലിക അനുഭവത്തിൽ ക്രൈസ്തവസഭയിൽ സ്ത്രീകൾ നേരിടുന്ന വെല്ലുവിളികളും ചർച്ച ചെയ്യുന്നുണ്ട്. ഇവിടെ പ്രധാനായും ഉയർന്നുവരുന്ന ചോദ്യം എന്തുകൊണ്ട് ക്രൈസ്തവ സഭയിൽ സ്ത്രീ പുരോഹിത ഉണ്ടാകുന്നില്ല എന്നതാണ്. സി എസ് ഐ പോലുള്ള പ്രസ്ഥാനങ്ങളിൽ ഇതിന് ചെറിയ മാറ്റം കാണാൻ സാധിക്കുന്നുണ്ടെങ്കിലും പൂർണ്ണമായും മാറാൻ സഭകൾ സന്നദ്ധമല്ല എന്നതാണ് വാസ്തവം.

എല്ലാക്കാലത്തും സ്ത്രീയെ ഏതെങ്കിലും തരത്തിൽ അടിമകളാക്കി വയ്ക്കണം എന്ന കാഴ്ചപ്പാടാണ് ക്രൈസ്തവസഭയും പിന്തുടരുന്നത്. സ്വന്തം ഇഷ്ടപ്രകാരവും അല്ലാതെയും കന്യാസ്ത്രീകളായി മാറുന്നവർ നിരവധിയുണ്ട്. മഠങ്ങളിൽ പലതരം പീഡനങ്ങളാണ് ഇത്തരക്കാർ ഏറ്റു വാങ്ങുന്നത്. അടുത്തകാലം വരെ അതൊന്നും പുറത്തു വരാറില്ലായി രുന്നു. സ്ത്രീകളുടെ സ്വാതന്ത്ര്യത്തെക്കുറിച്ചുള്ള ബോധം പൊതുസമൂ ഹത്തിൽ ഉയർന്നുവന്നതോടെ അതിന് മാറ്റം വന്നു. സിസ്റ്റർ ജസ്മിയും ലൂസി കളപ്പുരയ്ക്കലുമൊക്കെ തങ്ങളുടെ അനുഭവങ്ങൾ വെളിപ്പെടുത്തു ന്നത് ഇത്തരമൊരു സാഹചര്യത്തിലാണ്. സ്ത്രീ ശരീരത്തെ ലൈംഗിക മായും പാപമായും കാണുന്ന പൗരോഹിത്യ/പുരുഷാധിപത്യ കാഴ്ചപ്പാ ടിൽനിന്നും വിട്ടുമാറാൻ ക്രൈസ്തവസഭകൾ തയ്യാറാകുന്നില്ല എന്നാണ് സമീപകാല സംഭവങ്ങൾ തെളിയിക്കുന്നത്. ഈ വിഷയത്തിൽ ഈ പുസ് തകം വിമർശനപരമായ സമീപനം സ്വീകരിച്ചിരിക്കുന്നു എന്നത് ആണ ധികാരത്തിന്മേലുള്ള സൂക്ഷ്മമായ ഇടപെടൽ തന്നെയാണ്.

ക്രിസ്ത്യാനികളുടെ ആവിർഭാവം

യേശുക്രിസ്തു സംസാരിച്ചിരുന്നത് അരാമയിക് ഭാഷയിലായിരുന്നു. ക്യൂനിഫോം, ഹീറോഗ്ലിഫിക് എന്നീ എഴുത്തിൽനിന്നും വ്യത്യസ്തമായ പുതിയ ലിപിയാണ് അരാമയികിന് ഉപയോഗപ്പെടുത്തിയത്. പ്രാചീന ജനങ്ങളുടെ ഇടയിൽ ഈജിപ്റ്റുകാരായ എഴുത്തുകാരായിരുന്നു ഒരു നിഷ്കൃഷ്ടമായ എഴുത്തുസമ്പ്രദായം ആദ്യമായി ഏർപ്പെടുത്തിയത്. ഈജിപ്ഷ്യൻ സാഹിത്യത്തിൽ വളരെ പ്രകടമായി നിഴലിച്ചുനിൽക്കുന്നത് മതമാണ്. മരിച്ചവർക്ക് മോക്ഷം സിദ്ധിക്കുന്നതിനുള്ള ഗാനങ്ങൾ, ദൈവത്തിനും ഫറോമാർക്കുമുള്ള സ്തുതിഗീതങ്ങൾ എന്നിവയാണ് ഏറിയകൂറും. ഇത്തരം ഗ്രന്ഥപ്പകർപ്പുകൾ ഫറോമാരുടെ ശവക്കല്ലറകളിൽനിന്നും കണ്ടെടുത്തിട്ടുണ്ട്. പെരുങ്കാരപ്പുല്ലുകൊണ്ട് കടലാസ് നിർമ്മിച്ചിരുന്നു. സാധാരണക്കാരുടെ കല്ലറകളിൽനിന്നും പ്രേതഗ്രന്ഥം കണ്ടെത്താൻ കഴിഞ്ഞിട്ടുണ്ട്. വൈയക്തിക പുകഴ്ത്തലുകൾ അടങ്ങിയ ഫറോമാരിൽനിന്നും വ്യത്യസ്തമായി മതേതര സാഹിത്യവും സാധാരണ കണ്ടെടുക്കാൻ കഴിഞ്ഞു. ചരിത്രത്തിലെ ഏറ്റവും പ്രാചീനമായ വിദ്യാലയ പദ്ധതി ഈജിപ്തിലാണ് കണ്ടതെന്ന് 'ലോകനാഗരികതയുടെ ചരിത്ര'ത്തിൽ ജയിംസ് എഡ്ഗാർ[1] സ്വെയ്ൻ കുറിക്കുന്നു. ഭരണകൂടത്താൽ നിയന്ത്രിതമായ ഒരു അദ്ധ്യയനപദ്ധതി 3500 വർഷം മുമ്പ് അവിടെ നിലനിന്നിരുന്നു. 3600 വർഷം മുമ്പ് എഴുതിയതെന്ന് കണക്കാക്കിയ ഒരു ഓലച്ചുരുളിൽ 'ഭേഷജവിദ്യ' പ്രതിപാദിച്ചിട്ടുണ്ട്. 48 തരം ശസ്ത്രക്രിയകൾ, രോഗലക്ഷണം, രോഗപരിശോധന, രോഗനിർണയം, രോഗത്തിന്റെ ഭാവി, ചികിത്സാവിധി ഇതെല്ലാം ഈ മഹത്ഗ്രന്ഥച്ചുരുളിൽ കാണുന്നു. ബിരുദം നൽകലും തൊഴിൽപരിശീലനവും ഉദ്യോഗസ്ഥന്മാരുടെ അന്തേവാസിയായി കഴിഞ്ഞിരുന്ന വിദ്യാർത്ഥികൾക്ക് ലഭിച്ചതായി തെളിവുകൾ സൂചിപ്പിക്കുന്നു.

പൗരോഹിത്യമാണ് ഈ പുരോഗതിയെ പിൽക്കാലത്ത് തകർത്തത്. വിജ്ഞാനത്തിലൂടെ സ്വായത്തമാകുന്ന സ്വതന്ത്രചിന്തയെ അത് നിരുത്സാഹപ്പെടുത്തി. നിരന്തരമായ വിദേശ ആക്രമണം അവർ നേരിടുകയും ചെയ്തു. അലക്സാണ്ടറുടെ ആക്രമണം അലക്സാണ്ട്രിയ നഗരത്തിന്റെ സ്ഥാപനത്തിൽ എത്തി.

എന്നാൽ ചരിത്രത്തിലെ ആദ്യ 'എഴുത്തുകാർ' സുമേറിയക്കാരാണ്. ഏതാണ്ട് 6000 വർഷം മുമ്പ് കളിമൺ പ്രതലത്തിൽ മുളങ്കമ്പ് കീറിയാണ് ഈ കൃത്യം നിർവഹിച്ചിരിക്കുന്നത്. ഇതാണ് ക്യൂനിഫോം സമ്പ്രദായം. അന്തരീക്ഷമാകെ നിറഞ്ഞുനിൽക്കുന്ന ദുർദേവതാ സങ്കൽപ്പം ഇവർക്ക് ഉണ്ടായിരുന്നു. പ്രകൃതിദുരന്തങ്ങളെ 'നേരിടാൻ' പൂജയും ജ്യോതിഷ പ്രവചനങ്ങളും ഉണ്ടായിരുന്നു. ഇവരുടെ 'സൃഷ്ടികഥകൾ' തുടങ്ങിയ കാര്യങ്ങളാണ് ഇബ്രായികൾ *പഴയനിയമ*ത്തിന്റെ രചനയ്ക്ക് ഉപയോഗിച്ചത്.

മരുപ്രദേശങ്ങളിൽ നിന്നു ശതാബ്ദങ്ങളിലായി ഒഴുകി എത്തിയാണ് ഇബ്രായക്കാർ പാലസ്തീനിൽ ഒരു രാജ്യം സ്ഥാപിച്ചത്. ഇതിന്റെ വടക്കൻഭാഗമാണ് ഇസ്രായേൽ. തെക്കുഭാഗത്തുള്ള സ്ഥലം യൂദാ ആയിരുന്നു. ഇവരാണ് ആട്ടിൻപറ്റങ്ങളെ നയിക്കുന്ന ആട്ടിടയ ജീവിതത്തെ ലോകചരിത്രത്തിൽ പ്രമുഖമായി അടയാളപ്പെടുത്തിയത്. ഇബ്രായക്കാർ 'സ്വർണവർണമുള്ള' പശുക്കുട്ടിയുടെ ആരാധകർ ആയിരുന്നു. ഇവരെ യോജിപ്പിച്ച ഭരണാധികാരി ബി.സി.11-ാം നൂറ്റാണ്ടിൽ ഭരിച്ച സോൾ ആണ്. ഇദ്ദേഹം ഫിലിപ്പൈൻസുകാരുടെ ആക്രമണത്തിൽ പരാജയപ്പെട്ടു. തുടർന്ന് ഡേവിഡ് രാജാവ് ചരിത്രമായി കിടന്ന ഗോത്രങ്ങളെ സംയോജിപ്പിക്കാൻ പരിശ്രമിച്ചു. ഇദ്ദേഹത്തിന്റെ മകനാണ് സോളമൻ. ബി.സി.10-ാം നൂറ്റാണ്ടിൽ 40 വർഷം ഇദ്ദേഹം നാടുഭരിച്ചു.

ഇബ്രായക്കാർക്ക് സംഗീതം മതാനുഷ്ഠാനങ്ങളിലെ അവിഭാജ്യഘടകമായിരുന്നു. പഴയനിയമത്തിലെ 'സോളമന്റെ ഗീതങ്ങൾ' ഇങ്ങനെ വന്നതാണ്. ഇന്നും ക്രൈസ്തവ ആരാധനാലയങ്ങളിൽ ഒഴുകുന്ന സംഗീതം ഒഴിച്ചുകൂടാൻ കഴിയാത്തതായത് ഈ പാരമ്പര്യത്തിൽ നിന്നാകണം. 'ഇബ്രായക്കാരുടെ മതം അവരുടെ ആദർശങ്ങളുടെ പരിണതമായ പൂർത്തീകരണവും അവരുടെ പ്രവർത്തനങ്ങളുടെ മൂർത്തിമദ് ഭാവവും ആയിരുന്നു'. ഇവർക്ക് തമ്മൂസ് എന്ന പേരിൽ ഒരു കാർഷിക ദേവൻ ഉണ്ടായിരുന്നു. യൂദാക്കർ മതത്തിൽ അധിഷ്ഠിതമായ ഒരു തത്വശാസ്ത്രം മെനഞ്ഞെടുത്തവരാണ്. ഇബ്രായക്കാരുടെ പ്രധാന ദൈവമാണ് യഹോവ. അസ്സൂർ എന്ന അസീറിയൻ ദൈവത്തിന്റെ പ്രഭ കെടുത്തുന്നതിന് അവർ യഹോവയെ ഉപയോഗിച്ചു. *ബൈബിളി*ലെ ദാവീദ് പറഞ്ഞത്: "യുദ്ധം ചെയ്യുന്നതിന് യഹോവ എന്റെ കരങ്ങൾക്ക് ശിക്ഷണം നൽകുന്നുണ്ട്" എന്നാണ്. മോസസ് ആണ് യഹോവയുടെ അസ്തിത്വം ഉറപ്പിക്കാൻ പരിശ്രമിച്ചത്. മോസസ് തന്റെ അണികളെ പുണ്യഗിരിയുടെ തടങ്ങളിൽ കൊണ്ടുപോയി യഹോവയ്ക്ക് വേണ്ടി പ്രതിജ്ഞ ചെയ്യിച്ചു. യഹോവ

'പത്ത് കല്പനകൾ' ഇവർക്ക് നൽകി. നമ്മുടെ ദൈവം മറ്റെല്ലാ ദൈവ ത്തേക്കാളും ശക്തനാണ്' എന്നാണ് സോളമൻ സ്തുതിച്ചത്.

ഇബ്രായക്കാരുടെ ആദ്യപ്രവാചകൻ ആമോസ് (ബി.സി.8-ാം നൂറ്റാണ്ട്) ആയിരുന്നു. അദ്ദേഹം ഒരു കവി കൂടിയായിരുന്നു. ദൈവത്തെ അറിയുന്നതിലും സേവിക്കുന്നതിലുമുള്ള കഴിവിലാണ് മനുഷ്യന്റെ അദ്വി തീയമായ സ്ഥാനം കിടക്കുന്നതെന്ന് ആമോസ് വാദിച്ചു. ദൈവത്തിന് ഭൗതിക രൂപമില്ലെന്നും ഇദ്ദേഹം സിദ്ധാന്തിച്ചു. ഇസയ്യ ആണ് ദൈവ ചിന്തയ്ക്കുള്ള കൂടുതൽ ആഹ്വാനങ്ങൾ നൽകിയത്. ക്രിസ്തുമതത്തിന് അടിത്തറ പാകിയ പ്രവാചക തത്വങ്ങൾ ഇദ്ദേഹമാണ് പ്രചരിപ്പിച്ചത്. എന്നാൽ ജറുസലേം ഒരു യുദ്ധത്തിൽ പരാജയപ്പെട്ടപ്പോൾ യഹോവയുടെ 'സ്ഥാനത്തിന്' ഇടിവ് സംഭവിച്ചു. സർവലോക സമാരാധ്യനായ ദൈവ സങ്കല്പത്തിന്റെ ആവശ്യകത ഇതിൽനിന്ന് ഉണ്ടായി. സമാധാനവും സാഹോദര്യവും വിളംബരം ചെയ്യുന്ന ഒരു യുഗത്തിന്റെ പ്രോദ്ഘാടക നായ ഒരു ദൈവത്തെക്കുറിച്ചുള്ള പ്രത്യാശ ഇസയ്യാ (യശമാവ്) തന്റെ മർദ്ദിതജനതയിൽ വളർത്തി.

"നോക്കൂ ഒരു കന്യക ഗർഭം ധരിക്കുകയും, ഒരു പുത്രനെ പ്രസവി ക്കുകയും ചെയ്യും. ആ പുത്രന് ഇമ്മാനുവൽ എന്ന് പേരിടും. അദ്ദേഹം സത്യസന്ധതയോടെ സാധുക്കളുടെ കാര്യങ്ങളിൽ തീർപ്പുകല്പിക്കും. ഈ ഭൂമിയിലെ എല്ലാ നല്ല ആളുകൾക്ക് വേണ്ടിയും അദ്ദേഹം വാദിക്കും. ചെന്നായ ചെമ്മരിയാടിനൊപ്പം പാർക്കും; പുള്ളിപ്പുലി ആട്ടിൻകുട്ടിയോ ടൊപ്പം കിടക്കും; പശുക്കുട്ടിയും സിംഹവും കൊഴുത്ത മൃഗവും ഒന്നിച്ചു കഴിയും; ഒരു കൊച്ചുകുട്ടി അവയെ നയിക്കും. പശുവും കരടിയും ഒന്നിച്ചു മേയും; അവയുടെ കുട്ടികൾ ഒന്നിച്ചുകിടക്കും. കാളയെപ്പോലെ സിംഹം വയ്ക്കോൽ തിന്നും. മുലകുടി മാറാത്ത കുട്ടി സർപ്പത്തിന്റെ മാളത്തിൽ കളിക്കും. മുലകുടി മാറിയ കുട്ടി, അണലിയുടെ മാളത്തിൽ കയ്യിടും"(യ ശയ്യാവ് 11:6-8).

ഓരോ ഗോത്രവും സ്ഥിരമായി നടത്തുന്ന യുദ്ധവും മനുഷ്യക്കുരു തിയും ഹിംസകളും കണ്ട് മടുത്ത ഒരു ജനതയുടെ മുമ്പിലാണ് പ്രത്യാ ശാഭരിതമായ ഈ സിദ്ധാന്തം ഇസയ്യാ അവതരിപ്പിച്ചത്.

ജറിമിയ എന്ന പ്രവാചകൻ യഹൂദമതത്തിൽനിന്നും ഒരു ഏകദൈവ സിദ്ധാന്തം അവതരിപ്പിച്ചു. ഓരോ ഗോത്രത്തിനും ഒന്നോ അതിലധികമോ ദൈവം, ജനങ്ങൾക്കുവേണ്ടി അവർ തമ്മിൽ പരസ്പരയുദ്ധം, ഈ ചിന്താ ഗതിയെ മാറ്റി ഏകീകരണത്തിനാണ് ഇത്തരം ഒന്ന് കൊണ്ടുവന്നതെന്ന് അനുമാനിക്കാൻ കഴിയും. എല്ലാ ജനതയേയും നിയന്ത്രിക്കാൻ ദൈവ ത്തിന് കരുത്തുണ്ടെന്നതായിരുന്നു ജറിമിയൻ തിയറി. ഈ ദൈവപരമായ യുക്തി സിദ്ധാന്തം രാഷ്ട്രചരിത്രപ്രമാണമായി വികസിപ്പിച്ചു. പ്രവാചകൻമാ രാൽ യഹൂദമതം പരിഷ്കരിക്കപ്പെടുകയും യഹോവയെ സർവ്വശക്തനായി ഉയർത്തുകയും ചെയ്തു. ഹീബ്രുമതക്കാർ ഇതൊക്കെയായിരുന്നുവെ ങ്കിലും യഹോവയ്ക്ക് തങ്ങളോടാണ് കൂടുതൽ ഇഷ്ടം എന്നു കരുതു

കയും ചെയ്തു. ക്രമേണ പ്രവാചക പ്രേരണകൾ ക്ഷയിച്ചുവന്നു. ഇതിന്റെ പ്രധാന കാരണം പൗരോഹിത്യമായിരുന്നു. അവർ കൂടുതൽ കൂടുതൽ ലൗകികസുഖത്തെ പുൽകുകയും പ്രവാചക പ്രബോധനങ്ങളുടെ ചൈതന്യം കെടുത്തുകയും ചെയ്തു.

ഹീബ്രുസാഹിത്യത്തിന്റെ കൂടി പ്രതിഫലനമാണ് *പഴയനിയമ*ത്തിൽ കാണുന്നത്. ഏതാണ്ട് 800 വർഷത്തെ ചർച്ചകളും തീർപ്പുകളും കാവ്യങ്ങളും തത്വചിന്തകളും വിജ്ഞാനവും ഗൂഢാർത്ഥഭാഷിതങ്ങളും ഇതിൽ ഉൾപ്പെടുന്നു.

*പുതിയനിയമ*വും ഹീബ്രുമതത്തിന്റെ സംഭാവനയിൽപ്പെടുന്നു. സെയിന്റ് പോൾ ആണ് *പുതിയനിയമ*ത്തിന്റെ മുഖ്യസൂത്രധാരൻ. ക്രിസ്തുശിഷ്യന്മാരായ അപ്പോസ്തലന്മാർ നടത്തിയ പ്രബോധനങ്ങളെ അടിസ്ഥാനമാക്കി ക്രിസ്തുവിന്റെ ജീവിതത്തിന്റെയും ഉദ്ദേശ്യത്തിന്റെയും ഒരു വിവരണമാണ് ഈ ഗ്രന്ഥം. മതജീവിതത്തിന് തത്വാധിഷ്ഠിതമായ ഒരാഖ്യാനം *പുതിയനിയമം* പ്രദാനം ചെയ്യുന്നു.

ഇബ്രായക്കാരുടെ ഏറ്റവും മഹിതമായ സംഭാവന അവർ വിഭാവനം ചെയ്ത അവരുടെ ഹീബ്രുസംസ്കാരത്തിൽ അധിഷ്ഠിതമായ മതമാണ്. അതുപോലെ പുതിയനിയമത്തിന് മുമ്പ് പാശ്ചാത്യനാഗരികതയുടെ ഏറ്റവും അനർഘമായ സമ്പാദ്യം *പഴയനിയമ*വുമാണ്. വ്യക്തി സ്വാതന്ത്ര്യത്തിന്റെ പ്രാക് രൂപങ്ങൾ *പഴയനിയമ*ത്തിൽ ഹീബ്രുചിന്തകളിൽ കാണാൻ കഴിയും.

എ.ഡി. 323–337-ൽ റോം ഭരിച്ച കോൺസ്റ്റന്റൈൻ ചക്രവർത്തി ക്രിസ്തുമതം സ്വീകരിച്ചതോടെ ക്രിസ്തുമതം റോമിന്റെ ഔദ്യോഗിക മതമായി മാറി. 'ക്രിസ്തുശിഷ്യതുല്യൻ' എന്ന സ്ഥാനപ്പേര് സ്വീകരിച്ചു. കോൺസ്റ്റാന്റിനോപ്പിൾ തലസ്ഥാനമാക്കി മാറ്റി.

യേശുക്രിസ്തു

ചെറിയ കുട്ടിയായിരുന്നപ്പോൾ തന്നെ ക്രിസ്തുവിൽ ബുദ്ധനെപ്പോലെ സാമൂഹിക വിഷയങ്ങൾ സ്വാധീനിച്ചു. ലോകത്തിന് മുഴുവൻ വെളിച്ചം നൽകാൻ ഒരു മഹാത്മാവ് ജനിക്കുമെന്ന ചിന്ത നിറഞ്ഞുനിന്ന സമൂഹത്തിലാണ്, അതിനെ പ്രോജ്ജ്വലിപ്പിച്ചുകൊണ്ട് സ്നാപകയോഹന്നാന്റെ പ്രഭാഷണങ്ങൾ കടന്നുവന്നത്. അദ്ദേഹത്തിന്റെ പ്രബോധനങ്ങളിൽ ക്രിസ്തുവിനെ മുന്നിൽനിർത്തി ക്രിസ്തുവിന്റെ മാഹാത്മ്യം വിളംബരം ചെയ്തു. ക്രിസ്തുവിനെ ജ്ഞാനസ്നാനം ചെയ്യിച്ചത് സ്നാപകയോഹന്നാൻ ആയിരുന്നു. ഹെറോദരാജാവിന്റെ വിവാഹവും അതിനെപ്പറ്റി ഉയർന്ന വിവാദവും തുടർന്ന് രാജാവിന്റെ നിർദ്ദേശപ്രകാരം സ്നാപകയോഹന്നാന്റെ ശിരസ്സ് അറുക്കലും ഈ ഘട്ടത്തിലാണ് ഉണ്ടായത്. ഇവിടെനിന്നാണ് യേശുക്രിസ്തു ആരംഭിക്കുന്നത്. ഹെറോദരാജാവ് കപടപ്രവാചകനായി ക്രിസ്തുവിനെ മുദ്രകുത്തി. ക്രിസ്തു തന്റെ തട്ടകം ഗിരിനിരകളിലേക്ക് മാറ്റി. അവിടെ നടന്ന പ്രഭാഷണങ്ങളാണ് 'ഗിരിപ്രഭാഷണങ്ങളാ'യി മാറിയത്. ഗലീലിയാ കടൽപ്പുറവും ക്രിസ്തുവിന്റെ പ്രഭാഷണ-പ്രചാരണ കേന്ദ്രമായി. യുക്തിയുക്തമായ വിശദീകരണങ്ങളിലൂടെ മുക്കുവരെ, മദ്യവില്പനക്കാരെ, ധനികരെ, പിരിവുകാരെ, പാപികളെ ഒക്കെ ഉപദേശിച്ചു. അദ്ദേഹത്തിലെ വാഗ്മികത ഇതിനെ പരിപോഷിപ്പിച്ചു. പീറ്റർ അദ്ദേഹത്തെ രക്ഷകനായി അംഗീകരിച്ചു. എന്നാൽ ഭൂരിപക്ഷ പുരോഹിതരും അദ്ദേഹത്തെ നിഷേധിച്ചു.

സാർഹെഡ്രിൻ കോടതി അദ്ദേഹത്തെ അറസ്റ്റ് ചെയ്യാൻ സൈന്യത്തെ നിയോഗിച്ചു. വിധി പ്രസ്താവിച്ചത് റോമൻ പ്രോസിക്യൂട്ടർ ആയിരുന്ന പീലാത്തോസാണ്. അദ്ദേഹത്തെ കുരിശ്ശേറ്റി വധിക്കാൻ ഉത്തരവായി. അന്നത്തെ കാലത്ത് വധശിക്ഷ നടപ്പാക്കിയിരുന്നത് കുരിശുമരണത്തി

ലൂടെയാണ്. ക്രിസ്തുദേവൻ കുരിശ്ശിൽ തറയ്ക്കപ്പെട്ടു. അകാലത്തിൽ ക്രിസ്തുവിന് സംഭവിച്ച ദാരുണ അന്ത്യം അനുയായികളെ നടുക്കിക്കളഞ്ഞു. അവർക്ക് അദ്ദേഹത്തിന്റെ വേർപാട് അസ്സഹനീയമായി. അവർ അദ്ദേഹത്തിന് മരണമില്ലെന്ന് പ്രഖ്യാപിച്ചു, മാത്രമല്ല അദ്ദേഹത്തിന്റെ തിരിച്ചുവരവ് ആഗ്രഹിക്കുകയും ചെയ്തു. ഇതിൽ നിന്നുള്ള ആത്മീയ കാഴ്ചപ്പാടാണ് ക്രിസ്തുവിന്റെ ഉയിർത്തെഴുന്നേൽപ്പും അവസാന കാലത്ത് അദ്ദേഹം വരുമെന്നുള്ള ചിന്തയിലും എത്തിച്ചത്.

കരുണയും സാഹോദര്യവും മനുഷ്യസമൂഹത്തിൽ വിതറി ആർദ്രമായ അനുഭൂതിയിലൂടെ അവരെ നയിക്കുകയായിരുന്നു ക്രൈസ്തവചിന്തകൾ. തമ്മിൽ തല്ലി നശിക്കുന്ന രാഷ്ട്രങ്ങളും ജനങ്ങളെ ബഹുവിശ്വാസങ്ങളുടെ പേരിൽ പിഴിഞ്ഞെടുക്കുന്ന പുരോഹിതർക്കും ക്രിസ്തു കണ്ണിലെ നീക്കാനാകാത്ത കരടായി. ദരിദ്രരായ ജനതയ്ക്കുള്ളതാണ് ദൈവത്തിന്റെ രാജ്യം എന്നതാണ് ആ പ്രബോധനത്തിന്റെ രാഷ്ട്രീയ ഉള്ളടക്കം. കരുണയാണ് ആത്മീയസത്ത, സാഹോദര്യമാണ് അതിന്റെ മൂല്യം. പരസ്പര സഹായത്തിനുള്ള ഒരു ദർശനം മുന്നോട്ടുവച്ചു. അതാണ് ദൈവസേവയെന്ന് പഠിപ്പിച്ചു. അധ്വാനിക്കുന്നവർക്കും ഭാരം ചുമക്കുന്നവർക്കും അത്താണിയായ ഒരു ലോകക്രമം വിശദീകരിച്ചു. സ്വർഗലോകം ദരിദ്രർക്കാണെന്ന് അസന്ദിഗ്ദ്ധമായി പ്രഖ്യാപിച്ചു. അവശരിലും അധഃസ്ഥിതരിലും ദുരിതഭാരങ്ങൾ ചുമത്തിവന്ന അംഗീകൃത സാമൂഹിക ക്രമത്തിന്റെ സമ്പൂർണമായ ഒരു കീഴ്മേൽ മറിച്ചിലാണ് സ്വർഗത്തിൽ ഉള്ളത് എന്ന് വ്യാഖ്യാനം വരാവുന്ന സിദ്ധാന്തം അവതരിപ്പിച്ചു.

ജ്ഞാനസ്നാനം എന്ന കർമ്മം അനുഷ്ഠിച്ചു തുടങ്ങിയത് യറുസലേമിലെ അനുയായികൾ ആയിരുന്നു. അവരാണ് അത്താഴം രക്ഷകനുമൊത്തുള്ള സഹഭോജനമാക്കി മാറ്റിയത്. ജൂതന്മാർ ധാരാളം ക്രിസ്തുവിന്റെ അനുയായികളായി. ഇതര മത ചിന്താഗതിക്കാരെ സെയിന്റ് പോൾ (എ.ഡി.67) ക്രിസ്തുചിന്തയിലേക്ക് എത്തിച്ചു. പള്ളികൾ സ്ഥാപിച്ചു. മത തത്വങ്ങളുടെ പത്രികകൾ എഴുതി. ക്രിസ്തു ചിന്തയ്ക്ക് സാർവ്വത്രിക മാനം നൽകാൻ പോൾ പരിശ്രമിച്ചു. 'കാരണങ്ങളുടെ ദുഷ്പ്രേരണകളിൽ നിന്നുള്ള ആത്മാവിന്റെ വിമോചനമാണ് അദ്ദേഹം ക്രിസ്തുമതത്തിൽ കണ്ടെത്തിയത്.' ക്രിസ്തുമതത്തെ മുക്തിക്കുള്ള മതമായും, ക്രിസ്തുവിനെ മുക്തി ദായകനും രക്ഷിതാവുമായി അദ്ദേഹം പ്രചരിപ്പിച്ചു. റോമാസാമ്രാജ്യത്തിലെ ദരിദ്രർ വൻതോതിൽ പ്രത്യാശാഭരിതരായി ക്രിസ്തുദർശനങ്ങളിൽ ആകൃഷ്ടരായി.

'അദ്ധ്വാനിക്കുന്നവരെ, ഭാരം ചുമക്കുന്നവരെ നിങ്ങൾ എല്ലാവരും എന്റെയടുത്തേക്ക് വരുവിൻ' എന്ന ആഹ്വാനം മനുഷ്യഹൃദയങ്ങളിൽ ആഴത്തിൽ വേരൂന്നി. ലോകം രണ്ടു ചരിത്രഘട്ടങ്ങളായി വേർപിരിഞ്ഞു, ക്രിസ്തുവിന് മുമ്പും ക്രിസ്തുവിനു ശേഷവും!'

പൗരാണികയുഗത്തിൽനിന്ന് മധ്യയുഗത്തിലേക്കുള്ള പരിവർത്തനത്തിൽ ക്രിസ്തുമതം വലിയ പങ്കുവഹിച്ചു. റോമാസാമ്രാജ്യവുമായി അത്

നിരന്തരം കലഹിച്ചു. റോമിന്റെ പതനത്തിന് ശേഷം പള്ളി പ്രഭാവത്തിലേക്ക് ഉയരുകയും മധ്യകാലത്ത് ഉടനീളം അത് നിലനിർത്തുകയും ചെയ്തു. റോമാസമ്രാജ്യത്തിന്റെ പിൻഗാമിയായി റോമൻ കത്തോലിക്കാ പള്ളി ഉയർന്നുവന്നു. ചക്രവർത്തിയുടെ സ്ഥാനത്ത് പോപ്പ് കടന്നുവന്നു. പള്ളിയുടെ നടത്തിപ്പുകാരും അധികാരികളുമായി വന്നവർ മതസിദ്ധാന്തങ്ങളുടെ വ്യാഖ്യാതാക്കളായി മാത്രമല്ല, ജനങ്ങളുടെ ലൗകിക ജീവിതത്തിന്റെ മേൽനോട്ടക്കാരുമായി. സിനഡും (പുരോഹിതപക്ഷം) എക്യുമെനിക്കൽ കൗൺസിലും (ക്രൈസ്തവസഭ) എന്നിവ ക്രമേണ നിലവിൽ വന്നു. തുടക്കക്കാലത്ത് ക്രൈസ്തവദേവാലയത്തെ സംബന്ധിച്ച് ബിഷപ്പ് ആയിരുന്നു ഏറ്റവും പ്രധാനപ്പെട്ട വ്യക്തി. ബിഷപ്പിന്റെ സ്ഥാനം ദേവാലയങ്ങളുടെ ആണിക്കല്ലാണ്.

പിൽക്കാലത്ത് ചില ബിഷപ്പുമാർ പ്രാമാണ്യം കൂടിയവരായി. അതിർത്തി വിശാലതയും പ്രദേശത്തിന്റെ പ്രത്യേകതയും ഇതിന് കാരണമായി. റോമിലെ ബിഷപ്പ് ഈ രൂപത്തിൽ ശക്തനായി. പള്ളിയുടെ മാതാവെന്ന് വിശേഷിപ്പിക്കുന്ന സെന്റ് പീറ്റേഴ്സ് പള്ളി റോമിലാണ് പണികഴിപ്പിക്കപ്പെട്ടത്. പീറ്ററും പോളും രക്തസാക്ഷിയായ സ്ഥലം! മതദർശനങ്ങളുടെ മഹാ ആഖ്യാതാവ് ആയിരുന്നു പീറ്റർ.

ഇതര മതങ്ങളിൽനിന്ന് വ്യതിരിക്തമായി വ്യക്തിയെ ആത്മീയ ശക്തിയായി ബന്ധപ്പെടുത്തുന്ന മധ്യസ്ഥത അവലംബിക്കൽ ആണ് ക്രിസ്തുമതത്തിന്റെ പ്രമുഖമായ രീതി. 'ഞങ്ങൾക്കായി അപേക്ഷിക്കേണമേ' എന്ന പ്രാർത്ഥന ഇങ്ങനെ രൂപപ്പെട്ടതാണ്. 'കേരളത്തിലെ നസ്രാണികൾക്ക് മധ്യസ്ഥം വഹിക്കുന്ന പുണ്യവാളൻമാരുടെ ലോകം തുറന്നുനൽകിയത് പോർച്ചുഗീസുകാരാണെന്ന്' *ക്രിസ്ത്യാനികൾ* എന്ന ഗ്രന്ഥത്തിൽ' ബോബി തോമസ് പറയുന്നു.[2] അവരുടെ കാനോനുകളിലെ ഒരു വാക്യം ഇങ്ങനെയാണ്. 'ആകാശത്തിൽ തമ്പുരാനൊടുകൂടെ ഇരിക്കുന്ന പുണ്യവാളരെ നെനച്ച അവരുടെ യോഗ്യം കൊണ്ടു തമ്പുരാൻ നമുക്ക് തരണം നന്മ എന്ന തമ്പുരാനോട അപേക്ഷിക്കണം.... നമുക്കു വേണ്ടി തമ്പുരാനൊട അപേക്ഷിക്കണം എന്ന അവരോടു നാം എരക്കയും വേണം.' ക്രിസ്തുമതം സനാതന 'മോക്ഷം' ഉറപ്പാക്കുന്നു. മതങ്ങളുടെ എല്ലാം വാഗ്ദാനം മരണാനന്തരജീവിതമാണ്. പൊതുവെ ബുദ്ധമതം ഒഴികെ! ജനനം, യൗവ്വനം, വാർദ്ധക്യം, മരണം എന്നിവയെല്ലാം ചില ശുശ്രൂഷകൾ നടപ്പാക്കി ക്രൈസ്തവമതം വിശ്വാസികളെ തുടർച്ചയായി പിന്തുടരുന്നു. ഈശ്വര പ്രീതിക്കായി ചില അനുഷ്ഠാനങ്ങൾ ഈ ഘട്ടങ്ങളിലെല്ലാം നിർദ്ദേശിക്കപ്പെടുന്നു. വൈദിക സംസ്കാരവിധികളായി ഇത് കണക്കാക്കുന്നു. ഇങ്ങനെ ഏഴു വൈദികവിധികൾ വിശ്വാസികൾക്കു മുന്നിൽ അവതരിപ്പിച്ചിട്ടുണ്ട്. ജ്ഞാനസ്നാനം, സ്ഥൈര്യലേപനം, വിശുദ്ധ കുർബാന, ഉപവാസം, അന്ത്യകൂദാശ, ദീക്ഷ, വിവാഹം എന്നിവയാണ് അവ.

ജ്ഞാനസ്നാനം	- പൂർവ്വപാപങ്ങളെ ഈ കർമ്മത്തോടെ ശുദ്ധീകരിക്കുന്നു.
സ്ഥൈര്യലേപനം	- 12 വയസ്സ് എത്തുമ്പോൾ ജ്ഞാനസ്നാനം കഴിഞ്ഞിട്ടുണ്ട് എന്ന് പ്രഖ്യാപിക്കുന്ന കർമ്മം.
വിശുദ്ധ കുർബ്ബാന	- അപ്പവും വീഞ്ഞും ക്രിസ്തുവിന്റെ മാംസവും രക്തവുമായി മാറുന്ന കർമ്മം. പ്രതിസന്ധികളെ നേരിടൽ, ആധ്യാത്മിക പുനരുത്ഥാനം എന്നിവ ഇതുകൊണ്ടുദ്ദേശിക്കുന്നു.
ഉപവാസം	- ധർമച്യുതിയെ നേരിടൽ, പാപപരിഹാരം
അന്ത്യകൂദാശ	- ആസന്ന മൃതിയിലാകുന്നയാളിന്റെ ആത്മാവിൽ നിന്നും അവസാനത്തെ കളങ്കവും തുടച്ചുനീക്കൽ.
ദീക്ഷ	- വൈദികവിധി നടപ്പാക്കാനുള്ള അധികാരം നൽകുന്ന പട്ടം നൽകൽ
വിവാഹം	- ആൺ-പെൺ ബന്ധത്തിന് പവിത്രത നൽകൽ, സന്തതികളുടെ ഉൽപ്പാദനത്തെ നിയമമാക്കൽ പ്രക്രിയ.

തീക്ഷ്ണമായ തർക്കങ്ങൾ ഇത്തരം കാര്യങ്ങളിൽ പല കാലത്തും സഭയിൽ ഉണ്ടായിട്ടുണ്ട്. ദൈവം ഒന്നോ മൂന്നോ എന്ന കാര്യത്തിൽ തന്നെ ദീർഘകാലം ചർച്ച നടന്നു. ആദ്യത്തെ അഖില ക്രൈസ്തവ സഭ ഇതിന് പരിഹാരം കണ്ടത്. 'ഏകമായ സത്ത' എന്ന നിഗമനത്തിൽ എത്തിയാണ്. പിതാവ്, പുത്രൻ, പരിശുദ്ധാത്മാവ് എന്ന ത്രിത്വത്തിൽപ്പെട്ടവർ ഓരോരുത്തരും ഏക സത്തയുടെ മുഖ്യതത്വങ്ങളായി കരുതപ്പെട്ടു. "ദൃശ്യവും അദൃശ്യവുമായ എല്ലാറ്റിന്റെയും സ്രഷ്ടാവും സർവശക്തനായ പിതാവും ആയ ഏകദൈവത്തിൽ നാം വിശ്വസിക്കുന്നു. അഖില ജഗൽ പിതാവിൽ ജനിച്ച ഏകനാഥനായ ദൈവപുത്രൻ ജീസസ് ക്രൈസ്റ്റിലും പരിശുദ്ധാത്മാവിലും നാം വിശ്വസിക്കുന്നു."

വലിയ തർക്കങ്ങൾക്ക് ഒടുവിൽ ഏഴാം നൂറ്റാണ്ടോടെ ക്രിസ്തുമത നിയമങ്ങൾക്ക് യാഥാസ്ഥിതികർ തീർപ്പു കല്പിച്ചു.

പിതാവും പുത്രനും പരിശുദ്ധാത്മാവുമടങ്ങുന്ന മൂർത്തിത്രയം; ജീസസ് ക്രൈസ്റ്റിലൂടെ ദൈവം മനുഷ്യനായി അവതരിപ്പിക്കപ്പെട്ടുവെന്ന അവതാരസങ്കല്പം; ആദമിന്റെ പാപംമൂലം മനുഷ്യന് ഈശ്വരനുമായുണ്ടായിരുന്ന സഹപദവി നഷ്ടപ്പെട്ടു; ക്രിസ്തുവിന്റെ ജനനത്തിലൂടെ കന്യകാ പ്രസവം സംഭവിച്ചു; ഒരേസമയം ദൈവവും അതേസമയം മനുഷ്യനുമായിരിക്കുന്ന ക്രിസ്തുവിന്റെ ദ്വൈതീഭാവം; എല്ലാ മാനവിക വിഭാഗത്തെയും സമുദ്ധരിക്കുന്നതിനായി ദൈവം മനുഷ്യനെപ്പോലെ മരിച്ചു; പാപപരിഹാരത്തിന് മനുഷ്യന് ആധ്യാത്മിക പരിരക്ഷ നൽകുന്ന പ്രസാദം; വിശ്വാസികൾക്ക് സനാതനത്വം നൽകുന്നതിനായി ക്രിസ്തുവിന്റെ ഉയിർത്തെഴുന്നേൽപ്പ്; ദൈവവും മനുഷ്യനും തമ്മിലുള്ള സമനില

വീണ്ടെടുക്കുന്നതിനായി ദൈവം ക്രിസ്തുവിലൂടെ സ്ഥാപിക്കപ്പെട്ട പള്ളി; വിധി പറയുന്നതിനായി ക്രിസ്തു അന്ത്യകാലത്ത് തിരികെയെത്തുമെന്ന പ്രതിജ്ഞ എന്നിങ്ങനെ പത്ത് ധർമ്മങ്ങൾ നിർവചിക്കപ്പെട്ടു.

ഇസ്ലാംമതം ഒഴികെ മിക്കവാറും എല്ലാ മതങ്ങളും മോക്ഷമാർഗ്ഗത്തിന് ലൗകികത അപര്യാപ്തമെന്ന് ഉദ്ഘോഷിച്ചവരാണ്. ആദികാലത്തെ ക്രൈസ്തവ ദാർശനികരും ലൗകികതയുടെ ധാരാളിത്തത്തെ ചോദ്യം ചെയ്തു. 'ശരീരത്തെ എത്ര കൂടുതൽ പീഡിപ്പിക്കുന്നോ ആത്മാവിന്റെ ഗതി അത്ര കൂടുതൽ ആയാസ രഹിതമാകുന്നു' എന്ന ചിന്തയാണ് ഇതിലേക്ക് നയിച്ചത്. 'ഒരുവൻ അവന്റെ കുടുംബത്തോട് വളരെ കൂടുതൽ മമതാ ബന്ധം പുലർത്തുന്നത് ചെകുത്താന്റെ കെണിയാണെന്ന്' ആണ് സെയിന്റ് നൈലസ്സിന്റെ വാദം.[3]

നിവർന്ന നിലയിൽ നിന്നുറങ്ങിയ സെയിന്റ് പച്ചോമിയസ്, തന്റെ രക്തം കൊതുകുകൾക്ക് ഭക്ഷണമാക്കാൻ ചതുപ്പ് നിലത്തിനരികിൽ പാർപ്പുറപ്പിച്ച മാക്കേറിയസ്, നാൽപ്പത് സംവത്സരക്കാലം അറേബ്യയിൽ മരുഭൂമിയിൽ പാർത്ത സെയിന്റ് ശീമോൻ സ്റ്റൈലൈറ്റ്സ്, മണൽക്കാട്ടിൽ പോയി ഏകാന്തജീവിതം നയിച്ച അന്തോണി എന്നിവർ സ്വയം പീഡനത്തിന്റെ പ്രതീകങ്ങൾ ആയിരുന്നു.

രണ്ടാം ക്രിസ്തുവെന്ന് വലിയ ഒരു വിഭാഗം ക്രൈസ്തവർ കരുതുന്ന സെയിന്റ് ഫ്രാൻസിസ് ക്രിസ്തുമത ചരിത്രത്തിലെ അപൂർവ്വ കഥാപുരുഷനാണ്. 1210-ൽ പോപ്പ് ഇന്നസെന്റ് മൂന്നാമനാൽ അംഗീകരിക്കപ്പെട്ട അദ്ദേഹം 'ക്രിസ്തുദേവന്റെ ലളിത ജീവിതത്തിന്റെ' എക്കാലത്തെയും വലിയ വക്താവായിരുന്നു. അദ്ദേഹത്തിന്റെ ഇപ്പോഴത്തെ അനുയായികളാണ് സ്വർണക്കുരിശിനപ്പുറം മരക്കുരിശിന്റെ മൗലികതയെ ഉയർത്തിപ്പിടിക്കുന്നത്. സന്ന്യാസി സംഘങ്ങളുടെ നിഷ്കാമമായ ജീവിതം ക്രിസ്തുദർശനങ്ങളോട് കൂടുതൽ ഐക്യം സ്ഥാപിച്ചു. 'അഴിമതികൊണ്ടും വിഷയലോലുപത കൊണ്ടും പള്ളിയുടെ ചൈതന്യം വറ്റിയപ്പോൾ സന്ന്യാസിമാർ ധാർമ്മികങ്ങളായ ആദർശങ്ങളുടെ മാനദണ്ഡം ഉയർത്തിപ്പിടിക്കുകയും നവീകരണ പ്രസ്ഥാനങ്ങൾ ഏർപ്പെടുത്തുകയും ചെയ്തു. സൗജന്യമായി പുരോഹിതർക്ക് ലഭിക്കുന്ന പാരിതോഷികങ്ങളെ അത് നിരുത്സാഹപ്പെടുത്തി. പുരോഹിതവിവാഹം നിഷേധിച്ചു. 1075-ൽ ലൗകികരെ മതാദ്ധ്യക്ഷസ്ഥാനത്ത് എത്തുന്നതിൽനിന്നും വിലക്ക് ഉണ്ടായി. ലൗകികലോകം ത്യജിച്ചുവെങ്കിലും കാർഷികവൃത്തിയും അധ്വാനവും അവർ നടത്തിക്കൊണ്ടുപോയി. പലതും രേഖപ്പെടുത്തിവയ്ക്കുന്ന സമ്പ്രദായവും ആശ്രമങ്ങളിൽ നടന്നു. പിൽക്കാല ചരിത്രരചയിതാക്കളെ അത് വലിയ തോതിൽ സഹായിച്ചു.

ഒരിക്കൽ മേരിയും ജോസഫും മകൻ ക്രിസ്തുവും ജറുസലേമിൽ പോയിട്ട് തിരികെ വരുമ്പോൾ അമ്മയോടൊപ്പമുള്ള മകനെ കാണാനില്ല. അമ്മയും മറ്റ് പലരും ക്രിസ്തുവിനെ തെരക്കിയലഞ്ഞു. ഒടുവിൽ അവർ തിരികെ ജറുസലേമിലേക്ക് പോയി. മൂന്നാംദിവസം യേശുവിനെ ഒരു പള്ളി

യിൽ കണ്ടെത്തി. 'പുത്രനെ അവന്റെ പിതാവിനരികിൽ തെരക്കണമായിരുന്നു'. യേശു മാതാവിന്റെ മുന്നിൽ പറഞ്ഞു. മേരി ചെന്നപ്പോൾ കാണാൻ കഴിഞ്ഞത് ക്രിസ്തുവും പുരോഹിതരും തമ്മിലുള്ള തർക്കമാണ്. അപ്പോൾ ക്രിസ്തുവിന്റെ പ്രായം 13 വയസ്സായിരുന്നു. ഇതിനുശേഷം ഏതാണ്ട് 26/27 വയസ്സ് കഴിയുമ്പോഴാണ് യേശു വീണ്ടും രംഗപ്രവേശം ചെയ്യുന്നത്. ഈ 14/15 വർഷം യേശു എവിടെയെന്ന് വ്യക്തമാകുന്നില്ല. ഇത് സംബന്ധിച്ച് മറ്റു പല ഭാവനകളെയുംപോലെ ഭാവന മാത്രമേയുള്ളൂ. 27-ാം വയസ്സിനു മുമ്പ് അദ്ദേഹം എന്തു ചെയ്യുകയായിരുന്നുവെന്ന് സുവിശേഷങ്ങളിൽ പറയുന്നുമില്ല. CE നാലാം നൂറ്റാണ്ടിൽ ക്രിസ്തുമതം ഔദ്യോഗിക മതമാകുന്നതിനുമുമ്പ്, ധാരാളം നിറംപിടിപ്പിച്ച കഥകൾ യേശുവിനെപ്പറ്റി മെനഞ്ഞെടുത്തു. ശൈശവ സുവിശേഷങ്ങൾ (Infancy gospel) എന്നാണ് ഇവ അറിയപ്പെട്ടത്.

യേശുവിന്റെ പിതാവും വലിയതോതിൽ ചർച്ചയാക്കപ്പെട്ടില്ല. യേശുവിന്റെ ചെറുപ്പകാലത്ത് മരിച്ചതായി സുവിശേഷ സൂചന നിലനിൽക്കുന്നു. മറിയത്തിന്റെ മകൻ എന്ന പ്രശസ്തിയാണ് ആദ്യകാലത്ത് ക്രിസ്തുവിന് ഉണ്ടായിരുന്നത്.

യഹൂദർ യേശുവിന്റെ ജനനത്തിന് ദിവ്യത്വ പരിവേഷം ഉണ്ടാകാതിരിക്കാൻ യേശുവിന്റെ പിതാവ് ഒരു റോമൻ പടയാളിയായ പന്തേരയാണെന്ന് പ്രചരിപ്പിച്ചിരുന്നു. ക്രിസ്തുമതത്തിനെതിരായി CE 178-ൽ എഴുതിയ *ശരിയായ പ്രമാണങ്ങൾ* എന്ന ഗ്രന്ഥത്തിൽ ഗ്രീക്കു ചിന്തകനായ കാൾനസ് രേഖപ്പെടുത്തിയതായി പറയുന്നു. ജോസഫിന്റെ വിവാഹത്തിനുമുമ്പുള്ള കാര്യമാണെന്നാണ് അതിലെ വ്യാഖ്യാനം.

'ഒരുപക്ഷേ, ഇത്തരമൊരു പ്രചാരണത്തെ നേരിടാൻ കൂടിയാകണം യേശു ശിഷ്യർക്കിടയിൽ കന്യകാജനനം പ്രധാനപ്പെട്ടൊരു വിശ്വാസ നിലപാടായി പ്രഖ്യാപിക്കപ്പെട്ടത്.'[4]

13-ാം വയസ്സിൽ പള്ളിക്കകത്ത് അന്നത്തെ പുരോഹിതവർഗത്തിനെതിരെ ക്രിസ്തു ഉന്നയിച്ച വിഷയം ഇന്നും പ്രസക്തമാണ്. ക്രിസ്തുവിനെ സ്വീകരിച്ച് ലോകത്തിന്റെ നാഥനായി വാഴിച്ചവർ. പലതും മുന്നിൽ ക്രിസ്തുവും. ഇതിൽ ക്രിസ്തുവിനാൽ ചോദ്യം ചെയ്യപ്പെട്ട പുരോഹിതനുമായി ക്രിസ്തുദർശനങ്ങളെ ഞെരുക്കുന്നു. ക്രൈസ്തവ നവോത്ഥാന ചിന്തകളിൽ പലരും 13 വയസുകാരന്റെ ചോദ്യം ഇന്ന് ആവർത്തിച്ചുകൊണ്ടിരിക്കുന്നു. അന്ന് പള്ളിയിൽ ക്രിസ്തുവിന്റെ വാദത്തെ ഖണ്ഡിച്ചവർ അത് വെറും വാക്കുകളിൽ ഒതുക്കി നിർത്തിയില്ല. അവർ ക്രിസ്തുവിന് മരണത്തിന്റെ വഴി കാട്ടിക്കൊടുത്തു.

അദ്ദേഹത്തിന് 26/27 വയസുള്ളപ്പോൾ ക്രിസ്തു ഉപദേശത്തിൽ ഒതുങ്ങിയില്ല. പള്ളിയിലേക്ക് ഇരച്ചുകയറി. വ്യാജ വ്യാപാരികൾ, പള്ളിപ്പിരിവുകാർ, പള്ളിക്കകം കച്ചവടത്തിനായി മാറ്റിയവർ എന്നിവരെ ചാട്ടവാറിന് അടിച്ചുപുറത്താക്കി. 'ഇത് എന്റെ പിതാവിന്റെ ആലയം' ആണ് എന്ന്

ആക്രോശിച്ചു. ഇവിടെ നിങ്ങളേപ്പോലുള്ളവർക്ക് സ്ഥാനമില്ലെന്നു പ്രഖ്യാപിച്ചു.

ഇപ്പോൾ ദൈവവചനം പറയാൻ പതിനായിരങ്ങളുടെ നടുവിൽ നിർത്തിയിരിക്കുന്ന 'വചനവ്യാപാരി'യും സ്കൈപ്പ് ചെയ്ത് പണം വാങ്ങാൻ യന്ത്രവുമായി ജനമധ്യത്തിൽ നീങ്ങുന്ന പണപ്പിരിവുകാരും ഓർമ്മിപ്പിക്കുന്നത് എന്താണ്? അപ്പോഴും സ്വർണക്കുരിശിന്റെ തിളക്കത്തിൽ അഭിരമിക്കാതെ തങ്ങളുടെ ക്രിസ്തു തടിക്കുരിശ്ശിലാണ് എന്ന് വാദിക്കുന്ന 'ക്രിസ്ത്യാനികളെ' കണ്ടില്ലെന്നു നടിക്കാനും പറ്റില്ല. കൊറോണക്കാലത്ത് ഒരു പുരോഹിതന്റെ വചനം കേട്ടു. 'പള്ളിമേടയിലെ സ്വർണ്ണവും സമ്പത്തും എന്തിന് കൂട്ടി വയ്ക്കുന്നു. ദരിദ്രരായി മാറിക്കൊണ്ടിരിക്കുന്ന രോഗപീഡനം അനുഭവിക്കുന്ന ജനത്തിന് നൽകിക്കൂടേ?' ആ 13 വയസുകാരൻ ക്രിസ്തു ഇപ്പോഴും നമ്മുടെ മധ്യത്തിൽ ഉണ്ടെന്നതു മറന്നുകൂട.

അടിച്ചേല്പിക്കപ്പെടുന്ന വിശ്വാസത്തിന് കർത്താവ് എതിരായിരുന്നു. ധ്യാനകേന്ദ്രങ്ങളിൽ നടക്കുന്നത് അത്തരം ഒന്നാണ്. ആകാശത്തേക്ക് കൈ ഉയർത്തി അലറിവിളിച്ച് മുൻകൂട്ടി തയ്യാർ ചെയ്തുവച്ചിരിക്കുന്ന സാക്ഷികളെക്കൊണ്ട് ദൈവത്തിന് സാക്ഷ്യം പറയിക്കുന്നു. ദൈവത്തിൽ ഉറച്ച വിശ്വാസമുണ്ടെങ്കിൽ എന്തിനാണ് ദൈവത്തെയും ദൈവ പ്രവൃത്തിയെയും ഉറപ്പിക്കാൻ സാക്ഷ്യം പ്രകടിപ്പിക്കുന്നത്. രോഗശാന്തി ശുശ്രൂഷ ക്രൈസ്തവമതത്തിന്റെ ഭാഗമാണോ. അങ്ങനെയെങ്കിൽ എന്തിനാണ് ക്രൈസ്തവ സഭകൾ വൻകിട ആശുപത്രികൾ നിർമ്മിച്ചിരിക്കുന്നത്. ആരാധനാലയങ്ങളിൽ വച്ച് രോഗമുക്തി ലഭിക്കുമെങ്കിൽ ആതുരാലയങ്ങൾ പ്രത്യേകം വേണ്ടതില്ല. ഒരേസമയം ഭക്തിയും അതേസമയം ശാസ്ത്രവും വിപണനം ചെയ്യുക. സാക്ഷ്യം പറയിച്ച് എനിക്ക് സുഖമായി എന്ന് 'രോഗികളെ' കൊണ്ട് അഭിനയിപ്പിക്കുമ്പോൾ ആതുരാലയത്തിൽ നടക്കുന്ന പ്രവൃത്തി എന്താണ്? ആരാധനാലയങ്ങൾ വിശ്വാസികൾക്ക്, മനസ്സ് തുറന്ന് ദൈവത്തിന് സമർപ്പിക്കാനുള്ള ഇടമാണ്. ശാന്തിയും സമാധാനവും കാംക്ഷിച്ച്, സനേഹത്തിന്റെ എക്കാലത്തെയും വലിയ പ്രതീകത്തെ ഹൃദയത്തിൽ സ്ഥാപിച്ചെടുക്കാനുള്ള ഒരിടം. വിശ്വാസത്തിന്റെ മുന്നിൽ ആരാധനാലയം പോലും വേണ്ടാത്ത ധാരാളം പേർ വേറെയും ഉണ്ട്.

ക്രിസ്തുമത പശ്ചാത്താപം

യഹൂദമതത്തിന്റെ വിശുദ്ധഗ്രന്ഥമാണ് *പഴയനിയമം*. യഹോവയാണ് ഇതിൽ ദൈവമായി കണക്കാക്കപ്പെടുന്നത്. മാനവസൃഷ്ടി മുതൽ യേശു ക്രിസ്തുവിന്റെ ജനനം വരെയുള്ള കാലത്തെ നിയന്ത്രിച്ചിരുന്നത് യഹോ വയായിട്ടാണ് ക്രൈസ്തവ സങ്കല്പം. ഈജിപ്ത്, സുമേറിയ, ബാബി ലോൺ എന്നീ രാജ്യങ്ങളിലെ വിവിധ ഗോത്രങ്ങളിലെ മിത്തുകളും ഐതീ ഹ്യങ്ങളും പഴയനിയമത്തിന്റെ രൂപീകരണത്തിൽ പങ്കുവഹിച്ചിട്ടുണ്ട്. തോട്ടം, ജീവവൃക്ഷം, സർപ്പം എന്നിവയെല്ലാം ഇതിൽനിന്നും ഉരുവം കൊണ്ടതാണ്. *ബൈബിളി*ലെ ആദ്യ കൃതിയായ ഉൽപ്പത്തിപുസ്തകത്തി ലാണ് യഹൂദർ ബാബിലോണിയയിൽ അടിമകളായി കഴിഞ്ഞ കാലത്തിനു ശേഷമുള്ള യഹോവയുടെ ദൈവശാസ്ത്രം അവരിലേക്ക് എത്തുന്നത് എന്ന് ബൈബിൾ ചരിത്രകാരന്മാർ കരുതുന്നു. തലമുറകളിലൂടെ പകർന്നു ലഭിച്ച കഥകളും ഭാവനാ വിലാസങ്ങളും ചരിത്രസത്യങ്ങളും ഇടകലർന്ന് പഴയനിയമം രൂപപ്പെടുന്നു. ഇതിനെത്തുടർന്ന് സൃഷ്ടികഥ ഇതിന്റെ ഭാഗ മാകുകയാണ്. പ്രപഞ്ച യാഥാർത്ഥ്യം എക്കാലത്തും മനുഷ്യഭാവനയെ പ്രചോദിപ്പിച്ചിരുന്നു. എങ്ങനെയാണ് പ്രപഞ്ചസൃഷ്ടി എന്നുള്ളത് ഇന്നും ശാസ്ത്രലോകത്തിന്റെ അന്വേഷണങ്ങളുടെ ഭാഗമാണ്. ശരിയായി ധാര ണയില്ലാത്ത എല്ലാ പിറവിക്കും മേൽ മനുഷ്യഭാവന പലരൂപത്തിൽ പ്രവർത്തിച്ചിട്ടുണ്ട്. അങ്ങനെയുണ്ടായ ഏറ്റവും ഉദാത്തമായ പ്രപഞ്ച നിർമ്മിതിയുടെ കഥയാണ് ഉൽപ്പത്തിപുസ്തകത്തിലെ സൃഷ്ടിവാദസിദ്ധാ ന്തം. ആറുദിവസത്തെ സൃഷ്ടിക്കുശേഷം ഏഴാംനാൾ ദൈവം വിശ്രമിച്ചു വെന്നാണ് കഥാതന്തു. പക്ഷേ, ഈ ഏഴാം ദിവസം എന്നത് ഞായറാഴ്ച ആണ്. ഞായറാഴ്ച ലോകത്ത് അവധിയായി ആചരിക്കാൻ തുടങ്ങുന്നത് 4-ാം നൂറ്റാണ്ടിന്റെ അവസാനം മുതൽ ആണ്. ഇതാകട്ടെ നിശ്ചയിച്ചത്

കോൺസ്റ്റാന്റിനോപ്പിൾ ചക്രവർത്തിയുമാണ്. അദ്ദേഹം ക്രിസ്തുമതം സ്വീകരിച്ചുവെങ്കിലും അതിന് മുമ്പ് സൂര്യദേവാരാധകൻ (മിത്രദേവൻ) കൂടിയായിരുന്നു.

'പ്രകൃതിയെ സൃഷ്ടിക്കുകയും നിയന്ത്രിക്കുകയും ചെയ്യുന്ന ദൈവം എന്ന ആശയം കൂടിയാണ് ഇതിലൂടെ അവതരിപ്പിക്കപ്പെട്ടത്.' ഈ കഥയ്ക്ക് പിന്നിൽ ചില പ്രത്യേക സാമൂഹിക സാഹചര്യം ഉണ്ടായിരുന്നതായി ദൈവശാസ്ത്രജ്ഞർ ചൂണ്ടിക്കാട്ടുന്നു.

യഹോവയ്ക്ക് മുമ്പ് ആ പ്രദേശത്തെ അംഗീകരിക്കപ്പെട്ട ദൈവം ബാൽദേവൻ ആയിരുന്നു. പ്രകൃതിക്കുമേൽ നിലനിൽക്കുന്ന അധികാരം ബാൽദേവന് നൽകാതിരിക്കൽ കൂടിയാണ് ഈ സിദ്ധാന്തത്തിന് പിറകിൽ. കാരണം ഫലഭൂയിഷ്ഠത, കാർഷിക സമൃദ്ധി, മഴ, കാലാവസ്ഥ എന്നിവയെ പരിഗണിച്ചിരുന്ന ഒരു കർഷക സമൂഹം അവിടെ നിലനിന്നിരുന്നു. ഇതിന്റെ ആധിപത്യം വഹിക്കുന്നയാൾ എന്ന നിലയിലാണ് ബാൽദേവ വിശ്വാസം നിലനിന്നിരുന്നത്. ഈ ചുമതലകൂടി നിർവഹിക്കാൻ ശേഷിയുണ്ടെന്ന് കരുതുന്ന ഒരു ദൈവത്തെ പകരം വച്ചുകൊണ്ടു മാത്രമേ യഹോവയെ ഉറപ്പിച്ചെടുക്കാൻ കഴിയുമായിരുന്നുള്ളൂ.

*പഴയനിയമ*ത്തിൽ, ദൈവം നേരിട്ട് മോശയ്ക്ക് മുന്നിൽ വെളിപ്പെടുത്തിയ അഞ്ച് രചനകൾ കാണുന്നു. (*ഖുർആൻ* നബിക്ക് മുന്നിൽ ദൈവം വെളിപ്പെടുത്തിയതുപോലെ) ഉൽപ്പത്തി, പുറപ്പാട്, ലേവ്യ, സംഖ്യ, ആവർത്തനം എന്നിവയാണവ. ഇത് സൃഷ്ടി കഥ മുതൽ ഈജിപ്റ്റിൽനിന്നും യഹൂദർ കാനാൻ ദേശംവരെ എത്തപ്പെട്ടതിന്റെ കഥ വിവരിക്കുന്നു. എന്നാൽ *മഹാഭാരത-രാമായണ* കഥയെന്നതുപോലെ ഏതാണ്ട് അഞ്ഞൂറ് വർഷത്തെ പ്രക്ഷിപ്ത രൂപമാണ് ഇതിൽ കാണുന്നതെന്ന് 19-ാം നൂറ്റാണ്ടിലെ ബൈബിൾ പണ്ഡിതർ വിലയിരുത്തുന്നു. ബി.സി.ഇ. 500 മുതൽ (എസ്രായുടെ കാലം) വരെയുള്ള കാലം. അതായത് നൂറ്റാണ്ടുകളിലൂടെ സഞ്ചരിച്ച് പലരിലൂടെ പല വിധമുള്ള കൂടിച്ചേരലുകൾ കടന്നാണ് *പഴയനിയമം* സഞ്ചരിച്ചത്.

'യഹൂദരുടെ ഈ വിശ്വാസചരിത്രം 'പഴയ' നിയമമായപ്പോൾ യഹൂദ മിഥോളജിയിലെ നായകരായ അബ്രാഹാമും ഇസഹാക്കും യാക്കോബും മോശയും പ്രവാചകരുമെല്ലാം ക്രിസ്തുമത വിശ്വാസ ഭാവനയിലേയും നായകരായി.' യഹൂദമതത്തിൽ അബ്രഹാം, ക്രിസ്തുമതത്തിൽ എബ്രഹാം ഇസ്ലാംമതത്തിൽ ഇബ്രാഹിം! മൂന്നു പ്രധാന ലോകമതങ്ങളിലും ഈ പേര് കടന്നുവരുന്നു. മൂന്ന് മതങ്ങളും ഏതാണ്ട് ഒരേ നാട്ടിൽ അതായത് ഏഷ്യയുടെ ഭാഗങ്ങളിൽ ഉടലെടുക്കുകയും ചെയ്തതാണ്.

ഈജിപ്റ്റിലെ അടിമകളെയും നയിച്ചുകൊണ്ടാണ് മോശ എന്ന തലവൻ കാനാൻ ദേശത്തേക്ക് എത്തുന്നത്. യഹോവ ദൈവവും മോശ പ്രവാചകനും ആകുന്നു. മൃഗബലിയുടെ സമർപ്പണത്തിൽ സംപ്രീതനാകുന്ന ദൈവമാണ് യഹോവ. സഞ്ചാരികളായ ജനങ്ങളുടെ ഇഷ്ട ഭക്ഷണം മൃഗങ്ങളെ അറുത്ത് കഴിക്കുന്നതാണ്. തങ്ങളുടെ ഏറ്റവും ഇഷ്ടപ്പെട്ട ഭക്ഷ

ണമാണ് എല്ലാ ജനതയും തങ്ങളുടെ ദൈവത്തിന്റെ ഭക്ഷണമായും കരുതിപ്പോരുന്നത്. ക്ഷേത്രങ്ങളിലെ പായസം അതിനൊരുദാഹരണമാണ്. മറ്റ് ദൈവാരാധനയെ മോശയ്ക്കു മുന്നിൽ യഹോവ വിലക്കുന്നു. തന്നെ ആരാധിക്കാത്തവരോട് ദൈവം പ്രതികാരം ചെയ്യുന്നു. സുനാമി വരുമ്പോഴും പകർച്ചവ്യാധി വരുമ്പോഴും പ്രകൃതി ദുരന്തം വരുമ്പോഴും ചിലർ ഇന്നും പറയാറുണ്ട് ദൈവത്തെ മറക്കുന്നത് കൊണ്ടാണെന്ന്. ഓർമ്മിക്കപ്പെടാത്ത ദൈവം മനുഷ്യക്കുരുതിയിലൂടെ പ്രതികാരം ചെയ്യുന്ന ഒന്നാണെന്ന് പറയുമ്പോൾ അറിഞ്ഞോ അറിയാതെയോ ദൈവത്തിന് ലഭിച്ചിരിക്കുന്നത് വില്ലൻ വേഷം തന്നെ!

യഹോവ, തന്നെ ആരാധിക്കുന്നതിൽ അലസത കാട്ടിയാൽ ശിക്ഷാവിധിയുണ്ടാകുമെന്ന് മോശയിലൂടെ ഇസ്രായേലുകാരെ ഓർമ്മിപ്പിച്ചു. കണ്ണിന് കണ്ണും പല്ലിനു പല്ലും നിലനിന്നിരുന്ന സാമൂഹിക ക്രമത്തെ ദൈവവും പ്രതിനിധീകരിച്ചു. 'ദൈവബലിക്ക് കോലാടിനെ എങ്ങനെ മുറിക്കണം, കാളയെ എങ്ങനെ അറുക്കണം, അവയുടെ രക്തം എങ്ങനെ തളിക്കണം, പ്രാവിനെ എങ്ങനെ കഴുത്ത് ഞെരിച്ച് കൊല്ലണം അതിനെ എങ്ങനെ ദഹിപ്പിക്കണം' എന്നെല്ലാം മോശയ്ക്ക് ദൈവം വിശദീകരിച്ചു നൽകുന്നുണ്ട്.

പിൽക്കാലത്ത് ഇസ്ലാം മതത്തിൽ ഹദീസുകളിലും മറ്റും ജീവിതക്രമങ്ങളും ആരാധനാ ക്രമങ്ങളും വിശദീകരിക്കുമ്പോൾ ഈ നിർദ്ദേശപാരമ്പര്യം നിഴലിക്കുന്നതായി കാണാം.

പഴയനിയമ ദൈവശാസ്ത്രത്തിൽ ആണ് 'സാത്താൻ' കടന്നുവരുന്നത്. അതിനുമുമ്പ് 'നന്മയ്ക്കും തിന്മയ്ക്കും ഉത്തരവാദി' ദൈവം തന്നെയായിരുന്നു. മെസപ്പൊട്ടോമിയൻ ഭാവനയാണ് യഹൂദമതത്തെ സാത്താൻ ഭാവനയിലേക്ക് നയിച്ചതെന്ന് ദൈവശാസ്ത്രജ്ഞർ പറയുന്നു. ബാബിലോണിയയിലൂടെ കടന്നുവന്നപ്പോഴാണ് ഈ വിശ്വാസം യഹൂദരിൽ സന്നിവേശിപ്പിക്കപ്പെടുന്നത്. ബാബിലോണിയയിലെ പാഴ്സി മതം (സൊരാഷ്ട്രിയൻമതം) ഇത്തരമൊരു വിശ്വാസം പുലർത്തിയിരുന്നു. പിന്നീട് പുതിയനിയമത്തിലൂടെ ക്രിസ്തുമതത്തിലേക്കും *ഖുർ-ആനി*ലൂടെ ഇസ്ലാം മതത്തിലേക്കും മറ്റ് പല മത സിദ്ധാന്തങ്ങളിലേക്കും വിശ്വാസങ്ങളിലേക്കും സാത്താൻ, ശെയ്ത്താൻ, പിശാച് എന്നീ പേരുകളിൽ തിന്മയുടെ പ്രതീകമായി ജീവിക്കുന്നു. ആ ചിന്തയിലൂടെ തങ്ങളുടെ ദൈവത്തെ മതങ്ങൾ തിന്മയുടെ കാരണക്കാരനിൽനിന്നും വിമോചിപ്പിച്ച് സൂക്ഷിച്ചു. ക്രിസ്തുമത ചിന്തകളിൽ പ്രചരിക്കുന്ന ഒരു കഥയുണ്ട്. ഒരിക്കൽ ദൈവവും പിശാചും തമ്മിൽ കൂടിക്കാഴ്ച നടന്നു. അപ്പോൾ പിശാച് ദൈവത്തോട് ചോദിച്ചു; എന്തെങ്കിലും ആഗ്രഹങ്ങളോ താല്പര്യങ്ങളോ ഇല്ലാതെ നിന്നെ ആരെങ്കിലും പ്രാർത്ഥിക്കുന്നുണ്ടോ എന്ന്? കാരണം ഇത്തരം താല്പര്യങ്ങൾ കൂടിയാണ് ദൈവവിശ്വാസം എന്ന് പിശാച് പതറാതെ പറഞ്ഞുവയ്ക്കുകയാണ്.

ഇയ്യോബിന്റെ പുസ്തകം

ദൈവം മനുഷ്യനോട് പറയാൻ ആഗ്രഹിക്കുന്ന കാര്യങ്ങൾ അന്യോപദേശകഥകളായി പഴയ നിയമത്തിൽ വരുന്നുവെന്നാണ് ക്രൈസ്തവ പണ്ഡിതരുടെ വിലയിരുത്തലുകൾ. ക്രിസ്തുവിന്റെ വരവിന്റെ പശ്ചാത്തലം ആയി പഴയനിയമത്തെ കണക്കാക്കുന്നു. 'എന്റെ ദൈവം' എന്ന് യേശുവിനാൽ വിളിക്കപ്പെട്ട യഹോവയെ പറയാതെ ക്രിസ്തുമതം വിശദീകരിക്കാൻ കഴിയില്ല. അതാണ് പഴയ നിയമത്തിന്റെ വിശ്വാസപ്രാധാന്യം. ക്രിസ്തുവിന്റെ മനുഷ്യാവതാരത്തെയും പഴയനിയമം മുന്നോട്ടുവയ്ക്കുന്നു.

ലോകത്ത് ഏറ്റവും പ്രമുഖരായ മൂന്ന് എഴുത്തുകാർ ആരൊക്കെ എന്ന ചോദ്യത്തിന് പല പാശ്ചാത്യചിന്തകരും മുന്നോട്ടുവച്ച ഉത്തരം, വില്യം ഷേക്സ്പിയർ, ഡോസ്റ്റോവ്സ്കി, *ഇയ്യോബിന്റെ പുസ്തകം* എന്ന ഗ്രന്ഥത്തിന്റെ കർത്താവ് എന്നിവരെന്നാണ്. പ്രാചീന യഹൂദരുടെ ഏറ്റവും മികച്ച സംഭാവനയായി *ഇയ്യോബിന്റെ പുസ്തകം* കണക്കാക്കുന്നു.

'സൃഷ്ടിയുടെ പ്രഹേളികാ സൗന്ദര്യം' എന്ന വാക്കു ഉപയോഗിച്ചാണ് കെ.പി.അപ്പൻ ഈ ഗ്രന്ഥത്തെ പരിശോധിക്കുന്നത്.[5] ധാരാളം ചിന്തകരെ ഈ ഗ്രന്ഥനിരൂപണത്തിൽ കെ.പി.അപ്പൻ മുന്നോട്ടുവയ്ക്കുന്നു. 'കാരണമില്ലാത്ത ദുഃഖത്തിന്റെയും മനുഷ്യന്റെ അഹംബോധത്തിന്റെയും കഥ പറയുന്ന ലോകത്തെ ഏറ്റവും മികച്ച കലാസൃഷ്ടിയാണിതെന്ന് ഡി.എച്ച്.ലോറൻസ് പറയുന്നു. നിങ്ങൾക്ക് നിങ്ങളുടെ ആന്തരികതയുടെ കഥ വേണമെങ്കിൽ ഈ പുസ്തകം കാണാനും ലോറൻസ് കൂട്ടിച്ചേർക്കുന്നു. *ഇയ്യോബിന്റെ പുസ്തക* കർത്താവ് ആരെന്ന് വ്യക്തമല്ല. ഏതോ നാടോടിക്കഥ ഒരു തികഞ്ഞ എഴുത്തുകാരന്റെ കൈയിൽ എത്തപ്പെട്ടപ്പോൾ അത് മനോഹരമായ ഒരു കലാസൃഷ്ടിയായി മാറി. ഇതിലും കൂട്ടിച്ചേർക്കലുകൾ

ഉണ്ടായിക്കാണാമെന്ന് പലരും നിരീക്ഷിക്കുന്നതായി കെ.പി.അപ്പൻ ചൂണ്ടി ക്കാട്ടുന്നു.

'അന്വേഷിച്ച് അറിയാനാവാത്ത കാര്യങ്ങളുടെ കാവ്യമാണ് *ഇയ്യോബിന്റെ പുസ്തകം*. അത് അതിന്റെ രൂപംകൊണ്ട് നമ്മെ വിരട്ടുകയും ദർശ നംകൊണ്ട് നമ്മെ ഭയചകിതരാക്കുകയും ചെയ്യുന്നു'[6]

'നീതിമാൻമാർ കഷ്ടപ്പെടുന്നത് എന്തുകൊണ്ട്' എന്ന ദാർശനിക പ്രശ്നം ഈ പുസ്തകം ഉന്നയിക്കുന്നു. ഊസ് ദേശത്തിലെ ഇയ്യോബ് നീതിമാനായിരുന്നു. നിഷ്കളങ്കനും ദൈവത്തിന്റെ ദാസനുമായിരുന്നു. തിന്മയെ അവൻ ഒഴിവാക്കിയിരുന്നു. അവന് ഏഴു പുത്രൻമാരും മൂന്ന് പുത്രിമാരുമുണ്ടായിരുന്നു. അവന് വലിയ സമ്പത്തും ധാരാളം ദാസന്മാരും ഉണ്ടായിരുന്നു. ദൈവത്തിന്റെ പ്രിയപ്പെട്ട മനുഷ്യനായിരുന്നു ഇയ്യോബ്. എന്നാൽ ഒരു നാൾ ദൈവത്തിന്റെ സന്നിധിയിൽവച്ച് ഇയ്യോബിന്റെ ഭക്തിയെ സാത്താൻ ചോദ്യം ചെയ്തു. അവന്റെ ഭക്തി തികവുറ്റതല്ലെന്നും അവന്റെ സമ്പത്ത് എടുത്ത് കളഞ്ഞാൽ നേർക്ക് നേരെ നിന്ന് അവൻ ദൈവത്തെ തള്ളിപ്പറയു'മെന്നും സാത്താൻ വാദിച്ചു. ഇയ്യോബിനെ തിന്മ യുടെ വാൾകൊണ്ട് പരീക്ഷിക്കാൻ ദൈവം തീരുമാനിച്ചു.

'ഭീഷണമായ സ്പർശത്താൽ ദൈവം അവന്റെ സൗഭാഗ്യത്തെ എടുത്തു കളഞ്ഞു. അയാളുടെ മൃഗങ്ങളെ ഇല്ലാതാക്കി. ആകാശത്തു നിന്നും ദൈവത്തിന്റെ തീ ഇറങ്ങിവന്ന് അയാളുടെ ദാസന്മാരെയും ആടുകളെയും കത്തിച്ചുകളഞ്ഞു. മരുഭൂമിയിൽ നിന്നും കൊടുങ്കാറ്റ് അയച്ച് അയാളുടെ പുത്രന്മാരെയും പുത്രിമാരെയും നശിപ്പിച്ചു. എന്നാൽ ഇയ്യോബ് ദൈവത്തിന് നേരെ തിരിഞ്ഞില്ല. അമ്മയുടെ ഉദരത്തിൽനിന്നും നഗ്നനായി വന്ന താൻ നഗ്നനായി തന്നെ മടങ്ങാൻ തയ്യാറാണെന്നു മേലങ്കി ഊരിക്ക ളഞ്ഞ് സന്തോഷപൂർവ്വം അറിയിച്ചു. അയാൾ തിന്മ വിചാരിച്ചില്ല. ദൈവ ത്തിനുമേൽ കുറ്റം ആരോപിച്ചില്ല. പകരം യഹോവയുടെ നാമത്തെ വാഴ്ത്തി.'

കാരണമില്ലാത്ത ദുഃഖങ്ങൾക്ക് തൃപ്തി തരാതെ ഈ കൃതി പ്രഹേ ളികയായി അവശേഷിക്കുന്നു. അതായത് ജീവിതത്തെയും തിന്മയെയും സംബന്ധിക്കുന്ന ദുരൂഹത ഈ കൃതി നിലനിർത്തുന്നു. മനുഷ്യന്റെ ധാര ണയ്ക്ക് കീഴടങ്ങാൻ വിസമ്മതിക്കുന്ന ഈ ദുരൂഹതയാണ് ഈ കൃതി വീണ്ടും വീണ്ടും ലോകം ചർച്ച ചെയ്യപ്പെടുന്ന കാരണമെന്ന് നിരൂപകർ വിലയിരുത്തുന്നു. ധാരാളം സുഹൃത്തുക്കളും സമൂഹവും ദുരന്തത്തിനിര യായ ഇയ്യോബിനോട് ദൈവത്തെ തള്ളിപ്പറയാൻ ആവശ്യപ്പെടുന്നുവെ ങ്കിലും അയാൾ അതിന് തയ്യാറാകുന്നില്ല എന്ന് പ്രഖ്യാപിക്കുന്ന ഈ ആശയം പുതിയ നിയമത്തിന് കടന്നുവരാനും യേശുവിന് പാതയൊരു ക്കാനും നിമിത്തമാകുന്നു.

ഈ കൃതിയുടെ ഉദാത്തമായ സൗന്ദര്യബോധം സൃഷ്ടിക്കുന്നില്ലെ ങ്കിലും മിക്കവാറും എല്ലാ ലോക സമൂഹങ്ങളിലും ദൈവം മനുഷ്യനെ പരീക്ഷിക്കുന്നതിന്റെയും അതിൽപ്പെട്ട് പിടഞ്ഞിട്ടും ദൈവത്തെ നിരാക

രിക്കാത്ത ഉജ്ജ്വലകഥാപാത്രങ്ങളെയും അവതരിപ്പിക്കുന്ന നിരവധി കഥാസന്ദർഭങ്ങൾ കാണാം. ദൈവചിന്തയെ സാധൂകരിക്കുന്ന ഏറ്റവും വലിയ പ്രത്യയശാസ്ത്രവൽക്കരണമാണ് ഇത്തരം കഥകളിലൂടെ നടപ്പാക്കുന്നത്. ഇന്ത്യയിലെ പ്രഹ്ളാദന്റെയും ഹിരണ്യ കശിപുവിന്റെയും കഥ ഇത്തരമൊന്ന് വെളിവാക്കുന്നതാണ്. ദസ്തയേവ്സ്കിയുടെ *കാരമസോവ് സഹോദരൻമാർ* എന്ന കൃതി ഇതിന്റെ മറുവശം ചർച്ചചെയ്യുന്നു. 'എന്തുകൊണ്ടാണ് നിരപരാധികൾ യാതനയ്ക്ക് വിധേയരാകുന്നത്? എന്ന ചോദ്യം ദസ്തയേവ്സ്കി മുന്നോട്ടുവയ്ക്കുന്നു.

സാമ്പത്തിക സിദ്ധാന്തങ്ങൾ

യഥാർത്ഥത്തിൽ ഇതിന്റെ സാമൂഹികവശം ചർച്ചചെയ്യാൻ മതങ്ങൾ പൊതുവെ തയ്യാറല്ല. മുൻജന്മ പാപമെന്നും, ദൈവത്തിന്റെ പരീക്ഷണമെന്നും, ദൈവത്തിന്റെ വിലക്കുകളെ നിരാകരിച്ചതിന്റെ പേരിലാണെന്നും എല്ലാമുള്ള കാവ്യാത്മക വിശദീകരണം മതദർശനങ്ങൾ ലോകത്തിനു മുന്നിൽ സഹസ്രാബ്ദങ്ങളായി അവതരിപ്പിക്കുന്നു. ആദ്യകാല ക്രൈസ്തവ ദർശനം ഒരു പടി മുന്നോട്ടു കടന്ന് ധനവാന് സ്വർഗത്തിൽ സ്ഥാനമില്ലെന്ന പ്രഖ്യാപനം പോലും നടത്തി. എന്നാൽ മാർട്ടിൻ ലൂഥറിന്റെ പ്രൊട്ടസ്റ്റന്റ് ആശയങ്ങൾ വികസിച്ചപ്പോൾ ദാരിദ്ര്യത്തെ മാത്രം പരിഗണിച്ചാൽ പോരെന്നു വന്നു. 'ദൈവം ആഗ്രഹിക്കുന്നവർക്ക് കൂടുതൽ സമ്പത്തുണ്ടാക്കാൻ കഴിയും' എന്ന ആശയം കാൽവിനും, മാർട്ടിൻലൂഥറും മുന്നോട്ടുവച്ചു. സമ്പന്നന് യേശു നിഷേധിച്ച സ്വർഗകവാടം ലൂഥർ തുറന്നു നൽകി. ഈ ആശയം വികസിപ്പിച്ച് നിരീക്ഷച്ചത് മാക്സ് വെബ്ബാർ ആണ്. 'മുതലാളിത്തത്തിലേക്കുള്ള യൂറോപ്പിന്റെ പരിവർത്തനത്തിന് രാസത്വരകമായി വർത്തിച്ചത് മാർട്ടിൻ ലൂഥറിന്റെയും മറ്റും സഭാനവീകരണ പ്രസ്ഥാനങ്ങളാണ്' എന്ന് വെബ്ബർ പറഞ്ഞു. 'ചരിത്രത്തിന്റെ പ്രത്യേക മുഹൂർത്തത്തിൽ യേശുവിന്റെ കരുണയും മുതലാളിത്തത്തിന്റെ ദുരാർത്തിയും സമന്വയിക്കപ്പെട്ടു' എന്ന് വെബ്ബർ കൂട്ടിച്ചേർത്തു.

'കൂടുതൽ കടുത്ത വിശ്വാസവും സമ്പത്തിനുവേണ്ടിയുള്ള കൂടുതൽ കടുത്ത ആഗ്രഹവും ഒന്നിച്ച് വേണമെന്നായി. ദാരിദ്ര്യമല്ല സമ്പത്താണ് നല്ല ക്രിസ്തീയ മാതൃക എന്നുവന്നു.'

ക്രിസ്തുവും മാർക്സും

ഇതിൽ നിന്നാണ് മതത്തിന്റെ ഗുണാത്മക വശം വിശദീകരിച്ചതോടൊപ്പം ദാരിദ്ര്യവും അസമത്വവും ദൈവ നിശ്ചയമല്ലെന്ന് കാൾ മാർക്സ് സിദ്ധാന്തിച്ചത്. ദാരിദ്ര്യം ദൈവനിശ്ചയമാണെന്ന് കരുതുന്നത് ചൂഷക ശക്തികൾക്ക് ബലം നൽകലാണ്. ഒരുവന്റെ അധ്വാനത്തെ മറ്റൊരുവൻ ചൂഷണം ചെയ്തുണ്ടാക്കുന്ന മിച്ചമൂല്യം വഴി, മൂലധനം വളർത്തുകയും ആ മൂലധനം വീണ്ടും ചൂഷണത്തിന് ഉപയോഗിച്ച് അതിസമ്പന്നരാകുകയും ചെയ്യുന്ന സാമൂഹിക പ്രക്രിയയുടെ ബാലപാഠം ജനങ്ങൾക്കു പകർന്നു നൽകിക്കൊണ്ടാണ് മാർക്സ് രംഗപ്രവേശം ചെയ്യുന്നത്. അതുകൊണ്ട് 'മതം സാമൂഹിക സാഹചര്യങ്ങളുടെ സൃഷ്ടിയാണെന്ന്' മാർക്സ് പറഞ്ഞു. മനുഷ്യന്റെ ദുരിതവും ദുഃഖവും സമർപ്പിക്കാൻ ഉള്ള അവന്റെ അത്താണിയാണ് മതം. സാമൂഹിക സാഹചര്യം എന്ന ഭൗതിക യാഥാർത്ഥ്യം മതത്തെ സൃഷ്ടിക്കുമ്പോൾ അത് ആശയം ഉൽപ്പാദിപ്പിക്കും. ആ ആശയം വീണ്ടും ഭൗതിക സാഹചര്യത്തെ സ്വാധീനിക്കും. ഇത് പരസ്പര ബന്ധിതമാണ്. വെബ്ബർ മാർക്സിസ്റ്റ് ആയിരുന്നില്ല. വെബ്ബർ മതം ഉപയോഗിച്ച് മുതലാളിത്തം പടുത്തുയർത്തുന്നതായാണ് നിരീക്ഷിച്ചത്. മാർക്സ് മതത്തെ നിരാകരിക്കുന്നില്ല; മാത്രമല്ല മതത്തിന്റെ ആശ്വാസ ഇടപെടലിനെ സാധൂകരിക്കുകയും ചെയ്യുന്നു. എന്നാൽ ആത്യന്തികമായി സമ്പത്ത് കേന്ദ്രീകരിക്കുന്ന മുതലാളിത്ത ഘടന പൊളിച്ചെഴുതണമെന്ന് വാദിച്ചുറപ്പിക്കുകയും ആ കർത്തവ്യം മതവിശ്വാസികളായ പണിയെടുക്കുന്നവന്റേതു കൂടിയാണെന്ന് ഓർമ്മപ്പെടുത്തുകയും ചെയ്തു. 'സൂചിക്കുഴലിലൂടെ ഒട്ടകം കടന്നുപോയാലും' സംഭവിക്കാത്ത ഒരു കാര്യമായി സമ്പന്നരുടെ സ്വർഗ പ്രവേശനത്തെ കണക്കാക്കുന്ന യേശുവിനോട് മാർക്സിസം പേർത്തും പേർത്തും ചേർന്നുനിൽക്കുന്നുവെന്ന് അംഗീകരിക്കാൻ മടിക്കുന്നത് മാർട്ടിൻ ലൂഥർ, കാൽവിൻ സിദ്ധാന്തം മാത്രം സ്വീകരിക്കുന്നവരും യേശുവിനെ സൗകര്യപൂർവ്വം മറക്കുന്നവരുമാണ്.

മതത്തെക്കുറിച്ച് മാർക്സ് നടത്തിയ നിരീക്ഷണം ലോകത്ത് ഏറ്റവും ക്ലാസിക്കലായ രൂപകമാണ്. എന്നാൽ ലോകത്ത് ഏറ്റവും കൂടുതൽ ദുർവ്യാഖ്യാനം ചെയ്ത വാക്കുകളിൽ ഒന്നുകൂടിയായി ഇത് ചരിത്രത്തിൽ ഇടം പിടിച്ചു.

'ഹൃദയമില്ലാത്ത ലോകത്തിന്റെ ഹൃദയമാണ് മതം. ആത്മാവില്ലാത്ത ലോകത്തിന്റെ ആത്മാവാണ് മതം. മർദ്ദിതന്റെ നെടുവീർപ്പാണ് മതം. ജനതയുടെ കറുപ്പാണ് മതം. (Heart of the Heartless world, spirit of the spiritless world, sign of the opressed; opium of the people)

ഇതിൽ ജനതയുടെ കറുപ്പ് എന്നുപറഞ്ഞാൽ സന്ദർഭം നോക്കേണ്ടതുണ്ട്. അദ്ദേഹത്തിന്റെ കാലത്ത്(19-ാം നൂറ്റാണ്ടിൽ) അനസ്തേഷ്യയ്ക്ക് ഉപയോഗിച്ച മരുന്നാണ് കറുപ്പ്. അതായത് താൽക്കാലിക ആശ്വാസദായിനിയാണ് മതം എന്നാണ് മാർക്സ് വിവക്ഷിച്ചത്. കടുത്ത അർബുദം ഉള്ളവർക്ക് കറുപ്പ് നൽകി വേദന കുറയ്ക്കുന്ന പതിവും മാർക്സിന്റെ ഈ നിരീക്ഷണത്തിൽ സൂചിതമാകുന്നുണ്ട്. ആദ്യത്തെ മൂന്ന് വാചകങ്ങളും മറച്ചുപിടിച്ച് അവസാനത്തെ വാചകത്തെ വെളിച്ചത്തിൽ നിർത്തി വിചാരണ ചെയ്യുന്നവർ അതിന്റെ നിഷേധവശം മാത്രമേ കാണുന്നുള്ളൂ. ഒരു മരണവീട്ടിൽചെന്ന് ബന്ധുക്കളെ ആശ്വസിപ്പിക്കുന്നവർ; 'മരിച്ചയാളെ ദൈവം വിളിച്ചുവെന്ന് കരുതിയാൽ മതി' എന്ന് പറയുന്നത് വലിയ ആശ്വാസ വാചകമാണ്. ദുഃഖത്തെ ലഘൂകരിക്കാൻ ഇത് താൽക്കാലിക ആശ്വാസം ആയി പ്രവർത്തിക്കും. പക്ഷേ, ഇതിന് യാഥാർത്ഥ്യവുമായി ബന്ധമില്ലതാനും!

അതായത് ജനങ്ങളുടെ അടിസ്ഥാന പ്രശ്നങ്ങൾക്ക് പരിഹാരം കാണാൻ മതത്തിന് ആവില്ല. അതിന് അസമത്വാധിഷ്ഠിത ജീവിതവ്യവസ്ഥ ഉന്മൂലനം ചെയ്യേണ്ടതുണ്ട്. എന്നാൽ ജീവിതവ്യഥകളിൽ പെട്ടുഴലുന്ന മനുഷ്യന് മതം മാർക്സ് ആദ്യം പറഞ്ഞ വാചകങ്ങളെപ്പോലെ ആശ്വാസമായി പ്രവർത്തിക്കുകയും ചെയ്യുന്നു. ഇങ്ങനെ മതത്തിന്റെ ധന്യാത്മക ലോകത്തെ ഏറ്റവും മനോഹരമായി നിവർത്തി കാണിച്ച തത്വചിന്തകൻ കൂടി ആയിരുന്നു കാൾമാർക്സ്.

'ക്രിസ്ത്യൻ പശ്ചാത്തലം ഒരു വ്യക്തി മരണപ്പെടുകയും പിന്നീട് ഉയിർത്തെഴുന്നേൽക്കപ്പെടുകയും ചെയ്യും എന്നുള്ള കാഴ്ചപ്പാടാണ്... ഈ ആശയങ്ങൾ മനുഷ്യന് പ്രത്യാശ കൊടുക്കാനുള്ള ഒരാശയം എന്ന നിലയിൽ മാത്രമാണ് ക്രിസ്ത്യാനിറ്റി മുന്നോട്ട് വയ്ക്കുന്നത്. നമ്മളുടെ ജീവിതത്തിന്റെ അന്ത്യത്തിനുശേഷം അനന്തമായ ഒരു ശൂന്യതയാണ്. നമ്മൾക്ക് ഒന്നും ഇല്ല എന്ന അവസ്ഥ ഒരു മനുഷ്യനെ ഭ്രാന്തമായ അവസ്ഥയിൽ എത്തിക്കും. അതിനപ്പുറത്തേക്ക്, നീ വീണ്ടും തിരിച്ചുവരും, നിനക്ക് ജീവനുണ്ടാകും, നീ നിന്റെ ബന്ധുക്കളെ വീണ്ടും കാണും എന്ന പ്രത്യാശ, സുഖമായ ഒരു മരണത്തിനുള്ള ഔഷധമായിട്ടാണ് കാണേണ്ടത്.... മതത്തിന്റെ കാപട്യം എന്തൊക്കെയാണെന്ന് മനസ്സിലാക്കിയാലും വളരെ ചെറിയ ഒരു ന്യൂനപക്ഷത്തിനേ അത് ഉൾക്കൊള്ളാനുള്ള മാനസിക സ്ഥിതിയുള്ളൂ. ഭൂരിപക്ഷത്തെ സംബന്ധിച്ച് അതിൽ അഭിരമിച്ചു ജീവിക്കുക എന്നതാണ് അവരുടെ മനസ്സമാധാനത്തിന് നല്ലത്.... ഞാൻ

ആർജ്ജിച്ച അറിവുകൾ, എന്റെ സ്വപ്നങ്ങൾ, എന്റെ സങ്കല്പങ്ങൾ ഇതെല്ലാം ശൂന്യതയായിപ്പോവുകയാണ് എന്നൊരവസ്ഥയുണ്ട്. അതിന പ്പുറത്താണ് ക്രിസ്ത്യാനികൾ ഇങ്ങനെ ചില ആശയങ്ങൾ വയ്ക്കുന്നത്. ഹിന്ദുമതമാണെങ്കിൽ പുനർജ്ജന്മം എന്ന ആശയമാണ് വയ്ക്കുന്നത്... ഞാൻ ഇതോടുകൂടി തീർന്നു പോകുന്നില്ല എന്ന തോന്നൽ.... ഇതിനപ്പു റത്ത് സ്വർഗ്ഗമുണ്ടെന്നോ നരകമുണ്ടെന്നോ അതിന് നാളെ വിധിക്കപ്പെടും എന്നോ ചിന്തിക്കുന്ന ഒരാളല്ല ഞാൻ.'[7]

മരണം ദൈവനിശ്ചയമാണെന്നും അതിനാൽ കൃത്യമായി തീയതിയും സമയവും ദൈവം കുറിച്ചുവച്ചിട്ടുണ്ടെന്നും സഹസ്രാബ്ദ ങ്ങളായി മതങ്ങൾ മുന്നോട്ടുവയ്ക്കുന്ന മരണത്തെക്കുറിച്ചുള്ള ഏറ്റവും ആശ്വാസദായകമായ വാക്കുകളാണ്. ഈ ആശ്വാസം വേദനയിൽ നിന്നു ള്ളതാണ്. ഇഷ്ടപ്പെട്ടവരെ വേർപിരിയുമ്പോഴുള്ള വേദനയ്ക്ക് മതം നൽകുന്ന വേദനസംഹാരി. യഥാർത്ഥത്തിൽ ജനിച്ചതിനെല്ലാം മരണം അനിവാര്യമാണ് എന്നതാണ് വസ്തുത. അതിന്റെ തീയതി കുറിക്കപ്പെട്ടു വെന്ന് പറയുന്നതിന് ഇന്ന് നിലനിൽപ്പില്ല. കാരണം മാനവ ഇടപെടൽമൂലം മരണം ഇന്ന് നീട്ടിവയ്ക്കാൻ കഴിയുന്നു. സഹസ്രാബ്ദങ്ങൾക്ക് മുമ്പ് 20 വയസ്സുവരെയായിരുന്നു മനുഷ്യായുസ്സ്, ഇന്ന് കേരളത്തിൽ 76-ന് മുകളി ലാണ്. പകർച്ചവ്യാധി തടയലും രോഗ ചികിത്സയ്ക്ക് ശാസ്ത്രീയവശം സ്വീകരിച്ചതും അപകടങ്ങളിൽ രക്ഷിക്കാൻ കഴിയുന്ന ആധുനിക സാങ്കേ തികവിദ്യ വളർന്നതും മരണസംഖ്യ കുറയ്ക്കുന്നുണ്ട്. ഇതാണ് യാഥാർത്ഥ്യം. എന്നാൽ ഒരാൾ മരണപ്പെട്ടാൽ ആ ആൾക്ക് അത്രയും ആയുസ്സേ ഉള്ളൂ. മനുഷ്യന് ഒന്നും ചെയ്യാൻ ഇല്ല, അത് ദൈവം നിശ്ചയി ച്ചതാണെന്ന് പറയുന്നത് ഇപ്പോഴും നിലനിൽക്കും. ഇത്തരം ആശ്വാസം നൽകുന്ന വിശ്വാസം അവന് ഗുണാത്മക ഉത്തേജനം നൽകും. ഈ വശം ആണ് മാർക്സിന്റെ നിരീക്ഷണത്തിൽ കടന്നുവരുന്ന അനേകം കാര്യ ങ്ങളിൽ ഒന്ന്.

യഥാർത്ഥത്തിൽ മാർക്സിന്റെ വാചകങ്ങളുടെ തർജ്ജമയാണ് അപ കടമായി മാറിയത്. കേവലയുക്തിവാദ രീതിയിൽ ഉള്ള തർജ്ജമ ആയി പ്പോയി അത്. മതത്തെക്കുറിച്ച് മതവിശ്വാസി അല്ലാത്ത മാർക്സ് നടത്തിയ അതിമനോഹരമായ അലങ്കാരം ദുരുപയോഗപ്പെടുത്തി. ആദ്യത്തെ മൂന്ന് വാചകങ്ങൾക്ക് ചേരുന്ന തർജ്ജമയല്ല അവസാനത്തേതിന് ലഭിച്ചത്. മതം മനുഷ്യന്റെ വേദനസംഹാരി എന്ന് ആയിരുന്നു 'ജനതയുടെ കറുപ്പാണ് മതം' എന്ന പ്രയോഗത്തിന് നൽകേണ്ട തർജ്ജമ.

കരുണാരഹിതമായ ഒരു ലോകത്ത് മതം കരുണയുടെ പാഠങ്ങൾ ചമയ്ക്കുന്നു. ആത്മാവ് ഇല്ലാത്ത, അതായത് മനസ്സാക്ഷിയും ആത്മാർത്ഥ തയും കാണിക്കാത്ത മാനവകുലത്തിന് അതിന്റെ ആവശ്യകത മതം ആവർത്തിച്ചു ഉറപ്പിക്കുന്നു. ചൂഷണത്തിനും മർദ്ദനത്തിനും വിധേയമാ കുന്നവർക്ക് ആശ്വാസത്തിന്റെ ഇളംതെന്നൽ നൽകുന്നു എന്ന് പറഞ്ഞ ആളിന്റെ അടുത്ത വാചകം, അത് വേദനാരഹിതമായ ജീവിതം വാഗ്ദാനം ചെയ്യുന്നുവെന്ന് വായിക്കുന്നതിൽ എന്ത് പിശകാണ് ഉള്ളത്. ഇത്തരം ദർശനങ്ങൾ മതത്തിൽ നിന്ന് നിരന്തരം പ്രവഹിക്കുന്നുണ്ട്.

'എന്തുടഞ്ഞുപോയാലും അതിനെ പുതുക്കിപ്പണിയാനാവുമെന്നുള്ളതാണല്ലോ അയാൾ വച്ചുനീട്ടുന്ന സുവിശേഷം. ഏറ്റവും കഠിനവും അവസാനത്തേതുമായ വീഴ്ച മരണമാണ്. അതിൽപ്പോലും നിങ്ങൾ ഉയിർത്തെഴുന്നേൽക്കുമെന്ന് ലോകത്തോട് നിരന്തരം വിളിച്ചുപറയുക.'[8]

പക്ഷേ, മാർക്സ് പറഞ്ഞതിന്റെ പൊരുൾ, മനുഷ്യർക്ക് താൽക്കാലിക ആശ്വാസത്തിനപ്പുറത്തേക്ക് പോകേണ്ടതുണ്ട്. അതിന് ഇത്തരം പ്രശ്നങ്ങളുടെ കാര്യകാരണം കണ്ടെത്തണം. അത് മനുഷ്യൻ ദൈവത്തിന്റെ വിലക്ക് ലംഘിച്ചതുകൊണ്ടല്ല. ആ വാചകം ചൂഷകർക്ക് ആശ്വാസത്തിന് വക നൽകുന്നതാണ്. ചൂഷിതർക്ക് വേണ്ടത് അത്തരം സാഹചര്യ സൃഷ്ടികൾക്കെതിരെയുള്ള പോരാട്ടമാണ് എന്നതാണ്. അതിനാൽ മാർക്സ് പറഞ്ഞത് 'ഈ ലോകത്തെ വ്യാഖ്യാനിക്കലല്ല ആവശ്യം; മറിച്ച് മാറ്റിത്തീർക്കലാണ് (It should not be interpret; But it should be change).' ലോകത്തെ ഒട്ടുമിക്ക തത്വചിന്തയും തലനാരിഴകീറി പരിശോധിച്ചിട്ട് ആണ് CE 1000-2000 എന്ന സഹസ്രാബ്ദത്തിലെ ലോകത്തിലെ ഏറ്റവും വലിയ ചിന്തകൻ ആര് എന്ന ചോദ്യവുമായി ബിബിസി നടത്തിയ സർവ്വേയിൽ മുന്നിൽ വന്ന പേരു കാരനായ കാൾമാർക്സ് ഈ ദർശനം പീഡിതലോകത്തിന് മുന്നിൽ സമർപ്പിച്ചത്.

വൈരുദ്ധ്യാത്മക ഭൗതികവാദവും കേവല ഭൗതികവാദവും രണ്ടാണ്. ആദ്യത്തേത് മാർക്സ് മുന്നോട്ടുവച്ചത് വൈരുദ്ധ്യവാദിയായ ഫൊയർബാഗിന് ബദൽ സൃഷ്ടിച്ചുകൊണ്ടും രണ്ടാമത് ആശയവാദിയായ ഹെഗലിനെ 'മറിച്ചിട്ടു'കൊണ്ടുമാണ്. വൈരുദ്ധ്യാത്മകത ദർശിച്ച മാർക്സ് മതത്തിന്റെയും വിശ്വാസത്തിന്റെയും ലോകത്തിലുള്ള സ്ഥാനത്തെ ബഹുമാനിക്കുകയും പരിഗണിക്കുകയും ചെയ്തു. പീഡിതജനതയ്ക്ക് ആശ്വാസകരമായിട്ടാണ് ചരിത്രത്തിൽ തുടക്കകാലത്ത് എല്ലാമതങ്ങളും ആവിർഭവിച്ചത്. ക്രിസ്തുവിന്റെ, യാഥാസ്ഥിതികർക്ക് എതിരെയുള്ള സമരം തന്നെ അതിനുദാഹരണമാണ്.

'യാഥാസ്ഥിതികരായ പണ്ഡിതരെയും ഭൗതികവാദികളെയും ഭരണകൂട പ്രതിനിധികളെയും സൂക്ഷിക്കുക. ഇവരിൽ കൂടുതൽ അപകടകാരികൾ, അഭിനവ യാഥാസ്ഥിതിക പണ്ഡിതന്മാരാകുന്നു' എന്നാണ് ക്രിസ്തുവചനം.

യേശുവിനെയും മുഹമ്മദ് നബിയെയും ആദ്യകാല വിപ്ലവകാരികളായിട്ടാണ് മാർക്സിസം കാണുന്നത്. അല്ലാതെ മയക്കുമരുന്ന് വ്യാപാരികളായിട്ടല്ല. വേദനസംഹാരത്തിന്റെ പ്രവാചകരാണവർ. എത്രയോ രാജ്യങ്ങളിൽ എത്രയോ വിശ്വാസികളിൽ മാർക്സിസത്തെ തകർക്കാൻ എതിരാളികളും മുതലാളിത്തചൂഷകരും തീവ്ര വർഗീയവിഭാഗവും എടുത്ത് ഉപയോഗിച്ച തെറ്റായ പദപ്രയോഗമാണ് 'മനുഷ്യരെ മയക്കുന്ന കറുപ്പ്.' മയക്കുന്ന എന്ന വിശേഷണപദം മാർക്സ് ഉപയോഗിച്ചിട്ടില്ല. മാർക്സിസത്തെ തെറ്റായി വിശേഷിപ്പിക്കാൻ അറിഞ്ഞോ അറിയാതെയോ കാരണമായി ആ വാക്ക് എതിരാളികൾ പ്രയോഗിക്കുന്നു. ഭാഷാശാസ്ത്രജ്ഞരായ ലെവിസ്ട്രോസിന്റെയും നോം ചോംസ്കിയുടെയും ഭാഷാചിന്തകളെയും വാക്കുകളുടെ പ്രയോഗത്തെയും കുറിക്കുന്ന ആധുനിക ചിന്ത വികസിച്ചിട്ടും ഇപ്പോഴും പലരും 'കറുപ്പി'ൽ നിന്ന് പുറത്ത് കടന്നിട്ടില്ല.

പാപമോചന ചീട്ട്

ക്രൈകസ്തവ സമൂഹ പരിഷ്കരണത്തിൽ ലൂഥർ നടത്തിയ ക്രിയാത്മകമായ ധാരാളം ഇടപെടലുകൾ പരിഗണിക്കപ്പെടേണ്ടതായിട്ട് ഉണ്ട്.

വിശുദ്ധരെ ആരാധിക്കുന്നതിൽ പേഗൻ വിശ്വാസാചാരങ്ങളുടെ സ്വാധീനം, പൗരോഹിത്യ മേധാവിത്വം, പരലോകചിന്തയിൽ മാത്രം മുഴുകാതെ ഇഹ ലോകജീവിതത്തെപ്പറ്റി ചിന്തിക്കൽ ഇത്തരം ആശയങ്ങൾ ലൂഥർ മുന്നോട്ടുവച്ചിരുന്നു.

യേശുവിനെ മുൻനിർത്തി മാർട്ടിൻ ലൂഥർ നടത്തിയ പോരാട്ടം യഥാർത്ഥത്തിൽ ക്രൈസ്തവ ചരിത്രത്തിലെ പ്രധാന സംഭവങ്ങളിൽ ഒന്നു തന്നെയാണ്. 'വിശ്വാസികളുടെ രക്തം ഊറ്റി കുടിക്കുന്നവൻ' എന്ന് പോപ്പിനെ നോക്കി ജർമൻകാരനായ ലൂഥർ വിളിക്കുന്നത് 34 വയസ്സുള്ളപ്പോഴാണ്. 'വിറ്റൻബർഗി'ൽ അപ്പോൾ അദ്ദേഹം അധ്യാപകനായിരുന്നു. ഇന്നത്തെ കാലത്തെപോലെ പല വിശ്വാസ വിപണനവും നിലനിന്നിരുന്ന ഒരു ഘട്ടമായിരുന്നു 16-ാം നൂറ്റാണ്ടും. അക്കാലത്ത് പോപ്പ് പണം സമാഹരിക്കാൻ കണ്ടെത്തിയ ഒരു മാർഗ്ഗമാണ് 'പാപമോചന ചീട്ട്' എന്ന സമ്പ്രദായം. ഇതിനായി അദ്ദേഹം ഒരു കർദ്ദിനാളിനെ റോമിൽ നിന്നും ജർമ്മനിയിലേക്ക് അയച്ചു. 'പാപം' എന്ന എക്കാലത്തെയും വലിയ മതദാർശനിക പ്രശ്നം കച്ചവടവൽക്കരിക്കുന്നതായി ഇത് വിലയിരുത്തപ്പെട്ടു. 'മാനവസമൂഹത്തെ പാപത്തിൽനിന്നും മോചിപ്പിക്കാനാണ്' ക്രിസ്തു ജന്മം കൊണ്ടത്. ഏദൻതോട്ടത്തിൽ വച്ച് ദൈവനിരാകരണം നടത്തിയപ്പോൾ മനുഷ്യന് ലഭിച്ച ദുരന്ത പ്രതിഫലമായിട്ടാണ് പാപത്തെ കണക്കാക്കുന്നത്. പാപത്തിന്റെ ശമ്പളമായിട്ടാണ് മരണത്തെ ക്രൈസ്തവചിന്ത കണക്കാക്കുന്നത്.

ക്രിസ്തുവിന്റെ രുധിരം കൊണ്ടാണ് പാപികളുടെ പാപം കഴുകിക്ക

ഉയുന്നത്. എന്നാൽ റോമിലെ വിശുദ്ധ പൗലോസിന്റെ പള്ളി പണിയാൻ പണം നൽകി, കൂപ്പൺ വാങ്ങിയാൽ 'പാപമോചനം ലഭിക്കും' എന്ന വിശ്വാസക്കച്ചവടം ഒരു കാലത്ത് സഭയെ പിടിച്ചുലച്ചു. 'ജീവിച്ചിരിക്കുന്നവരുടെ മാത്രമല്ല, മരിച്ചവരുടെ പാപവും ഈ 'കൂപ്പൺ' കഴുകിക്കളയും എന്ന സിദ്ധാന്തത്തെ എതിർത്തുകൊണ്ടാണ് മാർട്ടിൻ ലൂഥർ രംഗപ്രവേശം ചെയ്യുന്നത്. ഇതുൾപ്പെടെ പോപ്പിനെ വിമർശിക്കുന്ന 95 കാര്യങ്ങൾ എഴുതി വിറ്റൻബർഗ് പള്ളിക്കുമുന്നിൽ ലൂഥർ സ്ഥാപിച്ചതായി ബോബി തോമസ് ഈ സംഭവം വിശദീകരിച്ചുകൊണ്ട് സൂചിപ്പിക്കുന്നു.[9] കസൻദ് സാക്കീസിന്റെ *ക്രിസ്തുവിന്റെ അന്ത്യപ്രലോഭനങ്ങൾ* എന്ന സിനിമയിലെ ഒരു ദൃശ്യം ഈ അവസരത്തിൽ ഓർക്കാവുന്നതാണ്.

യേശുവും പത്രോസും പരിവാരങ്ങളും ദേവാലയത്തിലേക്ക് കടക്കുന്നു. അവർ അവിടുത്തെ കാഴ്ച കണ്ട് ചലനമില്ലാതെ നിൽക്കുന്നു. ദേവാലയത്തിന്റെ പടികളിൽ പണമിടപാടുകാർ, വ്യാപാരികൾ, യാചകർ, വേശ്യകൾ തുടങ്ങിയവർ തമ്പടിച്ചിട്ടുണ്ട്. ചത്വരത്തിൽ ഉയർന്ന് നിൽക്കുന്ന തിളങ്ങുന്ന വെങ്കല തിബറിയസ് സ്തൂപത്തിന്റെ മേൽ ബലിയർപ്പിക്കപ്പെട്ട മൃഗങ്ങളുടെ ചോരപ്പാടുകൾ കട്ടപിടിച്ചുനിൽക്കുന്നു. യേശു പത്രോസിന്റെ നേർക്ക് തിരിയുന്നു.

യേശു: "നമ്മളിവിടെ പ്രാർത്ഥിക്കാനാണ് വന്നത്. എന്താണ് ഇത്?"

പത്രോസ് : "പണമിടപാടുകാർ! അത് ദേവാലയത്തിന്റെ നികുതിക്കാണ്. വിരുന്നിനാണ്."

യേശു വട്ടിപ്പലിശക്കാരോട് സംസാരിക്കുന്നു.

യേശു: "ഇന്നത്തെ കൈമാറ്റം എങ്ങനെയുണ്ട്? നല്ല ലാഭമുണ്ടാക്കിയോ?"

പണമിടപാടുകാരൻ : "കൊള്ളാം. മോശമില്ല. ഞാൻ നിന്നെ സഹായിക്കണോ?"

യേശു ഒരു നിമിഷം സ്തബ്ധനായിനിന്ന്, ഉഗ്രകോപിയായി നാണയങ്ങൾ നിറഞ്ഞ കിഴി പണമിടപാടുകാരന്റെ മുഖത്തേക്ക് വലിച്ചെറിയുന്നു. യേശു, ഇപ്പോൾ കടുത്ത ദേഷ്യത്തിലാണ്. അദ്ദേഹം മേശയും മറ്റ് ഉപകരണങ്ങളും തട്ടിയെറിയുന്നു. കച്ചവടക്കാർ തങ്ങളുടെ താഴെവീണ പണം വീണ്ടെടുക്കാൻ പരക്കം പായുന്നു. ചിലർ യേശുവിന്റെ നേരെ പാഞ്ഞടുക്കുന്നു. പത്രോസ്, യൂദാസ് എന്നിവർ അവരെ തടയുന്നു. അവർക്കു നേരെ ബലം പ്രയോഗിക്കുന്നു.

യേശു: "ഇതെന്റെ പിതാവിന്റെ വീടാണ്. ഇത് ആരാധിക്കാനുള്ള ഇടമാണ്; ഇത് പണമിടപാട് കേന്ദ്രമല്ല, ചന്തയല്ല." ശിഷ്യൻമാരുടെ വലയത്തിനുള്ളിൽ കൂടി യേശു പുറത്തേക്ക് വരുന്നു.

പുരോഹിതൻ: "നസ്രേൻ, നീ എന്താണ് ചെയ്യുന്നത്?

യേശു: "ദൈവത്തിന് വലിയ വീട് ആവശ്യമില്ല. അതിന് അർച്ചനയും മൃഗരക്തവും വേണ്ട. അവന് പണവും വേണ്ട."

ഈ യേശുക്രിസ്തുവിന്റെ പേരിലാണ് ദേവാലയ തർക്കങ്ങളും

സ്വത്തു തർക്കങ്ങളും കോടതികയറ്റവും നടക്കുന്നത്. പൊൻകുരിശും ശത കോടികളുടെ പള്ളികളും അരമനകളും വിദ്യാലയങ്ങളിലെ കോഴപ്പണ വിവാദവും നടക്കുന്നത്.

'നിങ്ങളുടെ സമ്പാദ്യം എവിടെയോ നിങ്ങളുടെ ഹൃദയവും അവി ടെതന്നെയായിരിക്കും. ഈ ഭൂമിയിൽ നിക്ഷേപം കരുതിവയ്ക്കാതിരിക്കു വിൻ. തുരുമ്പും കീടങ്ങളും അവ തിന്നു നശിപ്പിക്കും.' ഈ ക്രിസ്തുവ ചനം പള്ളിച്ചുവരുകളിൽ കുറിക്കപ്പെട്ടിട്ടുണ്ട്.

സ്വകാര്യസ്വത്ത്, സ്വകാര്യനിക്ഷേപം, സാമ്പത്തിക കേന്ദ്രീകരണം ഇവയെല്ലാം ക്രിസ്തുവിനാൽ എതിർക്കപ്പെട്ടിരുന്നു.

മത കോടതികൾ

'സ്വയം പ്രകാശിക്കുന്ന എന്റെ വചനങ്ങൾക്ക് തെളിവുകൾ ആവശ്യ മില്ല. എന്നെ അനുഗമിക്കുന്നവർ ഒരിക്കലും അന്ധകാരത്തിലായിരിക്കു കയില്ല. അവർക്ക് പ്രകാശം ലഭിക്കും; അതെ, പ്രകാശവും അറിവും ലഭി ക്കും. സത്യത്തിൽ അവ രണ്ടും ഒന്നുതന്നെയാകുന്നു.'

ദൈവനിന്ദ ആരോപിക്കപ്പെട്ടവരെ ഭീകരമായി കൊലപ്പെടുത്തിയ ധാരാളം രക്തപങ്കിലമായ ചരിത്രം സഭയെ വേട്ടയാടുന്നുണ്ട്. യഥാർത്ഥ ത്തിൽ ഇത് ക്രൈസ്തവസഭയെ മാത്രം ബാധിക്കുന്ന ഒന്നല്ലെങ്കിലും തങ്ങ ളുടെ മതം, മുന്നോട്ടു വയ്ക്കുന്ന വിജ്ഞാനമാണ് അന്തിമമെന്നും അതിന് വിപരീതമായി പറയാൻ ആർക്കും അവകാശമില്ലെന്നും സഭ സ്ഥാപിക്കാൻ പരിശ്രമിച്ചത് കൊടിയ മരണം വിതച്ചുകൊണ്ടാണ്. പിൽക്കാലത്ത് പോപ്പ് ഇതിൽ പശ്ചാത്തപിക്കുകയും കുറ്റസമ്മതം നടത്തുകയും ചെയ്തത് ഭാവി ലോകത്തെ അഭിസംബോധന ചെയ്യാൻ സഭയ്ക്ക് കരുത്ത് പകരുന്നതാണ്.

മതപരിഷ്കരണവാദികൾ, സാമൂഹികപ്രവർത്തകർ എഴുത്തുകാർ, ശാസ്ത്രജ്ഞർ, ലൈംഗിക കുറ്റവാളികളായി മുദ്രകുത്തപ്പെട്ടവർ അങ്ങനെ ധാരാളം ജീവനുകളെ തീയിൽ എറിഞ്ഞ് കൊലപ്പെടുത്തുകയുണ്ടായി.

ഏറ്റവും കൂടുതൽ കറുത്തമുദ്ര സഭയ്ക്ക് സമ്മാനിച്ച കൊലയാണ് ബ്രൂണോ എന്ന ശാസ്ത്രജ്ഞന്റേത്. ഇദ്ദേഹം ഒരു പുരോഹിതൻ കൂടി യായിരുന്നു. സത്യാന്വേഷണത്തിന്റെ വഴിയിൽ സഞ്ചരിച്ച ബ്രൂണോ തന്റെ അന്വേഷണ പരിധിയിൽ സ്വർഗ്ഗം, നരകം, നിത്യത, പാപം, മരണം എന്നിവ മാത്രമല്ല തെരക്കിയിറങ്ങിയത്. പ്രപഞ്ചസമസ്യകളും തന്റെ അന്വേഷണ പരിധിയിൽ കൊണ്ടുവന്നു. ഭൂകേന്ദ്രിതമാണ് പ്രപഞ്ചം എന്ന സഭാവിശ്വാ സത്തെ ബ്രൂണോ തന്റെ ശാസ്ത്രീയ പരിശോധനയിൽ തിരുത്തിക്കുറി ച്ചു. പ്രപഞ്ചത്തിന്റെ കേന്ദ്രം ഭൂമിയല്ലെന്നും ഭൂമി അനേകം ഗോളങ്ങളിൽ ഒന്നുമാത്രമാണെന്നും ബ്രൂണോ വാദിച്ചു. പുരോഹിതാഖ്യാനങ്ങൾക്ക് വിപ രീതമായ ഈ ആശയം ഉയർത്തിയ ബ്രൂണോയെ വധിക്കാൻ സഭ നിശ്ച യിച്ചു. ബ്രൂണോ ജീവനുംകൊണ്ട് ജനീവയിലേക്ക് പാഞ്ഞു. വിവിധരാ ജ്യങ്ങളിൽ അലയേണ്ടിവന്നു. സഭ അനുനയപൂർവ്വം റോമിലേക്ക് തിരി ച്ചുവിളിച്ചു. അദ്ദേഹത്തെ തടവിലാക്കി. വിചാരണ നടത്തി. ജനക്കൂട്ടം

കാൺകെ ശാസ്ത്രസത്യം വിളിച്ചുപറഞ്ഞ ബ്രൂണോയെ ജീവനോടെ തീയിൽ എറിഞ്ഞു. സഭാസത്യത്തെ പിന്തുടരാത്തവന്റെ വാക്കുകൾ പാപത്തിൽ മുങ്ങിയതാണ്. പാപത്തിന്റെ ശമ്പളം മരണമാണല്ലോ. ക്രിസ്തുവിന്റെ ഒരു വാക്യത്തെ തങ്ങളുടെ മരണവ്യാപാരത്തിന് എങ്ങനെ പ്രയോഗിക്കാമെന്ന് പൗരോഹിത്യം തെളിയിച്ചു. ഇങ്ങനെയാണ് പല തിരുവചനങ്ങളും വ്യാഖ്യാതാക്കളുടെ വചനങ്ങളിൽ പിടഞ്ഞ് മരിക്കുന്നത്.

1600 ഫെബ്രുവരി 17 ന് ആണ് ബ്രൂണോയെ വധിക്കുന്നത്. 400 വർഷം മുമ്പ് ലോകമാകെ എത്രയോ ശാസ്ത്രജ്ഞരും കലാകാരന്മാരും സാമൂഹിക പരിഷ്കർത്താക്കളും വിശ്വാസമർപ്പിച്ച ഒരു മതത്തിന്റെ നടത്തിപ്പുകാരാണ് ഇത്തരം സത്യനിഷേധികളായി പ്രവർത്തിക്കുന്നത് എന്നതാണ് ദുര്യോഗം.

13-ാം നൂറ്റാണ്ടിലാണ് ഇൻക്വിസിഷൻ കോടതികൾ ഉണ്ടാകുന്നത് ഇതിന്റെ സ്ഥാപകൻ ഗ്രിഗറി പതിനൊന്നാമൻ എന്ന പോപ്പാണ്.

33 വർഷം കഴിഞ്ഞപ്പോൾ ഗലീലിയോ ഗലീലി എന്ന ഭൗമശാസ്ത്രജ്ഞൻ വേട്ടയാടപ്പെട്ടു. അദ്ദേഹം കോപ്പർ നിക്കസ്സിനെ പിന്തുണച്ചുവെന്നതാണ് കുറ്റം. ഭൂമിയെ സൂര്യൻ അല്ല, സൂര്യനെ ഭൂമിയാണ് ചുറ്റിക്കൊണ്ടിരിക്കുന്നത് എന്ന സിദ്ധാന്തം ഗലീലിയോയുടെ പരീക്ഷണത്തിലും സുവ്യക്തമാക്കി, അദ്ദേഹം അത് പ്രചരിപ്പിച്ചു. കപ്പൽയാത്രക്കാർ ദീർഘദൂര കാഴ്ചയ്ക്ക് ഉപയോഗിച്ച ടെലിസ്കോപ്പ് ഗലീലിയോ ആകാശത്തേക്ക് തിരിച്ചുവച്ചു. അത് വിസ്മയകാഴ്ചകൾ അദ്ദേഹത്തിന് സമ്മാനിച്ചു. മതവീക്ഷണത്തിൽ സ്വർഗവും നരകവും കിടന്നു കളിക്കുന്ന പ്രകാശ പ്രളയത്തിൽ പ്രാപഞ്ചിക ഗോളങ്ങളുടെ അതിവേഗ പാച്ചിലുകൾ അദ്ദേഹം ദർശിച്ചു.

മതപുരോഹിതൻമാർ അദ്ദേഹത്തെ പിടികൂടി വിചാരണ നടത്തി. ബ്രൂണോയുടെ ചിത കെട്ടടങ്ങാതെ ജ്വലിച്ചുനിൽക്കുന്നത് കണ്ട ആ മഹാശാസ്ത്രജ്ഞൻ അന്ധകാരയുഗത്തിന്റെ പ്രവാചകന്മാർക്ക് മുന്നിൽ താൻ കണ്ട സത്യത്തെ നിഷേധിച്ചു. സത്യാന്വേഷണത്തിനായി ജീവൻ കുരിശിൽ ബലികഴിച്ച ഒരു മഹാഗുരുവിന്റെ പേരിൽ നിർമിക്കപ്പെട്ടു മതകോടതിക്ക് ആവശ്യം സത്യനിഷേധമായിരുന്നു. ജീവിതാന്ത്യംവരെ പീഡിതനായി ഗലീലിയോയ്ക്ക് തന്റെ സിദ്ധാന്തത്തെ തള്ളിക്കൊണ്ട് ദുരിതപൂർണ്ണമായി കഴിയേണ്ടിവന്നു.

എന്നാൽ ശാസ്ത്ര സത്യം പറയുന്നവരെ മാത്രമല്ല, സഭയെ ശുദ്ധീകരിക്കാൻ പരിശ്രമിച്ച ക്രിസ്തു ദാർശനികരെ, മറിയം കന്യകയായിരുന്നുവെന്ന് ഉറക്കെപറയാൻ മടിച്ചവരെ, യേശുവിന്റെ ഉയർത്തെഴുന്നേൽപ്പിലെ യുക്തിയെ ചോദ്യംചെയ്തവരെ, സ്ഥാപകയോഹന്നാന്റെ പങ്കിൽ വ്യത്യസ്തമായ അഭിപ്രായം പങ്കുവച്ചവരെ എല്ലാ ദൈവനിന്ദ അഥവ ഫാഷണത (Heresy) ആരോപിച്ച തീയിലിട്ട് കൊന്നിരുന്നു.

ബോബിതോമസ് പറയുന്നത് ക്രിസ്തുമത വിശ്വാസത്തിന്

വ്യത്യസ്തമായൊരു വ്യാഖ്യാനം നൽകിയ കഥാറുകൾ എന്ന ക്രിസ്തുമത വിഭാഗക്കാർക്ക് നേരെ നടന്ന മതവിചാര വേട്ടകളാണ് ഇൻക്വിസിഷൻ എന്ന മതവിചാരണ സ്ഥാപനത്തിന്റെ രൂപീകരണത്തിന് കാരണമായത് എന്നാണ്. 1234 ൽ ഓഗസ്റ്റിൽ കഥാറുകളിൽപെട്ട ഒരു രോഗഗ്രസ്തയായ സ്ത്രീയെ കട്ടിലോടെ തീയിലെറിഞ്ഞുകൊന്ന സംഭവം ഒരു ഡോമനിക്കൻ സന്യാസിയുടെ വീക്ഷണത്തിൽ അദ്ദേഹം വിശദീകരിക്കുന്നുണ്ട്.[10]

കത്തോലിക്കസഭ മാത്രമല്ല മാർട്ടിൻലൂഥറിന്റെ പ്രൊട്ടസ്റ്റന്റ് സഭയും മതവാദിനികളായി പ്രവർത്തിച്ചിരുന്ന സ്ത്രീകളെ തീയിലെറിഞ്ഞ് കൊന്നിട്ടുണ്ട്. 1782 ൽ ആണ് അവസാന മതവാദിനി കൊലനടന്നതായി കാണുന്നത്. 1829 ൽ ആണ് ഇന്ത്യയിൽ സ്ത്രീകൾ വെന്തുപിടഞ്ഞിരുന്ന ബ്രാഹ്മണവാദികളുടെ സതി സമ്പ്രദായത്തിന് നിയമതടസ്സമുണ്ടാകുന്നത്.

സ്നാപകയോഹന്നാനിൽ നിന്ന് യേശുക്രിസ്തുവിലേക്ക്

യഹൂദമതത്തിലെ അനീതിയേയും മാനവവിരുദ്ധതയേയും ചെറുത്തുകൊണ്ടാണ് ക്രിസ്തു തന്റെ സാന്നിദ്ധ്യം ഉറപ്പിക്കുന്നത്. ഈ കടന്നുവരവിനെ യഥാർത്ഥത്തിൽ വിളംബരം ചെയ്യുന്നത് സ്നാപകയോഹന്നാനാണ്. 'സർപ്പസന്തതികളെ, പാപത്തിൽനിന്ന് വഴിമാറുവിൻ' എന്ന ആഹ്വാനമാണ് അദ്ദേഹം മുഴക്കിയത്. 'യേശുവിന്റെ ജീവിതകാലത്ത് യേശുവിനേക്കാൾ പ്രസിദ്ധനായ ആത്മീയപ്രവർത്തകൻ' എന്നാണ് യോഹന്നാനെ വിശേഷിപ്പിക്കുന്നത്. കർത്താവിന് വഴിയൊരുക്കിയ അന്ത്യപ്രവാചകനായി ക്രിസ്ത്യാനികളിൽ ഭൂരിഭാഗവും കണക്കാക്കുന്നയാൾ: യോഹന്നാൻ യേശുവിനെ സ്നാനപ്പെടുത്തുമ്പോൾ മുഴങ്ങിയ ദേവ ശബ്ദമായിട്ടാണ് 'ഇവൻ എന്റെ പ്രിയപുത്രൻ' എന്ന വാക്യത്തെ കണക്കാക്കുന്നത്. യേശുവിന്റെയും യോഹന്നാന്റെ അനുയായികൾ തമ്മിൽ രണ്ടാംനൂറ്റാണ്ടിൽ ആരാണ് യഥാർത്ഥ ദൈവപുത്രൻ എന്ന് തർക്കിക്കുകയും വലിയ സംഘർഷങ്ങൾ സൃഷ്ടിക്കുകയും ചെയ്തിട്ടുണ്ട്. 'അവന്റെ ചെരുപ്പിന്റെ വാറഴിക്കാൻ ഞാൻ യോഗ്യനല്ല' എന്ന സ്നാപക യോഹന്നാന്റെ 'വാക്കുകൾ' പിൽക്കാലത്ത് യേശുവിനെ പ്രസക്തനാക്കാൻ ഉപയോഗിച്ചതാണെന്ന് വിലയിരുത്തുന്ന ചിന്തകരും സുലഭമാണ്. ഏതായാലും സ്നാപകയോഹന്നാന്റെ ശിരഛേദത്തിന് ശേഷമാണ് ക്രിസ്തുവിന് പരിഗണന ലഭിക്കുന്നത്. എന്നാൽ അവർ തമ്മിൽ ഭിന്നത നിലനിന്നിരുന്നതായി സൂചനകൾ കാണുന്നുമില്ല. തർക്കം അനുയായികൾ തമ്മിലായിരുന്നു. പിന്നീട് വന്ന യോഹന്നാൻ എന്ന സുവിശേഷകൻ സ്നാപകയോഹന്നാനെ വില കുറച്ചാണ് വിളംബരം ചെയ്തത്.

'ആദിയിൽ വചനം ഉണ്ടായിരുന്നു; വചനം ദൈവത്തോടു കൂടെയായിരുന്നു; വചനം ദൈവം ആയിരുന്നു. അവൻ ആദിയിൽ ദൈവത്തോട് കൂടെ ആയിരുന്നു. സാകല്യം അവൻ കാരണം ഉണ്ടായി. ഉണ്ടായത് ഒന്നും അവനെ കൂടാതെ ഉണ്ടായതല്ല. വചനം യേശു എന്ന മനുഷ്യരൂപം പ്രാപിച്ചു' എന്നിങ്ങനെയാണ്.

യോഹന്നാന്റെ സുവിശേഷം

മാർക്കോസ്, മത്തായി, ലൂക്കോസ് എന്നിവരാണ് യേശുവിന്റേതായി കരുതുന്ന വചനങ്ങളെ സുവിശേഷത്തിൽ കൊണ്ടുവരുന്നത്. യേശു ഒന്നും തന്നെ ലിഖിതപ്പെടുത്തിയ ആളായിരുന്നില്ല. ടോൾസ്റ്റോയി *യേശുവിന്റെ ജീവിതം* എന്ന ഗ്രന്ഥത്തിൽ ഇവരുടെ വാക്കുകൾ മാത്രമെ പരിഗണിക്കുന്നുള്ളൂ. പിന്നീട് ഉള്ള കൂട്ടിച്ചേർക്കലുകളെ എല്ലാം നിരാകരിച്ചുകൊണ്ടാണ് ലോകപ്രശസ്തനായ എഴുത്തുകാരൻ യേശുവിന്റെ ദർശനങ്ങളെ ആത്മാവിൽ ചേർത്ത് പ്രദർശിപ്പിക്കുന്നത്. 'യേശു പഠിപ്പിച്ച കാര്യങ്ങൾ കൃത്യമായി അറിഞ്ഞ് വിശ്വസിക്കുന്നവരെ സംബന്ധിച്ചിടത്തോളം അത്ഭുതകഥകൾക്ക് പ്രസക്തിയില്ലെ'[11]ന്നാണ് ടോൾസ്റ്റോയിയുടെ മതം.

'സ്നാപകയോഹന്നാനെ ഗർഭം ധരിക്കുന്നത്, സ്നാപകന്റെ ജനനം, കാരാഗൃഹവാസം, മരണം, യേശുവിന്റെ ജനനം, യേശുവിന്റെ വംശാവലി, യേശുവിനെയുംകൊണ്ട് അമ്മ ഈജിപ്തിലേക്ക് നടത്തുന്ന പലായനം, കാനായിലും കഫർനാമിലുമൊക്കെ യേശു പ്രവചിച്ചതായി സുവിശേഷകാരന്മാർ അവകാശപ്പെടുന്ന അത്ഭുതപ്രവൃത്തികൾ, പ്രേതബാധ ഒഴിപ്പിക്കൽ, യേശു കടലിന് മീതെ നടക്കുന്നത്, മരിച്ചവരെ ഉയിർപ്പിക്കുന്നത്, യേശുവിന്റെ ഉയിർത്തെഴുന്നേല്പ്, എല്ലാറ്റിനുമുപരിയായി യേശുവിന്റെ ജീവിതത്തിലൂടെ പൂർത്തീകരിക്കപ്പെട്ടതായി പറയപ്പെടുന്ന പ്രവചനങ്ങളെ കുറിച്ചുള്ള പരാമർശങ്ങൾ എന്നിവയെല്ലാം ഞാൻ പൂർണ്ണമായും ഒഴിവാക്കിയിരിക്കുന്നു' എന്നാണ് ടോൾസ്റ്റോയി പ്രസ്താവിച്ചത്.

യേശുവിന്റെ തിരോധാനത്തിനുശേഷം വർഷങ്ങൾ കഴിഞ്ഞാണ് അദ്ദേഹത്തിന്റെ വചനങ്ങൾ ലിഖിതപ്പെടുത്തിയത്. അതായത് ടോൾസ്റ്റോയ് നിരീക്ഷിക്കുന്നത് യേശു പറയാത്ത ധാരാളം കാര്യങ്ങൾ പിൽക്കാല സുവിശേഷകർ അദ്ദേഹത്തിന്റെ വായിൽ തിരുകിയിട്ടുണ്ടെ

ന്നാണ്. നാലാം നൂറ്റാണ്ടുമുതലാണ് സുവിശേഷങ്ങൾ ലഭ്യമായിത്തുടങ്ങിയത്. ഇതിൽ ഏതാണ്ട് അരലക്ഷം കൂട്ടിച്ചേർക്കലുകൾ പതിനെട്ടാം നൂറ്റാണ്ടുവരെ ഉണ്ടായതായി കണക്കാക്കുന്നു. 'ക്രിസ്തുമതത്തെ വെളിപാടായോ, ചരിത്രത്തിൽ സംഭവിച്ച വികാസമായോ അല്ല ടോൾസ്റ്റോയി കണക്കാക്കിയത്; മറിച്ച് ജീവിതത്തിന് അർത്ഥം നൽകുന്ന ഒരു സിദ്ധാന്തമായാണ് അദ്ദേഹം കണ്ടത്. യേശു ദൈവമായിരുന്നില്ലെന്നോ, അദ്ദേഹത്തിന്റെ സിദ്ധാന്തങ്ങൾക്ക് ദൈവികപരിവേഷം ഇല്ലെന്നോ എല്ലാറ്റിലുമുപരിയായി യേശു കത്തോലിക്കൻ ആയിരുന്നില്ലെന്നോ എന്നൊക്കെ തെളിയിക്കുക എന്നതല്ല പ്രധാനപ്പെട്ട കാര്യം; മറിച്ച് അദ്ദേഹം പഠിപ്പിച്ച കാര്യങ്ങളുടെ അന്തഃസത്ത കണ്ടെത്തുകയും അത് മനസ്സിലാക്കുകയും ചെയ്യുക എന്നതാണ്'[12] പ്രധാന കാര്യം.

ആരാധനാലയങ്ങളെക്കുറിച്ച് യേശു നടത്തിയ നിയാമക തത്ത്വങ്ങൾ എല്ലാ ആരാധനാലയങ്ങൾക്കും ഒരുപോലെ ബാധകമാക്കാൻ കഴിയുന്നതാണ്. ദൈവത്തിന് ബലിയർപ്പിക്കാൻ കൊണ്ടുവന്ന മൃഗങ്ങളെയും പക്ഷികളെയും തുറന്നുവിട്ടുകൊണ്ടാണ് യേശു ഈ കാര്യങ്ങൾ പറഞ്ഞത്.

> ജറുസലേമിലെ ദേവാലയമല്ല ദൈവത്തിന്റെ ഭവനം. നിത്യതയുടെ ഭവനം ഇതാകുന്നുവെന്ന വ്യാജപ്രചരണത്തിൽ നിങ്ങൾ വിശ്വസിക്കരുത്. നിങ്ങൾ നിങ്ങളുടെ ജീവിതത്തെ മാറ്റിമറിക്കുക. കുറ്റം വിധിക്കരുത്. അപരിചിതരെയും വിധവകളെയും അനാഥരെയും പീഡിപ്പിക്കരുത്. നിങ്ങൾ നിഷ്കളങ്കരുടെ ചോര ചിന്തുകയും അരുത്. ദൈവത്തിന്റെ ഭവനത്തിൽ കടന്നുചെന്ന് തിന്മ ചെയ്യരുത്. ആ ഭവനത്തെ കള്ളൻമാരുടെയും പിടിച്ചുപറിക്കാരുടെയും ആലയമാക്കി മാറ്റരുത്... നിങ്ങളുടെ നിവേദ്യങ്ങളല്ല; മറിച്ച് നിങ്ങൾ തമ്മിൽ തമ്മിൽ ഉള്ള സ്നേഹമാണ് ദൈവമായ എന്നെ ആനന്ദിപ്പിക്കുന്നത്... മനുഷ്യർ പരസ്പരം സ്നേഹിക്കുമ്പോൾ ആണ് ജീവനുള്ള ദേവാലയം യാഥാർത്ഥ്യമാകുന്നത്. ... പിതാവ് ആത്മാവാകുന്നു. അവനെ വണങ്ങേണ്ടത് ആത്മാവിലാകുന്നു.
>
> ...നിങ്ങൾ യാഥാസ്ഥിതികർ പുറമേ മാത്രം കഴുകി വൃത്തിയാക്കുന്നു. എന്നാൽ, ഉള്ളിൽ ശുദ്ധി വരുത്തുന്നില്ല. മറ്റുള്ളവരിൽ നിന്നും ഒന്നും മറച്ചുവയ്ക്കാതിരിക്കുക. അപ്പോൾ എല്ലാം ശുദ്ധമായിത്തീരുന്നതാണ്.
>
> ...വെറുക്കുകയോ നിന്ദിക്കുകയോ ചെയ്യാതിരിക്കുക ...നിയമപരമായി ഒന്നായിച്ചേർന്നവളുമൊത്ത് ജീവിക്കുക. ഒരിക്കലും ആളെ ഉപേക്ഷിക്കാതിരിക്കുക. ....ഒരിക്കലും ആർക്കുമുമ്പിലും ആണയിടരുത്. ശരിയെങ്കിൽ ശരിയെന്നും തെറ്റെങ്കിൽ തെറ്റെന്നും പറയുക. ആണയിടൽ തിന്മ ആകുന്നു.... മറ്റുള്ളവർ നിങ്ങൾക്ക് ഏതൊക്കെ ദ്രോഹങ്ങൾ പ്രവർത്തിച്ചാലും അവരെ എതിർക്കു

> കയോ കുറ്റം വിധിക്കുകയോ കോടതി കയറ്റുകയോ പരാതിപ്പെടുകയോ ശിക്ഷിക്കുകയോ അരുത്... പിതാവിന്റെ മുന്നിൽ ഏത് ദേശത്തെയും ജനങ്ങൾ സമന്മാരാകുന്നു.

ഈ കല്പനകളെ സംഗ്രഹിച്ചുകൊണ്ട് യേശു പറഞ്ഞത് "മറ്റുള്ളവർ നിങ്ങളോട് എന്ത് പ്രവർത്തിക്കണമെന്ന് നിങ്ങൾ ആഗ്രഹിക്കുമോ അവരോടും അപ്രകാരം തന്നെ ചെയ്യുവിൻ."

"നിലം ഉഴുന്നയാൾ പിന്നിലേക്ക് നോക്കിക്കൊണ്ടിരുന്നാൽ അവന്റെ ജോലി നടക്കില്ല. നിന്നെ പിന്നോട്ടു വലിച്ചുകൊണ്ടിരിക്കുന്ന കാര്യങ്ങൾ എത്രതന്നെ ശക്തമായിരുന്നുകൊള്ളട്ടെ പിന്നാക്കം നോക്കിക്കൊണ്ടിരുന്നാൽ നിനക്ക് നിന്റെ നിലം ഉഴുത് മറിക്കാനാവില്ല."

"ഒരു ലോകം മുഴുവൻ നേടിയാലും സ്വന്തം ആത്മാവിനെ നഷ്ടപ്പെടുത്തുന്നുവെങ്കിൽ എന്തുകാര്യം?"

"ദൈവശുശ്രൂഷയ്ക്ക് ധനികർ അവർക്ക് ആവശ്യം ഉള്ള പണത്തിൽ കൂടുതലുള്ളത് (അധികമായത്) നിക്ഷേപിക്കുമ്പോൾ ദരിദ്രർ അവർക്കുള്ളത് മുഴുവൻ നിക്ഷേപിക്കുന്നു."

"അൽഭുതങ്ങളിൽ വിശ്വസിക്കുന്നത് യഥാർത്ഥ വിശ്വാസം."

ക്രിസ്തുവും സ്ത്രീകളും

പുരുഷനോടൊപ്പമുള്ള ജന്മമായി മതങ്ങളും മതഗ്രന്ഥങ്ങളും സ്ത്രീയെ പരിഗണിക്കുന്നില്ല. മനുഷ്യൻ എന്നാൽ പുരുഷൻ എന്നാണ് *ബൈബിളി*ലും ഉണർത്തിവിട്ട ആശയം. 'മണ്ണ് കുഴച്ച് ദൈവം സ്വന്തം രൂപത്തിന് സമാനമായ ഒന്ന് ഉണ്ടാക്കി. അതിന്റെ മൂക്കിൽ ഊതി. അതിന് ജീവൻവച്ചു. അപ്പോൾ സൃഷ്ടിക്കപ്പെട്ടവന്റെ ഏകാന്തത ദൈവത്തെ അലട്ടി. അതിന്റെ വാരിയെല്ലിൽ നിന്നും സഹജീവിയെ സൃഷ്ടിച്ചു. അതാണ് പെണ്ണ്. പുരുഷനും സ്ത്രീയും. പ്രഥമജന്മം പുരുഷന്റേതും ദ്വിതീയജന്മം സ്ത്രീയുടേതും. പുരുഷാധിപത്യസമൂഹത്തിന്റെ ഭാവന വികസിച്ചപ്പോൾ സ്ത്രീ പുരുഷന് താഴെയായി!

മാനവകുലത്തിന്റെ പാപധാരണത്തിനും വീഴ്ചയ്ക്കും കാരണഭൂതമാകുന്നത് സ്ത്രീയുടെ ചാപല്യമാണ്. ആദം, ഹവ്വ എന്ന രണ്ട് പേരിൽ സ്ത്രീയായ ഹവ്വ ഏദൻതോട്ടത്തിൽവച്ച് പാപത്തിന്റെ കനി ഭക്ഷിക്കാൻ ആദത്തോട്, സർപ്പപ്രേരണയാൽ ആവശ്യപ്പെടുന്നു. ഇങ്ങനെ സ്ത്രീ പാപവാഹകയായി. പാവം പുരുഷൻ! അവൾ നിർബന്ധിച്ചപ്പോൾ പാപത്തിന് ഇരയാകേണ്ടതായിവന്നു.

'പൗലോസ് സ്ത്രീയുടെ രണ്ടാംപൗരത്വം പ്രഖ്യാപിച്ചു. സ്ത്രീ ആത്മാവില്ലാത്തവളാണെന്ന് വിശുദ്ധ അഗസ്തിനോസ് കരുതി. സ്ത്രീയെ സുന്ദരമായ തിന്മയെന്നാണ് സഭാപിതാവായ ജോൺ ക്രിസോസ്റ്റും കരുതിയത്. ഹവ്വയെ പിശാചിന്റെ പ്രവേശന കവാടമായി സഭാപിതാവായ ത്രിത്തില്ലനും വിശേഷിപ്പിച്ചു. അനുസരണക്കേട് കാട്ടിയ ഹവ്വ മരണത്തെ ആനയിച്ചു. ഒടുവിൽ ദൈവപുത്രനുപോലും കുരിശിൽ മരണം വരിക്കേണ്ടിവന്നു.' *The myth of the Godess* എന്ന കൃതിയെ വിശകലനം ചെയ്തുകൊണ്ട് ബോബി തോമസിന്റെ നിരീക്ഷണമാണിത്.[13]

പാപത്തിന്റെ കാരണക്കാരിയായി സഭ കണ്ടത് സ്ത്രീശരീരത്തെയാ

ണ്. വിജയിച്ച ഇസ്രയേലുകാർ (യഹോവയുടെ നേതൃത്വത്തിൽ) കൊള്ളമുതൽ പങ്കുവെച്ചപ്പോൾ അക്കൂട്ടത്തിൽ പുരുഷന്റെ കൂടെ ശയിച്ചിട്ടില്ലാത്ത മുപ്പതിനായിരം സ്ത്രീകളും ഉണ്ടായിരുന്നു എന്ന പരാമർശം (സംഖ്യ 31:34) തന്നെ സ്ത്രീകൾ, യുദ്ധത്തിൽ കൈവശപ്പെടുത്തിയ സ്ഥാവര ജംഗമ വസ്തുക്കളെ പോലെയുള്ള ഒരു ചരക്ക് മാത്രമാണെന്നാണ്. പുരുഷസ്പർശം ഏൽക്കാത്തവർ കുറച്ചുകൂടി 'മൂല്യം' ഉള്ള വസ്തുവാണ്.

'പ്രലോഭനങ്ങൾക്കടിപ്പെട്ട് ചാപല്യംകൊണ്ട് മനുഷ്യർക്ക് സ്വർഗ്ഗരാജ്യം നഷ്ടപ്പെടുത്തിയവൾ' എന്ന അപഖ്യാതിയാണ് *ബൈബിൾ* കല്പിക്കുന്നത്. പൗലോസിന്റെ പ്രധാനപ്പെട്ട ഒരു വിലയിരുത്തൽ ഇത് സംബന്ധിച്ച് പുതിയ നിയമത്തിൽ കാണുന്നത് ഇങ്ങനെയാണ്.

'പുരുഷന്റെ ശിരസ്സ് ക്രിസ്തുവും സ്ത്രീയുടെ ശിരസ്സ് ഭർത്താവും ക്രിസ്തുവിന്റെ ശിരസ്സ് ദൈവവുമാണെന്ന് ഞാൻ ആഗ്രഹിക്കുന്നു... പുരുഷൻ ദൈവത്തിന്റെ പ്രതിച്ഛായയും മഹിമയുമാകയാൽ അവൻ തലമൂടരുത്. സ്ത്രീയാകട്ടെ പുരുഷന്റെ മഹിമയാണ്. പുരുഷൻ സ്ത്രീയിൽനിന്നല്ല, സ്ത്രീ പുരുഷനിൽ നിന്നാണ് ഉണ്ടായത്. പുരുഷൻ സൃഷ്ടിക്കപ്പെട്ടത് സ്ത്രീക്കുവേണ്ടിയല്ല, സ്ത്രീ സൃഷ്ടിക്കപ്പെട്ടത് പുരുഷനുവേണ്ടിയാണ്.'

പഴയനിയമത്തിലും പുതിയ നിയമത്തിലും ഇത്തരം സ്ത്രീവിരുദ്ധമായ ധാരാളം പരാമർശങ്ങൾ കാണാം. അക്കാലത്തെ പിതൃദായക്രമത്തിന്റെ ഉൽപ്പന്നം കൂടിയാണ് ഇത്തരം സുഭാഷിതങ്ങൾ. പഴയനിയമം ചരിത്രത്തിൽ ഗോത്ര ജീവിതമാണ്. തികച്ചും ഏകാധിപതികളായ ഗോത്രത്തലവൻമാരാണ് ഭരണാധികാരികൾ. സ്ത്രീകൾ ഇവർക്ക് ആടുമാടുകളോടൊപ്പമുള്ള മറ്റൊരു ജീവി മാത്രമാണ്. പുരുഷന്, അത് പിതാവും, പുത്രനുമാകാം. ആവശ്യാനുസരണം ലൈംഗികാവശ്യങ്ങൾക്കുള്ള ഉപകരണം മാത്രമായിരുന്നു സ്ത്രീ. എന്നാൽ പഴയനിയമചരിത്രത്തിൽ ദെബോറ എന്ന ഒരു പെൺപ്രവാചക കടന്നുവരുന്നുണ്ട്. 'ശിരസ്സുമൂടിയിരിക്കേണ്ട സ്ത്രീയും ശിരസ്സ് മൂടേണ്ടതില്ലാത്ത പുരുഷനും' എന്ന പൗലോസിന്റെ സിദ്ധാന്തത്തെ പിന്തുടർന്നുകൊണ്ടാണ് പള്ളികളിലേക്ക് സ്ത്രീപുരുഷന്മാർ പോകുന്നത്. 'സ്ത്രീയുടെ ശിരസ്സ് പുരുഷനും, പുരുഷന്റെ ശിരസ്സ് ക്രിസ്തുവും ക്രിസ്തുവിന്റെ ശിരസ്സ് ദൈവവുമാകുമ്പോൾ ഒരു ശൃംഖല രൂപപ്പെടുകയാണ്. ഏറ്റവും മുകളിൽ ദൈവവും താഴെയറ്റം സ്ത്രീയും.' ഹിന്ദുമതത്തിൽ ബ്രഹ്മാവിന്റെ മുഖത്തുനിന്ന് ബ്രാഹ്മണൻ ഉണ്ടാകുന്നുവെന്ന സങ്കല്പനത്തിന്റെ പുരുഷപതിപ്പാണ് പൗലോസിന്റെ പുരുഷൻ.

എന്നാൽ ക്രിസ്തുവിൽ ഇങ്ങനെ ഒരു വിവേചനം കണ്ടെത്തുക പ്രയാസമാണ്. അദ്ദേഹത്തിന് നേർക്കുള്ള ഒരു പരാതി 13 ശിഷ്യരിൽ പെണ്ണ് ഇല്ല എന്നുള്ളതാണ്. എന്നാൽ സ്ത്രീവിദ്വേഷ പ്രസ്താവന യേശുവിന്റെ ഭാഗത്തുനിന്ന് ഉണ്ടായിട്ടില്ല. 'പുരുഷനും സ്ത്രീയും പരസ്പരം വസ്ത്രമായി പ്രവർത്തിക്കുക' എന്നത് അക്കാലത്ത് ഉയർത്താൻ കഴിയുന്ന ഏറ്റവും മികച്ച രൂപകമാണ്.

ക്രിസ്തുമതത്തിന് അടിത്തറപാകിയ പൗലോസിന്റെ സിദ്ധാന്തം ആണ് സഭകൾ പിന്തുടരുന്നത് എന്നതാണ് പിൽക്കാലത്ത് ഇതര മതങ്ങളെ പോലെ ക്രൈസ്തവ മതവും സ്ത്രീവിരുദ്ധമാകാൻ കാരണം.

1947-ൽ കുമ്റാൻ എന്ന സ്ഥലത്തെ പൗരാണിക ഗുഹകളിൽ നിന്ന് യദൃച്ഛയാ കണ്ടെത്തുന്ന ചില ചുരുളുകളിൽ ക്രിസ്തുവിന് ശേഷമുള്ള ഏതാണ്ട് രണ്ടര നൂറ്റാണ്ടുകാലത്തെ എസ്സീനികൾ എന്നു വിളിക്കപ്പെടുന്ന സന്യാസിമാരുടെ കുറിപ്പുകൾ കാണാം. ഇത് പൊതുവെ യഹൂദ നിയമാവലികളാണ്. ഇതുകൂടാതെ 1945-ൽ ഈജിപ്തിൽനിന്നും കണ്ടെടുത്ത പൗരാണിക രേഖകളും യഹൂദജീവിത പരാമർശങ്ങൾ വെളിപ്പെടുത്തുന്നതായി ചരിത്രകാരന്മാർ പറയുന്നു. ഇവയിൽ ഏദൻതോട്ടത്തിലെ പാപിയായ സ്ത്രീയല്ല ദൃശ്യമാകുന്നത്. പിതൃദായക്കാർ കൂട്ടിച്ചേർത്തതാണ് സ്ത്രീയെ ആപത്തിന്റെ പ്രതീകമാക്കുന്ന കഥയെന്ന് സൂചനയുണ്ട്. യേശു മഗ്ദലന മറിയത്തെ ചുംബിച്ചിരുന്നുവെന്ന് ഇതിൽ സൂചനയുണ്ടെന്ന് വിശദീകരിക്കപ്പെടുന്നുണ്ട്. ഇതിൽ മൂന്ന് മറിയമാർ കടന്നുവരുന്നു. ഒന്ന് മാതാവായ മറിയം, രണ്ട് സഹോദരിയായ മറിയം, മൂന്ന് സഹചാരിയായ മറിയം. ഒരുപക്ഷേ, ഒരു പുരുഷന്റെ മുന്നിൽ മൂന്ന് ഭാവത്തിൽ കാണുന്ന സ്ത്രീ പ്രതീകമായി ഇതിനെ വിലയിരുത്താവുന്നതാണ്. എന്നാൽ യേശുവിന് മാതാവായ മറിയം എന്നതൊഴിച്ചുള്ള ഒരു വീക്ഷണവും സഭ അംഗീകരിക്കുന്നില്ല. സ്ത്രീയെ ചേർത്തുപിടിക്കുന്ന ദൈവത്തെ പിതൃദായക്രമ സമൂഹം അംഗീകരിക്കുന്നത് എങ്ങനെ?

പുരുഷദൈവം മാത്രമുള്ള ക്രൈസ്തവ മതം ആ കുറവ് ഏകദേശം അഞ്ചാം നൂറ്റാണ്ടോടെ പരിഹരിച്ചു. കത്തോലിക്കാ സഭ മാതാവായ മറിയത്തിന് പ്രാധാന്യം നൽകി ഉയർത്തി. യഹൂദപൂർവ്വ ദൈവാരാധനയിൽ ഭാരതത്തിൽ പൗരാണിക കാലത്ത് നിലനിന്നതുപോലെ അമ്മ ദൈവാരാധന ഉണ്ടായിരുന്നു. യഹൂദമതവും ക്രിസ്തുമതവും ഇതിനെ തള്ളി. പുരുഷനെ മാത്രമേ 'ആരാധനയ്ക്കർഹൻ' ആക്കാവൂ എന്ന വീക്ഷണം ഉയർത്തിപ്പിടിച്ചു. എന്നാൽ അഞ്ചാം നൂറ്റാണ്ടിൽ 'ദൈവമാതാവ്' എന്ന സ്ഥാനം ഔദ്യോഗികമായി സഭ കല്പിച്ചുനൽകി. *ബൈബിളിൽ* സൂചിപ്പിക്കാത്ത മറിയത്തിന്റെ ജനനവും മരണവും കുടുംബവുമെല്ലാം രണ്ടാം നൂറ്റാണ്ടോടെ ക്രമേണ പ്രചരിപ്പിക്കപ്പെട്ടു. CE 431 ലെ സൂനഹദോസിൽ ആണ് മറിയത്തെ ദൈവമാക്കുന്നത്. തുടർന്ന് മാതാവിന്റെ പേരിൽ പള്ളികളായി. പേഗൻ പാരമ്പര്യത്തിലെ കേന്ദ്രങ്ങളിലെ ദേവതകളുടെ സ്ഥാനത്ത് അത്തരം ആരാധനാലയങ്ങളിലെ വിഗ്രഹം മാറ്റി മാതാവിനെ സ്ഥാപിച്ചു. ഇന്ത്യയിൽ ബുദ്ധമതകേന്ദ്രങ്ങളിൽ ഹിന്ദു ദൈവങ്ങൾ സ്ഥാപിക്കപ്പെട്ടതുപോലെ! അങ്ങനെയാണ് ജൂപ്പിറ്റർ ദേവന്റെ ഭാര്യയായ ജൂണോ ദേവിയുടെ ക്ഷേത്രത്തിന് പകരം റോമിൽ മറിയത്തിന്റെ ദേവാലയം സ്ഥാപിച്ചത്. ഇതുപോലെ മറിയത്തിനുമുമ്പുള്ള ദേവതകളായ സിബെലി, ആഫ്രോഡൈറ്റ, സെമിറ്റർ, അസ്റ്റാർട്ട്, ഐസിസ്, ഹാതോർ, ഇനാന്ന, ഇഷ്താർ എന്നിവരുടെയെല്ലാം ദേവീ ഭാവം മറിയയിലേക്ക് പകർന്നു; പഴയ ദേവതാലയങ്ങൾ 'വിശുദ്ധ കന്യകാമറിയ'ത്തിന്റെ പുതിയ പള്ളികളായി.

'1950 നവംബർ ഒന്നിന് പോപ്പ് പീയൂസ് 12-ാമൻ മറിയ ഉടലോടെ സ്വർഗ്ഗത്തിൽ പോവുകയായിരുന്നുവെന്ന് വത്തിക്കാനിൽ പ്രസ്താവിച്ചു. അഞ്ചാം നൂറ്റാണ്ടോടെ തന്നെ പ്രചാരത്തിലുണ്ടായിരുന്ന ഈ മിത്തിനെ 20-ാം നൂറ്റാണ്ടോടെ സഭ ഔദ്യോഗികമായ വിശ്വാസമാക്കി മാറ്റുകയായിരുന്നു.'[14]

മറിയത്തെ ക്രിസ്തുവിനോളമോ അതിനടുത്തോ സങ്കൽപ്പിച്ച് ആരാധനാമൂർത്തിയാക്കിയെങ്കിലും ഇസ്ലാമിലും ഹിന്ദുമതത്തിലും പോലെ സ്ത്രീ ബഹുമാനിക്കപ്പെടേണ്ടവളാണെന്ന് സ്ഥാപിച്ച്, മാതൃഭാവത്തെ ഉദാത്തവൽക്കരിച്ച്, മാതൃത്വം പ്രദാനം ചെയ്യുന്ന സ്ത്രീയെ 'പാപി'യാക്കി തുണിയിൽ പൊതിഞ്ഞ് പുരുഷാഭീഷ്ടത്തിനായി ഒതുക്കി നിർത്താനാണ് ക്രൈസ്തവസഭയും പരിശ്രമിച്ചുകൊണ്ടിരിക്കുന്നത്.

'മനുഷ്യൻ ശിശുവായി സ്ത്രീയുടെ ഗർഭപാത്രത്തിലേക്ക് പ്രവേശിക്കപ്പെടുന്നത് തന്നെ പാപത്തോടെ'യാണെന്ന അഗസ്തിനോസ് തിയറി തുടരുകയാണ്.

മറിയത്തെ ദൈവമാക്കി കൽപ്പിച്ചതിൽ ഉള്ള തർക്കങ്ങൾ ഇപ്പോഴും സഭയിലെ ചില കേന്ദ്രങ്ങളിൽ ഉയരുന്നുണ്ട്. അഞ്ചാംനൂറ്റാണ്ടിൽ ജീവിച്ചിരുന്ന നെസ്തോറിയസ് പറഞ്ഞത് 'യേശുവിന് ദൈവഭാവവും മനുഷ്യഭാവവും ഉണ്ട്. മനുഷ്യനായ യേശുവിന്റെ മാതാവ് മാത്രമാണ് മറിയം. അതിനാൽ ദേവമാതാവ് എന്ന് പരിഗണിക്കാൻ കഴിയില്ല' എന്ന വീക്ഷണമാണ് തർക്കത്തിൽ ഉള്ളത്. അഗസ്തിനോസിന്റെ കാലമായ അഞ്ചാം നൂറ്റാണ്ടു മുതലാണ് ക്രിസ്തുമതത്തിൽ ലൈംഗികത പാപമാണ് എന്ന സിദ്ധാന്തത്തിന് വേരുപിടിക്കുന്നത്. യഹൂദമതത്തിൽ സ്ത്രീ പുരുഷന് എല്ലാ അർത്ഥത്തിലും കീഴ്പ്പെട്ടവളായിരിക്കണം എന്ന കാഴ്ചപ്പാട് ഉണ്ടായിരുന്നെങ്കിലും ലൈംഗികതയെ പാപമായി കണ്ടിരുന്നില്ല. പരപുരുഷബന്ധവും വ്യഭിചാരവും മാത്രമേ പഴയനിയമത്തിൽ വിമർശിക്കുന്നുള്ളൂ. വിവാഹപൂർവ്വ ലൈംഗികബന്ധംപോലും പാപമായി കാണുന്നില്ല.

മാതൃഭാവം

'അവൾമൂലം പുരുഷൻ പാപത്തിൽ വീണുപോയി. ദൈവം സ്ത്രീയെ ശപിച്ചു. നീ വേദനയോടെ കുഞ്ഞുങ്ങളെ പ്രസവിക്കും.' ഇതാണ് പഴയനിയമസിദ്ധാന്തം. വേദന ഒഴിവാക്കാൻ പ്രയാസമുള്ള ഒരു ശാരീരിക അവസ്ഥയാണ്. ഗർഭധാരണം സുഖകരമായ ഒന്നും ഗർഭനിർധാരണം വേദനയേറിയതുമാണ്. ഒരു ചെറിയ ഭാഗത്തുകൂടി അതിനേക്കാൾ എത്രയോ വലിയ ഒന്ന് കടന്നുവരുമ്പോൾ വേദന സ്വാഭാവികമാണ്. ഇക്കാരണത്താൽ പുരുഷനേക്കാൾ പ്രാധാന്യം ലഭിക്കേണ്ട ഒരു ജന്മമാണ് സ്ത്രീയെന്നിരിക്കേ അത് അവളുടെ അഭിശപ്തതയായിക്കാണുന്നുവെന്നതാണ് പിതൃദായക്രമത്തിന്റെ വിവേചനം. ഉൽപ്പാദന പ്രക്രിയയിൽ സ്ത്രീപുരുഷ തുല്യതയാണെങ്കിൽ വിളവെടുപ്പ് സമയത്ത് സ്ത്രീ അധികഭാരം ചുമക്കേണ്ടിവരുന്നു, മാത്രമല്ല മനുഷ്യശിശുവിന്റെ തലച്ചോറ് ജനനസമയത്ത് തുലോം അവികസിതമാണ്. അതിനാൽ മറ്റുള്ള പ്രൈമേറ്റുകളെ അപേക്ഷിച്ച് നമ്മുടെ ശിശുക്കൾ നിസ്സഹായരാണ്. എല്ലാ പ്രൈമേറ്റുകളിലും

ജനനത്തോടുകൂടി തലച്ചോറിന്റെ വളർച്ചയുടെ വേഗത കുറയുമ്പോൾ മനുഷ്യശിശുവിന്റെ തലച്ചോറിന്റെ വളർച്ച ഒരു വർഷത്തോളം അതേ ഗതിവേഗത്തിൽ തുടരുന്നു. നമ്മുടെ തലച്ചോറ് ഒരു വലിയ പ്രൈമേറ്റിന്റെ തലച്ചോറ് വളരുന്നതുപോലെ അങ്ങ് വീർക്കുന്നു. മാതൃശരീരത്തിന് ഗർഭത്തിൽ ഇത്രയും വലിയ ഒരു തലയെ പോറ്റാൻ കഴിവില്ലാത്തതുകൊണ്ടാണ് ഇത് സംഭവിക്കുന്നത്.'[15]

ഇത് വ്യക്തമാക്കുന്നത് ഇതര തിര്യക്കുകളുടെ കുട്ടികൾ ജനിച്ചുവീണ് അൽപ്പസമയത്തിനകം സ്വയം പര്യാപ്തത നേടുന്നു. കാരണം ഒരു പരിധിവരെ അതിന്റെ തലച്ചോറ് വളർച്ചയെത്തിയതിനുശേഷമാണ് പ്രസവിക്കപ്പെടുന്നത്. എന്നാൽ മനുഷ്യശിശു വേണ്ടത്ര വളർച്ചയെത്താത്ത തലച്ചോറുമായിട്ടാണ് ജനിക്കുന്നത്. ജനിച്ചതിനുശേഷമാണ് തലച്ചോറ് വികാസം പ്രാപിക്കുന്നത്. അതിനാൽ കുഞ്ഞിന് കുറേ നാളത്തേക്ക് പരസഹായം അനിവാര്യമാണ്. പ്രസവിച്ച് അൽപ്പസമയത്തിനകം എഴുന്നേറ്റ് നടന്നുചെന്ന് പശുക്കുട്ടി തള്ളപ്പശുവിന്റെ അകിട് കുടിക്കുന്നു. മനുഷ്യശിശുവിന് ഈ പ്രാപ്തി ആ സമയത്ത് ലഭിക്കില്ല. അമ്മയുടെ പരിലാളന മറ്റ് ജീവികളേക്കാൾ കൂടുതൽ കാലം മനുഷ്യശിശുവിന് അനിവാര്യമാണ്. ഈ ജോലിയും പുരുഷനേക്കാൾ കൂടുതലായി സ്ത്രീക്ക് ചെയ്യേണ്ടതുണ്ട്.

സാമൂഹിക പുനരുൽപ്പാദന പ്രക്രിയയിലെ ഈ സ്ത്രീധർമ്മം മൂലം ഒരർത്ഥത്തിൽ പുരുഷനേക്കാൾ പ്രാധാന്യം മാനവകുലത്തിൽ സ്ത്രീക്ക് ലഭിക്കേണ്ടതുള്ളപ്പോൾ ആണ് പിതൃദായക്രമം അഥവാ പുരുഷമേധാവിത്വം, തന്റെ ബീജം സംഭരണിയിൽ സൂക്ഷിച്ച് യഥാസമയം പുറത്ത് എടുത്ത് നൽകേണ്ട പഴയ പത്തായപ്പുരയുടെ അവസ്ഥയിലേക്ക് സ്ത്രീയെ തള്ളിവിടുന്നത്. ഒരു മാതാവും പ്രസവവേദനയെ സന്തോഷമായി അനുഭവിക്കുന്നില്ല. വേദന വേദന തന്നെയാണ്. എന്നാൽ വേദനാനന്തരം അവൾക്ക് ലഭിക്കുന്ന സായൂജ്യം പ്രകൃതിയിലെ ഏറ്റവും അനുഭൂതി ദായകമായ ഒരവസ്ഥയിൽ അവളെ എത്തിക്കുന്നു. ഒരു പുരുഷന് എത്തിപ്പെടാൻ കഴിയാത്ത മാതൃഭാവത്തിന്റെ ഉദാത്തത!

മാതൃത്വം സ്ത്രീക്ക് സമ്മാനിക്കുന്നതിന്റെ കേളികൊട്ട് ഉയരുന്നത് ആർത്തവത്തോടെയാണ്. ഒരു സ്ത്രീ, പുരുഷാംശം സ്വീകരിക്കുവാൻ പ്രാപ്തമെന്ന് ശരീരം വിളംബരം ചെയ്യുന്ന പ്രക്രിയ കൂടിയാണ് ആർത്തവം. എന്നാൽ മതങ്ങളുടെ ഏറ്റവും വലിയ ശത്രുകൂടിയാണ് സ്ത്രീകളുടെ ഈ അവസ്ഥ. സ്ത്രീകളുടെയും പുരുഷന്റെയും വിസർജ്ജന പ്രക്രിയ ദേഹശുദ്ധി വരുത്തുമ്പോൾ ശുദ്ധമായി മാറുന്നു. അതിൽ പരാതിയില്ല. എന്നാൽ പുരുഷന്റേതിനേക്കാൾ അധികമായിട്ടുള്ള സ്ത്രീയുടെ പ്രക്രിയയാണ് ആർത്തവം. അത് പുരുഷനുമുണ്ടായിരുന്നെങ്കിൽ അശുദ്ധമാകില്ലായിരുന്നു. പുരുഷന് ഇല്ലാത്തതിനാലും സ്ത്രീക്ക് മാത്രമുള്ളതിനാലും സ്ത്രീയെ ശിക്ഷിക്കാൻ പറ്റിയ ഒരായുധം കൂടിയായി മത സമൂഹജീവിതത്തിൽ ആർത്തവം മാറി.

"സ്ത്രീ പ്രസവിക്കുന്നത് ആൺകുഞ്ഞിനെയാണെങ്കിൽ അവൾ ശുദ്ധീകരണത്തിനായി 33 ദിവസം കാത്തിരിക്കണമെന്നും പെൺകുഞ്ഞി

നെയാണ് പ്രസവിക്കുന്നതെങ്കിൽ 66 ദിവസം ശുദ്ധീകരണത്തിനായി കാത്തിരിക്കണമെന്നും വിശുദ്ധ ഗ്രന്ഥത്തിലെ 'ലേവ്യ'ൻ 12-ൽ പറയുന്നു. പ്രസവം കഴിഞ്ഞ് ആൺകുട്ടിയാണെങ്കിൽ 40 ദിവസത്തിനും പെൺകുട്ടിയാണെങ്കിൽ 80 ദിവസവും കഴിഞ്ഞേ പള്ളിയിൽ പ്രവേശിക്കാവൂ."[16]

'പെൺകുട്ടി ഗർഭപാത്രത്തിൽ പ്രവേശിക്കുമ്പോഴെ പാപി'യാകുകയും പ്രസവിക്കപ്പെട്ടാൽ മാതാവ് പിഴയൊടുക്കേണ്ടിവരികയും ചെയ്യുന്നതിലെ അനീതിയാണ് ഈ സമയപ്പട്ടിക വ്യക്തമാക്കുന്നത്.

ആർത്തവവും വാലായ്മയും എല്ലാം ഇരുപത്തിയൊന്നാം നൂറ്റാണ്ടിലും സ്ത്രീയെ പിൻനിരയിൽ നിർത്താൻ കാരണമായി ഉപയോഗിക്കുകയാണ്. ഏറ്റവും മികച്ച ശുചീകരണ സംവിധാനം ഉള്ള ഈ കാലത്തും പുരുഷാധിപത്യം ആർത്തവാദികളെ മറയാക്കുന്നു.

"ഞാൻ സ്ത്രീയായി ജനിക്കാതിരിക്കുന്നതിന് ദൈവമേ അങ്ങേയ്ക്ക് നന്ദി!"

സ്ത്രീകൾക്ക് വേദം പഠിക്കാൻ *മനുസ്മൃതി* പ്രകാരം അവകാശം ഇല്ലാത്തതുപോലെ യഹൂദരിലും വേദപഠനത്തിന് സ്ത്രീക്ക് അർഹതയില്ലായിരുന്നു. ആടുമാടുകളിൽ ഒന്നുമാത്രമാണ് സ്ത്രീ. 12 വയസ്സുവരെയുള്ള പെൺകുട്ടികളെ അടിമകളായി വിൽക്കാൻ പിതാവിന് അവകാശമുണ്ടായിരുന്നു. ഇസ്ലാംമതത്തിൽ സ്ത്രീകളെ സാക്ഷിയായി അംഗീകരിക്കില്ലെന്ന് ചില ഹദീസുകളിൽ പറയുന്നത് യഹൂദമതത്തിൽ നിന്നും ലഭിച്ചതാകാനാണ് സാധ്യത. ക്രിസ്തു ഇതിനെല്ലാമെതിരെയാണ് ചാട്ടവാർ എടുത്തതെങ്കിൽ ക്രിസ്തുവിന്റെ പിന്മുറക്കാർ പുരുഷാധിപത്യത്തെ കൈവിടാൻ തയ്യാറാകുന്നില്ല.

സന്യസ്തനായ ഫ്രാൻസിസിന്റെ പേര് സ്വീകരിച്ച മാർപ്പാപ്പയായ ഫ്രാൻസിസ് മാർപ്പാപ്പ "പുരുഷന്റെ വാരിയെല്ലിൽനിന്ന് സ്ത്രീയെ സൃഷ്ടിച്ചു എന്ന *ബൈബിൾ* പരാമർശം ഒരുതരത്തിലും സ്ത്രീ, പുരുഷന്റെ താഴെയാണെന്നല്ല സൂചിപ്പിക്കുന്നത്. മറിച്ച് സ്ത്രീപുരുഷന്മാർ ഒരേ സത്തയാണ്; പരസ്പര പൂരകവുമാണ്. പുരുഷൻ ഉറങ്ങിക്കിടക്കുമ്പോൾ സ്ത്രീയെ സൃഷ്ടിച്ചു എന്ന വാക്യം സൂചിപ്പിക്കുന്നത്, സ്ത്രീയുടെ സൃഷ്ടിയിൽ പുരുഷന് യാതൊരു പങ്കുമില്ലെന്നും സ്ത്രീ പൂർണമായും പുരുഷനെപ്പോലെ ദൈവത്തിന്റെ മാത്രം സൃഷ്ടിയാണെന്നുമാണ്. അതുകൊണ്ട് വാരിയെല്ലിന്റെ പേര് പറഞ്ഞ് ആരും സ്ത്രീയെ തരംതാഴ്ത്തേണ്ടതില്ല" എന്നാണ് സെന്റ് പീറ്റേഴ്സ് അങ്കണത്തിൽ പ്രഖ്യാപിച്ചത്. എന്നാൽ പുരുഷ മേധാവിത്വത്തിന് വിരുദ്ധമായി കർത്താവ് പറഞ്ഞാലും അനുസരിക്കാൻ സഭ തയ്യാറല്ല.

"അവൾ പഴത്തിന്റെ പകുതി ഭർത്താവിന് കൊടുത്തത് സ്നേഹം കൊണ്ടാണ്. വേണ്ട, എന്ന് ഭർത്താവ് പറഞ്ഞില്ലല്ലോ. പഴത്തിന്റെ പകുതി തിന്ന പുരുഷനെയും ദൈവം ശിക്ഷിച്ചു - നിന്റെ നെറ്റിയിലെ വിയർപ്പുകൊണ്ട് അപ്പം ഭക്ഷിക്കണം. പുരുഷനും സ്ത്രീയും തെറ്റുചെയ്തു. ഇരുവരെയും തെറ്റിന്റെ ഏറ്റക്കുറവ് അനുസരിച്ച് ദൈവം ശിക്ഷിക്കുകയും ചെയ്തു. ആ അധ്യായം അവിടെ അവസാനിച്ചു. അതിന്റെ പേരിൽ പിന്നീ

ടാർക്കും ആരെയും ശിക്ഷിക്കാൻ അവകാശമില്ലെന്നിരിക്കെ മതനേതൃത്വം സ്ത്രീയെ മാത്രം ശിക്ഷിച്ചുകൊണ്ടിരിക്കുന്നു. ഇത് അനീതിയാണ്.'[17]

ഉൽപ്പത്തി പുസ്തകത്തിൽ (3:6) ഈ കാര്യം സൂചിപ്പിക്കുന്നത് 'ആ വൃക്ഷത്തിന്റെ പഴം ആസ്വാദ്യവും കണ്ണിനു കൗതുകകരവും അറിവേകാൻ കഴിയുമെന്നതിനാൽ അഭികാമ്യവും ആണെന്നു കണ്ട് അവൾ അത് പറിച്ചുതിന്നു. ഭർത്താവിനും കൊടുത്തു. അവനും തിന്നു.

ഈ കഥ പോലും യഥാർത്ഥത്തിൽ സ്ത്രീയടിമത്തത്തെ രൂപപ്പെടുത്താൻ പുരുഷാധിപത്യ ഘടന നിർമ്മിച്ചെടുത്തതാണ്. പുരുഷാധിപത്യത്തെ അരക്കിട്ടുറപ്പിക്കുന്നതിനായി ഓരോ കഥയും ദൈവത്തിന്റെ പേരിൽ നിർമ്മിച്ച് വിപണനം ചെയ്യുന്ന രീതിയാണ് ചരിത്രത്തിൽ ഉടനീളം കാണാൻ കഴിയുന്നത്.

ക്രിസ്തു കുരിശേറ്റപ്പെട്ടപ്പോൾ ഈ മേധാവിത്വ വിഭാഗമായ പുരുഷനെ ആരും കണ്ടില്ല. ഭയന്ന് ഓടിയ പുരുഷവൃന്ദത്തെയാണ് അവിടെ കാണാൻ കഴിഞ്ഞത്. എന്നാൽ വേദനയുടെ തീവ്രത അറിയാവുന്ന സ്ത്രീകൾ ഓടിപ്പോയില്ല. ലൂക്കയുടെ സുവിശേഷം പറയുന്നത് "അവനെ കുറിച്ചു വിലപിക്കുകയും കരയുകയും ചെയ്യുന്ന സ്ത്രീകളടക്കം വലിയൊരു ജനക്കൂട്ടം അവനെ അനുഗമിച്ചു" എന്നാണ്.

ആദ്യം ഓടിയെത്തി മുൾക്കിരീടം അണിഞ്ഞ ക്രിസ്തുവിന്റെ മുഖം കൈയിൽ വാങ്ങി രക്തം തുടച്ചത് വെറോണിക്ക എന്ന സ്ത്രീയായിരുന്നു. യോഹന്നാൻ സുവിശേഷത്തിൽ ഇങ്ങനെ കാണുന്നു. "യേശുവിന്റെ കുരിശിനടുക്കൽ അവന്റെ അമ്മയും അമ്മയുടെ സഹോദരിയും ക്ലെയോപ്പാസിന്റെ ഭാര്യയായ മറിയവും മഗ്ദലനക്കാരി മറിയവും നിന്നിരുന്നു." 'ഉയിർത്തെഴുന്നേല്പിനു' ശേഷം കർത്താവ് ആദ്യം പ്രത്യക്ഷപ്പെട്ടതും ഓടിപ്പോയ പുരുഷാരവത്തിനു മുന്നിലല്ല; തന്നെ പരിചരിക്കാൻ വന്ന മഗ്ദലന മറിയത്തിന് മുന്നിൽ ആണ്. ആ അർത്ഥത്തിൽ സഭാനേതൃത്വം വഹിക്കാൻ ശരിക്കും അനുയോജ്യർ സ്ത്രീകളാണ്. എന്നാൽ ക്രിസ്തുവിനെ കുരിശിൽ ഉപേക്ഷിച്ച് കടന്നുകളഞ്ഞ പുരുഷപ്രതിനിധികളാണ് പുരോഹിതന്മാരായി മാറിയത്. ഒരു മാർപ്പാപ്പ പോലും ഇന്നുവരെ സഭയുടെ ചരിത്രത്തിൽ സ്ത്രീയായിട്ടില്ല. 13 ശിഷ്യരും പുരുഷകുലത്തിൽ നിന്നുമാണ് ലോകത്തിന്റെ വിവിധ ഭാഗങ്ങളിലേക്ക് പോയത്. സ്ത്രീവിരുദ്ധ പ്രചാരണത്തിന്റെ പ്രതീകമായ പത്രോസിന്റെ 'പാറ'യിൽ തന്നെയാണ് സഭ പടുത്തുയർത്തപ്പെട്ടത്.

കന്യാസ്ത്രീ ജീവിതം

രണ്ട് പ്രമുഖ കന്യാസ്ത്രീകളുടെ ജീവിതം, അവർ രേഖപ്പെടുത്തിയത് പുറത്തു വന്നിട്ടുണ്ട്. സിസ്റ്റർ ജെസ്മിയുടെയും സിസ്റ്റർ ലൂസി കളപ്പുരയ്ക്കലിന്റെയും. ജെസ്മിയുടെ *ആമേൻ* ലൂസിയുടെ *കർത്താവിന്റെ നാമത്തിൽ*. രണ്ടും രണ്ട് വിസ്ഫോടനങ്ങളാണ്. ബാല്യത്തിൽ തന്നെ ദൈവസന്നിധിയിൽ പോകാൻ താല്പര്യം ഉണ്ടാകുന്നു. വിവാഹജീവിതവും മാതൃത്വവും എല്ലാം ഉപേക്ഷിച്ച് കർത്താവിന്റെ മണവാട്ടിയായി മാറിയിട്ടും സഭയിൽ നിന്നുണ്ടായ തിക്താനുഭവങ്ങൾ അവരെ പരസ്യമായി പ്രതികരിക്കാൻ പ്രേരിപ്പിച്ചു. പുരുഷമേധാവിത്വ ഘടനയിൽ കെട്ടിപ്പടുത്ത സഭാ നേതൃത്വം സ്ത്രീയുടെ അമർഷങ്ങളെ അവഗണിക്കാൻ കരുത്തുകാട്ടി. നൂറുകണക്കിന് കന്യാസ്ത്രീകൾ ഇങ്ങനെ ശ്വാസംമുട്ടി കഴിയുന്നതിന്റെ പ്രതീകമായിട്ടാണ് ഇരുവരുടെയും ശബ്ദം പുറത്തുവന്നത്.

യേശുവിന്റെ മണവാട്ടിയാകൽ എന്ന ചടങ്ങിലൂടെയാണ് കന്യാസ്ത്രീ എന്ന സന്യസ്തജീവിതത്തിലേക്ക് മതവിദ്യാഭ്യാസത്തിനു ശേഷം ഇവരെപ്പോലുള്ളവർ കടക്കുന്നത്. മൂന്ന് വ്രതങ്ങൾ ഇവർ പാലിക്കേണ്ടതുണ്ട്. ബ്രഹ്മചര്യം, അനുസരണം, ദാരിദ്ര്യം എന്നിങ്ങനെയുള്ളതാണ് കന്യാസ്ത്രീകൾ അനുഷ്ഠിക്കേണ്ട വ്രതചര്യ. ഇതൊക്കെ അക്ഷരം പ്രതി അനുസരിച്ച് ജീവിക്കാൻ പരിശ്രമിക്കുന്നവരും അതിലംഘിച്ച് ആഘോഷിക്കുന്ന ചിലരും കന്യാസ്ത്രീകളുടെ കൂട്ടത്തിലുള്ളതായി സിസ്റ്റർ ജെസ്മിയേപോലുള്ളവർ ചൂണ്ടിക്കാട്ടുന്നു.

'ഒരു വ്രതത്തിനും ഒന്നാം സ്ഥാനം കൊടുക്കാൻ പാടില്ല. എല്ലാ വ്രതങ്ങളും തുല്യമാണ്. എന്നാൽ, ഒരു വ്രതത്തിന് മുൻതൂക്കം കൊടുത്താൽ അത് ഏതാണ് എന്ന് ചോദിച്ചാൽ അനുസരണവ്രതം എന്നാണ് പറഞ്ഞി

രുന്നത്. രണ്ടാം സുന്നഹദോസ് കഴിഞ്ഞപ്പോൾ അത് മാറ്റപ്പെട്ടു. ബ്രഹ്മചര്യത്തിന് മുൻതൂക്കം നൽകപ്പെട്ടു. എന്നാൽ 19-ാം നൂറ്റാണ്ടിൽ നിന്ന് 21-ാം നൂറ്റാണ്ടിൽ എത്തിയിട്ടും എന്താണ് അധികാരികൾ അറിയാതെ പോയത്. അവരിപ്പോഴും അനുസരണവ്രതം പിടിച്ചുകൊണ്ടിരിക്കുകയാണ്.'

"... ബ്രഹ്മത്തിൽ ചരിക്കേണ്ടവരാണ് സന്യസ്തർ. ഞങ്ങൾ ഒന്നാമത് പ്രാധാന്യം നൽകേണ്ടത് സ്നേഹത്തിനാണ്. ദൈവസ്നേഹവും മനുഷ്യസ്നേഹവുമാണ് ബ്രഹ്മചര്യ വ്രതത്തിന്റെ കാവൽ. ഹൃദയം നിറഞ്ഞ ദൈവവും നല്ല മനുഷ്യരും നിറഞ്ഞുനിൽക്കുമ്പോൾ വഴി തെറ്റില്ല. വ്യതിചലിച്ചുപോകില്ല. ദൈവസ്നേഹം നിറഞ്ഞുനിൽക്കുമ്പോഴാണ് ദൈവഹിതം അനുസരിക്കൽ വ്രതം വരുന്നത്. യേശു പരമ ദാരിദ്ര്യത്തിന്റെ അടയാളമായി നിൽക്കുമ്പോൾ അദ്ദേഹത്തെപ്പോലെ ഞങ്ങളും ഒന്നുമില്ലാത്തവരായി, പൂർണമായി ദൈവത്തെ ആശ്രയിച്ചു ജീവിക്കുകയാണ്. ദാരിദ്രവ്രതം... എന്നാൽ പ്രായോഗിക ജീവിതത്തിൽ വരുമ്പോൾ ഇതൊക്കെ വെറും പൂജ്യമാണ്.... ഞങ്ങൾക്ക് സ്നേഹിക്കാൻ പറ്റുന്നില്ല... ഞങ്ങൾ ഒരുപാട് മൂടിവച്ചു നോക്കിയതാണ്.... ചീഞ്ഞളിഞ്ഞത് പുറത്തേക്ക് വന്ന് മണക്കാൻ തുടങ്ങിയപ്പോൾ അസഹ്യത തോന്നിയപ്പോൾ കുറേശ്ശെ നിങ്ങൾ (പൊതുസമൂഹം) മനസ്സിലാക്കാൻ തുടങ്ങി."[18]

ഒരാൾ ക്രിസ്തുവിന്റെ മണവാട്ടിയാകുന്നത് പല തരത്തിലാണ്. കടുത്ത സഭാ സമ്മർദ്ദം, വിദ്യാർത്ഥികളെ ലക്ഷ്യമിട്ട് സഭ നടത്തുന്ന കണ്ടുപിടിത്തം, കുടുംബങ്ങളിലെ ദാരിദ്ര്യം, കുടുംബത്തിലെ നേർച്ച, തെരഞ്ഞെടുക്കപ്പെടുന്ന പെൺകുട്ടികളുടെ ദൈവിക താല്പര്യം ഇങ്ങനെ ധാരാളം കാരണങ്ങളിലൂടെയാണ് ദൈവസേവ ജീവിതലക്ഷ്യമായി തെരഞ്ഞെടുക്കപ്പെടുന്നതിന് പിന്നിലെ കാര്യങ്ങൾ. പലപ്പോഴും രക്ഷിതാക്കളുടെ എതിർപ്പോടെയും വിഷമത്തോടെയുമാണ് പെൺകുട്ടികൾ കന്യാസ്ത്രീയാകാൻ ശ്രമിക്കുന്നത്. അകപ്പെട്ടാൽ പുറത്ത് ചാടാൻ കഴിയാത്ത അവസ്ഥ. കടുത്ത പുരുഷമേധാവിത്വ നിയമങ്ങളാൽ ബന്ധിതമായ ജീവിതം. തേങ്ങലുകളും രോദനങ്ങളും കെട്ടിയുറപ്പിച്ച കന്യാസ്ത്രീ വസ്ത്രങ്ങൾക്കകത്ത് കുടുങ്ങിപ്പോകുന്നു. നിർദ്ധനയായി പുറംലോക ബന്ധമില്ലാതെ ഒടുങ്ങുന്ന ജീവിതങ്ങളാകുന്നു. കനത്ത മതിലുകൾക്കുള്ളിൽ 'അനുസരണയോടും' 'ദാരിദ്ര്യത്തോടും' 'ബ്രഹ്മചര്യത്തോടും' ജീവിക്കുക എന്നതാണ് ജീവിതലക്ഷ്യം.

'പള്ളിയെ മഹത്വവൽക്കരിച്ച് കുട്ടികളെ വളരെ ചെറുപ്രായത്തിൽ പ്രോത്സാഹിപ്പിക്കുകയാണ്. ഇങ്ങനെയുള്ള കാര്യങ്ങളിലൂടെ ബ്രയിൻവാഷ് ചെയ്താണ് പത്ത് പതിനെട്ടു വയസ്സാവുമ്പോഴേക്കും ജീവിതം എന്താണ് എന്ന് മനസ്സിലാക്കുന്നതിന് മുമ്പേ ഈ കളത്തിലേക്ക് പെൺകുട്ടികളെ എത്തിക്കുന്നത്. ഇവർക്ക് ജീവിതത്തെക്കുറിച്ച് എന്തെങ്കിലും ഒരു ബോധ്യമുണ്ടാകുന്നത് ഒരു മുപ്പത്തിയഞ്ച് വയസ്സാകുമ്പോഴാണ്. അപ്പോഴേക്കും ഇതിന്റെ ഉള്ളിൽപ്പെട്ടുപോയി... പൗരോഹിത്യത്തിലേക്കും കന്യാസ്ത്രീത്വത്തിലേക്കും എത്തിക്കഴിഞ്ഞാൽ പുറത്തേക്ക്

വാതിലില്ല... ഇനി വല്ല വിധത്തിലും പുറത്തിറങ്ങിയാൽ തന്നെ സമൂഹം എല്ലാ തരത്തിലും ക്രൂശിക്കും. വൈദികവൃത്തിയിൽ നിന്നു പുറത്തുവന്നാൽ ശപിക്കപ്പെട്ടവരായി അവരുടെ സമൂഹം മുദ്രകുത്തും' എന്നാണ് ബന്യാമിൻ പറയുന്നത്.[19]

എന്നാൽ സന്യാസിനീജീവിതം പ്രായോഗികതയിൽ എത്തിക്കുന്നതിന്റെ പ്രത്യയശാസ്ത്രം പുരുഷാധിപത്യ ഘടനയുടേതാണ്. പുരുഷന് വിധേയപ്പെടുന്ന 'അനുസരണ', പുരുഷന്മാർ, സുഖജീവിതം നയിക്കുമ്പോൾ 'ദാരിദ്ര്യവാസിയായി' ജീവിക്കേണ്ടിവരുന്ന സ്ത്രീകൾ, പുരുഷന്മാർക്ക് ലൈംഗികസുഖം പകരാൻ നിർബന്ധിക്കപ്പെട്ട് ബ്രഹ്മചര്യലംഘനത്തിന് ഇരയാകേണ്ടിവരുന്ന സ്ത്രീകൾ. ഇതാണ് കരിങ്കൽ ചുവരുകൾക്കുള്ളിലെ ജീവിതമെന്നാണ് പല കഥകളും പുറത്തുകൊണ്ടുവരുന്ന യാഥാർത്ഥ്യങ്ങൾ.

'അരമനകളുടെ അടുക്കളയിലും സെമിനാരിയിലെ കുശിനിപ്പുരയിലും പുകയേറ്റു കരുവാളിച്ച മുഖവുമായി കഴിയുന്ന സന്യസ്തജീവിതം പൊതുസമൂഹത്തിന് അത്ര പരിചിതമല്ല. ദീർഘമായ പരിശീലനത്തിനൊടുവിൽ കന്യാസ്ത്രീയായി പ്രതിജ്ഞ ചെയ്ത് സുവിശേഷ പ്രവർത്തനങ്ങൾക്കായി മനുഷ്യർക്കിടയിൽ ലയിച്ചു ചേരേണ്ട കർത്താവിന്റെ മണവാട്ടിമാർ പുരോഹിതരുടെ അടിമകളായി ജീവിക്കാൻ വിധിക്കപ്പെടുകയാണ്. ദൈവവിളിയിൽ ഉദ്ഗ്രഥിതയായി ഈശ്വരസേവയ്ക്ക് ഇറങ്ങിത്തിരിച്ചവർ പുരോഹിതദാസ്യത്തിന് വിധേയയായി ജീവിക്കേണ്ടിവരുന്നു.'[20]

പുരുഷമേധാവിത്വത്തിൽ ഞെരിഞ്ഞമരുന്ന സ്ത്രീ ജീവിതമാണ് കന്യാസ്ത്രീകളുടേത്. പുരുഷലൈംഗികത അക്രമമായിട്ടാണ് കന്യാസ്ത്രീകളുടെ മേൽ പതിക്കുന്നത്. വളരെ അപൂർവ്വം പേർക്കൊഴിച്ച് ഇതിന്റെ ഭീകരത അനുഭവിക്കേണ്ടിവന്നിട്ടുണ്ട്. കർത്താവിന്റെ മണവാട്ടിമാർ പുരോഹിതർക്ക് കിടക്കയൊരുക്കുകയെന്നാൽ കർത്താവിനോടും കർത്താവിൽ വിശ്വാസം തേടുന്നവരോടും ഇവർ കാട്ടുന്ന അനീതി എത്ര മാത്രമാണ്? ലൈംഗികചോദനയെ സഭാവിശ്വാസം കൊണ്ടോ ക്രൈസ്തവ ചിന്ത കൊണ്ടോ നേരിടാൻ കഴിയണമെന്നില്ല. പ്രായോഗികമല്ലാത്ത ജീവിതചര്യ നിഷ്കർഷിച്ചാൽ പരസ്യവാദത്തിന് ഉതകുമെങ്കിലും രഹസ്യതയിൽ അവ നിർധാരണം ചെയ്യപ്പെടും. സമ്മർദ്ദത്തിനു വഴങ്ങി മാത്രമുള്ള ബ്രഹ്മചര്യം യാഥാർത്ഥ്യത്തിൽ നിന്നകലെയാണ്. എത്രയോ സുഖങ്ങളെ നിലനിർത്തിക്കൊണ്ടാണ് ലൈംഗികസുഖം ത്യജിക്കാൻ പറയുന്നത്. സിസ്റ്റർ ജെസ്മിയും ലൂസി കളപ്പുരയ്ക്കലും ധാരാളം ലൈംഗിക അരാജകത്വ കഥകൾ വിശദീകരിക്കുന്നുണ്ട്. അവർ നേരിട്ടതും അവർക്കു ചുറ്റുമുള്ള കന്യാസ്ത്രീകൾ അനുഭവിച്ചതും. ചില കന്യാസ്ത്രീകൾ സ്വവർഗ്ഗാനുരാഗികളാണ്. അതിനായി അവർ സഹപ്രവർത്തകരെ ഉപയോഗിക്കുന്നു. അതിൽ താല്പര്യമില്ലാത്തവർ കടിച്ചുപിടിച്ച് വിധേയരാകുന്നു. ചിലർ പുരോഹിതന്മാരുമായി രഹസ്യബാന്ധവം നടത്തുന്നു. ഇതിനോട് യോജിക്കാത്ത സന്യസ്തർ വീർപ്പുമുട്ടി കഴിയുന്നു.

ബ്രഹ്മചര്യം അനിവാര്യമായ ഒന്നല്ല. ക്രിസ്തു വിപ്ലവകാരിയായിരുന്നതുകൊണ്ട് അദ്ദേഹത്തിന് കുടുംബജീവിതം നയിക്കാൻ കഴിഞ്ഞില്ല. മാത്രമല്ല കേവലം 33 വയസ്സിനുള്ളിൽ അദ്ദേഹത്തിന് ജീവൻ ത്യജിക്കേണ്ടിവന്നു. എന്നാൽ കുടുംബജീവിതം പാപത്തിൽപ്പെടും എന്ന് അദ്ദേഹം പ്രസ്താവിച്ചിട്ടുമില്ല. ബാഹ്യ സമ്മർദ്ദത്തിനു വിധേയമാകാതെ സ്വയം ബ്രഹ്മചര്യം അനുഷ്ഠിക്കുക എന്നതാണ് ഉചിതമെങ്കിൽ സഭാനിയമങ്ങൾ ലഘൂകരിച്ച് ജൈവചോദനയെ നിരാകരിക്കാതിരിക്കുകയാണ് നല്ലത്.

'പുരോഹിതന്മാരുമായാണ് കന്യാസ്ത്രീകളിൽ നല്ലൊരു പങ്കിനും ക്രൈസ്തവ ചിന്താവിരുദ്ധമായ അടുപ്പമുള്ളത്. മഠത്തിലും സന്യാസിനി ജീവിതത്തിന്റെ എല്ലാ തലങ്ങളിലും വൈദികർക്കുള്ള സ്ഥാനം തന്നെയാണ് ഇത്തരം ബന്ധങ്ങൾ വളരാനുള്ള കാരണവും. സഹവാസികളായ സന്യാസിനികളിൽ നിരവധിപേർക്ക് ഇത്തരം ബന്ധങ്ങളുണ്ട്. സ്വകാര്യ നിമിഷങ്ങളിൽ അവരതിനെ പരിപോഷിപ്പിക്കുകയും ചെയ്യും. മണിക്കൂറുകളോളം ഫോണിലൂടെ ഇവർ സല്ലപിക്കും. കന്യാസ്ത്രീകളുടെ മേൽ അദൃശ്യമായ ആണധികാരം പുരോഹിതർ പുലർത്തുന്നതിന്റെ തെളിവുകൾ ഏറെയുണ്ട്. ഇവർ പതിവായി ലൈംഗികബന്ധത്തിൽ ഏർപ്പെടുന്നതിന്റെ കഥകൾ താൻ കേട്ടിട്ടുണ്ട്.'[21]

ഒരിക്കൽ തനിക്ക് സഭാ ആവശ്യങ്ങളുമായി ബന്ധപ്പെട്ട് വാസസൗകര്യം ഒരുക്കാൻ ചുമതലപ്പെട്ട ഒരു പുരോഹിതൻ സിസ്റ്റർ ജെസ്മിയുടെ നഗ്നരൂപം ആസ്വദിക്കാൻ നടത്തിയ പരിശ്രമം *ആമേൻ* എന്ന ഗ്രന്ഥത്തിൽ അവരും വിശദീകരിക്കുന്നുണ്ട്. സന്യസ്തജീവിതം, സ്ത്രീക്ക് മുന്നിൽ കൊട്ടിയടയ്ക്കപ്പെട്ട ഭൗതിക ജീവിതം പൊളിച്ച് പുരോഹിതരുടെ ആണധികാരം തകർത്തു കയറുന്നതിന്റെ ചിലമ്പലുകൾ എവിടെയും സുലഭമാണ്.

സ്വവർഗാനുരാഗം സഭ നിഷേധിച്ച കാര്യമാണ്. എന്നാൽ നിയമം കൊണ്ട് ജൈവികചോദനയെ ഇല്ലാതാക്കാൻ കഴിയില്ല. സിസ്റ്റർ ജെസ്മിൻ വിശദീകരിക്കുന്ന 'അമ്മക്കളി' അതിന്റെ കഥ വെളിച്ചത്തുകൊണ്ടുവരുന്നതാണ്. സ്വവർഗാനുരാഗം മനുഷ്യ ലൈംഗികതയുടെ വൈകല്യം ആയി ആധുനികശാസ്ത്രം കണക്കാക്കുന്നില്ല. അത് ഒരു ലൈംഗികസ്വത്വം എന്ന് വേണമെങ്കിൽ പറയാം. പുരുഷൻ സ്ത്രീയുമായി, സ്ത്രീ പുരുഷനുമായി എന്ന കൃത്യമായ ദ്വന്ദം പ്രകൃതിക്ക് മുന്നിൽ ഇല്ല. പുരുഷനും പുരുഷനും തമ്മിൽ, സ്ത്രീയും സ്ത്രീയും തമ്മിൽ എല്ലാം ലൈംഗികാവിഷ്കാര സാധ്യതകൾ ഉണ്ട്. സഭ ഇതിനെ 'പ്രത്യേക സ്നേഹം' എന്ന വാക്കുകൊണ്ടാണ് വിശേഷിപ്പിക്കുന്നത്.

അമ്മയില്ലാതെ വിലപിക്കുന്ന ഒരു 'മണവാട്ടിക്ക്' സ്വയം അമ്മ ചമഞ്ഞ് മുതിർന്ന വേറൊരു മണവാട്ടി എല്ലാ ദിവസവും ഉറങ്ങുന്നതിനു മുമ്പ് മുലപ്പാൽ കൊടുക്കുന്ന കഥയാണ് ജെസ്മി വിശദീകരിക്കുന്നത്.

ഈ രൂപത്തിലാണ് പ്രത്യേക സ്നേഹം കടന്നുവരുന്നത്. സ്വകാര്യതയിൽ എല്ലാ സഭാകൽപ്പനകളും മറന്ന് ജൈവിക ചോദനയ്ക്കടിപ്പെട്ട് കഴിയുന്നവരും എന്തുവന്നാലും, കടൽ വറ്റിയാലും മല പിളർന്ന് പതിച്ചാലും സൂര്യചന്ദ്രന്മാർ ഭൂമിയിൽ പതിച്ചാലും ബ്രഹ്മചര്യവ്രതം സ്വമനസ്സാലെ ത്യജിക്കാത്തവരുമെല്ലാം കൂടി ചേരുന്നവരാണ് കന്യാസ്ത്രീകൾ. പുരുഷന് വേണ്ടാത്ത അനുസരണശീലവും ദാരിദ്ര്യവും പേറേണ്ടിവരുന്നവരായി കഴിയുന്നവർ അവരാണ്. അവർ മാത്രമാണ്.

വസ്ത്രം

"സ്ത്രീകൾ വിനയത്തോടും വിവേകത്തോടും കൂടെ ഉചിതമായ വിധം വസ്ത്രധാരണം ചെയ്തു നടക്കണമെന്ന് ഞാൻ ഉപദേശിക്കുന്നു. പിന്നിയ മുടിയോ സ്വർണ്ണമോ രത്നങ്ങളോ വിലയേറിയ ഉടയാടകളോ അണിഞ്ഞു തങ്ങളെ തന്നെ അലങ്കരിക്കരുത്. ദൈവഭയമുള്ള സ്ത്രീകൾക്ക് യോജിച്ചവിധം സൽപ്രവൃത്തികൾ കൊണ്ട് അവർ സമാലംകൃതരായി തീരട്ടെ! സ്ത്രീ നിശ്ശബ്ദമായും വിവേകത്തോടും കൂടെ പഠിക്കട്ടെ. പഠിപ്പിക്കാനോ പുരുഷന്മാരുടെ പേരിൽ അധികാരം നടത്താനോ സ്ത്രീയെ ഞാൻ അനുവദിക്കുന്നില്ല. അവൾ മൗനം പാലിക്കേണ്ടതാണ്. എന്തെന്നാൽ ആദ്യം സൃഷ്ടിക്കപ്പെട്ടത് ആദമാണ്; പിന്നീട് ഹവ്വയും. ആദം വഞ്ചിച്ചില്ല. എന്നാൽ സ്ത്രീ വഞ്ചിക്കുകയും നിയമം ലംഘിക്കുകയും ചെയ്തു. എങ്കിലും സ്ത്രീ വിനയത്തോടെ വിശ്വാസത്തിലും സ്നേഹത്തിലും വിശുദ്ധിയിലും ഉറച്ചുനിൽക്കുന്നെങ്കിൽ മാതൃത്വത്തിലൂടെ അവൾ രക്ഷിക്കപ്പെടും." (തിമോത്തി 2:9-15).

ക്രൈസ്തവസഭയിലെ ഏറ്റവും ഉന്നതനായ ആത്മീയ അപ്പോസ്തലൻ വിശുദ്ധ പൗലോസിന്റെ വാക്കുകളാണിത്. അവിവാഹിതനായ പൗലോസാണ് സഭയിലെ സ്ത്രീവിരുദ്ധതയുടെ പ്രതീകമായി വർത്തിക്കുന്നത്. സ്ത്രീപക്ഷനിലപാടിനെ സംബന്ധിച്ച് അദ്ദേഹം ക്രിസ്തുവിൽനിന്ന് വഴിമാറിയാണ് സഞ്ചരിച്ചത്. സ്ത്രീകളുടെ കാര്യത്തിൽ യഹൂദ പാരമ്പര്യം വെടിയാൻ പൗലോസ് തയ്യാറാകുന്നില്ല.

മേൽപ്പറഞ്ഞ വസ്ത്രധാരണരീതി ക്രൈസ്തവ വിശ്വാസികളായ സ്ത്രീസമൂഹത്തെയാകെ അടിച്ചേൽപ്പിക്കാൻ ഇന്ന് സഭയ്ക്കാവില്ല. വിവാഹിതയാകാൻ പള്ളിയിൽ എത്തുന്ന നവവധുവിന്റെ ആടയാഭരണങ്ങൾ പൗലോസിന്റെ തിയറിയെ ഉല്ലംഘിക്കുന്നതാണ്. ലോകമാകെ മതഭേദമില്ലാതെ പുരുഷാധിപത്യസമൂഹത്തിൽ നിറഞ്ഞുനിൽക്കുന്ന സ്ത്രീവിരുദ്ധാശയങ്ങൾ ആറ്റിക്കുറുക്കിയതാണ് പൗലോസിന്റെ ചിന്തകൾ. അവൾ ശബ്ദമില്ലാത്തവളാകുക, അനുസരണയുള്ള കുഞ്ഞാട് ആകുക, എല്ലാറ്റിനും വിധേയപ്പെട്ടു നിൽക്കുക എന്ന സ്ത്രീവിരുദ്ധ കാഴ്ചപ്പാട് പുരോഹിതന്മാരുടെ വാക്കുകളിൽ പലപ്പോഴും മുഴങ്ങുന്നുണ്ട്. സ്ത്രീകളെ 'പഠി

പ്പിക്കാൻ' അനുവദിക്കാൻ പാടില്ലെന്നത് ഇന്ന് നിലനിൽക്കുന്ന കാര്യമേ അല്ല. സഭകളുടെയും പൊതുസമൂഹത്തിന്റെയും വിദ്യാലയങ്ങളിൽ വിദ്യാസമ്പന്നരായ ധാരാളം സ്ത്രീകൾ അധ്യാപികമാരായി പ്രവർത്തിക്കുന്നുണ്ട്. കന്യാസ്ത്രീകളിൽ തന്നെ വലിയ ഒരുവിഭാഗം അധ്യാപകവൃത്തിയിൽ ഏർപ്പെട്ടിരിക്കുന്നവരാണ്.

ദൈവദാസികളായി എത്തുന്ന കന്യാസ്ത്രീകളിൽ മാത്രമാണ് വസ്ത്രധാരണത്തിലെ കടുംപിടുത്തം അടിച്ചേൽപ്പിക്കാൻ കഴിയുന്നുള്ളൂ. 'ഞാൻ 1974-ൽ മഠത്തിൽ ചേരാൻ വരുമ്പോൾ സിസ്റ്റേഴ്സ് കപ്പൂസ് ധരിച്ചിരുന്നു. കാതും കഴുത്തും മറയ്ക്കുന്ന വെളുത്ത വസ്ത്രം. അതെനിക്ക് ഒരുപാട് ഇഷ്ടമായിരുന്നു. യൂറോപ്യൻ കന്യാസ്ത്രീമാരുടെ അന്ധമായ അനുകരണമായിരുന്നു അതെന്ന് അന്നെനിക്ക് അറിയില്ലായിരുന്നു. കടുത്ത തണുപ്പിൽ നിന്നും സംരക്ഷിക്കാൻ ധരിക്കുന്ന ആ വേഷം ഉഷ്ണമേഖലാ പ്രദേശത്തുള്ളവർക്ക് ഒട്ടും അനുയോജ്യമല്ല. സന്യാസത്തിന്റെ മേഖലയിൽ പോലും യൂറോപ്യൻ ശൈലി നമ്മളെ പിടികൂടിയിരിക്കയാണ്.'[22]

സിസ്റ്റർ ജെസ്മിയുടേതാണ് ഈ വാക്കുകൾ. നമ്മൾ പർദ്ദ പ്രശ്നം ചർച്ച ചെയ്യുമ്പോൾ വസ്ത്ര രൂപീകരണത്തിന്റെ കാലാവസ്ഥാ സ്വാധീനം ചർച്ച ചെയ്തതാണ്. അതുപോലെ പാശ്ചാത്യരാജ്യത്ത് വസ്ത്രത്തിന്റെ ഡിസൈൻ രൂപപ്പെട്ടത് തണുപ്പിനെ ബന്ധപ്പെടുത്തിയാണ്. ടൈ സമ്പ്രദായം വന്നത് അങ്ങനെയാണ്. കഴുത്തിൽകൂടി തണുപ്പ് അരിച്ചുകയറാതിരിക്കാൻ രൂപകല്പന ചെയ്ത ആ വസ്ത്ര ശൈലി ആഢ്യത്ത ലക്ഷണമായി ഇന്ന് പലരും ഉപയോഗിക്കുകയാണ്.

കന്യാസ്ത്രീകൾക്ക് പുറത്ത് സഞ്ചരിക്കണമെങ്കിൽ യൂണിഫോം ഒഴിവാക്കാൻ കഴിയില്ല. എന്നാൽ പുരോഹിതർക്ക് ഇത് പലപ്പോഴും നിർബന്ധമല്ല. യൂണിഫോമിലല്ലാതെ സഞ്ചരിക്കുന്നവരുണ്ട്. എന്നാൽ കന്യാസ്ത്രീ ആയിക്കഴിഞ്ഞാൽ ശരീരമാകെ മൂടുന്ന വസ്ത്രശൈലി നിർബന്ധമാണ്. സ്ത്രീയുടെ വസ്ത്രമാണ് ലൈംഗികാക്രമണത്തിന്റെ കാരണമെങ്കിൽ തുണിയാൽ മൂടപ്പെട്ട കന്യാസ്ത്രീകളും ലൈംഗികാക്രമണത്തിന് ഇരയാകുന്നുവെന്ന വസ്തുതയും പരിഗണിക്കേണ്ടതുണ്ട്.

'ശിരസ്സുമുതൽ പാദംവരെ നീളുന്ന കുപ്പായം സന്യസ്തരിൽ ആരോഗ്യപ്രശ്നം ഉണ്ടാക്കിയിട്ടുണ്ട്. പോളിസ്റ്റർ നൂലിൽ നെയ്തെടുക്കുന്ന തുണി ഉഷ്ണമേഖലാ പ്രദേശങ്ങളിൽ ഒട്ടും അനുയോജ്യമല്ല. കേരളംപോലുള്ള സമശീതോഷ്ണ പ്രദേശങ്ങളിലും ഈ വസ്ത്രധാരണം അസഹ്യമാണ്. കാലദേശങ്ങൾക്കനുസരിച്ച് വസ്ത്രരീതിയിലും മാറ്റങ്ങൾ വരേണ്ടതുണ്ട്.'[23]

പുരോഹിതർക്ക് ആത്മീയവേഷത്തിൽ യാത്രചെയ്യുന്നതിന് തടസ്സമില്ലാതിരിക്കയും സ്ത്രീ 'പൗലോസിന്റെ' നിർദ്ദേശത്തിൽ ജീവിക്കുകയും വേണമെന്ന പിതൃദായ മേധാവിത്വത്തിന്റെ ഇരകളാണ് കന്യാസ്ത്രീകൾ. നാപ്കിൻ പാഡുകൾ പോലും കന്യാസ്ത്രീകൾക്ക് ധരിക്കാൻ ഈ അടുത്തകാലത്താണ് അനുവാദം ലഭിച്ചത്.

മഠത്തിനുള്ളിൽ ഒരു കന്യാസ്ത്രീയെ കാണാൻ ഒരാൾ ചെന്നാൽ

യൂണിഫോമിൽ മാത്രമേ അവർക്ക് പ്രത്യക്ഷപ്പെടാൻ അനുവാദം ഉള്ളൂ. നൈറ്റിയിലോ അതുപോലെയുള്ള വസ്ത്രങ്ങളിലോ മുറിയിൽ കഴിയുന്ന അവർക്ക് ആ വേഷത്തിൽ ആരുടെ മുന്നിലും ചെല്ലാൻ കഴിയില്ല. എന്നാൽ ഒരു പുരോഹിതന് കൈലിമുണ്ടിലും ബർമുഡയിലും സന്ദർശകരെ കാണുന്നതിന് ഒരു വിലക്കുമില്ല. സ്ത്രീയായി ജനിച്ചതിന്റെ പേരിൽ ഓരോ ബിന്ദുവിലും വിവേചനവും അസ്വാതന്ത്ര്യവും അനുഭവിക്കുകയാണ്.

മറ്റ് പല രാജ്യങ്ങളിലും കേരളത്തിലെ കാർക്കശ്യം വസ്ത്രധാരണത്തിൽ നിലനിർത്താൻ സഭയ്ക്ക് കഴിയുന്നില്ല അഥവാ കുറച്ചെങ്കിലും കാലത്തിന്റെയും കാലാവസ്ഥയുടെയും ചുവരെഴുത്ത് അവിടങ്ങളിൽ വായിച്ചുതുടങ്ങിയിട്ടുണ്ട്. ഇറ്റലിയിൽ പോലും സാരി ധരിക്കാൻ അധികാരം ഉള്ള കന്യാസ്ത്രീകൾ ഉണ്ട്. സാരിയും ചുരിദാറുംപോലുള്ള കുറച്ചുകൂടി ഫ്ളക്സിബിൾ ആയ വസ്ത്രം വേണമെന്ന ആവശ്യം സന്യസ്ത സമൂഹത്തിലും പടർന്നുപിടിക്കുന്നുണ്ട്. ‘സന്യാസ പൗരോഹിത്യത്തിന്റെ നിയന്ത്രണങ്ങൾ ലംഘിച്ച് സ്വാതന്ത്ര്യം പ്രഖ്യാപിച്ച വൈദികർ സ്ത്രീകളുടെ ലഘുവായ മുന്നേറ്റങ്ങളെ അംഗീകരിക്കാൻ തയ്യാറല്ല... ഒരർത്ഥത്തിൽ ഈ വേഷം സന്യാസിനികളെ അടിമകളായി നിലനിർത്താനുള്ള ഒരു തന്ത്രമാണ്. നീണ്ടകാലത്തെ ത്യാഗഭരിത ജീവിതത്തിലൂടെ നേടിയെടുത്ത ആത്മീയ ഊർജ്ജമല്ല, പൊതുസമൂഹത്തിൽ കന്യാസ്ത്രീയുടെ വ്യക്തിത്വം. മൂടിക്കെട്ടിയ വസ്ത്രമാണ് ഇവരുടെ മേൽ ചാർത്തപ്പെടുന്നത്.’ ലൂസിയേപ്പോലുള്ളവരുടെ ഈ അഭിപ്രായങ്ങൾ തുടർകാലത്ത് പരിഷ്കരണവാദികൾക്ക് ഊർജ്ജം പകരുന്നതാണ്.

തുന്നലില്ലാതെ നെയ്തെടുത്ത ഒറ്റ വസ്ത്രമായിരുന്നു കർത്താവ് ധരിച്ചിരുന്നത്. ഒടുവിൽ നഗ്നനായിട്ടാണ് ലോകം വെടിഞ്ഞത്. വെളിപാട് പുസ്തകത്തിലെ ‘സൂര്യപ്രകാശത്തെ വസ്ത്രമായി’ കരുതിയ സ്ത്രീയെപ്പോലെ!

കുമ്പസാരം

ഒരിക്കലെങ്കിലും സഭയുടെ കരിങ്കൽ ചുവരിനുള്ളിൽ നിന്നും കുതറി പുറത്തു ചാടാൻ ആഗ്രഹിക്കാത്ത സന്യാസിനികൾ ഉണ്ടെന്നു തോന്നുന്നില്ല. അവധിക്കാല മതപഠനക്ലാസുകളിൽ നിന്ന് ‘ദൈവിക പ്രേരണ’ ഉണ്ടാകുമ്പോഴാണ് പല പെൺകുട്ടികളും മഠത്തിൽ ചേരാൻ തല്പരയാകുന്നത്. ചിലപ്പോൾ വീട്ടുകാരുടെ അഭീഷ്ടം, ചിലപ്പോൾ വീട്ടുകാരുടെ അനിഷ്ടം! രണ്ടും കന്യാസ്ത്രീകളാകാൻ കാരണമാകുന്നുണ്ട്. പെൺകുട്ടികൾ കർത്താവിന്റെ മണവാട്ടിയാകുക എന്നതാണ് സന്യാസജീവിതം കൊണ്ട് ലക്ഷ്യമിടുന്നത്. ഓരോ നിമിഷത്തിലും അവർ ഇതിൽ അഭിരമിക്കുന്നു. തന്റെ ‘നിയോഗം’ ദൈവസേവയും അതുവഴി നിർധന മനുഷ്യരെ ഉൾക്കൊള്ളലുമാണെന്ന് അവർ ചിന്തിക്കുന്നു. തങ്ങളുടെ ജൈവിക ചോദനകളെ ഉല്ലംഘിക്കാൻ അവർ തയ്യാറാകുന്നു. തന്റെ ഭൗതിക ജീവിതം കർത്താവിങ്കൽ സമർപ്പിക്കുന്നു. ജോലി ചെയ്താൽ ശമ്പളമില്ല. സീറോ

ബാലൻസ് അക്കൗണ്ടിൽ വേണം സഭയിൽ ചേരാൻ. സഭ നൽകുന്ന ഭക്ഷണം മാത്രം കഴിക്കുക. ലൗകിക സുഖങ്ങൾ ത്യജിക്കുക. സഭ അനുശാസിക്കുന്ന ഇരുൾ മൂടിയ തുണിക്കെട്ടിൽ ഒളിക്കുക. സഭ നിർദ്ദേശിക്കുന്ന നിയമാവലികളിൽ ജീവിതം തളച്ചിടുക! സുവിശേഷങ്ങൾ അക്ഷരംപ്രതി അനുസരിക്കാൻ ശ്രമിക്കുമ്പോഴും, സുവിശേഷങ്ങളെ തങ്ങൾക്കനുരൂപമായ വിധത്തിൽ വ്യാഖ്യാനിക്കുന്ന പുരുഷമേധാവിത്വപരമായ പൗരോഹിത്യത്തെ മൗനമായി പിന്തുടരുക! കലയും സാഹിത്യവും സംഗീതവും നൃത്തവും പ്രണയവും കാൽപ്പനികതയും സഭാചട്ടങ്ങളുടെ ചങ്ങലയിൽ കൊളുത്തിയിടുക! 'സ്ത്രീയും പുരുഷനും പരസ്പരം വസ്ത്രമാകുക' എന്ന തിരുവചനത്തിന്റെ ദാർശനിക സമസ്യ പൂരിതമാകാതെ കിടക്കുന്നു. എത്രയെത്ര തുല്യതയുടെ ഓളങ്ങൾ അലതല്ലുന്ന ഒരു മെറ്റഫർ ആണ് ആ മഹാഗുരുവായ യുവാവ് ലോകത്തിന് നൽകിയത്. ഒരു മതം ലോകത്തെ ബന്ധിച്ച ചങ്ങലയിൽ നിന്ന് മാനവസമൂഹത്തെ സ്വതന്ത്രരാക്കാൻ യത്നിച്ച സുവിശേഷകന്റെ വാക്കുകൾ പള്ളിമതിൽ ചുവരുകളെ അലങ്കരിക്കുന്ന വാചകമാക്കുകയും മതിലുകൾക്കകത്തെ ജീവിതങ്ങൾ അതിന് നേരെ വിപരീതമാകുകയും ചെയ്യുമ്പോൾ ദുരുപയോഗം ചെയ്യപ്പെടുന്ന ഏറ്റുപറച്ചിലുകളുടെ കൂമ്പാരത്താൽ കുമ്പസാരക്കൂടുകൾ മഹാ ഇടയന്റെ വാക്കുകളുടെ തടവറ സൃഷ്ടിക്കുകയും ചെയ്യുന്നു.

പുരോഹിതർക്ക് ദൈവതുല്യമായ സ്ഥാനമാണ് വിശ്വാസികൾ നൽകുന്നത്. ദൈവത്തിന്റെ മുമ്പിൽ കുമ്പസരിച്ച് പാപങ്ങൾ ഏറ്റുപറഞ്ഞ് ശുദ്ധീകരിക്കപ്പെടുക എന്ന പ്രവൃത്തിക്ക് ഒരു വിപരീതഫലം കൂടിയുണ്ട്. അത് ആവർത്തിക്കുന്ന തെറ്റുകൾ കുമ്പസാരക്കൂടിനുള്ളിൽ വച്ച് വിടുതൽ ചെയ്യപ്പെടുന്നുവെന്നതാണ്. കുമ്പസരിക്കുമ്പോൾ പാപത്തിൽനിന്നും മുക്തി തേടുമെങ്കിൽ പാപം ചെയ്യാതിരിക്കുന്നതിനേക്കാൾ സൗകര്യം കുമ്പസരിക്കലല്ലേ. യഥാർത്ഥത്തിൽ മതത്തിന്റെ നല്ല ഉദ്ദേശ്യം ഇവിടെ ദുർബലപ്പെടുകയാണ്. കോടാനുകോടി ഇതര മനുഷ്യരെ ചൂഷണം ചെയ്ത് സമ്പാദിച്ചിട്ട് അതിൽ ഒരളവ് ദൈവത്തിന് സമർപ്പിച്ച് പാപമുക്തി നേടുക എന്ന രീതി വ്യാപകമായി വളർന്നു. അറിയാതെ ചെയ്ത പിഴകൾക്ക് പരിഹാരം നൽകാൻ നിർമ്മിച്ചെടുത്ത പശ്ചാത്താപബോധം പിഴകളുടെ ആവർത്തനത്തിനുള്ള അംഗീകാരമായി മാറി.

കുമ്പസാരക്കൂട് ഒഴിവാക്കുന്നതിനെ കുറിച്ച് ഫ്രാങ്കോ മുളയ്ക്കലിന്റെ പ്രശ്നം ഉണ്ടായപ്പോൾ വിവിധ കേന്ദ്രങ്ങളിൽ ചർച്ച വന്നു. എന്നാൽ പുരോഹിതരുടെ ഏറ്റവും പ്രധാന 'പിടി' ഇല്ലാതാകുന്നത് സഭയ്ക്ക് സഹിക്കാൻ കഴിയുന്ന ഒന്നല്ല. സാറാ ജോസഫിനെപ്പോലുള്ള പരിഷ്കരണവാദികൾപോലും കുമ്പസാരക്കൂട് ഒഴിവാക്കേണ്ടതില്ലെന്ന് വാദിച്ചു.

വളരെ കുറച്ച് പുരോഹിതന്മാർ മാത്രമാണ് കുമ്പസാരക്കൂടിനെ ദുരുപയോഗം ചെയ്യുന്നത്. പൊതുവായി പറയാൻ കഴിയുന്ന ഒന്നല്ല. ധാരാളം വിശ്വാസികൾക്ക് അത് ആശ്വാസം നൽകുന്നു. സംഘർഷഭരിതമായ ജീവിതത്തിൽ സഭാവിശ്വാസികളെ സംഘർഷമുക്തമാക്കാൻ കുമ്പസാരക്കൂ

ടിന് കഴിയുന്നുണ്ട്. കൗൺസലിംഗ് സെന്റർ പോലെ പ്രവർത്തിക്കുന്നതാണ് കുമ്പസാരക്കൂട്. ചില പുരോഹിതന്മാർ കൗൺസലിംഗ് വശമാക്കിയിട്ടുള്ളവരും ആണ്. എന്നാൽ കുറേ പേരെങ്കിലും ഇത് സ്ത്രീകളെ ചൂഷണം ചെയ്യാൻ ഉപയോഗിക്കുന്നുവെന്നുള്ളതാണ് വനിതകൾ കുമ്പസാരക്കൂട്ടിൽ ഉണ്ടാകണം എന്നുപറയാൻ കാരണം.

സഭയുടെ കൂദാശകളിൽ ഒന്നാണ് കുമ്പസാരം. ക്രിസ്ത്യാനികളുടെ വഴികളിൽപ്പെടുന്ന കുമ്പസാരം മാമോദീസ മുതൽ തുടങ്ങുന്നതാണ്. 10 പ്രമാണങ്ങളും ഏഴു കൂദാശകളും കത്തോലിക്കരുടെ അടിസ്ഥാനപ്രമാണങ്ങളാണ്. എന്നാൽ കുമ്പസാരം പുരുഷന്റെ മുന്നിലാണ് നടത്തപ്പെടുന്നത്. കുമ്പസാരം കേൾക്കാൻ സ്ത്രീക്ക് അവകാശം ഇല്ല. കർത്താവിന്റെ മുന്നിൽ ഏറ്റുപറയുന്ന കാര്യങ്ങൾ കർത്താവിന് വേണ്ടി കേൾക്കുന്നത് പുരുഷന്മാരാണ്. ഇത് പല പുരോഹിതരും ദുരുപയോഗം ചെയ്യുന്നതിന്റെ കഥകൾ സുലഭമാണ്. പാപമോചന പ്രക്രിയയായിട്ടാണ് കുമ്പസാരത്തെ കാണുന്നത്. അറിഞ്ഞോ അറിയാതെയോ ചെയ്തുപോയ തെറ്റുകൾ ഏറ്റു പറഞ്ഞ് ക്ഷമ യാചിക്കൽ! പക്ഷേ, ദൈവത്തിന്റെ പ്രതിനിധിയായി കൂടിനുള്ളിൽ ഇരിക്കുന്നയാളിന്റെ മനോഗതം പ്രധാനമാണ്. അതിനാൽ സ്ത്രീയുടെ കുമ്പസാരം എന്തുകൊണ്ട് സ്ത്രീതന്നെ കേട്ടു കൂടാ! എന്ന ആശയം ഉയരുന്നുണ്ട്. പക്ഷേ, പുരോഹിതപ്പട്ടം ലഭിക്കാൻ അർഹതയില്ലാത്തയാളാണ് സ്ത്രീ. അതുകൊണ്ടുതന്നെ അവൾക്ക് അതിന് അധികാരം ഇല്ല. വിലക്കപ്പെട്ട കനി കഴിച്ചപ്പോൾ പാവം പെണ്ണിതോർത്തില്ല.

'വനിതാപുരോഹിതർ ഉണ്ടാകുന്നത് പുരുഷപൗരോഹിത്യാധിപത്യപരവും പണാധിപത്യപരവുമായ സഭയുടെ ഘടനകൾ അപനിർമ്മിക്കുന്നതിന് കാരണമാകുമെന്ന് ഞാൻ കരുതുന്നു. ശരീരത്തിന്റേതായ അയിത്തവും വിവേചനവും ഇന്നും നിലനിൽക്കുന്ന ഇടമാണ് മക്ബറ. ആർത്തവവും ഗർഭവും പ്രസവവുമൊക്കെ സംഭവിക്കുന്ന ഈ ശരീരവും ദൈവസൃഷ്ടിതന്നെ അല്ലെ. പ്രാർത്ഥനയും നോമ്പും ഉപവാസവും നിഷ്കർഷയോടെ ചെയ്യുന്നവർ സ്ത്രീകളാണ്. പക്ഷേ, മദ്ബഹായിൽ കുർബാന എഴുന്നള്ളിച്ച് ഉയർത്തുന്നതിൽ ഈ ശരീരം അശുദ്ധമാണെന്ന ധാരണ ഇന്നും പ്രബലമാണ്. പുരുഷന്മാർ കുത്തകയാക്കി സൂക്ഷിക്കുന്ന പൗരോഹിത്യം വനിതകളുടെ സാന്നിദ്ധ്യത്തിലൂടെ പുനർവായിക്കപ്പെടണം.'[24] ബന്യാമിൻ എന്ന വിഖ്യാത നോവലിസ്റ്റ് പറയുന്നത് 'ഞാൻ വളരെ വർഷങ്ങൾക്ക് മുമ്പ് കുമ്പസരിച്ചിട്ടുണ്ട്. പിന്നീടാണ് അത് അർത്ഥശൂന്യമായ ഏർപ്പാടാണെന്ന് തോന്നിയത്. നമുക്ക് വിശ്വസ്തൻ അല്ലാത്തയാളുടെ മുന്നിൽ പോയി നമ്മളുടെ കാര്യങ്ങൾ പറയേണ്ട ഒരു കാര്യവുമില്ലെന്നു എനിക്ക് തോന്നിയിട്ടുണ്ട്. അതിനേക്കാൾ ഉപരിയായി എനിക്ക് എന്റെ സുഹൃത്തുക്കളോട് കുമ്പസരിക്കാൻ കഴിയും... ദൈവമുണ്ട് എന്ന ഒരു വിശ്വാസമുണ്ടെങ്കിൽ ദൈവത്തോട് നേരിട്ട് പറയാം. അല്ലെങ്കിൽ സുഹൃത്തിനോട് നേരിട്ട് പറയാം. ദൈവത്തിനും മനുഷ്യനും ഇടയിൽ മധ്യവർത്തിയായ ഒരു പുരോഹിതൻ ഇരിക്കുന്നുണ്ട് എന്ന ഒരു വിശ്വാസം എനിക്കില്ല.'[25]

ക്രിസ്തുവിൽ പുതിയ കാലത്ത് സ്ത്രൈണത്വം ദർശിക്കാൻ ചില എഴുത്തുകാർ തയ്യാറാവുന്നുണ്ട്. 'കനലിൽ ചുട്ടുവെച്ച അപ്പവും മീനും ശിഷ്യർക്ക് വിളമ്പിക്കൊടുക്കുന്ന ദൈവത്തിൽ ഞാൻ സ്ത്രീയെ-അമ്മയെ-അവളുടെ ശരീരമൂല്യങ്ങളെ കണ്ടെത്തി. അതെന്റെ ദൈവാനുഭവങ്ങളുടെ മറുപിറവികൂടിയാണ്. ഇന്ന് വൈദികർ നടത്തുന്ന ആചാരാനുഷ്ഠാനങ്ങളിൽ നിന്നും എന്റെ ദൈവം സ്വതന്ത്രനായിരിക്കുന്നു.[26]

സ്ത്രീത്വത്തെ ധിക്കരിക്കാത്ത, വൈവാഹിക ജീവിതത്തെ തള്ളിക്കളയാത്ത സ്നേഹരൂപത്തിന്റെ പ്രതീകമായ ക്രിസ്തുവിന്റെ പേരിൽ പടുത്തുയർത്തിയ സഭാചട്ടങ്ങളിൽ സുവിശേഷം പറയാൻ സ്ത്രീക്ക് അൾത്താരയിൽ അവകാശമില്ല. മതിൽ കെട്ടിനുള്ളിൽ ദേവസേവ നിഷ്കാമ കർമിയായി ചെയ്ത്, പുരുഷാധികാരത്തിന്റെ ചാട്ടവാറടിയേറ്റ് പുളയാൻ കടമപ്പെട്ടവരാണ് കന്യാസ്ത്രീകൾ!

പിതാവിന്റെയും പുത്രന്റെയും പരിശുദ്ധാത്മാവിന്റെയും മുന്നിൽ 'ശൂദ്രർ'! ദേശം മാറിയാലും കാലം മാറിയാലും മതം ഏതായാലും സ്ത്രീ-പുരുഷ അസമത്വത്തിന് വ്യത്യാസമില്ല. പുരുഷാധിപത്യം ലംഘിച്ച് മതിലുകൾ വിട്ടു പുറത്ത് വന്നാൽ അവർക്ക് ഒരു പേര് വീഴും! 'മരംചാടികൾ'! 'മരംചാടികൾ' എന്നത് സ്ത്രീയെ ആക്ഷേപിക്കാൻ സമൂഹം ഉണ്ടാക്കിയ ഒരു പദമാണ്. പുരുഷന് മാത്രം സമൂഹം കൽപ്പിച്ചു നൽകിയ മരം കയറ്റം സ്ത്രീകൾ നടത്തിയാൽ അവരെ വിളിക്കാൻ ആക്ഷേപക സൂചകമായി ഉപയോഗിച്ച പദമാണിത്.

ഇന്നത് സ്ത്രീകൾ ഡ്രൈവിംഗ് നടത്തുന്നതിൽ ചെന്നെത്തിനിൽക്കുന്നു. സന്യസ്തരായ വനിതകൾക്ക് കാറോടിക്കണമെങ്കിലും ലൈസൻസ് എടുക്കണമെങ്കിലും സഭയുടെ പ്രത്യേക അനുമതി വേണം. ഇസ്ലാമിൽ സൗദിയിലും മറ്റും കാറോടിച്ച കോളേജ് അധ്യാപകരെ ഉൾപ്പെടെ ജോലിയിൽ നിന്നും പിരിച്ചുവിട്ട കഥകൾ പുറത്ത് വന്നിട്ടുണ്ട്. സന്യസ്തരായ പുരുഷന്മാർക്ക് കാറോടിക്കാം. സ്ത്രീകൾ ഗിയർ ഇട്ടാൽ കർത്താവിന് നിരക്കില്ല. വളയം പിടിച്ചാൽ സഭയുടെ വളയത്തിന് പുറത്താകും!

'മരംചാടികൾ' ഇരുപതാംനൂറ്റാണ്ടിൽ തന്നെ ബഹിരാകാശത്ത് പോയി വന്നു. 21-ാം നൂറ്റാണ്ടിൽ ചൊവ്വയിൽ പോകാൻ പെൺകുട്ടികൾ തയ്യാറാവുന്നു. മതങ്ങൾ കൽപ്പിച്ചുനൽകിയ ആണധികാര സിംഹാസനങ്ങൾ തകർന്നുവീഴും! സഹസ്രാബ്ദങ്ങളായി ഹദീസുകളും മനുവാദികളും പൗലോസുമാരും കൽപ്പിച്ചു നൽകിയ പാപിനിപ്പട്ടം ഒരു നാൾ അഴിച്ചുവയ്ക്കും! ലോകത്തെ ഏറ്റവും കമനീയമായ പാത്രമായി ഗർഭപാത്രം മാറും. ആർത്തവ രക്തം അശുദ്ധിയുടെ ചാലുകൾ വിട്ടൊഴുകും. സ്ത്രീ-പുരുഷ ദ്വന്ദം എന്ന അധികാര പരികൽപ്പന കൊഴിഞ്ഞുവീഴും. ലൈംഗികതയുടെ വൈവിധ്യങ്ങൾ പരിഗണിക്കപ്പെടും. സമത്വാധിഷ്ഠിത ലോകമെന്ന ലക്ഷ്യത്തിൽ സ്ത്രീ-പുരുഷ സമത്വവും ഉൾച്ചേരും. മാനവ ചേതനയുടെ ഉള്ളടരുകളിൽ ലിംഗഭേദം ജൈവികരൂപം മാത്രമായി ചുരുങ്ങും.

കുറിപ്പുകൾ

1. എഡ്ഗാർ സ്വെയ്ൻ - *ലോകനാഗരികതയുടെ ചരിത്രം*
2. ബോബി തോമസ് - *കേരളത്തിലെ ക്രിസ്ത്യാനികൾ* p. 292
3. എഡ്ഗാർ സ്വെയ്ൻ - *ലോകനാഗരികതയുടെ ചരിത്രം*
4. ബോബി തോമസ് - *കേരളത്തിലെ ക്രിസ്ത്യാനികൾ*
5. കെ പി അപ്പൻ - *ബൈബിൾ വെളിച്ചത്തിന്റെ കവചം.*
6. അതേപുസ്തകം.
7. പച്ചക്കുതിര (അഭിമുഖം) ബെന്യാമിൻ
8. ബോബി ജോസ് കട്ടിക്കാട് - *മൂന്നാം പക്കം,* p. 42
9. ബോബി തോമസ് - *കേരളത്തിലെ ക്രിസ്ത്യാനികൾ*
10. അതേ പുസ്തകം.
11. ടോൾസ്റ്റോയി - *യേശുവിന്റെ ജീവിതം*
12. അതേപുസ്തകം.
13. അതേപുസ്തകം.
14. ബോബി തോമസ് - *കേരളത്തിലെ ക്രിസ്ത്യാനികൾ*
15. ബാലഗോപാൽ - *പരിണാമം ഇന്നലെ ഇന്ന് നാളെ*
16. ജോസഫ് കാലായിൽ - *കത്തോലിക്കാസഭയുടെ പത്ത് മുറിവുകൾ,* p 52.
17. അതേ പുസ്തകം.
18. സിസ്റ്റർ ജസ്മി - *പച്ചക്കുതിര* മാസിക (ഒക്ടോബർ 2019)
19. ബെന്യാമിൻ (അതേമാസിക)
20. സിസ്റ്റർ ലൂസി കളപ്പുരയ്ക്കൽ - *കർത്താവിന്റെ നാമത്തിൽ,* p. 107
21. അതേ പുസ്തകം
22. സിസ്റ്റർ ജസ്മി, *ആമേൻ*
23. സിസ്റ്റർ ലൂസി കളപ്പുരയ്ക്കൽ - *കർത്താവിന്റെ നാമത്തിൽ* p. 125
24. മ്യൂസ്മേരി ജോർജ്, ഉടലധികാരം
25. ബെന്യാമിൻ (അഭിമുഖം) - പച്ചക്കുതിര മാസിക
26. മ്യൂസ് മേരി ജോർജ് - *ഉടലധികാരം* p. 117

ഗ്രന്ഥസൂചി

1. *ആഗോളപ്രതിനിധിയും ആഗോളവൽക്കരണവും,* ഡോ. തോമസ് ഐസക്, ചിന്ത (2011)
2. *സ്ത്രീകളെപ്പറ്റി,* ഇ എം എസ്, ചിന്ത (2015)
3. *സ്ത്രീനീതി,* എഡി. ഡോ. വി എം രാജലക്ഷ്മി, ഭാഷാ ഇൻസ്റ്റിറ്റ്യൂട്ട് (1996)
4. *എംഗൽസ്,* ലൂയിസ് എച്ച് മോർഗൻ, പ്രോഗ്രസ് പബ്ലിഷേഴ്സ് (1980)
5. *മാർക്സ് വീണ്ടും മാർക്സ്,* പി എസ് പൂഴനാട്, മൈത്രി ബുക്സ് (2019)
6. *പോരാട്ടത്തിന്റെ പെൺവഴികൾ,* വി കെ ഷറഫുദ്ദീൻ, സമത (2013)
7. *ഫെമിനിസം,* ഭാഷാ ഇൻസ്റ്റിറ്റ്യൂട്ട് (2000), എഡി. ഡോ. ജാൻസി ജയിംസ്.
8. *ഫോക്‌ലോർ,* ഡോ. രാഘവൻ പയ്യനാട്, കേരള ഭാഷാ ഇൻസ്റ്റിറ്റ്യൂട്ട് (2006)
9. *മതം, ലൈംഗികത,* എൻ വി ബാലകൃഷ്ണൻ, മൂലധനം, പരിസ്ഥിതി, പിങ്ക് ബുക്സ് (2014)
10. *ആദിപ്രരൂപങ്ങൾ സാഹിത്യത്തിൽ,* ഡോ. എം ലീലാവതി, ഭാഷാ ഇൻസ്റ്റിറ്റ്യൂട്ട് (1998)
11. *മനുസ്മൃതി,* മനു, ഡി സി ബുക്സ് (2003)
12. മാർക്സിസ്റ്റ് സംവാദം, (മാർച്ച് 2019)
13. *അതിജീവനവും വിമോചനവും,* വൃന്ദകാരാട്ട്, ചിന്ത (2007)
14. *സിനിമയും പ്രത്യയശാസ്ത്രവും,* വി കെ ജോസഫ് - സാംസ്കാരിക പ്രസിദ്ധീകരണ വകുപ്പ് (1997)
15. *കേരളീയരുടെ ദേവതാ സങ്കല്പം,* ഡോ. എം ജി ശശിഭൂഷൺ, ഡി സി ബുക്സ് (2012)
16. *ഉടലധികാരം,* മ്യൂസ് മേരി ജോർജ്, ഒലിവ് (2015)
17. *സ്ത്രീ-* എഡിറ്റർ ലാൽകർ, എസ് പി സി എസ് (1975)

18. *ഭാരതീയ സമൂഹം,* കെ എൽ ശർമ്മ, ഭാഷാ ഇൻസ്റ്റിറ്റ്യൂട്ട് (2004)
19. *പ്രപഞ്ചരഹസ്യങ്ങൾ,* ഗണേശ് പണിയത്ത്, ബട്ടർഫ്ളൈ ബുക്സ് (2018)
20. *കേരളചരിത്രം,* അപ്രിയ നിരീക്ഷണങ്ങൾ, ഡോ. എം ജി ശശിഭൂഷൺ, എസ് പി സി എസ് (2017)
21. *പരിണാമം ഇന്നലെ ഇന്ന് നാളെ,* ബാലഗോപാലൻ, ഡി സി ബുക്സ് (2000)
22. *ലോകനാഗരികതയുടെ ചരിത്രം,* ജയിംസ് എഡ്ഗാർ സ്വെയ്ൻ, ഭാഷാ ഇൻസ്റ്റിറ്റ്യൂട്ട് (1995)
23. *ബർസ,* ഡോ. ഖദീജാ മുംതാസ്, ഡി സി ബുക്സ് (2010)
24. *ശ്രീ. മഹാഭാരതം,* തുഞ്ചത്ത് എഴുത്തച്ഛൻ, എസ് പി സി എസ് (1985)
25. *ജ്യോതിഷവും ജ്യോതിശാസ്ത്രവും,* പ്രൊഫ. കെ പാപ്പൂട്ടി, ശാസ്ത്ര സാഹിത്യ പരിഷത്ത് (2015)
26. *ഇസ്ലാം മതവും സ്ത്രീ സ്വാതന്ത്ര്യവും,* എൻ വി സുഹ്റ, മൈത്രി ബുക്സ് (1997)
27. *മലയാള സാഹിത്യവും ക്രിസ്ത്യാനികളും,* ഡോ. പി ജെ തോമസ്, ഡി സി ബുക്സ് (1989)
28. *ഖുർ-ആൻ (പരിഭാഷ)* മാലിക് ഫഹ്ദ് പ്രിന്റിങ്
29. *നിലാവിന്റെ പെണ്ണുങ്ങൾ,* ജോഖ അൽഹാരിസി, ഒലിവ് (2020)
30. *ഇസ്ലാമിന്റെ പ്രസക്തി,* ഡോ. അസ്ഗർ അലി എഞ്ചിനീയർ, കറന്റ് ബുക്സ് (2002)
31. *കർത്താവിന്റെ നാമത്തിൽ,* സിസ്റ്റർ ലൂസി കളപ്പുര, ഡി സി ബുക്സ് (2010)
32. *ചിന്താവിഷ്ടയായ സീത,* കുമാരനാശാൻ, എസ് പി സി എസ് (2014)
33. *ക്രിസ്ത്യാനികൾ, ക്രിസ്തുമതത്തിനൊരു കൈപ്പുസ്തകം,* ഡി സി ബുക്സ്, (2019)
34. *രാമായണം,* എസ് ഗുപ്തൻനായർ, ഡി സി ബുക്സ് (2009)
35. *മുഹമ്മദ് നബി,* എഡി. പി എ സഖരിയ്യ, ഇസ്ലാമിക് പബ്ലിഷിങ് ഹൗസ് (2008)
36. *മുഹമ്മദ് എന്ന മനുഷ്യൻ,* ഡോ. എൻ എം മുഹമ്മദ് അലി, മൈത്രി ബുക്സ് (2008)
37. *ഹൃദയവയൽ,* ബോബി ജോസ് കട്ടിക്കാട്, തിയോബുക്സ് (2009)
38. *രാമായണപഠനങ്ങൾ,* എച്ച് ഡി സങ്കാലിയ, ചിന്ത (2019)
39. *മൂന്നാംപക്കം,* ബോബി ജോസ് കട്ടിക്കാട്, തിയോബുക്സ് (2012)
40. *കത്തോലിക്കാ സഭയുടെ പത്ത് മുറിവുകൾ,* ജോസഫ് കാലായിൽ, എ എസ് പ്രിന്റേഴ്സ് (2015)
41. *ക്രിസ്തുവിന്റെ അന്ത്യപ്രലോഭനം,* ഫ്രയിം ഫിലിം സൊസൈറ്റി (2009)
42. *ബൈബിൾ വെളിച്ചത്തിന്റെ കവചം,* കെ പി അപ്പൻ, ഡി സി ബുക്സ് (1994)

43. *യേശുവിന്റെ ജീവിതം*, ലിയോ ടോൾസ്റ്റോയി, മാതൃഭൂമി ബുക്സ് (2017)
44. *ട്രാൻസ്ജന്റർ, ചരിത്രം, സംസ്കാരം*, പ്രതിനിധാനം, രശ്മി, കെ എസ് അനിൽകുമാർ, ചിന്ത (2016)
45. *കുലസ്ത്രീയും ചന്തപ്പെണ്ണുങ്ങളും ഉണ്ടായതെങ്ങനെ?*, ജെ ദേവിക, സെന്റർ ഫോർ ഡവലപ്മെന്റ് സ്റ്റഡീസ് (2011)
46. *ഹൈന്ദവ ദുഷ്പ്രഭുത്വ ചരിത്രം*, സ്വാമി ധർമ്മ തീർത്ഥമഹാരാജ്, ഇൻസ്പയർ ബുക്സ് (1941)
47. *കണ്ണീരും കിനാവും*, വി ടി ഭട്ടതിരിപ്പാട്, ഡി സി ബുക്സ് (2014)
48. *ഇസ്ലാമിന്റെ മാർഗ്ഗം*, ഇ എ ജബ്ബാർ, പ്രോഗ്രസ് പബ്ലിഷേഴ്സ് (2008)
49. *ഇസ്ലാമും സ്ത്രീകളും*, ഫാത്തിമ മെർനിസ്സി, ഒലിവ് (2009)
50. *അമലുകളുടെ മഹത്വങ്ങൾ*, ഷൈഖുൽ ഹദീസ് അൽഹാഫിള് മൗലാനാ മുഹമ്മദ് സഖരിയ്യ സാഹിബ് (ഹിജ്റ 1357), താലീമുൾ ഇസ്ലാം കുത്ത്ബാനാ.
51. *ഉംദ*. ഇമാം അഹമ്മദ്ബ്നുസാഖീബ്, നൂറുൽ ഇസ്ലാം പ്രസ്.
52. *കഥകളിയിലെ സ്ത്രീ കഥാപാത്രങ്ങൾ*, കലാമണ്ഡലം രാജശേഖരൻ, കലാമണ്ഡലം പ്രസിദ്ധീകരണം (2008)
53. *ആമേൻ*, സിസ്റ്റർ ജസ്മി, ഡി സി ബുക്സ്.
54. *ജന്റർ കാഴ്ചപ്പാടും പ്രാദേശിക ഭരണവും* - കില പ്രസിദ്ധീകരണം.

www.ingramcontent.com/pod-product-compliance
Lightning Source LLC
LaVergne TN
LVHW060210051026
849517LV00005B/1362
* 9 7 8 9 3 9 0 3 0 1 2 3 2 *